ONE TO ONE

Bilingual Dictionary

English-Punjabi
Punjabi-English
Dictionary

Compiled by
Teja Singh Chatwal

STAR Foreign Language BOOKS

© Publishers
ISBN : 978 1 908357 92 2

All rights reserved with the Publishers. No part of this publication may be reproduced or transmitted in any form or by any means, electronic, mechanical, photocopying, recording or otherwise, without the prior written permission of the Publishers.

This Edition : 2025

Published by
STAR Foreign Language BOOKS
a unit of
Star Books
56, Langland Crescent
Stanmore HA7 1NG, U.K.
info@starbooksuk.com
www.bilingualbooks.co.uk

Printed in India at
Star Print-O-Bind, New Delhi-110 020

About this Dictionary

Developments in science and technology today have narrowed down distances between countries, and have made the world a small place. A person living thousands of miles away can learn and understand the culture and lifestyle of another country with ease and without travelling to that country. Languages play an important role as facilitators of communication in this respect.

To promote such an understanding, **STAR Foreign Language BOOKS** has planned to bring out a series of bilingual dictionaries in which important English words have been translated into other languages, with Roman transliteration in case of languages that have different scripts. This is a humble attempt to bring people of the word closer through the medium of language, thus making communication easy and convenient.

Under this series of *one-to-one dictionaries*, we have published almost 62 languages, the list of which has been given in the opening pages. These have all been compiled and edited by teachers and scholars of the relative languages.

Publishers

Bilingual Dictionaries in this Series

English-Afrikaans / Afrikaans-English	Abraham Venter
English-Albanian / Albanian-English	Theodhora Blushi
English-Amharic / Amharic-English	Girun Asanke
English-Arabic / Arabic-English	Rania-al-Qass
English-Bengali / Bengali-English	Amit Majumdar
English-Bosnian / Bosnian-English	Boris Kazanegra
English-Bulgarian / Bulgarian-English	Vladka Kocheshkova
English-Burmese (Myanmar) / Burmese (Myanmar)-English	Kyaw Swar Aung
English-Cambodian / Cambodian-English	Engly Sok
English-Cantonese / Cantonese-English	Nisa Yang
English-Chinese (Mandarin) / Chinese (Mandarin)-Eng	Y. Shang & R. Yao
English-Croatian / Croatain-English	Vesna Kazanegra
English-Czech / Czech-English	Jindriska Poulova
English-Danish / Danish-English	Rikke Wend Hartung
English-Dari / Dari-English	Amir Khan
English-Dutch / Dutch-English	Lisanne Vogel
English-Estonian / Estonian-English	Lana Haleta
English-Farsi / Farsi-English	Maryam Zaman Khani
English-French / French-English	Aurélie Colin
English-Georgian / Georgina-English	Eka Goderdzishvili
English-Gujarati / Gujarati-English	Sujata Basaria
English-German / German-English	Bicskei Hedwig
English-Greek / Greek-English	Lina Stergiou
English-Hindi / Hindi-English	Sudhakar Chaturvedi
English-Hungarian / Hungarian-English	Lucy Mallows
English-Italian / Italian-English	Eni Lamllari
English-Japanese / Japanese-English	Miruka Arai & Hiroko Nishimura
English-Kinyawanda / Kinyarwanda-English	Irakoze Shammah La Grace
English-Korean / Korean-English	Mihee Song
English-Kurdish / Kurdish-English	Shivan Alhussein
English-Latvian / Latvian-English	Julija Baranovska
English-Levantine Arabic / Levantine Arabic-English	Ayman Khalaf
English-Lithuanian / Lithuanian-English	Regina Kazakeviciute
English-Malay / Malay-English	Azimah Husna
English-Malayalam - Malayalam-English	Anjumol Babu
English-Nepali / Nepali-English	Anil Mandal
English-Norwegian / Norwegian-English	Samuele Narcisi
English-Pashto / Pashto-English	Amir Khan
English-Polish / Polish-English	Magdalena Herok
English-Portuguese / Portuguese-English	Dina Teresa
English-Punjabi / Punjabi-English	Teja Singh Chatwal
English-Romanian / Romanian-English	Georgeta Laura Dutulescu
English-Russian / Russian-English	Katerina Volobuyeva
English-Serbian / Serbian-English	Vesna Kazanegra
English-Shona / Shona-English	Victorious Tshuma
English-Sinhalese / Sinhalese-English	Naseer Salahudeen
English-Slovak / Slovak-English	Zuzana Horvathova
English-Slovenian / Slovenian-English	Tanja Turk
English-Somali / Somali-English	Ali Mohamud Omer
English-Spanish / Spanish-English	Cristina Rodriguez
English-Swahili / Swahili-English	Abdul Rauf Hassan Kinga
English-Swedish / Swedish-English	Madelene Axelsson
English-Tagalog / Tagalog-English	Jefferson Bantayan
English-Tamil / Tamil-English	Sandhya Mahadevan
English-Thai / Thai-English	Suwan Kaewkongpan
English-Tigrigna / Tigrigna-English	Tsegazeab Hailegebriel
English-Turkish / Turkish-English	Nagme Yazgin
English-Twi / Twi-English	Nathaniel Alonsi Apadu
English-Ukrainian / Ukrainian-English	Katerina Volobuyeva
English-Urdu / Urdu-English	S. A. Rahman
English-Vietnamese / Vietnamese-English	Hoa Hoang
English-Yoruba / Yoruba-English	O. A. Temitope

STAR Foreign Language BOOKS

ENGLISH - PUNJABI

A

aback *adv.* ਪਿੱਛੇ ਵੱਲ ਨੂੰ Pichhe wall nu
abandon *v.* ਤਿਆਗਣਾ Tyagna
abandonment *n.* ਅਧਿਕਾਰ ਤਿਆਗ Adhikar tyag
abase *v.t.* ਅਨਾਦਰ ਕਰਨਾ Anaadar karna
abash *v.* ਸ਼ਰਮਸਾਰ ਕਰਨਾ Sharamsar karna
abashed *adj.* ਸ਼ਰਮਸਾਰ Sharamsar
abate *v.t.* ਹਟਾਉਣਾ Hatauna
abattoir *n.* ਬੁੱਚੜਖਾਨਾ Buchaddkhana
abbreviate *v.t.* ਸੰਖਿਪਤ ਕਰਨਾ Sankhipt karna
abbreviation *n.* ਸੰਖੇਪ Sankhep
abdomen *n.* ਪੇਟ Pet
abduct *v.t.* ਅਪਹਰਣ ਕਰਨਾ Apaharan karna
abduction *n.* ਅਪਹਰਣ Apaharan
abhor *v.t.* ਨਫਰਤ ਕਰਨੀ Nafrat karni
abide *v.* ਦ੍ਰਿੜ੍ਹ ਰਹਿਣਾ Dridd rehna
abiding *prep.* ਸਥਾਈ Sathaayee
ability *n.* ਯੋਗਤਾ Yogta
abject *adj.* ਪਤਿਤ Patit
abjectness *n.* ਪਤਿਤਪੁਣਾ Patitpuna
ablaze *adv.* ਸੜ੍ਹਦਾ ਹੋਇਆ Sarhda hoya
able *adj.* ਯੋਗ Yog
abloom *adv.* ਫੁੱਲਿਆ ਹੋਇਆਂ Fulleya hoyeaa
ablush *adv.* ਸ਼ਰਮ ਕਰਦਿਆਂ Sharam kardeyaan
ablution *n.* ਤਨ ਸ਼ੁੱਧੀ Tann shuddhi
abnormal *adj.* ਅਸਾਧਾਰਨ Asadhaaran
abode *n.* ਨਿਵਾਸ Niwas
abolish *v.t.* ਖਤਮ ਕਰਨਾ Khatam karna
abolition *n.* ਖਾਤਮਾ Khatma
abominable *adj.* ਘ੍ਰਿਣਿਤ Ghrinitt
abominate *v.t.* ਅਤਿਅੰਤ ਨਫਰਤ ਕਰਨਾ Atiant nafrat karna
abort *v.* ਗਰਭਪਾਤ ਕਰਨਾ Garbhpat karna
abortion *n.* ਗਰਭਪਾਤ Garbhpat
abound *v.* ਭਰਪੂਰ ਹੋਣਾ Bharpur hona
about *adv.* ਸੰਬੰਧੀ Sabandhi
above *adv.* ਉੱਪਰ Uppar
abreast *adv.* ਕਤਾਰ ਵਿੱਚ Kataar wich
abridge *v.t.* ਸੰਖੇਪ ਕਰਨਾ Sankeph karna
abroad *adv.* ਪਰਦੇਸ ਵਿੱਚ Pardes wich
abrogate *v.t.* ਰੱਦ ਕਰਨਾ Radd karna
abrupt *adj.* ਖੁਰਦਰਾ Khurdra
abruptness *n.* ਖੁਰਦਰਾਪਣ Khurdrapan
abscond *v.* ਲੁਕ ਕੇ ਭੱਜਣਾ Luk ke bhajjna
absence *n.* ਗੈਰ-ਹਾਜ਼ਿਰੀ Gair-haazri
absent *adj.* ਗੈਰ-ਹਾਜ਼ਿਰ Gair-hazir
absolute *n.* ਪੂਰਣ Pooran
absolve *v.t.* ਮੁਕਤ ਕਰਨਾ Mukt-karna
absorb ਸੋਖਣਾ Sokhna
absorbed ਸੋਖਿਆ ਹੋਇਆ Sokheya hoya
absorption *n.* ਸੋਸ਼ਣ Soshan
abstain *v.* ਬਚੇ ਰਹਿਣਾ Bache rehna
abstemious *adj* ਸੰਜਮੀ Sanjmi
abstemiousness *n.* ਸੰਜਮ Sanjam
abstinency *n.* ਸੰਜਮ Sanjam
abstract *adj.* ਅਵਿਹਾਰਕ Aviaharak
abstruse *adj.* ਗੁੱਝਾ Gujjha
absurd *adj.* ਮੂਰਖਤਾਪੂਰਣ Murakhtaapooran
absurdity *n.* ਮੂਰਖਤਾ Murakhtaa
abundance *n.* ਅਧਿਕਤਾ Adhiktaa
abundant *adj.* ਅਧਿਕ Adhik
abuse *v.* ਗਾਲ੍ਹ Gaalh
abusive *adj.* ਗਾਲ੍ਹ ਕੱਢਣ ਵਾਲਾ Gaal kaddhan wala
abyss *n.* ਪਾਤਾਲ Paataal
acacia *n.* ਕਿੱਕਰ Kikkar
academic *adj.* ਅਕਾਦਮਿਕ Akaadmik
academy *n.* ਅਕਾਦਮੀ Akaadmi
accede *v.* ਮੰਨਣਾ Mannanha
accelerate *v.* ਰਫਤਾਰ ਵਧਾਉਣਾ Raftaar vadhauna
acceleration *n.* ਤੇਜ਼ੀ Tezi
accent *n.* ਉਚਾਰਣ Uchaaran
accentuate *v.* ਉਚਾਰਣ ਕਰਨਾ Uchaaran karna
accept *v.* ਪ੍ਰਵਾਨ ਕਰਨਾ Parwaan karna
acceptable *adj.* ਪ੍ਰਵਾਨ ਕਰਨ ਯੋਗ Parwaan karan yog
acceptance *n.* ਪ੍ਰਵਾਨਗੀ Parwaanagi
access *n.* ਨੇੜੇ ਪਹੁੰਚਣਾ Nede pahunchna
accessary *n.* ਸਹਾਇਕ Sahayik
accessible *adj.* ਪਹੁੰਚ ਯੋਗ Pahunch yog

accession *n.* ਰਾਜਤਿਲਕ Rajtilak
accessory *adj.* ਸਹਾਇਕ Sahayik
accident *n.* ਦੁਰਘਟਨਾ Durghatna
accidental *adj.* ਅਚਾਨਕ ਹੋਣਾ Achaanak hona
acclaim *v.* ਉਸਤਤ ਕਰਨੀ Ustatt karni
accommodate *v.t.* ਯੋਗ ਬਣਾਉਣਾ yog banauna
accommodation *n.* ਸਹੂਲਤ Sahoolat
accompany *v.t.* ਸਾਥ ਦੇਣਾ Saath dena
accomplice *n.* ਸਾਥੀ Saathi
accomplish *v.* ਪੂਰਾ ਕਰਨਾ Poora karna
accomplishment *n.* ਪ੍ਰਾਪਤੀ Prapti
accord *v.t.* ਸਮਝੌਤਾ Samjhauta
accordance *n.* ਸਮਾਨਤਾ Samaanta
according *adv.* ਅਨੁਸਾਰ Anusaar
accost *v.* ਸੰਬੋਧਨ ਕਰਨਾ Sambodhan karna
account *v.t.* ਲੇਖਾ Lekha
accountable *adj.* ਜਵਾਬਦੇਹ Jawabdeh
accountancy *n.* ਲੇਖਾਕਾਰੀ Lekhakari
accountant *n.* ਲੇਖਾਕਾਰ Lekhakar
accrue *v.t.* ਵਧਣਾ Vadhna
accumulate *v.* ਧਨ ਜੋੜਨਾ Dhann jodna
accuracy *n.* ਸ਼ੁੱਧਤਾ Shuddhta
accurate *adj.* ਸ਼ੁੱਧ Shuddh
accursed *adj.* ਪਤਿਤ Patit
accusation *n.* ਦੋਸ਼ Dosh
accuse *v.* ਦੋਸ਼ ਲਾਉਣਾ Dosh launa
accustom *v.t.* ਆਦਤ ਪਾਉਣੀ Aadat pauni
accustomed *adj.* ਪ੍ਰਚਲਿਤ Parchalit
ace *n.* ਤਾਸ਼ ਦਾ ਯੱਕਾ Taash da yakka
acerbate *v.* ਸੁਆਦ ਖੱਟਾ ਕਰਨਾ Suaad khatta karna
acerbity *n.* ਤਿੱਖਾ ਸੁਆਦ Tikha suaad
acetylene *n.* ਐਸਟੀਲੀਨ ਗੈਸ Acetylene gas
ache *v.t.* ਦਰਦ ਕਰਨਾ Dard karna
achieve *v.t.* ਪ੍ਰਾਪਤ ਕਰਨਾ Prapat karna
achievment *n.* ਪ੍ਰਾਪਤੀ Prapati
acid *adj.* ਤੇਜ਼ਾਬ Tezab
acidity *n.* ਖੱਟਾਪਣ Khattapan
acknowledge *v.* ਮੰਨਣਾ Mannanha
acknowledgement *n.* ਪਹੁੰਚ ਰਸੀਦ Pahunch raseed
acme *n.* ਸਿਖਰ Sikhar
acne *n.* ਚਿਹਰੇ ਦੀਆਂ ਫਿਨਸੀਆਂ Chehre dian finsiyan
aconite *n.* ਜ਼ਹਿਰੀਲਾ ਬੂਟਾ Zehrila boota
acorn *n.* ਜੈਤੂਨ ਦਾ ਫਲ Jaitoon da fal
acquaint *v.t.* ਜਾਨਣਾ Jaananha
acquaintance *n.* ਗਿਆਨ Gyan
acquiesce *v.i.* ਸਹਿਮਤ ਹੋਣਾ Sehmat hona
acquiescence ਪ੍ਰਸੰਨਤਾ ਨਾਲ ਸਹਿਮਤੀ prasanta nal sehmati
acquire *v.t.* ਪ੍ਰਾਪਤ ਕਰਨਾ prapat karna
acquirement *n.* ਸ਼ਿਲਪ shilap
acquisition *n.* ਲਾਭ labh
acquit *v.t.* ਨਿਰਦੋਸ਼ ਠਹਿਰਾਉਣਾ nirdosh thehrauna
acquittal *n.* ਅਪਰਾਧ ਤੋਂ ਛੁਟਕਾਰਾ apradh ton chhutkara
acre *n.* ਏਕੜ ekarh
acrimony *n.* ਝੁੰਜਲਾਹਟ jhunjlahat
acrobat *n.* ਨਟ natt
across *adv.* ਆਰਪਾਰ aarpaar
act *n.* ਕਾਰਜ kaarj
acting *adj.* ਕਾਰਜਕਾਰੀ kaarjkari
action *n.* ਕਾਰਵਾਈ karwayee
active *adj.* ਚੁਸਤ chust
actively *adv.* ਚਲਾਕੀ ਨਾਲ chalaki nal
activity *n.* ਸਰਗਰਮੀ sargarmi
actor *n.* ਕਲਾਕਾਰ kalakaar
actual *adj.* ਅਸਲ asal
actually *adj.* ਸਚਮੁੱਚ sachmuch
actuate *n.* ਕਾਰਜ ਕਰਵਾਉਣਾ kaarj karwauna
acuity *n.* ਅਕਲ ਦਾ ਤਿੱਖਾਪਣ akal da thikkapan
acute *adj.* ਤੀਬਰ teebar
acuteness *n.* ਤੀਬਰਤਾ teebarta
adage *n.* ਕਹਾਵਤ kahawat
adam *n.* ਆਦਿ ਮਨੁੱਖ aad manukh
adapt *v.t.* ਠੀਕ ਕਰਨਾ theek karna
adaptation *n.* ਅਨੁਕੂਲਣ anukool
add *v.t.* ਜੋੜਨਾ jodna
adder *n.* ਜ਼ਹਿਰੀਲਾ ਸੱਪ Zehrila sapp
additional *adj.* ਵਾਧੂ vaadhu
address *v.t.* ਸੰਬੋਧਨ ਕਰਨਾ sambodhan karna
adept *n.* ਪ੍ਰਬੀਨ parbeen

adequate *adj.* ਯੋਗ yog
adhere *v.t.* ਦ੍ਰਿੜ੍ਹ ਹੋਣਾ drirh hona
adherent *n.* ਸਾਥੀ saathi
adhesion *n.* ਲਗਾਅ lagaa
adieu *n.* ਨਮਸਕਾਰ namaskar
adjacent *adj.* ਨਾਲ ਲੱਗਦਾ nal lagda
adjective *n.* ਵਿਸ਼ੇਸ਼ਣ visheshan
adjectival *adj.* ਵਿਸ਼ੇਸ਼ਣ ਵਰਗਾ visheshan vargaa
adjoin *v.t.* ਜੋੜਨਾ jodna
adjourn *v.t.* ਸਥਗਿਤ ਕਰਨਾ sathagit karna
adjudge *v.t.* ਫੈਸਲਾ ਕਰਨਾ faisla karna
adjudicate *v.t.* ਫੈਸਲਾ ਕਰਨਾ faisla karna
adjunct *n.* ਜੁੜਿਆ ਹੋਇਆ judeya hoya
adjure *v.t.* ਆਗਿਆ ਦੇਣਾ aaggeya dena
adjust *v.t.* ਵਿਵਸਥਿਤ ਕਰਨਾ vivasthit karna
adjustment *v.t.* ਏਕੀਕਰਣ ekikaran
adjutant *n.* ਸੇਨਾ ਵਿੱਚ ਅਫਸਰ sena wich afsar
administer *v.t.* ਪ੍ਰਬੰਧ ਕਰਨਾ parbandh karna
administration *n.* ਪ੍ਰਸ਼ਾਸਨ prashasan
administrator ਪ੍ਰਸ਼ਾਸਕ prashasak
admirable *adj.* ਪ੍ਰਸ਼ੰਸਾਯੋਗ prashansa yog
admiral *n.* ਜਲ ਸੇਨਾ ਦਾ ਨਾਇਕ jal sena da nayek
admiration *n.* ਪ੍ਰਸ਼ੰਸਾ prashansa
admire *v.t.* ਪ੍ਰਸ਼ੰਸਾ ਕਰਨਾ prashansa karna
admirer *n.* ਪ੍ਰਸ਼ੰਸਾ ਕਰਨ ਵਾਲਾ prashansa karn wala
admissible *adj.* ਆਗਿਆਯੋਗ aaggeyayog
admission *n.* ਦਾਖਲਾ daakhla
admit *v.* ਭਰਤੀ ਕਰਨਾ bharti karna
admittance *n.* ਪ੍ਰਵੇਸ਼ ਲਈ ਆਗਿਆ pravesh layi aaggeya
admix *v.t.* ਮਿਲਾਣਾ milana
admixiture *v.t.* ਮਿਲਾਵਟ milawat
admonish *v.t.* ਚੇਤਾਵਨੀ ਦੇਣਾ chetawni dena
admonition *n.* ਚੇਤਾਵਨੀ chetawni
ado *n.* ਗੜਬੜੀ gaddwaddi
adolescence *n.* ਜਵਾਨੀ jawani
adolescent *adj.* ਜਵਾਨੀ jawani
adopt *v.t.* ਗੋਦ ਲੈਣਾ god laina
adoration *n.* ਪੂਜਾ pooja
adore *v.t.* ਪੂਜਾ ਕਰਨਾ pooja karni
adorer *n.* ਪੂਜਾ ਕਰਨ ਵਾਲਾ pooja karan wala
adorn *v.t.* ਸ਼ਿੰਗਾਰ ਕਰਨਾ shingar karna
adrift *adv.* ਡਾਂਵਾਂਡੋਲ daawaandol
adroit *adj.* ਨਿਪੁੰਨ nippun
adulate *v.t.* ਚਾਪਲੂਸੀ ਕਰਨਾ chaploosi karna
adult *n.* ਬਾਲਗ balag
adulterate *v.t.* ਮਿਲਾਵਟ ਕਰਨੀ milawat karni
adulterer *n.* ਵਿਭਚਾਰੀ vibhchaari
adultery *n.* ਵਿਭਚਾਰ vibhchar
advance *v.t.* ਉੱਨਤੀ ਕਰਨਾ unnati karna
advancement *n.* ਉੱਨਤੀ unnati karna
advantage *n.* ਲਾਭ laabh
advantageous *adj.* ਲਾਭਦਾਇਕ laabhdayik
advent *n.* ਅਵਤਾਰ avtar
adventious *adj.* ਅਨਿਸ਼ਚਿਤ anishchit
adventure *v.* ਸਾਹਸਿਕ ਕਾਰਜ sahsik karj
adverb *n.* ਕਿਰਿਆ ਵਿਸ਼ੇਸ਼ਣ kiriya visheshan
adversary *n.* ਵਿਰੋਧੀ virodhi
adverse *adj.* ਉਲਟਾ ulta
advert *v.* ਧਿਆਨ ਦਵਾਉਣਾ dhyan diwauna
advertise *v.* ਇਸ਼ਤਿਹਾਰ ਦੇਣਾ ishtehar dena
advertisement *n.* ਇਸ਼ਤਿਹਾਰਬਾਜ਼ੀ ishteharbazi
advice *n.* ਨਸੀਹਤ naseehat
advisable *adj.* ਆਗਿਆਯੋਗ aaggeya yog
advise *v.* ਸਲਾਹ ਦੇਣਾ slaah dena
advisory *adj.* ਉਪਦੇਸ਼ਕ updeshak
advocacy *n.* ਵਕਾਲਤ vkaalat
advocate *v.* ਵਕੀਲ vakeel
adze *n.* ਕੁਹਾੜੀ kuhadi
aegis *n.* ਰੱਖਿਆ rakheya
aerated *adj.* ਗੈਸ ਵਾਲਾ gas wala
aerial *adj.* ਹਵਾਈ hawayi
aeriform *adj.* ਹਵਾ ਵਰਗਾ hawa varga
aerodrome *n.* ਹਵਾਈ ਅੱਡਾ hawayi adda
aerogram *n.* ਬਿਨਾ ਤਾਰ ਸਮਾਚਾਰ bina taar samachar
aeronaut *n.* ਹਵਾਈ ਜਹਾਜ਼ ਚਾਲਕ hawayi jahaz chalak
aeroplane *n.* ਹਵਾਈ ਜਹਾਜ਼ hawayi jahaz
aesthetic *adj.* ਸੁੰਦਰਤਾ sundarta

aesthetics *n.* ਸੁੰਦਰਤਾ ਸ਼ਾਸ਼ਤਰ sundarta shashtar
afar *adj.* ਦੂਰ door
affable *adj.* ਮਿਲਣਸਾਰ milansar
affair *n.* ਮਾਮਲਾ maamla
affect ਪ੍ਰਭਾਵ parbhaav
affectation *n.* ਹੰਕਾਰ hankaar
affected *adj.* ਰੋਗੀ rogi
affection *n.* ਸਨੇਹ saneh
affectionate *adj.* ਪਿਆਰਾ pyara
affiance *n.* ਵਿਆਹ ਲਈ ਪ੍ਰਣ viaah layi prann
affidavit *n.* ਹਲਫੀਆ ਬਿਆਨ halfiya beyan
affilliate *v.* ਮਿਲਉਣਾ milauna
affilliation *n.* ਮਿਲਾਉਣ ਦਾ ਕਾਰਜ milaun da kaarj
affinity *n.* ਰਿਸ਼ਤਾ rishta
affirm *v.* ਨਿਸ਼ਚਾ ਕਰਨਾ nishchaa karna
affirmation *n.* ਦ੍ਰਿੜ੍ਹ ਵਚਨ drirh vachan
affirmative ਸਵੀਕਾਰ ਸੂਚਕ sawikar soochak
affix *v.* ਜੋੜਨਾ jodna
afflatus *n.* ਰੱਬੀ ਪ੍ਰੇਰਣਾ rabbi prerana
afflict *v.* ਕਸ਼ਟ ਦੇਣਾ kashat dena
affliction *n.* ਕਲੇਸ਼ kalesh
afflictive *adj.* ਕਲੇਸ਼ ਕਰਨ ਵਾਲਾ kalesh karan wala
affluence *n.* ਧਨ 'ਚ ਵਾਧਾ dhann ch waadha
affluent *adj.* ਧਨਾਢ dhanaad
afflux *n.* ਧੁਰੇ ਵੱਲ dhure wall
afford *v.* ਦੇਣਾ dena
afforest *v.* ਜੰਗਲ ਲਗਾਉਣਾ jangal lagauna
affray *n.* ਝਗੜਾ jhagrha
affright *v.* ਡਰਾਉਣਾ drauna
affront *n.* ਸਾਹਮਣਾ ਕਰਨਾ saahmna karna
afield *adv.* ਖੇਤ ਵਿੱਚ khet wich
afire *adv.* ਸੜਦੀ ਹਾਲਤ ਵਿੱਚ sarhdi haalat wich
aflame *adv.* ਜਲਦਾ ਹੋਇਆ jalda hoya
afloat *adv.* ਤੈਰਦਾ ਹੋਇਆ tairda hoya
afoot *adv.* ਚਲਦਾ ਹੋਇਆ chalda hoya
afore *prep.* ਸਾਹਮਣੇ saahmne
afraid *adj.* ਡਰਿਆ dreya
afresh *adv.* ਨਵਾਂ nawaan
after *adv.* ਬਾਅਦ ਵਿਚ baad wich
afternoon *n.* ਦੁਪਹਿਰ ਬਾਅਦ dupehar baad
afterward *adv.* ਬਾਅਦ ਵਿਚ baad wich
again *adv.* ਦੁਬਾਰਾ dubara
against *prep.* ਵਿਰੁੱਧ virudh
agate *n.* ਸੁਲੇਮਾਨੀ ਪੱਥਰ sulemani patthar
age *n.* ਉਮਰ umar
aged *adj.* ਬਜ਼ੁਰੰਗ bazurg
agency *n.* ਕਾਰਜ ਸਥਾਨ kaarj sthaan
agenda *n.* ਕਾਰਜਕ੍ਰਮ kaarj kram
agent *n.* ਕਾਰਜ ਕਰਤਾ kaarj karta
agglutinate *v.* ਗੂੰਦ ਨਾਲ ਜੋੜਨਾ goond naal jodna
aggrandize *v.* ਫੈਲਾਉਣਾ failaauna
aggravate *v.* ਤੇਜ਼ ਕਰਨਾ tez karna
aggravation *n.* ਉਤੇਜਨਾ utejna
aggregate *v.* ਇਕੱਠਾ ਕਰਨਾ ikattha karna
aggressive *adj.* ਹਮਲਾ ਕਰਨਾ ਵਾਲਾ hamlaa karan wala
aggression *n.* ਪਹਿਲਾ ਹਮਲਾ pehla hamlaa
aggrieve *v.* ਦੁੱਖ ਦੇਣਾ dukh dena
aghast *adj.* ਡਰਿਆ ਹੋਇਆ dareya hoya
agile *adj.* ਚੰਚਲ chanchal
agitate *v.* ਹਟਾਉਣਾ hatauna
agitation *n.* ਵਿਆਕੁਲਤਾ veyakulta
ago *adj.* ਪਹਿਲਾਂ ਦਾ pehlan da
agog *adj.* ਚਲਾਏਮਾਨ chalayemaan
agonize *v.* ਦੁੱਖ ਦੇਣਾ dukh dena
agrarian *adj.* ਖੇਤੀਬਾੜੀ ਸੰਬੰਧੀ khetibari sabandhi
agree *v.* ਸਹਿਮਤ sehmat
agreeable *adj.* ਅਨੁਕੂਲ anukool
agreement *n.* ਇਕਰਾਰਨਾਮਾ ikrarnama
agrestic *adj.* ਪੇਂਡੂ pendu
agricultural ਖੇਤੀਬਾੜੀ ਵਾਲਾ khetibadi wala
agriculture *n.* ਖੇਤੀਬਾੜੀ khetibadi
ague *n.* ਕਾਂਬੇ ਵਾਲਾ ਬੁਖਾਰ kaambe wala bukhar
ahead *adv.* ਅੱਗੇ agge
aid *v.* ਮਦਦ madad
ail *v.* ਕਸ਼ਟ ਵਿੱਚ ਹੋਣਾ kasht wich hona
ailment *n.* ਰੋਗ rog
aim *n.* ਟੀਚਾ teecha
air *n.* ਹਵਾ hawa
aircraft *n.* ਹਵਾਈਯਾਨ hawayiyaan

ai□gun *n.* ਹਵਾਈ ਬੰਦੂਕ hawayi bandook
airline *n.* ਹਵਾਈ ਕੰਪਨੀ hawayi company
ai□liner *n.* ਵੱਡਾ ਯਾਤਰੀ ਜਹਾਜ਼ wadda yaatri jahaaz
airmail *n.* ਹਵਾਈ ਡਾਕ hawayi daak
airplane *n.* ਹਵਾਈ ਜਹਾਜ਼ hawahi jahaz
air-pump *n.* ਹਵਾ ਪੰਪ hawa pump
airship *n.* ਹਵਾਈ ਯਾਨ hawayi yaan
airy *adj.* ਹਵਾਦਾਰ hawadar
aisle *n.* ਗਿਰਜਾਘਰ ਦਾ ਇੱਕ ਪਾਸਾ girjaghar da ik passa
akin *adj.* ਸਕਾ saka
alabaster *n.* ਨਰਮ ਸਫੈਦ ਧਾਤ naram sfaid dhaat
alacrity *n.* ਉਤਸਾਹ utsaah
alamode *adv.* ਅਡੰਬਰੀ adambari
alarm *n.* ਚੇਤਵਨੀ chetawani
alarming *adj.* ਚੇਤਾਵਨੀਦਾਇਕ chetawanidayik
alas ਦੁੱਖ ਦਾ ਸੂਚਕ dukh da soochak
albatross *n.* ਸਮੁੰਦਰੀ ਚਿੜੀ smundri chiri
albeit *conj.* ਭਾਂਵੇਂ bhawen
album *n.* ਚਿਤਰ ਪੁਸਤਕ chitar pustak
albumen *n.* ਗਾੜ੍ਹਾ ਪਦਾਰਥ gaarha padaarath
alchemist *n.* ਰਸਾਇਣ ਬਣਾਉਣ ਵਾਲਾ rasaayan banaun waala
alchemy *n.* ਰਸਾਇਣ ਵਿੱਦਿਆ rasaayan vidiya
alcohol *n.* ਸ਼ਰਾਬ sharaab
alcoholic *n.* ਸ਼ਰਾਬ ਵਾਲਾ sharaab wala
alcove *n.* ਕੰਧ ਵਿਚਲੀ ਮਿਹਰਾਬ kandh wichli mehrab
ale *n.* ਜਵ ਦੀ ਸ਼ਰਾਬ jaw di sharaab
alert *adj.* ਸਾਵਧਾਨ saawdhaan
alertness *n.* ਸਾਵਧਾਨੀ saawdhaani
algebra *n.* ਬੀਜਗਣਿਤ beejganit
algebrical *adj.* ਬੀਜਗਣਿਤ ਸੰਬੰਧੀ beejganit sambandhi
alias *adv.* ਉਪ-ਨਾਮ up naam
alien *adj.* ਪਰਦੇਸੀ pardesi
alienable *adj.* ਬਦਲਣਯੋਗ badlanyog
alienate *v.* ਚਿੱਤ ਹਟਾਉਣਾ chit hatauna
alienation *n.* ਵਿਰਾਗ viraag
alight *v.t.* ਘੋੜੇ ਤੋਂ ਉਤਰਨਾ ghore ton utaarna
alight *adj.* ਅਗ ਤੇ ਸੜਦਾ ਹੋਇਆ agg te sarhda hoya
align *v.t.* ਕਤਾਰ ਚ ਰੱਖਣਾ kataar ch rakhna
alike *adj.* ਸਮਾਨ samaan
aliment *n.* ਪੋਸ਼ਣ poshan
alimentary *adj.* ਸ਼ਕਤੀਵਰਧਕ shaktivardhak
alive *adj.* ਸਜੀਵ sjeev
all *adj.* ਸਾਰੇ sare
allah *n.* ਅੱਲਾ alla
allay *v.* ਦਬਾਉਣਾ dabauna
allegation ਇਲਜ਼ਾਮ ilzaam
allege *v.* ਪ੍ਰਣ ਕਰਨਾ prann karna
allegiance *n.* ਭਗਤੀ bhagti
allegorical *adj.* ਲੱਛਣ ਵਾਲਾ lachhan wala
allegory *n.* ਰੂਪਕ roopak
allergy *n.* ਐਲਰਜੀ alerji
alleviate *v.* ਘੱਟ ਕਰਨਾ ghatt karna
alleviation *n.* ਘਟਾਅ ghataa
alleviative *adj.* ਘੱਟ ਕਰਨ ਵਾਲਾ ghatt karan wala
alley *n.* ਭੀੜੀ ਗਲੀ bheedi gali
alliance *n.* ਸੰਧੀ sandhi
allied *adj.* ਸੰਧੀ ਵਾਲਾ sandhi wala
alligate *v.* ਜੋੜਨਾ jodna
alligator *n.* ਜੋੜਨ ਵਾਲਾ jodan wala
alliteration ਅਨੁਪ੍ਰਾਸ anupraas
allocate *v.* ਵੰਡਣਾ vandana
allocation *n.* ਵੰਡਣਾ vanddna
allot *v.* ਵੰਡਣਾ vandana
allotment *n.* ਵੰਡ vandd
allottee *n.* ਅਲਾਟੀ alaati
allow *v.* ਆਗਿਆ ਦੇਣਾ aagiya dena
allowable *adj.* ਅਧਿਕਾਰਯੋਗ adhikar yog
allowance *n.* ਭੱਤਾ bhatta
alloy *n.* ਕੱਚੀ ਧਾਤ kacchi dhaat
all right *adv.* ਸਭ ਕੁਝ ਸਹੀ sab kujh sahi
allure *v.* ਫੁਸਲਾਉਣਾ fuslauna
allurement *n.* ਫੁਸਲਾਹਟ fuslaahat
alluring *n.* ਫੁਸਲਾਉਣ ਵਾਲਾ fuslaun wala
allusion *n.* ਸੰਕੇਤ sanket
allusive *adj.* ਸੰਕੇਤ ਕਰਨ ਵਾਲਾ sanket karan wala

alluvium *adj.* ਹੜ ਨਾਲ ਆਈ ਮਿੱਟੀ harh nal ayi mitti
ally *v.* ਜੋੜਨਾ jodna
almanac *n.* ਜੰਤਰੀ jantri
almighty *adj.* ਸਰਵ-ਸ਼ਕਤੀਮਾਨ sarv shaktimaan
almond *n.* ਬਦਾਮ badaam
almost *adj.* ਲਗਭਗ lagbhag
alms *n.* ਭਿੱਖਿਆ bhikheya
aloe *n.* ਮੁਸੱਬਰ musabbar
aloft *adv.* ਉੱਪਰ uppar
alone *adj.* ਇਕੱਲਾ ikalla
along *adv.* ਨਾਲ-ਨਾਲ nal nal
alongside *adv.* ਪਾਸੇ-ਪਾਸੇ passe- passe
aloof *adv.* ਦੂਰ door
aloud *adv.* ਉੱਚੀ ਬੋਲ ਕੇ ucchi bol ke
alp *n.* ਉੱਚਾ ਪਹਾੜ uccha pahad
alphabet *n.* ਵਰਣਮਾਲਾ varanmala
alphabetical *adj.* ਵਰਣਮਾਲਾ ਸੰਬੰਧੀ varanmala sambandhi
already *adv.* ਪਹਿਲਾਂ ਹੀ pehlan hi
also *adv.* ਇਹ ਵੀ eh vi
altar *n.* ਵੇਦੀ vedi
alter *v.* ਬਦਲਣਾ badalna
alterable *adj.* ਬਦਲਣਯੋਗ badlan yog
alteration ਬਦਲਾਅ badlaa
altercate *v.t.* ਕਲੇਸ਼ ਕਰਨਾ kalesh karna
alternate *adj.* ਬਦਲ badal
alternative *n.* ਵਿਕਲਪ vikalp
although *conj.* ਭਾਂਵੇਂ bhaawen
altitude *n.* ਉਚਾਈ uchayi
altogether *adj.* ਸੰਪੂਰਨ ਰੂਪ ਵਿੱਚ sampooran roop wich
altruism *n.* ਦੂਜਿਆਂ ਤੇ ਉਪਕਾਰ dujeyan te upkar
alum *n.* ਫਟਕੜੀ fatkadi
aluminium *n.* ਅਲਮੀਨੀਅਮ alminium
always *adv.* ਹਮੇਸ਼ਾਂ hameshaan
am *v.t.* ਹਾਂ haan
amain *adv.* ਵੇਗ ਸਹਿਤ veg sahit
amalgamate *v.t.* ਇਕੱਠਾ ਕਰਨਾ ikattha karnaa
amalgamation *n.* ਮਿਸ਼ਰਣ mishran
amass *v.t.* ਢੇਰ ਕਰਨਾ dher karnaa
amative *adj.* ਪ੍ਰੇਮ-ਭਰਪੂਰ prem bharpoor
amatory *adj.* ਪ੍ਰੇਮ ਉਪਜਾਊ prem upjau
amaze *v.t.* ਹੈਰਾਨ ਕਰਨਾ hairaan karna
amazement *n.* ਹੈਰਾਨੀ hairaani
amazing *adj.* ਅਦਭੁੱਤ adhbhut
amazon *n.* ਇਸਤਰੀ ਯੋਧਾ istri yodha
ambassador *n.* ਰਾਜਦੂਤ rajdoot
amber *n.* ਪੀਲਾ ਪੱਥਰ peela patthar
ambiguity *n.* ਅਨਿਸ਼ਚਿਤ ਅਵਸਥਾ anishchit avastha
ambiguous *adj.* ਅਨਿਸ਼ਚਿਤ anishchit
ambit *n.* ਮੰਡਲ mandal
ambitions *n.* ਆਸ aas
ambitious *adj.* ਆਸਵੰਦ aasvand
amble *v.* ਹੌਲੀ-ਹੌਲੀ ਚੱਲਣਾ hauli- hauli chalna
ambler *n.* ਹੌਲੀ ਚੱਲਣ ਵਾਲਾ hauli chalan wala
ambrosia *n.* ਅੰਮ੍ਰਿਤ amrit
ameliorate *v.t.* ਸੁਧਾਰਨਾ sudhaarna
amelioration *n.* ਸੁਧਾਰ sudhaar
amen *n.* ਏਦਾਂ ਹੀ ਹੋਵੇ edan hi howe
amenable *adj.* ਜਵਾਬਦੇਹ jawabdeh
amend *v.* ਸ਼ੋਧਣਾ shodhna
amendment *n.* ਸ਼ੋਧ shodh
amenity *n.* ਸੁਹਾਵਣਾਪਨ suhavnapan
amethyst *n.* ਨੀਲ-ਮਣੀ neel- mani
amethystic *adj.* ਨੀਲ-ਮਣੀ ਵਾਲਾ neel- mani wala
amiable *adj.* ਸਭਦਾ ਪਿਆਰਾ sabhda pyara
amiability *n.* ਸੁਸ਼ੀਲਤਾ susheelta
amiably *adv.* ਮਿਤਰਤਾ ਨਾਲ mitartta nal
amicable *adj.* ਮਿਤਰਤਾਨਾ mitartana
amicably *adv.* ਮਿਤਰਤਾਨਾ mitarttana
amid *prep.* ਵਿਚਕਾਰ wichkar
amiss *adj.* ਅਸ਼ੁੱਧ ashudh
amity *n.* ਮਿਤਰਤਾ mitartta
ammunition *n.* ਗੋਲੀ-ਬਾਰੂਦ goli barood
amnesty *n.* ਰਾਜਨੀਤਿਕ ਮੁਆਫੀ rajnitik muafi
among *prep.* ਵਿਚਕਾਰ vichkar
amorous *adj.* ਕਾਮੀ kaami
amorphous *adj.* ਆਕਾਰ-ਰਹਿਤ aakar rahit
amount *v.* ਬਰਾਬਰ ਹੋਣਾ brabar hona

amour *n.* ਪ੍ਰੇਮ ਸੰਬੰਧ prem- sambandh
amphi theatre *n.* ਰੰਗ ਭੂਮੀ rangg bhoomi
ample *adj.* ਵਿਸ਼ਾਲ vishal
amplify *v.* ਵਿਸਤਾਰ ਕਰਨਾ vistar karna
amplification *n.* ਵਿਸਤਾਰ vistar
amplifier *n.* ਜੋ ਵਿਸਤਾਰ ਕਰੇ jo vistar kare
amplitude *n.* ਅਧਿਕਤਾ adiktta
amputate *n.v.* ਅੰਗ ਕੱਟਣੇ ang kattne
amputation *n.* ਅੰਗ-ਵਿਛੇਦ angg vichhed
amuck *adv.* ਪਾਗਲ ਵਾਂਗ pagal vaang
amulet *n.* ਤਵੀਜ਼ taweej
amuse *v.* ਮਨ ਬਹਿਲਾਉਣਾ man behlauna
amusing *adj.* ਮਨੋਰੰਜਕ manoranjak
anaemia *n.* ਰਕਤ-ਹੀਣਤਾ rakat heenta
analogy *n.* ਸਮਾਨਤਾ samaanta
analogous *adj.* ਅਨੁਰੂਪ anuroop
analyse *v.t.* ਵਿਸ਼ਲੇਸ਼ਣ ਕਰਨਾ vishleshan karna
analysis *v.t.* ਵਿਸ਼ਲੇਸ਼ਣ ਕਰਨਾ vishleshan karna
analyst *n.* ਵਿਸ਼ਲੇਸ਼ਕ vishleshak
analystical *adj.* ਵਿਸ਼ਲੇਸ਼ਣ ਸੰਬੰਧੀ vishleshan sambandhi
anarchy *n.* ਅਰਾਜਕਤਾ arajakta
anatomy *n.* ਸ਼ਰੀਰ-ਰਚਨਾ ਸ਼ਾਸ਼ਤਰ shareer-rachna shastar
anatomical *adj.* ਸ਼ਰੀਰ-ਰਚਨਾ ਸੰਬੰਧੀ shareer- rachna sambandhi
anatomist *n.* ਸਰੀਰ-ਰਚਨਾ ਮਾਹਿਰ shareer-rachan mahir
ancestor *n.* ਪੂਰਵਜ poorvaj
ancestral *adj.* ਪਿਤਾਪੁਰਖੀ pitapurkhi
anchor *n.* ਲੰਗਰ langar
anchovy *n.* ਨਮਕੀਨ ਮੱਛੀ namkeen machhi
ancient *adj.* ਪੁਰਾਤਨ puratan
ancilliary *adj.* ਅਧੀਨ adheen
anecdote *n.* ਕਥਾ katha
anew *adv.* ਫਿਰ ਤੋਂ phir ton
angel *n.* ਦੇਵਤਾ devta
anger *n.* ਗੁੱਸਾ gussa
angle *n.* ਕੋਣ kaun
anguish *n.* ਤੀਬਰ ਦੁੱਖ teebar dukh
angular *adj.* ਕੋਣ ਵਾਲਾ konh wala
animal *n.* ਜਾਨਵਰ jaanwar
animalcule *n.* ਅਤਿ ਸੂਖਮ ਜੰਤੂ ati sookham jantu
animate *v.* ਜੀਵਤ ਕਰਨਾ jiwat karna
animated *adj.* ਚੇਤਨ chetan
animation *n.* ਜੀਵ ਪ੍ਰਦਾਨ jeev pardaan
animism *n.* ਬ੍ਰਹਮਵਾਦ brahamvaad
animosity *n.* ਅਤਿ ਘ੍ਰਿਣਾ ati ghrinha
ankle *n.* ਗਿੱਟਾ gitta
annalist *n.* ਇਤਿਹਾਸ ਲੇਖਕ itihaas lekhak
annals *n.* ਵਾਰਸ਼ਿਕ vaarshik
annex *v.* ਸੰਯੁਕਤ ਕਰਨਾ sayunkt karna
annexe *n.* ਲੇਖ ਦਾ ਅਨੁਬੰਧ lekh da anubandh
annihilate *v.t.* ਮਿਟਾ ਦੇਣਾ mita dena
anniversary *n.* ਵਾਰਸ਼ਿਕ ਉਤਸਵ vaarshik utsav
annotate *v.t.* ਵਿਆਖਿਆ ਕਰਨਾ viyakheya karna
annotation *n.* ਟੀਕਾ teeka
announce *v.t.* ਘੋਸ਼ਣਾ ਕਰਨਾ ghoshna karni
announcement *n.* ਘੋਸ਼ਣਾ ghoshna
announcer *n.* ਘੋਸ਼ਣਾ ਕਰਨ ਵਾਲਾ ghoshna karan wala
annoy *v.t.* ਤੰਗ ਕਰਨਾ tangg karna
annoyance *n.* ਛੇੜਛਾੜ chhedchhaad
annual *adj.* ਵਾਰਸ਼ਿਕ vaarshik
annually *adv.* ਹਰ ਸਾਲ har saal
annuity *n.* ਵਾਰਸ਼ਿਕ ਭੱਤਾ varshik bhatta
annul *v.t.* ਅੰਤ ਕਰਨਾ antt karnaa
annulment *n.* ਅੰਤ antt
anodyne *n.* ਦਰਦਨਾਸ਼ਕ dardnaashak
anoint *v.t.* ਤੇਲ ਲਗਾਉਣਾ tel lagauna
anomalous *adj.* ਅਨਿਯਮਿਤ aniyamit
anomaly *n.* ਅਨਿਯਮਿਤਤਾ aniyamitata
anonymous *adj.* ਗੁੰਮਨਾਮ gummnaam
anonymously *adj.* ਨਾਮ ਨਾ ਦਸਦਿਆਂ nam na dassdyan
another *adj.* ਇੱਕ ਹੋਰ ikk hor
answer *n.* ਉੱਤਰ uttar
answerable *adj.* ਜਵਾਬਦੇਹ jawabdeh
ant *n.* ਕੀੜੀ keerhi
antagonism *n.* ਵਿਰੋਧ virodh
antagonist *n.* ਵਿਰੋਧੀ virodhi
antagonistic *adj.* ਵਿਰੋਧੀ virodhi
antagonise *v.t.* ਵਿਰੋਧ ਕਰਨਾ virodh karna

antarctic *adj*. ਦੱਖਣੀ ਧਰੁੱਵ ਵਾਲਾ dakhni dhruv wala
antecedent *adj*. ਪਹਿਲਾਂ ਦਾ pehlaan da
antechamber *n*. ਬਾਹਰੀ ਡਿਓਢੀ bahri diodhi
antelope *n*. ਹਿਰਨ ਦੀ ਇੱਕ ਕਿਸਮ hiran di ikk kisam
antenatal *adj*. ਜਨਮ ਤੋਂ ਪਹਿਲਾਂ ਦਾ janam ton pehlaan da
anterior *adj*. ਪੁਰਾਤਨ puratan
anteroom *n*. ਗਲਿਆਰਾ galiyaraa
anthem *n*. ਰੱਬੀ ਉਸਤਤ rabbi ustatt
anthology *n*. ਪਦਾਵਲੀ padaawali
antic *n*. ਅਦਭੁਤ adbhut
antimony *n*. ਸੁਰਮਾ soorma
antipathy *n*. ਘ੍ਰਿਣਾ ghrinha
antiquated *adj*. ਪ੍ਰਾਚੀਨ pracheen
antique *adj*. ਪੁਰਾਣੇ ਢੰਗ ਦਾ purane dhangg da
antiquities *n*. ਪੁਰਾਤਨ ਰੀਤਾਂ puratan reetan
antiseptic *adj*. ਗੰਦਗੀਨਾਸ਼ਕ gandaginashak
anti-social *adj*. ਸਮਾਜ-ਵਿਰੋਧੀ samaj virodhi
antithesis *n*. ਅਰਥਾਂ ਦਾ ਵਿਰੋਧੀਪਣ arthan da virodhipan
antlers *n.pl*. ਬਾਰਾਂਸਿੰਗੇ ਦੇ ਸਿੰਗ baransinge de sing
antonym *n*. ਵਿਰੋਧੀ ਸ਼ਬਦ virodhi shabad
anxiety *n*. ਚਿੰਤਾ chinta
anxious *adj*. ਚਿੰਤਤ chintat
any *adj*. ਕੋਈ koi
anybody *pron*. ਕੋਈ ਵੀ ਵਿਅਕਤੀ koi vi viakati
anyhow *adv*. ਕਿਸੇ ਢੰਗ ਨਾਲ kise dhangg naal
anyone *pron*. ਕੋਈ ਇੱਕ koi ikk
anything *pron*. ਕੋਈ ਚੀਜ਼ koi cheez
anyway *adv*. ਕਿਸੇ ਨਾ ਕਿਸੇ ਤਰ੍ਹਾਂ kise naa kise tarahn
anywhere *adv*. ਕਿਤੇ ਵੀ kite vi
apace *adv*. ਜਲਦੀ ਨਾਲ jaldi naal
apart *adv*. ਅਲੱਗ alagg
apartment *n*. ਮਕਾਨ ਦਾ ਇੱਕ ਕਮਰਾ makaan da ik kamra
apartments *pl*. ਮਕਾਨ makaan
apathetic *adj*. ਉਦਾਸੀਨ udaseen
apathy *n*. ਉਦਾਸੀਨਤਾ udaseenta
ape *n*. ਪੂੰਛਹੀਣ ਬਾਂਦਰ poonchh heen baandar
aperture *n*. ਸੁਰਾਖ suraakh
apex *n*. ਸਿਖਰ shikhar
aphorism *n*. ਕਹਾਵਤ kahawat
aphoristic *adj*. ਕਹਾਵਤ ਵਾਲਾ kahawat wala
apiece *adv*. ਇੱਕ ਇੱਕ ਕਰਕੇ ikk-ikk karke
apocryphal *adj*. ਸ਼ੱਕੀ shakki
apologize ਮੁਆਫ਼ੀ ਮੰਗਣਾ muafi manggna
apologetic *adj*. ਮੁਆਫ਼ੀਯੋਗ muafiyog
apology *n*. ਮੁਆਫ਼ੀ muafi
apoplexy *n*. ਬੇਹੋਸ਼ੀ ਦਾ ਦੌਰਾ behoshi da daura
apoplectic *adj*. ਬੇਹੋਸ਼ੀ ਦਾ ਦੌਰਾ behoshi da daura
apostasy *n*. ਧਰਮ ਦਾ ਤਿਆਗ dharam da tiyag
apostate *n*. ਧਰਮ ਤਿਆਗਣ ਵਾਲਾ dharam tiyagan wala
apostle *n*. ਪੈਗੰਬਰ paigamber
apostrophe *n*. ਸੰਬੰਧ ਕਾਰਕ ਦਾ ਚਿੰਨ੍ਹ sambandh karak da chin
apothecary *n*. ਦਵਾਈ ਵੇਚਣ ਵਾਲਾ dwayi wechan wala
apotheosis *n*. ਦੇਵਤਾ ਵਾਂਗ ਬਣਾਉਣਾ devta vaang banauna
appal *v.t*. ਡਰਾਉਣਾ darauna
apparel *n*. ਵਸਤਰ vastar
apparent *adj*. ਪ੍ਰਗਟ pragat
apparently *adv*. ਪ੍ਰਤੱਖ ਰੂਪ ਵਿਚ pratakh roop wich
apparition *n*. ਪ੍ਰੇਤ pret
appeal *v*. ਬੇਨਤੀ ਕਰਨਾ benti karna
appear *v*. ਸਾਹਮਣੇ ਆਉਣਾ sahmne aauana
appearance *n*. ਦਿਖਾਵਟ dikhawat
appeasement *n*. ਸ਼ਾਂਤ ਕਰਨ ਦਾ ਢੰਗ shant karn da dhangg
appellation *n*. ਪਦਵੀ padwi
append *v*. ਜੋੜਨਾ jodna
appendage *n*. ਜੋੜਿਆ ਹੋਇਆ ਪਦਾਰਥ jodeya hoya padaarath

appendicitis *n.* ਅੰਤੜੀਆਂ ਦਾ ਫੋੜਾ antadiyan da foda
appendix *n.* ਬਾਕੀ ਸੰਗ੍ਰਹਿ baaki sangreh
appertain *v.* ਸੰਬੰਧ ਹੋਣਾ sambandh hona
appetite *n.* ਅਭਿਲਾਸ਼ਾ abhilasha
applaud *v.* ਪ੍ਰਸ਼ੰਸਾ ਕਰਨਾ prasansha karna
applause *n.* ਪ੍ਰਸ਼ੰਸਾ prasansha
apple *n.* ਸੇਬ seb
applicable *adj.* ਉਚਿਤ uchit
applicability *n.* ਅਨੁਕੂਲਤਾ anukoolta
applicant *n.* ਪ੍ਰਾਰਥੀ prarthi
application *n.* ਪ੍ਰਾਰਥਨਾ-ਪੱਤਰ prarthna-pattar
apply *v.i.* ਪ੍ਰਾਰਥਨਾ-ਪੱਤਰ ਦੇਣਾ prarthna-pattar dena
appliance *n.* ਉਪਾਅ upaa
appoint *v.t.* ਨਿਯੁਕਤ ਕਰਨਾ niyukat karna
appointment *n.* ਨਿਯੁਕਤੀ niyukati
apportion *v.t.* ਹਿੱਸਾ ਕਰਨਾ hissa karna
apposite *adj.* ਵਿਰੁੱਧ virudh
appraisal *n.* ਮੁੱਲ mull
appraiser *n.* ਮੁੱਲ ਪਾਉਣ ਵਾਲਾ mull paun wala
appraise *v.i.* ਮੁੱਲ ਪਾਉਣਾ mull pauna
appreciate *v.t.* ਗੁਣ ਜਾਨਣਾ gun jananha
appreciation *n.* ਗੁਣਾਂ ਦੀ ਤਾਰੀਫ਼ guna di tareef
appreciative *adj.* ਤਾਰੀਫ਼ਕਰਨ ਯੋਗ tareef karan yog
apprehend *v.t.* ਵਿਚਾਰਨਾ vicharna
apprehension *n.* ਪਕੜ pakad
apprehensive *adj.* ਵਿਚਾਰਵਾਨ vicharwaan
apprentice *n.* ਸਿਖਿਆਰਥੀ sikheyarthi
apprise *v.t.* ਸੂਚਨਾ ਦੇਣਾ soochna dena
approach *v.i.* ਨੇੜੇ ਜਾਣਾ nede jaana
approachable *adj.* ਪ੍ਰਵੇਸ਼-ਯੋਗ parvesh yog
approbation *n.* ਮਨਜ਼ੂਰੀ manzoori
appropriate *adj.* ਅਪਨਾਉਣਾ apnauna
appropriately *adv.* ਅਪਣਾਉਂਦਿਆਂ apnaundeyan
appropriateness *n.* ਅਪਨਾਉਣ ਦਾ ਕਾਰਜ apnaun da kaarj
appropriation *n.* ਅਪਨਾਉਣ ਦਾ ਕਾਰਜ apnaun da kaarj
approve *v.t.* ਪ੍ਰਵਾਨਿਤ parvaanit
approval *n.* ਪ੍ਰਵਾਨਗੀ parvangi
approvingly *adv.* ਪ੍ਰਵਾਨ ਕਰਦਿਆਂ parvan kardeyan
approver *n.* ਪ੍ਰਵਾਨ ਕਰਨ ਵਾਲਾ parvan karan wala
approximate *adj.* ਲਗਭਗ lagbhagh
approximately *adv.* ਨੇੜਲੇ ਰੂਪ ਵਿਚ nedle roop wich
approximation *n.* ਨੇੜਤਾ nedta
appurtenance *n.* ਸੰਪਤੀ ਦੀ ਮਾਲਕੀ sampatti di maalki
apricot *n.* ਖੁਰਮਾਨੀ khurmani
apron *n.* ਉਪਰੀ ਪਹਿਰਾਵਾ upri pehrawa
apt *adj.* ਉਚਿਤ uchit
aptly *adv.* ਯੋਗ ਰੂਪ ਵਿਚ yog roop wich
aptness ਪ੍ਰਵਿਰਤੀ parvirti
aptitude *n.* ਯੋਗਤਾ yogta
aquatic *adj.* ਜਲਚਰ jalchar
aqueduct *n.* ਨਕਲੀ ਜਲਮਾਰਗ nakli jalmarag
aquiline *adj.* ਮੁੜਿਆ ਹੋਇਆ mudeya hoya
arable *adj.* ਖੇਤੀਯੋਗ ਭੂਮੀ khetiyog bhoomi
arbiter *n.* ਵਿਚੋਲਾ vichola
arbitrary *n.* ਅਨਿਸ਼ਚਿਤ anishchit
arbitrate *v.t.* ਫੈਸਲੇ ਦੀ ਵਿਚੋਲਗੀ ਕਰਨਾ faisle di vicholgi karna
arboreal *adj.* ਰੁੱਖਾਂ ਸੰਬੰਧੀ rukhaan sambandhi
arbour *n.* ਰੁੱਖ ਬੀਜਣ ਵਾਲਾ rukh beejan wala
arc *n.* ਚਾਪ chaap
arcade *n.* ਡਾਟਾਂ dataan
archaeology *n.* ਪੁਰਾਤਤਵ ਵਿਗਿਆਨ puratatav vigyan
archaeologist *n.* ਪੁਰਾਤਤਵਵੇਤਾ puratatav veta
archaeological *adj.* ਪੁਰਾਤਤਵ ਸੰਬੰਧੀ puratatav sambandhi
archaic *adj.* ਆਦਿਕਾਲ ਦਾ aad kaal da
archaism *n.* ਪੁਰਾਤਨਵਾਦ puratanbad
archer *n.* ਤੀਰਅੰਦਾਜ਼ teerandaz
archery *n.* ਤੀਰ-ਅੰਦਾਜ਼ੀ teerandazi
architect *n.* ਸ਼ਿਲਪਕਾਰ Shilpkar

architecture *n.* ਸ਼ਿਲਪ-ਵਿੱਦਿਆ shilp- vidya
arctic *adj.* ਉੱਤਰੀ-ਧਰੁੱਵ ਸੰਬੰਧੀ uttri dhruv sambandhi
ardent *adj.* ਸੂਹਾ ਗਰਮ sooha garam
ardour *n.* ਉਤਸੁਕਤਾ utsukta
arduous *adj.* ਮਿਹਨਤੀ mehanati
area *n.* ਖੇਤਰ khetar
arena *n.* ਰੰਗਭੂਮੀ rangbhoomi
argue *v.i.* ਵਿਵਾਦ ਕਰਨਾ vivad karna
argument *n.* ਤਰਕ-ਵਿਤਰਕ tark- vitrak
argumentive *adj.* ਤਰਕ ਨਾਲ tark nal
arid *adj.* ਗਰਮੀ ਨਾਲ ਝੁਲਸਿਆ garmi nal jhulseya
aright *adv.* ਉਚਿਤ ਢੰਗ ਨਾਲ uchit dand nal
arise *v.i.* ਉੱਠਣਾ uthna
aristocracy *n.* ਕੁਲੀਨਤੰਤਰ kuleentantar
aristocrat *n.* ਕੁਲੀਨ ਮਨੁੱਖ kuleen manukh
aristocratic *adj.* ਕੁਲੀਨ kuleen
arithmetic *n.* ਅੰਕਗਣਿਤ ankganit
arithmetical ਅੰਕਗਣਿਤ ਸੰਬੰਧੀ ankganit sambandhi
arithmetician *n.* ਗਣਿਤ ਸ਼ਾਸ਼ਤਰੀ ganit shashtri
ark *n.* ਤਿਜੌਰੀ tijauri
arm *n.* ਬਾਂਹ bahn
arm-chair *n.* ਬਾਂਹਾਂ ਵਾਲੀ ਕੁਰਸੀ bahan wali kursi
armlet *n.* ਬਾਜੂਬੰਦ bajooband
armament *n.* ਸ਼ਕਤੀ shakti
armistice *n.* ਯੁੱਧ-ਵਿਰਾਮ yudh viram
armour *n.* ਕਵਚ kawach
armourer *n.* ਕਵਚ ਬਣਾਉਣ ਵਾਲਾ kawach banaun wala
armoury *n.* ਬਾਰੂਦਖਾਨਾ baroodkhana
army *n.* ਫੌਜ fauj
aroma *n.* ਸੁਗੰਧ sugandh
aromatic *adj.* ਸੁਗੰਧਿਤ sugandhit
arouse *v.t.* ਉਤੇਜਿਤ ਕਰਨਾ utejit karna
arraign *v.t.* ਦੋਸ਼ ਲਾਉਣਾ dosh launa
arrangement *n.* ਪ੍ਰਬੰਧ parbandh
arrange *v.t.* ਪ੍ਰਬੰਧ ਕਰਨਾ parbandh karna
arrant *adj.* ਖਤਰਨਾਕ ਅਪਰਾਧੀ khatarnaak apraadhi
array *v.t..* ਸਜਾਉਣਾ sjauna
arrears *n.pl.* ਬਕਾਇਆ bkaayeyaa
arrest *v.t.* ਗਿਰਫਤਾਰ ਕਰਨਾ girftar krna
arrival *n.* ਪਹੁੰਚ pahunch
arrive *v.i.* ਪਹੁੰਚਣਾ pahunchna
arrogance *n.* ਅਭਿਮਾਨ abhimaan
arrogant *adj.* ਅਭਿਮਾਨੀ abhimaani
arrow *n.* ਤੀਰ teer
arrow-head *n.* ਤੀਰ ਦੀ ਨੋਕ teer di nok
arsenal *n.* ਸ਼ਸ਼ਤਰ-ਭੰਡਾਰ shashtar bhandaar
art *n.* ਕਲਾ kla
artery *n.* ਧਮਣੀ dhamani
artless *adj.* ਨਿਸ਼ਕਪਟ nishkpat
article *n.* ਵਸਤੂ vaastu
articulate *v.t.* ਸਪੱਸ਼ਟ sapashat
artificial *adj.* ਨਕਲੀ nakli
artisan *n.* ਸ਼ਿਲਪਕਾਰ shilpkaar
artist *n.* ਕਲਾਕਾਰ kalakaar
artistic *adj.* ਕਾਰੀਗਿਰੀ ਵਾਲਾ karigiri wala
artistry *n.* ਕਲਾਕਾਰੀ kalakaari
as *adv.* ਵਾਂਗ waang
ascend *v.t.* ਉਠਾਉਣਾ uthauna
ascent *n.* ਚੜ੍ਹਾਈ chrhaayi
ascendancy *n.* ਪ੍ਰਧਾਨਤਾ pardhaanta
ascendant *adj.* ਪ੍ਰਧਾਨ pardhaan
ascertain *v.t.* ਨਿਸ਼ਚਿਤ ਕਰਨਾ nishchit karna
ascetic *n.* ਤਪੱਸਵੀ tapassvi
ascribe *v.t.* ਕਾਰਨ ਦੱਸਣਾ kaaran dasna
ash *n.* ਸੁਆਹ suaah
ashamed *adj.* ਸ਼ਰਮਸਾਰ sharmsar
ashore *adv.* ਸਮੁੰਦਰ ਤੱਟ ਤੇ smundar tatt te
aside *adv.* ਇੱਕ ਪਾਸੇ ikk passe
ask *v.t.* ਪੁੱਛਣਾ puchhna
askance *adv.* ਤਿਰਛੀ ਨਿਗਾਹ ਤੋਂ tirchhi nigaah ton
askew *adv.* ਤਿਰਛੀ ਨਿਗਾਹ ਤੋਂ tirchhi nigaah ton
asleep *adj.* ਸੁੱਤਾ ਹੋਇਆ sutta hoyeyaa
asperity *n.* ਰੁੱਖਾਪਣ rukkhapan
asperse *v.t.* ਨਿੰਦਾ ਕਰਨਾ ninda krna
asphyxlate *v.t.* ਸਾਹ ਰੋਕ ਕੇ ਮਾਰਨਾ sah rok ke maarna
aspirant *n.* ਆਸਵੰਦ aasvand
aspiration *n.* ਲਾਲਸਾ laalsa

aspire *v.i.* ਨਿਸ਼ਚਿਤ ਆਸ ਕਰਨੀ nishchit aas krni
ass *n.* ਗਧਾ gadha
assail *v.t.* ਹਮਲਾ ਕਰਨਾ hamla karan
assailant *n.* ਹਮਲਾ ਕਰਨਾ ਵਾਲਾ hamla karan wala
assassin *n.* ਘਾਤਕ ghatak
assassinate *v.t.* ਲੁਕ ਕੇ ਕਤਲ ਕਰਨਾ luk ke katal krna
assassination *n.* ਲੁਕ ਕੇ ਕੀਤਾ ਕਤਲ luk ke kita katal
assault *v.t.* ਹਮਲਾ hamla
assemble *v.t.* ਇਕੱਠਾ ਕਰਨਾ ikkatthha karna
assembly *n.* ਸਭਾ sabha
assent *v.i.* ਸਹਿਮਤ ਹੋਣਾ sehmat hona
assertion *n.* ਨਿਸ਼ਚਿਤ ਘੋਸ਼ਣਾ nishchit ghoshna
assertiveness *n.* ਨਿਸ਼ਚਿਤਤਾ nishchitataa
assess *v.t.* ਕਰ ਨਿਰਧਾਰਿਤ ਕਰਨਾ kar nirdharit krna
assessment *n.* ਕਰ ਨਿਰਧਾਰਣ kr nirdharn
assessor *n.* ਜੱਜ ਦਾ ਸਹਾਇਕ jajj da sahayik
asset *n.* ਪੂੰਜੀ poonji
assiduous *adj.* ਮਿਹਨਤੀ mehanati
assign *v.t.* ਨਿਰੂਪਣ ਕਰਨਾ niroopan karna
assignment *n.* ਸਮਰਪਣ smarpan
assist *v.t.* ਸਹਾਰਾ ਦੇਣਾ sahara dena
assistance *n.* ਸਹਾਇਤਾ sahayeta
assistant *n.* ਸਹਾਇਕ sahayik
assize *n.* ਕਚਹਿਰੀ kachehari
associate *n.* ਸੰਯੁਕਤ ਕਰਨਾ sayunkt karna
association *n.* ਸਭਾ sabha
assort *v.t.* ਵਰਗੀਕਰਣ ਕਰਨਾ vargikaran karna
assuage *v.t.* ਸ਼ਾਂਤ ਕਰਨਾ shaant karna
assume *v.t.* ਕਲਪਨਾ ਕਰਨਾ klpna karna
assumption *n.* ਕਲਪਨਾ kalpna
assure *v.t.* ਵਿਸ਼ਵਾਸ਼ ਕਰਾਉਣਾ vishvash krauna
assured *adj.* ਨਿਸ਼ਚਿਤ nishchit
assuredly *adj.* ਨਿਸ਼ਚੇ ਨਾਲ nishche naal
assurance *n.* ਨਿਸ਼ਚਾ nishcha
asteroid *n.* ਛੋਟਾ ਤਾਰਾ chhota taara
asthma *n.* ਦਮਾ damaa
astir *adv.* ਗਤੀਸ਼ੀਲ gatisheel
astonish *v.t.* ਹੈਰਾਨ ਕਰਨਾ hairan karna
astound *v.t.* ਹੈਰਾਨ ਕਰਨਾ hairan karna
astral *adj.* ਤਾਰਿਆਂ ਬਾਰੇ tareyan bare
astray *adv.* ਭਟਕਿਆ ਹੋਇਆ bhatkeya hoyeyaa
astride *adv.* ਪੈਰ ਫੈਲਾ ਕੇ pair faila ke
astringent *adj.* ਪੌਸ਼ਟਿਕ paushtik
astrologer *n.* ਜੋਤਸ਼ੀ jotshi
astrology *n.* ਜੋਤਿਸ਼ jotish
astronomer *n.* ਖਗੋਲ ਵਿਗਿਆਨੀ khagol vigiyan
astronomy *n.* ਖਗੋਲ ਵਿਗਿਆਨ khagol vigiyan
astute *adj.* ਚਤੁਰ chatur
asylum *n.* ਸ਼ਰਣ sharan
at *prep.* ਕੋਲ kol
atheism *n.* ਨਾਸਤਿਕਤਾ nastikta
atheist *n.* ਨਾਸਤਿਕ nastik
athlete *n.* ਕਸਰਤ ਕਰਨ ਵਾਲਾ kasrat karan wala
athletic *adj.* ਕਸਰਤ ਦਾ ਢੰਗ kasrat da dhangg
athwart *prep.* ਆਰ-ਪਾਰ aar paar
atlas *n.* ਨਕਸ਼ਿਆਂ ਦੀ ਪੁਸਤਕ naksheyan di pustak
atmosphere *n.* ਵਾਯੂਮੰਡਲ vayumandal
atmospheric *adj.* ਵਾਯੂਮੰਡਲ ਸੰਬੰਧੀ vayumandal sambandhi
atom *n.* ਪ੍ਰਮਾਣੂ parmanu
atomic *adj.* ਪ੍ਰਮਾਣੂ ਸੰਬੰਧੀ parmanu sambandhi
atone *v.t.* ਪਛਤਾਵਾ ਕਰਨਾ pachhtava karna
atonement *n.* ਪਛਤਾਵਾ pachhtava
atop *adv.* ਉਚਾਈ ਤੇ uchayi te
atrocious *adj.* ਅਤਿ ਪਾਪੀ ati papi
atrocity *n.* ਅਤਿ ਪਾਪ ati papi
attach *v.t.* ਬੰਨ੍ਹਣਾ bannanha
attachment *n.* ਪਿਆਰ pyar
attack *n.* ਹਮਲਾ hamla
attain *v.t.* ਪ੍ਰਾਪਤ ਕਰਨਾ prapat karna
attainable *adj.* ਪ੍ਰਾਪਤੀਯੋਗ prapti yog
attainment *n.* ਪ੍ਰਾਪਤੀ prapti
attempt *n.* ਕੋਸ਼ਿਸ਼ koshish

attend *v.t.* ਹਾਜ਼ਿਰ ਹੋਣਾ hazir hona
attendance *n.* ਹਾਜ਼ਿਰੀ haziri
attendant *n.* ਨੌਕਰ naukar
attentive *adj.* ਸੁਚੇਤ suchet
attest *v.t.* ਤਸਦੀਕ ਕਰਨਾ tasdeek karna
attire *n.* ਵੇਸ਼ vesh
attitude *n.* ਅਵਸਥਾ avastha
attorney *n.* ਪ੍ਰਤੀਨਿਧੀ pratinidhi
attract *v.t.* ਆਕਰਸ਼ਿਤ ਕਰਨਾ aakarshit krna
attraction ਆਕਰਸ਼ਣ aakarshan
attractive *adj.* ਆਕਰਸ਼ਿਤ ਕਰਨ ਵਾਲਾ aakarshit karan wala
attribute *n.* ਗੁਣ gunn
auburn *adj.* ਸੁਨਿਹਰੀ ਭੂਰਾ ਰੰਗ sunehri bhoora rang
auction *n.* ਨੀਲਾਮੀ nilaami
audacious *adj.* ਸਾਹਸੀ sahasi
audacity *n.* ਸਾਹਸ sahas
audible *adj.* ਸੁਣਨਯੋਗ sunan yog
audience *n.* ਸਰੋਤੇ srote
aud'it *n.* ਲੇਖਾ ਪੜਤਾਲ lekha padtal
auditor *n.* ਲੇਖਾ ਪੜਤਾਲ ਕਰਤਾ lekha padtal karta
audition *n.* ਸੁਣਨ ਸ਼ਕਤੀ sunan shakti
auditorium *n.* ਸਭਾ ਮੰਡਪ sabha mandap
auger *n.* ਬਰਮਾ barma
aught *n.* ਕੁਝ kujh
augment *v.t.* ਵਾਧਾ ਕਰਨਾ vaadha krna
augmentation *n.* ਵਾਧਾ vaadha
augur *n.* ਭਵਿੱਖ ਦੱਸਣਾ bhavikh dasna
aunt *n.* ਚਾਚੀ chaachi
aunty *n.* ਚਾਚੀ chaachi
aural *adj.* ਕੰਨ ਸੰਬੰਧੀ kann sambandhi
auspice *n.* ਸ਼ਗਨ ਵਿਚਾਰ shagan vichar
austere *adj.* ਤੀਬਰ teebar
austerity *adj.* ਕਠੋਰਤਾ kathorta
austerely *adv.* ਕਠੋਰਤਾ ਨਾਲ kathora nal
authentic *adj.* ਸੱਚਾ saccha
author *n.* ਲੇਖਕ lekhak
authority *n.* ਅਧਿਕਾਰ adhikar
authoritative *n.* ਅਧਿਕਾਰ ਸੰਬੰਧੀ adhikar sambandhi
atuhorize *v.t.* ਅਧਿਕਾਰ ਦੇਣਾ adhikar dena
auto ਸਵੈ swai

autobiography *n.* ਸਵੈਜੀਵਨੀ swaijeewani
autocrat *n.* ਨਿਰੰਕੁਸ਼ ਸ਼ਾਸਨ nirankush shasan
autocratic *adj.* ਨਿਰੰਕੁਸ਼ਤਾ nirankushta
autograph *n.* ਸਵੈ ਹਸਤਾਖਰ swai hastakhar
automatic *adj.* ਸਵੈਚਾਲਿਤ swai chalit
automatically *adv.* ਆਪਣੇ ਆਪ apne aap
automation *n.* ਸਵੈਚਾਲਿਤ ਮਸੀਨ swechalit mashin
automobile *n.* ਮੋਟਰ ਗੱਡੀ motar gaddi
autonomy *n.* ਸਵਰਾਜ sawraj
autonomous *adj.* ਸਵਰਾਜ ਅਧੀਨ aswraj adhin
autopsy *n.* ਆਤਮ ਪਰਖ aatam parkh
autumn *n.* ਪਤਝੜ patjhadd
autumnal *adj.* ਪਤਝੜ ਦਾ patjhadd da
auxiliary *adj.* ਸਹਾਇਕ sahayik
avail *v.i.* ਸਹਾਇਤਾ ਦੇਣਾ sahayeta dena
availability *n.* ਉਪਲੱਬਧਤਾ uplabdhatta
available *adj.* ਉਪਲੱਬਧ uplabadh
avarice *n.* ਲਾਲਚ laalach
avaricious *adj.* ਲਾਲਚੀ laalchi
avenge *v.t.* ਬਦਲਾ ਲੈਣਾ badla laina
avenue *n.* ਰੁੱਖਾ ਵਾਲਾ ਮਾਰਗ rukhaan wala marg
aver *v.t.* ਦ੍ਰਿੜ੍ਹਤਾ ਨਾਲ ਕਹਿਣਾ drirhta naal kehna
average *n.* ਔਸਤ ausat
averse *adj.* ਪ੍ਰਤੀਕੂਲ pratikool
aversion *n.* ਅਤਿ ਘ੍ਰਿਣਾ ati ghrina
avert *v.t.* ਹਟਾਉਣਾ hatauna
aviary *n.* ਪੰਛੀਖਾਨਾ panchikhana
aviation *n.* ਹਵਾਈ ਜਹਾਜ਼ ਚਲਾਉਣਾ hawayi jahaz chalauna
aviator *n.* ਹਵਾਈ ਜਹਾਜ਼ ਚਾਲਕ hawayi jahaz chalak
avid *adj.* ਲਾਲਚੀ lalchi
avidity *n.* ਲਾਲਚ lalach
avocation *n.* ਉੱਦਮ udham
avoid *v.t.* ਟਾਲਣਾ taalna
avoidance *n.* ਟਾਲ-ਮਟੋਲ tal-matol
avouch *v.t.* ਨਿਸ਼ਚਿਤ ਕਰਨਾ nishchit karna
avow *v.t.* ਸਪੱਸ਼ਟ ਬੋਲਣਾ spashat bolna
avowal *n.* ਮਨਜ਼ੂਰੀ manzoori

await *v.t.* ਇੰਤਜ਼ਾਰ ਕਰਨਾ intzar krna
awake *v.t.* ਜਗਾਣਾ jagana
award *n.* ਦੇਣਾ dena
aware *adj.* ਜਾਗਰੁਕ jagrook
away *adv.* ਦੂਰ door
awe *n.* ਡਰ darr
awesome *adj.* ਡਰਾਵਣਾ dravna
awestruck *adj.* ਭੈਗ੍ਰਸਤ bhaigrast
awful *adj.* ਭੈ-ਭਰਿਆ bhai- bharyeya
awhile *adv.* ਪਲ ਭਰ ਲਈ pal bhar layi
awkward *adj.* ਭੱਦਾ bhadda
awkwardly *n.* ਭੱਦਾ ਢੰਗ bhadda dhangg
awkwardness *n.* ਭੱਦਾਪਣ bhaddapan
awl *n.* ਮੋਚੀ ਦਾ ਸੂਆ mochi da suaa
awning *n.* ਤੰਬੂ tamboo
awry *adj.* ਪ੍ਰਤੀਕੂਲਤਾ pratikoolta
axe *n.* ਕੁਹਾੜੀ kuhadi
axis *n.* ਧੁਰਾ dhura

B

babble *v.t.* ਬੁੜਬੁੜਾਉਣਾ budbudaona
Babe *n.* ਬੱਚਾ bachha
baboon *n.* ਵੱਡਾ ਬਾਂਦਰ vadda baandar
baby *n.* ਬੱਚਾ bachha
babyhood *n.* ਬਚਪਨ bachpan
bachelor *n.* ਛੜਾ chharra
back *n.* ਪਿਛਲਾ ਹਿਸਾ pichhla hissa
backbite *v.t.* ਚੁਗਲੀ ਕਰਨਾ chugli krna
backbiter *n.* ਚੁਗਲਖੋਰ chugalkhor
backbone *n.* ਰੀੜ੍ਹ ਦੀ ਹੱਡੀ reed di haddi
background *n.* ਪਿਛੋਕੜ pichhokarr
backing *n.* ਸਹਾਰਾ ਦਿੰਦਾ ਹੋਇਆ sahara dinda hoyeya
backslide *v.i.* ਪਤਿਤ ਹੋਣਾ patit hona
backward *adj.* ਪਿਛੜਿਆ ਹੋਇਆ pichhriya hoyeya
bacon *n.* ਸੂਰ ਦਾ ਮਾਸ soor da mas
bacterial *adj.* ਜੀਵਾਣੂਆਂ ਵਾਲਾ jeevaanuaan wala
bacteriology *n.* ਜੀਵਾਣੂਆਂ ਵਿਗਿਆਂਨ jeevaanuaan vigyan
bad *adj.* ਬੁਰਾ bura
badge *n.* ਚਿੰਨ੍ਹ chinn
badminton *n.* ਚਿੜੀ-ਛਿੱਕਾ chiri chhikka
baffle *v.t.* ਘਬਰਾਉਣਾ ghabraona
bag *n.* ਥੈਲਾ thaila
baggy *adj.* ਖੁੱਲ੍ਹਾ khulla
baggage *n.* ਯਾਤਰੀ ਦਾ ਸਮਾਨ yaatri da samaan
bagpipe *n.* ਮਸਕ ਵਾਜਾ mask vajaa
bah *interj.* ਛੀ-ਛੀ chhi-chhi
bail *n.* ਜ਼ਮਾਨਤ zamanat
bailiff *n.* ਸਹਿਕਾਰੀ ਅਮੀਨ sehkaari amin
baize *n.* ਮੋਟਾ ਉੱਨੀ ਵਸਤਰ mota unni vastar
bake *v.t.* ਪਕਾਉਣਾ pakauna
baker *n.* ਪਕਾਉਣ ਵਾਲਾ pakaun vala
balance *n.* ਸੰਤੁਲਨ santulan
balcony *n.* ਛੱਜਾ chhajja
bald *adj.* ਗੰਜਾ ganjaa
baldness *n.* ਗੰਜਾਪਣ ganjaapann
bale ਨਾਸ nash
baleful *adj.* ਦੁਖਦਾਈ dukhdayee
balk *v.t.* ਖਿਚਣਾ khhichana
ball *n.* ਗੇਂਦ gend
ballroom *n.* ਨ੍ਰਿਤ ਵਾਲਾ ਕਮਰਾ nrit vala kamra
ballad *n.* ਬਿਰਹਾ ਦਾ ਗੀਤ birha da geet
balloon *n.* ਗੁਬਾਰਾ gubara
ballot *n.* ਮਤ mat
ballo¶box *n.* ਮਤ ਪੇਟੀ mat peti
balm *n.* ਮੱਲ੍ਹਮ mallam
balmy *adj.* ਪੀੜਨਾਸ਼ਕ peednashak
balustrade *n.* ਜੰਗਲਾ jangla
bamboo *n.* ਬਾਂਸ baans
bamboozle *v.t.* ਧੋਖਾ ਕਰਨਾ dhokha karna
ban *v.t.* ਰੋਕਣਾ rokna
banal *adj.* ਸਧਾਰਨ sdharan
banana *n.* ਕੇਲਾ kela
band *n.* ਬੰਧਨ bandhan
bandage *n.* ਜ਼ਖਮਾਂ ਵਾਲੀ ਪੱਟੀ zakhman vali patti
bandit *n.* ਡਾਕੂ daku
bandolier *n.* ਕਾਰਤੂਸਾਂ ਵਾਲੀ ਪੇਟੀ kartusaan vali peti

bandy *v.t.* ਇੱਧਰ ਉੱਧਰ ਸਿੱਟਣਾ idhar udhar sittna
bane *n.* ਜ਼ਹਿਰ zehar
baneful *adj.* ਜ਼ਹਿਰਲਾ zeharila
bang *v.t.* ਕੁੱਟਣਾ kuttana
bangle *n.* ਚੂੜੀ choorhi
banish *v.t.* ਦੇਸ਼ 'ਚੋਂ ਕੱਢਣਾ desh chon kadhna
banishment *n.* ਦੇਸ਼ ਨਿਕਾਲਾ desh nikala
banjo *n.* ਵਾਜਾ vajaa
banker *n.* ਬੈਂਕ ਦਾ ਡਾਇਰੈਕਟਰ bank da director
bankrupt *n.* ਦੀਵਾਲੀਆ deevaalia
bankruptcy *n.* ਦੀਵਾਲੀਆਪਣ deevaaliapann
banner *n.* ਝੰਡਾ jhandaa
banquet ਵਿਸ਼ੇਸ਼-ਭੋਜ vishesh bhoj
banter *n.* ਮਜ਼ਾਕ ਕਰਨਾ mazak karna
banyan *n.* ਬੋਹੜ੍ਹ ਦਾ ਰੁੱਖ bohar da rukh
baptism *n.* ਬਪਤਿਸਮਾ baptisma
bar ਡੰਡਾ dandda
barb *n.* ਤੀਰ ਦੀ ਨੋਕ teer di nok
barbarian *n.* ਅਸੱਭਿਅ asabhya
barbaric *adj.* ਅਸੱਭਿਅ asabhya
barbarism *n.* ਅਸੱਭਿਅਤਾ asabhyata
barbarity *n.* ਜ਼ਾਲਮਪੁਣਾ zalampuna
barbarous *adj.* ਨਿਰਦਈ nirdayee
barber *n.* ਨਾਈ naaee
bard *n.* ਕਵੀ kavee
bare *adj.* ਨੰਗਾ nangga
barefaced *n.* ਬੇਸ਼ਰਮ besharam
barely *adv.* ਮੁਸ਼ਕਿਲ ਨਾਲ mushkil naal
bareness *n.* ਨੰਗਾਪਣ nagaapann
barge *n.* ਮਾਲਵਾਹਕ ਕਿਸ਼ਤੀ maalvahak kishti
barium *n.* ਇੱਕ ਸਫੈਦ ਧਾਤ ikk sphaid dhaat
bark *n.* ਖੱਲ khall
barm *n.* ਖਮੀਰ khameer
barometer *n.* ਵਾਯੂ ਮਾਪਕ ਯੰਤਰ vayu mapak yantar
baronet *n.* ਛੋਟਾ ਨਵਾਬ chhota nawaab
barony *n.* ਤਾਲੁਕਾਦਾਰੀ talukadari
barrage *n.* ਬੰਨ੍ਹ banh
barrel *n.* ਬੰਦੂਕ ਦੀ ਨਲੀ bandook di nali
barren *adj.* ਬਾਂਝ baanjh
barricade *n.* ਅਵਰੋਧਕ avrodhak
barrier *n.* ਸੀਮਾ seema
barrister *n.* ਬੈਰਿਸਟਰ baristor
barrow *n.* ਠੇਲਾ thhelaa
barton *n.* ਬਾਹਰਲਾ ਘਰ baharla ghar
basal*adj.* ਮੌਲਿਕ maulik
base *adj.* ਆਧਾਰ adhaar
basement *n.* ਘਰ ਦਾ ਹੇਠਲਾ ਹਿੱਸਾ ghar da heththla hissa
baseness *n.* ਨੀਚਤਾ neechta
bashful *adj.* ਸ਼ਰਮੀਲਾ sharmeela
bashfulness *n.* ਸ਼ਰਮ sharam
basic *adj.* ਮੁਢਲਾ mudhhla
basil *n.* ਤੁਲਸੀ tulsi
basin *n.* ਕੌਲੀ kauli
basis *n.* ਆਧਾਰ adhaar
bask *v.t.* ਗਰਮ ਕਰਨਾ garam karna
basket *n.* ਟੋਕਰੀ tokri
bastard *n.* ਨਾਜਾਇਜ਼ ਔਲਾਦ najayez ulaad
baste *v.* ਟਾਂਕਾ ਲਗਾਉਣਾ tankaa lagauna
bastille *n.* ਕਿਲੇ ਦਾ ਕੈਦਖਾਨਾ kile da kaidkhanaa
bat *n.* ਚਮਗਾਦੜ chamgadar
batch *n.* ਸਮੁਦਾਇ samudaye
bate *v.t.* ਰੋਕਣਾ rokna
bath *n.* ਇਸ਼ਨਾਨ ishnaan
bathe *v.t.* ਇਸ਼ਨਾਨ ਕਰਨਾ ishnaan karna
baton *n.* ਡੰਡਾ dandda
battalion *n.* ਪਲਟਨ paltan
batten *n.* ਫਰਸ਼ ਵਾਲੀ ਪੱਟੀ farash wali patti
batter *n.* ਮਿਸ਼ਰਣ mishran
battle *n.* ਲੜਾਈ larai
bawd *n.* ਦਲਾਲ ਇਸਤਰੀ dalal istree
bawl *v.t.* ਚੀਕ ਕੇ ਬੋਲਣਾ cheek ke bolna
bay *adj.* ਖਾੜੀ kharee
bayonet *n.* ਸੰਗੀਨ sangeen
bazaar *n.* ਬਜ਼ਾਰ bazaar
be *v.i.* ਹੋਣਾ hona
beach *n.* ਸਮੁੰਦਰ-ਤੱਟ samundar tatt
beacon *n.* ਚਾਨਣ-ਮੁਨਾਰਾ chanann munara
bead *n.* ਮੋਤੀ moti
beak *n.* ਚੁੰਝ chunjh
beaker *n.* ਕੱਚ ਦਾ ਬਰਤਨ kach da bartan
beam *n.* ਕਿਰਣ kiran
bean *n.* ਫਲੀ phalee

bear *v.i.* ਸਹਿਣਾ sehna
bearable *adj.* ਸਹਿਣਯੋਗ sehanyog
beard *n.* ਦਾੜ੍ਹੀ daree
bearer *n.* ਸਹਿਣਵਾਲਾ sehanwala
bearing *n.* ਵਿਹਾਰ vihaar
beast *n.* ਪਸ਼ੂ pashu
beastly *adj.* ਪਸ਼ੂ ਵਰਗਾ pashu warga
beastliness *n.* ਪਸ਼ੂ-ਸੁਭਾਅ pashu-subhaa
beat *v.t.* ਕੁੱਟਣਾ kuttna
beaten *p.p.* ਕੁੱਟਿਆ kutteyaa
beatific *adj.* ਆਨੰਦਦਾਇਕ anandadaek
beatify *v.t.* ਪ੍ਰਸੰਨ ਕਰਨਾ parsann karna
beatitude *n.* ਮੋਕਸ਼ mokash
beau *n.* ਬਾਂਕਾ banka
bea£ideal *n.* ਆਦਰਸ਼ ਸੁੰਦਰਤਾ adarsh sundarta
beauteous *adj.* ਰਮਣੀਕ ramneek
beautiful *adj.* ਸੁੰਦਰ sunder
beautify *v.t.* ਸੁੰਦਰ ਬਣਾਉਣਾ sunder banaunaa
beauty *n.* ਸੁੰਦਰਤਾ sundarta
becalm *v.t.* ਸ਼ਾਂਤ ਕਰਨਾ shaant karna
because *conj.* ਕਿਉਂਕਿ kyonke
bechance *v.t.* ਘਟਨਾ ਹੋਣਾ ghatna hona
beck *n.* ਪਹਾੜੀ ਨਦੀ pahari nadi
beckon *v.t.* ਪੁਕਾਰਨਾ pukarna
become *v.i.* ਹੋਣਾ hona
becoming *adj.* ਉਚਿਤ uchitt
bed *n.* ਚਾਰਪਾਈ charpayee
bedaub *v.t.* ਰੰਗ ਲਗਾਉਣਾ rangg lagaunaa
bedding *n.* ਵਿਛੌਣੇ vichhone
bedeck *n.* ਸਜਾਉਣਾ sajaunaa
bedew *v.* ਗਿੱਲਾ ਕਰਨਾ gilla karna
bedevil *n.* ਗਾਲ੍ਹ ਕੱਢਣਾ galh kadhna
bedim *v.* ਧੁੰਦਲਾ ਕਰਨਾ dhundla karna
bedlam *n.* ਪਾਗਲਖਾਨਾ pagalkhanaa
bedlamite *n.* ਸਨਕੀ sankee
bed-quilt *n.* ਮੰਜੇ ਦਾ ਗੱਦਾ manjje da gadda
bed-spread *n.* ਮੰਜੇ ਦੀ ਚਾਦਰ manje dee chaadar
bedsheet *n.* ਮੰਜਾ manjja
bee *n.* ਮੱਖੀ makkhee
beech *n.* ਜੰਗਲੀ ਰੁੱਖ janglee rukkh
beef *n.* ਗਾਂ ਦਾ ਮਾਸ gaan da maas
bee-hive *n.* ਮੱਖੀਆਂ ਦਾ ਛੱਤਾ makhiyan da chhatta
bees-wax *n.* ਮੋਮ mom
beer *n.* ਭਾਲੂ bhaloo
beestings *n.* ਮੱਖੀਆਂ ਦੇ ਡੰਗ makhiyan de dang
beet *n.* ਚੁਕੰਦਰ chukandar
beetle *n.* ਗੋਬਰੈਲਾ gobrailaa
befall *v.t.* ਬੀਤਣਾ beetna
befit *v.t.* ਯੋਗ ਹੋਣਾ yog hona
befool *v.t.* ਮੂਰਖ ਬਣਾਉਣਾ moorakh banauna
before *adj.* ਪਹਿਲਾਂ ਦਾ pehlaan da
beforehand *adv.* ਪਹਿਲਾਂ ਦਾ pehlaan da
befoul *v.t.* ਗੰਦਾ ਕਰਨਾ gandaa karna
befriend *v.t.* ਮਿੱਤਰ ਬਣਾਉਣਾ mittar banauna
beg *v.t.* ਮੰਗਣਾ mangnaa
beget *v.t.* ਉਤਪੰਨ ਕਰਨਾ utpann karna
beggar *n.* ਮੰਗਤਾ mangtaa
beggarly *adj.* ਨੀਚ neech
beggary *n.* ਗਰੀਬੀ garibi
begging *n.* ਭਿੱਖਿਆ bhikheyaa
begin *v.t.* ਸ਼ੁਰੂ ਹੋਣਾ shuru hona
beginning *n.* ਸ਼ੁਰੂਆਤ shuruaat
begone *int.* ਦੂਰ ਹੱਟ door hut
beguile *v.t.* ਬਹਿਕਾਉਣਾ behkaunaa
begun *p.p.* ਸ਼ੁਰੂ ਹੋਇਆ shuru hoyeaa
behalf *n.* ਸਹੂਲਤ sahoolat
behave *v.i.* ਆਚਰਣ ਕਰਨਾ aacharan karna
behaviour *n.* ਵਿਹਾਰ vihaar
behead *v.t.* ਸਿਰ ਵੱਢਣਾ sir vadhnaa
behest *n.* ਆਗਿਆ aageyaa
behind *prep.* ਪਿੱਛੇ pichhe
behold *v.t.* ਦੇਖਣਾ dekhnaa
beholden *adj.* ਅਹਿਸਾਨਮੰਦ ehsaanmand
behoof *n.* ਲਾਭ labh
behove *v.t.* ਯੋਗ ਹੋਣਾ yog hona
being *n.* ਹੋਂਦ hond
belabour *v.t.* ਬਹੁਤ ਕੁੱਟਣਾ bahut kuttnaa
belated *adj.* ਦੇਰ ਬਾਅਦ der baad
belaud *v.t.* ਅਤਿ ਪ੍ਰਸ਼ੰਸ਼ਾ ਕਰਨੀ ati parshansa karnee
belch *v.t.* ਡਕਾਰਨਾ dakaarna
beldam *n.* ਬੁੱਢੀ budhee

beleaguer *v.t.* ਰੋਕ ਰੱਖਣਾ rok rakhnaa
belfry *n.* ਘੰਟਾਘਰ ghantaghar
belial *n.* ਦੈਂਤ daint
belie *v.t.* ਝੂਠੀ ਸਹੁੰ jhoothee sohn
belief *n.* ਵਿਸ਼ਵਾਸ਼ vishvaas
believe *v.t.* ਵਿਸ਼ਾਸ਼ ਕਰਨਾ vishvaas karnaa
believer *n.* ਵਿਸ਼ਵਾਸ਼ੀ vishvaasi
belittle *v.t.* ਛੋਟਾ ਕਰਨਾ chhota karnaa
bell *n.* ਘੰਟੀ ghanee
belle *n.* ਸੁੰਦਰੀ sundree
bellicose *adj.* ਲੜਾਕਾ ladakaa
belligerent *adj.* ਯੋਧਾ yodhaa
bellow *v.t.* ਗਰਜਣਾ garjnaa
bellows *n.* ਧੌਂਕਣੀ dhaunknee
belly *n.* ਪੇਟ pet
belong *v.t.* ਸੰਬੰਧਿਤ sambandhitt
belonging *n.pl.* ਸੰਬੰਧੀ sambandhee
beloved *adj.* ਪ੍ਰੇਮਿਕਾ premikaa
below *n.* ਹੇਠਾਂ ਵੱਲ hethaan vall
belt *n.* ਪੇਟੀ peti
belted *adj.* ਮਸ਼ੀਨ ਦਾ ਪੱਟਾ machine da patta
bemire *v.t.* ਚਿੱਕੜ ਮਲਣਾ chikkar malnaa
bemoan *v.t.* ਵਿਰਲਾਪ ਕਰਨਾ virlaap karna
bemuse *v.t.* ਅਕਲਹੀਣਾ ਕਰਨਾ akalheen hona
bench *n.* ਬੈਂਚ bainch
bend *n.* ਮੋੜ mod
beneath *prep.* ਹੇਠਾਂ hethaan
benedick *n.* ਨਵਾਂ ਵਿਆਹਿਆ navan viaaheyaa
benediction *n.* ਧੰਨਵਾਦ dhannvaad
benefaction *n.* ਉਪਕਾਰ upkaar
benefactor *n.* ਉਪਕਾਰੀ upkaaree
benefice *n.* ਪਾਦਰੀ ਦੀ ਜ਼ਿੰਦਗੀ padree dee zindagi
beneficence *n.* ਪਰਉਪਕਾਰ parupkaar
beneficent *adj.* ਪਰਉਪਕਾਰੀ parupkaaree
beneficial *adj.* ਲਾਭਦਾਇਕ labhdayak
benefit *n.* ਲਾਭ labh
benevolence *n.* ਪਰਉਪਕਾਰ parupkaar
benevolent *adj.* ਪਰਉਪਕਾਰੀ parupkaaree
benighted *adj.* ਹਨੇਰੇ ਨਾਲ ਭਰਿਆ hanere naal bhareyaa
benign *adj.* ਸੁਖਦਾਈ sukhdayee
benignant *adj.* ਦਿਆਲੂ deyaaloo
bent *n.* ਝੁਕਾਅ jhukaa
benumb *v.t.* ਸੁੰਨ ਕਰਨਾ sunn karnaa
benzoin *n.* ਲੋਹਬਾਨ lohbaan
bereave *v.t.* ਅਲੱਗ ਕਰਨਾ alagg karna
bereavement *n.* ਵਿਯੋਗ viyog
berg *n.* ਪਹਾੜੀ pahadi
berry *n.* ਬੇਰੀ beri
berth *n.* ਸੌਣ ਦੀ ਜਗ੍ਹਾ saun dee jagah
beseech *v.t.* ਪ੍ਰਾਰਥਨਾ ਕਰਨਾ prarthna karnaa
beseem ਸ਼ੋਭਾ ਹੋਣਾ shobha hona
beset *v.t.* ਘੇਰ ਲੈਣਾ gher lainaa
beshrew *v.t.* ਬੁਰਾ ਸੋਚਣਾ bura sochnaa
beside *prep.* ਨੇੜੇ nere
besides *adv.* ਬਗੈਰ bagair
besiege *v..t* ਹਮਲਾ ਕਰਨਾ hamlaa karnaa
basmear *v.t.* ਪੋਤਣਾ potnaa
besmirch *v.t.* ਗੰਦਾ ਕਰਨਾ gandaa karnaa
besom *n.* ਝਾੜੂ jharoo
besotted *adj.* ਅਤਿ ਦਾ ਪਿਆਰ ati pyaar
bespatter *v.t.* ਅਪਮਾਨਿਤ ਕਰਨਾ apmaanit karnaa
besprinkle *v.t.* ਛਿੜਕਣਾ chhirknaa
best *adj.* ਸਰਵੋਤਮ sarvotam
bestial *adj.* ਜੰਗਲੀ janglee
bestir *v.t.* ਉਦਮ ਕਰਨਾ uddam karnaa
bestow *v.t.* ਦੇਣਾ dena
bestowal *n.* ਦਾਨ daan
bet *v.t.* ਸ਼ਰਤ ਲਗਾਉਣੀ sharat lagauna
betake *v.t.* ਆਸਰਾ ਲੈਣਾ aasraa lainaa
betel *n.* ਪਾਨ paan
betel-nut *n.* ਸੁਪਾਰੀ supaari
bethink *n.* ਯਾਦਕਰਨਾ yaad karnaa
betide *v.i.* ਆ ਪੈਣਾ aa painaa
betimes *adv.* ਸੁਵਖਤੇ suvakhate
betoken *v.t.* ਦਰਸਾਉਣਾ darsaunaa
betray *v.t.* ਧੋਖਾ ਦੇਣਾ dhokha denaa
betrayal *n.* ਵਿਸ਼ਵਾਸ਼ਘਾਤ vishvaasghaat
betroth *v.i.* ਸਗਾਈ sagaayee
better *adj.* ਵਧੀਆ vadhiyaa
betterment *n.* ਚੰਗਿਆਈ changeyaayee
between *prep.* ਵਿਚਕਾਰ vichkaar
beverage *n.* ਸ਼ਰਾਬ sharab
bevy *n.* ਔਰਤਾਂ ਦਾ ਸਮੂਹ aurtaan da samooh

bewail *v.t.* ਵਿਰਲਾਪ ਕਰਨਾ virlaap karnaa
beware *v.i.* ਸਾਵਧਾਨ savdhaan
bewilder *v.t.* ਵਿਆਕੁਲ ਕਰਨਾ viaakul karnaa
bewilderment *n.* ਵਿਆਕੁਲਤਾ viakultaa
bewitch *v.t.* ਜਾਦੂ ਕਰਨਾ jadoo karnaa
bewitchment *n.* ਵਸ਼ੀਕਰਣ vasheekaran
beyond *prep.* ਦੂਰ door
bi-annual ਸਾਲ ਵਿਚ ਦੋ ਵਾਰ saal vich do vaar
bias *n.* ਪੱਖਪਾਤ pakkhpaat
bibber *n.* ਅਤਿ ਸ਼ਰਾਬੀ ati sharabi
bible *n.* ਬਾਈਬਲ bayeeball
bibliography *n.* ਪੁਸਤਕ-ਸੂਚੀ pustaksoochi
bicameral *adj.* ਦੋ-ਘਰਾ do-gharaa
bicephalous *adj.* ਦੋ-ਸਿਰ ਵਾਲਾ do sir wala
bicker *v.i.* ਕਲੇਸ਼ ਕਰਨਾ kalesh karna
bickering *n.* ਕਲੇਸ਼ kalesh
bicycle *n.* ਸਾਈਕਲ saaikall
bid *v.t.* ਬੋਲੀ ਲਾਉਣਾ boli lagaunaa
biddable *adj.* ਆਗਿਆ ਮੰਨਣਵਾਲਾ aagyeaa mannanh wala
bidder *n.* ਦਾਅ ਲਗਾਉਣ ਵਾਲਾ daa lagaun wala
bidding *n.* ਆਦੇਸ਼ aadesh
bide *v.* ਸਹਿਣਾ sehnaa
biennial *adj.* ਦੋ ਸਾਲ ਵਿਚ ਹੋਣ ਵਾਲਾ do saal vich hon wala
bier *n.* ਅਰਥੀ arthee
bifurcate *v.t.* ਦੋ-ਫਾੜ ਕਰਨਾ do phaad karnaa
big *adj.* ਵੱਡਾ vadda
bigot *n.* ਕੱਟੜ kattar
bike *n.* ਬਾਈਸਾਈਕਲ bysaikal
bilateral *adj.* ਦੋ ਪਾਸੜ do pasad
bile *n.* ਪਿੱਤ pitt
bilingual *adj.* ਦੋ ਭਾਸ਼ੀ do bhashee
bill *n.* ਬਿੱਲ bill
billiards *n.* ਬਿਲੀਅਰਡ ਖੇਡ billiard khed
billion *n.* ਦਸ ਖਰਬ dass kharab
billow *n.* ਤਰੰਗ tarangg
bimonthly ਦੋ ਮਹੀਨੇ ਵਿਚ do maheene vich
binary *adj.* ਦੋਹਰਾ dohraa
bind *v.t.* ਬੰਨ੍ਹਣਾ bannanha
binder *n.* ਬੰਨ੍ਹਣ ਵਾਲਾ bannanh wala
binding *adj.* ਜਿਲਦ jilad
binomial *adj.* ਦੋ ਨਾਮ ਵਾਲਾ do naam wala
biographer *n.* ਜੀਵਨੀਕਾਰ jeevanikaar
biography ਜੀਵਨੀ jeevane
biology *n.* ਜੀਵ-ਵਿਗਿਆਨ jeev-vigeyaan
biologist ਜੀਵ-ਵਿਗਿਆਨੀ jeev-vigeyaani
biped *n.* ਦੋ-ਪਾਇਆ do-payeyaa
birch *n.* ਭੋਜਪੱਤਰ bhoj pattar
bird *n.* ਪੰਛੀ panchhee
birth *n.* ਜਨਮ janam
birthday *n.* ਜਨਮ-ਦਿਨ janam-din
birth-place *n.* ਜਨਮ-ਸਥਾਨ janam-sathaan
birth-right *n.* ਜਮਾਂਦਰੂ-ਹੱਕ jamaandru-hakk
biscuit *n.* ਬਿਸਕੁਟ biskut
bisect *v.t.* ਵੰਡਣਾ vanddna
bishop *n.* ਵੱਡਾ ਪਾਦਰੀ vadda padree
bison *n.* ਜੰਗਲੀ ਸਾਂਢ janglee saandh
bit *n.* ਖੰਡ khandd
bite *v.t.* ਕੱਟਣਾ kattna
biting *adj.* ਕੱਟਦਾ ਹੋਇਆ kattadaa hoyeyaa
bitter *adj.* ਕੌੜਾ kauraa
bitterness *n.* ਕੁੜੱਤਣ kurattan
bitumen *n.* ਲੁੱਕ lukk
bivalve *adj.* ਦੋ ਖਾਨਿਆਂ ਵਾਲਾ do khanyeyaan wala
bivouac *n.* ਰਾਹ ਚ ਠਹਿਰਨਾ raah ch thehrnaa
bizarre *adj.* ਪਾਗਲ pagal
black *adj.* ਕਾਲਾ kalaa
blacken *v.t.* ਕਾਲਾ-ਕਰਨਾ kalaa karnaa
blackguard *n.* ਬਦਮਾਸ਼ badmaash
blacking *n.* ਕਾਲਾ-ਕਰਨਾ kala karna
blackish *adj.* ਕਾਲਾ kalaa
blacksmith *n.* ਲੋਹਾਰ lohaar
bladder *n.* ਮੂਤਰ-ਥੈਲੀ mootar thailee
blade *n.* ਹਥਿਆਰ ਦਾ ਫਲ hathiyaar da phall
blain *n.* ਫੋੜਾ phodaa
blame *v.t.* ਇਲਜ਼ਾਮ ਲਗਾਉਣਾ ilzaam lagaunaa
bland *adj.* ਨਿਮਰ nimar
blandish *v.t.* ਝੂਠੀ ਪ੍ਰਸ਼ੰਸਾ ਕਰਨੀ jhoothee parshansaa karnee

blank *adj.* ਖਾਲੀ khaalee
blanket *n.* ਕੰਬਲ kamball
blare ਚੀਕ ਕੇ ਬੋਲਣਾ cheek ke bolnaa
blasphemy *n.* ਰੱਬੀ ਨਿੰਦਿਆ rabbi nindeyaa
blast *n.* ਵਿਸਫੋਟ visphot
blaze *n.* ਚਮਕ chamak
blazing *adj.* ਲਾਟਾਂ laataan
blazon *v.t.* ਢਾਲ dhaal
bleach *v.t.* ਧੋਣਾ dhonaa
bleak *adj.* ਖੁਲ੍ਹਿਆ ਹੋਇਆ khulya hoya
blear *adj.* ਫਿੱਕਾ ਕਰਨਾ phikka karnaa
bleat *v.t.* ਮਮਿਆਉਣਾ mameyaunaa
bleed *v.i.* ਖੂਨ ਵਗਣਾ khoon wagnaa
blemish *v.t.* ਗੰਦਾ ਕਰਨਾ gandaa karnaa
blench *v.t.* ਹੈਰਾਨ ਹੋ ਜਾਣਾ hairaan ho jaanaa
blend *v.t.* ਮਿਲਾਉਣਾ milaunaa
bless *v.t.* ਆਸ਼ੀਰਵਾਦ ਦੇਣਾ aashirvaad denaa
blessed *adj.* ਸੁਖੀ sukhee
blessing *n.* ਆਸ਼ੀਰਵਾਦ aashirvaad
blether *v.t.* ਬਕਵਾਸ ਕਰਨਾ bakwaas karnaa
blight *v.t.* ਬਨਸਪਤੀ ਰੋਗ banaspati rog
blind *adj.* ਅੰਨ੍ਹਾ annah
blindfold *adj.* ਅੱਖਾਂ ਤੇ ਪੱਟੀ akkhaan te patti
blindness *n.* ਅੰਨ੍ਹਾਂਪਣ annahapannh
blink *v.t.* ਅੱਖ ਝਪਕਣਾ akkh jhapaknaa
blinker *v.t.* ਟਿਮਟਿਮਾਉਣ ਵਾਲਾ timtimaun wala
bliss *n.* ਪਰਮ-ਸੁੱਖ param-sukh
blissful *adj.* ਧੰਨ dhann
blister *n.* ਛਾਲਾ chhalaa
blithe *adj.* ਪ੍ਰਸੰਨ-ਚਿਤ parsannchitt
blitzkrieg *n.* ਅਚਾਨਕ ਫੌਜੀ ਹਮਲਾ achaanak phauji hamlaa
blizzard *n.* ਬਰਫ ਦਾ ਤੂਫਾਨ baraf da toofaan
bloat *v.t.* ਫੁਲਾਉਣਾ fulaunaa
block *n.* ਲੱਕੜੀ ਦਾ ਠੱਪਾ lakree da thappaa
blockade *n.* ਰੋਕਣਾ roknaa
blockhead *n.* ਮੂਰਖ moorakh
blood *n.* ਖੂਨ khoon
bloodhound *n.* ਵੱਡਾ ਕੁੱਤਾ vadda kutta
blood-shed *n.* ਹੱਤਿਆ hatya
blood-vessel *n.* ਖੂਨ ਦੀ ਨਾੜੀ khoon dee nadee
bloody *adj.* ਨਿਰਦਈ nirdayee
bloom *n.* ਕਲੀ kalee
blossom *n.* ਫੁੱਲ full
blot *v.t.* ਕਲੰਕਿਤ ਕਰਨਾ kalankitt karnaa
blotting-paper *n.* ਸ਼ਿਆਹੀ-ਚੂਸ shiyaahee-choos
blouse *n.* ਬਲਾਊਜ਼ balauz
blow *v.t.* ਵਧਣਾ vadhnaa
bludgeon *n.* ਸੋਟੇ ਨਾਲ ਮਾਰਨਾ sote naal maarnaa
blue *n.* ਨੀਲਾ ਰੰਗ neelaa rangg
blueblood *n.* ਸ਼ਾਹੀ ਵਿਅਕਤੀ shahee viaktee
blue-stocking *n.* ਬਹੁਤ ਪੜ੍ਹੀ ਲਿਖੀ ਔਰਤ bahut padee likhee aurat
bluff *v.t.* ਧੋਖਾ ਦੇਣਾ dhokhaa dena
blunder *v.t.* ਵੱਡੀ ਭੁੱਲ ਕਰਨਾ vadee bhull karnaa
blunt *adj.* ਖੂੰਡਾ khoondaa
blur *n.* ਕਲੰਕ kalankk
blush *v.t.* ਸ਼ਰਮ sharam
bluster *n.* ਗਰਜਣਾ garjanaa
boa *n.* ਜ਼ਹਿਰ-ਰਹਿਤ ਸੱਪ zehar-rehat sapp
boar *n.* ਸੂਰ soor
board *n.* ਤਖਤਾ takhtaa
boarding *n.* ਭੋਜਨ ਅਤੇ ਰਹਿਣ ਦਾ ਸਥਾਨ bhojan ate rehan da sathaan
boast *n.* ਸ਼ੇਖੀ ਮਾਰਨੀ shekhee marnee
boat *n.* ਕਿਸ਼ਤੀ kishtee
boatswain *n.* ਜਹਾਜ਼ ਦੀਆਂ ਕਿਸ਼ਤੀਆਂ jahaaz diyaan kishteeyaan
bob *n.* ਵਾਲਾਂ ਦੀ ਗੱਠ vaalaan dee gatth
bobbin *n.* ਧਾਗੇ ਦੀ ਅੱਟੀ dhagge dee attee
bode *v.t.* ਭਵਿੱਖ ਦੱਸਣਾ bhavikkh dassna
bodice *n.* ਚੋਲੀ choli
bodily *adj.* ਸਰੀਰ ਦਾ sareer da
body *n.* ਸਰੀਰ sareer
body-guard *n.* ਅੰਗ-ਰੱਖਿਅਕ angg-rakheyak
bog *n.* ਦਲਦਲ daldal
bogie *n.* ਗੱਡੀ ਦਾ ਡੱਬਾ gaddi da dabba
bogus *adj.* ਬਣਾਵਟੀ banavati
boil *v.* ਉਬਾਲਣਾ ubaalnaa
boiler *n.* ਉਬਾਲਣ ਵਾਲਾ ਯੰਤਰ ubaalan wala yantar
boisterous *adj.* ਖੁਰਦਰਾ khurdraa

bold *adj.* ਸਾਹਸੀ saahasee
boldness *n.* ਸਾਹਸ saahas
bolshevik *n.* ਕ੍ਰਾਂਤੀਕਾਰੀ ਵਿਅਕਤੀ krantikari viaktee
bolster *n.* ਗੋਲ ਸਿਰਹਾਣਾ gol sirhaanaa
bolt *n.* ਬੋਲਟ bolt
bomb *n.* ਬੰਬ bumb
bombast *n.* ਅਤਿਕਥਨੀ atikathnee
bombastic *adj.* ਵੱਡੇ ਸ਼ਬਦਾਂ ਵਾਲਾ vadde shabdaan wala
bonafide *adj.* ਅਸਲ asal
bonafides *n.* ਪ੍ਰਮਾਣ-ਪੱਤਰ parman patar
bond *n.* ਬੰਧਨ bandhann
bondage *n.* ਗੁਲਾਮੀ gulaami
bone *n.* ਹੱਡੀ haddi
bone-setter *n.* ਹੱਡੀ ਫਿੱਟ ਕਰਨ ਵਾਲਾ haddi fit karan wala
bonfire *n.* ਜਿੱਤ ਦੀ ਧੂਣੀ jitt dee dhoonee
bonny *adj.* ਰਿਸ਼ਟ-ਪੁਸ਼ਟ rishat-pushat
bonus *n.* ਵਾਧਾ vaadhaa
booby *n.* ਮੰਦਬੁੱਧੀ manddbudhee
book *n.* ਪੁਸਤਕ pustak
booking-office *n.* ਟਿਕਟ-ਘਰ tiket-ghar
bookish *adj.* ਕਿਤਾਬਾਂ ਦਾ ਸ਼ੌਕੀਨ kitaban da shaukeen
book-keeper *n.* ਮੁਨੀਮ muneem
booklet *n.* ਛੋਟੇ ਪੁਸਤਕ chhotee pustak
bookseller *n.* ਕਿਤਾਬਾਂ ਵੇਚਣ ਵਾਲਾ kitabaan vechan wala
bookworm *n.* ਕਿਤਾਬੀ ਕੀੜਾ kitabi keeraa
boon *n.* ਉਪਹਾਰ uphaar
boor *n.* ਕਿਸਾਨ kisaan
boorish *adj.* ਅਸੱਭਿਅ asabheyaa
boot *n.* ਜੁੱਤਾ jutta
bootless *anj.* ਨੰਗੇ ਪੈਰ nange pair
booth *v.t.* ਛੋਟੀ ਦੁਕਾਨ chhoti dukaan
booty *n.* ਲੁੱਟ ਦਾ ਮਾਲ lutt da maal
borax *n.* ਸੋਹਾਗਾ sohaagaa
border *n.* ਸਰਹੱਦ sarhadd
bore *v.t.* ਸੁਰਾਖ ਕਰਨਾ suraakh karnaa
boredom *n.* ਅਨੰਦਹੀਣ anandheen
born *p.p.* ਜੰਮਿਆ ਹੋਇਆ jameyaa hoyeyaa
borough *v.t.* ਸੰਸਦੀ ਖੇਤਰ sansadi khetar
borrow *v.t.* ਰਿਣ ਲੈਣਾ rinh lainaa
bosh *n.* ਮੂਰਖਤਾਪੂਰਣ ਵਾਰਤਾ moorkhtaapooran vaartaa
bosom *n.* ਛਾਤੀ chhatee
boss *n.* ਮਾਲਿਕ maalik
botany *n.* ਬਨਸਪਤੀ ਵਿਗਿਆਨ banaspati vigeyaan
both *prep.* ਦੋਵੇਂ doven
bother *v.t.* ਦੁੱਖ ਦੇਣਾ dukkh denaa
botheration *n.* ਤਕਲੀਫ takhleef
bottle *n.* ਬੋਤਲ botal
bottom *n.* ਤਲ tall
bough *n.* ਟਹਿਣੀ tehnee
bounce *v.t.* ਉੱਛਲ ਜਾਣਾ uchhall jaanaa
bound *n.* ਸੀਮਾ seemaa
boundary *n.* ਸਰਹੱਦ sarhadd
bounden *adj.* ਕਰਤੱਵ-ਅਧੀਨ kartav-adheen
boundless *n.* ਸੀਮਾ-ਰਹਿਤ seemaa-rehat
bountiful *adj.* ਉਦਾਰ udaar
bounty *n.* ਉਦਾਰਤਾ udaartaa
bouquet *n.* ਫੁਲਾਂ ਦਾ ਗੁੱਛਾ fullan da guchhaa
bourgeoisie *n.* ਮੱਧਵਰਗੀ ਲੋਕ madhvargee lok
bout *n.* ਬੀਮਾਰੀ ਦਾ ਦੌਰਾ bimari da daura
bovine *adj.* ਗਾਂ gaan
bow *n.* ਕਮਾਨ kamaan
bowels *n.pl.* ਅੰਤੜੀਆਂ antadeeyaan
bower *n.* ਗੁਲਾਮ gulaam
bowl *n.* ਪਿਆਲਾ piaalaa
bowling *n.* ਗੇਂਦ ਸਿਟਣਾ gaind sittanaa
box *n.* ਡੱਬਾ dabbaa
boxing *n.* ਮੁਕੇਬਾਜ਼ੀ mukkebazee
boy *n.* ਲੜਕਾ ladkaa
boycott *v.t.* ਬਾਈਕਾਟ bikaat
boyhood *n.* ਮੁੰਡਪੁਣਾ munddpunaa
boyish *adj.* ਮੁੰਡਿਆ ਵਾਂਗ mundeyaan vaang
brace *n.* ਜੋੜਾ jodaa
bracelet *n.* ਪਹੁੰਚੀ pahunchee
brackish *adj.* ਖਾਰਾ khaaraa
brag *v.t.* ਸਵੈ-ਪ੍ਰਸ਼ੰਸ਼ਾ savai-parshansa
braid *n.* ਵਾਲਾਂ ਦਾ ਜੂੜਾ walaan daa jooda
braille *v.t.* ਅੰਨ੍ਹਿਆਂ ਲਈ ਲਿਪੀ annyaan layee lipi
brain *n.* ਦਿਮਾਗ dimaag
brainless *adj.* ਦਿਮਾਗ-ਹੀਣ dimaag-heen

brainy *adj.* ਦਿਮਾਗੀ dimaagee
brake *n.* ਗੱਡੀ ਰੋਕਣ ਦਾ ਯੰਤਰ gaddee rokan da yantar
bramble *n.* ਕੰਡਿਆਲਾ ਬੂਟਾ kandeyaalaa bootaa
bran *n.* ਚੋਕਰ chokar
branch *n.* ਟਾਹਣੀ taahnee
brand *n.* ਅਧਸੜੀ ਲੱਕੜ addhsaree lakkar
brandish *v.i.* ਘੁਮਾਉਣਾ ghumaunaa
brand-new *adj.* ਨਵਾਂ-ਨਕੋਰ navaan nakor
brandy *n.* ਸ਼ਰਾਬ sharabee
brass *n.* ਪਿੱਤਲ pittal
brassier *n.* ਬਰੇਜ਼ੀਅਰ bareziar
bravado *n.* ਸ਼ੇਖੀ shekhee
brave *adj.* ਬਹਾਦੁਰ bahadur
bravo *int.* ਸ਼ਾਬਾਸ਼ shaabaash
brawl *n.* ਕਲੇਸ਼ ਕਰਨਾ kalesh karnaa
bray *v.t.* ਗਧੇ ਦੀ ਆਵਾਜ਼ gadhe dee awaaz
braze *v.t.* ਪਿੱਤਲ ਰੰਗ ਦੇਣਾ pittal rang denaa
brazen *n.* ਪਿੱਤਲ ਦਾ ਬਣਿਆ pittal da baneyaa
breach *n.* ਸੁਰਾਖ suraakh
bread *n.* ਰੋਟੀ roti
breadth *n.* ਚੌੜਾਈ chaurayee
break *v.t.* ਤੋੜਨਾ tornaa
breakage *n.* ਟੁੱਟ-ਭੱਜ tutt-bhajj
break-down *n.* ਨਾਸ ਕਰਨਾ naas karnaa
breakfast *n.* ਨਾਸ਼ਤਾ naashtaa
breakneck *adj.* ਢਾਲਵੀਂ ਜਗ੍ਹਾ dhaalveen jagah
break-water ਬੰਨ੍ਹ bannh
breast *n.* ਔਰਤਾਂ ਦੀ ਛਾਤੀ aurtaan dee chhatee
breastplate *n.* ਕਵਚ kavach
breath *n.* ਸਾਹ saah
breathe *v.t.* ਸਾਹ ਲੈਣਾ saah lainaa
breathing *n.* ਸਾਹ saah
breathless *adj.* ਸਾਹਹੀਣ saah heen
bred *adj.* ਪੈਦਾ ਕਰਨਾ paidaa karnaa
breeches *n.* ਚਿੱਤੜ chittar
breed *v.t.* ਪੈਦਾ ਕਰਨਾ paidaa karnaa
breeding *n.* ਪਾਲਣ paalan
breeze *n.* ਹੌਲੀ ਹਵਾ haulee hawaa
breezy *adj.* ਹਵਾਦਾਰ hawadaar
brethren *n.* ਭਰਾ bharaa
brevity *n.* ਛੋਟਾਪਣ chhotapannh
brew *v.t.* ਸ਼ਰਾਬ ਬਣਾਉਣਾ sharab banauna
brewery *n.* ਸ਼ਰਾਬ ਬਣਾਉਣ ਦੀ ਜਗ੍ਹਾ sharab banaun dee jagah
bribe *v.t.* ਰਿਸ਼ਵਤ ਦੇਣਾ rishwat dena
bribery *n.* ਰਿਸ਼ਵਤ rishwat
brick *n.* ਇੱਟ itt
brick-bat *n.* ਇੱਟ ਦਾ ਟੁਕੜਾ itt da tukdaa
brick-kiln *n.* ਇੱਟਾਂ ਦਾ ਭੱਠਾ ittaan daa bhathhaa
bricklayer *n.* ਕੰਧ ਬਣਾਉਣ ਵਾਲਾ kanddh banaun wala
bridal *n.* ਲਾੜੀ ਸੰਬੰਧੀ ladee sambandhee
bride *n.* ਲਾੜੀ ladee
bridgeroom *n.* ਲਾੜਾ ladaa
bridge *n.* ਪੁਲ pull
bridle *n.* ਲਗਾਮ lagaam
brief *adj.* ਸੰਖੇਪ sankhep
brigade *n.* ਸੈਨਾ ਦਾ ਦਲ sainaa da dall
brigadier *n.* ਬ੍ਰਿਗੇਡੀਅਰ birgedier
brigand *n.* ਲੁਟੇਰਾ luteraa
bright *adj.* ਚਮਕੀਲਾ chamkeelaa
brighten *v.t.* ਚਮਕੀਲਾ ਬਣਾਉਣਾ chamkeelaa banaunaa
brilliance *n.* ਚਮਕ-ਦਮਕ chamak-damak
brilliantine *n.* ਵਾਲ ਚਮਕਾਉਣ ਦਾ ਮਸਾਲਾ waal chamkaun da masala
brim *n.* ਮੂੰਹ moohn
brimstone *n.* ਗੰਧਕ-ਸੰਬੰਧੀ gandhak-sambandhee
brine *n.* ਖਾਰਾ-ਪਾਣੀ kharaa paani
bring *v.t.* ਲਿਆਉਣਾ liaunaa
brink *n.* ਤੱਟ tatt
briny *adj.* ਨਮਕੀਨ namkeen
brisk *v.t.* ਤੀਬਰ ਹੋਣਾ teebar hona
bristle *n.* ਸੂਰ ਦੇ ਸਖਤ ਵਾਲ soor de sakhat waal
british *adj.* ਅੰਗਰੇਜ਼ੀ angrezi
brittle *adj.* ਕੁਰਕੁਰਾ kurkura
broach *v.t.* ਸੁਰਾਖ ਕਰਨਾ surakh karnaa
broad *adj.* ਚੌੜਾ chauraa
broadcast *adj.* ਬਰਾਡਕਾਸਟ bradkaast
broaden *v.t.* ਚੌੜਾ ਕਰਨਾ chauraa karnaa

brocade *n.* ਕੀਮਖਾਬ keemkhaab
brochure *n.* ਛੋਟੀ ਪੁਸਤਕ chhoti pustak
broil *n.* ਝਗੜਾ jhagraa
broker *n.* ਦਲਾਲ dalaal
brokerage *n.* ਦਲਾਲੀ dalaalee
bronze *n.* ਕਾਂਸਾ kaansaa
brood *v.t* ਪਸ਼ੂ-ਪੰਛੀਆਂ ਦੇ ਬੱਚੇ pashu-panchhiyaan de bachche
brook *n.* ਛੋਟੀ ਨਦੀ chhoti nadee
broom *n.* ਝਾੜੂ jharoo
broth *n.* ਸ਼ੋਰਬਾ shorbaa
brothel *n.* ਵੇਸ਼ਿਆਲਾ veshiaalaa
brother *n.* ਭਰਾ bharaa
brotherhood *n.* ਭਾਈਚਾਰਾ bhaichaaraa
brother-in-law *n.* ਸਾਲਾ saala
brotherly *adj.* ਭਾਈਬੰਦੀ ਨਾਲ bhaibanddi naal
brow *n.* ਕਿਨਾਰਾ kinaaraa
browbeat *v.* ਝਿੜਕਣਾ jhiraknaa
brown *adj.* ਭੂਰਾ bhooraa
bruise *n.* ਜ਼ਖਮ zakham
bruit *n.* ਸੂਚਨਾ soochnaa
brumous *adj.* ਕੋਹਰੇ ਨਾਲ ਭਰਿਆ ਹੋਇਆ kohre naal bhareyaa hoyeyaa
brunt *n.* ਚੋਟ chot
brush *n.* ਕੂਚੀ koochi
brushwood *n.* ਸੰਘਣੀ ਝਾੜੀ sanghanee jharee
brushy *adj.* ਝਾੜੀਆਂ ਵਾਲਾ jhareeyaan wala
brusque *adj.* ਅਸੱਭਿਅ asabheyaa
brutal *adj.* ਜ਼ਾਲਮ zaalam
brutality *n.* ਜ਼ੁਲਮ zulam
brute *adj.* ਨਿਰਦਈ nirdayee
bubble *n.* ਬੁਲਬੁਲਾ bulbulaa
buck *n.* ਹਿਰਨ hiran
buck up *v.t.* ਉਤਸ਼ਾਹ ਦੇਣਾ utshaah
bucket *n.* ਟੋਕਰੀ tokree
buckle *n.* ਬਕਸੂਆ baksooaa
buckram *n.* ਬੁਕਰਮ bukram
bud *n.* ਕਲੀ kalee
budge *v.t.* ਖਿਸਕਣਾ khiskanaa
budget *n.* ਬਜਟ bajat
buff *n.* ਮੱਝ ਦਾ ਚਮੜਾ majjh da chamra
buffalo *n.* ਮੱਝ majjh
buffer *n.* ਧੱਕਾ dhakka
buffet *n.* ਥੱਪੜ thappar
buffoon *n.* ਭੰਡ bhandd
buffoonery ਭੰਡਪੁਣਾ bhanddpunha
bug *n.* ਖਟਮਲ khatmal
buggy *n.* ਪਾਲਕੀ paalkee
bugle *n.* ਬਿਗੁਲ bigul
build *v.t.* ਉਸਾਰਨਾ usaarnaa
building *n.* ਇਮਾਰਤ imaarat
bulb *n.* ਬਲਬ balb
bulge *n.v.i.* ਸੋਜ soj
bulk *n.* ਵੱਡੀ ਮਾਤਰਾ vaddi matraa
bulky *adj.* ਵੱਡਾ vadda
bull *n.* ਬਲਦ balb
bull-dog *n.* ਬੁੱਲ ਡਾਗ bull daag
bullet *n.* ਬੰਦੂਕ ਦੀ ਗੋਲੀ bandook di goli
bulletin *n.* ਸਮਾਚਾਰ samachaar
bullion *n.* ਸੋਨੇ ਦੀ ਇੱਟ sone dee itt
bullock *n.* ਬੈਲ-ਗੱਡੀ bail dee gaddee
bully *v.t.* ਨਿਰਦਈ ਪੁਰਸ਼ nirdayee purash
bulwark *n.* ਕਿਲੇ ਦੀ ਦੀਵਾਰ kile dee diwaar
bump *n.* ਠੁਕਰਾਉਣਾ thukraunaa
bumpkin *n.* ਗੰਵਾਰ ਮਨੁੱਖ ganwaar manukkh
bunch *n.* ਗੁਛਾ guchhaa
bundle *n.* ਗੱਠਾ gatthaa
bunglow *n.* ਬੰਗਲਾ bangallaa
bungle *v.t.* ਗੋਲਮਾਲ golmaal
bunk *n.* ਸੌਣ ਦੀ ਪਟੜੀ saun dee patree
bunker *n.* ਹਮਲੇ ਤੋਂ ਬਚਣ ਲਈ ਲੁਕਵੀਂ ਜਗ੍ਹਾ hamle ton bachan layee lukveen jagah
bunting *n.* ਰੰਗੀਨ ਕਾਗਜ਼ rangeen kaagaz
buoy *v.t.* ਤੈਰਦਾ ਰੱਖਣਾ tairdaa rakhnaa
buoyancy *n.* ਹਲਕਾਪਣ halkapan
burden *n.* ਭਾਰ bhaar
burdensome *adj.* ਭਾਰੀ bhaaree
bureau *n.* ਬਿਊਰੋ biuro
bueaucracy *n.* ਨੌਕਰਸ਼ਾਹੀ naukarshahee
bureaucrat *n.* ਨੌਕਰਸ਼ਾਹ naukarshaah
burglar *n.* ਚੋਰ chor
burial *n.* ਦਫਨ ਕਰਨਾ dafan karnaa
burlesque *n.* ਹਾਸੋਹੀਣਾ hasoheenaa
burly *adj.* ਮੋਟਾ-ਤਾਜ਼ਾ mota-taaza
burn *v.t.* ਸੜਨਾ sarnaa

burning *adj.* ਉਤੇਜਿਤ ਕਰਨ ਵਾਲਾ utejit karan wala
burnish *v.t.* ਰਗੜ ਕੇ ਚਮਕਾਉਣਾ ragar ke chamkaunaa
burr *v.t.* ਧਾਤ ਦਾ ਖੁਰਦਰਾ ਕਿਨਾਰਾ dhaat da khurdraa kinara
burrow *n.* ਗੁਫਾ gufaa
burst *v.t.* ਫਟਣਾ fatnaa
bury *v.t.* ਦੱਬਣਾ dabbnaa
bus *n.* ਬੱਸ bass
bush *n.* ਝਾੜੀ jharee
bushy *adj.* ਝਾਂੜੀਦਾਰ jhareedaar
business *n.* ਵਪਾਰ vapaar
busk *v.t.* ਗਾ ਕੇ ਮੰਗਣਾ gaa ke mangnaa
bust *n.* ਉਪਰਲੇ ਧੜ ਵਾਲੀ ਮੂਰਤੀ upparle dhar walee moorat
bustle *v.t.* ਕੰਮ ਚ ਲੱਗਣਾ kamm ch laggnaa
busy *n.* ਕੰਮ ਚ ਲੱਗਿਆ kamm ch laggeyaa
but *adj.* ਪ੍ਰੰਤੂ prantoo
butcher *n.* ਕਸਾਈ kasayee
butler *n.* ਭੰਡਾਰੀ bhandaree
butt *n.* ਹਥਿਆਰ ਦਾ ਮੋਟਾ ਪਾਸਾ hathiyaar da mota paasaa
butter *n.* ਮੱਖਣ makkhann
butteringered
butterfly *n.* ਤਿਤਲੀ titlee
buttock *n.* ਚਿੱਤੜ chittar
button *n.* ਬਟਨ batan
buttress *n.* ਅਧਾਰ adhaar
buxom *adj.* ਸੁੰਦਰ sunder
buy *v.t.* ਖਰੀਦਣਾ khareednaa
buyer *n.* ਖਰੀਦਦਾਰ khareedadaar
buzz *v.t.* ਮੱਖੀ ਦੀ ਭਿਨਭਿਨਾਹਟ makkhee dee bhinnbhinahat
by *adv.* ਦੁਆਰਾ duaaraa
by-gone *adj.* ਲੰਮਾ ਅਰਸਾ ਪਹਿਲਾਂ lamma arsaa pehlaan
by-law *n.* ਉਪ-ਨਿਯਮ upp-niyam
by-name *n.* ਚਿੜ chid
by-path *n.* ਪਗਡੰਡੀ pagdanddi
bystander *adj.* ਦਰਸ਼ਕ darshak
by-word *n.* ਕਹਾਵਤ kahavat
bye-bye *n.* ਸਲਾਮ salaam

C

cab *n.* ਕਿਰਾਏ ਦੀ ਗੱਡੀ kiraye dee gaddi
cabal *n.* ਗੂੜ੍ਹ ਸਲਾਹ goorh salaah
cabbage *n.* ਬੰਦ ਗੋਭੀ bandd gobhee
cabin *n.* ਛੋਟੀ ਕੋਠੜੀ chotee kothhree
cabinet *n.* ਛੋਟਾ ਕਮਰਾ chhota kamraa
cabie *n.* ਮੋਟਾ ਰੱਸ਼ਾ mota rassa
cactus *n.* ਥੋਹਰ thohar
cadence *n.* ਸਵਰ sawar
cadet *n.* ਸੈਨਿਕ sainik
cafe *n.* ਕਾਫੀ-ਘਰ kafee-ghar
cage *n.* ਪਿੰਜਰਾ pinjraa
caitiff *n.* ਡਰਪੋਕ ਮਨੁੱਖ darpok manukkh
cajole ਧੋਖਾ ਦੇਣਾ dhokhaa denaa
cajolery *n.* ਚਾਪਲੂਸੀ chaploosee
cake *n.* ਕੇਕ kek
calabash *n.* ਤੂੰਬਾ toombaa
calamitous *adj.* ਵਿਨਾਸ਼ਕਾਰੀ vinaashkaree
calamity *n.* ਸੰਕਟ sankatt
calcium *n.* ਕੈਲਸ਼ੀਅਮ kalshium
calculate *v.* ਗਿਣਤੀ ਕਰਨਾ gintee karnaa
calculation *n.* ਗਿਣਤੀ gintee
calendar *n.* ਕਲੰਡਰ kallundar
calf *n.* ਵੱਛਾ vachhaa
calibre *adj.* ਚਰਿੱਤਰ ਬਲ charitar bal
calico *n.* ਕੋਰਾ ਲੱਠਾ koraa lathhaa
calix *n.* ਪੁਸ਼ਪਕੋਸ਼ pushap kosh
call *v.t.* ਬੁਲਾਉਣਾ bulaunaa
calliper *n.* ਵਿਆਸ ਨਾਪਕ viaas naapak
calling *n.* ਜੀਵਿਕਾ jeevikaa
callous *adj.* ਸਖਤ sakhat
callow *adj.* ਪਰਹੀਣ parheen
calm *adj.* ਸ਼ਾਂਤ shaant
calmly *adv.* ਸ਼ਾਂਤੀ ਨਾਲ shaantee naal
calmness *n.* ਸ਼ਾਤੀ shaantee naal
caloric *n.* ਗਰਮ ਹਵਾ ਨਾਲ ਚੱਲਣ ਵਾਲਾ garam hawa naal chalan wala
calorimeter *n.* ਗਰਮੀ ਨਾਪਣ ਦਾ ਯੰਤਰ garmee napan da yantar
calumniate *v.t.* ਨਿੰਦਾ ਕਰਨਾ nindda karnaa
calumny *n.* ਨਿੰਦਾ nindda
cambric *n.* ਬਰੀਕ ਕੱਪੜਾ bareek kapra

camel *n.* ਊਠ oonthh
camera *n.* ਕੈਮਰਾ kaimraa
camp *n.* ਕੈਂਪ kamp
campaign *n.* ਯੁੱਧਕਾਲ uddhkaal
camphor *n.* ਕਪੂਰ kapoor
campus *n.* ਕਾਲਜ ਦੀ ਜਗ੍ਹਾ kalj dee jagah
can *v.* ਸਕਦਾ sakdaa
canal *n.* ਨਹਿਰ nehar
canard *n.* ਝੂਠੀ ਕਹਾਣੀ jhoothhee kahanee
cancel *v.* ਰੱਦ ਕਰਨਾ radd karnaa
cancer *n.* ਕੈਂਸਰ kainsar
candidly *adv.* ਸੱਚਾਈ ਨਾਲ sachayee naal
candidate *n.* ਉਮੀਦਵਾਰ umeedwaar
candle *n.* ਮੋਮਬੱਤੀ mombatti
candour *n.* ਨਿਸ਼ਕਪਟਤਾ nishkapatataa
candy *n.* ਮਿਸ਼ਰੀ mishree
cane *n.* ਬੈਂਤ baint
canine *adj.* ਕੁੱਤੇ ਵਰਗਾ kutte vargaa
canister *n.* ਪੀਪਾ peepaa
canker *n.* ਮੂੰਹ ਦੀ ਬੀਮਾਰੀ moohn dee bimaree
cannibal *n.* ਨਰ-ਭਕਸ਼ੀ nar-bhakashee
cannon *n.* ਤੋਪ top
cannonade *v.t.* ਨਿਰੰਤਰ ਗੋਲੀਬਾਰੀ nirantar golibari
canny *adj.* ਸਿੱਧਾ siddhaa
canoe *n.* ਡੌਂਗੀ dounghee
canon *n.* ਵਿਧੀ vidhi
cant *n.* ਤਿਰਛਾ ਕੱਟ tirchhaa katt
canteen *n.* ਕੰਟੀਨ kanteen
canter *n.* ਕਦਮ ਚਾਲ kadam chaal
canto *n.* ਕਵਿਤਾ ਦਾ ਖੰਡ kavita daa khandd
canonment *n.* ਛਾਉਣੀ chhaunee
canvas *n.* ਤਰਪਾਲ tarpaal
canvass *v.t.* ਇਮਤਿਹਾਨ ਲੈਣਾ imtehaan lainaa
cap *n.* ਟੋਪੀ topee
capable *adj.* ਯੋਗ yog
capacitate *v.t.* ਗੁਣਯੁਕਤ ਕਰਨਾ gunyukat akrnaa
capacity *n.* ਸਮਰੱਥਾ samrathaa
caparison *n.* ਘੋੜੇ ਦੀ ਸਮੱਗਰੀ ghore dee samagree
caper ਝਾੜੀ jharee
capital *n.* ਪੂੰਜੀ poonjee
capitalism *n.* ਪੂੰਜੀਵਾਦ poonjeevad
capitalist *n.* ਪੂੰਜੀਪਤੀ poonjeepati
capitulate *v.i.* ਦੁਸ਼ਮਣ ਦੀ ਅਧੀਨਗੀ dushman dee adheenagee
capon *n.* ਅੰਡਕੋਸ਼ ਕੱਢਿਆ ਮੁਰਗਾ anddkosh kadhia murgaa
caprice *n.* ਚੰਚਲਤਾ chanchaltaa
capricious *adj.* ਚੰਚਲ chanchal
capricorn *n.* ਮਕਰ ਰਾਸ਼ੀ makar raashi
capsize *v.t.* ਉਲਟਾ ਦੇਣਾ ultaa denaa
capsule *n.* ਝਿੱਲੀ ਦੀ ਪਤਲੀ ਥੈਲੀ jhilli dee patlee thailee
captain *n.* ਨਾਇਕ nayak
caption *n.* ਕਾਨੂੰਨੀ ਗਿਰਫਤਾਰੀ kanooni girftaari
captious ਨਘੋਚੀ naghochee
captivate *v.* ਲੁਭਾਉਣਾ lubhaunaa
captive *n.* ਲੁਭਾਇਆ ਗਿਆ lubhayeyaa geyaa
captivating *n.* ਮਨੋਹਰ manohar
captivity *n.* ਜੇਲ੍ਹ jail
captor *n.* ਕੈਦੀਆਂ ਨੂੰ ਫੜਨ ਵਾਲਾ kaidiyaan nu fadan wala
capture *v.t.* ਗਿਰਫਤਾਰ ਕਰਨਾ girftaar karnaa
car *n.* ਕਾਰ kaar
carat *n.* ਸੋਨੇ ਦਾ ਮਾਪ sone da maap
caravan *n.* ਕਾਫ਼ਿਲਾ kaafila
caravanseracry *n.* ਸਰਾਂ saraan
carbon *n.* ਕਾਰਬਨ karban
carbuncle *n.* ਮਾਣਿਕ manik
carcass *n.* ਮੁਰਦਾ murdaa
card *n.* ਤਾਸ਼ taash
cardamom *n.* ਇਲਾਇਚੀ ilaaechee
cardiac *adj.* ਦਿਲ ਸੰਬੰਧੀ dill sambandhee
cardinal *adj.* ਕੈਥੋਲਿਕ ਧਾਰਮਿਕ ਮੁਖੀ katholik dharam mukhi
care *v.t.* ਸੰਭਾਲ ਕਰਨਾ sambhal karnaa
career *n.* ਜੀਵਿਕਾ jeevikaa
careful *adj.* ਸੁਚੇਤ suchet
careless *adj.* ਲਾਪਰਵਾਹ laparwaah
caress *v.t.* ਲਾਡ ਕਰਨਾ laad karnaa
careworn *n.* ਚਿੰਤਾ-ਭਰਪੂਰ chintta karnaa

carious *n.* ਗਲਿਆ-ਸੜਿਆ galeyaa sadeyaa
carnage *n.* ਹੱਤਿਆਕਾਂਡ hateyaakaand
carnal *adj.* ਸਰੀਰਕ sareerak
carnival *n.* ਆਨੰਦ-ਉਤਸਵ anand-utsav
carnivorous *adj.* ਮਾਸਾਹਾਰੀ masahaari
carol *v.t.* ਖੁਸ਼ੀ ਦਾ ਗੀਤ khushi da geet
carouse *v.i.* ਜ਼ਿਆਦਾ ਸ਼ਰਾਬ ਪੀਣਾ zyaada sharab peenaa
carpenter *n.* ਤਰਖਾਣ tarkhaan
carpentry *n.* ਤਰਖਾਣਪੁਣਾ tarkhaanpuna
carpet *n.* ਗਲੀਚਾ galeechaa
carping *n.* ਨਿੰਦਾ nindaa
carriage *n.* ਪਹੁੰਚ ਕਿਰਾਇਆ pahunch kirayeyaa
carrion *n.* ਗੰਦਾ gandaa
carrot *n.* ਗਾਜਰ gaajar
carry *v.t.* ਚੁੱਕਣਾ chukknaa
cart *n.* ਗੱਡਾ gaddaa
cartage *n.* ਕਿਰਾਇਆ-ਭਾੜਾ kirayeaa bhaandaa
cartilage *n.* ਲਚਕੀਲੀ ਹੱਡੀ lachkeelee haddee
cartoon *n.* ਵਿਅੰਗ-ਚਿਤਰ viangg-chitar
cartridge *n.* ਕਾਰਤੂਸ kartoos
carve *v.t.* ਢਕਣਾ dhhaknaa
cascade *n.* ਛੋਟਾ ਝਰਨਾ chhota jharnaa
case *n.* ਮਾਮਲਾ maamlaa
casement *n.* ਖਿੜਕੀ ਪੱਲਾ khirkee da palla
cash *n.* ਨਕਦ nakad
cashier *n.* ਖਜ਼ਾਨਚੀ khazaanchee
casino *n.* ਜੂਆਖਾਨਾ juaakhaanaa
cask *n.* ਪੀਪਾ peepaa
casket *n.* ਮੁਰਦੇ ਵਾਲੀ ਪੇਟੀ murde wali topi
casque *n.* ਫੌਜੀ ਟੋਪੀ fauji topi
cassock *n.* ਗਾਊਨ ਦਾ ਅੰਗ ਵਸਤਰ gaun da angg vastar
cast *v.t.* ਢਾਲਣਾ dhaalanaa
caste *n.* ਜਾਤੀ jaatee
castigate *v.t.* ਦੰਡ ਦੇਣਾ dandd denaa
castle *n.* ਕਿਲਾ kila
castor oil *n.* ਅਰਿੰਡ ਦਾ ਤੇਲ arindd daa tel
castrate *v.t.* ਖੱਸੀ ਕਰਨਾ khassi karnaa
casual *adj.* ਅਕਾਸਮਿਕ akaasmik
casually *adv.* ਦੇਵਨੈਤ ਨਾਲ devnait naal
casualty *n.* ਦੁਰਘਟਨਾ durghatnaa
cat *n.* ਬਿੱਲੀ billi
cataclysm *n.* ਪਰਲੋ parlo
Catalogue *n.* ਸੂਚੀ soochee
cataract *n.* ਮੋਤੀਆ-ਬਿੰਦ motiaa bindd
catarrh *n.* ਜ਼ੁਕਾਮ zukaam
catastrophe *n.* ਵੱਡੀ ਮੁਸੀਬਤ vaddi museebat
catch *v.t.* ਫੜਨਾ fadnaa
catechu *n.* ਕੱਥਾ katthaa
categorical *adj.* ਸ਼੍ਰੇਣੀਬੱਧ sharenibaddh
category *n.* ਸ਼੍ਰੇਣੀ shareni
cater *v.t.* ਭੋਜਨ ਦਾ ਪ੍ਰਬੰਧ ਕਰਨਾ bhojan da parbanddh
caterpillar *n.* ਸੁੰਡੀ sunddi
catgut *n.* ਅੰਤੜੀ antaree
cathedral *n.* ਵੱਡਾ ਗਿਰਜਾਘਰ vadda girjaghar
catholic *n.* ਉਦਾਰਚਿੱਤ udaarchitt
cattle *n.* ਪਸ਼ੂ pashoo
caucus *n.* ਹਿੱਤ ਸਮੂਹ hitt-samooh
caudle *n.* ਬਾਜਰੇ ਦਾ ਗਰਮ ਤਰਲ bajre da garam taral
cauldron *n.* ਕੜਾਹੀ karahee
cauliflower *n.* ਬੰਦ ਗੋਭੀ bandd gobhee
causal *adj.* ਕਾਰਣ ਦਰਸਾਉਣ ਵਾਲਾ kaaran darsaun wala
cause *v.t.* ਕੋਈ ਕਾਰਜ ਕਰਨਾ koee kaaraj karnaa
causeway *n.* ਬੰਨ੍ਹ bannh
caustic *adj.* ਜਲਾਉਣ ਵਾਲੀ jalaun walee
caution *n.* ਸਾਵਧਾਨੀ savdhaanee
cautious *adj.* ਸਾਵਧਾਨ savdhaan
cavalier *n.* ਘੁੜਸਵਾਰ ghudsawaar
cavalry *n.* ਘੁੜਸਵਾਰ ਫੌਜ ghudsawaar fauj
cave *n.* ਗੁਫਾ gufaa
cavern *n.* ਗੁਫਾ gufaa
cavity *n.* ਸੁਰਾਖ suraakh
caw *n.* ਕਾਂ-ਕਾਂ kaan-kaan
cease *v.t.* ਰੁਕਣਾ rukanaa
ceaseless *adj.* ਲਗਾਤਾਰ lagataar
cede *v.t.* ਸੌਂਪਣਾ sanpnaa
ceilling *n.* ਅੰਦਰੂੰਨੀ ਛੱਤ androonee chhatt
celebrate *v.t.* ਮਨਾਉਣਾ manaunaa

celebrated *adj.* ਪ੍ਰਸਿੱਧ parsiddh
celebration *n.* ਅਨੁਸ਼ਠਾਨ anushthhaan
celebrity *n.* ਪ੍ਰਸਿੱਧੀ parsiddhee
celerity *n.* ਵੇਗ veg
celestial *adj.* ਸੁੰਦਰ sundar
celibacy *n.* ਕੁਆਰਾਪਣ kuaaraapan
celibate *adj.* ਕੁਆਰਾ kuaaraa
cell *n.* ਕੋਸ਼ਿਕਾ koshikaa
cellar *n.* ਤਹਿਖਾਨਾ tehkhaanaa
cellular *adj.* ਜਾਲੀਦਾਰ jaalidaar
celluloid *n.* ਨਕਲੀ naklee
cement *n.* ਸੀਮੈਂਟ seemaint
cemetery *n.* ਕਬਰਿਸਤਾਨ kabristaan
censor *n.* ਦੋਸ਼ ਨਿਰੀਖਅਕ dosh nirikhiyak
censurable *adj.* ਨਿੰਦਣਯੋਗ nindanyog
censure *v.t.* ਨਿੰਦਾ nindaa
census *n.* ਜਨਗਣਨਾ jangananha
cent *n.* ਸੌ sau
centenary *n.* ਸ਼ਤਾਬਦੀ ਸਮਾਰੋਹ shataabadee
centennial *adj.* ਸ਼ਤਾਬਦੀ ਵਿੱਚ ਇੱਕ ਵਾਰ shataabadee vich ikk vaar
centigrade *adj.* ਸੌ ਹਿੱਸਿਆਂ ਵਿੱਚ ਵਿਭਾਜਿਤ sau hisseyaan vich vibhajat
centipede *n.* ਕੰਨਖੰਜੂਰਾ kannkhanjooraa
central *v.t.* ਕੇਂਦਰੀ kendree
centralize *v.t.* ਕੇਂਦਰੀਕਰਨ kendreekaran
centre *n.* ਕੇਂਦਰ kendar
century *n.* ਸ਼ਤਾਬਦੀ shataabdee
ceramics *n.* ਘੁਮਿਆਰਾਂ ਦੀ ਕਲਾ ghumiyaaran di kala
cereal *n.* ਖਾਣਯੋਗ ਅੰਨ khaanyog annnh
ceremony *n.* ਧਾਰਮਿਕ ਰੀਤ dhaarmik geet
certain *adj.* ਨਿਸ਼ਚਿਤ nishchit
certainly *adv.* ਨਿਸ਼ਚਿਤਤਾ ਨਾਲ nishchitataa
certificate *n.* ਪ੍ਰਮਾਣ-ਪੱਤਰ parmaan-pattar
certify *v.t.* ਪ੍ਰਮਾਣਿਤ ਕਰਨਾ parmaanit karna
cess *n.* ਚੁੰਗੀ chunggi
cessation *n.* ਰੁਕਾਵਟ rukaavat
cession *n.* ਪਰਿਤਿਆਗ partyaag
cesspool *n.* ਚੁਬੱਚਾ chubachchaa
chafe *v.t.* ਰਗੜਨਾ ragarnaa
chaff *n.* ਚੋਕਰ chokar
chaffer *v.i.* ਸੌਦੇਬਾਜ਼ saudebaaz
chagrin *n.* ਕਲੇਸ਼ kalesh
chain *n.* ਜ਼ੰਜੀਰ zanjeer
chair *n.* ਕੁਰਸੀ kursee
chairman *n.* ਸਭਾਪਤੀ sabhaapati
challce *n.* ਪਿਆਲਾ pyala
chalk *n.* ਚਾਕ chaak
challenge *n.* ਲਲਕਾਰ lalkaar
chamber *n.* ਕਮਰਾ kamraa
chambermaid *n.* ਭਠਿਆਰਨ bhathheyaaran
chameleon *n.* ਗਿਰਗਿਟ girgit
chamois *n.* ਸਾਂਬਰ ਹਿਰਨ sambar hiran
champagne *n.* ਫਰਾਂਸੀਸੀ ਸ਼ਰਾਬ fraanseesee sharab
champion *n.* ਵੀਰ veer
chance *n.* ਮੌਕਾ maukaa
chancellor *n.* ਚਾਂਸਲਰ chansler
chandeller *n.* ਫਨੂਸ fanoos
change *v.t.* ਬਦਲਣਾ badlanaa
changeable *adj.* ਬਦਲਣਯੋਗ badalanyog
changeful *adj.* ਚੰਚਲ chanchall
changeling *n.* ਬਦਲਣਯੋਗ ਵਸਤੂ badalanyog vastu
channel *n.* ਸਰੋਤ sarot
chant *n.* ਗੀਤ geet
chaos *n.* ਉਪੱਦਰ upaddar
chaotic *adj.* ਸੰਕੀਰਣ sankeeran
chap *n.* ਛੋਕਰਾ chhokra
chapel *n.* ਗਿਰਜਾਘਰ girjaghar
chaplain *n.* ਪਾਦਰੀ paadree
chaplet *n.* ਸਿਮਰਣ-ਮਾਲਾ simran-maalaa
chapman *n.* ਫੇਰੀ ਵਾਲਾ feri wala
chapter *n.* ਪਾਠ paathh
char *v.t.* ਝੁਲਸਾਉਣਾ jhulsaunaa
character *n.* ਚਰਿੱਤਰ charitar
characteristic *adj.* ਵਿਸ਼ੇਸ਼ਤਾ visheshtaa
characterize *v.t.* ਗੁਣ-ਦੋਸ਼ ਦੱਸਣੇ gun-dosh dassne
charade *n.* ਬੁਝਾਰਤ bujharat
charcoal *n.* ਲੱਕੜੀ ਦਾ ਕੋਲਾ lakri da kola
charge *n.* ਜੁਰਮਾਨਾ jurmanaa
chariot *n.* ਰੱਥ rath
charioteer *n.* ਸਾਰਥੀ saarthee
charitable *n.* ਦਾਨਯੋਗ daanyog
charity *n.* ਦਾਨ daan
charm *n.* ਆਕਰਸ਼ਣ aakarshan

charmer *n.* ਜਾਦੂਗਰ jaadugar
chart *n.* ਨਕਸ਼ਾ nakshaa
charter *n.* ਰਾਜਪੱਤਰ raj-pattar
chary *adj.* ਸਾਵਧਾਨ saavdhaan
chase *v.t.* ਪਿੱਛਾ ਕਰਨਾ pichhe karnaa
chasm *n.* ਅਨੁਸਰਣ anusaran
chaste *adj.* ਪਵਿੱਤਰ pavittar
chasten *v.t.* ਪਵਿੱਤਰ ਕਰਨਾ pavittar karnaa
chastise ਦੰਡ ਦੇਣਾ dandd denaa
chastity *n.* ਸ਼ੁੱਧਤਾ shuddhataa
chat *v.i.* ਗੱਲਬਾਤ ਕਰਨੀ gallbaat karnee
chateau *n*,. ਵਿਦੇਸ਼ ਵਿਚਲਾ ਘਰ videsh vivhlaa ghar
chattel *n.* ਚਲ-ਸੰਪਤੀ chall-sampatee
chatter *v.i.* ਬੁੜ-ਬੁੜ ਕਰਨਾ bur-bur karan wala
chauffeur *n.* ਮੋਟਰ-ਚਾਲਕ motor-chalak
cheap *adj.* ਸਸਤਾ sastaa
cheapen *v.* ਸਸਤਾ ਕਰਨਾ sastaa karnaa
cheat *v.* ਧੋਖਾ ਕਰਨਾ dhokhaa karnaa
check *v.t.* ਜਾਂਚ ਕਰਨਾ jaaanch karnaa
cheek *n.* ਗੱਲ੍ਹ gallh
cheer *n.* ਖੁਸ਼ੀ khushi
cheerful *adj.* ਪ੍ਰਸੰਨ parsann
cheery *adj.* ਪ੍ਰਸੰਨ parsann
cheese *n.* ਪਨੀਰ paneer
chemical *adj.* ਰਸਾਇਣ rasayen
chemicals *n.* ਰਸਾਇਣ ਦੇ ਪਦਾਰਥ rasayen de padarath
chemist *n.* ਰਸਾਇਣ ਸ਼ਾਸ਼ਤਰੀ rasayen shaashtaree
chemistry *n.* ਰਸਾਇਣ ਵਿਗਿਆਨ rasayen vigyaan
cheque *n.* ਚੈੱਕ check
cherish *v.t.* ਪਾਲਣ-ਪੋਸ਼ਣ ਕਰਨਾ palan-poshan
cherry *n.* ਪਹਾੜੀ ਰੁੱਖ ਦਾ ਫਲ pahari rukh da fal
cherub *n.* ਦੇਵਦੂਤ devdoot
chess *n.* ਸ਼ਤਰੰਜ shatranjj
chest *n.* ਛਾਤੀ chhatee
chic *adj.* ਚਲਾਕੀ chalaaki
chicken *n.* ਚੂਚਾ choochaa
chicken-pox *n.* ਛੋਟੀ ਚੇਚਕ chhotee chechak
chide *v.t.* ਸ਼ਿਕਾਇਤ ਕਰਨਾ shikayat karnaa
chief *adj.* ਮੁਖੀ mukhee
chiefly *adv.* ਵਿਸ਼ੇਸ਼ ਕਰਕੇ vishesh karnaa
chieftain *n.* ਸੈਨਾਪਤੀ sainapati
child *n.* ਬੱਚਾ bachchaa
children *n.* ਬੱਚੇ bachche
childhood *n.* ਬਚਪਨ bachpann
childish *adj.* ਬਚਕਾਨਾ bachkanaa
childlike *adj.* ਬੱਚਿਆਂ ਵਰਗਾ bacheyaan vargaa
chill *adj.* ਠੰਢਕ thhandhak
chilli *adj.* ਸੁੱਕੀ ਲਾਲ ਮਿਰਚ sukki laal mirach
chilly *adj.* ਠੰਢਾ thhandda
chime *n.* ਘੰਟੀਆਂ ਦੀ ਆਵਾਜ਼ ghantiyan di avaaz
chimera *n.* ਅਸੰਭਵ ਕਲਪਨਾ asambhav kalpana
chimney *n.* ਚਿਮਨੀ chimny
chimpanzee *n.* ਅਫਰੀਕੀ ਵਣਮਾਨਵ afriki vanmaanav
chin *n.* ਠੋਡੀ thhodi
china *n.* ਚੀਨ cheen
chinese *adj.* ਚੀਨੀ cheenee
chip *n.* ਲੱਕੜ ਦਾ ਟੁਕੜਾ lakkar daa tukraa
chiromancy *n.* ਹਸਤ-ਰੇਖਾ ਵਿੱਦਿਆ hast-rekhaa vidya
chirp *v.t.* ਚਹਿਚਹਾਉਣਾ chehchahauna
chisel *n.* ਛੈਣੀ chhainee
chit *n.* ਪਰਚੀ parchee
chi¶chat *n.* ਗੱਪ-ਸ਼ਪ gapp-shapp
chivalrous *adj.* ਸੂਰਵੀਰਾਂ ਵਾਂਗ soorveeraan vaang
chivalry *n.* ਵੀਰਤਾ veertaa
chocolate *n.* ਚਾਕਲੇਟ chaaklet
choice *n.* ਪਸੰਦ pasand
choir *n.* ਗਾਇਕ ਮੰਡਲੀ gayak mandalli
choke *v.t.* ਗਲਾ ਘੋਟਣਾ gala ghotnaa
choler *n.* ਪਿੱਤ pitt
cholera *n.* ਹੈਜ਼ਾ haizaa
choleric *adj.* ਹੈਜ਼ੇ ਸੰਬੰਧੀ haize sambandhee
choose *v.t.* ਚੁਣਨਾ chunana

chop *v.t.* ਕੱਟਣਾ kattna
choral *adj.* ਇੱਕਠੇ ਗਾਣ ikkathhe gaan
chord *n.* ਸਾਜ਼ ਦੀ ਤਾਰ saaz dee taar
chorus *n.* ਸੰਗੀਤ-ਮੰਡਲੀ sangeet-mandalli
christ *n.* ਈਸਾ ਮਸੀਹ eesaa maseeh
christen *v.t.* ਨਾਮਕਰਣ ਕਰਨਾ naamkaran
christian *n.* ਈਸਾਈ eesaaee
christianity *n.* ਈਸਾਈ ਮੱਤ eesaaee matt
chronic *adj.* ਪੁਰਾਣੀ ਬੀਮਾਰੀ purani bimaree
chronicle *n.* ਇਤਿਹਾਸ itehaas
chronological *adj.* ਕਾਲਕ੍ਰਮਿਕ kaalkramik
chronology *n.* ਕਾਲਕ੍ਰਮ kaalkram
chubby *adj.* ਮੋਟੇ ਚਿਹਰੇ ਵਾਲਾ mote chehre wala
chuck *n.* ਮੁਰਗੇ ਦੀ ਬੋਲੀ murge dee bolee
chum *n.* ਲੰਗੋਟੀਆ ਯਾਰ langotiaa yaar
church *n.* ਗਿਰਜਾਘਰ girjaghar
churl *n.* ਪੇਂਡੂ paindoo
cigar *n.* ਸਿਗਾਰ sigaar
cigarette *n.* ਸਿਗਰਟ sigrat
cinchona *n.* ਕੁਨੀਨ ਦਾ ਰੁੱਖ kuneen da rukkh
cinema *n.* ਸਿਨੇਮਾ sinemaa
cinnamon *n.* ਦਾਲਚੀਨੀ daalcheenee
cipher *n.* ਸਿਫਰ sifar
circle *n.* ਦਾਇਰਾ dayeraa
circuit *n.* ਚੱਕਰ chakkar
circular *n.* ਗਸ਼ਤੀ ਚਿੱਠੀ gashtee chithhee
circulate *v.t.* ਘੁੰਮਾਉਣਾ ghumaunaa
circulation *n.* ਪ੍ਰਚਾਰ parchar
circumcise *n.* ਸੁੰਨਤ ਕਰਨਾ sunnant karna
circumference *n.* ਮੰਡਲ mandall
circumscribe *v.* ਘੇਰਨਾ gherna
circumspect *adj.* ਸਾਵਧਾਨ savdhaan
circumspection *n.* ਸਾਵਧਾਨੀ savdhaani
circumstance *n.* ਅਵਸਥਾ avasatha
circumvent *v.t.* ਫਸਾਉਣਾ fasauna
circus *n.* ਸਰਕਸ sarkass
cistern *n.* ਪਾਣੀ ਦੀ ਹੌਦੀ panee dee hond
citadel *n.* ਕਿਲਾ kila
cite *v.t.* ਪ੍ਰਮਾਣ ਦੇਣਾ parman dena
citizen *n.* ਨਾਗਰਿਕ naagrik
citizenship *n.* ਨਾਗਰਿਕਤਾ naagrikta
citron *n.* ਚਕੋਤਰਾ chakotra
city *n.* ਸ਼ਹਿਰ shehar
civic *adj.* ਨਗਰ ਸੰਬੰਧੀ nagar sambandhee
civics *n.* ਨਾਗਰਿਕ ਸ਼ਾਸ਼ਤਰ nagrik shaashtar
civil *adj.* ਦੀਵਾਨੀ deevaani
civilian *n.* ਦੀਵਾਨੀ ਦਾ ਅਫਸਰ deevaani da afsar
civility *n.* ਸ਼ਿਸ਼ਟਤਾ shishtataa
civilization *n.* ਸੱਭਿਅਤਾ sabheyataa
civilize *v.t.* ਸੱਭਿਅਕ sabheyak
civil war *n.* ਖਾਨਾ-ਜੰਗੀ khana-janggi
clack *v.t.* ਖੜਖੜਾਹਟ kharkharahat
clad *p.p.* ਕੱਪੜੇ ਪਾਏ ਹੋਏ kapre paye hoye
claim *v.t.* ਦਾਅਵਾ ਕਰਨਾ daava karna
claimant *n.* ਪ੍ਰਾਰਥੀ prarthee
clammy *adj.* ਚਿਪਚਿਪਾ chipchipa
clamour *n.* ਚੀਕ cheek
clamorous *adj.* ਚੀਕਣ ਵਾਲਾ cheekan wala
clamp *n.* ਸ਼ਿਕੰਜਾ shinkajja
clan *n.* ਜਾਤੀ jaatee
clansman *n.* ਸਜਾਤੀ ਵਿਅਕਤੀ sajaati viaktee
clang *v.t.* ਝੁਨਝੁਨਾਹਟ jhunnjhunahat
clap *v,t,* ਤਾੜੀ ਮਾਰਨਾ taree marnaa
claps *n.* ਥੱਪੜ thappar
clarification *n.* ਸਪੱਸ਼ਟੀਕਰਨ sapashteekaran
clarify *v.t.* ਸਪੱਸ਼ਟ ਕਰਨਾ sapasht karna
clarion call *n.* ਲੋਕਾਂ ਲਈ ਬੇਨਤੀ lokan layi benti
clash *v.t.* ਝਗੜਨਾ jhagrana
clasp *v.t.* ਗਲਵੱਕੜੀ ਪਾਉਣੀ galvakkree pauna
class *n.* ਸ਼੍ਰੇਣੀ sharenee
classic *n.* ਅਤਿ-ਉੱਤਮ ati-uttam
classical *adj.* ਉੱਚ-ਕੋਟੀ ਦਾ uchch-koti da
classify *v.t.* ਸ਼੍ਰੇਣੀਬੱਧ ਕਰਨਾ shreni-badh karna
class-mate *n.* ਜਮਾਤੀ jamatee
clatter *n.* ਬਕ-ਬਕ bak-bak
clause *n.* ਉੱਪ-ਵਾਕ upp-vaak
claw *n.* ਪੰਜਾ panjja
clay *n.* ਮਿੱਟੀ mitti
clean *adj.* ਸਾਫ saaf
cleaner *n.* ਸਫਾਈ ਕਰਨ ਵਾਲਾ safaee karan wala

cleaning *n.* ਸਫਾਈ ਦਾ ਕੰਮ safaee da kamm
cleanliness *n.* ਸਾਫ-ਸਫਾਈ saaf-safaee
cleanness *n.* ਸਫਾਈ safaee
cleanse *v.t.* ਸਾਫ ਕਰਨਾ saaf karnaa
clear *adj.* ਸਪੱਸ਼ਟ spashat
clearance *n.* ਰੁਕਾਵਟ ਹਟਾਉਣਾ rukavat
cleave *v.i.* ਚੀਰਨਾ cheernaa
cleft *n.* ਦਰਾਰ daraar
clemency *n.* ਸਰਲਤਾ saralataa
clement *adj.* ਸਰਲ saral
clench *v.t.* ਕੱਸ ਕੇ ਫੜਨਾ kass ke fadnaa
clergy *n.* ਪਾਦਰੀ ਲੋਕ padree lok
clergyman *n.* ਪਾਦਰੀ padree
clerical *adj.* ਪਾਦਰੀਆਂ ਦਾ padreeyaan da
clerk *n* ਦਫਤਰ ਦਾ ਬਾਬੂ daftar da babu
clever *adj.* ਚਲਾਕ chalaak
cleverness *n.* ਚਲਾਕੀ chalaakee
clew *n.* ਧਾਗੇ ਦੀ ਰੀਲ dhagge dee reel
click *v.t.* ਚਿਟਕਣੀ chittkanee
client *n.* ਗਾਹਕ gahak
clientele *n.* ਗਾਹਕ gahak
cliff *n.* ਪਹਾੜ ਤੇ ਚੜ੍ਹਨ ਵਾਲਾ pahar te charan wala
climate *n.* ਜਲਵਾਯੂ jalvayu
climatic *adj.* ਜਲਵਾਯੂ ਬਾਰੇ jalvayu bare
climax *n.* ਸਿਖਰ sikhar
climb *v.t.* ਉੱਪਰ ਚੜਨਾ uppar chadnaa
cling *v.t.* ਚਿਪਕਣਾ chipkanaa
clinic *n.* ਦਵਾਖਾਨਾ dawakhaanaa
clink *v.t.* ਝੁਨਝੁਨਾਉਣਾ jhunjhunaunaa
clip *v.i.* ਕੱਸ ਕੇ ਫੜਨਾ kass ke fadnaa
clipping *n.* ਕਤਰਨ katran
clique *n.* ਦਲ dal
cloak *n.* ਗਠੜੀ gathhree
clock *n.* ਦੀਵਾਰ-ਘੜੀ deewar-garhee
clod *n.* ਮੂਰਖ moorakh
clog *n.* ਵਿਘਨ vighan
cloister *n.* ਮੱਠ mathh
close *v.t.* ਨੇੜੇ ਹੋਣਾ nere honaa
closet *n.* ਗੁਪਤ ਕੋਠੜੀ gupat kothhree
closure *n.* ਬੰਦ ਕਰਨ ਦਾ ਕਾਰਜ bandd karan da karaj
clot *v.t.* ਥੱਕਾ thakka
cloth *n.* ਕੱਪੜਾ kappra
clothe *v.t.* ਕੱਪੜੇ ਪਹਿਨਣਾ kappre pehananaa
clothes *n.* ਪੋਸ਼ਾਕ paushaak
cloud *n.* ਬੱਦਲ baddal
cloudy *adj.* ਬੱਦਲ-ਭਰਪੂਰ baddal-bharpoor
clough *n.* ਗੁਫਾ gufaa
clove *n.* ਲੌਂਗ laung
clown *n.* ਭੰਡ bhandd
cloy *v.t.* ਬਹੁਤ ਜ਼ਿਆਦਾ ਖਵਾਉਣਾ bahut zyaadaa
club *n.* ਸਭਾ sabhaa
clue *n.* ਸੁਰਾਗ suraag
clumsy *n.* ਭੱਦਾ bhaddaa
cluster *n.* ਗੁੱਛਾ guchhaa
clutch *v.t.* ਫੜਨਾ fadnaa
coach *n.* ਸਿਖਲਾਈ-ਕਰਤਾ sikhlayee-kartaa
coagulate *v.i.* ਜਮਾਉਣਾ jamaunaa
coal *n.* ਕੋਲਾ kolaa
coalesce *v.i.* ਇੱਕ ਹੋਣਾ ikk honaa
coalition *n.* ਮੇਲ mel
coal-mine *n.* ਕੋਲੇ ਦੀ ਖਾਣ kole dee khaan
coal-tar *n.* ਲੁੱਕ lukk
coarse *n.* ਭੱਦਾਪਣ bhaddaapan
coast *n.* ਸਮੁੰਦਰ-ਤੱਟ samundar-tatt
coat *n.* ਮਰਦਾਨਾ-ਕੋਟ mardaanaa-kot
coating *n.* ਰੰਗ ਦੀ ਪਰਤ rangg dee parat
coaxal *adj.* ਚਾਪਲੂਸਪੁਣਾ chaaploospuna
cobble *v.t.* ਟਾਕੀਆਂ ਲਗਾਉਣਾ takeeyaan lagaunaa
cobbler *n.* ਮੋਚੀ mochi
cobra *n.* ਵਿਸ਼ੈਲਾ ਸੱਪ vishailaa sapp
cobweb *n.* ਮੱਕੜੀ ਦਾ ਜਾਲਾ makree da jaal
cocaine *n.* ਕੋਕੀਨ kokeen
cock *n.* ਮੁਰਗਾ murgaa
cockade *n.* ਟੋਪੀ ਦੀ ਕਲਗੀ topi di kalgee
cockatoo *n.* ਕਲਗੀ ਵਾਲਾ ਤੋਤਾ kalgee wala totaa
cockle *n.* ਘੋਗਾ ghogga
cockroach *n.* ਤਿਲਚੱਟਾ tilchatta
cockscomb *n.* ਮੁਰਗੇ ਦੀ ਕਲਗੀ murge dee kalgee
cock-sure *adj.* ਪੂਰਨ-ਨਿਸ਼ਚਿਤ pooran-nishchitt
cocoa *n.* ਨਾਰੀਅਲ ਦਾ ਰੁੱਖ narial da rukh
coconut *n.* ਨਾਰੀਅਲ narial

cod *n.* ਇੱਕ ਸਮੁੰਦਰੀ ਮੱਛੀ ikk samundari machhee
coddle *v.t.* ਦੁਲਾਰ ਕਰਨਾ dular karnaa
code *n.* ਗੁਪਤ ਭਾਸ਼ਾ gupt bhaashaa
codify *v.t.* ਕਾਨੂੰਨ ਬਣਾਉਣਾ kanoon banaunaa
co-education *n.* ਸਹਿ-ਸਿੱਖਿਆ she-sikhyeyaa
coequal *adj.* ਬਰਾਬਰੀ-ਵਾਲਾ barabree wala
coerce *v.t.* ਰੋਕਣਾ rokna
coercion *n.* ਅਧੀਨ adheen
coercive *adj.* ਲਾਜ਼ਮੀ laazmee
coeval *adj.* ਸਮਕਾਲੀਨ samkaleen
coffee *n.* ਕੌਫੀ kaufee
coffer *n.* ਪੇਟੀ peti
coffin *n.* ਮੁਰਦੇ ਵਾਲਾ ਬਕਸਾ murde wala baksa
cog *v.t.* ਪਹੀਏ ਦਾ ਦੰਦਾ paheeye da dandda
cogent *adj.* ਪ੍ਰਬਲ praball
cogitate *v.t.* ਧਿਆਨ ਦੇਣਾ dhyaan dena
cogitation *n.* ਗੰਭੀਰ ਚਿੰਤਾ gambheer chintta
cognate *n.* ਸਗੋਤਰ sgotar
cognition *n.* ਤਜ਼ਰਬਾ tazarbaa
cognizable *adj.* ਜਾਨਣਯੋਗ jananyog
cognizance *n.* ਗਿਆਨ gyaan
cognizant *adj.* ਗਿਆਨਵਾਨ gyaanvaan
coheir *n.* ਹਿੱਸੇਦਾਰੀ hissedaari
cohere *v.t.* ਸੰਯੁਕਤ ਹੋਣਾ sanyukat honaa
coherence *n.* ਸੰਜੋਗ sanjog
coherent *adj.* ਅਨੁਰੂਪ anuroop
cohesion *n.* ਸੰਜੋਗ sanjog
cohesive *adj.* ਸੰਯੁਕਤ ਹੋਣ ਵਾਲਾ sanyukat hon wala
coil *v.* ਚੱਕਰ chakkar
coin *n.* ਸਿੱਕਾ sikka
coinage *n.* ਮੁਦਰਾ modraa
coincide *v.i.* ਅਨੁਰੂਪ ਹੋਣਾ anuroop honaa
coincidence *n.* ਅਨੁਰੂਪਤਾ anurooptaa
coincident *adj.* ਅਨੁਰੂਪ anuroop
coir *n.* ਨਾਰੀਅਲ ਦੀ ਰੱਸੀ narial dee rassi
coitus *n.* ਸਹਿਵਾਸ sehvaas
coke *n.* ਕੋਲੇ ਨੂੰ ਠੋਸ ਬਣਾਉਣਾ kole nu thos banauna
colander *n.* ਛਾਨਣੀ chhananee
cold *adj.* ਠੰਢਾ thhandha
coldblooded *adj.* ਤਰਸਹੀਣਾ tarasheen
coldly *adv.* ਉਦਾਸੀਨਤਾ ਨਾਲ udaaseentaa naal
colic *n.* ਪੇਟ ਦਰਦ pet darad
collapse *v.t.* ਹੌਸਲਾ ਗੁਆਚ ਜਾਣਾ khauslaa guaach jaanaa
collar *n.* ਮਾਲਾ malaa
colla¤bone *n.* ਹੰਸਲੀ hansalee
collate *v.t.* ਵਿਸਤਾਰਪੂਰਵਕ ਤੁਲਨਾ vistarpoorvak tulnaa
collateral *adj.* ਸਮਾਨੰਤਰ samaanantar
colleague *n.* ਸਹਿਕਰਮੀ sehkarmee
collect *v.t.* ਇਕੱਠਾ ਕਰਨਾ ikkathha karnaa
collection *n.* ਸੰਗ੍ਰਹਿ sangreh
collective *adj.* ਸਮੂਹਿਕ samoohak
collector *n.* ਇਕੱਠਾ ਕਰਨਾ ikkathha karnaa
college *n.* ਵਿਸ਼ਵ-ਵਿਦਿਆਲਾ vishav-vidyaliaa
collegian *n.* ਕਾਲਜ ਦਾ ਵਿਦਿਆਰਥੀ kalaj daa videyaarathee
collegiate *n.* ਕਾਲਜ ਸੰਬੰਧੀ kalaj sambandhee
collide *v.t.* ਟਕਰਾ ਜਾਣਾ takraa jaanaa
colliery *n.* ਕੋਲੇ ਦੀ ਖਾਨ kole dee khaan
collinear *adj.* ਇੱਕ ਹੀ ਕਤਾਰ ਵਿੱਚ ikk hee kataar vich
collision *n.* ਟੱਕਰ takkar
collocate *v.t.* ਇਕੱਠਾ ਕਰਨਾ ikkathha karnaa
colloguye *n.* ਬਾਤਚੀਤ batcheet
collude *v.t.* ਠੱਗਣਾ thhagganaa
collusion *n.* ਕਪਟ kapat
collyrium *n.* ਸੁਰਮਾ surmaa
cologne *n.* ਹਲਕੇ ਪ੍ਰਕਾਰ ਦਾ ਇੱਤਰ halke parkar da ittar
colon *n.* ਵੱਡੀ ਅੰਤੜੀ vaddee antree
colonial *adj.* ਨਵੀਂ ਬਸਤੀ ਦਾ naveen bastee da
colonize *v.* ਨਵੀਂ ਬਸਤੀ ਵਸਾਉਣਾ naveen bastee vasaunaa
colony *n.* ਨਵੀਂ ਬਸਤੀ naveen bastee
colossal *adj.* ਵੱਡਾ vaddaa
colossus *n.* ਵੱਡੀ ਮੂਰਤੀ vaddee moortee
colour *n.* ਰੰਗ rangg
colt ਵੱਛਾ vachhaa

column *n.* ਥਮਲਾ thamlaa
coma *n.* ਗੈਰ-ਕੁਦਰਤੀ ਨੀਂਦ gair-kudrati neend
comb *v.t.* ਕੰਘਾ ਮਾਰਨਾ kanghaa maarnaa
combat *n.* ਲੜਾਈ ਕਰਨਾ ladaayee
combatant *n.* ਯੋਧਾ yodhaa
comber *n.* ਵਾਲ ਸੰਵਾਰਨ ਵਾਲਾ vaal sanwaran wala
combination *n.* ਸੰਯੋਗ sanjog
combine *n.* ਸੰਯੁਕਤ ਕਰਨਾ sanyukat karnaa
combustible *adj.* ਜਲਣਸ਼ੀਲ jalansheel
combustion *n.* ਸਾੜ saarh
come *v.i.* ਆਉਣਾ aaunaa
comedian *n.* ਵਿਅੰਗਕਾਰ vianggkaar
comedy *v.* ਵਿਅੰਗ ਕਰਨਾ viangg karnaa
comely *adj.* ਸੁੰਦਰ sunder
comet *n.* ਪੂਛਲ ਤਾਰਾ poochhal taraa
comfort *n.* ਆਰਾਮ aaraam
comfortable *adj.* ਆਰਾਮਦਾਇਕ aaraamdayak
comic *n.* ਹਾਸੋਹੀਣਾ hasoheenaa
comity *n.* ਸ਼ਿਸ਼ਟਾਚਾਰ shishtaachaar
comma *n.* ਅਰਧ-ਵਿਸਰਾਮ aradh-visraam
command *n.* ਆਗਿਆ ਦੇਣਾ aageyaadenaa
commandant *n.* ਕਿਲੇ ਦਾ ਅਧਿਕਾਰੀ kile da adhikaaree
commander *n.* ਨਾਇਕ nayak
commanding *adj.* ਰੋਅਬਦਾਰ roabdaar
commandment *n.* ਆਗਿਆ aageyaa
commemoration *v.t.* ਯਾਦ ਵਿੱਚ ਉਤਸਵ yaad vich utsav
commencement *n.* ਆਰੰਭ aarambh
commend *v.t.* ਸੌਂਪਣਾ saumpanaa
commendation *n.* ਪ੍ਰਸ਼ੰਸਾ parshansaa
commensurable *adj.* ਅਨੁਰੂਪ anuroop
commensurate *n.* ਸਮਾਨ samaan
comment *n.* ਆਲੋਚਨਾ aalochnaa
commentary *n.* ਭਾਸ਼ਣ bhaashan
commentator *n.* ਭਾਸ਼ਣਕਰਤਾ bhaashankartaa
commerce *n.* ਵਣਿਜ vanij
commercial *adj.* ਵਣਿਜ ਸੰਬੰਧੀ vanij sambandhee
commisration *n.* ਦਇਆ dayeaa
commingle *v.t.* ਮਿਸ਼ਰਿਤ ਕਰਨਾ mishrat karnaa
commission *n.* ਆਗਿਆ-ਪੱਤਰ aageyaa pattar
commissioner *n.* ਆਯੁਕਤ aayukat
commit *v.t.* ਅਪਰਾਧ ਕਰਨਾ apraadh karnaa
commitment *n.* ਸੌਂਪਣਾ saumpnaa
committal *n.* ਆਤਮ-ਸਮਰਪਣ aatam-samarpan
committee *n.* ਸਮਿਤੀ samitee
commodious *adj.* ਉਪਯੁਕਤ upyukat
commodity *n.* ਉਪਯੋਗੀ ਵਸਤੂ upyogee vastoo
commodore *n.* ਜਲ ਸੈਨਾ ਦਾ ਅਫਸਰ jal sena da afsar
common *adj.* ਆਮ aam
commoner *n.* ਆਮ ਇਨਸਾਨ aam insaan
commonplace *n.* ਤੁੱਛ tuchh
commonwealth *n.* ਰਾਸ਼ਟਰਮੰਡਲ raashtarmandall
commotion *n.* ਕਲੇਸ਼ kalesh
communicate *v.* ਸੰਚਾਰ ਕਰਨਾ sanchaar karnaa
communication *n.* ਸੰਚਾਰ sanchaar
communicative *adj.* ਸੰਚਾਰ-ਕਰਤਾ sanchaar kartaa
communion *n.* ਸਾਥ saath
communique *n.* ਸਰਕਾਰੀ ਬਿਆਨ sarkari beyaan
communism *n.* ਸਾਮਵਾਦ saamvaad
communist *n.* ਸਾਮਵਾਦੀ saamvaadi
community *n.* ਭਾਈਚਾਰਾ bhayeechaaraa
commute *v.* ਅਦਲ-ਬਦਲ ਕਰਨਾ adal-badal karnaa
compact *n.* ਸੰਧੀ sandhee
companion *n.* ਸਾਥੀ saathee
companionship *n.* ਸਾਥ saath
company *n.* ਕੰਪਨੀ kampany
comparative *n.* ਤੁਲਨਾਤਮਕ tulnaatmak
compare *v.t.* ਤੁਲਨਾ ਕਰਨਾ tulnaa karnaa
comparison *n.* ਤੁਲਨਾ tulnaa
compartment *n.* ਰੇਲ ਦਾ ਡੱਬਾ rel da dabba
compass *v.t.* ਹੱਦ hadd
compassion *n.* ਦਇਆ dayeyaa

compassionate *n.* ਦਿਆਲੂ diaaloo
compatible *adj.* ਯੋਗ yog
compeer *n.* ਸਮਾਨ samaan
compel *v.* ਜ਼ੋਰ ਪਾਉਣਾ zor paunaa
compendious *adj.* ਸੰਖਿਪਤ sankhipat
compendium *n.* ਸੰਖੇਪ sankhep
compensate *v.t.* ਪੂਰਾ ਕਰਨਾ pooraa karnaa
compensation *n.* ਮੁਆਵਜ਼ਾ muaavzaa
compete *v.i.* ਬਰਾਬਰੀ ਕਰਨਾ barabree
competence *n.* ਯੋਗਤਾ yogtaa
competent *adj.* ਸਮਰੱਥ samratth
competition *n.* ਮੁਕਾਬਲਾ mukablaa
competitive *adj.* ਮੁਕਾਬਲੇਦਾਇਕ mukabledayak
competitor *n.* ਪ੍ਰਤੀਯੋਗੀ pratiyogee
compile *v.t.* ਸੰਕਲਿਤ ਕਰਨਾ sankalitt karnaa
compilation *n.* ਸੰਕਲਨ sankalann
compiler *n.* ਸੰਕਲਨ ਕਰਤਾ sankalann kartaa
complacencency *n.* ਆਨੰਦ anand
complacent *adj.* ਸੰਤੁਸ਼ਟ santushat
complain *v.t.* ਸ਼ਿਕਾਇਤ ਕਰਨਾ shikayat karnaa
complaint *n.* ਸ਼ਿਕਾਇਤ shikayat
complaisance *n.* ਸ਼ਿਸ਼ਟਾਚਾਰ shishtachaar
complement *n.* ਪ੍ਰਸ਼ੰਸਾ parshanshaa
complementary *adj.* ਪੂਰਕ poorak
complete *v.t.* ਪੂਰਨ ਹੋਣਾ pooran honaa
completion *n.* ਪੂਰਨਤਾ poorantaa
complex *adj.* ਗੁੰਝਲਦਾਰ gunjhaldaar
complexion *n.* ਰੰਗ-ਰੂਪ rangg-roop
complexity *n.* ਜਟਿਲਤਾ jatiltaa
compliance *n.* ਆਗਿਆਕਾਰਤਾ aageyaakaritaa
complaint *adj.* ਸ਼ਿਕਾਇਤ shikayat
complicate *v.t.* ਉਲਝਾਉਣਾ uljhaunaa
compliment *n.* ਪ੍ਰਸ਼ੰਸਾ parshanshaa
complimentary *n.* ਪ੍ਰਸ਼ੰਸਾਯੋਗ parshanshaayog
comply *v.t.* ਮੰਨਣਾ mananhaa
component *n.* ਅੰਗ angg
comport *v.i.* ਵਿਹਾਰ ਕਰਨਾ vihaar karnaa
compose *v.t.* ਨਿਰਮਾਣ ਕਰਨਾ nirmaan karnaa
composedly *adj.* ਸ਼ਾਂਤਭਾਵ ਨਾਲ shaantbhaav naal
composition *n.* ਬਣਾਵਟ banavat
composure *n.* ਸ਼ਾਂਤੀ shaanti
compound *v.t.* ਸੰਯੁਕਤ ਕਰਨਾ sanyukat karnaa
comprehend *v.t.* ਸਮਝਣਾ samjhanaa
comprehensible *adj.* ਸਮਝਣਯੋਗ samjhanyog
comprehension *n.* ਬੁੱਧੀ budhee
comprehensive *adj.* ਵਿਸਤ੍ਰਿਤ vistarit
compress *v.t.* ਦਬਾਉਣਾ dabauna
compressible *adj.* ਦਬਾਉਣਯੋਗ dabaunyog
comprise *v.t.* ਮਿਲਾਉਣਾ milauna
compromise *v.t.* ਸਮਝੌਤਾ ਕਰਨਾ samjota karnaa
comptroller *n.* ਹਿਸਾਬ-ਨਿਯੰਤਰਕ hisaab-niyantrakk
controller *adj.* ਹਿਸਾਬ ਜਾਂਚਣਵਾਲਾ hisaab jaanchan wala
compulsion *n.* ਦਬਾ dabaa
compulsory *adj.* ਲਾਜ਼ਮੀ laazmi
compunction *n.* ਮਨੋ-ਆਵਸਥਾ mano-avasthaa
compute *v.* ਗਿਣਨਾ ginanhaa
computation *n.* ਗਣਨਾ ganhnaa
comrade *n.* ਮਿੱਤਰ mittar
comradership *n.* ਦੋਸਤੀ dostee
concave *adj.* ਉੱਤਲ utall
conceal *v.t.* ਛਿਪਾਉਣਾ chhipaunaa
concealment *n.* ਗੁਪਤਤਾ gupatata
concede *v.t.* ਸਵੀਕਾਰ ਕਰਨਾ savikar karnaa
conceit *n.* ਅਹੰਕਾਰ ahankaar
conceited *adj.* ਘਮੰਡੀ ghamanddi
conceivable *adj.* ਵਿਚਾਰਣਯੋਗ vicharanyog
conceive *v.t.* ਵਿਚਾਰਨਾ vicharnaa
concentrate *v.* ਮਨ ਇਕਾਗਰ ਕਰਨਾ man ikaagar karnaa
concentration *n.* ਇਕਾਗਰਤਾ ikkagarta
concentric *adj.* ਇੱਕ ਕੇਂਦਰ ਦਾ ikk kendar da
concept *n.* ਵਿਚਾਰ vichaar
conception *n.* ਗਰਭ ਧਾਰਨ garabh dharan
concern *v.t.* ਸੰਬੰਧ sambandh

concerning *prep.* ਦੇ ਸੰਬੰਧ ਵਿੱਚ de sambandh vich
concert *n.* ਸੰਗੀਤ sangeet
concession *n.* ਰਿਆਇਤ riaayeat
conch *n.* ਸ਼ੰਖ shankh
conciliate *v.t.* ਸ਼ਾਂਤ ਕਰਨਾ shaant karnaa
conciliation ਸਾਂਤਵਨਾ saaantvanaa
concilliatory ਸਾਂਤਵਨਾਦਾਇਕ saantvanaadayak
concise *adj.* ਸੰਖਿਪਤ sankhipat
conclude *v.t.* ਸਮਾਪਤ ਕਰਨਾ samapat karnaa
conclusion *n.* ਸਿੱਟਾ sitta
concoct *v.t.* ਰਚਨਾ ਕਰਨਾ rachnaa karnaa
concomitant *adj.* ਸਹਿਗਾਮੀ sehgaami
concord *n.* ਸੰਯੋਗ sanyog
concordance *n.* ਏਕਤਾ ekta
concourse *n.* ਭੀੜ bheerh
concubine *n.* ਰਖੈਲ rakhail
concur *v.i.* ਇਕੱਤਰ ਹੋਣਾ ikkattar hona
concurrence *n.* ਮੇਲ mel
concurrent *adj.* ਸਹਿਮਤ sehmat
condemn *v.t.* ਨਿੰਦਾ ਕਰਨਾ nindaa karnaa
condense *v.t.* ਗਾੜ੍ਹਾ ਕਰਨਾ garhaa karnaa
condescend ਕਿਰਪਾ ਕਰਨੀ kirpaa karnee
condign *adj.* ਉਚਿਤ uchitt
condiment *n.* ਮਸਾਲਾ masalaa
condition *n.* ਅਵਸਥਾ avasthaa
conditional *adj.* ਅਧੀਨ adheen
condole *v.* ਹਮਦਰਦੀ ਵਿਖਾਉਣਾ hamdardi vikhauni
condolence *n.* ਅਫਸੋਸ afsos
condone *v.t.* ਅਫਸੋਸ ਕਰਨਾ afsos karnaa
conduce *v.t.* ਉਤਪਾਦਨ ਕਰਨਾ utpadan karnaa
conducive *adj.* ਵਧਾਉਣਵਾਲਾ vadhaun wala
conduct *v.t.* ਵਿਹਾਰ ਕਰਨਾ vihaar karnaa
conduction *n.* ਸੰਚਾਲਕ sanchalak
conductor *n.* ਬਿਜਲੀ ਦਾ ਸੁਚਾਲਕ bijlee da suchalak
condult *n.* ਜਲ-ਪ੍ਰਣਾਲੀ jal-parnaali
cone *n.* ਸ਼ੰਕੂ shankoo
confabulate *v.t.* ਬਕਬਕ ਕਰਨਾ bakbak karnaa
confection *n.* ਮੁਰੱਬਾ murabba
confederacy *n.* ਸੰਧੀ sandhee
confederate *adj.* ਮਿੱਤਰ mittar
confederation ਮੰਡਲ mandall
confer *v.t.* ਸਲਾਹ ਕਰਨਾ salah karnaa
conferable *adj.* ਦੇਣਯੋਗ denyog
conference *n.* ਸੰਵਾਦ samvad
confess *v.t.* ਪਾਪ ਸਵੀਕਾਰ ਕਰਨਾ paap savikaar karnaa
confession *n.* ਸਵੀਕਾਰ ਕਰਨਾ savikaar karnaa
confidant *n.* ਵਿਸ਼ਵਾਸੀ ਵਿਅਕਤੀ vishvaasi viakatee
confide *v.t.* ਵਿਸ਼ਵਾਸ ਕਰਨਾ vishvaas karnaa
confidence *n.* ਵਿਸ਼ਵਾਸ਼ vishvaas
confident *adj.* ਵਿਸ਼ਵਾਸ਼-ਭਰਪੂਰ vishvaas bharpoor
confidential *adj.* ਗੁਪਤ gupt
configuration *n.* ਆਕਾਰ aakaar
confinement *n.* ਰੋਕ rok
confirm ਦ੍ਰਿੜ੍ਹ ਕਰਨਾ drirh karnaa
confirmation *n.* ਪ੍ਰਮਾਣੀਕਰਨ parmaaneekaran
confiscate *v.t.* ਜ਼ਬਤ ਕਰਨਾ zabat karnaa
confiscation *n.* ਸਰਵ-ਜ਼ਬਤ sarav-zabat
conflagration *n.* ਵੱਡੀ ਅੱਗ vaddee agg
conflict *v.t.* ਝਗੜਾ jhagraa
confluence *n.* ਨਦੀ ਦਾ ਸੰਗਮ nadee daa sanggam
conform *v.t.* ਅਨੁਰੂਪ ਕਰਨਾ anuroop karnaa
confound *v.t.* ਹਰਾਉਣਾ haraaunaa
confront ਸਾਹਮਣਾ ਕਰਨਾ saahmanaa karnaa
confuse *v.t.* ਘਬਰਾਉਣਾ ghabraunaa
confusion *n.* ਘਬਰਾਹਟ ghabrahat
confute *v.t.* ਝੂਠਾ ਸਿੱਧ ਕਰਨਾ jhoothhaa siddh karnaa
congeal *v.t.* ਜਮਾਉਣਾ jamaunaa
congener *n.* ਸਜਾਤੀ sajaati
congenial *adj.* ਸਮਾਨ ਪ੍ਰਕਿਰਤੀ ਦਾ samaan parkirtee daa
congenital *adj.* ਜਨਮਜਾਤ janamjaat
congest *v.t.* ਵੱਧ ਮਾਤਰਾ ਵਿੱਚ ਸੰਚਿਤ ਕਰਨਾ vaddh matraa ch sanchit karnaa
congiomeration *n.* ਏਕੀਕਰਣ ekkeekaran

congratulate *v.t.* ਵਧਾਈ ਦੇਣਾ vadhayee dena
congratulation ਵਧਾਈ vadhayee
congregate *v.t.* ਇਕੱਠਾ ਕਰਨਾ ikkatthaa karnaa
congregation *n.* ਇਕੱਠ ikkatth
congress ਸਭਾ sabhaa
congruence *n.* ਅਨੁਰੂਪਤਾ anurooptaa
congruent ਅਨੁਰੂਪ anuroop
conical ਸ਼ੰਕੂ-ਆਕਾਰ shankoo-akaar
coniferous *adj.* ਸਦਾਬਹਾਰ sadaa-bahaar
conjecture *n.* ਤਰਕ tarak
conjoin *v.t.* ਸੰਯੁਕਤ ਕਰਨਾ sanyukat karnaa
conjugal *adj.* ਵਿਆਹ ਸੰਬੰਧੀ viaah sambandhee
conjugate *v.t.* ਵਿਆਹ ਕਰਨਾ viaah karnaa
conjunct *adj.* ਸੰਯੁਕਤ sanyukat
conjuction *n.* ਸੰਗਮ sangamm
conjure *v.t.* ਜਾਦੂ ਕਰਨਾ jaadu karnaa
conjurer *n.* ਜਾਦੂਗਰ jaadugar
conk *n.* ਆਦਮੀ ਦਾ ਨੱਕ aadmi da nakk
connate *adj.* ਸੁਭਾਵਿਕ subhaavik
connect *v.t.* ਜੋੜਨਾ jodnaa
connection *n.* ਜੋੜ jod
connivance *n.* ਉਪੇਖਿਆ upekheyaa
connive *v.t.* ਅੱਖ ਮਾਰਨਾ akkh maarnaa
connoisseur *n.* ਨਿਰਣਾਇਕ nirnayak
connote *v.t.* ਅਰਥ ਸੂਚਿਤ ਕਰਨਾ arath soochit karnaa
connubial *adj.* ਵਿਆਹ ਸੰਬੰਧੀ viaah sambandhee
conquer *v.t.* ਜਿੱਤਣਾ jittnaa
conquest *n.* ਜਿੱਤ jitt
conscience *n.* ਅੰਤਹਿਕਰਣ antaihkaran
conscious *adj.* ਸਚੇਤ sachet
conscript *adj.* ਨਵੀਂ ਭਰਤੀ naveen bhartee
consecrate *v.t.* ਪਵਿੱਤਰ ਕਰਨਾ pavittar karna
consecration *n.* ਪਵਿੱਤਰੀਕਰਣ pavittarikaran
consecutive *adj.* ਨਿਰੰਤਰ nirantar
concensus *n.* ਇੱਕਮਤ ikkmatt
consent *v.i.* ਸਹਿਮਤ ਹੋਣਾ sehmat hona
consentient *adj.* ਇੱਕਮਤ ikkmatt
consequence *n.* ਪ੍ਰਭਾਵ parbhaav
consequent *adj.* ਘਟਨਾ-ਫਲ ghatnaa-fal
conservative *adj.* ਸਨਾਤਨੀ sanaatanee
conserve *v.t.* ਸੁਰੱਖਿਅਤ ਰੱਖਣਾ surakheyaat rakhanaa
consider *adj.* ਵਿਚਾਰ ਕਰਨਾ vichaar karnaa
considerable *adj.* ਵਿਚਾਰਯੋਗ vichaaryog
considerate *adj.* ਵਿਚਾਰਵਾਨ vicharvaan
consideration *n.* ਵਿਚਾਰ-ਚਰਚਾ vichaar-charchaa
consign *v.t.* ਸੌਂਪਣਾ saumpanaa
consignment *n.* ਭੇਜਿਆ ਗਿਆ ਮਾਲ bhejeyaa gaya maal
consist *v.t.* ਰਹਿਣਾ rehanaa
consistent *adj.* ਯੋਗ yog
consistence *n.* ਦ੍ਰਿੜ੍ਹਤਾ drirhtaa
consolation *n.* ਧੀਰਜ dheeraj
console *v.t.* ਧੀਰਜ ਦੇਣਾ dheeraj dena
consolidate *v.t.* ਠੋਸ ਹੋਣਾ thos hona
consonance *n.* ਅਨੁਰੂਪਤਾ anurooptaa
consonant *adj.* ਵਿਅੰਜਨ vianjjan
consort *n.* ਪਤੀ ਜਾਂ ਪਤਨੀ pati jaan patnee
conspicuous ਪ੍ਰਤੱਖ partakkh
conspiracy *n.* ਸਾਜ਼ਿਸ਼ ssaazish
conspire *v.t.* ਸਾਜ਼ਿਸ਼ ਰਚਣਾ saazish rachnaa
constable *n.* ਪੁਲਿਸ ਦਾ ਸਿਪਾਹੀ pulis da sipahee
constancy *n.* ਦ੍ਰਿੜ੍ਹਤਾ drirhataa
constant ਸਥਿਰ sathir
constellation *n.* ਨਛੱਤਰ nachhatar
constipate *v.t.* ਰੋਕਣਾ roknaa
constipation *n.* ਕਬਜ਼ kabaz
constituency *n.* ਚੋਣ-ਖੇਤਰ chon-khetar
constituent *adj.* ਮਤਦਾਤਾ mattdata
constitute *v.t.* ਨਿਯੁਕਤ ਕਰਨਾ niyukat karnaa
constitution *n.* ਸੰਵਿਧਾਨ samvidhaan
constrain *v.t.* ਮਜਬੂਰ ਕਰਨਾ majboor karnaa
constraint *n.* ਰੁਕਾਵਟ rukavat
construct *v.t.* ਉਸਾਰਨਾ usaarnaa
construction *n.* ਉਸਾਰੀ usaaree
constructive *adj.* ਉਸਾਰੂ usaaroo

construe *v.* ਵਿਆਖਿਆ ਕਰਨਾ viaakheyaa karnaa
consul *n.* ਏਲਚੀ elchee
consulate *n.* ਏਲਚੀ ਦਾ ਦਫਤਰ elchee da daftar
consult *v.t.* ਵਿਚਾਰ ਕਰਨਾ vichar karnaa
consultation *n.* ਵਿਚਾਰ-ਚਰਚਾ vichaar-charcha
consume *v.t.* ਖਰਚ ਕਰਨਾ kharach karnaa
consumer *n.* ਉਪਭੋਗੀ upbhogee
consummate *v.t.* ਸਮਾਪਤ ਕਰਨਾ samapat karnaa
consumption *n.* ਉਪਭੋਗ uppbhog
contact *n.* ਸੰਪਰਕ samparak
contagion *n.* ਛੂਤ ਦਾ ਰੋਗ chhoot da rog
contain *v.t.* ਰੱਖਣਾ rakkhanaa
contaminate *v.t.* ਦੂਸ਼ਿਤ ਕਰਨਾ dooshit karnaa
contemplate *v.t.* ਚਿੰਤਨ ਕਰਨਾ chinttan karnaa
contemporary *adj.* ਸਮਾਕਾਲੀਨ samkaleen
contempt *n.* ਅਪਮਾਨ apmaan
contemptible *adj.* ਘ੍ਰਿਣਾਯੋਗ ghrinayog
contemptuous *adj.* ਘ੍ਰਿਣਿਤ ghrinit
contend *v.t.* ਜ਼ਿੱਦ ਕਰਨਾ zidd karnaa
content *n.* ਸੰਤੁਸ਼ਟ santushat
contention *n.* ਝਗੜਾ jhargraa
contentment *n.* ਸੰਤੋਸ਼ santosh
contest *n.* ਵਿਵਾਦ vivaad
context *n.* ਸੰਦਰਭ sandarbh
contiguity *n.* ਨੇੜਤਾ nertaa
continence *n.* ਸੰਜਮ sanjam
confinent *n.* ਮਹਾਂਦੀਪ mahaandeep
contingence ਅਕਾਸਮਿਕ akaasmik
continue *v.t.* ਨਿਰੰਤਰ ਹੋਣਾ nirantar hona
continuation *n.* ਨਿਰੰਤਰਤਾ niranttarta
confort *v.t.* ਟੇਢਾ ਕਰਨਾ tedha karnaa
contour *n.* ਪਰਬਤ parbat
contra *prep.* ਵਿਰੋਧੀ virodhee
contraband *adj.* ਪ੍ਰਤੀਬੰਧਿਤ paratibandhitt
contraceptive *adj* ਗਰਭਨਿਰੋਧਕ garabhnirodhak
contract *n.* ਪੱਟਾ patta
contraction *n.* ਸੰਕੁਚਨ sankuchan
contradict ਵਿਰੋਧ ਕਰਨਾ virodh karnaa
contradiction *n.* ਵਿਰੋਧ virodh
contrary *v.t.* ਵਿਰੁੱਧ viruddh
contravene *v.t.* ਝਗੜਨਾ jhagaranaa
contravention *n.* ਉਲੰਘਣ ullanghann
contribute *v.t.* ਸਹਿਯੋਗ ਦੇਣਾ sehyog dena
contributor *n.* ਸਹਾਇਤਾ ਦੇਣ ਵਾਲਾ sahayeta den wala
contribution *n.* ਸਹਿਯੋਗ sehyog
contrite *adj.* ਪਸ਼ਚਾਤਾਪੀ pashchataapi
contrition *n.* ਪਛਤਾਵਾ pachhtava
contrivance *n.* ਕਪਟ-ਯੋਜਨਾ kapat-yojnaa
contrive *v.t.* ਉਪਾਅ ਕਰਨਾ upaa karnaa
control *n.* ਨਿਣੰਤਰਣ inyantaran
controller *n.* ਨਿਯੰਤਰਕ niyantarak
controversy *n.* ਵਿਵਾਦ vivad
convalesce *v.t.* ਸਿਹਤਯਾਬ ਹੋਣਾ sehatyaab honaa
convection *n.* ਸੁਚਾਲਕ suchaalak
convene *v.t.* ਇਕੱਠਾ ਹੋਣਾ ikatthaa honaa
convener *n.* ਸਭਾ ਬੁਲਾਉਣ ਵਾਲਾ sabhaa bulaun wala
convenience *n.* ਸਹੂਲਤ sahoola
convenient *adj.* ਸਹੂਲਤ-ਯੁਕਤ sahoolatyukat
convent *n.* ਮੱਠ mathh
convention *n.* ਸਭਾ sabhaa
conversant *adj.* ਨਿਪੁੰਨ nipunn
conversation *n.* ਵਾਰਤਾਲਾਪ vaartalaap
converse *v.i.* ਵਾਰਤਾਲਾਪ ਕਰਨਾ vartaalaap karnaa
conversion *n.* ਰੂਪਾਂਤਰ roopaantar
convert *v.t.* ਬਦਲਣਾ badlanaa
convertible *adj.* ਬਦਲਣਯੋਗ badalnyog
convex *adj.* ਅਵਤਲ avtall
convey *v.t.* ਪ੍ਰਤੀਪਾਦਿਤ ਕਰਨਾ paratipadan karnaa
convict *v.t.* ਅਪਰਾਧੀ apraadhee
conviction *n.* ਦ੍ਰਿੜ੍ਹ-ਵਿਸ਼ਵਾਸ਼ drirh vishvaash
convince *v.t.* ਨਿਸ਼ਚਾ ਕਰਨਾ nishchaa karnaa
convocation *n.* ਦੀਕਸ਼ਾਂਤ ਸਮਾਰੋਹ deekshaant samaaroh
convoke *v.t.* ਇਕੱਠਾ ਕਰਨਾ ikkathha karnaa

convulsion *n.* ਹਸ ਕੇ ਲੋਟਪੋਟ ਹੋਣਾ hass ke lotpot hona
cook *n.* ਰਸੋਈਆ rasoeeyaa
cookery *n.* ਪਾਕ-ਕਲਾ paak-kalaa
cool *adj.* ਸ਼ੀਤਲ sheetal
coolie *n.* ਕੁਲੀ kulee
cooper *n.* ਮੁਰੰਮਤ ਕਰਨ ਵਾਲਾ murammat karan wala
co-operate *v.t.* ਸਹਿਕਾਰੀ sehkaari
co-operation *n.* ਮਿਲਵਰਤਨ milvartan
co-ordinate *v.t.* ਸਮਾਨ ਪਦ ਦਾ samaan pad da
copartner *n.* ਤਰਖਾਣ tarkhaan
cope *v.i.* ਪਾਦਰੀਆਂ ਦਾ ਲੰਬਾ ਚੋਗਾ paadriyaan da choga
coping *n.* ਬਨੇਰਾ baneraa
copious *adj.* ਬਹੁਤਾਤ bahutaat
copper *n.* ਤਾਂਬਾ taambaa
coppice *n.* ਜੰਗਲ janggle
copula *n.* ਜੋੜਨ ਵਾਲਾ ਹਿੱਸਾ jodan wala hissa
copy *v.* ਪ੍ਰਤੀਲਿੱਪੀ ਕਰਨਾ pratilippi karnaa
copyist *n.* ਪ੍ਰਤੀਲਿੱਪੀ ਕਰਨ ਵਾਲਾ pratilippi karan wala
copyright *n.* ਪ੍ਰਤੀਲਿੱਪੀ ਦਾ ਹੱਕ pratilippi da hakk
coquet *v.i.* ਚੋਚਲੇ ਕਰਨਾ chochle karnaa
coquetry *n.* ਚੋਚਲਾ chochlaa
coquette *n.* ਹਾਵਭਾਵ haavbhaav
coral *n.* ਮੂੰਗਾ moongaa
cord *n.* ਡੋਰੀ dori
cordate *adj.* ਦਿਲ ਦੇ ਆਕਾਰ ਦਾ dil de aakaar da
cordial *adj.* ਹਾਰਦਿਕ haardik
core *n.* ਅੰਦਰਲਾ ਹਿੱਸਾ andarlaa hissa
cork *n.* ਕਾਰਕ kaarak
corn *n.* ਅੰਨ ann
corner *n.* ਨੁੱਕਰ nukkar
cornet *n.* ਮਲਾਈ ਦੀ ਕੁਲਫੀ malaaee dee kulfi
corollary *n.* ਅਨੁਮਾਨ anumaan
corona *n.* ਚੰਨ-ਪਰਵਾਰ chann-parivaar
coronation *n.* ਰਾਜਤਿਲਕ raajtilak
coronet *n.* ਛੋਟਾ ਮੁਕਟ chhota mukat
corporal *adj.* ਸਰੀਰਕ sareerak
corporate *adj.* ਸੰਯੁਕਤ sanyukat
corporation *n.* ਨਿਗਮ nigam
corporeal *adj.* ਸਰੀਰਕ sareerak
corps *n.pl.* ਪਲਟਨ paltan
corpse *n.* ਲਾਸ਼ laash
corpus *n.* ਲਿਖਤਾਂ ਦਾ ਸੰਗ੍ਰਹਿ likhtaan da sangreh
correct *v.t.* ਠੀਕ ਕਰਨਾ theek karna
correction *n.* ਸੁਧਾਰ sudhaar
correlative *adj.* ਪਰਸਪਰ paraspar
correspond *v.i.* ਪੱਤਰ-ਵਿਹਾਰ ਕਰਨਾ pattar-vihar karna
correspondence *n.* ਪੱਤਰ-ਵਿਹਾਰ pattar-vihar
correspondent *n.* ਸੰਵਾਦਦਾਤਾ samvad-daataa
corridor *n.* ਦੇਹਲੀ dehlee
corrigendum *n.* ਸ਼ੁਧੀਪੱਤਰ shudhee-pattar
corrigible *adj.* ਸੁਧਾਰਨਯੋਗ sudharnyog
corroborate *v.t.* ਪ੍ਰਮਾਣਿਤ ਕਰਨਾ parmanit karnaa
corroboration *n.* ਸ਼ਕਤੀਵਰਧਕ shakti vardhak
corrosion *n.* ਖਾਤਮਾ khaatma
corrugate *v.t.* ਸੁੰਗਾੜਨਾ sungaadnaa
corrupt *adj.* ਭ੍ਰਿਸ਼ਟ bhrishit
corruption *n.* ਭ੍ਰਿਸ਼ਟਾਚਾਰ bhrishtachaar
cosmetic *n.* ਕੌਸਮੈਟਿਕ kosmatik
cosmic *adj.* ਜਗਤ ਸੰਬੰਧੀ jagat sambandhi
cosmopolitan *n.* ਮਹਾਂਨਗਰ mahanagar
cosmos *n.* ਕ੍ਰਮਬੱਧ ਸੰਸਾਰ karambadh sansaar
cost *n.* ਲਾਗਤ laagat
costly *adj.* ਖਰਚੀਲਾ kharcheelaa
costume *n.* ਵੇਸ਼ vesh
cosy *adj.* ਸੁਖਦਾਇਕ sukhdayak
cot *n.* ਮੰਜਾ manjja
cote *n.* ਝੌਂਪੜੀ jhaumpadee
coterie *n.* ਸਮਾਜਿਕ ਸੰਘ samajik sangh
cottage *n.* ਕੁਟੀਆ kutia
cotton *n.* ਕਪਾਹ kapaah
couch *n.* ਪਲੰਘ palanggh
cough *n.* ਖੰਘ khanggh

council *n.* ਸਭਾ sabhaa
councillor *n.* ਸਭਾਸਦ sabhaasad
counsel *n.* ਨਸੀਹਤ ਦੇਣਾ naseehat denaa
counsellor *n.* ਉਪਦੇਸ਼ਕ updeshak
count *v.t.* ਗਿਣਨਾ ginhanaa
countenance *n.* ਆਕਾਰ aakaar
counter *n.* ਗਿਣਨ ਦਾ ਸਿੱਕਾ ginhan da sikka
counteract *v.t.* ਰੋਕਣਾ roknaa
counterfeit *v.t.* ਨਕਲੀ ਵਸਤੂ nakli vastu
counterfoil ਰਸੀਦ ਦੀ ਨਕਲ raseed dee nakal
countermand *n.* ਉਲਟ ਆਦੇਸ਼ ਦੇਣਾ ulat aadesh dena
counterpane *n.* ਚਾਂਨਣੀ chaananhi
counterpolse *v.t.* ਬਰਾਬਰ ਕਰਨਾ barabar karnaa
countersign *v.t.* ਪ੍ਰਤੀ-ਹਸਤਾਖਰ ਕਰਨਾ prati-hastakhar karnaa
counterwork *v.t.* ਦੁਸ਼ਮਣ ਦੇ ਉਲਟ ਕਾਰਜ dushman de ulat karaj
countless *adj.* ਅਣਗਿਣਤ anhginhat
country *n.* ਦੇਸ਼ desh
county ਵਿਲਾਇਤ ਦੇਸ਼ ਦਾ ਹਿੱਸਾ vilayat desh da hissa
coup *n.* ਚੋਟ chot
couple *n.* ਜੋੜਾ joda
couplet *n.* ਸਲੋਕ salok
coupon *n.* ਰਸੀਦ raseed
courage *n.* ਸਾਹਸ saahas
courageous *adj.* ਸਾਹਸੀ saahasee
courier *n.* ਹਰਕਾਰਾ harkaara
course *n.* ਯਾਤਰਾ yaatraa
courser *n.* ਤੇਜ਼ ਘੋੜਾ tez ghorha
court *n.* ਅਦਾਲਤ adaalat
courteous *n.* ਦਿਆਲੂ dyaloo
courtesan *n.* ਵੈਸ਼ਿਆ vaisheyaa
courtesy *n.* ਦਿਆਲਤਾ diaaltaa
courtier *n.* ਦਰਬਾਰੀ darbaari
courtmartial *n.* ਫੌਜੀ ਅਦਾਲਤ fauji adaalat
courtyard *n.* ਵਿਹੜਾ vehrhaa
cousin *n.* ਚਚੇਰਾ chacheraa
cove *n.* ਦੱਰਾ darraa
covenant *n.* ਸੌਦਾ saudaa
cover *n.* ਢੱਕਣ dhakkan
covering *n.* ਢਕਣਾ dhaknaa
coverlet *n.* ਚਾਦਰ chaadar
covert *n.* ਢਕਿਆ ਹੋਇਆ dhakeya hoeyaa
coverture *n.* ਸ਼ਰਣਸਥਾਨ sharan sthaan
covet *v.t.* ਲਾਲਚ ਕਰਨਾ laalach karna
covetous *adj.* ਲਾਲਚੀ laalachee
cow *n.* ਗਾਂ gaan
coward *n.* ਡਰਪੋਕ darpok
cowardice *n.* ਡਰ dar
cowardly *adj.* ਡਰ ਨਾਲ dar naal
coxcomb *n.* ਦੰਭੀ dambhee
coy *adj.* ਸੰਕੋਚੀ sankochee
cozen *v.t.* ਠਗਣਾ thhaggnaa
crab *n.* ਕੇਕੜਾ kekrhaa
crack *v.t.* ਕੜਕ karhak
cracker *n.* ਪਟਾਕਾ pataakaa
crackle *v.t.* ਕੜਾਕੇ ਦਾ ਸ਼ਬਦ karhaake da shabad
cradle *n.* ਝੂਲਾ jhoolaa
craft *n.* ਕਲਾ kalaa
craftiness *n.* ਕਾਰੀਗਰੀ karigaree
craftsman *n.* ਕਾਰੀਗਰ kareegar
crafty *adj.* ਕਪਟੀ kaptee
crag *n.* ਦੱਰਾ darraa
cram *v.t.* ਰੱਟਾ ਲਾਉਣਾ ratta lagaunaa
crammer *n.* ਰਟਣ-ਵਾਲਾ ratan wala
crane *n.* ਸਾਰਸ saaras
cranium *n.* ਮਸਤਿਕ mastik
crank *n.* ਧੁਰੇ ਦਾ ਹਿੱਸਾ dhure da hissa
crash *n.* ਧਰਤੀ ਤੇ ਗਿਰਨਾ dharti te girnaa
crass *adj.* ਮੂਰਖ moorakh
crate *n.* ਢਾਂਚਾ dhhaanchaa
cravat *n.* ਸਿਲਕ ਦੀ ਚੌੜੀ ਪੱਟੀ silk dee chaudi patti
crave *v.t.* ਮੰਗਣਾ manggna
craving *n.* ਲਾਲਸਾ laalsaa
craven *n.* ਭੀੜ-ਭਰਿਆ bheed-bhareya
crawl *v.t.* ਰੇਂਗਣਾ renganhaa
crayon *n.* ਰੰਗਦਾਰ ਪੈਂਸਿਲ ranggdar pensil
craze *v.t.* ਪਾਗਲ ਬਣਾਉਣਾ paagal banauna
crazy *adj.* ਪਾਗਲ paagal
creak *v.i.* ਕੌੜੇ ਬੋਲ kaurhe bol
cream *n.* ਮਲਾਈ malaaee
crease *n.* ਤਹਿ ਦਾ ਨਿਸ਼ਾਨ the da nishaan

create *v.t.* ਰਚਣਾ rachnhaa
creation *n.* ਰਚਨਾ rachna
creative *adj.* ਮੌਲਿਕ maulik
creator *n.* ਵਿਧਾਤਾ vidhataa
creature *n.* ਜੀਵ jeev
credence *n.* ਵਿਸ਼ਵਾਸ਼ vishvaash
credentials *n.pl.* ਪ੍ਰਮਾਣਪੱਤਰ parmaan pattar
credible *adj.* ਪ੍ਰਮਾਣਿਕ parmaanik
credibility *n.* ਪ੍ਰਮਾਣ parmaan
credit ਵਿਸ਼ਵਾਸ਼ vishvaash
creditable *adj.* ਪ੍ਰਸ਼ੰਸਾਯੋਗ parshanshaayog
creditor *n.* ਰਿਣਦਾਤਾ rinhdaataa
credulity ਸਹਿਜਤਾ sehjataa
credulous *adj.* ਸਹਿਜ ਵਿਚ ਵਿਸ਼ਵਾਸ਼ ਕਰਨ ਵਾਲਾ sehaj vich vishvaash
creed *n.* ਧਰਮ dharam
creek *n.* ਬੰਦਰਗਾਹ bandergaah
creep *v.i.* ਰੇਂਗਣਾ renganhaa
creeper *n.* ਵੇਲ vel
cremate *v.t.* ਦਾਹ ਸਸਕਾਰ ਕਰਨਾ daah sasskaar karnaa
cremation *n.* ਦਾਹ ਸਸਕਾਰ daah sasskaar
crescent *n.* ਅਰਧ-ਚੰਦਰਮਾ aradh-chanderma
crest *n.* ਪਹਾੜ ਦੀ ਚੋਟੀ pahaad dee chotti
cres¶fallen *adj.* ਉਦਾਸੀ udaasee
crevice *n.* ਦਰਾਰ daraar
crib *n.* ਸਥਿਤੀ sathiti
cricket *n.* ਗੇਂਦ ਬੱਲੇ ਦੀ ਖੇਡ gend balle dee khed
cricketer *n.* ਕ੍ਰਿਕਟ ਦਾ ਖਿਲਾੜੀ krikat da khiladi
crier *n.* ਚਿਲਾਉਣ ਵਾਲਾ chillaun wala
crime *n.* ਜ਼ੁਲਮ zulam
criminal *adj.* ਮੁਜਰਿਮ mujrim
criminology *n.* ਅਪਰਾਧ-ਵਿਗਿਆਨ apraadh vigeyaan
cringe *v.t.* ਡਰ ਕੇ ਪਿੱਛੇ ਭੱਜਣਾ dar ke pichhe bhajana
cripple *n.* ਲੰਗੜਾ ਵਿਅਕਤੀ langgrha viakati
crisis *n.* ਸੰਕਟ sankkat
crisp *adj.* ਕੜਕੀਲਾ kadkeelaa
criterion *n.* ਸਿਧਾਂਤ sidhaant
critic *n.* ਆਲੋਚਕ aalochak
critical *n.* ਪੇਚੀਦਾ pecheeda
criticism *n.* ਆਲੋਚਨਾ aalochnaa
criticize *v.t.* ਆਲੋਚਨਾ ਕਰਨਾ aalochnaa karnaa
critique *n.* ਆਲੋਚਨਾ aalochna
croak *v.t.* ਟਰੈਂ-ਟਰੈਂ train train
crockery *n.* ਮਿੱਟੀ ਦੇ ਬਰਤਨ mitti de bartan
crocodile *n.* ਮਗਰਮੱਛ magarmachh
crone *n.* ਬਜ਼ੁਰਗ ਔਰਤ bazurag aurat
crony *n.* ਪਰਮ-ਮਿੱਤਰ param-mittar
crook *v.i.* ਝੁਕਾਅ jhukaa
crooked *adj.* ਟੇਢਾ tedhha
crop *n.* ਫਸਲ fasal
crore *n.* ਕਰੋੜ karor
cross-bow *n.* ਤੀਰ ਕਮਾਨ teer kamaan
cross-examin *n.* ਜਿਰਾਹ ਕਰਨਾ jiraah karnaa
crossing *n.* ਦੋ ਸੜਕਾਂ ਦਾ ਜੋੜ do sarkaan da jor
cross-road *n.* ਸੜਕਾਂ ਦਾ ਮਿਲਾਪ sarkaan da milaap
crouch *v.t.* ਪੈਰੀ ਹੱਥ ਲਾਉਣਾ paireen hathh launa
crow *n.* ਕਾਂ kaan
crow-bar *n.* ਕੁੰਡੀ kunddi
crowd *n.* ਭੀੜ bheerh
crown *n.* ਮੁਕਟ mukat
crucial *adj.* ਛਾਣਬੀਣ ਕਰਨ ਵਾਲਾ chhaanbeenh karnaa
crucify *v.t.* ਸੂਲੀ ਤੇ ਲਟਕਾਉਣਾ sooli te latkaunaa
crucification *n.* ਸੂਲੀ sooli
crude *adj.* ਕੱਚਾ ਤੇਲ kachaa tel
crudity *n.* ਕਚਿਆਈ kacheaayee
cruel *adj.* ਜ਼ਾਲਿਮ zaalim
cruelty *n.* ਜ਼ਾਲਿਮਪੁਣਾ zaalimpunaa
cruet *n.* ਸਿਰਕੇ ਦੀ ਸ਼ੀਸ਼ੀ sirke dee sheeshee
cruise *n.* ਸਮੁੰਦਰ ਯਾਤਰਾ samundar yatra
crumb *n.* ਰੋਟੀ ਦਾ ਟੁਕੜਾ roti da tukdaa
crumble *v.i.* ਤੋੜਨਾ todnaa
crump *v.t.* ਟੇਢਾ tedhha
crumple *v.t.* ਪੀਸਣਾ peesnhaa
crush *v.* ਨਿਚੋੜਨਾ nichodanaa

crust *n.* ਬਾਹਰੀ ਸਖਤ ਹਿੱਸਾ baahri sakhat hissa
crux *n.* ਬੁਝਾਰਤ bujhaarat
cry *adj..* ਚੀਕਣਾ cheekanhaa
crypt *n.* ਗੁਫਾ gufaa
cryptic *adj.* ਗੁਪਤ gupat
cryptogram *n.* ਸੰਕੇਤਕ ਲੇਖ sanketak lekh
crystal *n.* ਬਿਲੌਰੀ billauri
crystalline *adj.* ਬਿਲੌਰ ਵਾਂਗ ਸਾਫ billaur vaang saaf
crystalize *v.t.* ਦਾਣੇ ਜਮਾਉਣਾ daanhe jamaunaa
cub *n.* ਸ਼ੇਰ ਦਾ ਬੱਚਾ sher da bachaa
cube *n.* ਘਣ ghanh
cuckoo *n.* ਕੋਇਲ koel
cucumber *n.* ਖੀਰਾ kheeraa
cud *n.* ਜੁਗਾਲੀ jugaali
cuddle *v.t.* ਲਾਡ ਕਰਨਾ laad karnaa
cudgel *n.* ਡੰਡਾ dandda
cue *n.* ਸੰਕੇਤ ਦਾ ਸ਼ਬਦ sanket daa shabad
culinary *adj.* ਪਾਕਸ਼ਾਲਾ ਸੰਬੰਧੀ paakshaaalaa sambandhi
cull *v.t.* ਚੁਣਨਾ chunhanaa
culpable *adj.* ਦੋਸ਼ੀ doshi
culprit *n.* ਕਠਪੁਤਲੀ kathhputli
cult *n.* ਧਾਰਮਿਕ ਵਿਸ਼ਵਾਸ਼ dhaarmik vishvaash
cultivate *v.t.* ਪੈਦਾ ਕਰਨਾ paidaa karnaa
cultivation *n.* ਪੈਦਾਵਾਰ paidaavaar
cultivator *n.* ਕਿਸਾਨ kisaan
culture *n.* ਸੱਭਿਆਚਾਰ sabheyaachaar
cumber *v.t.* ਵਿਘਨ ਪਾਉਣਾ vighan paunaa
cumbersome *adj.* ਭੱਦਾ bhaddaa
cumbrous *n.* ਕਸ਼ਟਕਾਰਕ kashatkarak
cumin *n.* ਜ਼ੀਰਾ zeeraa
cumulative *adj.* ਜੋੜਨਵਾਲਾ jodanwaalaa
cunning *adj.* ਕਪਟਤਾ kapatataa
cup *n.* ਕੱਪ kapp
cupboard *n.* ਅਲਮਾਰੀ almaari
cupidity *n.* ਕਾਮੁਕਤਾ kamukataa
cupola *n.* ਗੁੰਬਦ gumbadd
curriculum *n.* ਪਾਠਕ੍ਰਮ paathkaram
curry *v.t.* ਕੜ੍ਹੀ kadhee
curse *n.* ਪ੍ਰਕੋਪ parkop
cursed *adj.* ਅਭਾਗਾ abhaagaa
cursory *adj.* ਲਾਪਰਵਾਹ laaparvaah
curt *adj.* ਸੰਖੇਪ sankhep
curtail *v.t.* ਸੰਖੇਪ ਕਰਨਾ sankhep karnaa
curtain *n.* ਪਰਦਾ pardaa
curtly *adv.* ਸੰਖੇਪ ਵਿੱਚ sankhep vich
curvature *n.* ਘੁਮਾਅ ghumaa
curve *v.t.* ਝੁਕਾਉਣਾ jhukaaunaa
cushion *n.* ਗੱਦਾ gadda
custard-apple *n.* ਸੀਤਾਫਲ seetafal
custodian *n.* ਰਖਵਾਲਾ rakhwaala
costody *n.* ਰੱਖਿਆ rakheyaa
custom *n.* ਰੀਤ reet
customary *adj.* ਵਿਹਾਰਕ vihaarak
customer *n.* ਗ੍ਰਾਹਕ garaahak
cut *v.t.* ਕੱਟਣਾ kattanaa
cutlass *n.* ਮੁੜੇ ਫਲ ਵਾਲੀ ਤਲਵਾਰ mude fal wali talwar
cutler *n.* ਚਾਕੂ chaaku
cycle *n.* ਸਾਈਕਲ sikall
cyclist *n.* ਸਾਈਕਲ-ਸਵਾਰ sikall-sawaar
cyclone *n.* ਬਵੰਡਰ bawandder
cyclopaedia *n.* ਵਿਸ਼ਵਕੋਸ਼ vishav-kosh
cylinder *n.* ਵੇਲਣਾਕਾਰ ਯੰਤਰ velanaakaar yantar
cylindrical *adj.* ਵੇਲਣਾਕਾਰ velanaakaar
cymbal *n.* ਮੰਜੀਰਾ manjeeraa
cynical *n.* ਚਿੜਚਿੜਾ chidchidaa
cynosure *n.* ਧਰੁੱਵ-ਤਾਰਾ dharuv-taaraa
cypher *n.* ਸਿਫਰ sipher
D

D

dab *v.t.* ਥਪਥਪਾਉਣਾ thapthapaaunaa
dabble *v.t.* ਤਰ ਕਰਨਾ tarr karnaa
dabbler *n.* ਤਰ ਕਰਨ ਵਾਲਾ tarr karan wala
dacoit *n.* ਡਕੈਤ dakait
dacoity *n.* ਡਕੈਤੀ dakaitee
dad *n.* ਪਿਤਾ pitaa
daft *adj.* ਮੂਰਖ moorakh
daffodil *n.* ਨਰਗਿਸ nargis

dagger *n.* ਕਟਾਰ kataar
daily *adj.* ਦੈਨਿਕ dainik
dainty *n.* ਸੁਆਦਲਾ ਭੋਜਨ suaadlaa bhojan
dairy *n.* ਦੁੱਧਸ਼ਾਲਾ dudhshaalaa
dais *n.* ਚਬੂਤਰਾ chabootra
dale *n.* ਘਾਟੀ ghaati
dally *v.t.* ਆਨੰਦਿਤ ਕਰਨਾ aananditt karnaa
dam *n.* ਬੰਨ੍ਹ bannh
damage *n.* ਨੁਕਸਾਨ nuksaan
dame *n.* ਇਸਤਰੀ istree
damn *v.t.* ਸਰਾਪ ਦੇਣਾ saraap dena
damnable *adj.* ਨਿੰਦਣਯੋਗ nindanhyog
damnation *n.* ਨਰਕ-ਦੰਡ narak-dandd
damned *adj.* ਨਰਕ ਦਾ narak da
damp *n.* ਠੰਢਕ thhandak
damsel *n.* ਕੁਆਰੀ kuaari
dance *v.t.* ਨੱਚਣਾ nachanhaa
dancer *n.* ਨ੍ਰਿਤਕਾਰ nrittkaar
dandy *n.* ਬਾਂਕਾ baankaa
danger *n.* ਖਤਰਾ khatraa
dangerous *adj.* ਖਤਰਨਾਕ khatarnaak
dangle *v.i.* ਲਟਕਾਉਣਾ latkaunaa
daniel *n.* ਸੱਚਾ ਨਿਆਂਕਰਤਾ sachaa niaankartaa
dank *adj.* ਤਰ tarr
dapple *n.* ਰੰਗ-ਬਿਰੰਗਾ ਕਰਨਾ rang-biranga karna
dare *v.t.* ਹੌਸਲਾ ਕਰਨਾ hauslaa karna
dare-devil *adj.* ਅਸਾਵਧਾਨ ਵਿਅਕਤੀ asavdhaan viakti
daring *adj.* ਸਾਹਸੀ saahsi
dark *adj.* ਹਨੇਰਾ haneraa
darken *v.t.* ਹਨੇਰਾ ਕਰਨਾ haneraa karnaa
darksome *adj.* ਹਨੇਰੇ-ਭਰਿਆ hanere-bhareyaa
darling *n.* ਪਿਆਰਾ pyaraa
darn *v.t.* ਰਫ਼ੂ ਕਰਨਾ rafoo karnaa
dart *v.t.* ਬਰਛੀ barchhee
dash *v.t.* ਪਾਣੀ ਦਾ ਛਿੱਟਾ pani da chhittaa
dashing *adj.* ਦਿਖਾਵਟੀ dikhaavatee
dastard *n.* ਡਰਪੋਕ darpok
data *n.* ਅੰਕੜਾ ankarhaa
date *n.* ਤਾਰੀਖ tareekh
dative *n.* ਸੰਪਰਦਾਨ ਕਾਰਕ sampardaan kaarak
datum *n.* ਸਵੀਕਾਰਤ ਤੱਤ savikaarat tatt
daub *v.t.* ਪੋਤਣਾ potnaa
daughter *n.* ਧੀ dhee
daughter-in-law *n.* ਨੂੰਹ noohn
daunt *v.t.* ਧਮਕਾਉਣਾ dhamkauna
dauntless *adj.* ਨਿਰਭੈਅ nirbhai
daw *n.* ਕਾਲਾ ਕਾਂ kalaa kaan
dawdle *v.i.* ਦੇਰ ਕਰਨਾ der karnaa
dawn *v.i.* ਸਰਘੀ-ਵੇਲਾ sarghee-velaa
day *n.* ਦਿਨ dinn
day-break *n.* ਪਹੁ-ਫੁਟਾਲਾ pahu-futaalaa
daze *v.t.* ਘਬਰਾਹਟ ਦੇਣੀ ghabraahat deni
dazzle *v.t.* ਹੈਰਾਨ ਕਰਨਾ hairaan karnaa
deacon *n.* ਛੋਟਾ ਪਾਦਰੀ chhota paadri
dead *n.* ਮ੍ਰਿਤਕ mrittak
deaden *v.t.* ਸ਼ਕਤੀ ਘੱਟ ਕਰਨਾ shakti ghatt karnaa
deadly *adj.* ਮ੍ਰਿਤਕ ਵਾਂਗ mritik vaang
deaf *adj.* ਬੋਲਾ bolaa
deal *v.t.* ਸੌਦਾ ਕਰਨਾ saudaaa karnaa
dealer *n.* ਸੌਦੇਬਾਜ਼ saudebaaz
dealing *n.* ਆਚਰਣ aacharanh
dean *n.* ਕਾਲਜ ਪ੍ਰਧਾਨ kalaj pardhaan
dear *adj.* ਪਿਆਰਾ pyaraa
dearly *adv.* ਅਤਿ ਪਿਆਰ ਨਾਲ ati pyaar naal
dearth *n.* ਅਕਾਲ akaal
death *n.* ਮੌਤ maut
debacle *n.* ਪਾਣੀ ਦਾ ਤੋੜ pani da tod
debar *v.t.* ਰੋਕਣਾ roknaa
debase *v.t.* ਮੁੱਲ ਘਟਾਉਣਾ mull ghataunaa
debasement *n.* ਅਧੋਗਤੀ adhogati
debatable *adj.* ਬਹਿਸਯੋਗ behasyog
debate *n.* ਬਹਿਸ ਕਰਨਾ behas karnaa
debauch *v.t.* ਦੂਸ਼ਿਤ ਕਰਨਾ dooshit karnaa
debauchery *n.* ਭ੍ਰਿਸ਼ਟ ਆਚਰਣ bharishat aacharanh
debenture *n.* ਡਿਬੈਂਚਰ dibainchar
debilitate *v.t.* ਕਮਜ਼ੋਰ ਕਰਨਾ kamzor karnaa
debility *n.* ਸ਼ਕਤੀਹੀਣਤਾ shaktiheenta
debit *v.t.* ਖਰਚ ਦੀ ਮਦ kharch dee madd
debonair *adj.* ਸੁਸ਼ੀਲ shusheel
debris *n.* ਮਲਬਾ malbaa

debt *n.* ਰਿਣ rinh
debtor *n.* ਰਿਣੀ rinhee
decade *n.* ਦਹਾਕਾ dahaakaa
decadence *n.* ਨਾਸ਼ naash
decagon *n.* ਦਹਿਭੁਜੀ dehbhuji
decamp *v.i.* ਡੇਰਾ ਲਾਉਣਾ deraa launa
decanter *n.* ਸ਼ਰਾਬ ਦੀ ਬੋਤਲ sharaab dee botal
decapitate *v.t.* ਸਿਰ ਵੱਢਣਾ sir vadhanha
decay *v.i.* ਨਸ਼ਟ ਹੋਣਾ nashat honaa
decease *n.* ਮੌਤ maut
deceased *adj.* ਮ੍ਰਿਤ mrit
deceit *n.* ਛਲ chhall
deceitful *adj.* ਕਪਟੀ kapti
deceive *v.t.* ਧੋਖਾ ਦੇਣਾ dhokhaa denaa
december *n.* ਦਸੰਬਰ dasammber
deceny *n.* ਮਰਿਆਦਾ mariyaada
decent *adj.* ਸੱਭਿਆ sabheyaa
deception *n.* ਕਪਟ kapat
deceptive *adj.* ਧੋਖਾ dhokhaa
decide *v.t.* ਫੈਸਲਾ ਕਰਨਾ faislaa karnaa
decided *adj.* ਨਿਸ਼ਚਿਤ nishchitt
deciduous *adj.* ਪਤਨਸ਼ੀਲ patansheel
decimal *adj.* ਦਸ਼ਮਲਵ dashmalav
decimetre *n.* ਡੈਸੀਮੀਟਰ desimeetar
decision *n.* ਫੈਸਲਾ faislaa
decisive *adj.* ਫੈਸਲਾਕੁਨ faislaakunn
deck *n.* ਜਹਾਜ਼ ਦੀ ਛੱਤ jahaaz dee chhatt
declaration *n.* ਘੋਸ਼ਣਾ ghoshnhaa
declare *v.t.* ਘੋਸ਼ਣਾ ਕਰਨਾ ghoshnhaa karnaa
declension *n.* ਨਾਸ਼ naash
decline *v.i.* ਅੰਤ ਹੋਣਾ antt honaa
declivity *n.* ਉਤਾਰ utaar
decompose *v.t.* ਵੱਖਰਿਆਉਣਾ vakhreyaauna
decorate *v.t.* ਸਜਾਉਣਾ sajaunaa
decoration *n.* ਸਜਾਵਟ sajaavat
decorous *adj.* ਯੋਗ yog
decorum *n.* ਮਰਿਆਦਾ mareyaada
decoy *v.t.* ਫਸਾਉਣਾ fasauna
decrease *n.* ਘਟਣਾ ghatnaa
decree *n.* ਰਾਜੇ ਦੀ ਆਗਿਆ raje dee aageyaa
decrepit *adj.* ਨਿਰਬਲ nirball
decry *v.t.* ਨਿੰਦਾ ਕਰਨਾ nindda karnaa
dedicate *v.t.* ਸਮਰਪਿਤ ਕਰਨਾ samarpitt karnaa
dedication *n.* ਸਮਰਪਣ samarpanh
dedicator *n.* ਸਮਰਪਣ-ਕਰਤਾ samarpanh kartaa
deduct *v.t.* ਘਟਾਉਣਾ ghataaunaa
deduction *n.* ਅਨੁਮਾਨ anumaan
deductive *adj.* ਅਨੁਮਾਨਿਤ anumaanit
deed *n.* ਕਾਰਜ kaaraj
deem *v.t.* ਵਿਸ਼ਵਾਸ਼ ਕਰਨਾ vishvaash karnaa
deep *adj.* ਡੂੰਘਾ doonghaa
deepen *v.t.* ਡੂੰਘਾ ਕਰਨਾ doonghaa karnaa
deer *n.* ਹਿਰਨ hiran
deface *v.t.* ਕੁਰੂਪ ਬਣਾਉਣਾ kuroop banaunaa
defame *v.t.* ਬਦਨਾਮ ਕਰਨਾ badnaam karnaa
default *n.* ਦੋਸ਼ dosh
defaulter *n.* ਦੋਸ਼ੀ doshee
defeat *v.t.* ਹਰਾਉਣਾ haraauna
defecate *v.t.* ਮੈਲ ਲਹੁਣਾ mail lahunhaa
defect *n.* ਦੋਸ਼ dosh
defective *adj.* ਦੋਸ਼ਪੂਰਣ doshpooranh
defence *n.* ਸੁਰੱਖਿਆ surakkheyaa
defenceless *adj.* ਰੱਖਿਆਹੀਣ rakheyaaheenh
defend *v.* ਰੱਖਿਆ ਕਰਨੀ rakheyaa karnee
defender *n.* ਬਚਾਉਣ ਵਾਲਾ bachaun wala
defensive *adj.* ਬਚਾਉਣ ਵਾਲਾ bachaun wala
defer *v.t.* ਟਾਲਣਾ taalnhaa
deference *n.* ਆਦਰ aadar
defiant *adj.* ਨਿਡਰ nidar
deficiency *n.* ਕਮੀ kamee
deficient *adj.* ਅਪੂਰਣ apooranh
deficit *n.* ਘਾਟਾ ghaataa
defile *v.t.* ਤੰਗ ਰਸਤਾ tangg rastaa
define *v.t.* ਪਰਿਭਾਸ਼ਿਤ ਕਰਨਾ paribhaashitt karnaa
definite *adj.* ਨਿਸ਼ਚਿਤ nishchitt
definition *n.* ਪਰਿਭਾਸ਼ਾ paribhaashaa
deflagration *n.* ਦਾਹ daah
deflate *v.t.* ਹਵਾ ਕੱਢਣਾ hawaa kadhana
deflect *v.t.* ਝੁਕਾਉਣਾ jhukaunhaa
deflower *v.t.* ਚਰਿਤਰ ਨਸ਼ਟ ਕਰਨਾ charitar nashat karnaa
deform *v.t.* ਬੇਢੰਗਾ ਬਣਾਉਣਾ bedhangga banaunhaa

deformation *n.* ਕੁਰੂਪਤਾ kurooptaa
deformity *n.* ਭੱਦਾਪਣ bhaddapan
defraud *v.t.* ਛਲਣਾ chhalanhaa
defray *v.* ਅਦਾ ਕਰਨਾ adaa karnaa
deft *adj.* ਕੁਸ਼ਲ kushal
defunct *adj.* ਅਪ੍ਰਚਲਿਤ aparchallit
defy *v.i.* ਲਲਕਾਰਨਾ lalkaaranaa
degenerate *v.i.* ਪਤਿਤ ਹੋਣਾ patit honaa
degradation *n.* ਮਾਣਭੰਗ maanbhangg
degrade *v.t.* ਅਪਮਾਨ ਕਰਨਾ apmaan karnaa
degree *n.* ਸਥਿਤੀ sathitee
deign *v.t.* ਯੋਗ ਸਮਝਣਾ yog samjhanhaa
deity *n.* ਈਸ਼ਵਰ eeshvar
deject *v.t.* ਉਦਾਸ ਕਰਨਾ udaas karnaa
dejection *n.* ਉਦਾਸੀ udaasi
dejected *adj.* ਉਦਾਸ udaas
delay *v.t.* ਦੇਰ ਕਰਨਾ der karnaa
delectable *adj.* ਸੁਹਾਵਣਾ suhaavanhaa
delegate *n.* ਪ੍ਰਤੀਨਿਧੀ ਭੇਜਣਾ pratinidhee bhejnhaa
delegation *n.* ਪ੍ਰਤੀਨਿਧੀ-ਮੰਡਲ pratinidhi-mandall
delete *v.t.* ਮਿਟਾਉਣਾ mitaunhaa
deliberate *v.t.* ਵਿਚਾਰਪੂਰਵਕ vicharpoorvak
deliberation *n.* ਸਥਿਰ ਵਿਚਾਰ sathir vichaar
delicacy *n.* ਸ਼ਿਸ਼ਟਾਚਾਰ shishtachaar
delicate *adj.* ਕੋਮਲ komal
delicious *adj.* ਸੁਆਦਲਾ suaadlaa
delict *n.* ਦੁਰ-ਵਿਹਾਰ dur-vihaar
delight *n.* ਅਤਿ ਪ੍ਰਸੰਨ ਕਰਨਾ ati parsann karnaa
delightful *adj.* ਹਰਸ਼ਜਨਕ harshjanak
delineate *v.t.* ਵਰਣਨ ਕਰਨਾ varnhan karnaa
delinquency *n.* ਦੋਸ਼ dosh
delirious *adj.* ਬੇਸੁੱਧ besudh
delirium *n.* ਮੂਰਛਤਾ moorchhataa
deliver *v.t.* ਸੌਂਪਣਾ saunpnhaa
deliverance *n.* ਛੁਟਕਾਰਾ chhutkaaraa
delivery *n.* ਸਮਰਪਣ samarpanh
dell *n.* ਟੋਆ toaa
delta *n.* ਡੈਲਟਾ dailtaa
delude *v.t.* ਮੋਹਿਤ ਕਰਨਾ mohit karnaa
deluge *n.* ਮੋਹਲੇਧਾਰ ਮੀਂਹ mohledhaar meehn

delusion *n.* ਮਾਇਆਜਾਲ mayajaal
delve *v.* ਟੋਆ toaa
demagogue *n.* ਪਰਜਾ-ਨਾਇਕ parjaa-nayak
demand *v.t.* ਮੰਗਣਾ manggnhaa
demean *v.t.* ਵਿਹਾਰ ਕਰਨਾ vihaar karnaa
demeanour *n.* ਆਚਰਣ aachranh
dement *v.t.* ਪਾਗਲ ਕਰਨਾ paagal karnaa
demerit *n.* ਔਗੁਣ augan
demi *prep.* ਅਪੂਰਣ apooranh
demigod *n.* ਉਪਦੇਵਤਾ uppdevtaa
demise *n.* ਸਮਰਪਣ ਕਰਨਾ samarpanh
democracy *n.* ਲੋਕਤੰਤਰ loktanttar
democrat *n.* ਲੋਕਤੰਤਰਵਾਦੀ loktanttarvaadi
demoratic *adj.* ਸਰਵਲੌਕਿਕ saravlaukik
demolish *v.t.* ਢਾਹੁਣਾ dhahunhaa
demon *n.* ਭੂਤ bhoot
demonstrate *v.t.* ਪ੍ਰਮਾਣਿਤ ਕਰਨਾ parmaanhit karnaa
demonstration *n.* ਪ੍ਰਦਰਸ਼ਨ pardarshan
demoralization *n.* ਧਰਮ-ਭ੍ਰਸ਼ਟਤਾ dharam-bharashatataa
demur *v.i.* ਸ਼ੰਕਾ ਕਰਨਾ shankka karnaa
demure *adj.* ਗੰਭੀਰ gambheer
demurrage *n.* ਦੇਰੀ ਦਾ ਹਰਜਾਨਾ deri da harjaana
demy *n.* ਕਾਗਜ਼ ਦਾ ਨਾਪ kaagaz daa naap
den *n.* ਗੁਫਾ gufaa
denature *n.* ਅਪ੍ਰਕਿਰਤਿਕ aparkirtik
denial *n.* ਅਸਵੀਕਾਰ asavikaar
denizen *n.* ਨਾਗਰਿਕ naagrik
denominate *v.t.* ਪੁਕਾਰਨਾ pukaarnaa
denominator *n.* ਹਰ har
denote *v.t.* ਸੂਚਿਤ ਕਰਨਾ soochit karnaa
denounce *v.t.* ਦੋਸ਼ੀ ਸਥਾਪਿਤ ਕਰਨਾ doshi sathaapit karnaa
dense *adj.* ਸੰਘਣਾ sanghanhaa
density *n.* ਘਣਤਾ ghanhataa
dental *adj.* ਦੰਦਾ ਦਾ danddaan da
dentist *n.* ਦੰਦਾਂ ਦਾ ਡਾਕਟਰ danddaan da daaktar
dentistry *n.* ਦੰਦ-ਵਿੱਦਿਆ dandd-videyaa
denture *n.* ਨਕਲੀ ਦੰਦ naklee dand
denudation *n.* ਨਗਨੀਕਰਣ naganeekaran
denude *v.* ਨੰਗਾ ਕਰਨਾ nangga karnaa

denunciate *v.t.* ਨਿੰਦਾ ਕਰਨਾ nindda karnaa
deny *v.t.* ਇਨਕਾਰ ਕਰਨਾ inkaar karnaa
depart *v.* ਚਲੇ ਜਾਣਾ chale jaanhaa
department *n.* ਵਿਭਾਗ vibhaag
departure *n.* ਪ੍ਰਸਥਾਨ prasthaan
depend *v.* ਭਰੋਸਾ ਕਰਨਾ bharosaa karnaa
dependable *n.* ਭਰੋਸੇਯੋਗ bharoseyog
dependant *n.* ਨਿਰਭਰ norbhar
dependence *n.* ਅਧੀਨਤਾ adheenataa
dependent *adj.* ਅਧੀਨ adheen
depict *v.t.* ਸ਼ਾਬਦਿਕ ਵਰਣਨ ਕਰਨਾ shaabdik varnan karnaa
depilation *n.* ਵਾਲਾਂ ਨੂੰ ਮੁੰਨਣਾ vaalaan nu munnanhaa
deplete *v.t.* ਖਾਲੀ ਕਰਨਾ khaali karnaa
deplorable *n.* ਵਿਲਾਪਯੁਕਤ vilaapyukat
deplore *v.t.* ਵਿਲਾਪ ਕਰਨਾ vilaap karnaa
deplume *v.t.* ਪਰ ਉਖਾੜਨਾ par ukhaadnaa
depopulate *v.t.* ਜਨ-ਸੰਖਿਆ ਘਟਾਉਣਾ jan-sankhya ghatauna
deport *v.t.* ਦੇਸ਼ ਨਿਕਾਲਾ ਦੇਣਾ desh nikaala dena
deportation *n.* ਦੇਸ਼ਾਂਤਰਣ deshaataran
deportment *n.* ਆਚਰਣ aacharanh
depose *v.* ਗਵਾਹੀ ਦੇਣਾ gawahee denhaa
deposit *v.t.* ਅਮਾਨਤ ਜਮ੍ਹਾਂ ਕਰਨੀ amaanat jamaa karni
depositary *n.* ਅਮਾਨਤ ਰੱਖਣ ਵਾਲਾ amaanat rakkhan wala
depostion *n.* ਸਹੁੰ ਵਾਲਾ ਗਵਾਹ sohn wala gawah
depositer *n.* ਜਮ੍ਹਾਂ ਕਰਨ ਵਾਲਾ jamahn karan wala
depository مـــل ਸੰਗ੍ਰਹਿ-ਸਥਾਨ sangraih sathaan
depot *n.* ਗੁਦਾਮ gudaam
deprave *v.t.* ਦੂਸ਼ਿਤ ਕਰਨਾ dooshit karnaa
deprecate *v.* ਉਲਟ ਪ੍ਰਾਰਥਨਾ ਕਰਨੀ ulat praarthanaa karnee
depreciate *v.i.* ਮੁੱਲ ਘਟਾਉਣਾ mull ghataunaa
depreciation *n.* ਮੁੱਲ-ਘਟਾਈ mull-ghataayee
depredation *n.* ਅਪਹਰਣ apharan
depress *v.t.* ਘੱਟ ਕਰਨਾ ghatt karnaa
depression *n.* ਨਿਊਨਤਾ nioontaa
deprive *v.* ਖੋਹ ਲੈਣਾ khoh lainhaa
depth *n.* ਗਹਿਰਾਈ gehraaee
deputation *n.* ਨਿਯੁਕਤੀ niyukatee
depute *v.t.* ਪ੍ਰਤੀਨਿਧੀ ਨਿਯੁਕਤ ਕਰਨਾ pratinidhee niyukat karnaa
deputy *n.* ਪ੍ਰਤੀਨਿਧੀ pratinidhee
derail *v.t.* ਪਟੜੀ ਤੋਂ ਲਾਹੁਣਾ patrhee ton lahuna
derange *v.t.* ਕ੍ਰਮ ਭੰਗ ਕਰਨਾ kramm bhangg karnaa
derangement *n.* ਅਵਿਵਸਥਾ avivasthaa
dereliction *n.* ਤਿਆਗ tyaag
deride *v.t.* ਮਖੌਲ ਉਡਾਉਣਾ makhaul udaunaa
derision *n.* ਠੱਠਾ thhathhaa
derivation *n.* ਮੂਲ ਸ਼ਬਦ ਦੀ ਵਿਉਤਪੱਤੀ mool shabad dee viontpatti
derive *v.t.* ਉਤਪੰਨ ਹੋਣਾ utpann hons
derogate *v.t.* ਤੋੜਨਾ todnaa
derogatory *adj.* ਅਪਮਾਨ ਕਰਨ ਵਾਲਾ apmaan karan wala
derring *n.* ਬਹਾਦੁਰੀ ਵਾਲੇ ਕਾਰਜ bahaduri wale kaaraj
dervish *n.* ਦਰਵੇਸ਼ darvesh
descend *v.i.* ਡੁੱਬਣਾ dubbnhaa
descendant *n.* ਸੰਤਾਨ santaan
descent *n.* ਉਤਰਾਅ utraa
describe *v.t.* ਵਰਣਨ ਕਰਨਾ varnhan karnaa
description *adj.* ਵਰਣਨ varnhan
descriptive *adj.* ਨਿਰਦੇਸ਼ਕ nirdeshak
descry *v.t.* ਦੂਰੋਂ ਦੇਖਣਾ dooron dekhanhaa
desecrate *v.t.* ਦੂਸ਼ਿਤ ਕਰਨਾ dooshit karnaa
desert *adj.* ਯੋਗਤਾ yogtaa
desertion *n.* ਪਰਿਤਿਆਗ parityaag
deserve *v.* ਯੋਗ ਹੋਣਾ yog honhaa
deservedly *adv.* ਯਥਾਯੋਗ yathaayog
deserving *adj.* ਗੁਣੀ gunhee
desideratum *n.* ਕਿਸੇ ਚੀਜ਼ ਦੀ ਕਮੀ kise cheez dee kamee
design *v.t.* ਢਾਂਚਾ dhhaanchaa
designate *v.t.* ਪਦ ਤੇ ਨਿਯੁਕਤ ਕਰਨਾ pad te niyukat karnaa
designation *n.* ਪਦ pad

designing *adj.* ਕਪਟੀ kapti
desirable *adj.* ਇੱਛਾਯੋਗ ichhaayog
desire *v.t.* ਇੱਛਾ ichhaa
desirous *adj.* ਇੱਛੁਕ ichhukk
desist *v.i.* ਰੁਕਣਾ ruknhaa
desk *n.* ਡੈਸਕ daisk
desolate *v.t.* ਸੁੰਨਸਾਨ ਕਰਨਾ sunnsaan karnaa
desolation *n.* ਉਜਾੜ ujaarh
despair *v.t.* ਨਿਰਾਸ਼ ਹੋਣਾ niraash honhaa
despatch *v.t.* ਸੰਦੇਸ਼ ਤੇ ਭੇਜਣਾ sandesh bhejnhaa
desperado *n.* ਅਪਰਾਧੀ ਵਿਅਕਤੀ apraadhi viaakatee
desperate *adj.* ਤੀਬਰ rteebar
despicable *n.* ਨੀਚ neech
despise *v.t.* ਤਿਰਸਕਾਰ ਕਰਨਾ tiraskaar karnaa
despite *n.* ਵਿਰੋਧ virodh
despoil *v.t.* ਲੁੱਟਣਾ luttanhaa
despond *v.t.* ਨਿਰਾਸ਼ ਹੋਣਾ niraash honhaa
despondency *n.* ਨਿਰਾਸ਼ਾ niraashaa
despondent *n.* ਉਦਾਸ udaas
despot *n.* ਨਿਰਦਈ nirdayee
despotism *n.* ਨਿਯੰਤਰਣਹੀਣ ਰਾਜ niyataranhheen raaj
destination *n.* ਮੰਜ਼ਿਲ manzil
destine *v.t.* ਨਿਰਦੇਸ਼ ਕਰਨਾ nirdesh karnaa
destined *adj.* ਨਿਰਦੇਸ਼ਿਤ nirdeshit
destiny *n.* ਕਿਸਮਤ kismat
destitute *adj.* ਨਿਰਾਸਰਾ niraasraa
destitution *n.* ਨਿਰਾਸਰਤਾ niraasartaa
destroy *v.t.* ਨਸ਼ਟ ਕਰਨਾ nashat karnaa
destroyer *n.* ਨਾਸ਼ਕ naashak
destructible *adj.* ਨਾਸ਼ ਯੋਗ naash yog
destruction *n.* ਵਿਨਾਸ਼ vinaash
destructive *adj.* ਵਿਨਾਸ਼ਕਾਰੀ vinaashkaari
desultory *n.* ਅਨਿਯਮਿਤ aniyamit
detach *v.t.* ਹਟਾਉਣਾ hataunaa
detachment *n.* ਅਲਿਹਦਗੀ alehadagi
detail *v.t.* ਵੇਰਵਾ verva
detain *v.* ਰੋਕਣਾ roknhaa
detect *v.t.* ਪਤਾ ਲਗਾਉਣਾ pataa lagaunaa
detective *n.* ਗੁਪਤਚਰ guptcharr
detention *n.* ਰੁਕਾਵਟ rukaavat
deter *v.t.* ਡਰਾ ਕੇ ਰੋਕਣਾ daraa ke rokna
deteriorate *v.i.* ਦੂਸ਼ਿਤ ਹੋਣਾ dooshit honhaa
determinate *n.* ਨਿਰਧਾਰਿਤ nirdharat
determination *n.* ਸੰਕਲਪ sankallap
determine *v.t.* ਨਿਸ਼ਚਿਤ ਕਰਨਾ nischit karna
deterrent *adj.* ਉਤਸ਼ਾਹਹੀਣ ਕਰਨ ਵਾਲਾ utsah heen karan vala
detest *v.t.* ਤਿਰਸਕਾਰ ਕਰਨਾ tirskaar karnaa
detestation *n.* ਅਤਿ ਨਫਰਤ ati nafrat
dethrone *v.t.* ਗੱਦੀਓਂ ਲਾਹੁਣਾ gaddeeyon lahunhaa
detract *v.t.* ਘਟਾਉਣਾ ghataunhaa
detraction *n.* ਕਲੰਕ kallank
detriment *n.* ਹਾਨੀ haani
detrimental *adj.* ਹਾਨੀਕਾਰਕ haanikarak
deuce *n.* ਪਿਸ਼ਾਚ pishaach
devastate *v.* ਭ੍ਰਸ਼ਟ ਕਰਨਾ bharasht karnaa
devastation *n.* ਵਿਨਾਸ਼ vinaash
develop *v.t.* ਪ੍ਰਕਾਸ਼ਿਤ ਕਰਨਾ parkaashit karnaa
development *n.* ਵਿਕਾਸ vikaas
deviate *v.t.* ਹਟਣਾ hatnhaa
deviation *n.* ਭੁੱਲ bhull
device *n.* ਪ੍ਰਯੋਗ paryog
devil *n.* ਅਸੁਰ asur
devilish *adj.* ਅਤਿ ਦੁਸ਼ਟ ati dushat
devious *adj.* ਦੋਸ਼ੀ doshi
devise *v.t.* ਵਿਚਾਰ ਕਰਨਾ vichaar karnaa
devisor *n.* ਵਿਚਾਰ ਕਰਨ ਵਾਲਾ vichaar karn wala
devoid *n.* ਖਾਲੀ khaali
devolve *v.t.* ਸੌਂਪਣਾ saunpanhaa
devote *v.t.* ਸਮਰਪਣ ਕਰਨਾ samarpanh karnaa
devoted *adj.* ਤਤਪਰ tattpar
devotee *n.* ਸ਼ਰਧਾਲੂ shardhaalu
devotion *n.* ਸ਼ਰਧਾ shardhaa
devotional ਧਾਰਮਿਕ dhaarmik
devour *v.t.* ਭਸਮ ਕਰਨਾ bhasam karnaa
devout *adj.* ਧਾਰਮਿਕ dhaarmik
dew *n.* ਤਰੇਲ tarel
dewy *adj.* ਤਰੇਲ ਨਾਲ ਤਰ tarel naal tarr
dexterity *n.* ਨਿਪੁੰਨਤਾ nippunataa

dexterous *adj.* ਨਿਪੁੰਨ nipunn
diabetes *n.* ਸ਼ੱਕਰ ਰੋਗ shakkar rog
diabolical *adj.* ਪਿਸ਼ਾਚੀ pishaachi
diadem *n.* ਮੁਕਟ mukat
diagnosis *n.* ਰੋਗ-ਨਿਦਾਨ rog-nidaan
diagonal *adj.* ਕਰਣ karanh
diagram *n.* ਆਕ੍ਰਿਤੀ aakritti
dial *n.* ਘੜੀ ਦਾ ਮੁੱਖ gharhee da mukh
dialect *n.* ਪ੍ਰਾਂਤ ਦੀ ਭਾਸ਼ਾ praant dee bhaasha
dialectic *n.* ਨਿਆਂ niaan
dialogue *n.* ਵਾਰਤਲਾਪ vaartalaap
diameter *n.* ਵਿਆਸ viaas
diametric *adj.* ਵਿਆਸੀ viaasi
diamond *n.* ਹੀਰਾ heeraa
diaper *n.* ਕਢਾਈ ਵਾਲਾ ਕੱਪੜਾ kadhaai wala kappda
diaphanous *adj.* ਪਾਰਦਰਸ਼ੀ paardarshi
diaphoretic *adj.* ਪਸੀਨਾ ਦਿਵਾਉਣ ਵਾਲਾ paseena divaanh wala
diarrhoea *n.* ਅਤਿਸਾਰ atisaar
diary *n.* ਰੋਜ਼ਨਾਮਚਾ roznaamchaa
dibble *n.* ਫਾਲੀ faali
dice *n.* ਸ਼ਤਰੰਜ ਦਾ ਪਾਂਸਾ shatranjj da paansa
dictate *v.t.* ਲਿਖਾਉਣਾ likhaauna
dictation *n.* ਲਿਖਾਉਣ ਦੀ ਵਿਧੀ lakhaaun dee vidhi
dictator *n.* ਲਿਖਾਣ ਵਾਲਾ likhaan wala
diction *n.* ਮੁਹਾਵਰਾ muhaavraa
dictionary *n.* ਸ਼ਬਦਕੋਸ਼ shabadkosh
dictum *n.* ਕਹਾਵਤ kahaavat
didactic *adj.* ਉਪਦੇਸ਼ਕ updeshak
die *v.t.* ਮਰਨਾ marnaa
diesel *n.* ਡੀਜ਼ਲ deezal
diet *n.* ਖੁਰਾਕ khuraak
dietary *n.* ਆਹਾਰ ਦੇ ਨਿਯਮ aahaar de niyam
differ *v.i.* ਵੱਖਰਾ ਹੋਣਾ vakkhraa hona
difference *n.* ਵੱਖਰਤਾ vakkhartaa
different *adj.* ਵੱਖਰਾ vakkhraa
differential ਵਿਸ਼ੇਸ਼ਕ visheshak
differentiate *v.t.* ਭੇਦ ਜਾਣ ਲੈਣਾ bhed jaanh lainha
difficult *adj.* ਕਠਿਨ kathhin
difficulty *n.* ਕਠਿਨਤਾ kathhintaa
diffidence *n.* ਝਿਜਕ jhijak
diffident *adj.* ਸ਼ਰਮੀਲਾ sharmeela
diffuse *v.t.* ਫੈਲਾਉਣਾ failaunhaa
diffusion *n.* ਵਿਸਤਾਰ vistaar
dig *v.t.* ਪੁੱਟਣਾ puttanaa
digest *v.t.* ਪਚਾਉਣਾ pachaunhaa
digestive *adj.* ਪਾਚਕ paachak
digestible *adj.* ਪਚਾਉਣਯੋਗ pachaaunhyog
digestion *n.* ਪਾਚਨ ਕਿਰਿਆ paachan kireyaa
digit *n.* ਅੰਕ ankk
dignified *adj.* ਮਹਾਨ mahaan
dignify *v.t.* ਸਤਿਕਾਰ ਕਰਨਾ satikaar karnaa
dignitary *n.* ਸਤਿਕਾਰਤ satikaarat
dignity *n.* ਗੌਰਵ gaurav
digress *v.t.* ਭਟਕਣਾ bhatkanhaa
digression *n.* ਗਮਨ gaman
dike *n.* ਖੱਡ khadd
dilapidate *v.t.* ਨਾਸ਼ ਕਰਨਾ naash karnaa
dilapidation *n.* ਨਾਸ਼ naash
dilate *v.t.* ਫੈਲਾਉਣਾ failaunhaa
dilatory *adj.* ਆਲਸੀ aalsi
dilemma *n.* ਸੰਕਟ ਦੀ ਸਥਿਤੀ sankatt dee sathiti
dilettante *n.* ਨੌਸਿਖੀਆ nausikheeya
diligence *n.* ਉੱਦਮ uddam
diligent *n.* ਉਦਮੀ uddami
dilute *v.t.* ਪਤਲਾ ਕਰਨਾ patlaa karnaa
diluvial *adj.* ਹੜ੍ਹ ਸੰਬੰਧੀ harh sambandhi
dim *adj.* ਧੁੰਦਲਾ dhundlaa
diminish *v.t.* ਨਿਊਨ ਕਰਨਾ nioon karnaa
diminution *n.* ਕਮੀ kami
diminutive *adj.* ਅਲਪ alap
dimple *n.* ਗੱਲ੍ਹਾਂ ਚ ਟੋਆ gallan ch toaa
din *n.* ਕਲਕਲ kalkal
dine ਰਾਤ ਦਾ ਖਾਣਾ raat da khaana
ding *v.t.* ਵਜਾਉਣਾ vajaunha
dingy *adj.* ਡੌਂਗੀ daungi
dinner *n.* ਰਾਤ ਦਾ ਭੋਜਨ raat da bhojan
dint *n.* ਯਤਨ yatan
dip *v.t.* ਡੁਬਾਉਣਾ dubaunha
diphtheria *n.* ਕਾਲੀ ਖਾਂਸੀ kaali khaansi
diploma *n.* ਅਧਿਕਾਰ-ਪੱਤਰ adhikaar pattar
diplomacy *n.* ਕੂਟਨੀਤੀ kootneeti
diplmat *n.* ਕੂਟਨੀਤਿਕ kootneetik

diplmatic *adj.* ਕੂਟਨੀਤੀਵਾਨ kootneeteewaan
dire *adj.* ਭਿਆਨਕ bheyaanak
direct *v.t.* ਸਿੱਧਾ sidhaa
direction *n.* ਦਿਸ਼ਾ dishaa
directly *adv.* ਪ੍ਰਤੱਖ਼ ਤੌਰ ਤੇ partakkh taur te
director *n.* ਨਿਰਦੇਸ਼ਕ nirdeshak
directory *n.* ਨਾਮ ਸੂਚਕ ਪੁਸਤਕ naam soochak pustak
dirge *n.* ਸ਼ੋਕ ਦਾ ਗੀਤ shok daa geet
dirk *n.* ਕਟਾਰ kataar
dirt *n.* ਮਿੱਟੀ mitti
dirty *adj.* ਗੰਦਾ gandda
disability *n.* ਅਯੋਗਤਾ ayogtaa
disable *v.t.* ਅਯੋਗ ayog
disabuse *v.t.* ਠੀਕ ਕਰਨਾ thheek karnaa
disadvantage *n.* ਹਾਨੀ haani
disadvantageous *adj.* ਹਾਨੀਕਾਰਕ haanikaarak
disaffection *n.* ਘ੍ਰਿਣਾ ghrinhaa
disagree *v.t.* ਅਸਹਿਮਤ asehmat
disagreeble *adj.* ਅਸਹਿਮਤੀ ਵਾਲਾ asehmati wala
disallow *v.t.* ਰੋਕਣਾ roknhaa
disallowance *n.* ਰੋਕ rok
disappear *v.i.* ਅਦ੍ਰਿਸ਼ ਹੋਣਾ adrish honhaa
disappearance *n.* ਅਦ੍ਰਿਸ਼ਟ adrishatt
disappoint *v.t.* ਨਿਰਾਸ਼ ਕਰਨਾ niraash karnaa
disappointment *n.* ਨਿਰਾਸ਼ਾ niraashaa
disapprobation *n.* ਅਪ੍ਰਵਾਨਗੀ aparvaangi
disapproval *n.* ਅਪ੍ਰਵਾਨਗੀ aparvaangi
disapprove *v.t.* ਅਪ੍ਰਵਾਨ ਕਰਨਾ aparvaan karnaa
disarm *v.t.* ਹਥਿਆਰ ਖੋਹ ਲੈਣਾ hathiyaar khoh laina
disarmament ਹਥਿਆਰਾਂ ਦਾ ਖੋਹਣਾ hathiyaraan da khohna
disarry *n.* ਉਲਟ-ਪੁਲਟ ulat-pulat
disaster *n.* ਵਿਨਾਸ਼ vinaash
disastrous *adj.* ਵਿਨਾਸ਼ਕਾਰੀ vinaashkaari
disavow *v.t.* ਨਾ ਕਰਨਾ naa karnaa
disavowal *n.* ਅਸਵੀਕਾਰ ਕਰਨਾ asavikaar karnaa
disband *v.t.* ਸੈਨਾ ਭੰਗ ਕਰਨਾ sainaa bhangg karnaa
disbar *v.t.* ਵੰਚਿਤ ਕਰਨਾ vanchitt karnaa
disbelief *n.* ਅਵਿਸ਼ਵਾਸ਼ avishvaash
disbelieve *v.t.* ਅਵਿਸ਼ਵਾਸ਼ ਕਰਨਾ avishvaash karnaa
disburden *v.t.* ਭਾਰ ਉਤਾਰਨਾ bhaar utaarnaa
disburse *v.t.* ਧਨ ਦੇਣਾ dhann dena
discard *v.t.* ਅਲੱਗ ਕਰਨਾ alagg karna
discern *v.t.* ਵਿਚਾਰ ਕਰਨਾ vichaar karnaa
discernible *adj.* ਦ੍ਰਿਸ਼ਟੀਗੋਚਰ drishtigochar
discernment *n.* ਦੂਰ-ਦ੍ਰਿਸ਼ਟੀ door-drishati
discharge *v.t.* ਕੱਢ ਦੇਣਾ kaddh lainhaa
disciple *n.* ਚੇਲਾ chelaa
disciplinarian *n.* ਨਿਯਮ ਬਣਾਉਣ ਵਾਲਾ niyam banhaunha
disciplinary *adj.* ਅਨੁਸ਼ਾਸ਼ਨ ਸੰਬੰਧੀ anushaashan sambandhi
discipline *n.* ਅਨੁਸ਼ਾਸ਼ਨ anushaashan
disclaim *v.t.* ਅਧਿਕਾਰ ਤਿਆਗਣਾ adhikaar tyaagnhaa
disclaimer *n.* ਪਰਿਤਿਆਗ parityaag
disclose *v.t.* ਪ੍ਰਗਟ ਕਰਨਾ pargatt karnaa
disclosure *n.* ਪ੍ਰਗਟਾਵਾ pargtaava
discomfit *v.t.* ਹਰਾਉਣਾ haraunha
discomfort *n.* ਤਕਲੀਫ ਦੇਣੀ takleef deni
discompose *v.t.* ਵਿਆਕੁਲ ਕਰਨਾ viaakul karnaa
disconnect *v.t.* ਜੁਦਾ ਕਰਨਾ judaa karnaa
disconsolate *adj.* ਨਿਰਾਸ਼ niraash
discontent *n.* ਅਸੰਤੋਸ਼ asantosh
discontented ਅਸੰਤੁਸ਼ਟ asantushat
discontinue *v.t.* ਬੰਦ ਕਰ ਦੇਣਾ bandd kar denha
discord *n.* ਵਿਰੋਧ ਕਰਨਾ virodh karnaa
discordant *adj.* ਵਿਰੁੱਧ viruddh
discount *n.* ਛੂਟ chhoot
discountenance *v.t.* ਉਤਸ਼ਾਹਹੀਣ ਕਰਨਾ utshaah heen karnaa
discourage *v.t.* ਨਿਰਉਤਸ਼ਾਹਿਤ ਕਰਨਾ nir utshaahit karnaa
discouraging *adj.* ਨਿਰਉਤਸ਼ਾਹਿਤ ਕਰਨ ਵਾਲਾ nir utshaahit karan wala
discourse *n.* ਵਾਰਤਾਲਾਪ vaartalaap

discourteous *adj.* ਅਸੱਭਿਅ asaabheyaa
discourtesy *n.* ਅਸੱਭਿਅਤਾ asabheyata
discover *v.t.* ਪ੍ਰਗਟ ਕਰਨਾ pargat karna
discovery *n.* ਅਵਿਸ਼ਕਾਰ avishkaar
discredit *n.* ਸੰਦੇਹ sandeh
discreditable *adj.* ਅਪਮਾਨਜਨਕ apmaanjanak
discreet *adj.* ਵਿਚਾਰਸ਼ੀਲ vichaarsheel
discrepancy *n.* ਵਿਰੋਧ virodh
discretion *n.* ਵਿਵੇਕ vivek
discretionary *adj.* ਸੁਤੰਤਰ suttantar
discriminate *v.t.* ਅੰਤਰ ਕਰਨਾ antar karnaa
discrimination *n.* ਭੇਦਭਾਵ bhedbhaav
discursive *adj.* ਵਿਵਾਦੀ vivaadi
discuss *v.t.* ਵਾਦ-ਵਿਵਾਦ ਕਰਨਾ vaad-vivaad karnaa
discussion *n.* ਵਾਦ-ਵਿਵਾਦ vaad-vivaad
disdain *v.t.* ਤਿਰਸਕਾਰ ਕਰਨਾ tiraskaar karnaa
disease *n.* ਬੀਮਾਰੀ bimaari
disembark *v.i.* ਜਹਾਜ਼ ਤੋਂ ਉਤਰਨਾ jahaaz ton utaarnaa
disembody *v.* ਸਰੀਰ ਤੋਂ ਵੱਖ ਕਰਨਾ sarir ton vakkh karnaa
disengage *v.t.* ਸੰਪਰਕ ਤੋੜਨਾ sampark todnaa
disfavour *n.* ਅਨਾਦਰ anaadar karnaa
disfigure *v.t.* ਕੁਰੂਪ ਬਣਾਉਣਾ kuroop banunha
disgorge *v.t.* ਉਗਲਣਾ ugalnhaa
disgrace *n.* ਅਪਮਾਨ apmaan
disgrceful *adj.* ਅਪਮਾਨਜਨਿਕ apmaanjanik
disguise *v.t.* ਵੇਸ਼-ਬਦਲਣਾ vesh badalanhaa
disgust *n.* ਘ੍ਰਿਣਾ ghrinhaa
dish *n.* ਥਾਲੀ thaali
dishearten *v.t.* ਨਿਰਉਤਸ਼ਾਹ ਕਰਨਾ nir utshaah karnaa
dishevelled *adj.* ਫੂਹੜ fooharh
dishonour *v.t.* ਅਪਮਾਨ apmaan
disillusion *v.t.* ਮਾਇਆਜਾਲ ਤੋਂ ਮੁਕਤੀ mayajaal ton mukti
disinclination *n.* ਅਣਇੱਛਾ anhichhaa
disinfect *v.t.* ਸੰਕਰਮਣ ਦੂਰ ਕਰਨਾ sankarmanh door karna

disingenuous *adj.* ਕਪਟੀ kapti
disintegrate *v.t.* ਵਿਸ਼ਲੇਸ਼ਣ ਕਰਨਾ vishleshanh karnaa
disinterested ਅਪੱਖਪਾਤੀ apakkhpaati
disjoin *v.t.* ਵੱਖ ਕਰਨਾ vakkh karnaa
disjoint *v.t.* ਜੋੜ ਤੋਂ ਵੱਖਰਾ ਕਰਨਾ jod ton vakkhra karnaa
disk *n.* ਗੋਲ ਥਾਲੀ gol thaali
dislike *v.t.* ਨਾਪਸੰਦ ਕਰਨਾ naapasandd karnaa
dislocate *v.t.* ਉਖਾੜਨਾ ukhaadnaa
dislodge *v.t.* ਅਰਾਮਗਾਹ ਤੋਂ ਹਟਾਉਣਾ araamgaah ton hataunhaa
disloyal *adj.* ਅਰਾਜਕ araajak
dismal *adj.* ਅਪ੍ਰਸੰਨ aparsann
dismantle *v.t.* ਨੰਗਾ ਕਰਨਾ nagga karnaa
dismay *v.t.* ਹਤਾਸ਼ ਕਰਨਾ hataash akrnaa
dismember *v.t.* ਖੰਡ-ਖੰਡ ਕਰਨਾ khandd-khandd karnaa
dismiss *v.t.* ਪਦਵੀ ਤੋਂ ਹਟਾਉਣਾ padvi ton hataunha
dismissal *n.* ਵਿਦਾਈ vidaee
dismount *v.t.* ਘੋੜੇ ਤੋਂ ਲਾਹੁਣਾ ghorhe ton lahunha
disobedience *n.* ਉਲੰਘਣ ullanghanh
disobedient *adj.* ਉਲੰਘਣ ਕਰਨ ਵਾਲਾ ullanghanh karan wala
disorder *n.* ਅਵਿਵਸਥਾ avivasthaa
disorderly *adj.* ਨਿਯਮਵਿਰੁੱਧ niyam viruddh
desorganize *v.t.* ਉਪੱਦਰ ਕਰਨਾ upaddar karnaa
disown *v.t.* ਨਾ ਪਹਿਚਾਨਣਾ na pehchaananhaa
disparage *v.t.* ਉਪੇਖਿਆ ਕਰਨਾ upekheyaa karnaa
disparity *n.* ਅਸਮਾਨਤਾ asamaanta
dispassionate *v.t.* ਸ਼ਾਂਤ shaant karnaa
dispatch *n.* ਸੰਦੇਸ਼ ਤੇ ਭੇਜਣਾ sandesh te bhejnhaa
dispel *v.t.* ਹਟਾਉਣਾ hataunha
dispensable *adj.* ਗੈਰ-ਜ਼ਰੂਰੀ gair-zaroori
dispensary *n.* ਗਰੀਬਾਂ ਦਾ ਦਵਾਖਾਨਾ garibaan da dawakhaana
dispense *v.t.* ਵੰਡਣਾ vanddanhaa

disperse *v.t.* ਇੱਧਰ-ਉੱਧਰ ਸਿੱਟਣਾ idhar-udhar sittanhaa
dispirit *v.t.* ਉਦਾਸ ਕਰਨਾ udaas karnaa
displace *v.t.* ਸਥਾਨ ਬਦਲਣਾ sathaan badlanhaa
displacement *n.* ਸਥਾਨ ਤੋਂ ਹਟਾਉਣ ਦਾ ਕਾਰਜ sathaan ton hataunhaa
display *v.t.* ਪ੍ਰਦਰਸ਼ਨ pardarshan
displease *v.t.* ਅਪ੍ਰਸੰਨ ਕਰਨਾ aparsann karna
displeasure *n.* ਅਪ੍ਰਸੰਨਤਾ aparsannata
disport *v.t.* ਆਨੰਦ ਮਨਾਉਣਾ anand manaunha
disposal *n.* ਪ੍ਰਬੰਧ parbandh
dispose *v.t.* ਰੱਖਣਾ rakhnhaa
dispose of *v.t.* ਛੁਟਕਾਰਾ ਪਾਉਣਾ chhutkaaraa paunha
disposition *n.* ਪ੍ਰਬੰਧ parbandh
dispossess *v.t.* ਅਧਿਕਾਰ adhilaar
disproportion *n.* ਅਯੋਗਤਾ ayogtaa
disprove *v.* ਖੰਡਨ ਕਰਨਾ khanddan karnaa
disputeble *adj.* ਝਗੜਨਯੋਗ jhagarhanaa
disputant *n.* ਤਾਰਕਿਕ taarkik
disputation *n.* ਤਰਕ tarak
dispute *v.t.* ਝਗੜਾ ਕਰਨਾ jhagrhaa karnaa
disqualify ਅਯੋਗ ਕਰਨਾ ayog karnaa
disquiet *v.t.* ਸ਼ਾਂਤੀਭੰਗ ਕਰਨਾ shaanti bhangg karnaa
disregard *v.t.* ਉਪੇਖਿਆ ਕਰਨਾ upekheyaa karni
disrelish *n.* ਨਾਪਸੰਦਗੀ naapasanddagi
disrepute *n.* ਅਪਮਾਨ apmaan
disrespect *v.t.* ਅਨਾਦਰ anaadar
disrobe *v.t.* ਨੰਗਾ ਕਰਨਾ nagga karnaa
disrupt *v.t.* ਤਿਤਰ-ਬਿਤਰ ਕਰਨਾ tittar-bittar karnaa
disruption *n.* ਦਰਾਰ daraar
dissatisfaction *n.* ਅਸੰਤੋਸ਼ asantosh
dissatisfy *v.t.* ਅਸੰਤੁਸ਼ਟ ਕਰਨਾ asantushat karnaa
dissect *v.t.* ਖੰਡ-ਖੰਡ ਕਰਨਾ khandd-khandd karnaa
dissection *n.* ਅੰਗ-ਵਿਛੇਦ angg vichhed
dissemble *v.* ਛਲ ਕਰਨਾ chhall karnaa
dissension *n.* ਵਿਰੋਧ virodh
dissent *v.t.* ਮੱਤਭੇਦ mattbhed
dissentient *n.* ਵੱਖਰੇ ਮੱਤ ਦਾ vakkhre matt da
dissertation *n.* ਵਾਰਤਾਲਾਪ vaartalaap
disservice *n.* ਹਾਨੀ haani
dissimilar *adj.* ਭਿੰਨ bhinn
dissimulation *n.* ਮਾਇਆ maya
dissipate *v.* ਹਟਾਉਣਾ hataunhaa
dissipated *adj.* ਦੁਰਾਚਾਰੀ durachaari
dissipation *n.* ਦੁਰਾਚਾਰੀ ਹੋਣਾ durachaari honha
dissociate *v.t.* ਵੱਖਰਾ ਕਰਨਾ vakkhraa karnaa
dissoute *adj.* ਕਾਮੁਕ kaamuk
dissolve *v.t.* ਗਲਾਉਣਾ galaunhaa
dissonance ਬੇਸੁਰਾਪਣ besurapann
dissuade *v.t.* ਵਿਰੁੱਧ ਸਲਾਹ ਕਰਨਾ viruddh salaah karnaa
distance *n.* ਦੂਰੀ doori
distant *adj.* ਦੂਰੇਡਾ dureda
distaste *n.* ਸਵਾਦਹੀਣਤਾ sawadheenhata
distasteful *adj.* ਬੇਸੁਆਦਾ besuaada
distemper *n.* ਇੱਕ ਕਿਸਮ ਦਾ ਰੰਗ ikk kisam da rangg
distend *v.t.* ਫੈਲਾਉਣਾ failaunhaa
distill *v.t.* ਅਰਕ ਕੱਢਣਾ arak kadhhanhaa
distiller *n.* ਸ਼ਰਾਬ ਕੱਢਣ ਵਾਲਾ sharaab kadhhan wala
distinct *adj.* ਭਿੰਨ bhinn
distinction *n.* ਭੇਦ bhed
distinctive *adj.* ਵਿਸ਼ੇਸ਼ vishesh
distinguish *v.t.* ਭੇਦ ਕਰਨਾ bhed karnaa
distinguished *adj.* ਪ੍ਰਸਿੱਧ parsidh
distort *v.t.* ਰੂਪ ਵਿਗਾੜਨਾ roop vigaadnaa
distortion *n.* ਕੁਰੂਪਤਾ kuroopataa
distract *v.t.* ਪਾਗਲ ਕਰਨਾ paagal karnaa
distraction *n.* ਵਿਆਕੁਲਤਾ viaakultaa
distrain *v.t.* ਕੁਰਕ ਕਰਨਾ kurak karnaa
distraint *n.* ਕੁਰਕੀ kurkee
distress *n.* ਅਤਿ ਪੀੜਾ ati peeda
distressful *adj.* ਪੀੜਾਦਾਇਕ peedadayak
distribute *v.* ਵੰਡਣਾ vanddanhaa
distribution *n.* ਵੰਡ vandd
district *n.* ਜ਼ਿਲ੍ਹਾ zilha

distrust *v.t.* ਸੰਦੇਹ sandeh
distrustful *adj.* ਸ਼ੰਕਾਸ਼ੀਲ shankkasheel
disturb *v.t.* ਵਿਆਕੁਲ ਕਰਨਾ viaakul karnaa
distrubance *n.* ਅਸ਼ਾਂਤੀ ashaanti
disunion *n.* ਵਿਯੋਗ viyog
disunite *v.t.* ਵੱਖਰਾ ਕਰਨਾ vakkhraa karnaa
divider *n.* ਨਾਪਣ ਯੰਤਰ naapanh yanttar
divination *n.* ਭਵਿੱਖਤ ਕਥਨ bhavikkhat kathan
divine *adj.* ਪਵਿੱਤਰ pavittar
divinity ਦੇਵਤਾ devtaa
divisible *adj.* ਵੰਡਣਯੋਗ vanddanhyog
division ਤਕਸੀਮ takseem
divisor *n.* ਭਾਜਕ bhaajak
divorce *v.t.* ਤਲਾਕ talaak
divulge *v.t.* ਪ੍ਰਕਾਸ਼ਿਤ ਕਰਨਾ parkaashit karnaa
dizzy *adj.* ਚਪਲ chapal
do *v.t.* ਕਰਨਾ karnaa
docile *adj.* ਸਿੱਖਣਯੋਗ sikhanhyog
docility *n.* ਅਧੀਨਤਾ adheentaa
dock *n.* ਜਹਾਜ਼ ਦੀ ਜਗ੍ਹਾ jahaz dee jagah
docket *n.* ਪ੍ਰਮਾਣ parmaanh
doctor *n.* ਵੈਦ vaid
doctrine *n.* ਸਿਧਾਂਤ sidhaant
document *n.* ਦਸਤਾਵੇਜ਼ dastavez
documentary *aj.* ਲੇਖ ਸੰਬੰਧੀ lekh sambandhi
dodge *v.t.* ਧੋਖਾ ਦੇਣਾ dhokha dena
doe *n.* ਹਿਰਨੀ hirni
doer *n.* ਸੰਪਾਦਨ ਕਰਨ ਵਾਲਾ ਵਿਅਕਤੀ sampaaddan karan wala
doff *v.t.* ਤਿਆਗਣਾ tyaagnha
dog *n.* ਕੁੱਤਾ kutta
dogged *adj.* ਜ਼ਿੱਦੀ ziddi
dogma *n.* ਸਿਧਾਂਤ sidhaant
dogmatic *adj.* ਨਿਰਦੇਸ਼ਕ nirdeshak
dogmatize *v.t.* ਜ਼ਿੱਦ ਕਰਨਾ zidd karnaa
doings *n.* ਕਰਨੀ karnee
doldrums *n.* ਉਦਾਸ ਹੋਣ ਦੀ ਸਥਿਤੀ udaas honh dee sathiti
dole *n.* ਅੰਸ਼ਦਾਨ anshdaan
doleful *adj.* ਉਦਾਸ udaas
doll *n.* ਗੁੱਡੀ guddi
dollar *n.* ਅਮਰੀਕਾ ਦਾ ਸਿੱਕਾ amreeka da sikka
dolorous *adj.* ਦੁੱਖਦਾਈ dukkhdayee
dolour *n.* ਦੁੱਖ dukkh
dolphin *n.* ਇੱਕ ਸਮੁੰਦਰੀ ਮੱਛੀ ikk sammundari machhi
doit *n.* ਮੰਦਬੁੱਧੀ manddbudhi
domain *n.* ਕਾਰਜਕ੍ਰਮ kaarajkramm
dome *n.* ਗੁੰਬਦ gumbad
domestic *adj.* ਘਰੇਲੂ ghareloo
domesticate ਪਾਲਤੂ ਬਣਾਉਣਾ paaltu banhaunhaa
domicile *n.* ਰਹਿਣ ਦਾ ਸਥਾਨ rahnh da sathaan
dominant *adj.* ਅਤਿ ਪ੍ਰਭਾਵਸ਼ਾਲੀ ati parbhaavshaali
dominate *v.t.* ਸ਼ਾਸ਼ਨ ਕਰਨਾ shaashan karnaa
domineer *v.t.* ਅਤਿਆਚਾਰ ਕਰਨਾ atyaachaar karnaa
dominican *n.* ਈਸਾਈ ਸਮੂਹ ਦਾ ਮੈਂਬਰ eesayee samooh da maimber
dominion *n.* ਅਧਿਕਾਰ adhikaar
donate *v.t.* ਦਾਨ ਕਰਨਾ daan karnaa
donation *n.* ਦਾਨ daan
done *n.* ਕੀਤਾ ਹੋਇਆ keeta hoyeyaa
donee *n.* ਜਿਸਨੂੰ ਦਾਨ ਹੋਵੇ jisnu daan ditta hove
donkey *n.* ਗਧਾ gadhaa
donor *n.* ਦਾਨੀ daani
doom *v.t.* ਦੰਡ dandd
doomsday *n.* ਪਰਲੋ ਦਾ ਦਿਨ parlo da dinn
door *n.* ਦਰਵਾਜ਼ਾ darwaaza
doo¤keeper *n.* ਦਰਬਾਨ darbaan
dormant *adj.* ਨੀਂਦ ਵਿੱਚ neend vich
dormouse *n.* ਕੁਤਰਨ ਵਾਲਾ ਜਾਨਵਰ kutran wala jaanvar
dose *n.* ਖੁਰਾਕ khuraak
dost *v.t.* ਕਰਨਾ karnaa
dot *n.* ਬਿੰਦੂ bindu
dotage *n.* ਬੁੱਧੀ ਦੀ ਕਮਜ਼ੋਰੀ budhi dee kamzori
dotard *n.* ਬਹੁੱਤ ਬਿਰਧ bahut biradh
dote *v.i.* ਸਠਿਆਉਣਾ sathheaaunha
double *n.* ਦੁੱਗਣਾ dugganhaa

double-cross *n.* ਧੋਖਾ ਦੇਣਾ dhokhaa denha
double-dealer *n.* ਕਪਟ-ਵਿਹਾਰ kapat-vihaar
doubt *n.* ਸ਼ੰਕਾ shankka
doubtful *adj.* ਸੰਕਾਯੋਗ shankkayog
dough *n.* ਗਿੱਲਾ ਆਟਾ gilla aata
doughty *adj.* ਸੂਰਵੀਰ soorveer
dove *n.* ਘੁੱਗੀ gughee
dovetail *v.t.* ਚੂਲ chool
dowdy *n.* ਗੰਦਾ gandda
dower *n.* ਦਹੇਜ dahej
down *n.* ਹੇਠਾਂ hethhaan
downcast *adj.* ਖਿੰਨ khinn
downfall ਨਾਸ਼ naash
downpour *n.* ਮੋਹਲੇਧਾਰ ਮੀਂਹ mohaledhaar meehn
downright *adj.* ਸਪੱਸ਼ਟ sapashatt
downstairs *adv.* ਪੌੜੀ ਦੇ ਹੇਠਾਂ paudee de hethhaan
downtrodden *adj.* ਕੁਚਲਿਆ ਹੋਇਆ kuchliya hoya
downward *adj.* ਹੇਠਾਂ ਵੱਲ hethhan wall
downy *adj.* ਕੋਮਲ komal
dowry *n.* ਦਹੇਜ dahej
doze *v.t.* ਝਪਕੀ ਲੈਣਾ jhapki lainhaa
dozen *n.* ਦਰਜਨ darjan
drab *n.* ਵਿਭਚਾਰੀ ਔਰਤ vibhchaari aurat
draft *n.* ਹੁੰਡੀ hunddi
draftsman *n.* ਨਕਸ਼ਾ ਬਣਾਉਣ ਵਾਲਾ nakshaa banaun wala
drag *v.t.* ਖਿੱਚਣਾ khichaanhaa
dragon *n.* ਅਜਗਰ ajgar
dragoon *n.* ਘੁੜਸਵਾਰ gurhswaar
drain *v.t.* ਵਹਾਉਣਾ vhaaunhaa
drainage *n.* ਪਾਣੀ ਦਾ ਨਿਕਾਸ pani da nikaas
drake *n.* ਹੰਸ hanss
drama *n.* ਨਾਟਕ naatak
dramatic *adj.* ਨਾਟਕ ਸੰਬੰਧੀ naatak sambandhi
dramatis personae *n.* ਨਾਟਕ ਦੇ ਪਾਤਰ naatak de paatar
dramatist *n.* ਨਾਟਕਕਾਰ naatakakaar
dramatize *v.t.* ਨਾਟਕੀ ਰੂਪ ਦੇਣਾ naatki roop denha
drape *v.t.* ਸਜਾਉਣਾ sajaunha
draper *n.* ਕੱਪੜੇ ਵੇਚਣ ਵਾਲਾ kappde vechanh wala
draught *v.t.* ਘੁੱਟ ghutt
draw *v.t.* ਖਿੱਚਣਾ khichanhaa
drawback *n.* ਕਮੀ kami
drabridge *n.* ਉੱਪਰ ਉੱਠ ਜਾਣ ਵਾਲਾ ਪੁੱਲ uppar uthh jaanh wala pulh
drawer *n.* ਦਰਾਜ daraaj
drawing *n.* ਚਿਤਰਕਲਾ chitarkalaa
drawing room *n.* ਬੈਠਕ baithak
dread *n.* ਡਰ darr
dreadful *n.* ਡਰਾਵਣਾ dravnhaa
dream *n.* ਸੁਫਨਾ suphnaa
dreary *adj.* ਉਦਾਸ udaas
dregs *n.* ਤਲਛੱਟੀ talchhatti
drench *v.t.* ਭਿਆਉਣਾ bhiaaunhaa
dress *v.t.* ਪੌਸ਼ਾਕ paushaak
dressing *n.* ਪੱਟੀ patti
drew ਖਿੱਚਿਆ khicheaa
drift *v.i.* ਹੌਲੀ ਧਾਰਾ hauli dhaaraa
drink *v.t.* ਪੀਣਾ peenhaa
drinkable *adj.* ਪੀਣਯੋਗ peenhyog
drip *v.i.* ਚੋਣਾ chonhaa
drive *n.* ਚਲਾਉਣਾ chalaunhaa
drivel *n.* ਲਾਰ laar
driver *n.* ਚਾਲਕ chaalak
drizzel *v.i.* ਬੂੰਦਾਬਾਂਦੀ ਹੋਣਾ boondabaandi honhaa
droll *adj.* ਮਨੋਰੰਜਕ manoranjakk
drollery *n.* ਮਜ਼ਾਕ mazaak
drone *n.* ਆਲਸੀ ਵਿਅਕਤੀ aalsi viakti
droop *v.i.* ਲਟਕਣਾ latkaunhaa
drop *n.* ਬੂੰਦ boond
dropsy *n.* ਜਲੋਦਰ jalaudar
dross *n.* ਮੈਲ mail
drought *n.* ਪਿਆਸ peaas
drove *v.t.* ਝੁੰਡ jhundd
drown *v.t.* ਡੁੱਬਣਾ dubbnhaa
drowsy *adj.* ਆਲਸੀ ਵਿਅਕਤੀ aalsi viakti
drowsiness *n.* ਆਲਸੀਪੁਣਾ aalsipunhaa
drudge *n.* ਦਾਸ daas
drudgery *n.* ਸਖਤ ਮਿਹਨਤ sakhat mehnat
drug *n.* ਦਵਾਈ dvaaee
druggist *n.* ਦਵਾਈਵਿਕ੍ਰੇਤਾ dvaaee vikretaa

drum *n.* ਢੋਲ dhol
drummer *n.* ਢੋਲਚੀ dholchi
drunken *adj.* ਸ਼ਰਾਬੀ shraabi
drunkard *n.* ਪਿਅਕੜ piakkad
drunkenness *n.* ਮਦਿਰਾਪਾਨ madirapaan
dry *adj.* ਸੁੱਕਾ sukka
dryad *n.* ਜੰਗਲ ਦੀ ਪਰੀ jangal dee pari
dryness *n.* ਸੁੱਕਾਪਨ sukkapanh
dry-shod *n.* ਬਿਨਾਂ ਪੈਰ ਭਿਓਂਤਿਆਂ bina pair bheoteaan
dual *adj.* ਦੋਹਰਾ dohraa
dub *v.t.* ਸੰਵਾਰਨਾ samvaarna
dubious *adj.* ਸ਼ੰਕਾਯੁਕਤ shankayukat
duck *n.* ਬੱਤਕ battak
duckling *n.* ਬੱਤਕ ਦਾ ਬੱਚਾ battak da bachaa
duct *n.* ਸਰੀਰ ਦੀ ਨਲੀ sarir di nali
ductile *adj.* ਕੋਮਲ komal
dudgeon *n.* ਕ੍ਰੋਧ krodh
due *adj.* ਯੋਗ yog
duel *n.* ਦਵੰਦਯੁੱਧ dvandyudh
duet *n.* ਦੋਗਾਣਾ dogana
duffer *n.* ਮੂਰਖ moorakh
dug *n.* ਪੁੱਟਣਾ puttanhaa
duke *n.* ਇੰਗਲੈਂਡ ਦਾ ਨਵਾਬ inglaind da nawaab
dukedom *n.* ਨਵਾਬੀ navaabi
dulcet *adj.* ਮਿੱਠਾ mithhaa
dull *adj.* ਧੁੰਦਲਾ dhundlaa
dullard *n.* ਮੰਦਬੁੱਧੀ manddbudhi
duly *adv.* ਉਚਿਤ uchit
dumb *adj.* ਗੂੰਗਾ goongaa
dumb-bells *adj.* ਛੋਟਾ ਮੁਗਦਰ chhota mugdar
dummy *n.* ਪੁਤਲਾ putla
dump *n.* ਸਿੱਟਣਾ sittnhaa
dumpy *adj.* ਛੋਟਾ chhota
dunce *n.* ਮੂਰਖ ਵਿਅਕਤੀ moorakh viakti
dune *n.* ਰੇਤ ਦਾ ਟਿੱਲਾ ret da tilla
dung *n.* ਗੋਹਾ goha
dungeon *n.* ਕਾਲ-ਕੋਠੜੀ kaal-kothdi
dupe *n.* ਛਲਿਆ ਹੋਇਆ ਬੰਦਾ chhaleyaa hoyeaa bandaa
duplex *adj.* ਦੋਹਰਾ dohraa
duplicate *v.t.* ਦੋਹਰਾਉਣਾ dohraunhaa
duplicator *n.* ਦੋਹਰਾਉਣ ਦੀ ਪ੍ਰਣਾਲੀ dohraunh dee parnaali
duplicity *n.* ਕਪਟ kapat
durable *adj.* ਟਿਕਾਊ tikaaoo
durability *n.* ਸਥਿਰਤਾ sathirtaa
durance *n.* ਕੈਦ kaid
duration *n.* ਮਿਆਦ meaad
during *prep.* ਦੌਰਾਨ dauraan
dusk *n.* ਸ਼ਾਮ shaam
dust *n.* ਧੂੜ dhoorh
duster *n.* ਝਾੜਨ jhaaran
dusty *adj.* ਧੂੜ ਭਰਿਆ dhoorh bhareyaa
dutiable *adj.* ਚੁੰਗੀ ਯੋਗ chunggi yog
dutiful *adj.* ਆਗਿਆਕਾਰੀ aageyaakaari
duty *n.* ਕਰਤੱਵ kartav
dwarf *n.* ਬੌਣਾ baunhaa
dwarfish *adj.* ਠਿੱਗਣਾ thiggnha
dwell *v.i.* ਨਿਵਾਸ ਕਰਨਾ nivaas karnaa
dwelling *n.* ਘਰ ghar
dwindle *v.i.* ਸੁੱਕਣਾ sukknhaa
dyad *n.* ਜੋੜਾ joda
dye *v.t.* ਰੰਗਣਾ ranggnhaa
dyer *n.* ਲਲਾਰੀ lalaari
dying *adj.* ਮਰਨ maran
dynamic *adj.* ਸ਼ਕਤੀਮਾਨ shaktimaan
dynamite *n.* ਇੱਕ ਤੇਜ਼ ਬਾਰੂਦ ikk tez barood
dynamo *n.* ਬਿਜਲੀ ਪੈਦਾ ਕਰਨ ਦਾ ਯੰਤਰ bijli paidaa karan da yanttar
dynasty *n.* ਰਾਜਵੰਸ਼ raajvansh
dysentery *n.* ਅਤਿਸਾਰ atisaar
dyspepsia *n.* ਬਦਹਜ਼ਮੀ badhazmi
E

E

each *adj.* ਹਰ ਇੱਕ har ikk
eager *adj.* ਤੀਬਰ teebar
eagerly *adv.* ਕਾਹਲੀ ਨਾਲ kaahli naal
eagerness *n.* ਕਾਹਲਪੁਣਾ kaahalpunhaa
eagle *n.* ਬਾਜ baaj
eagle-eyed *adj.* ਸੂਖਮਦਰਸ਼ੀ sookham darshi

eaglet *n.* ਬਾਜ ਦਾ ਬੱਚਾ baaj da bachaa
ear *n.* ਕੰਨ kann
early *adj.* ਜਲਦੀ jaldi
earn *v.t.* ਕਮਾਉਣਾ kamaunhaa
earnest *adj.* ਉਤਸੁਕ utsuk
earnestly *adv.* ਉਤਸ਼ਾਹ ਨਾਲ utshaah naal
earnestness *n.* ਉਤਸ਼ਾਹ utshaah
earnings *n.* ਕਮਾਈ kamaee
earth *n.* ਧਰਤੀ dharti
earthen *adj.* ਮਿੱਟੀ ਦਾ mitti da
earthenware *n.* ਮਿੱਟੀ ਦੇ ਭਾਂਡੇ mitti de bhaande
earthly *adj.* ਸੰਸਾਰਿਕ sansaarik
earthquake *n.* ਭੁਚਾਲ bhuchaal
earthy *adj.* ਮਿੱਟੀ ਦਾ mitti da
ease *n.* ਸੁੱਖ sukh
easement *n.* ਸੁੱਖ sukh
easily *adj.* ਆਰਾਮ ਨਾਲ araam naa;
east *n.* ਪੂਰਬ poorab
easter *n.* ਈਸਾਈਆਂ ਦਾ ਤਿਓਹਾਰ issayian da teohar
eastern *adj.* ਪੂਰਬ ਦਿਸ਼ਾ ਦਾ poorab dishaa da
easterly *adj.* ਪੂਰਬਵਰਤੀ poorabvarti
eastward *adj.* ਪੂਰਬਵੱਲ poorab vall
easy *adj.* ਆਰਾਮ araam
easychair *n.* ਆਰਾਮਕੁਰਸੀ araam kursi
eat *v.t.* ਖਾਣਾ khanhaa
eaten *v.t.* ਖਾਧਾ khadhaa
eatable *adj.* ਖਾਣਯੋਗ khaanhyog
ebb *n.* ਭਾਟਾ bhaataa
ebonite *n.* ਕਚਕੜਾ kachkadaa
ebony *n.* ਆਬਨੂਸ aabnoos
ebullient *adj.* ਉਬਲਦਾ ubaldaa
ebullition *n.* ਉਬਾਲ ubaal
eccentric *adj.* ਵਿਲੱਖਣ vilakkhanh
ecclesiastic *n.* ਪਾਦਰੀ paadri
ecciesiastical *adj.* ਪਾਦਰੀ ਬਾਰੇ paadri bare
echo *n.* ਗੂੰਜ goonj
eclat *n.* ਸ਼ੋਭਾ sobhaa
eclipse *n.* ਗ੍ਰਹਿਣ grehanh
economical *adj.* ਸਸਤਾ sastaa
economics *n.* ਅਰਥ ਸ਼ਾਸ਼ਤਰ arath shashtar
economist *n.* ਅਰਥ ਸ਼ਾਸ਼ਤਰੀ arath shashtari
economize *v.t.* ਘੱਟ ਖਰਚ ਕਰਨਾ ghatt kharach karnaa
economy *n.* ਅਰਥ ਵਿਵਸਥਾ arath vivasthaa
ecstasy *n.* ਅਤਿ ਆਨੰਦ ati anand
eczema *n.* ਖੁਜਲੀ khujlee
edacious *adj.* ਪੇਟੂ petoo
eddy *n.* ਘੁੰਮਣਘੇਰੀ ghumanhgheri
eden *n.* ਆਨੰਦ ਭਵਨ anand bhawan
edge *n.* ਕਿਨਾਰਾ kinaaraa
edible *adj.* ਖਾਣ ਯੋਗ khaanh yog
edict *n.* ਸ਼ਾਹੀ ਹੁਕਮ shahi hukam
edifice *n.* ਮਹਿਲ mehal
edify *v.t.* ਨਿਰਮਾਣ ਕਰਨਾ nirmaanh karnaa
edit *v.t.* ਸੰਪਾਦਨ ਕਰਨਾ sampaadan karnaa
edition *n.* ਸੰਸਕਰਣ sanskaranh
editor *n.* ਸੰਪਾਦਨ sampaadan
editorial *adj.* ਸੰਪਾਦਕੀ sampaadki
educate *v.t.* ਸਿਖਿਅਤ ਕਰਨਾ sikheyat karnaa
educated *adj.* ਪੜ੍ਹਿਆ ਲਿਖਿਆ padeya likheyaa
education *n.* ਪੜ੍ਹਾਈ padaaee
educational *adj.* ਵਿੱਦਿਅਕ videyak
educationist *n.* ਸਿਖਿਆ ਸ਼ਾਸ਼ਤਰੀ sikheyaa shaashtri
educative *adj.* ਸਿਖਿਆ ਸੰਬੰਧੀ sikheyaa samandhi
educe *v.t.* ਸਾਰ ਕੱਢਣਾ saar kadhnhaa
efface *v.t.* ਨਸ਼ਟ ਕਰਨਾ nashat karnaa
effect *n.* ਪ੍ਰਭਾਵ parbhaav
effective *adj.* ਪ੍ਰਭਾਵਸ਼ਾਲੀ parbhaavshaali
effectual *adj.* ਫਲਦਾਈ faldaayee
effeminate *adj.* ਡਰਪੋਕ darpok
effervesce *v.i.* ਉਬਾਲਾ ਆਉਣਾ ubaalaa aaunhaa
effete *adj.* ਕਮਜ਼ੋਰ kamzor
efficacious *adj.* ਸਮਰੱਥ samrath
efficacy *n.* ਗੁਣ gunh
efficient *n.* ਕੁਸ਼ਲ kushal
effigy *n.* ਮੂਰਤੀ moorti
efflorescence *n.* ਖੇੜਾ kherhaa
effluent *adj.* ਧਾਰਾ dhaaraa
effort *n.* ਯਤਨ yatan
effrontery ਢੀਠਪੁਣਾ dheethhpunhaa

effulgent *adj.* ਚਮਕਦਾ ਹੋਇਆ chamkdaa hoeyaa
effulgence *n.* ਤੀਬਰ ਪ੍ਰਕਾਸ਼ teebar parkaash
effuse *v.t.* ਬਹਾਨਾ ਬਣਾਉਣਾ bahaana banuna
effusion *n.* ਬਹਾਨਾ bahaanaa
effusive *adj.* ਵੱਧ ਵਹਿਣ ਵਾਲਾ vaddh vehainh vala
egg *n.* ਅੰਡਾ andda
ego *n.* ਹਉਮੈ haoomai
egocentric *adj.* ਮਤਲਬੀ matlabi
egoism *n.* ਅਹੰਕਾਰਵਾਦ ahankaarvaad
egotism *n.* ਨਿੱਜਵਾਦ nijjvaad
egotist *adj.* ਅਹੰਕਾਰੀ ahankaari
egregious *adj.* ਵਿਚਿਤਰ vivhittar
egress *n.* ਨਿਕਾਸ nikaas
eh *int.* ਹੈਰਾਨੀ ਜਤਾਉਣਾ hairaani jatauna
eight ਅੱਠ athh
eighteen *adj.* ਅਠਾਰਾਂ athhaaraan
eighth *adj.* ਅੱਠਵਾਂ athhvaan
eightieth *adj.* ਅੱਸੀਵਾਂ assivaan
eighty *adj.* ਅੱਸੀ assi
either *adj.* ਦੋ ਵਿੱਚੋਂ ਇੱਕ do vichon ikk
ejaculate *v.t.* ਇੱਕਦਮ ਬੋਲਣਾ ikkdamm bolnhaa
ejaculation *n.* ਅਚਾਨਕ ਉਚਾਰਣ achaanak uchaaranh
eject *v.t.* ਕੱਢਣਾ kadhanhaa
eke *v.t.* ਜੋੜਨਾ jodnaa
elaborate *adj.* ਵਿਸਤਾਰ ਕਰਨਾ vistaar karnaa
elapse *v.t.* ਹੌਲੀ ਜਿਹੇ ਚਲੇ ਜਾਣਾ hauli jehe chale jaanhaa
elastic *adj.* ਲਚਕੀਲਾ lachkeelaa
elasicity *n.* ਲਚਕੀਲਾਪਣ lachkeelapanh
elate *v.t.* ਉਤੇਜਿਤ ਕਰਨਾ utejitt karnaa
elation *n.* ਗਰਵ garav
elbow *n.* ਕੂਹਣੀ koohnhi
elder *adj.* ਵੱਡੀ ਉਮਰ ਦਾ vaddi umar da
eldest *adj.* ਜੇਠਾ jethha
elderly *adj.* ਅਧੇੜ adherh
elect *v.t.* ਚੁਣਨਾ chunhnaa
elction *n.* ਚੋਣ chonh
elective *n.* ਚੋਣਵਾਂ chonhvaan
elector *n.* ਚੋਣਕਾਰ chonhkaar
electorate *n.* ਚੋਣ ਹਲਕਾ chonh halkaa
electrical *n.* ਬਿਜਲੀ ਦਾ bijlee da
electrician *n.* ਬਿਜਲੀ ਵਾਲਾ bijlee vaala
electricity *n.* ਬਿਜਲੀ bijlee
electrify *v.t.* ਉਤੇਜਿਤ ਕਰਨਾ utejit karnaa
electrocution *n.* ਬਿਜਲੀ ਨਾਲ ਮੌਤ bijlee naal maaut
electron *n.* ਇਲੈਕਟ੍ਰੋਨ ilaiktron
elegance *n.* ਸੁੰਦਰਤਾ sunddrtaa
elegant *adj.* ਸੁੰਦਰ sunddar
elegy *n.* ਸ਼ੋਕ ਦਾ ਗੀਤ shok da geet
element *n.* ਤੱਤ tatt
elemental *adj.* ਤੱਤਾਂ ਸੰਬੰਧੀ tattaan sambaandhi
elementary *adj.* ਆਰੰਭਕ aarambhak
elephant *n.* ਹਾਥੀ haathi
elephantine *adj.* ਹਾਥੀ ਵਰਗਾ haathi vargaa
elevate *v.t.* ਉਠਾਉਣਾ uthhaunhaa
elevation *n.* ਉਚਾਈ uchaayee
elevator *n.* ਉੱਪਰ ਚੁੱਕਣ ਦਾ ਯੰਤਰ uppar chukkanhaa
eleven *adj.* ਗਿਆਰਾਂ geyaaraan
eleventh *adj.* ਗਿਆਰਵਾਂ geyaarvaan
elf *n.* ਪਿਸ਼ਾਚ pishaach
elfin *adj.* ਪਿਸ਼ਾਚ ਸੰਬੰਧੀ pishaach sambandhi
elicit *v.t.* ਕੱਢਣਾ kadhanhaa
eligible *adj.* ਯੋਗ yog
eligibility *n.* ਯੋਗਤਾ yogtaa
eliminate *v.t.* ਹਟਾਉਣਾ hataunhaa
elimination *n.* ਲੋਪ lop
elision *n.* ਸਵਰ ਦਾ ਲੋਪ swar da lop
elite *n.* ਲੋਕ ਸਮੂਹ lok samooh
elixir *n.* ਰਸਾਇਣ rasaayenh
elk *n.* ਵੱਡਾ ਬਾਰਾਹਸਿੰਗਾ vadda barahsingga
ellips *n.* ਅੰਡਾਕਾਰ anddakaar
ellipsis *n.* ਪਦ ਲੋਪ pad lop
elocution *n.* ਭਾਸ਼ਣਕਲਾ bhaashaanh kalaa
elocutionist *n.* ਭਾਸ਼ਣਕਾਰ bhaaashanhkaar
elongate *v.t.* ਫੈਲਾਉਣਾ failaaunhaa
elope *v.i.* ਭੱਜ ਜਾਣਾ bhajj jaanhaa
eloquence *n.* ਖੁਸ਼ਬਿਆਨੀ khush beyaani
eloquent *adj.* ਖੁਸ਼ਬਿਆਨ khush beyaan
else *adj.* ਹੋਰ ਕੋਈ har koee

elsewhere *adv.* ਹੋਰ ਕਿਧਰੇ hor kidhre
elucidate *v.t.* ਵਿਆਖਿਆ ਕਰਨੀ viaakheyaa karni
elucidation *n.* ਵਿਆਖਿਆ viaakheyaa
elude *v.t.* ਅੱਖ ਬਚਾਕੇ ਹਟਣਾ akkh bachaake hatnhaa
elusion *n.* ਛਲ chhall
elusive *adj.* ਛਲੀਆ chhaleeya
elysium *n.* ਸਵਰਗ swarag
emaciate *v.t.* ਕਮਜ਼ੋਰ ਕਰਨਾ kamzor karnaa
emaciation *n.* ਕਮਜ਼ੋਰੀ kamzoree
emanate *v.t.* ਉਤਪੰਨ ਹੋਣਾ utpann honhaa
emanation *n.* ਉਤਪਤੀ utpati
emancipate *v.t.* ਮੁਕਤ ਕਰਨਾ mukat karnaa
emancipation *n.* ਮੁਕਤੀ mukti
emasculate *v.t.* ਨਿਪੁੰਸਕ ਬਣਾਉਣਾ nipunsakk banhaaunhaa
embankment *n.* ਬੰਨ੍ਹ bannh
embargo *n.* ਬੰਦਰਗਾਹ ਤੇ ਰੋਕ bandargaah te rok
embark *v.t.* ਜਹਾਜ਼ ਤੇ ਚੜ੍ਹਾਉਣਾ jahaaz te charhauna
embarrass *v.t.* ਵਿਆਕੁਲ ਕਰਨਾ viaakul karnaa
ebmarrassment *n.* ਵਿਆਕੁਲਤਾ viaakultaa
embassy *n.* ਦੂਤਾਵਾਸ dootaavaas
embattle *v.t.* ਵਿਊਹ ਰਚਣਾ viooh rachnhaa
embed *v.t.* ਦਬਾਉਣਾ dabaaunhaa
embellish *v.t.* ਸਜਾਉਣਾ sajaaunhaa
embellishment *n.* ਸਜਾਵਟ sajaavat
ember *n.* ਅੰਗਾਰਾ angaara
embezzle *v.t.* ਗਬਨ ਕਰਨਾ gaban karnaa
embitter *v.t.* ਜ਼ਹਿਰ ਘੋਲਣਾ zehar gholanhaa
emblazon *v.t.* ਸਜਾਉਣਾ sajaaunhaa
emblem *n.* ਚਿੰਨ੍ਹ chinnh
emblematic *adj.* ਸੂਚਕ soochak
embodiment *n.* ਮੂਰਤੀਮਾਨ moortimaan
embody *v.t.* ਸਾਕਾਰ ਬਣਾਉਣਾ sakaar banhaaunhaa
embolden *v.t.* ਸਾਹਸੀ ਬਣਾਉਣਾ saahsi banauna
emboss *v.t.* ਕਢਾਈ kadhaayee
embrace *v.t.* ਗਲੇ ਲਾਉਣਾ gale launhaa
embroider *v.t.* ਕਸੀਦਾਕਾਰ kaseedaakaar
embroidery *n.* ਕਸੀਦਾਕਾਰੀ kaseedaakaari
embroll *v.t.* ਉਲਝਾਉਣਾ uljhaaunhaa
embryo *n.* ਭਰੂਣ bharoonh
emend *v.t.* ਸ਼ੰਸ਼ੋਧਨ ਕਰਨਾ shanshodhan karnaa
emendation *n.* ਸ਼ੰਸ਼ੋਧਨ shanshodhan
emerald *n.* ਪੰਨਾ panna
emerge *v.t.* ਦ੍ਰਿਸ਼ਟੀਗੋਚਰ ਹੋਣਾ drishtigochar honhaa
emergence *n.* ਨਿਕਾਸ nikaas
emergency *n.* ਸੰਕਟ sankkat
emergent *adj.* ਅਚਨਚੇਤੀ achancheti
emeritus *adj.* ਸੇਵਾ ਮੁਕਤ sewa mukat
emetic *adj.* ਉਲਟੀ ਦੀ ਦਵਾਈ ulti di dawayee
emigrant *adj.* ਪਰਵਾਸੀ parvaasi
emigrate *v.t.* ਪਰਵਾਸ ਕਰਨਾ parvaas karnaa
emigration *n.* ਪਰਵਾਸ parvaas
eminence *adj.* ਮਹਾਨਤਾ mahaantaa
eminent *adj.* ਮਹਾਨ mahaan
emissary *n.* ਕਾਸਦ kaasad
emission *n.* ਪ੍ਰਵਾਹ parvaah
emit *v.t.* ਕਿਰਨਾਂ ਸੁੱਟਣਾ kirnaan suttnhaa
emolument *n.* ਤਨਖਾਹ tankhaah
emotion *n.* ਭਾਵਨਾ bhaavnaa
emotional *adj.* ਭਾਵਨਾਤਮਕ bhaavnaatmak
emperor *n.* ਬਾਦਸ਼ਾਹ baadshaah
emphasis *n.* ਮਹੱਤਵ mahattav
emphasize *v.t.* ਮਹੱਤਵ ਦੇਣਾ mahattav denhaa
empire *n.* ਸਾਮਰਾਜ saamraaj
empirical *adj.* ਪਰਯੋਗਸਿੱਧ paryogsiddh
emplane *v.t.* ਹਵਾਈ ਜਹਾਜ਼ ਤੇ ਚੜ੍ਹਨਾ hawaee jahaaz te chadnaa
employ *v.t.* ਨੌਕਰੀ ਦੇਣਾ naukri denhaa
employed *n.* ਨੌਕਰੀਵਾਲਾ naukri vala
employee *n.* ਕਰਮਚਾਰੀ karamchaari
employer *n.* ਮਾਲਿਕ maalik
employment *n.* ਰੁਜ਼ਗਾਰ ruzgaar
emporium *n.* ਬਜ਼ਾਰ bazaar
empower *v.t.* ਅਧਿਕਾਰ ਦੇਣਾ adhikaar denhaa
empress *n.* ਮਹਾਰਾਣੀ mahaaraanhi
emptiness ਖਾਲੀਪਣ khaalipanh

empty *adj.* ਖਾਲੀ khaali
emulate *v.t.* ਬਗਾਵਤ ਕਰਨਾ bagaavat karna
emulation *n.* ਮੁਕਾਬਲਾ mukaablaa
emulous *adj.* ਮੁਕਾਬਲਾ ਕਰਨ ਵਾਲਾ mukaablaa karan vala
enable *v.t.* ਯੋਗ ਬਣਾਉਣਾ yog banhaunhaa
enact *v.t.* ਸ਼ਾਸ਼ਨ ਕਰਨਾ shaashan karnaa
enamel *n.* ਮੀਨਾਕਾਰੀ meenaakaari
enamour *v.t.* ਮੋਹ ਲੈਣਾ moh lainhaa
enblo *adv.* ਸਮੂਹਕ ਰੂਪ ਵਿੱਚ samoohak roop vich
encage *v.t.* ਪਿੰਜਰੇ ਚ ਡੱਕਣਾ pinjjre ch dakknhaa
encamp *v.t.* ਡੇਰਾ ਲਾਉਣਾ dera launhaa
encampment *n.* ਪੜਾਅ padaa
encase ਡੱਬੇ ਚ ਰੱਖਣਾ dabbe ch rakhnhaa
encashment *n.* ਨਕਦ ਭੁਗਤਾਨ nakad bhugtaan
enchain *v.t.* ਜ਼ੰਜੀਰ ਨਾਲ ਬੰਨ੍ਹਣਾ zanjeer naal banhanhaa
enchant *v.t.* ਜਾਦੂ ਕਰਨਾ jadoo karnaa
enchantment *n.* ਜਾਦੂ jadoo
enchanter *n.* ਮੋਹਕ mohak
enclave *n.* ਵਿਸ਼ੇਸ਼ ਨਿਵਾਸ vishesh nivaas
encloseure *n.* ਚਿੱਠੀ ਨਾਲ ਨੱਥੀ ਵਸਤੂ chithhi naal nathi vastu
encomium *n.* ਪ੍ਰਸ਼ੰਸ਼ਾ parshanshaa
encompass *v.t.* ਘੇਰਨਾ ghernaa
encounter *v.t.* ਮੁੱਠਭੇੜ muthhbhed
encourage *v.t.* ਪ੍ਰੇਰਿਤ ਕਰਨਾ parerit karnaa
encumber *v.i.* ਵਿਘਨ ਪਾਉਣਾ vighan paunhaa
encumbrance *n.* ਰੋਕ rok
encyclopedia *n.* ਵਿਸ਼ਵਕੋਸ਼ vishavkosh
end *n.* ਅੰਤ antt
endanger *n.* ਸੰਕਟ ਚ ਪਾਉਣਾ sankatt ch apunhaa
endear *v.t.* ਪਿਆਰਾ ਬਣਨਾ piaaraa banhnaa
endearment *n.* ਪ੍ਰੇਮ pren
endeavour *v.t.* ਯਤਨ yatan
endless *adj.* ਅਨੰਤ anantt
endow *v.t.* ਭੇਟਾ ਕਰਨਾ betaa karnaa
endowment *n.* ਧਨ ਸਮਰਪਣ dhann samarpanh
endurance *n.* ਸਹਿਣਸ਼ੀਲਤਾ sehanhsheeltaa
endure *v.t.* ਸਹਿਣ ਕਰਨਾ sehanh karnaa
enemy *n.* ਦੁਸ਼ਮਣ dushmanh
energetic *adj.* ਸ਼ਕਤੀਸ਼ਾਲੀ shaktishaali
energize *v.t.* ਸ਼ਕਤੀ ਦੇਣਾ shakti denhaa
energy *n.* ਸ਼ਕਤੀ shakti
enervate *v.t.* ਕਮਜ਼ੋਰ ਕਰਨਾ kamzor karnaa
enfeeble *v.t.* ਕਮਜ਼ੋਰ ਬਣਾਉਣਾ kamzor banhaunhaa
enforce *v.t.* ਲਾਗੂ ਕਰਨਾ lagoo karnaa
enfranchize *v.t.* ਆਜ਼ਾਦ ਕਰਨਾ azaad karnaa
engage *v.t.* ਕਿਰਾਏ ਤੇ ਲੈਣਾ kiraaye te lainhaa
engagement *n.* ਸਗਾਈ sagaayee
engender *v.t.* ਉਤਪਾਦਨ ਕਰਨਾ uttpaadan karnaa
engine *n.* ਇੰਜਨ injjanh
engineer *n.* ਇੰਜੀਨੀਅਰ injeeneear
engirdle *v.t.* ਘੇਰਾ ਲਾਉਣਾ gheraa launhaa
english *adj.* ਇੰਗਲੈਂਡ ਦਾ ingglaind da
engraft *v.t.* ਰੁੱਖ ਦੀ ਕਲਮ rukh dee kalam
engrave *v.t.* ਨੱਕਾਸ਼ੀ ਕਰਨਾ nakkaashi karnaa
engraving *n.* ਨੱਕਾਸ਼ੀ nakkaashi
engross *v.t.* ਮੋਟੇ ਅੱਖਰਾਂ 'ਚ ਲਿਖਣਾ mote akkhraan vich likhnhaa
engulf *v.t.* ਪੂਰੀ ਤਰ੍ਹਾਂ ਨਿਗਲਣਾ poori tarahn niglanhaa
enhance *v.t.* ਵੱਡਾ ਕਰਨਾ vadda karnaa
enigma *n.* ਪਹੇਲੀ paheli
enjoin *v.t.* ਆਗਿਆ ਦੇਣਾ aageyaa denhaa
enjoy *v.t.* ਆਨੰਦ ਮਾਨਣਾ anand mananhaa
enjoyment *n.* ਆਨੰਦ anand
enkindle *v.t.* ਜਲਾਉਣਾ jalaunhaa
enlace *v.t.* ਤਹਿ ਮਾਰਨਾ the maarnaa
enlarge *v.t.* ਵੱਡਾ ਕਰਨਾ vadda karnaa
enlighten *v.t.* ਰੌਸ਼ਨੀ ਦੇਣੀ raushni denhee
enlightenment *n.* ਗਿਆਨ gyaan
enlist *v.t.* ਸੂਚੀਬੱਧ ਕਰਨਾ soochibaddh karnaa
enliven *v.t.* ਪ੍ਰਸੰਨ ਕਰਨਾ parsann karnaa
enmity *n.* ਦੁਸ਼ਮਣੀ dushmanhee
ennoble *v.t.* ਕੁਲੀਨ kuleen
ennul *adj.* ਥਕਾਵਟ thakaavat
enormity *n.* ਮਹਾਂ ਅਪਰਾਧ mahanapraadh

enormous *adj.* ਬਹੁਤ ਜ਼ਿਆਦਾ bahut zyaada
enogh *adj.* ਕਾਫੀ kaafi
enounce *v.t.* ਪੇਸ਼ ਕਰਨਾ pesh karnaa
enquire *v.t.* ਪੁੱਛਗਿੱਛ ਕਰਨੀ puchh-gichh
enrage *v.t.* ਗੁੱਸੇ ਕਰਨਾ gusse karnaa
enrapt ਅਤਿ ਪ੍ਰਫੁੱਲ ati parfull
enrapture *v.t.* ਪ੍ਰਸੰਨ ਕਰਨਾ parsann karnaa
enrich *v.t.* ਧਨਵਾਨ ਬਣਾਉਣਾ dhanvaan banhaaunhaa
enrol *v.* ਭਰਤੀ ਕਰਨਾ bharti karnaa
enroute *adv.* ਰਸਤੇ 'ਚ raste ch
ensanguised *adj.* ਲਹੂ ਭਿੱਜਿਆ lahoo bhijjeyaa
enshrine *v.t.* ਮੰਦਰ 'ਚ ਰੱਖਣਾ mandir ch rakhnhaa
enshrond *v.t.* ਕਫਨ ਪਾਉਣਾ kafan paunhaa
ensign *n.* ਪਹਿਚਾਣ ਚਿੰਨ੍ਹ pehchaanh chinh
enslave *v.t.* ਦਾਸ ਬਣਾਉਣਾ daas banhaunhaa
ensare *n.* ਜਾਲ 'ਚ ਫਸਾਉਣਾ jaal ch fasaunhaa
ensue *v.i.* ਬਾਅਦ 'ਚ ਹੋਣਾ baad ch honhaa
ensuing *adj.* ਆਗਾਮੀ aagaami
ensure *v.t.* ਸੁਰੱਖਿਅਤ ਕਰਨਾ surakheyat karnaa
entail *v.t.* ਬੰਨ੍ਹਵਾਂ ਹਿੱਸਾ ਦੇਣਾ banhvaan hissa denhaa
entangle ਉਲਝਾਉਣਾ uljhaunhaa
entente *n.* ਮਿੱਤਰ ਭਾਵ mittar bhaav
enter *v.t.* ਦਾਖਲ ਹੋਣਾ daakhal honhaa
enterprise *n.* ਉੱਦਮ uddamm
entertain *v.t.* ਮਨੋਰੰਜਨ ਕਰਨਾ manoranjan karnaa
entertainment *n.* ਮਨੋਰੰਜਨ manoranjan
enthral *v.t.* ਦਾਸ ਬਣਾਉਣਾ daas banhaunhaa
enthrone *v.t.* ਰਾਜਗੱਦੀ ਤੇ ਬੈਠਣਾ raajgaddi te baithana
enthusiasm *n.* ਉਤਸ਼ਾਹ utshaah
enthusiast *adj.* ਉਤਸ਼ਾਹੀ utshaahee
entice *v.t.* ਮੋਹਿਤ ਕਰਨਾ mohit karnaa
entire *adj.* ਸਮੁੱਚਾ samuchaa
entitle *v.t.* ਨਾਮ ਰੱਖਣਾ naam rakhnhaa
entity *n.* ਸੱਤਾ satta
entomb *v.t.* ਕਬਰ 'ਚ ਦੱਬਣਾ kabar ch dabna
entomology *adj.* ਕਿਰਮ ਅਧਿਐਨ ਸ਼ਾਸ਼ਤਰ kiram adhyan shaastar
entrails *n.pl.* ਅੰਤੜੀਆਂ antariyaan
entrance *n.* ਦਾਖਲਾ daakhlaa
entrap *v.t.* ਜਾਲ਼ 'ਚ ਫਸਾਉਣਾ jaal ch fasaunhaa
entreat *v.t.* ਬੇਨਤੀ ਕਰਨਾ benti karnaa
entreaty *n.* ਬੇਨਤੀ benti
entrench *v.t.* ਖੱਡ ਨਾਲ ਘੇਰਨਾ khadd naal ghernaa
entrust *v.t.* ਸੌਂਪਣਾ saumpanhaa
entry *n.* ਪ੍ਰਵੇਸ਼ parvesh
entwine *v.t.* ਲਪੇਟਣਾ lapetanhaa
entwist *v.t.* ਗੁੰਨ੍ਹਣਾ gunhanhaa
enumerate *v.t.* ਗਿਣਤੀ ਕਰਨਾ ginti karnaa
enumeration *n.* ਗਿਣਤੀ ginhti
enunciate *v.t.* ਘੋਸ਼ਣਾ ਕਰਨੀ ghoshnhaa karni
enunciation *n.* ਪਰਸਤੁਤੀਕਰਨ prastutikaran
envelop *v.t.* ਲਪੇਟਣਾ lapetanhaa
envelope *n.* ਲਿਫਾਫਾ lifaafaa
envenom *v.t.* ਮਨ ਮੈਲਾ ਕਰਨਾ man mailaa karnaa
enviable *adj.* ਈਰਖਾਲੂ eerkhaaloo
envious *adj.* ਈਰਖਾਲੂ eerkhaaloo
environ *v.t.* ਘੇਰਨਾ ghernaa
environment *n.* ਵਾਤਾਵਰਣ vaataavaranh
envisage *v.t.* ਅੱਖ ਮਿਲਾਉਣਾ akkh milaunhaa
envoy *n.* ਦੂਤ doot
envy *n.* ਈਰਖਾ eerkhaa
enwrap *v.t.* ਲਪੇਟਣਾ lapetanhaa
eon *n.* ਸਵੇਰ ਸੰਬੰਧੀ sawer sambandhi
epagoge *n.* ਇੱਕ ਅਲੰਕਾਰ ikk alankaar
ephemeral *adj.* ਖਿਣ ਭੰਗਰ khinh bhanggar
epic *n.* ਮਹਾਂਕਾਵਿ mahaan kaav
epicure *n.* ਚਟੋਰਾ chatoraa
epicurean *n.* ਸੁੱਖਵਾਦੀ sukhvaadi
epidemic *n.* ਵਿਆਪਕ ਰੋਗ viaapak rog
epigram *n.* ਨਿੱਕੀ ਕਵਿਤਾ nikki kavitaa
epigraph *n.* ਸ਼ਿਲਾਲੇਖ shilaa lekh
epilepsy *n.* ਮਿਰਗੀ ਦਾ ਰੋਗ mirgi da rog
epileptic *adj.* ਮਿਰਗੀ ਸੰਬੰਧੀ mirgi sambandhi

episode *n.* ਉੱਪ-ਕਥਾ upp-kathaa
epistle *n.* ਸਾਹਿਤਕ ਰਚਨਾ saahitik rachnaa
epithet *n.* ਉਪਾਧੀ upaadhi
epitome *n.* ਖੁਲਾਸਾ khulaasaa
epitomize *v.t.* ਛੋਟਾ ਕਰਨਾ chhotaa karnaa
epoch *n.* ਕਾਲ kaal
equal *adj.* ਬਰਾਬਰ baraabar
equality *n.* ਬਰਾਬਰੀ baraabari
equalize *v.t.* ਬਰਾਬਰ ਕਰਨਾ baraabari karnaa
equanimity *n.* ਸੁਭਾਅ ਦੀ ਸਥਿਰਤਾ subhaa dee sathirtaa
equation *n.* ਸਮੀਕਰਣ sameekarnh
equator *n.* ਭੂ-ਮੱਧ ਰੇਖਾ bhoo-madh rekhaa
equilateral *adj.* ਸਮ-ਭੁਜੀ sam-bhuji
equilibrium *n.* ਸਮਤਾ samtaa
equinox *n.* ਸਮਪਾਤ samapat
equip *v.t.* ਸਜਾਉਣਾ sajaunhaa
equipage *n.* ਸਾਧਨ saadhan
equipoise *n.* ਸੰਤੁਲਨ santulan
equitable *adj.* ਨਿਰਪੱਖ nirpakh
equity *n.* ਨਿਆਂ niaan
equivalence *n.* ਅਨੁਰੂਪਤਾ anurooptaa
equivalent *adj.* ਅਨੁਰੂਪ anuroop
equivocal *adj.* ਦੋ ਅਰਥਾਂ ਦਾ do arthaan da
equivocate *v.t.* ਅਸਪਸ਼ਟ ਅਰਥ ਬੋਲਣਾ asapashatt arath bolnhaa
era *n.* ਯੁੱਗ yugg
eradicate *v.t.* ਕਿਰਨਾਂ ਸੁੱਟਣਾ kirnaa suttnhaa
erase *v.t.* ਮਿਟਾਉਣਾ mitaaunhaa
eraser *n.* ਮਿਟਾਉਣ ਵਾਲਾ mitaaunh vala
erasure *n.* ਖੁਰਚਣ khurchanh
ere *adv.* ਪਹਿਲਾਂ pehlaan da
erect *v.t.* ਉੱਚਾ ਕਰਨਾ uchaa karnaa
erection *n.* ਖੜ੍ਹਾਪਣ khadaapanh
erode *v.t.* ਨਸ਼ਟ ਕਰਨਾ nashat karnaa
erosion *n.* ਨਾਸ਼ naash
erotic *adj.* ਕਾਮੁਕ kamuk
err *v.i.* ਗਲਤੀ ਕਰਨਾ galti karnaa
errand *n.* ਸੁਨੇਹਾ sunehaa
erratic *adj.* ਅਸਥਿਰ asathir
erratum *n.* ਲਿਖਤੀ ਭੁੱਲ likti bhull
erroneous *adj.* ਅਸ਼ੁੱਧ ashudh
error *n.* ਗਲਤੀ ਕਰਨਾ galti karnaa
eruidite *adj.* ਪੰਡਿਤ panddtt
erudition *n.* ਪੰਡਿਤਾਈ pandataayee
erupt *v.t.* ਫਟਣਾ fatnhaa
eruption *n.* ਵਿਸਫੋਟ visphot
escape *v.t.* ਬਚਾਉਣਾ bachaunhaa
eschew *v.t.* ਤਿਆਗਣਾ tyaagnhaa
escort *v.t.* ਰੱਖਿਆ ਲਈ ਪੁਰਖ rakheyaa layee purakh
esoteric *adj.* ਗੁਪਤ gupt
especial *adj.* ਵਿਸ਼ੇਸ਼ vishesh
espial *n.* ਦੂਰ ਰੱਖਣਾ door rakhanhaa
esplanade *n.* ਖੁਲ੍ਹਾ ਮੈਦਾਨ khulla maidan
espouse *v.t.* ਸਗਾਈ ਕਰਨਾ sagaaee karnaa
espousal *n.* ਹਿਮਾਇਤ himaayat
espy *v.t.* ਦੂਰੋਂ ਵੇਖਣਾ dooron vekhanhaa
essay *v.t.* ਲੇਖ lekh
essence *n.* ਸਤ sat
essential *adj.* ਜ਼ਰੂਰੀ zaroori
establish *v.t.* ਸਥਾਪਿਤ ਕਰਨਾ sathaapit karnaa
establishment *n.* ਸਥਾਪਨਾ sathaapnaa
estate *n.* ਅਵਸਥਾ avasthaa
esteem *n.* ਆਚਾਰ achaar
estimate *v.t.* ਅਨੁਮਾਨ ਲਾਉਣਾ anumaan launhaa
estimation *n.* ਆਦਰ aadar
estrange *v.t.* ਪਰਾਇਆ ਸਮਝਣਾ paraayeyaa samjhanhaa
etcetera *adj.* ਆਦਿ aad
eternal *adj.* ਅਮਰ amar
eternity *n.* ਅਨੰਤਕਾਲ anantkaal
ether *n.* ਆਕਾਸ਼ akaash
etherial *adj.* ਆਕਾਸ਼ ਦਾ akaash da
ethic *adj.* ਨੈਤਿਕ ਮੁੱਲ naitik mull
ethics *n.* ਨੀਤੀ ਸ਼ਾਸ਼ਤਰ neeti shaashtar
etiquette *n.* ਸਦਾਚਾਰ sadachaar
etymology *n.* ਸ਼ਬਦ ਵਿਓਂਤਪੱਤੀ shabad uttpatti
euclid *n.* ਯੁਨਾਨੀ ਗਣਿਤ ਸ਼ਾਸ਼ਤਰੀ unaani ganit shaashtri
eulogy *n.* ਪ੍ਰਸ਼ੰਸ਼ਾ parshanshaa
eunuch *n.* ਨਿਪੁੰਸਕ nipunnsakk
eureka *n.* ਮੈਂ ਖੋਜ ਲਿਆ ਹੈ main khoj leyaa hai

european *n.* ਯੂਰਪ ਦਾ yoorap da
evacuate *v.t.* ਕੱਢਣਾ kadhanhaa
evade *v.t.* ਬਚਾਉਣਾ bachaunhaa
evaluate *v.t.* ਮੁਲਾਂਕਣ ਕਰਨਾ mullankanh karnaa
evanescent *adj.* ਭੱਜਣ ਵਾਲਾ bhajjanh vala
evaporate *v.t.* ਵਾਸ਼ਪੀਕਰਨ vaashpikaran
evasion *n.* ਭੱਜਣਾ bhajjnhaa
evasive *adj.* ਕਪਟੀ kapti
eve *n.* ਸ਼ਾਮ shaam
even *adj.* ਬਰਾਬਰ baraabar
even *adv.* ਓਹੀ ohee
evening *n.* ਸ਼ਾਮ shaam
event *n.* ਘਟਨਾ ghatnaa
eventide *n.* ਸ਼ਾਮਵੇਲਾ shaam vela
eventual *adj.* ਅੰਤਿਮ anttim
ever *adv.* ਹਮੇਸ਼ਾਂ hameshaa
everlasting *adj.* ਅਮਰ amar
evermore *adv.* ਹਮੇਸ਼ਾਂ ਤੋਂ hameshaa ton
evidence *n.* ਸਬੂਤ saboot
evident *adj.* ਪ੍ਰਤੱਖ partakkh
evil *adj.* ਬੁਰਾਈ buraaee
evince *v.t.* ਦਿਖਾਉਣਾ dikhaaunhaa
evoke *v.t.* ਬੁਲਾਉਣਾ bulaaunhaa
evolve *v.t.* ਖੋਲ੍ਹਣਾ kholhnhaa
evolution *n.* ਵਿਕਾਸ vikaas
ewe *n.* ਭੇਡ bhed
ewer *n.* ਲੋਟਾ lotaa
exact *adj.* ਠੀਕ-ਠੀਕ thheek-theek
exactly *adv.* ਠੀਕ-ਠੀਕ thheek-theek
exaggerate *v.t.* ਵਧਾ ਕੇ ਕਹਿਣਾ vadhaa ke kehnhaa
exaggeration *n.* ਅਤਿ ਕਥਨੀ ati kathnee
exalt *v.t.* ਪ੍ਰਸ਼ੰਸ਼ਾ ਕਰਨੀ parshanshaa karnee
examination *n.* ਪ੍ਰੀਖਿਆ pareekheyaa
examine *v.t.* ਪ੍ਰੀਖਿਆ ਲੈਣੀ pareekheyaa lainhee
examinee *n.* ਪ੍ਰੀਖਿਆਰਥੀ preekheyaarthi
examiner *n.* ਪ੍ਰੀਖਿਅਕ pareekheyak
example *n.* ਉਦਾਹਰਣ udaahranh
exasperate ਭੜਕਾਉਣਾ bhadkaunhaa
excavate ਖੋਦਣਾ khodnhaa
exceed *v.t.* ਵੱਧ ਹੋਣਾ vadh honhaa
excel *v.t.* ਉੱਤਮ ਹੋਣਾ uttam honhaa
excellence *n.* ਉੱਤਮਤਾ uttamta
excellency *adj.* ਮਹਾਰਾਜ mahaaraj
excellent *adj.* ਉੱਤਮ uttam
except *prep.* ਬਗੈਰ bagair
exception *n.* ਅਪਵਾਦ apvaad
exceptionable *adj.* ਨ੍ਰਿਤ ਕਰਨ ਯੋਗ nrit karan yog
excerpt *n.* ਹਵਾਲਾ hawaalaa
excess *n.* ਵਧੇਰੇ vadhere
excessive *adj.* ਵੱਧ vadh
exchange *v.t.* ਅਦਲਾ-ਬਦਲੀ adlaa-badlee
excise *n.* ਆਬਕਾਰੀ aabkaari
excite *v.t.* ਉਤੇਜਿਤ ਕਰਨਾ utejitt karnaa
excitement *n.* ਉਤੇਜਨਾ utejanaa
exclaim *v.i.* ਪੁਕਾਰਨਾ pukaarnaa
exclamation *n.* ਚਿੱਲਾਹਟ chillahat
exclude *v.t.* ਰੋਕਣਾ roknhaa
exclusive *adj.* ਨਿਵਾਰਕ nivaarak
excoriate *v.t.* ਖੱਲ ਉਤਾਰਨਾ khall utaarnaa
excrement *n.* ਮਲ-ਮੂਤਰ mal-mootar
excruciate *v.t.* ਸੰਤਾਪ ਦੇਣਾ santaap denhaa
exculpate *v.t.* ਨਿਰਦੋਸ਼ ਕਰਨਾ nirdosh karnaa
excursion *n.* ਸਾਹਸਿਕ ਯਾਤਰਾ sahsik yatraa
excuse *n.* ਮਾਫ਼ ਕਰਨਾ maaf karnaa
execrate *v.t.* ਸਰਾਪ ਦੇਣਾ saraap denhaa
execute *v.t.* ਪੂਰਾ ਕਰਨਾ poora karnaa
execution *n.* ਫਾਂਸੀ faansi
executioner *n.* ਫਾਂਸੀ ਦੇਣ ਵਾਲਾ faansi denh wala
executive *n.* ਪ੍ਰਬੰਧਕ parbanshakk
executor *n.* ਸੰਪਾਦਨ ਕਰਨ ਵਾਲਾ sampaadan karan vala
exemplar *adj.* ਆਦਰਸ਼ aadarsh
exemplary *adj.* ਮਿਸਾਲ ਯੋਗ misaal yog
exempt *v.t.* ਮੁਕਤ ਕਰਨਾ mukat karnaa
exemption *n.* ਮੁਕਤੀ muktee
exercise *n.* ਕਸਰਤ kasrat
exert *v.t.* ਕੋਸ਼ਿਸ਼ ਕਰਨਾ koshish karnaa
exertion *n.* ਮਿਹਨਤ mehnat
exhale *v.t.* ਸਾਹ ਕੱਢਣਾ saah kadhnhaa
exhaust *v.t.* ਥਕਾਉਣਾ thakaaunhaa
exhaustion *n.* ਥਕਾਵਟ thakaavat

exhustive *adj.* ਥਕਾਉਣ ਵਾਲਾ thakaaunh vala
exhibit *v.t.* ਵਿਖਾਉਣਾ vikhaaunhaa
exhibition *n.* ਪ੍ਰਦਰਸ਼ਨੀ pardarshnee
exhilarate *v.t.* ਪ੍ਰਸੰਨ ਹੋਣਾ parsann honhaa
exhort *v.t.* ਸਾਵਧਾਨ ਕਰਨਾ saavdhaan karnaa
exigency *n.* ਸੰਕਟ ਕਾਲ sankatt kaal
exigent *adj.* ਅਤਿ ਜ਼ਰੂਰੀ ati zaroori
exiguous *adj.* ਛੋਟੇ ਆਕਾਰ ਦਾ chhote akaar da
exile *v.t.* ਦੇਸ਼ ਨਿਕਾਲਾ ਦੇਣਾ desh nikaala denhaa
exist *v.i.* ਹੋਂਦ ਹੋਣੀ hond honhee
existence *n.* ਹੋਂਦ hond
exit *n.* ਨਿਕਾਸ nikaas
exodus *n.* ਵਿਦਾਈ vidaayee
exorable *adj.* ਪ੍ਰਭਾਵਸ਼ੀਲ parbhaavsheel
exorbitant ਬਹੁਤ ਵਧੇਰੇ bahut vadhere
exorcize *v.t.* ਝਾੜਫੂਕ jhaadfook
exotic *adj.* ਵਿਦੇਸ਼ੀ ਵਸਤੂ vidheshi vastu
expand *v.t.* ਫੈਲਾਉਣਾ failaunhaa
expanse ਵਿਸਤਾਰ vistaar
expansion *adj.* ਵਿਸਤਾਰ vistaar
expansive *adj.* ਵਿਸਤ੍ਰਿਤ vistrit
exparte *adj.* ਇੱਕ ਤਰਫਾ ikk tarfaa
expatriate *v.t.* ਘਰੋਂ ਕੱਢ ਦੇਣਾ gharon kadh denhaa
expect *v.t.* ਆਸ ਕਰਨੀ aas karnee
expectant *adj.* ਉਡੀਕ ਕਰਨ ਵਾਲਾ udeek karan vala
expectation *n.* ਆਕਾਂਖਿਆ aakaankheyaa
expediency *n.* ਉਪਯੋਗ upyog
expedient *adj.* ਯੋਗ yog
expedite *v.t.* ਜਲਦੀ ਭੇਜਣਾ jaldi bhejnhaa
expedition *n.* ਪ੍ਰਸਥਾਨ parsthaan
expel *v.t.* ਬਾਹਰ ਕੱਢ ਦੇਣਾ baahar kadh denhaa
expend *v.t.* ਖਰਚ ਕਰਨਾ kharach karnaa
expenditure ਖਰਚ kharach
expensive *adj.* ਖਰਚੀਲਾ kharcheela
experience *n.* ਤਜ਼ਰਬਾ tazarbaa
experiment *v.* ਪ੍ਰਯੋਗ paryog
expert *adj.* ਮਾਹਿਰ maahir
expire *v.t.* ਸਮਾਪਤ ਹੋਣਾ samapat honhaa
expiry *n.* ਅੰਤ antt
explain *v.t.* ਵਿਆਖਿਆ ਕਰਨਾ viaakheyaa karnaa
explanation *n.* ਵਿਆਖਿਆ viaakheyaa
explicable *adj.* ਵਿਆਖਿਆਯੋਗ viaakheyaayog
explicit *adj.* ਸਪੱਸ਼ਟ sapashat
explode *v.t.* ਨਿੰਦਾ ਕਰਨਾ nindaa karnaa
exploit *v.* ਸ਼ੋਸ਼ਣ ਕਰਨਾ shoshanh karnaa
exploration ਜਿਗਿਆਸਾ jigeyaasaa
explore *v.t.* ਖੋਜ ਕਰਨੀ khoj karni
explorer *n.* ਖੋਜੀ khojee
explosion *n.* ਵਿਸਫੋਟ visfot
explosive *adj.* ਛੇਤੀ ਫਟਣ ਵਾਲਾ chheti fatanh vala
exponent *n.* ਵਿਆਖਿਆ ਕਰਨ ਵਾਲਾ viaakheyaa karan vala
export *v.t.* ਨਿਰਯਾਤ ਕਰਨਾ niryaat karnaa
expose *v.t.* ਨੰਗਾ ਕਰਨਾ nanggaa karnaa
exposition *n.* ਸਪੱਸ਼ਟੀਕਰਨ sapashtikaran
expostulate *v.i.* ਝਿੜਕਣਾ jhidkanhaa
exposure *n.* ਪ੍ਰਕਾਸ਼ਕਰਣ parkaashkaranh
expound *v.t.* ਸਮਝਾਉਣਾ samjhaaunhaa
express *v.t.* ਵਿਅਕਤ ਕਰਨਾ viaaktt karnaa
expression *n.* ਪ੍ਰਗਟਾਵਾ pargtaavaa
expulsion *n.* ਨਿਸ਼ਕਾਸਨ nishkaasan
expunge *v.t.* ਮਿਟਾਉਣਾ mitaaunhaa
exquisite *adj.* ਅਤਿ-ਉੱਤਮ ati-uttam
extant *adj.* ਵਿਦਮਾਨ viddmaan
extemporaneous *n.* ਤੁਰੰਤ ਕੀਤਾ ਹੋਇਆ turantt keeta hoyeaa
extempore *adv.* ਇੱਕਦਮ ikkdamm
extend *v.t.* ਫੈਲਾਉਣਾ failaaunhaa
extension *n.* ਵਿਸਤਾਰ vistaar
extensive *adj.* ਵਿਸਤ੍ਰਿਤ vistrit
extenuate *v.t.* ਸ਼ਕਤੀ ਘੱਟ ਕਰਨਾ shakti ghatt karnaa
exterior *adj.* ਬਾਹਰੀ baahri
exterminate *v.t.* ਜੜ੍ਹੋਂ ਉਖਾੜਨਾ jadon ukhaadnaa
external *adj.* ਬਾਹਰੀ baahri
extinct *adj.* ਬੁਝਿਆ ਹੋਇਆ bujheyaa hoyeaa
extinction *n.* ਬੁਝਾਉਣਾ bujhaaunhaa

extinguish *v.t.* ਦਬਾਉਣਾ dabaaunhaa
extirpate *v.t.* ਨਾਸ਼ ਕਰਨਾ naash karnaa
extirpation ਨਾਸ਼ naash
extol *v.t.* ਵਡਿਆਈ ਕਰਨਾ vadeyaaee karnaa
extort *v.t.* ਖੋਹਣਾ khohnhaa
extra *adj.* ਵਾਧੂ vaadhoo
extract *n.* ਅਰਕ arak
extraction *n.* ਕੁਲ kull
extraneous *adj.* ਵੱਖਰਾ vakhraa
extraordinary *adj.* ਵਿਚਿੱਤਰ vichittar
extravagance ਵੱਧ ਖਰਚ vadh kharach
extravagant *n.* ਖਰਚੀਲਾ kharcheela
extreme *adj.* ਅੰਤਿਮ antimm
extremely *adv.* ਅਤਿਅੰਤ ateantt
extremist *n.* ਅਤਿਵਾਦੀ attvaadi
extremity ਸਿਰਾ siraa
extricable *adj.* ਵਿਮੁਕਤ ਕਰਨ ਯੋਗ vimukat karanyog
extricate *v.t.* ਵਿਮੁਕਤ ਕਰਨਾ vimukat karnaa
extrinsic *adj.* ਬਾਹਰੀ baahri
extrude *v.t.* ਬਾਹਰ ਕੱਢਣਾ baahar kadhnhaa
exuberance *n.* ਜ਼ਿਆਦਾ ਵਾਧਾ zyaada vaadhaa
exuberant ਹਰਿਆ ਭਰਿਆ hareyaa bhareyaa
exude *v.t.* ਪਸੀਨੇ ਵਾਂਗ ਵਹਿਣਾ paseene vaang vehnhaa
exudation *n.* ਉਦਗਮਨ udgaman
exult *v.t.* ਬਹੁਤ ਖੁਸ਼ ਹੋਣਾ bahut khushi honhaa
exultation *n.* ਬਹੁਤ ਖੁਸ਼ੀ bahut khushi honhaa
eye *n.* ਅੱਖ akkh
eyeball *n.* ਅੱਖ ਦੀ ਪੁਤਲੀ akkh dee putli
eyebrow *n.* ਭਰਵੱਟਾ bharvatta
eye-glasses *n.* ਚਸ਼ਮਾ chashmaa
eyelash *n.* ਬਰੌਨੀ barauni
eyelid *n.* ਪਲਕ palak
eyesight *n.* ਅੱਖਾਂ ਦੀ ਰੌਸ਼ਨੀ akkhaan dee roshni
eyesore *n.* ਅੱਖਾਂ ਦਾ ਜ਼ਖਮ akkhaan da zakham
eye-witness *n.* ਚਸ਼ਮਦੀਦ ਗਵਾਹ chashamdeed gawah
eyrie *n.* ਯਾਤਰਾ yatraa

F

fable *n.* ਕਲਪਿਤ ਕਥਾ kalpit kathaa
fabric *n.* ਕੱਪੜਾ kappda
fabircate ਨਿਰਮਾਣ ਕਰਨਾ nirmaan karnaa
fabrication *n.* ਨਿਰਮਾਣ nirmaan
facade *n.* ਮਹਿਲ ਦਾ ਬਾਹਰੀ ਹਿੱਸਾ mehal da baahri hissa
face *n.* ਚਿਹਰਾ chehraa
facet *n.* ਨਗੀਨੇ ਦਾ ਪਹਿਲੂ nageene da paihloo
facetious *adj.* ਮਸਖਰਾ maskharaa
facial *adj.* ਚਿਹਰੇ ਸੰਬੰਧੀ chehre sambandhi
facile *adj.* ਸਹਿਜ sehaj
facilitate *v.t.* ਸਹੂਲਤ ਦੇਣਾ saholat denhi
facility *n.* ਸਹੂਲਤ sahoolat
facsimile *n.* ਪ੍ਰਤੀਲਿਪੀ paratilippi
fact *n.* ਸੱਚਾਈ sachaayee
faction *n.* ਹਲਚਲ halchal
factor *n.* ਤੱਥ that
factory *n.* ਉਦਯੋਗ udyog
faculty *n.* ਅੰਤਰਿਕ ਸ਼ਕਤੀ antrikk shakti
fad *n.* ਧੁਨ dhunn
fade *v.i.* ਮੁਰਝਾਉਣਾ murjhaaunhaa
faded *adj.* ਫਿੱਕਾ fikka
fag *v.t.* ਥੱਕਣਾ thakknhaa
fag-end *n.* ਬਾਕੀ ਹਿੱਸਾ baaki hissa
fail *v.t.* ਅਸਫਲ ਹੋਣਾ asafal honhaa
filling *n.* ਅਸਫਲਤਾ asafltaa
failure *n.* ਅਸਫਲਤਾ asafltaa
faint *adj.* ਮੁਰਝਾਇਆ ਹੋਇਆ murjhayeaa hoyeyaa
fair *adj.* ਚਮਕੀਲਾ chamkeelaa
fairly *adv.* ਸਫਾਈ ਨਾਲ safaayee naal
fairy *n.* ਪਰੀ pari
faith *n.* ਵਿਸ਼ਵਾਸ਼ vishvaas
faithful *adj.* ਵਿਸ਼ਵਾਸਪਾਤਰ vishvaas paatar
faithless *adj.* ਬੇਯਕੀਨਾ beyakeenaa
fake *n.* ਬੇਈਮਾਨ ਆਦਮੀ beyeemaan aadmi
falcon *n.* ਬਾਜ baaj

fall *v.i.* ਡਿਗਣਾ diggnhaa
fallacious *adj.* ਭਰਮਜਨਕ bharajanak
fallacy *n.* ਭਰਮ bharam
fallible *adj.* ਭਰਮਕਾਰੀ bharamkaari
fallow *n.* ਬੰਜਰ banjjar
FALSE *adj.* ਝੂਠਾ jhoothhaa
falsify *v.t.* ਕਪਟ ਕਰਨਾ kapat karnaa
falsity *n.* ਅਸੱਤ asatt
falter *v.i.* ਲੜਖੜਾਉਣਾ ladkhadaunhaa
fame *n.* ਪ੍ਰਸਿੱਧੀ parsidhi
familiar *adj.* ਜਾਣੂ jaanhu
familliarity ਮੇਲਜੋਲ meljol
familiarize *v.t.* ਜਾਣੂ ਕਰਾਉਣਾ jaanhu karaunhaa
family *n.* ਪਰਿਵਾਰ parivaar
famine *n.* ਅਕਾਲ akaal
famish *v.t.* ਭੁੱਖੇ ਮਰਨਾ bhukkhe marnaa
famous *adj.* ਪ੍ਰਸਿੱਧ parsidh
fan *n.* ਪੱਖਾ pakkhaa
fanatic *adj.* ਜ਼ਿੱਦੀ ziddi
fanaticism *n.* ਧਾਰਮਿਕ ਹਠ dhaarmik hatth
fanciful ਕਾਲਪਨਿਕ kaalpnik
fancy *adj.* ਕਲਪਨਾ kalpnaa
fang *n.* ਜ਼ਹਿਰੀਲਾ ਦੰਦ zahrila dandd
fantastic *adj.* ਮਨਮੌਜੀ manmauji
fantasy *n.* ਕਲਪਨਾ kalpnaa
far *adj.* ਦੂਰ door
farce *n.* ਪਰਹਸਨ parhasan
fare *n.* ਕਿਰਾਇਆ kiraayeaa
farewell *n.* ਵਿਦਾਈ vidaayee
farm *n.* ਖੇਤ khet
farmer *n.* ਕਿਸਾਨ kisaan
farming *n.* ਕਿਸਾਨੀ kisaani
farrago *n.* ਮਿਸ਼ਰਣ mishranh
farrier *n.* ਪਸ਼ੂ-ਚਿਕਿਤਸਕ pashu-chikitsak
farther *adj.* ਦੁਰੇਡਾ duredaa
fascinate *v.t.* ਮੋਹਿਤ ਕਰਨਾ mohit karnaa
fascination *n.* ਮੋਹਜਾਲ moh jaal
fashion *n.* ਰੀਤ reet
fast *adj.* ਤੇਜ਼ tez
fastidious *adj.* ਖੁਸ਼ ਨਾ ਕਰਨ ਯੋਗ khush na karan yog
fastness *n.* ਤੇਜ਼ੀ tezi
fat *adj.* ਮੋਟਾ mota
fatal *adj.* ਨਾਸ਼ਕ naashak
fatalism *n.* ਕਿਸਮਤਵਾਦ kismatvaad
fatalist *n.* ਕਿਸਮਤਵਾਦੀ kismatvaadi
fatality *n.* ਕਸ਼ਟ kashat
fate *n.* ਕਿਸਮਤ kismat
father *n.* ਪਿਤਾ pita
father-in-law *n.* ਸਹੁਰਾ sahuraa
fatherland *n.* ਪਿੱਤਰ-ਭੂਮੀ pittar-bhoomi
fatherly *adj.* ਪਿਤਾ ਵਾਂਗ pitaa vaang
fathomless *adj.* ਗਹਿਰਾ gaihraa
fatigue *n.* ਥਕਾਵਟ thakaavat
fatness *n.* ਮੋਟਾਪਾ motaapaa
fatten *v.t.* ਮੋਟਾ ਹੋਣਾ mota honhaa
fatty *adj.* ਚਰਬੀਦਾਰ charbidaar
fatuous *adj.* ਮੂਰਖ moorakh
fault *n.* ਨੁਕਸ nukas
faultless *adj.* ਨਿਰਦੋਸ਼ nirdosh
faulty *adj.* ਦੋਸ਼ਪੂਰਣ doshpooranh
favour *n.* ਅਤਿ ਕਿਰਪਾ ati kirpaa
favourable *adj.* ਅਨੁਕੂਲ anukool
favourite *n.* ਪਸੰਦੀਦਾ pasanddeeda
favouritism *n.* ਪੱਖਪਾਤ pakkhpaat
fawn *n.* ਹਿਰਨ ਦਾ ਬੱਚਾ hiran da bachaa
fear *n.* ਡਰ darr
fearful *adj.* ਭਿਆਨਕ bhiyaanak
fearless *adj.* ਨਿਡਰ nidar
fearlessness *n.* ਨਿਡਰਤਾ nidarataa
feasibility *n.* ਹੋਣ ਦੀ ਸੰਭਾਵਨਾ honh dee sambhaavnaa
feasible *n.* ਸੰਭਵ sambhav
feather *n.* ਪਰ par
feature *n.pl.* ਲੱਛਣ lachhanh
february *n.* ਫਰਵਰੀ ਦਾ ਮਹੀਨਾ farvari da maheenaa
fecundate *v.t.* ਉਪਜਾਊ ਬਣਾਉਣਾ upjao banauna
fecundity *n.* ਉਪਜਾਊਪਣ upjaaoopanh
federal *adj.* ਸੰਯੁਕਤ sanyukat
federation *n.* ਸੰਘ sangh
fee *n.* ਫੀਸ fees
feeble *adj.* ਕਮਜ਼ੋਰ kamzor
feed *v.t.* ਭੋਜਨ bhojan
feeder *n.* ਭੋਜਨ ਕਰਾਉਣ ਵਾਲਾ bhojan karaunh vala

feel *v.t.* ਮਹਿਸੂਸ ਕਰਨਾ mehsoos karnaa
feeling *n.* ਭਾਵਨਾ bhaavnaa
feign *v.t.* ਬਹਾਨਾ ਕਰਨਾ bahaana karnaa
feint *n.* ਬਹਾਨਾ bahaana
felicitate *v.t.* ਅਤਿ ਪ੍ਰਸੰਨ ਕਰਨਾ ati parsann karnaa
felicitations *n.pl.* ਧੰਨਵਾਦ dhannvaad
felicitous *adj.* ਪਰਮ ਸੁਖੀ param sukhi
felicity *n.* ਆਨੰਦ anand
feline *adj.* ਬਿੱਲੀ ਵਾਂਗ billi vaang
fell *adj.* ਭਿਅੰਕਰ bheyaankar
fellow *n.* ਮਿੱਤਰ mittar
fellowship *n.* ਸਭਾ sabhaa
felon *n.* ਅਪਰਾਧੀ apraadhi
felonious *adj.* ਦੁਸ਼ਟ dushat
felony *n.* ਮਹਾਂ ਅਪਰਾਧ mahaan apraadh
felt *n.* ਨਮਦਾ namdaa
feminine *adj.* ਇਸਤਰੀ ਜਾਤੀ ਦਾ istri jaati da
femoral *adj.* ਜੰਘ ਸੰਬੰਧੀ jangh sambandhi
fen *n.* ਦਲਦਲ daldal
fence *n.* ਚਾਰਦੀਵਾਰੀ chaardeevaari
fencing *n.* ਬਨੇਰਾ baneraa
fend *v.t.* ਰੋਕਣਾ roknhaa
feral *adj.* ਜੰਗਲੀ janggli
ferment *n.* ਉਤੇਜਿਤ ਕਰਨਾ utejitt karnaa
fermentation *n.* ਉਬਾਲ ubaal
fern *n.* ਬਰੀਕ ਬੂਟਾ bareek boota
ferocious *adj.* ਅਸੱਭਿਅਤਾ asabheyataa
ferocity *adj.* ਭਿਅੰਕਰਤਾ bheyankarta
ferry *n.* ਕਿਸ਼ਤੀ kishti
ferryman *n.* ਮਲਾਹ malaah
fertile *adj.* ਉਪਜਾਊ upjaaoo
fertility *n.* ਉਪਜਾਊਪਣ upjaaopanh
fertilize *v.t.* ਉਪਜਾਊ ਬਣਾਉਣਾ upjaau banaunaa
fervency *n.* ਉਤਸੁਕਤਾ utsuktaa
fervent *adj.* ਉਤਸੁਕ utsuk
fervour *n.* ਤੀਬਰਤਾ teebartaa
festal *adj.* ਖੁਸ਼ khush
fester *v.t.* ਜ਼ਖਮ ਪੱਕਣਾ zakham paknaa
festival *n.* ਉਤਸਵ utsav
festive *adj.* ਉਤਸਵ ਸੰਬੰਧੀ utsav sambandhi
festivity *n.* ਉਤਸਵ-ਕਾਲ utsav kaal
festoon *n.* ਮਾਲਾ maala
fetch *v.t.* ਜਾ ਕੇ ਲਿਆਉਣਾ jaa ke liauna
fete *n.* ਤਿਓਹਾਰ teohaar
fetish *n.* ਜੰਗਲੀ ਜਾਤੀਆਂ jangli jaatiyaan
fetters *n.* ਰੁਕਾਵਟ rukaavat
feud *n.* ਜ਼ਮੀਨ zameen
feudal *adj.* ਜਾਗੀਰਦਾਰੀ ਦਾ jageerdaari da
fever *n.* ਬੁਖਾਰ bukhaar
feverish *adj.* ਥੋੜੇ ਬੁਖਾਰ ਵਾਲਾ thode bukhaar vala
few *adj.* ਜ਼ਿਆਦਾ ਨਹੀਂ zyaada nahin
fiance *n.* ਮੰਗੇਤਰ manggetar
fiasco *n.* ਖਾਸ ਅਸਫਲਤਾ khaas asafaltaa
fiat *n.* ਆਗਿਆ aageyaa
fib *n.* ਝੂਠ ਬੋਲਣਾ jhoothh bolnhaa
fibre *n.* ਤੰਤੂ tantoo
fickle *adj.* ਚੰਚਲ chanchal
fiction *n.* ਕਲਪਨਾ kalpnaa
fictious *adj.* ਕਾਲਪਨਿਕ kaalpnikk
fiddle *n.* ਸਾਰੰਗੀ saaranggi
fiddler *n.* ਸਾਰੰਗੀਵਾਦਕ saaranggivaadak
fidelity *n.* ਭਗਤੀ bhagti
fidget *v.i.* ਚੰਚਲ chanchal
fie ਛੀ-ਛੀ chee chee
field *n.* ਮੈਦਾਨ maidaan
fiend *n.* ਪਿਸ਼ਾਚ pishaach
fierce *adj.* ਉਗਰ ugar
fiercely *adj.* ਕਠੋਰਤਾ ਨਾਲ kathhortaa naal
fiery *adj.* ਉਗਰ ugar
fife *n.* ਛੋਟੀ ਬੰਸਰੀ chhoti banssari
fifteen *adj.* ਪੰਦਰਾਂ pandraan
fifth *adj.* ਪੰਜਵਾਂ panjvaan
fiftieth *adj.* ਪੰਜਾਹਵਾਂ panjaahvaan
fifty *adj.* ਪੰਜਾਹ panjaah
fig *n.* ਅੰਜੀਰ anjeer
fight *v.t.* ਲੜਨਾ ladnaa
figment *n.* ਕਾਲਪਨਿਕ ਕਥਨ kaalpnikk kathan
figure *n.* ਆਕਾਰ akaar
filch *v.t.* ਚੁਰਾਉਣਾ churaunha
file *n.* ਲਿਖਤ-ਪੱਤਰ likhat-pattar
filial *adj.* ਬੱਚੇ ਸੰਬੰਧੀ bache sambandhi
fill *v.t.* ਭਰਨਾ bharna
fillip *n.* ਪ੍ਰੇਰਣਾ parernhaa
filly *n.* ਵਛੇਰੀ vachheri

film *n.* ਪਰਦਾ pardaa
filter *v.t.* ਛਾਨਣੀ chhanani
filth *n.* ਬੁਰਾਈ buraaee
fin *n.* ਮੱਛੀ ਦੇ ਖੰਭ machhi de khambh
final *adj.* ਆਖਰੀ aakhree
finality *n.* ਅੰਤਿਮ ਅਵਸਥਾ antimm avasthaa
finance *n.* ਵਿੱਤ vitt
financial *adj.* ਵਿੱਤੀ vitti
financier *n.* ਸਰਮਾਇਦਾਰ sarmayedaar
find *v.t.* ਲੱਭਣਾ ladhanhaa
fine *adj.* ਸੁਖਾਂਵਾਂ sukhaavaan
finery *n.* ਠਾਠ-ਬਾਠ thhaatht baathh
finesse *n.* ਚਤੁਰਾਈ chaturaaee
finger *n.* ਉਂਗਲੀ unggali
finish *v.t.* ਮੁਕਾਉਣਾ mukaaunhaa
finite *adj.* ਸੀਮਿਤ seemat
finny *adj.* ਇੱਕ ਕਿਸਮ ਦੀ ਮੱਛੀ ikk kisam dee machhi
fir *n.* ਦਿਓਦਾਰ ਦਾ ਰੁੱਖ deodaar da rukh
fire *n.* ਅੱਗ agg
fire-arm *n.* ਮਸ਼ੀਨਗਨ masheengan
fire-brigade *n.* ਅੱਗ-ਬੁਝਾਊ ਮਹਿਕਮਾ agg-bujhaoo maihkama
fire-place *n.* ਚੁੱਲ੍ਹਾ chullah
fire-proof *adj.* ਅਗਨੀ ਅਵਰੋਧਕ agni avrodhak
firewood *n.* ਬਾਲਣ baalanh
fireworks *n.* ਆਤਿਸ਼ਬਾਜ਼ੀ aatishbaaji
firm *adj.* ਪੱਕਾ pakka
firmness *n.* ਦ੍ਰਿੜ੍ਹਤਾ dridtaah
firmament *n.* ਅਸਮਾਨ asmaan
first *adj.* ਪਹਿਲਾ pehlaa
first aid *n.* ਮੁਢਲੀ ਸਹਾਇਤਾ mudhlee sahayetaa
firth *n.* ਦਰਿਆ ਦਾ ਤੰਗ ਰਸਤਾ dariaa da tangg rastaa
fiscal *adj.* ਮਾਲੀ maali
fish *n.* ਮੱਛੀ machhi
fisherman *n.* ਮਛੇਰਾ machhera
fishery *n.* ਮੱਛੀਆਂ ਦਾ ਵਪਾਰ machheeyaan da vapaar
fishy *adj.* ਸ਼ੱਕੀ shakki
fissure *n.* ਤਰੇੜ tred
fist *n.* ਮੁਕੀ mukki
fistula *n.* ਡੂੰਘਾ ਜ਼ਖਮ doonghaa zakham
fit *adj.* ਉਚਿਤ uchit
fitness *n.* ਉਚਿਤਤਾ uchitataa
fitted *adj.* ਅਨੁਕੂਲ anukaaol
fitter *n.* ਕਾਰੀਗਰ kaarigar
five *adj.* ਪੰਜ panjj
fix *v.t.* ਜੋੜਨਾ jodnaa
fixture *n.* ਚਿਪਕਣਾ ਪਦਾਰਥ chipkanhaa padaarath
fizz *n.* ਅਸਫਲਤਾ asafaltaa
fizzle *v.i.* ਠੁੱਸ ਹੋ ਜਾਣਾ thhuss ho jaanhaa
flabby *adj.* ਢਿੱਲਾ dhilla
flaccid *adj.* ਪਿੱਲਾ pilla
flag *n.* ਝੰਡਾ jhandda
flagon *n.* ਸੁਰਾਹੀ suraahi
flagrant *adj.* ਗੰਭੀਰ gambheer
flake *n.* ਪੇਪੜੀ pepdi
flambeau *n.* ਮਸ਼ਾਲ mashaal
flamboyant *n.* ਅੱਗ ਰੰਗੇ ਫੁੱਲ agg rangge full
flame *n.* ਭਾਂਬੜ bhaambad
flamingo *n.* ਰਾਜਹੰਸ raajhans
flameable *adj.* ਜਲਣਸ਼ੀਲ jalanhsheel
flannel *n.* ਫਲਾਲੈਣ flaalainh
flap *v.t.* ਫੜਫੜਾਉਣਾ fadfadunhaa
flare *v.t.* ਭੜਕਣਾ bhadkanhaa
flash *n.* ਚਮਕ chamak
flask *n.* ਝੱਜਰ jhajjar
flat *adj.* ਪੱਧਰ padhar
flattern *v.t.* ਪੱਧਰਾ ਕਰਨਾ padhraa karnaa
flatter *v.* ਚਾਪਲੂਸੀ ਕਰਨਾ chaaploosi karnaa
flatterer *n.* ਚਾਪਲੂਸ chaaploos
flattery *n.* ਚਾਪਲੂਸੀ chaaploosi
flaunt *v.i.* ਵਿਖਾਵਾ ਕਰਨਾ vikhaava karnaa
flavour *n.* ਸੁਆਦ suaad
flaw *n.* ਦੋਸ਼ dosh
flax *n.* ਸਣ sanh
falxen *adj.* ਸਣ ਦਾ sanh da
flay *v.t.* ਖੱਲ ਲਾਹੁਣਾ khall kahunhaa
flea *n.* ਪਿੱਸੂ pissu
fleck *n.* ਕਣ kanh
fledge *v.t.* ਖੰਭ ਲਾਉਣਾ khambh launhaa
flee *v.i.* ਫਰਾਰ ਹੋਣਾ faraar honhaa
fleece *n.* ਪਸ਼ਮ pasham

fleecy *adj.* ਪਸ਼ਮ ਨਾਲ ਢਕਿਆ pasham naal dhakeyaa
fleer *v.i.* ਮਖੌਲ ਉਡਾਉਣਾ makhaul udaaunhaa
fleet *v.i.* ਉੱਡ ਜਾਣਾ udd jaanhaa
flesh *n.* ਮਾਸ maas
fleshy *adj.* ਮੋਟਾ-ਤਾਜ਼ਾ motaa-taaza
flexibility *n.* ਲਚਕਤਾ lachaktaa
flexible *adj.* ਲਚਕੀਲਾ lachkeelaa
flexure *n.* ਵਿੰਗ vingg
flick *n.* ਝਟਕਾ jhatkaa
flicker *v.t.* ਟਿਮਟਿਮਾਉਣਾ timtimaunhaa
flickering *adj.* ਟਿਮਟਿਮਾਹਟ timtimaahat
flight *n.* ਉਡਾਣ udaanh
flimsy *adj.* ਪਤਲਾ ਕਾਗਜ਼ patlaa kagaz
flinch *v.i.* ਬੇਚੈਨ ਹੋਣਾ bechainhonhaa
fling *v.t.* ਸੁੱਟ ਦੇਣਾ sutt denhaa
flint *n.* ਚਮਕ ਪੱਥਰ chamak pathar
flip *v.t.* ਤੁਣਕਾ ਮਾਰਨਾ tunhkaa maarnaa
flippancy *n.* ਹੋਛਾਪਣ hochhaapanh
flippant *adj.* ਹੋਛਾ hochhaa
flirt *v.t.* ਚੋਹਲ-ਮੋਹਲ ਕਰਨਾ chohal-mohal karna
flirtation *v.* ਪਿਆਰ ਦਾ ਦਿਖਾਵਾ pyar da dikhaava
flit *v.t.* ਛੋਟੀ ਉਡਾਰੀ ਮਾਰਨਾ chhoti udaari maarna
float *v.i.* ਤਾਰਨਾ taarna
flock *n.* ਇੱਜੜ ijjad
flog *v.t.* ਛਮਕਾਂ ਮਾਰਨਾ chhamkaan maarna
flogging *n.* ਬੈਂਤ ਦੀ ਸਜ਼ਾ baint dee sazaa
flood *n.* ਹੜ੍ਹ harh
floor *n.* ਫਰਸ਼ farash
flora *n.* ਇਲਾਕੇ ਦੀ ਬਨਸਪਤੀ ilaake dee banaspati
floral *adj.* ਫੁੱਲਾਂ ਸੰਬੰਧੀ fullan sambandhi
florescence *n.* ਫੁੱਲਾਂ ਦੀ ਰੁੱਤ fullan dee rutt
florid *adj.* ਭੜਕੀਲਾ bhadkeelaa
florist *n.* ਫੁੱਲ ਵਿਕ੍ਰੇਤਾ full vikretaa
flounce *n.* ਝਾਲਰ jhaalar
flounder *v.t.* ਠੋਕਰਾਂ ਖਾਣਾ thhokraan khaanhaa
flour *n.* ਆਟਾ aata
flourish ਵਧਣਾ vadhnhaa
flout *v.t.* ਅਵੱਗਿਆ ਕਰਨਾ avaggeyaa karnaa
flow *v.i.* ਵਹਿਣਾ vaihnhaa
flower *n.* ਫੁੱਲ full
flowe¤pot *n.* ਗਮਲਾ gamlaa
flowery *n.* ਫੁੱਲਦਾਰ fulldar
fluctuate *v.t.* ਅਸਥਿਰ ਹੋਣਾ asathir honhaa
fluctuation *n.* ਅਸਥਿਰਤਾ asathirtaa
flue *n.* ਚਿਮਨੀ chimni
fluency ਰਵਾਨੀ ravaani
fluent *adj.* ਰਵਾਂ ਰਹਿਣ ਵਾਲਾ ravaan rehnhaa
fluid *n.* ਤਰਲ taral
fluke *n.* ਤੁੱਕਾ tukka
flunk *n.* ਸੁੱਟ ਦਿੱਤਾ sutt ditta
flunkey *n.* ਅਰਦਲੀ ardali
flurry *n.* ਤਿਤਰ ਬਿਤਰ ਕਰਨਾ tittar bittar karnaa
flush *n.* ਪਾਣੀ ਵਗਾਉਣਾ panhi vagaunhaa
flute *n.* ਵੰਝਲੀ vanjali
flutter *n.* ਖੰਭ ਮਾਰਨਾ khambh maarnaa
flux ਪਾਣੀ ਵਰਗਾ ਬਣਾਉਣਾ paani vargaa banaunhaa
fly *n.* ਮੱਖੀ makkhi
foal *n.* ਘੋੜੇ ਦਾ ਬੱਚਾ gode da bachaa
foam *n.* ਝੱਗ jhagg
fob *n.* ਘੜੀ ਵਾਲੀ ਜੇਬ ghadee vaali jeb
focal *adj.* ਕੇਂਦਰ ਬਿੰਦੂ kendar bindoo
focus *n.* ਧਰੁੱਵ ਬਿੰਦੂ dharuv bindoo
fodder *n.* ਪਸ਼ੂਆਂ ਦਾ ਚਾਰਾ pashuaan da chaara
foe *n.* ਵੈਰੀ vairy
foetus *n.* ਭਰੂਣ bharoonh
fog *n.* ਧੁੰਦ dhund
fogy *n.* ਬੁੱਢਾ budhaa
foible *n.* ਔਗੁਣ auganh
foil *v.t.* ਪੱਤਰਾ pattra
foist *v.t.* ਕਿਸੇ ਦੇ ਸਿਰ ਮੜ੍ਹਨਾ kise de sir madnaa
fold *n.* ਵਾੜਾ vaada
folio *n.* ਪੰਨਾ panna
folk *n.* ਲੋਕ lok
folksong *n.* ਲੋਕ-ਗੀਤ lok geet
follow *v.t.* ਪਿੱਛਾ ਕਰਨਾ pichha karnaa
following *n.* ਪਿੱਛੋਂ ਆਉਣ ਵਾਲਾ pichhon aaunh vala

folly *n.* ਮੂਰਖਤਾ moorakhtaa
foment *v.t.* ਸੇਕਣਾ seknhaa
fomentation *n.* ਟਕੋਰ takor
fond *adj.* ਸ਼ੌਕੀਨ shaukeen
fondle *v.t.* ਲਾਡ ਕਰਨਾ laad karnaa
font *n.* ਸਰੋਤ sarot
food *n.* ਭੋਜਨ bhojan
fool *n.* ਮੂਰਖ moorakh
foolhardy *adj.* ਹੂੜ੍ਹਮਤਾ hoorhmataa
foolish *adj.* ਮੂਰਖਤਾ moorakhtaa
foot *n.* ਪੈਰ pair
football *n.* ਫੁੱਟਬਾਲ futball
footwear *n.* ਜੁੱਤੀ jutti
foothold ਪੈਰ ਰੱਖਣ ਦਾ ਸਹਾਰਾ pair rakhanh da sahaara
footing ਪਕੜ pakad
footman *n.* ਪਿਆਦਾ peyaada
footnote *n.* ਪਗ-ਟਿੱਪਣੀ pag-tippanhi
fo¶path *n.* ਪਗਡੰਡੀ pag-danddi
footprint *n.* ਪੈੜ pair
footstep *n.* ਕਦਮ kadam
fop *n.* ਸ਼ੁਕੀਨ shukeen
for ਵਾਸਤੇ vaaste
forage *n.* ਘੋੜਿਆਂ ਦਾ ਚਾਰਾ ghodeyaan da chaara
foray *n.* ਹਮਲਾ hamlaa
forbear *n.* ਪਿੱਤਰ pittar
forbearance ਹੌਸਲਾ hauslaa
forbid *v.t.* ਰੋਕਣਾ roknhaa
force *n.* ਸ਼ਕਤੀ shakti
forceps *n.* ਚਿਮਟੀ chimti
forcible *adj.* ਜ਼ਬਰਦਸਤੀ zabardasti
ford *n.* ਪੱਤਣ pattanh
fore *adj.* ਅਗਲੇਰਾ agleraa
forebode *v.t.* ਮੱਥਾ ਠਣਕਣਾ mathaa thhanhkanhaa
forecast *v.t.* ਪੂਰਵ ਕਲਪਨਾ poorav kalpnaa
forefather *n.* ਵਡੇਰੇ vadere
forego *v.t.* ਪਹਿਲਾਂ ਹੋਣਾ pehlaan honhaa
forehead *n.* ਮੱਥਾ mathaa
foreign *adj.* ਵਿਦੇਸ਼ videsh
foreigner *n.* ਪਰਦੇਸੀ pardesi
foreman *n.* ਸਰਦਾਰ sardaar
foremost *adj.* ਪ੍ਰਮੁੱਖ parmukkh
foresee *v.t.* ਪੂਰਵ ਸੂਚਨਾ ਦੇਣਾ poorav soochna denhaa
foresight *n.* ਦੂਰਅੰਦੇਸ਼ੀ door andeshi
forest *n.* ਜੰਗਲ janggal
forestall *v.t.* ਪਹਿਲਾਂ ਤੋਂ ਗ੍ਰਹਿਣ ਕਰਨਾ pehlaan ton graihanh karnaa
foretell ਭਵਿੱਖ ਦੱਸਣਾ bhavikkh dasanhaa
forever *adv.* ਹਮੇਸ਼ਾਂ hameshaan
foreword *n.* ਮੁੱਖਬੰਧ mukhbandh
forefeiture *n.* ਦੰਡ ਲਾਉਣ ਦੀ ਕਿਰਿਆ dandd launh dee kireyaa
forge *n.* ਜਾਲ੍ਹੀ jaalhi
forgery *n.* ਜਾਲ੍ਹਸਾਜ਼ੀ jaalhsaazi
forge *v.t.* ਘੜਨਾ ghadnaa
forgetful *adj.* ਭੁੱਲਣਹਾਰ bhullanhahaar
forgive *v.t.* ਮਾਫ ਕਰਨਾ maaf karnaa
forgiveness *n.* ਮਾਫੀ maafi
forgiving *adj.* ਬਖਸ਼ਣਹਾਰ bakshanhaar
fork *n.* ਕਾਂਟਾ kaanta
forlorn *adj.* ਬੇਸਹਾਰਾ besaharaa
form *n.* ਰੂਪ roop
formal *adj.* ਰਸਮੀ rasmi
formality *n.* ਰੀਤ reet
formation *n.* ਬਣਤਰ banhtar
former *adj.* ਪੂਰਵਲਾ poorvalaa
formerly *adv.* ਪਿਛਲੇ ਸਮੇਂ ਵਿੱਚ pichhle samen vich
formidable *adj.* ਡਰਾਉਣਾ daraunhaa
formula *n.* ਗੁਰ gur
formulate *v.t.* ਗੁਰ ਰਾਹੀਂ ਦੱਸਣਾ gur raheen dassanhaa
forsake ਤਿਆਗਣਾ tyagnhaa
forsooth *adv.* ਨਿਰਸੰਦੇਹ nirsandeh
forswear ਤੌਬਾ ਕਰਨਾ tauba karnaa
fort *n.* ਕਿਲਾ kila
forte *n.* ਕਿਸੇ ਦਾ ਕੋਈ ਖਾਸ ਗੁਣ kise da koee khaas gunh
forth *adv.* ਅਗਾਂਹ agaanh
forthwith *adv.* ਤੁਰੰਤ turrantt
fortieth *adj.* ਚਾਲ੍ਹੀਵਾਂ chaaleehvaan
fortification *n.* ਮਜ਼ਬੂਤੀ mazbooti
fortify *v.t.* ਮਜ਼ਬੂਤ ਕਰਨਾ mazboot karnaa
fortitude *n.* ਹਿੰਮਤ himmat
fortnight *n.* ਪੰਦਰਵਾੜਾ pandarvarha

fortress *n.* ਗੜ੍ਹੀ garhee
fortuitous ਸਬੱਬੀ ਹੋਣ ਵਾਲਾ sabbabee honh vala
fortunate *adj.* ਸੁਭਾਗਾ subhaaga
fortune *n.* ਕਿਸਮਤ kismat
fortune-teller *n.* ਜੋਤਸ਼ੀ jotshi
forty *adj.* ਚਾਲੀ chaalhi
forum *n.* ਸਭਾ sabhaa
forward *adv.* ਅਗਲਾ aglaa
fossil *n.* ਪਥਰਾਹਟ pathraahat
foster *v.t.* ਪਾਲਣਾ ਕਰਨਾ paalnhaa karnaa
foul *adj.* ਗੰਦਾ gandda
found *v.t.* ਨੀਂਹ ਰੱਖਣਾ neehn rakhanhaa
foundation *n.* ਬੁਨਿਆਦ buneyaad
founder *n.* ਬਾਨੀ baani
foundling *n.* ਯਤੀਮ yateem
fountain *n.* ਫੁਹਾਰਾ fuhaara
four *n.* ਚਾਰ chaar
fourteen *n.* ਚੌਦਾਂ chaudaan
fourth *adj.* ਚੌਥਾ chauthaa
fowl *n.* ਪੰਛੀ panchhi
fowler *n.* ਚਿੜੀਮਾਰ chideemaar
foundry *n.* ਢਲਾਈ ਵਾਲਾ ਕਾਰਖਾਨਾ dhalaayee vala kaarkhaana
fount *n.* ਢਰਨਾ dharnaa
fox *n.* ਲੂੰਬੜ loombad
fracas *n.* ਤਕਰਾਰ takraar
fraction *n.* ਖੰਡ khandd
fracture *n.* ਹੱਡੀ ਟੁੱਟਣਾ haddeeyaan tuttnhaa
fragile *adj.* ਨਾਜ਼ੁਕ nazuk
fragment *n.* ਅੰਸ਼ ansh
fragrance *n.* ਸੁਗੰਧ sugandh
fragrant *adj.* ਖੁਸ਼ਬੂਦਾਰ khushbudaar
frail *adj.* ਕਮਜ਼ੋਰ kamzor
frailty *n.* ਕਮਜ਼ੋਰੀ kamzori
frame *n.* ਢਾਂਚਾ dhaanchaa
franchise *n.* ਵੋਟ ਦਾ ਹੱਕ vot da hakk
frank *adj.* ਖਰਾ kharaa
frankness *n.* ਖਰਾਪਣ kharaapanh
frantic *adj.* ਉਤੇਜਨਾਪੂਰਨ uttejnpooran
fraternal *adj.* ਭਾਈਚਾਰੇ ਦਾ bhaaeechaare da
fraternity *n.* ਭਾਈਚਾਰਾ bhaaeechaara
fratricide *n.* ਭਾਈਮਾਰ bhaaeemaar
fraud *n.* ਧੋਖੇਬਾਜ਼ੀ dhaukhebaazi
fray *n.* ਝਗੜਾ jhagraa
freak *n.* ਵਹਿਮ veham
free *adj.* ਮੁਕਤ mukat
freebooter *n.* ਵੱਟ ਮਾਰ vatt maar
freedom *n.* ਆਜ਼ਾਦੀ azaadi
freehold *n.* ਪੂਰੀ ਮਾਲਕੀ poori maalki
free-thinker *n.* ਆਜ਼ਾਦ ਖਿਆਲ azaad khyaal
free trade *n.* ਖੁਲ੍ਹਾ ਵਪਾਰ khullha vapaar
freeze *v.i.* ਜੰਮ ਕੇ ਬਰਫ ਬਣਨਾ jamm ke barf banhnaa
freezing *adj.* ਬਹੁਤ ਠੰਢਾ bahut thaandaa
freight *n.* ਮਾਲ-ਢੁਆਈ maal-dhuaayee
frenzy *n.* ਕਮਲ kamal
frequent *adj.* ਅਕਸਰ aksar
fresco *n.* ਮੋਹਰਾਕਸ਼ੀ mohraakashee
fresh *adj.* ਤਾਜ਼ਾ taaza
fret *v.t.* ਨੱਕਾਸ਼ੀ ਕਰਨਾ nakkashi karnaa
fretwork *n.* ਨੱਕਾਸ਼ੀ ਦਾ ਕੰਮ nakkashi da kamm
friar *n.* ਸਾਧੂ saadhu
friction *n.* ਰਗੜ ragad
friday *n.* ਸ਼ੁਕਰਵਾਰ shukkarvaar
friend *n.* ਦੋਸਤ dost
friendly *adj.* ਦੋਸਤਾਨਾ dostanaa
freindship *n.* ਦੋਸਤੀ dostee
frigate *n.* ਜੰਗੀ ਜਹਾਜ਼ janggi jahaaz
fright *n.* ਡਰ darr
frighten *v.t.* ਡਰਾਉਣਾ daraunhaa
frigid *adj.* ਠੰਢਾ thhandda
frigidity *n.* ਠੰਢਕ thhandakk
fringe *n.* ਕੰਨੀ kanni
frisk *v.i.* ਕਲੋਲਾਂ ਕਰਨਾ kalolaan karnaa
fritter *v.t.* ਸਮਾਂ ਨਸ਼ਟ ਕਰਨਾ samaan nashat karnaa
frivolity *n.* ਹੋਛਾਪਣ hochhaapanh
frivolous *adj.* ਹੋਛਾ hochhaapanh
frock *n.* ਫਰਾਕ faraak
frog *n.* ਡੱਡੂ daddu
from *prep.* ਤੋਂ ton
front *v.i.* ਅੱਗਾ aggaa
frontier *n.* ਹੱਦ hadd

frontispiece ਮਕਾਨ ਦਾ ਮੱਥਾ makaan da mathaa
frost *n.* ਕੋਰਾ kora
froth *n.* ਝੱਗ jhagg
frown *v.t.* ਤਿਊੜੀ tioodi
fructify *v.i.* ਫਲਣਾ falnhaa
frugal *adj.* ਸੰਜਮੀ sanjjami
fruit *n.* ਫਲ fal
fruiterer *n.* ਫਲ ਵੇਚਣ ਵਾਲਾ fal vechanh vala
fruition *n.* ਸੁਖ sukh
frustrate *v.t.* ਮਾਯੂਸ ਕਰਨਾ mayoos karnaa
frustration *n.* ਮਾਯੂਸੀ mayoosi
fry *v.t.* ਤਲਣਾ talnhaa
frying-pan *n.* ਕੜਾਹੀ kadaahee
fuel *n.* ਬਾਲਣ baalanh
fugitive *adj.* ਭਗੌੜਾ bhagaurhaa
fulcrum *n.* ਆਧਾਰ adhaar
fulfil *v.t.* ਪੂਰਾ ਕਰਨਾ poora karnaa
fulgent *adj.* ਚਮਕਦਾਰ chamakdaar
full *adj.* ਪੂਰਾ poora
fulminate *v.i.* ਕੌੜੇ ਬੋਲ ਬੋਲਣਾ kaude bol bolnhaa
fulsome *adj.* ਬੇਹਿਸਾਬਾ be-hisaaba
fumble *v.i.* ਅਨਾੜੀਪਣ anaadipanh
fume *n.* ਵਾਸ਼ਪ vaashap
fumigation *n.* ਧੂਣੀ dhoonhi
fun *n.* ਤਮਾਸ਼ਾ tamashaa
function *v.i.* ਸਮਾਰੋਹ samaroh
functionary *n.* ਸਰਵਜਨਿਕ ਅਧਿਕਾਰੀ sarvjanik adhikaaari
fund *n.* ਖਜ਼ਾਨਾ khazaana
fundamental *adj.* ਬੁਨਿਆਦੀ buneyaaadi
funeral *n.* ਦਾਹ-ਸਸਕਾਰ daah saskaar
fungus *n.* ਉੱਲੀ ulli
funk ਡਰ darr
funnel *n.* ਕੀਪ keep
funny *adj.* ਹਾਸੇਭਰਿਆ haase bhareyaa
fur *n.* ਖੱਲ khall
furious *adj.* ਪਰਚੰਡ parchandd
furl *v.t.* ਵਲ੍ਹੇਟ ਕੇ ਬੰਨ੍ਹਣਾ valet ke banhanhaa
furlough *n.* ਲੰਮੀ ਛੁੱਟੀ lammi chhutti
furnace *n.* ਭੱਠੀ bhathhi
furnish *v.t.* ਸਜਾਉਣਾ sajaunhaa
furniture *n.* ਫਰਨੀਚਰ farneechar
furrow *n.* ਸਿਆੜ siaad
further *adv.* ਅੱਗੇ ਵਧਾਉਣਾ agge vadhaaunhaa
turtherance *n.* ਵਾਧਾ vaadhaa
furtive *adj.* ਲੁਕਵਾਂ lukvaan
fuse *v.t.* ਫਿਊਜ਼ ਪਲੀਤਾ fiooj paleeta
fusion *n.* ਮਿਸ਼ਰਨ mishran
fuss *n.* ਹਲਚਲ halchal
futility *n.* ਵਿਅਰਥਤਾ viarathataa
future *n.* ਭਵਿੱਖ bhavikh

G

gab *n.* ਬਕ ਬਕ bak bak
gabbie *v.t.* ਬਕ ਬਕ ਕਰਨਾ bak bak karnaa
gabble *n.* ਬਕਵਾਸ ਕਰਨ ਵਾਲਾ bakvaas karan vala
gad *n.* ਅਵਾਰਾ ਫਿਰਨਾ avaara firnaa
gadfly *n.* ਗਊ-ਮੱਖੀ gaoo makkhi
gag *v.t.* ਮੂੰਹ ਬੰਦ ਕਰਨਾ moohn bandd karnaa
gage *n.* ਗਹਿਣੇ ਰੱਖੀ ਵਸਤੂ gaihnhe rakhee vastu
gaily *adv.* ਰਮਣੀਕ ramnheek
gain *v.t.* ਲਾਭ ਹੋਣਾ laabh honhaa
gainsay *v.t.* ਖੰਡਨ ਕਰਨਾ khanddan karnaa
gait *n.* ਤੋਰ tor
gala *n.* ਪੁਰਬ purab
galaxy *n.* ਆਕਾਸ਼ਗੰਗਾ akaashgangga
gale *n.* ਝੱਖੜ jhakkharh
gall *n.* ਛਾਲਾ chhaala
gallant *adj.* ਸ਼ਾਨਦਾਰ shaandaar
gallantry *n.* ਬਹਾਦਰੀ bahaaduri
galleon *n.* ਗੈਲਨ gailan
gallery *n.* ਛੱਜਾ chhajja
gallop *v.i.* ਸਰਪਟ sarpat
gallows *n.* ਸੂਲੀ sooli
gamble *v.i.* ਜੂਆ ਖੇਡਣਾ jooa khedanhaa
gambol *n.* ਛਾਲ chhaal
game *n.* ਖੇਡ khed
gamester *n.* ਖਿਡਾਰੀ khidaari

gander ਹੰਸ hans
gang *n.* ਮੰਡਲੀ mandali
gangway *n.* ਪੁਲ pulh
gaol *n.* ਜੇਲ੍ਹ jail
gaoler *n.* ਜੇਲ੍ਹਰ jailer
gap *n.* ਫਾਸਲਾ faslaa
gape ਉਬਾਸੀ ਲੈਣਾ ubaasi lainhaa
garage *n.* ਮੋਟਰ ਵਰਕਸ਼ਾਪ morar varkshaap
garb *n.* ਪੁਸ਼ਾਕ pushaak
garbage *n.* ਕੂੜਾ kooda
garden *n.* ਬਾਗ baag
gardener *n.* ਮਾਲੀ maali
gardening *n.* ਬਾਗਬਾਨੀ baagbaani
gargle *v.t.* ਗਰਾਰੇ ਕਰਨਾ garaare karnaa
garland *n.* ਹਾਰ haar
garlic *n.* ਲਸਣ lasanh
garment *n.* ਕੱਪੜਾ kappda
garner *n.* ਗੁਦਾਮ gudaam
garnish *v.t.* ਸਜਾਉਣਾ sajaunhaa
garret *n.* ਅਟਾਰੀ ataari
garrison *n.* ਰੱਖਿਆ ਸੈਨਾ rakheyaa sainaa
garrulous *adj.* ਗੱਪੀ gappi
gas *n.* ਗੈਸ gais
gasconade *n.* ਸ਼ੇਖੀ ਮਾਰਨਾ shekee maarnaa
gasolene *n.* ਗੈਸੋਲੀਨ gaisoleen
gasp *v.t.* ਹਟਕੋਰਾ ਲੈਣਾ hatkore lainhaa
gastric *adj.* ਮਿਹਦੇ ਦਾ mehde da
gate *n.* ਫਾਟਕ faatak
gateway *n.* ਰਸਤਾ rastaa
gather *v.t.* ਇਕੱਤਰ ਕਰਨਾ ikkatar karnaa
gathering *n.* ਇਕੱਠ ikkathh
gaudy *adj.* ਨੁਮਾਇਸ਼ੀ numaaeshee
gauge *v.t.* ਪੈਮਾਨਾ paimaanaa
gaunt *adj.* ਪਤਲਾ patlaa
gauntlet *n.* ਲੋਹੇ ਦਾ ਦਸਤਾਨਾ lohe da dastaana
gauze *n.* ਬਰੀਕ bareek
gay *adj.* ਸਮਲਿੰਗੀ samlinggi
gaze *v.t.* ਟਿਕਟਿਕੀ ਲਾ ਕੇ ਵੇਖਣਾ tiktiki la ke vekhanhaa
gear *n.* ਸਮਾਨ samaan
geese *n.pl.* ਹੰਸ hans
gelatine *n.* ਸਰੇਸ਼ saresh
geld *n.* ਖੱਸੀ ਕਰਨਾ khassi karnaa
gem *n.* ਹੀਰਾ heera
gender *n.* ਲਿੰਗ lingg
genealogy ਬੰਸਾਵਲੀ bansaavali
general *adj.* ਆਮ aam
generalissimo *n.* ਪ੍ਰਧਾਨ ਸੈਨਾਪਤੀ pardhaan sainaapati
generalize ਸਧਾਰਨੀਕਰਨ ਕਰਨਾ sadhaaranikaran karnaa
generally *adv.* ਸਧਾਰਨ ਤੌਰ ਤੇ sadhaaran taur te
generate *v.t.* ਪੈਦਾ ਕਰਨਾ paidaa karnaa
generation *n.* ਪੀੜ੍ਹੀ peedeeh
generosity *n.* ਉਦਾਰਤਾ udaartaa
generous *adj.* ਉਦਾਰ udaar
genesis *n.* ਜਣਨ jananh
genial *adj.* ਅਨੁਕੂਲ anukuul
genil *n.pl.* ਭੂਤ-ਪ੍ਰੇਤ bhoot-pret
genital *adj.* ਜਣਨ ਸੰਬੰਧੀ jananh sambandhi
geniture *n.* ਉਤਪਤੀ utpati
genitive *n.* ਸੰਬੰਧਕੀ sambandhaki
genius *n.* ਨਿਪੁੰਨ ਵਿਅਕਤੀ nipunn viakti
genteel *adj.* ਅਮੀਰਾਨਾ ameeraanaa
gentility *n.* ਠਾਠ-ਬਾਠ thhathh baathh
gentle *adj.* ਭੱਦਰ bhaddar
gentleman *n.* ਭੱਦਰਪੁਰਸ਼ bhaddar purash
gentry *n.* ਭਲੇਮਾਣਸ bhalemanhas
genuine *adj.* ਅਸਲੀ asli
genus *n.* ਵਰਗ varag
geography *n.* ਭੂਗੋਲ bhugol
geology *n.* ਭੂ-ਵਿਗਿਆਨ bhoo-vigyaani
geometry *n.* ਰੇਖਾ-ਗਣਿਤ rekha ganit
germ *n.* ਕਿਰਮ kiram
germicide *n.* ਕਿਰਮਨਾਸ਼ਕ kiramnaashak
germinate *v.i.* ਕਿਰਮ ਉਪਜਾਉਣਾ kiram upjaaunhaa
gestation *n.* ਗਰਭ ਅਵਸਥਾ garabh avasthaa
gesticulate *v.t.* ਅਭਿਨੈ ਕਰਨਾ abhiai karnaa
get *v.t.* ਲੈਣਾ lainhaa
geyser *n.* ਗਰਮ ਪਾਣੀ ਦਾ ਚਸ਼ਮਾ garam paanhi da chashmaa
ghastly *adj.* ਭਿਆਨਕ bheaanak
ghost *n.* ਭੂਤ bhoot-pret
ghostly *adj.* ਭੂਤ-ਪ੍ਰੇਤ ਸੰਬੰਧੀ boot pret sambandhi

giant *n.* ਦੈਂਤ daint
gibbet *n.* ਸੂਲੀ sooli
gibe *v.i.* ਮਸ਼ਕਰੀ ਕਰਨਾ mashkari karnaa
giddy *adj.* ਬੇਸੁਧ besudh
gift *n.* ਤੋਹਫਾ tohfaa
gifted *adj.* ਗੁਣੀ gunhee
gigantic *adj.* ਦਿਓ-ਕੱਦ deo-kadd
giggle *v.i.* ਬਦਤਮੀਜ਼ੀ ਨਾਲ ਹੱਸਣਾ badtamizi naal hassanhaa
gill *n.* ਤੰਗ ਪਹਾੜੀ tangg pahadi
gimiet *n.* ਵਰਮਾ varmaa
gin *v.t.* ਜਾਲ਼ jaal
ginger *n.* ਅਦਰਕ adrak
gipsy *n.* ਖਾਨਾਬਦੋਸ਼ khaanabadosh
giraffe *n.* ਜਿਰਾਫ jiraaf
gird *v.t.* ਕਮਰ ਕਸਣਾ kamar karnhaa
girder *n.* ਸ਼ਤੀਰ shateer
girdle *v.* ਘੇਰਾ ghera
girl *n.* ਲੜਕੀ ladkee
girth *n.* ਘੇਰੇ ਦਾ ਮਾਪ ghere da maap
gist *n.* ਨਚੋੜ nachod
give *v.i.* ਦੇਣਾ denhaa
glacier *n.* ਬਰਫ ਦੀ ਚੱਟਾਨ baraf dee chataan
glad *adj.* ਖੁਸ਼ khush
gladden *v.t.* ਖੁਸ਼ ਕਰਨਾ khush karnaa
gladiator *n.* ਤਲਵਾਰਬਾਜ਼ talwarbaaz
glamour *n.* ਆਕਰਸ਼ਣ aakarshaanh
glance *n.* ਝਾਤ jhaat
gland *n.* ਗਿਲਟੀ gilti
glare *n.* ਘੂਰ ਕੇ ਵੇਖਣਾ ghoor ke vekhanhaa
glass *n.* ਕੱਚ kach
glasses *n.pl.* ਐਨਕਾਂ ainkaan
glaucoma *n.* ਮੋਤੀਆ-ਬਿੰਦ motia-bindd
glaze *v.t.* ਸ਼ੀਸ਼ੇ ਜੋੜਨਾ sheshe jodna
gleam *n.* ਲਿਸ਼ਕਾਰਾ lishkara
glean *v.t.* ਸਿੱਟੇ ਚੁਣਨਾ sitte chunhanha
glee *n.* ਖੁਸ਼ੀ khushi
gleet *n.* ਜ਼ਖਮ ਦੀ ਪੀਕ zakham dee peek
glen *n.* ਤੰਗ ਘਾਟੀ tangg ghaati
glib *adj.* ਰਵਾਂ ਬੋਲੀ ravaan boli
glide *v.i.* ਸਰਕਣਾ sarkanhaa
glimmer *v.i* ਝਿਲਮਿਲਾਉਣਾ jhilmilaunhaa
glimpse *n.* ਝਲਕ jhalak
glitter *v.* ਲਿਸ਼ਕਣਾ lashkanhaa
globe *n.* ਧਰਤ ਗੋਲਾ dharat gola
gloom *n.* ਹਨੇਰਾ haneraa
gloomy *adj.* ਹਨੇਰੇ ਭਰਿਆ hanere bhareyaa
glorify *v.t.* ਗੁਣ ਗਾਉਣਾ gunh gaunhaa
glorious *adj.* ਸ਼ਾਨਦਾਰ shaandaar
glory *n.* ਸ਼ਾਨ shaan
gloss *n.* ਟਿੱਪਣੀ tippahi
glossary *n.* ਪਰਿਭਾਸ਼ਕ ਸ਼ਬਦਾਵਲੀ paribhaashak shabdaavli
glove *n.* ਦਸਤਾਨਾ dastaana
glow *v.i.* ਚਮਕਣਾ chamkanhaa
glow-worm *n.* ਜੁਗਨੂੰ jugnu
glucose *n.* ਅੰਗੂਰਾਂ ਦੀ ਖੰਡ angooraan dee khandd
glue *n.* ਗੂੰਦ goond
glum *adj.* ਰੁੱਸਿਆ russeyaa
glutton *n.* ਪੇਟੂ petoo
glycerine *n.* ਗਲਿਸਰੀਨ galisreen
gnaried *adj.* ਗੁੰਥੀਯੁਕਤ granthiyukat
gnash *v.t.* ਦੰਦ ਕਿਰਚਣਾ dandd kirachnhaa
gnat *n.* ਪਿੱਸੂ pissu
gnaw *v.t.* ਟੁੱਕਣਾ tukkanhaa
gnomon *n.* ਧੁੱਪ-ਘੜੀ ਦੀ ਕਿੱਲ dhupp-gharee dee kill
go *v.i.* ਜਾਣਾ jaanhaa
goad *n.* ਕੁੰਡਾ kundda
goal *n.* ਟੀਚਾ teecha
goat *n.* ਬੱਕਰੀ bakkri
gobble *v.t.* ਕਾਹਲੀ ਕਾਹਲੀ ਖਾਣਾ kaahli kaahli khaanhaa
go-between *n.* ਵਿਚੋਲਾ vicholaa
goblet *n.* ਕਟੋਰਾ katoraa
goblin *n.* ਭੂਤ bhoot
god *n.* ਪਰਮਾਤਮਾ parmaatma
goddess *n.* ਦੇਵੀ devi
godly *adj.* ਪਵਿੱਤਰ pavittar
godown *n.* ਗੁਦਾਮ gudaam
godsend *n.* ਅਚਾਨਕ ਧਨ ਪ੍ਰਾਪਤੀ achaanak dhann prapati
gold *n.* ਸੋਨਾ sona
golden *adj.* ਸੁਨਹਿਰੀ sunehri
goldsmith *n.* ਸੁਨਿਆਰ suneyaar
golf *n.* ਗੋਲਫ ਦੀ ਖੇਡ golf dee khed
gong *n.* ਘੜਿਆਲ ghadeyaal

gonorrhoea *n.* ਸੁਜ਼ਾਕ suzaak
good *adj.* ਚੰਗਾ changga
goo·bye ਸ਼ੁਭ ਵਿਦਾਇਗੀ shubh vidayegi
goodwill *n.* ਸਦਭਾਵ sadbhaav
googly *n.* ਸੋਹਣਾ sohnhaa
goose *n.* ਹੰਸ hans
gore *n.* ਲਹੂ lahoo
gorge *n.* ਖੱਡ khadd
gorgeous *adj.* ਸ਼ਾਨਦਾਰ shaandaar
gory *adj.* ਲਹੂ-ਲੁਹਾਨ lahoo-luhaan
gospel *n.* ਇੰਜੀਲ injeel
gossamer *n.* ਮੱਕੜੀ ਦਾ ਜਾਲ਼ makkdi da jaal
gossip *n.* ਗੱਪ gapp
gouge *n.* ਗੋਲਚੀ golchi
gout *n.* ਗਠੀਆ gathheeaa
govern *v.i.* ਇੰਤਜ਼ਾਮ ਕਰਨਾ intzaam karnaa
government *n.* ਸਰਕਾਰ sarkaar
governor *n.* ਰਾਜਪਾਲ raajpaal
gown *n.* ਚੋਗਾ choga
grab *v.t.* ਖੋਹਣਾ khohnhaa
grace *n.* ਸੁੰਦਰਤਾ sundartta
graceful *adj.* ਸੁੰਦਰ sundar
gracious *adj.* ਮਿਹਰਬਾਨ meharbaan
gradation *n.* ਦਰਜਾਬੰਦੀ darjabanddi
drade *n.* ਦਰਜਾ darjaa
graduate *n.* ਸਨਦਯਾਫ਼ਤਾ sanadyaafta
gradual ਸਿਲਸਿਲੇਵਾਰ silsilevaar
graft *n.* ਕਲਮ kalam
grain *n.* ਬੀ bee
gram *n.* ਛੋਲੇ chhole
grammar *n.* ਵਿਆਕਰਣ viaakaranh
grammatical *adj.* ਵਿਆਕਰਣਿਕ viaakaranhik
gramme *n.* ਗਰਾਮ graam
gramophone *n.* ਤਵਿਆਂ ਵਾਲਾ ਵਾਜਾ taveyaan vala vaaja
granary *n.* ਅਨਾਜ ਭੰਡਾਰ anaaj bhandaar
grand *adj.* ਵੱਡਾ vadda
gran·child *n.* ਪੋਤਾ potaa
grandeur *n.* ਸ਼ੋਭਾ shobhaa
gran·father *n.* ਦਾਦਾ dada
grandiose *adj.* ਸ਼ਾਨਦਾਰ shandaar
granite *n.* ਸਖਤ ਦਾਣੇਦਾਰ ਪੱਥਰ sakhat danhedaar pathar
grant *n.* ਅਨੁਦਾਨ anudaan
grape *n.* ਅੰਗੂਰ angoor
graph *n.* ਖਾਕਾ khaakaa
grapple *v.i.* ਫੜਾਉਣਾ fadaunhaa
grasp *n.* ਝਪਟਣਾ jhaptanhaa
grass *n.* ਘਾਹ ghaah
grate *n.* ਅੰਗੀਠੀ angeethhee
grateful *adj.* ਧੰਨਵਾਦੀ dhannvaadi
gratification *n.* ਇੱਛਾਪੂਰਤੀ ichhaapoorti
gratify ਰੀਝ ਪੂਰੀ ਕਰਨਾ reejh poori karni
grating *n.* ਰਗੜ ragad
gratis *adv.* ਬਿਨਾਂ ਮੁੱਲ ਤੋਂ bina mull ton
gratitude *n.* ਧੰਨਵਾਦ dhannvaad
gratuity *n.* ਧਨ ਦਾਨ dhann daan
grave *n.* ਕਬਰ kabar
gravel *n.* ਬਜਰੀ bajree
gravitation *n.* ਗੁਰੂਤਾ ਖਿੱਚ guroota khich
gravity *n.* ਗੁਰੂਤਾ guroota
gray *adj.* ਸਲੇਟੀ saleti
graze *v.t.* ਘਾਹ ਚਰਨਾ ghaah charnaa
grease *v.t.* ਚਰਬੀ ਲਾਉਣਾ charbi launhaa
great *adj.* ਮਹਾਨ mahaan
greatness *n.* ਮਹਾਨਤਾ mahaanta
greed *n.* ਲਾਲਚ laalch
greediness *n.* ਲਾਲਚੀਪੁਣਾ laalachipunha
greedy *adj.* ਲਾਲਚੀ laalachi
green *adj.* ਹਰਾ haraa
greenery *n.* ਹਰਿਆਵਲ hareyaaval
greet *v.i.* ਸੁਆਗਤ ਕਰਨਾ suaagat karnaa
greeting *n.* ਨਮਸਕਾਰ namaskaar karnaa
gregarious *adj.* ਸੰਗਤ ਪਰੇਮੀ sangat premi
grey *adj.* ਸਲੇਟੀ ਕਰਨਾ saleti karnaa
grid *n.* ਛੜ ਵਾਲਾ ਢਾਂਚਾ chhad vala dhaanch
grief *n.* ਦੁੱਖ dukh
grievance *n.* ਸ਼ਿਕਾਇਤ shikaayat
grieve *v.t.* ਦੁੱਖ ਦੇਣਾ dukh denhaa
grievous *adj.* ਦੁੱਖਦਾਇਕ dukhdayak
grill *n.* ਭੁਨਿਆ ਮਾਸ bhunneyaa maas
grim *adj.* ਸਖਤ sakhat
grin *v.t.* ਖਿਸਿਆਣਾ ਹਾਸਾ khiseyaanhaa haasa
grind *v.t.* ਪੀਹਣਾ peehanhaa
grip *n.* ਪਕੜ pakad
grisly *adj.* ਭਿਆਨਕ bheyaanak

grit *n.* ਕਿਰਕ kirak
groan *v.i.* ਕਰਾਹੁਣਾ karahunhaa
grocer *n.* ਪੰਸਾਰੀ pansaari
groom *n.* ਲਾੜ੍ਹਾ laada
groove *n.* ਝਰੀ jhari
grope *v.i.* ਟੋਲਣਾ tolnhaa
gross *n.* ਗੁਰਸ guras
grotesque *adj.* ਪੱਥਰ ਨੱਕਾਸ਼ੀ pathar nakkashi
grotto *n.* ਸੁੰਦਰ ਗੁਫਾ sundar gufaa
ground *n.* ਜ਼ਮੀਨ zameen
ground floor *n.* ਹੇਠਲੀ ਮੰਜ਼ਿਲ hethhli manzil
groundless *n.* ਨਿਰਾਧਾਰ niradhaar
groun·nut *n.* ਮੂੰਗਫਲੀ moongfali
groundwork *n.* ਨੀਂਹ neehn
group *n.* ਸਮੂਹ samooh
grove *n.* ਬੇਲਾ bela
grow *v.t.* ਉਗਾਉਣਾ ugaunhaa
growl *n.* ਬੁੜਬੁੜਾਹਟ burhburhahat
growth *n.* ਵਿਕਾਸ vikaas
gruel *n.* ਦਲੀਆ daliaa
gruesome *adj.* ਭਿਆਨਕ bheyaanak
grumble *v.i.* ਬੁੜ ਬੁੜ burh burh
guarantee *n.* ਜਾਮਨ jaaman
guard *v.t.* ਪਹਿਰੇਦਾਰ pehredaar
guardian *n.* ਸਰਪਰਸਤ sarprasat
guava *n.* ਅਮਰੂਦ amrood
guerrila *n.* ਕੂਟ-ਯੁੱਧ koot-yudh
guess *v.t.* ਅੰਦਾਜ਼ਾ ਲਾਉਣਾ andaaza launhaa
guest *n.* ਮਹਿਮਾਨ mehmaal
guidance *n.* ਮਾਰਗ-ਦਰਸ਼ਨ maarag darshan
guide *v.t.* ਆਗੂ aagoo
guild *n.* ਸੰਘ sangh
gulle *n.* ਕਪਟੀ kaptee
guilt *n.* ਅਪਰਾਧ apraadh
guilty *adj.* ਅਪਰਾਧੀ aprradhee
guise *n.* ਲਿਬਾਸ libaas
gulf *n.* ਖਾੜੀ khaadi
gulp *v.t.* ਨਿਗਲਨਾ niglanaa
gum *n.* ਮਸੂੜਾ masooda
gun *n.* ਬੰਦੂਕ bandook
gunner *n.* ਬੰਦੂਕਚੀ bandookchi
gunpower *n.* ਬਾਰੂਦ barood
gunny *n.* ਬੋਰਾ bora
gurgle *v.t.* ਗਰਾਰੇ garaare
gush *v.t.* ਜੋਸ਼ josh
gust *n.* ਝੱਖੜ jhakhaad
gusto *n.* ਅਸਧਾਰਨ asadharan
gut *n.* ਅੰਤੜੀਆਂ antaadeyaan
gutter *n.* ਪਰਨਾਲਾ parnaalaa
guttural *n.* ਕੰਠੀ kanthee
guzzle *v.t.* ਲਾਲਚ ਵਿੱਚ ਖਾਣਾ laalach vich khaanhaa
gymkhana *n.* ਖੇਡ ਘਰ khed ghar
gymnasium *n.* ਕਸਰਤ ਘਰ kasrat ghar
gypsy *n.* ਖਾਨਾਬਦੋਸ਼ khaana badosh
gyrate *v.i.* ਚੱਕਰ ਕੱਢਣਾ chakkar kadhaanhanaa

H

habiliment *n.* ਬਾਣਾ baanhaa
habit *n.* ਆਦਤ aadat
habitable *n.* ਅਨੁਕੂਲ anukool
habitation *n.* ਵਸੇਬਾ vasebaa
habitual *adj.* ਸੁਭਾਵਕ subhaavak
hack *v.t.* ਟੋਟੇ ਟੋਟੇ ਕਰਨਾ tote tote karnaa
hackney *n.* ਟੱਟੂ tattoo
hades *n.* ਪਤਾਲ਼ pataal
haemorrhage *n.* ਰਕਤ ਪਰਵਾਹ rakat parvaah
haggard *adj.* ਜੰਗਲੀ ਬਾਜ਼ jangalli baaj
haggle *v.i.* ਝਗੜਨਾ jhagdanhaa
hall *n.* ਗੜਾ gadaa
hair *n.* ਵਾਲ vaal
hairy *adj.* ਵਾਲਦਾਰ vaaldaar
hale *adj.* ਤੰਦਰੁਸਤ tandrusat
half *n.* ਅੱਧਾ adhdhaa
half-brother *n.* ਮਤਰੇਇਆ ਭਰਾ matreyaa bhraa
hall *n.* ਵੱਡਾ ਕਮਰਾ vadda kamraa
hallo ਸੰਬੋਧਨੀ ਸ਼ਬਦ sambodhani shabad

hallucination *n.* ਅੱਖਾਂ ਦਾ ਧੋਖਾ akhaan da dhokhaa
halt *v.i.* ਪੜਾਅ padaa
halter *n.* ਰੱਸਾ rassa
hamlet *n.* ਛੋਟਾ ਪਿੰਡ chhota pindd
hammer *n.* ਹਥੌੜਾ hathodaa
hammock *n.* ਪੰਘੂੜਾ panghoodaa
hamper *n.* ਪਟਾਰੀ pataari
hand *n.* ਹੱਥ hath
handbill *n.* ਇਸ਼ਤਿਹਾਰ ishtihaar
handbook *n.* ਛੋਟੀ ਕਿਤਾਬ chhoti kitaab
handcuffs *n.* ਹੱਥਕੜੀ hatth kadi
handful *n.* ਬੁੱਕ ਭਰ bukk bharr
handicap *n.* ਅਪੰਗ apangg
handicraft *n.* ਦਸਤਕਾਰੀ dasatkaari
handkerchief *n.* ਰੁਮਾਲ rumaal
handle *n.* ਹੱਥਾ hathaa
handsome *adj.* ਸੋਹਣਾ sohnhaa
handwriting *n.* ਹੱਥਲਿਖਤ hathlikhat
handy *adj.* ਮੌਜੂਦ maujood
hang *v.t.* ਟੰਗਣਾ tanganhaa
hanger *n.* ਕਿੱਲੀ killi
hank *n.* ਅੱਟੀ atti
hanker *v.i.* ਇੱਛਾ ਕਰਨਾ ichhaa karnaa
hap *n.* ਸੰਜੋਗ sanjog
haphazard *adj.* ਸੰਜੋਗਮਾਤਰ sanjogmaatar
happen *v.i.* ਹੋਣਾ honhaa
happily *adv.* ਖੁਸ਼ੀ ਨਾਲ khushi naal
happiness *n.* ਖੁਸ਼ੀ khushi
happy *n.* ਖੁਸ਼ khushi
harangue *n.* ਧੜੱਲੇਦਾਰ ਭਾਸ਼ਣ dhadalledaar bhaashan
harass *n.* ਤੰਗ ਕਰਨਾ tangg karnaa
harbinger *n.* ਹਰਕਾਰਾ harkaara
harbour *n.* ਬੰਦਰਗਾਹ bandargaah
hard *adj.* ਸਖਤ sakhat
harden *v.i.* ਸਖਤ ਕਰਨਾ sakhat karnaa
hardly *adv.* ਮੁਸ਼ਕਲ ਨਾਲ mushkal naa;
hardship ਤੰਗੀ tanggi
hardware *n.* ਧਾਤ ਦਾ ਸਮਾਨ dhaat da samaan
hare *n.* ਸਹਿਆ saheyaa
harem *n.* ਜਨਾਨਖਾਨਾ janaankhaana
hark *v.i.* ਸੁਣੋ sunho
harm *n.* ਹਾਨੀ haani
harmony *n.* ਇਕਸੁਰਤਾ ikksurta
harmonious *adj.* ਇਕਸੁਰ ikksur
harmonium *n.* ਸੁਰਵਾਜਾ survaaja
harness *n.* ਘੋੜੇ ਦੀ ਸੰਜੋ ghode dee sanjo
harp *n.* ਦਿਲਰੁਬਾ dilruba
harpoon *n.* ਭਾਲਾ bhala
harrow *v.t.* ਤਵੀਆਂ ਵਾਲਾ ਸੁਹਾਗਾ taveeaan vala vaaja
harsh *adj.* ਰੁੱਖਾ rukha
hart *n.* ਰੱਤਾ ਹਰਨ ratta haran
harvest *n.* ਪੱਕੀ ਫਸਲ pakki fasal
has *v.i.* ਕੋਲ ਰੱਖਣਾ kol rakhnhaa
haste *n.* ਕਾਹਲ਼ kaahal
hasty *adj.* ਕਾਹਲ਼ਾ kaahalaa
hat *n.* ਟੋਪ top
hatch *v.t.* ਜੰਮਣਾ jamanhaa
hatchet *n.* ਕੁਹਾੜੀ kuhaadi
hate *v.* ਨਫਰਤ ਕਰਨਾ nafrat karnaa
hatred *n.* ਨਫਰਤ nafrat
haughty *adj.* ਘਮੰਡੀ ghamanddi
haul *v.t.* ਖਿੱਚਣਾ khichanhaa
haunt *v.t.* ਘੜੀ-ਮੁੜੀ ਆਉਣਾ ghadi-mudi aaunhaa
have *v.t.* ਕੋਲ ਰੱਖਣਾ kol rakhnhaa
haven *n.* ਸ਼ਰਣ sharanh
havoc *n.* ਤਬਾਹੀ tabaahi
haw *n.* ਹਾ ਹਾ ha-ha
hawk *n.* ਸ਼ਿਕਰਾ shikraa
hawker *n.* ਫੇਰੀ ਵਾਲਾ feri vala
hay *n.* ਸੁਕਿਆ ਹੋਇਆ ਘਾਹ sukkeyaa hoeyaa ghaah
hazard *n.* ਸੰਕਟ sankkat
haze *n.* ਧੁੰਦ dhundd
hazel *adj.* ਭੋਜ ਪਰਿਵਾਰ ਦੀ ਝਾੜੀ bhoj parivaar dee jhaadi
he ਉਹ oh
head *n.* ਸਿਰ sir
headache *n.* ਸਿਰ-ਦਰਦ sir darad
heading *n.* ਸਿਰਲੇਖ sirlekh
headland *n.* ਅੰਤਰੀਪ antreep
headlong *adv.* ਸਿਰ ਭਾਰ sir bhaar
headman *n.* ਲੰਬੜਦਾਰ lambardaar
headquarters ਮੁੱਖ ਦਫਤਰ mukh daftar

headstrong *adj.* ਆਪਹੁਦਰਾ aaphudraa
headway *n.* ਪਰਗਤੀ pargati
heal *v.t.* ਤੰਦਰੁਸਤ ਹੋਣਾ tandrusat honhaa
health *n.* ਸਿਹਤ sehat
healthy *adj.* ਸਿਹਤਮੰਦ sehatmandd
heap *n.* ਢੇਰ dher
hear *v.t.* ਸੁਣਨਾ sunhanha
hearing *n.* ਸੁਣਵਾਈ sunhvaaee
hearken *v.i.* ਗਹੁ ਨਾਲ ਸੁਣਨਾ gahu naal sunhana
hearsay *n.* ਅਫਵਾਹ afvaah
hearse *n.* ਬਬਾਣ babaanh
heart *n.* ਦਿਲ dil
hearten *v.t.* ਉਤਸ਼ਾਹਿਤ ਕਰਨਾ utshaahit karnaa
heartfelt *adj.* ਹਾਰਦਕ haardik
hearth *n.* ਚੁੱਲ੍ਹਾ chullah
hearty *adj.* ਖੁਸ਼ਦਿਲ khush dil
heat *n.* ਤਾਪ taap
heated *adj.* ਗਰਮ ਕੀਤਾ garam keeta hoyeaa
heath *n.* ਬੀੜ beed
heathen ਅਧਰਮੀ adharmi
heave *v.t.* ਹੌਕਾ haukaa
heaven *n.* ਸਵਰਗ swarg
heaviness *n.* ਭਾਰਾਪਣ bharapanh
heavy *n.* ਭਾਰਾ bhara
hectic *adj.* ਸਰਗਰਮ sargaram
hedge *n.* ਵਾੜ vaad
hedge bog *n.* ਕੰਡਿਆਲਾ kandeaalaa
heed *v.t.* ਸਾਵਧਾਨੀ saavdhaani
heedful *adj.* ਸਾਵਧਾਨ saavdhaan
heel *n.* ਅੱਡੀ addi
hefty *adj.* ਹੱਟਾ-ਕੱਟਾ hatta-katta
heifer *n.* ਵੱਛੀ vachhi
height *n.* ਉਚਾਈ uchaayee
heighten *v.* ਉੱਚਾ ਕਰਨਾ uchaa karnaa
heinous *adj.* ਘਿਰਣਾਯੋਗ ghirnhayog
heir *n.* ਵਾਰਸ vaaras
helicopter *n.* ਹੈਲੀਕਾਪਟਰ helikaaptor
helium *n.* ਹੀਲੀਅਮ heeliam
hell *n.* ਨਰਕ narak
helmet *n.* ਲੋਹੇ ਦੀ ਟੋਪੀ lohe dee topi
helmsman *n.* ਮਲਾਹ mallah
help *n.* ਮਦਦ madad
helpful *adj.* ਮਦਦਗਾਰ madadgaar
hem *n.* ਪੱਲਾ palla
hemisphere *n.* ਅਰਧਗੋਲਾ aradhgola
hemlock *n.* ਧਤੂਰਾ dhatooraa
hemorrhage *n.* ਰਕਤ ਪਰਵਾਹ rakat parvaah
hemp *n.* ਸਣ sanh
hen *n.* ਮੁਰਗੀ murgi
hen-packed *adj.* ਰੰਨ-ਮੁਰੀਦ rann-murid
hence *adv.* ਇਸ ਲਈ iss layee
henceforth *adv.* ਮੁੜ mud
her *pro* ਉਸਦਾ usdaa
herald *n.* ਦੂਤ doot
herb *n.* ਜੜ੍ਹੀ ਬੂਟੀ jarhee booti
herbage *n.* ਘਾਹਫੂਸ ghaah foos
herculean *n.* ਹਰਕੁਲੀਜ਼ ਵਰਗਾ harkuleez vargaa
herd *n.* ਇੱਜੜ ijjad
here *adv.* ਇੱਥੇ ithe
hereditary *adj.* ਪਿਤਾਪੁਰਖੀ pita purkhee
herewith *adv.* ਇਸ ਦੇ ਨਾਲ iss de naal
heritage *n.* ਵਿਰਾਸਤ viraasat
heretic *adj.* ਪਖੰਡੀ pakhanddi
hermitage *n.* ਕੁਟੀਆ kutiaa
hernia *n.* ਹਰਨੀਆ harniaa
hero *n.* ਨਾਇਕ nayak
heroism *n.* ਬਹਾਦਰੀ bahaduri
heroin *n.* ਨਾਇਕਾ nayekaa
heron *n.* ਬਗਲਾ baglaa
hesitate *v.i.* ਹਿਚਕਿਚਾਉਣਾ hichkichaaunhaa
hesitating *adj.* ਹਿਚਕਿਚਾਹਟ ਵਾਲਾ hichkichaahat wala
hesitation *n.* ਹਿਚਕਿਚਾਹਟ hichkichaahat
hessian *n.* ਸਣ ਦਾ ਟਾਟ sanh da taat
hest *n.* ਹੁਕਮ hukam
heterodox *adj.* ਮਨਮਤੀਆ manmatia
heterogeneous ਵਿਜਾਤੀ vijaati
hew *v.t.* ਕਲਮ ਕਰਨਾ kalam karnaa
hexagon *n.* ਅਸ਼ਟਭੁਜੀ ashatbhuji
hiccup *n.* ਹਿਚਕੀ hichki
hidden *p.p.* ਲੁਕਿਆ lukiaa
hide *v.t.* ਲੁਕਣਾ luknhaa
hideous *adj.* ਭਿਆਨਕ bhiaanak
hierarchy *n.* ਦਰਜਾਬੰਦੀ darjaabanddi
hierogtyph ਚਿਤਰਲੇਖ chitarlekh

higgle *v.i.* ਭਾਅਕਰਨਾ bhaa karnaa
high *adj.* ਉੱਚਾ uchaa
highway *n.* ਸ਼ਾਹ ਰਾਹ shah raah
hike *n.* ਤੇਜ਼ ਚੱਲਣਾ tez challanhaa
hilarity *n.* ਆਨੰਦ anand
hill *n.* ਪਹਾੜੀ pahadi
hillock *n.* ਛੋਟੀ ਪਹਾੜੀ chhoti pahadi
hilt *n.* ਤਲਵਾਰ ਦਾ ਦਸਤਾ talwaar da dastaa
hind *n.* ਹਰਨੀ harnee
hinder *v.t.* ਰੋਕਣਾ roknhaa
hindrance *n.* ਰੁਕਾਵਟ rukaavat
hinge *n.* ਚੂਲ chool
hint *n.* ਸੰਕੇਤ sanket
hip *n.* ਕੁੱਲਾ kulla
hippopotamus *n.* ਦਰਿਆਈ ਘੋੜਾ dareyaee ghoda
hire *v.t.* ਕਿਰਾਏ ਤੇ ਲੈਣਾ kiraye te lainhaa
hireling *n.* ਕਿਰਾਏ ਦਾ ਆਦਮੀ kiraye da aadmi
his *pro.* ਉਸਦਾ usdaa
hiss *v.t.* ਸੱਪ ਦੀ ਫੁੰਕਾਰ sapp dee funkaar
historic *adj.* ਇਤਿਹਾਸਿਕ itehaasak
history *n.* ਇਤਿਹਾਸ itehaas
hit *v.t.* ਚੋਟ ਮਾਰਨਾ chot maarna
hitch *n.* ਧੱਕਾ dhakka
hither *adv.* ਨੇੜੇ nede
hitherto *adv.* ਹੁਣ ਤੱਕ hunh takk
hive *n.* ਮਖਿਆਲ਼ makhiaal
hoard *n.* ਖਜ਼ਾਨਾ khazaanaa
hoarse *adj.* ਬੈਠਿਆ ਗਲਾ baithheyaa galaa
hoary *adj.* ਚਿੱਟਾ chitta
hobby *n.* ਸ਼ੌਂਕ shaunk
hockey *n.* ਹਾਕੀ haaki
hog *n.* ਛੋਟੀ ਭੇਡ chhoti bhed
hoist *v.t.* ਲਹਿਰਾਉਣਾ lehraaunhaa
hold *v.* ਫੜਨਾ fadnhaa
hole *n.* ਸੁਰਾਖ suraakh
holiday *n.* ਛੁੱਟੀ chhutti
holiness *n.* ਪਵਿੱਤਰਤਾ pavittarata
hollow *n.* ਖੱਡ khadd
holy *adj.* ਪਵਿੱਤਰ pavittar
homage *n.* ਸਨਮਾਨ sanmaan
home *n.* ਘਰ ghar
homely *adj.* ਘਰ ਵਾਂਗ ghar vaang
homicide *n.* ਹੱਤਿਆਰਾ hatiaaraa
homogeneous *adj.* ਸਜਾਤੀ sajaati
honest *adj.* ਈਮਾਨਦਾਰ eemaandaar
honesty *n.* ਈਮਾਨਦਾਰੀ eemaandaari
honey *n.* ਸ਼ਹਿਦ shehad
honeycomb *n.* ਸ਼ਹਿਦ ਦਾ ਛੱਤਾ shehad da chhatta
honeymoon *n.* ਸੁਹਾਗ ਸਮਾਂ suhaag samaan
honorarium *n.* ਮਾਣ ਭੱਤਾ maanh bhatta
honorary *adj.* ਸਨਮਾਨਸੂਚਕ sanmaansoochak
honour *adj.* ਸਨਮਾਨ sanmaan
honourable *n.* ਸਨਮਾਨਯੋਗ sanmaanyog
hood *n.* ਕਨਟੋਪ kanntop
hoodwink *v.t.* ਧੋਖਾ ਦੇਣਾ dhokhaa denhaa
hoof ਖੁਰ khurr
hook *n.* ਕਾਂਟਾ kaantaa
hooligan *n.* ਬਦਮਾਸ਼ badmaash
hoot *v.i.* ਚੀਕਣਾ cheekanhaa
hop *v.i.* ਹਾਪ ਦੇ ਫੁੱਲ haap de full
hope *n.* ਆਸ aas
horde *n.* ਜਥਾ jathaa
horizon *n.* ਦਿੱਸਹੱਦਾ dishadda
horn *n.* ਸਿੰਗ singg
hornet *n.* ਹੱਡਾ hadda
horoscope *n.* ਕੁੰਡਲੀ kundli
horrible *adj.* ਡਰਾਵਣਾ daraavanhaa
horrid *adj.* ਕਠੋਰ kathor
horrify *v.t.* ਡਰਾਉਣਾ daraaunhaa
horripilation ਰੋਮ ਖੜੇ ਹੋਣਾ rom khade honhaa
horror *n.* ਡਰ darr
horse *n.* ਘੋੜਾ ghodaa
horseman *n.* ਘੁੜਸਵਾਰ ghudswaar
horticulture *n.* ਬਾਗਬਾਨੀ baagbaani
hose *n.* ਲੰਮੀਆਂ ਜੁਰਾਬਾਂ lammiaan juraabaan
hosiery *n.* ਹੌਜ਼ਰੀ hauzri
hospitable *adj.* ਖਾਤਰਦਾਰ khaatardaar
hospital *n.* ਹਸਪਤਾਲ hasptaal
hospitality *n.* ਮਹਿਮਾਨ ਨਿਵਾਜ਼ੀ mehmaan niwaazi
host *n.* ਮੇਜ਼ਬਾਨ mezbaan
hostage *n.* ਬੰਧ bandh
hostel *n.* ਹੋਸਟਲ hostal

hostile *adj.* ਵਿਰੋਧੀ virodhi
hostility *n.* ਵਿਰੋਧ virodh
hot *adj.* ਗਰਮ garam
hound *n.* ਸ਼ਿਕਾਰੀ ਕੁੱਤਾ shikaari kutta
hour *n.* ਘੰਟਾ ghantta
hourly *adj.* ਘੰਟੇ ਬਾਅਦ ਹੋਣਾ ਵਾਲਾ ghantte baad honh vala
house *n.* ਮਕਾਨ makaan
household *n.* ਮਕਾਨਮਾਲਿਕ makaan maalik
housemaid *n.* ਨੌਕਰਾਣੀ naukraanhi
housewife *n.* ਸੁਆਣੀ suaanhi
hovel *n.* ਛੱਪਰੀ chhappri
hover *v.i.* ਚੱਕਰ ਕੱਟਣਾ chakkar kattnhaa
how *adv.* ਕਿਵੇਂ kiven
however *adv.* ਕਿਵੇਂ ਵੀ kiven vee
howitzer ਲੰਮੀ ਮਾਰ ਵਾਲੀ ਤੋਪ lammi maar vali top
howl *v.t.* ਚਾਂਗਰ chaangar
hubbub *n.* ਖਲਬਲੀ khalbali
huddle *v.t.* ਭੀੜ-ਭਾੜ bheed-bhaad
hue *n.* ਸ਼ੋਰ shor
hug *v.t.* ਜੱਫੀ ਪਾਉਣਾ jaffi paunhaa
huge *adj.* ਵੱਡਾ vadda
hull *n.* ਛਿਲਕਾ chhilkaa
hum *v.i.* ਭਿਣਭਿਣਾਹਟ bhinhbhinhaahat
human *adj.* ਮਨੁੱਖੀ manukkhi
humane *n.* ਦਿਆਲ dyaal
humanity *n.* ਮਾਨਵਤਾ maanvataa
humble *adj.* ਨਿਮਰ nimar
humbug *n.* ਧੋਖਾ dhokhaa
humdrum *n.* ਸਮਾਨ samaan
humid *adj.* ਗਿੱਲਾ gilla
humidity *n.* ਸਿੱਲਾਪਣ sillapanh
humiliate *v.* ਨੀਂਵਾਂ ਕਰਨਾ neevaan karnaa
humility *n.* ਨਿਮਰਤਾ nimartaa
humorist ਮਜ਼ਾਕੀਆ mazaakiaa
humorous *n.* ਹਾਸੇ ਵਾਲਾ haase vala
humour *n.* ਹਾਸਾ haasa
hump *n.* ਢੁੱਡ dhudd
hundred *n.* ਸੌ sau
hunger *n.* ਭੁੱਖ bhukh
hungry *adj.* ਭੁੱਖਾ bhukhaa
hunt *v.t.* ਸ਼ਿਕਾਰ ਕਰਨਾ shikaar karnaa
hunter *n.* ਸ਼ਿਕਾਰੀ shikaari
hurdle *n.* ਰੁਕਾਵਟ rukaavat
hurl *v.t.* ਉਛਾਲਣਾ uchhaalanhaa
hurrah *int.* ਵਾਹ-ਵਾਹ vaah-vaah
hurricane *n.* ਚੱਕਰਵਾਤ chakkarvaat
hurry *v.t.* ਕਾਹਲੀ kaahli
hurt *v.t.* ਸੱਟ ਮਾਰਨਾ satt maarnaa
husband *n.* ਪਤੀ pati
husbandry *n.* ਕਿਸਾਨੀ kisaan
hush *v.t.* ਸ਼ਾਂਤ ਕਰਨਾ shaant karnaa
husk *n.* ਛਿਲਕਾ chhilkaa
hut *n.* ਝੌਂਪੜੀ jhaunpdi
hybrid *adj.* ਦੋਗਲਾ doglaa
hydrant *n.* ਪਾਣੀ ਵਾਲੀ ਬੰਬੀ panhi vali bambi
hydraulic *adj.* ਜਲ ਸੰਚਾਲਿਤ jal sanchalit
hydrogen *n.* ਹਾਈਡ੍ਰੋਜਨ haaeedrojan
hydrophobia *n.* ਜਲ ਤਰਾਹ jal taraah
hyena *n.* ਲੱਕੜ-ਬੱਗਾ lakkad-bagga
hygiene *n.* ਸਿਹਤ ਵਿੱਦਿਆ sehat videyaa
hymn *n.* ਰੱਬੀ ਉਸਤਤ ਦਾ ਗੀਤ rabbi ustat
hyperbole *n.* ਅਤਿਕਥਨੀ atikathnee
hyphen *n.* ਜੋੜਨੀ jodnee
hypnotism ਸੰਮੋਹਨ ਵਿੱਦਿਆ sammohan videyaa
hypocrisy *n.* ਪਖੰਡ pakhandd
hypocrite *adj.* ਪਖੰਡੀ pakhanddi
hypotenuse *n.* ਕਰਣ karanh
hypothesis *n.* ਕਲਪਨਾ kalpnaa
hypothetical *adj.* ਕਾਲਪਨਿਕ kaalpnik
hysteria *n.* ਬੇਹੋਸ਼ੀ behoshee
hysteric *adj.* ਬੇਹੋਸ਼ੀ ਸੰਬੰਧੀ behoshee sambandhee

I

i *pro.* ਮੈਂ main
ice *n.* ਬਰਫ baraf
iceberg *n.* ਵਹਿੰਦਾ ਹੋਇਆ ਹਿੰਮਖੰਡ vehndaa hoyeaa himmkhandd
ice-cream *n.* ਮਲਾਈ-ਬਰਫ malai-baraf
icicle *n.* ਬਰਫ ਦੀ ਨੁਕੀਲੀ ਚੱਟਾਨ baraf dee nukeeli chataan

icon *n.* ਮੂਰਤੀ moorti
iconoclast *n.* ਮੂਰਤੀ ਤੋੜਨ ਵਾਲਾ moorti todan vala
icy *adj.* ਬਰਫੀਲਾ barfeelaa
idea *n.* ਵਿਚਾਰ vichaar
ideal *adj.* ਭਾਵਨਾਤਮਕ bhaavnaatmak
idealist *n.* ਆਦਰਸ਼ਵਾਦੀ aadarshvaadi
idealize *v.t.* ਆਦਰਸ਼ ਬਣਾਉਣਾ aadarsh banhaaunhaa
identical *adj.* ਸਮਾਨ samaan
identify *v.t.* ਪਹਿਚਾਨਣਾ pehchaananhaa
identity *n.* ਪਹਿਚਾਣ pehchaanh
ideocy *n.* ਪਾਗਲਪਣ paagalpanh
idiom *n.* ਮੁਹਾਵਰਾ muhaavraa
idiomatic *adj.* ਮੁਹਾਵਰੇਦਾਰ muhaavredaar
idiosyncracy *n.* ਮਾਨਸਿਕ ਗਠਨ maansik gathhan
idiot *n.* ਮੂਰਖ moorakh
idle *adj.* ਆਲਸੀ aalsi
idler *n.* ਵਿਹਲਾ vehlaa
idleness *n.* ਵਿਹਲਾਪਣ vehlaapanh
idol *n.* ਮੂਰਤੀ moorti
idolater *n.* ਮੂਰਤੀ ਪੂਜਕ moorti-poojak
idolatry *n.* ਮੂਰਤੀ ਪੂਜਾ moorti-pooja
idolize *v.t.* ਮੂਰਤੀ ਬਣਾਉਣਾ moorti banhaunhaa
idyllic ਪੇਂਡੂ ਜੀਵਨ ਦਾ ਗੀਤ pendu jevan da geet
if *conj.* ਜੇਕਰ jekar
igneous *adj.* ਅੱਗ ਸੰਬੰਧੀ agg sambandhi
ignite *v.t.* ਅੱਗ ਲਾਉਣਾ agg launhaa
ignition *n.* ਪ੍ਰਜਲਣ parjalhanh
ignoble *adj.* ਨੀਚ neech
ignominy *n.* ਅਪਮਾਨ apmaan
ignorance *n.* ਅਗਿਆਨਤਾ ageyaantaa
ignorant *adj.* ਅਗਿਆਨੀ ageyaani
ignore *v.t.* ਨਜ਼ਰਅੰਦਾਜ਼ ਕਰਨਾ nazar andaaz karnaa
ill *adj.* ਬੁਰਾ buraa
illation *n.* ਪ੍ਰਣਾਮ parnhaam
illative *adj.* ਅਨੁਮਾਨਯੋਗ anumaanyog
ill-bred *adj.* ਬਦਤਮੀਜ਼ badtameez
illegal *adj.* ਗੈਰ-ਕਾਨੂੰਨੀ gair-kanooni
illegible *adj.* ਨਾ ਪੜ੍ਹਿਆ ਜਾ ਸਕਣ ਵਾਲਾ na padeyaa ja sakanh vala
illegitimate *adj.* ਨਾਜਾਇਜ਼ na jayez
illiberal *adj.* ਅਣ-ਉਦਾਰ anh-udaar
illicit *adj.* ਨਿਯਮ-ਵਿਰੁੱਧ niyam virudh
illmitable *adj.* ਅਨੰਤ anant
illiteracy *n.* ਅਨਪੜ੍ਹਤਾ anpadtaa
illiterate *adj.* ਅਨਪੜ੍ਹ anpad
illness *n.* ਬੀਮਾਰੀ bimaari
illogical *adj.* ਤਰਕ ਹੀਣ tarak heenh
illuminate *v.t.* ਉਜਾਗਰ ਕਰਨਾ ujaagar karnaa
illumination ਚਮਕ chamak
illumine ਪ੍ਰਕਾਸ਼ਿਤ ਕਰਨਾ parkaashit karnaa
illusion *n.* ਮਾਇਆ ਜਾਲ maya jaal
illusive *adj.* ਧੋਖਾ ਦੇਣ ਵਾਲਾ dhokhaa denh vala
illustrate *v.t.* ਵਿਆਖਿਆ ਕਰਨੀ viaakheyaa karnee
illustration *n.* ਉਦਾਹਰਣ udaahranh
illustrious *adj.* ਪ੍ਰਸਿੱਧ parsidh
image *n.* ਪ੍ਰਤੀਬਿੰਬ pratibimb
imaginable *adj.* ਵਿਚਾਰ ਕਰਨ ਯੋਗ vichaar karan yog
imaginary *n.* ਕਾਲਪਨਿਕ kaalpnik
imagination *n.* ਕਲਪਨਾ kalpnaa
imaginative *adj.* ਕਲਪਨਾਸ਼ੀਲ kalpnaasheel
imagine *v.t.* ਚਿੰਤਨ ਕਰਨਾ chintann karnaa
imbecile *adj.* ਮੂਰਖ moorakh
imbibe *v.t.* ਸੋਖਣਾ sokhnhaa
imbrue *v.t.* ਧੱਬਾ ਲਾਉਣਾ dhabba launhaa
imbue *v.t.* ਰੰਗਣਾ ranggnhaa
imitable *adj.* ਨਕਲ ਕਰਨ ਯੋਗ nakal karan yog
imitate *v.t.* ਨਕਲ ਕਰਨਾ nakal karnaa
imitation *n.* ਨਕਲ nakal
immaculate *adj.* ਨਿਰਮਲ nirmal
immanent *adj.* ਅੰਦਰੂਨੀ androoni
immaterial *adj.* ਅਧਿਆਤਮਕ adhiaatmak
immature *adj.* ਕੱਚਾ kachaa
immaturity ਕਚਿਆਈ kacheyaaee
immeasurable *adj.* ਅਥਾਹ athaah
immediate *adj.* ਤੁਰੰਤ turantt
immediately *adv.* ਤਤਕਾਲ tatkaal

immemorial *adj.* ਅਭੁੱਲ abhull
immense *adj.* ਅਮਿਤ amitt
immerse *v.t.* ਦਬਾਉਣਾ dabaunhaa
immethodical *adj.* ਅਵਿਵਸਥਿਤ avivasthitt
immigrant *n.* ਵਿਦੇਸ਼ ਵਿਚ ਵਸਣ ਵਾਲਾ videsh vich vasanh vala
immigrate *v.t.* ਵਿਦੇਸ਼ ਵਿਚ ਵਸਣਾ videsh vich vassanhaa
imminent *adj.* ਨਜ਼ਦੀਕ nazdeek
immobile *adj.* ਸਥਿਰ sathir
immoderate *adj.* ਅਤਿਅੰਤ atiantt
immodest *adj.* ਨਿਰਲੱਜ nirlajj
immolate *v.t.* ਬਲਿਦਾਨ ਕਰਨਾ balidaan karnaa
immoral *adj.* ਅਨੈਤਿਕ anaitik
immortal *adj.* ਅਮਰ amar
immortalize *v.t.* ਅਮਰ ਕਰਨਾ amar karnaa
immovable *adj.* ਅਚਲ achal
immune ਹਮਲੇ ਤੋਂ ਮੁਕਤ hamle ton mukat
immunity *n.* ਛੁਟਕਾਰਾ chhutkaaraa
immutable *adj.* ਅਪਰਵਰਤਨਸ਼ੀਲ aparvartansheel
imp *n.* ਛੋਟਾ ਭੂਤ chhota bhoot
impact *n.* ਪ੍ਰਭਾਵ parbhaav
impair *v.t.* ਘੱਟ ਕਰਨਾ ghatt karnaa
s *adj.* ਨਾ ਸਮਝਣ ਯੋਗ na samjhanh yog
imparity *n.* ਅਸਮਾਨਤਾ asamaantaa
impart ਹਿੱਸਾ ਦੇਣਾ hissa denhaa
impartial *adj.* ਨਿਰਪੱਖ nirpakh
impasse *n.* ਬੰਦ ਗਲੀ bandd gali
impassioned ਜੋਸ਼ ਦਵਾਉਣਾ josh divaaunhaa
impassive *adj.* ਭਾਵਨਾਮੁਕਤ bhawna mukat
impatience *n.* ਬੇਸਬਰੀ besabri
impatient *adj.* ਬੇਸਬਰ besabar
impeach ਦੋਸ਼ ਲਗਾਉਣਾ dosh lagaaunhaa
impede *v.t.* ਰੋਕਣਾ roknhaa
impediment *n.* ਰੁਕਾਵਟ rukaavat
impel *v.t.* ਉਤੇਜਿਤ ਕਰਨਾ utejitt karnaa
impend *v.t.* ਲਟਕਾਉਣਾ latkaaunhaa
impending ਡਰਾਵਣਾ daraavnhaa
impenetrable ਅਥਾਹ athaah
imperative *adj.* ਆਗਿਆ-ਸੂਚਕ aageyaa-soochak
imperceptible *adj.* ਅਗੰਮ agamm
imperfect *adj.* ਅਪੂਰਣ apooranh
imperial *adj.* ਰਾਜ-ਸੰਬੰਧੀ raaj-sambandhi
imperialism *n.* ਰਾਜੇ ਦਾ ਸ਼ਾਸਨ raje da shaashan
imperil *v.t.* ਖਤਰੇ 'ਚ ਪਾਉਣਾ khatre ch paunhaa
imperious *adj.* ਅਭਿਮਾਨੀ abhimaani
imperishable ਅਵਿਨਾਸ਼ੀ avinaashi
impersonal *adj.* ਭਾਵਵਾਚਕ bhaav vaachak
impersonate *v.t.* ਭੇਸ ਬਦਲਣਾ bhes badalnhaa
impertinent *adj.* ਅਸ਼ਿਸ਼ਟ ashishat
impervious *adj.* ਅਗੋਚਰ agochar
impetuous *adj.* ਕਰੋਧੀ karodhi
impetus *n.* ਪ੍ਰੇਰਣਾ preranhaa
impiety *n.* ਅਧਰਮ adharam
impish *adj.* ਸ਼ਰਾਰਤੀ sharaarti
implacable *adj.* ਨਿਰਦਈ nirdayee
implant ਜਮਾਉਣਾ jamaunhaa
implement *n.* ਉਪਕਰਣ upkaranh
implication *n.* ਝੰਜਟ jhanjatt
implicit *adj.* ਸ਼ੰਕਾਹੀਣ shankaaheenh
implied *adj.* ਸੂਚਿਤ soochit
implore *v.t.* ਪ੍ਰਾਰਥਨਾ ਕਰਨਾ praarthanaa karnaa
imply *v.t.* ਸੂਚਿਤ ਕਰਨਾ soochit karnaa
impolite *adj.* ਅਸੱਭਿਅ asabheya
import *v.t.* ਆਯਾਤ ਕਰਨਾ aayaat karnaa
importance *n.* ਮਹੱਤਤਾ mahatatta
important *n.* ਮਹਤਵਪੂਰਣ mahattavpooranh
importunity *n.* ਜ਼ਰੂਰੀ-ਬੇਨਤੀ zaroori benti
impose *v.t.* ਥੋਪਣਾ thopnhaa
imposing *adj.* ਪ੍ਰਭਾਵਸ਼ਾਲੀ parbhaavshaali
imposition ਕਰ kar
impossible *adj.* ਅਸੰਭਵ asambhav
impost *n.* ਚੁੰਗੀ chunggi
impostor ਪਖੰਡ pakhandd
impotent *adj.* ਨਿਪੁੰਸਕ nipunsakk
impoverish *v.t.* ਗਰੀਬ ਬਣਾਉਣਾ garib banhaunhaa
impracticable *adj.* ਅਸਾਧ asaadh
imprecate *v.t.* ਸਰਾਪ ਦੇਣਾ saraap denhaa
impregnable *adj.* ਮਜਬੂਤ ,mazboot

impregnate *v.t.* ਗਰਭਿਤ ਕਰਨਾ garbhit karnaa
impress ਮੋਹਰ ਲਾਉਣਾ mohar laaunhaa
impression *n.* ਛਾਪ chhaap
impressive *adj.* ਪ੍ਰਭਾਵਸ਼ਾਲੀ parbhaavshaali
imprison *v.t.* ਕੈਦ ਕਰਨਾ kaid karnaa
improbable *adj.* ਅਸੰਭਵ asambhav
improbity *n.* ਨੀਚਤਾ neechtaa
improper *adj.* ਅਣਉਚਿਤ anh uchit
impropriety *n.* ਅਸ਼ਲੀਲਤਾ ashleeltaa
improve *v.* ਉੱਨਤੀ ਕਰਨਾ unnati karnaa
improvement *n.* ਉੱਨਤੀ unnati
imprudent ਅਵਿਵੇਕਸ਼ੀਲ aviveksheel
impudent *adj.* ਢੀਠ dheethh
impugn *v.t.* ਵਿਰੋਧ ਕਰਨਾ virodh karnaa
impulse ਪ੍ਰਭਾਵ parbhaav
impulsion *n.* ਪ੍ਰੇਰਣਾ prernhaa
impunity *n.* ਦਰਦ ਤੋਂ ਮੁਕਤੀ darad ton mukti
impure *adj.* ਅਸ਼ੁੱਧ ashuddh
imputation *n.* ਦੋਸ਼ ਆਰੋਪਣ dosh aaropanh
impute *v.t.* ਦੋਸ਼ ਲਾਉਣਾ dosh launhaa
in *prep.* ਵਿੱਚ vich
inability ਅਯੋਗਤਾ ayogtaa
inaccessible *adj.* ਅਗੰਮ agamm
inaccurate *adj.* ਅਸ਼ੁੱਧ ashuddh
inadequate *adj.* ਨਾਕਾਫੀ naa kaafi
inadvertent *adj.* ਅਣਇੱਛਕ anh ichhakk
inane *adj.* ਮੂਰਖ moorakh
inapplicable *adj.* ਅਣਉੱਚਿਤ anh uchit
inapt *adj.* ਅਯੋਗ ayog
inaptitude ਅਯੋਗਤਾ ayogtaa
inattentive *adj.* ਅਸਾਵਧਾਨ asaavdhaan
inaugural *adj.* ਆਰੰਭ ਸੰਬੰਧੀ aarambh sambandhi
inaugurate *v.t.* ਆਰੰਭ ਕਰਨਾ aarambh karnaa
inauguration *n.* ਉਦਘਾਟਨ udghaatan
inborn *adj.* ਜਮਾਂਦਰੂ jamaandaroo
incalculable *adj.* ਅਸੰਖ asankh
incandescence *n.* ਸਫੈਦ ਅੱਗ sfaid agg
incantation ਮੰਤਰ mantar
incapable *adj.* ਅਯੋਗ ayog
incapacitate *v.t.* ਅਯੋਗ ਬਣਾਉਣਾ ayog banhaunhaa
incarcerate *v.t.* ਕੈਦ ਕਰਨਾ kaid karnaa
incarnate *v.t.* ਅਵਤਾਰ ਧਾਰਨਾ avtaar dhaarnaa
incense *n.* ਧੂਫ dhoof
incentive *adj.* ਉਤਪ੍ਰੇਰਕ utprerak
inception *n.* ਆਰੰਭ aarambh
incessant *n.* ਨਿਰੰਤਰ nirantar
incident *n.* ਘਟਨਾ ghatnaa
incision *n.* ਜ਼ਖਮ zakham
incite *v.t.* ਉਕਸਾਉਣਾ uksaaunhaa
incivility *n.* ਅਸੱਭਿਅਤਾ asabheyaa
inclination *n.* ਝੁਕਾਵ jhukaav
incline *v.t.* ਝੁਕਾਣਾ jhukaanhaa
inclosure *n.* ਵਾੜਾ vaadaa
include *v.t.* ਸ਼ਾਮਿਲ ਕਰਨਾ shaamil karnaa
inclusion *n.* ਸ਼ਮੂਲੀਅਤ shamooliaat
incognito *n.* ਗੁਪਤ gupt
income *n.* ਆਮਦਨ aamdan
income-tax *n.* ਆਮਦਨ-ਕਰ aamdan-kar
incomparable *adj.* ਅਤੁੱਲ atull
incompatible *adj.* ਬੇਮਿਸਾਲ bemisaal
incompetent *adj.* ਅਸਮਰੱਥ asamrath
incomplete ਅਪੂਰਣ apooranh
incomprehensible *adj.* ਅਗੰਮ agamm
inconceivable *adj.* ਅਕਾਲਪਨਿਕ akaalpnik
inconclusive *adj.* ਅਧੂਰਾ adhoora
incongruous *adj.* ਅਸੰਗਤ asanggat
inconsiderate *n.* ਅਸਾਵਧਾਨ asaavdhaan
inconsistent *adj.* ਅਸੰਗਤ asanggat
inconstant *adj.* ਅਨਿਯਮਿਤ aniymit
inconvenlent *n.* ਕਸ਼ਟਦਾਈ kashatdaayee
incorporate *v.t.* ਸੰਯੁਕਤ sanyukat
incorrect *adj.* ਅਸ਼ੁੱਧ ashuddh
incorrigible *adj.* ਅਸਾਧ asaadh
increase *v.t.* ਵਧਾਉਣਾ vadhaaunhaa
increasingly *adv.* ਵਾਧੇ ਨਾਲ vaadhe naal
incredible *adj.* ਅਵਿਸ਼ਵਾਸ਼ਯੋਗ avishvaashyog
increment *n.* ਵਾਧਾ vaadhaa
incriminate *v.t.* ਦੋਸ਼ੀ ਠਹਿਰਾਉਣਾ doshi thehraanhaaa
inculcate *v.t.* ਉਪਦੇਸ਼ ਦੇਣਾ updesh denhaa
incumbent *adj.* ਅਫਸਰੀ ਪਦਵੀ afsari padvee

incur *v.t.* ਕਸ਼ਟ ਉਠਾਉਣਾ kashat uthaaunhaa
incurable *adj.* ਅਸਾਧ asaadh
incursion *n.* ਹਮਲਾ hamlaa
indebted *adj.* ਕਰਜ਼ਦਾਰ karazdaar
indecency *n.* ਅਸ਼ਿਸ਼ਟਤਾ ashishtataa
indecent *adj.* ਅਸ਼ਲੀਲ ashleel
indecisive *adj.* ਅਨਿਸ਼ਚਿਤ anishchit
indeed *adj.* ਅਸਲ asal
indefatigable *adj.* ਨਿਰਦੋਸ਼ nirdosh
indefensible *adj.* ਨਾ ਬਚਾਉਣ ਯੋਗ na bachaunh yog
indefinite *adj.* ਅਸੀਮ aseem
indelible ਅਮੇਟ amet
indemnity *n.* ਨੁਕਸਾਨ ਦੀ ਪੂਰਤੀ nuksaan dee poorti
indent *v.t.* ਮੰਗ ਕਰਨਾ mangg karnaa
indenture *n.* ਇਕਰਾਰਨਾਮਾ ikraarnaama
independence *n.* ਸੁਤੰਤਰਤਾ suttantarta
independent *adj.* ਅਜ਼ਾਦ azaad
indestructible *n.* ਅਵਿਨਾਸ਼ੀ avinaashi
index *n.* ਸੂਚੀ-ਪੱਤਰ soochi-pattar
indian *n.* ਭਾਰਤੀ bhaarti
indicate *v.t.* ਸੂਚਿਤ ਕਰਨਾ soochit karnaa
indict *v.t.* ਦੋਸ਼ ਲਾਉਣਾ dosh launhaa
indifferent *adj.* ਉਦਾਸੀਨ udaaseen
indigenuous *adj.* ਸਵਦੇਸ਼ੀ savdeshi
indigent *adj.* ਦੀਨ deen
indigestion *n.* ਅਪਾਚਨ apaachan
indignation *n.* ਕ੍ਰੋਧ krodh
indignity *n.* ਅਨਾਦਰ anaadar
indigo *n.* ਨੀਲ ਦਾ ਪੌਦਾ neel da paudaa
indirect *adj.* ਅਪ੍ਰਤੱਖ apartakkh
indiscreet *adj.* ਅਵਿਵੇਕਸ਼ੀਲ aviveksheel
indispensable *adj.* ਬਹੁਤ ਜ਼ਰੂਰੀ bahut zaroori
indisposition *n.* ਬੀਮਾਰੀ bimaari
indistinct *adj.* ਧੁੰਦਲਾ dhunddlaa
individual *n.* ਵਿਅਕਤੀਗਤ viaktigat
individuality *n.* ਵਿਅਕਤੀਤਵ viaktitav
indolence *n.* ਆਲਸ aalas
indolent *adj.* ਆਲਸੀ aalsee
indomitable *adj.* ਜ਼ਿੱਦੀ ziddi
indoors *adv.* ਘਰ ਦੇ ਅੰਦਰ hghar de andar
indorse *v.t.* ਸਮਰਥਨ ਕਰਨਾ smarthan karnaa
induce *v.t.* ਮਨਾਉਣਾ manaunhaa
inducement *n.* ਲਾਲਚ laalch
induction *n.* ਪ੍ਰਵੇਸ਼ parvesh karnaa
inductive ਅਨੁਮਾਨਕਾਰੀ anumaankaari
indulge *v.t.* ਲੱਗਣਾ lagganhaa
indulgence *n.* ਸੰਤੋਖ santokh
indulgent *adj.* ਕੋਮਲ komal
industrial *adj.* ਉਦਯੋਗ ਸੰਬੰਧੀ udyog sambandhi
industrious *adj.* ਉਦਯੋਗੀ udyoggi
industry *n.* ਉਦਯੋਗ udyog
inedible *adj.* ਨਾ ਖਾਣ ਯੋਗ na khaanh yog
ineffable *adj.* ਅਕਥਨੀ akathni
ineffective *adj.* ਵਿਅਰਥ viaarth
inept *adj.* ਅਣ-ਉੱਚਿਤ anh-uchit
inequality *n.* ਭਿੰਨਤਾ bhinnataa
inert *adj.* ਨਿਸ਼ਚਲ nishchall
inertia *n.* ਨਿਸ਼ਚਲਤਾ nishchalta
inesimable *adj.* ਅਮੁੱਲ amull
inevitable *adj.* ਜ਼ਰੂਰੀ zaroori
inexcusable *adj.* ਨਾ ਮਾਫੀ ਯੋਗ na maafi yog
inexhaustible ਅਨੰਤ anantt
inexorable *adj.* ਕਠੋਰ ਚਿੱਤ kathor chitt
inexpedient *adj.* ਅਣ-ਉੱਚਿਤ anh-uchit
infallible *adj.* ਭੁੱਲ ਨਾ ਕਰਨ ਯੋਗ bhull na karan yog
infamous *adj.* ਕੁਖਿਆਤ kujheyaat
infamy *n.* ਕਲੰਕ kalankk
infancy *n.* ਬਾਲਪਣ baalpanh
infant *n.* ਬਾਲਕ baalak
infanticide *n.* ਬਾਲ-ਹੱਤਿਆ baal-hateyaa
infantile *adj.* ਬਾਲ ਸੰਬੰਧੀ baal sambandhi
infantry ਪੈਦਲ-ਸੈਨਾ paidal sainaa
infatuate *v.t.* ਮੂਰਖ ਬਣਾਉਣਾ moorakh banhaunhaa
infect *v.t.* ਛੂਤ ਦਾ ਰੋਗ ਲਾਉਣਾ chhoot da rog
infection *n.* ਸੰਕਰਮਣ ਰੋਗ sankarmanh rog
infectious *adj.* ਸੰਕਰਾਮਕ sankraamak
infer *v.t.* ਤਰਕ ਕਰਨਾ tarak karnaa
inference *n.* ਤਰਕ tarak
inferior *adj.* ਘਟੀਆ ਦਰਜੇ ਦਾ ghatiaa darje da

inferiority *n.* ਹੀਣਤਾ heenhtaa
infernal *adj.* ਨਰਕ ਸੰਬੰਧੀ narak sambandhi
infest *v.t.* ਦੁੱਖ ਦੇਣਾ dukh denhaa
infidel *n.* ਧਰਮ-ਨਿੰਦਕ dharam nindak
infinite *n.* ਅਸੀਮ aseem
infinitesimal *adj.* ਅਤਿ-ਸੂਖਮ ati sookham
infirm *adj.* ਦੁਰਬਲ durbal
infirmity ਦੁਰਬਲਤਾ durbaltaa
inflame *v.* ਅੱਗ ਲਾਉਣਾ agg launhaa
inflammable *adj.* ਜਲਣਸ਼ੀਲ jalanhsheel
inflammation *n.* ਤਾਪ taap
inflation *n.* ਫੁਲਾਵਟ fulaavat
inflection *n.* ਰੂਪ roop
inflexible *adj.* ਦ੍ਰਿੜ੍ਹ drirh
inflict *v.t.* ਦੰਡ ਦੇਣਾ dandd denhaa
influence *n.* ਪ੍ਰਭਾਵ parbhaav
influential *adj.* ਪ੍ਰਭਾਵਸ਼ਾਲੀ parbhaavshaali
influenza *n.* ਸੰਕਰਾਮਕ ਬੁਖਾਰ sankraamak bukhaar
influx *n.* ਪ੍ਰਵਾਹ parvaah
inform *v.t.* ਸੂਚਿਤ ਕਰਨਾ soochit karnaa
informal *adj.* ਅਣ-ਉਪਚਾਰਿਕ anh-upchaarik
information *n.* ਸੂਚਨਾ soochnaa
infringe *v.t.* ਉਲੰਘਣਾ ਕਰਨਾ ullanghnhaa
infuriate ਗੁੱਸੇ ਕਰਨਾ gusse karnaa
infuse *v.t.* ਮਨ 'ਚ ਬਿਠਾਉਣਾ man ch bithhaunhaa
ingenious *adj.* ਪ੍ਰਬੀਨ parbeen
ingenuity *n.* ਕੌਸ਼ਲ kaushal
ingenuous *adj.* ਦਿਆਲੂ dyaaloo
ingiorious *adj.* ਸ਼ਰਮਨਾਕ sharamnaak
ingratitude *n.* ਅਕ੍ਰਿਤਘਣ akrittghanh
ingredient *n.* ਅੰਸ਼ ansh
inhabit *v.t.* ਵਸੇਬਾ vaseba
inhabitant *n.* ਨਿਵਾਸੀ nivaasi
inhale *v.t.* ਸਾਹ ਖਿਚਣਾ saah khichanhaa
inberent *n.* ਸੁਭਾਵਿਕ subhaavik
inherit *v.t.* ਪਿਤਾ-ਪੁਰਖੀ pita purkhee
inhibition *n.* ਰੁਕਾਵਟ rukaavat
inhuman *n.* ਕਠੋਰ-ਚਿੱਤ kathor-chit
inimical *adj.* ਵਿਰੋਧੀ virodhi
inimitable *adj.* ਬੇਮਿਸਾਲ bemisaal
iniquitous *adj.* ਪਾਪੀ paapi
initial *n.* ਮੁਢਲਾ mudhlaa
initiate ਆਰੰਭ ਕਰਨਾ aarambh karnaa
initiative *n.* ਆਰੰਭਿਕ aarambhik
injunction *n.* ਆਗਿਆ aageyaa
injure *v.t.* ਦੁੱਖ ਦੇਣਾ dukh denhaa
injury *n.* ਹਾਨੀ haani
injustice *n.* ਅਨਿਆਂ aneyaan
ink *n.* ਸ਼ਿਆਹੀ sheyaahi
inkling *n.* ਸੰਕੇਤ sanket
inlay *v.t.* ਜੜਨਾ jadnaa
inlet *n.* ਪ੍ਰਵੇਸ਼-ਮਾਰਗ parvesh maarag
inmate *n.* ਨਿਵਾਸੀ nivasi
inn *n.* ਸਰਾਂ saraan
innate *adj.* ਸਹਿਜ sehaj
inner *adj.* ਅੰਦਰੂਨੀ androoni
innings *n.* ਪਾਰੀ paari
innkeeper *n.* ਸਰਾਂ ਦਾ ਰਖਵਾਲਾ saraan da rakhvaala
innocent *adj.* ਨਿਰਦੋਸ਼ nirdosh
innocuous *adj.* ਸਿੱਧਾ sidhaa
innumerable *adj.* ਅਸੰਖ asankh
inopportune *adj.* ਅਕਾਲਿਕ akaalik
inordinate *adj.* ਅਸਤ-ਵਿਅਸਤ asat-viaasat
inquest *n.* ਦੇਖਭਾਲ dekhbhaal
inquire *v.i.* ਜਾਂਚਣਾ jaanchnhaa
inquiry ਜਾਂਚ jaanhch
inquisition *n.* ਖੋਜ khoj
inquisitive *adj.* ਜਿਗਿਆਸੂ jigeyaasoo
inroad *n.* ਹਮਲਾ hamlaa
insane *adj.* ਪਾਗਲ paagal
inscribe *v.t.* ਲਿਖਣਾ likhnhaa
inscription *n.* ਲੇਖ lekh
inscrutable *adj.* ਰਹੱਸਮਈ rahassmayee
insect *n.* ਕਿਰਮ kiram
insecure *adj.* ਅਸੁੱਰਖਿਅਤ asurakheyat
insensible ਅਚੇਤ achet
insert *v.t.* ਭਰਨਾ bharnaa
inside *n.* ਅੰਦਰੂਨੀ ਹਿੱਸਾ androoni hissa
insight *n.* ਨਿਰੀਖਣ nirikhanh
insignificant *adj.* ਮਹੱਤਵਹੀਣ mahattavheenh
insincere *adj.* ਅਸਤ asat
insist *v.i.* ਜਿੱਦ ਕਰਨਾ zidd karnaa
insistence *n.* ਜਿੱਦ zidd

insolence *n.* ਘੁਮੰਡਪੁਣਾ ghummandpunhaa
insolent *adj.* ਢੀਠ dheethh
insoluble *adj.* ਅਘੁਲਣਸ਼ੀਲ aghulanhsheel
insolvency *n.* ਦੀਵਾਲਾ deevaalaa
insolvent *adj.* ਦੀਵਾਲੀਆ deevaaliaapanh
insomnia *n.* ਅਨੀਂਦਰਾ aneendraa
inspect *v.t.* ਜਾਂਚ ਕਰਨੀ jaanch karni
inspection *n.* ਜਾਂਚ jaanch
inspector *n.* ਜਾਂਚ-ਕਰਤਾ jaanch kartaa
inspiration *n.* ਪ੍ਰੇਰਣਾ prernhaa
inspire *v.t.* ਪ੍ਰੇਰਿਤ ਕਰਨਾ prerit karnaa
instable *adj.* ਚੰਚਲ chanchal
install *v.t.* ਪੇਸ਼ ਕਰਨਾ pesh karnaa
installation *n.* ਪੇਸ਼ਕਾਰੀ peshkaari
instalment *n.* ਕਿਸ਼ਤ kishat
instance *n.* ਉਦਾਹਰਣ udaahranh
instant *n.* ਖਿਣ khinh
instantaneous *adj.* ਤੁਰੰਤ turantt
instantly *adv.* ਝਟਪਟ jhatpat
instead *adv.* ਬਜਾਏ bajaaye
instigate *v.t.* ਉਤੇਜਿਤ ਕਰਨਾ utejitt karnaa
instigation *n.* ਉਤੇਜਨਾ uttejnaa
instinct *n.* ਸਹਿਜ ਗਿਆਨ sejah gyaan
instinctive *adj.* ਸੁਭਾਵਿਕ subhaavik
institute *n.* ਸੰਸਥਾ sansthaa
institution *n.* ਸੰਸਥਾ sansthaa
instruct *v.t.* ਸਿਖਿਆ ਦੇਣਾ sikheyaa denhaa
instruction *n.* ਉਪਦੇਸ਼ updesh
instrument *n.* ਯੰਤਰ yantar
insubordinate *adj.* ਅਣ-ਆਗਿਆਕਾਰੀ anh aageyaakaari
insufficient *adj.* ਨਾ ਕਾਫੀ naakaafi
insulate *v.t.* ਵਖਰਿਆਉਣਾ vakhreyaaunhaa
insult *n.* ਅਪਮਾਨ apmaan
insuperable *adj.* ਅਜਿੱਤ ajitt
insurance *n.* ਬੀਮਾ beema
insure *v.t.* ਬੀਮਾ ਕਰਨਾ beema karnaa
insurgent *n.* ਰਾਜਧ੍ਰੋਹੀ raaj dharohi
insurmountable *adj.* ਅਜਿੱਤ ajitt
insurrection *n.* ਰਾਜ ਵਿਦਰੋਹ raaj vidroh
intact *adj.* ਅਖੰਡ akhandd
intangible *adj.* ਅਸਪਰਸ਼ਯੋਗ asaparshyog
integer *n.* ਪੂਰਨ-ਅੰਕ pooran-ankk
inegral *adj.* ਸੰਪੂਰਣ sampooranh
integration *n.* ਜੋੜਨ ਦਾ ਕਾਰਜ jodan da kaaraj
integrity *n.* ਪੂਰਣਤਾ pooranhtaa
intellect *n.* ਅਕਲ akal
intellectual *n.* ਬੌਧਿਕ baudhik
intelligence *n.* ਬੁੱਧੀ budhi
intelligent *adj.* ਬੁੱਧੀਮਾਨ budhimaan
intelligible *adj.* ਸਮਝਣਯੋਗ samjhanhyog
intend *v.t.* ਇਰਾਦਾ ਕਰਨਾ iraada karnaa
intense *adj.* ਉਤਸੁਕ utsuk
intensity *n.* ਤੀਬਰਤਾ teebartaa
intent *adj.* ਇੱਛਾ ichhaa
intention *n.* ਇੱਛਾ ichhaa
intentional ਇੱਛਾ ਅਨੁਸਾਰ ichhaa anusaar
intercept *v.t.* ਰੋਕਣਾ roknhaa
interchange *v.t.* ਪਰਸਪਰ ਬਦਲਣਾ paraspar badalnhaa
intercourse *n.* ਸਹਿਵਾਸ sehvaas
interdict *v.t.* ਰੁਕਾਵਟ rukaavat
interest ਲਾਭ laabh
interesting *adj.* ਦਿਲਚਸਪ dilchasap
interfere *v.i.* ਦਖਲ ਦੇਣਾ dakhal denhaa
interference *n.* ਦਖਲ dakhal
interim *n.* ਅੰਤਰਿਮ antrimm
interior *adj.* ਅੰਦਰੂਨੀ androoni
interject *v.t.* ਵਿਚਕਾਰ ਸਿੱਟਣਾ vichkaar sittanhaa
interjection *n.* ਹੈਰਾਨੀਜਨਕ hairaanijanak
interling *v.t.* ਦੋਭਾਸ਼ੀ dobhaashi
interlocution *n.* ਗੱਲਬਾਤ gallbaat
intermarriage *n.* ਅੰਤਰ-ਜਾਤੀ ਵਿਆਹ antarjaati viaah
intermediate *adj.* ਵਿਚਕਾਰਲਾ vichkaarlaa
intermingle *v.t.* ਫਲ ਮਿਲ ਜਾਣਾ fal mil jaanhaa
intermittent *adj.* ਵਾਰੀ ਦਾ vaari daa
internal ਅੰਦਰਲਾ andarlaa
international *adj.* ਅੰਤਰ-ਰਾਸ਼ਟਰੀ antar raashtri
interpellation *n.* ਸਵਾਲ swaal
interpret *v.t.* ਭਾਵ ਕੱਢਣਾ bhaav kadhanhaa
interpretation ਭਾਵ ਅਰਥ bhaav arath
interpreter *n.* ਟੀਕਾਕਾਰ teekaa kaar
interrogate *v.t.* ਸਵਾਲ ਕਰਨਾ swaal karnaa

interrogation *n.* ਪੁੱਛ-ਗਿੱਛ puchh gichh
interrupt *v.t.* ਰੋਕਣਾ roknhaa
interruption *n.* ਰੁਕਾਵਟ rukaavat
intersect *v.t.* ਕੱਟਣਾ kattanhaa
interstice ਤਰੇੜ tarerh
intertwine *v.t.* ਗੁੰਦਣਾ gundanhaa
interval *n.* ਵਕਫਾ vakfaa
intervene ਦਖਲ ਦੇਣਾ dakhal denhaa
intervention *n.* ਦਖਲ dakhal
interview *n.* ਮੁਲਾਕਾਤ mulaakaat
intestines *n.pl.* ਅੰਦਰੂਨੀ androoni
intimacy *n.* ਨੇੜਤਾ nedtaa
intimate *v.t.* ਪਤਾ ਦੇਣਾ pataa denhaa
intimation *n.* ਸੁਨੇਹਾ sunehaa
intimidate *v.t.* ਡਰਾਉਣਾ daraunhaa
into *prep.* ਅੰਦਰ andar
intolerable *adj.* ਅਸਿਹ aseh
intolerence *n.* ਤੰਗਦਿਲੀ tanggdili
intoxicant *adj.* ਨਸ਼ੀਲਾ nasheelaa
intoxicate *v.t.* ਮਦਹੋਸ਼ ਕਰਨਾ madhosh karnaa
intractable *adj.* ਢੀਠ dheethh
intransitive *adj.* ਅਕਰਮਕ akarmak
intrepid *adj.* ਨਿਡਰ niddar
intricacy *n.* ਮੁਸ਼ਕਿਲ mushkil
intricate *adj.* ਗੁੰਝਲਦਾਰ gunjhaldaar
intrigue *n.* ਸਾਜ਼ਿਸ਼ saazish
intrinsic *adj.* ਅੰਤਰੀਵ antreev
introduction *n.* ਜਾਣ-ਪਛਾਣ jaanh pachhanh
introspection *n.* ਅੰਤਰ-ਧਿਆਨ antar dhyaan
intrude *v.t.* ਘੁਸ਼ੜਨਾ ghusadnaa
intuition *n.* ਫੁਰਨਾ furnaa
inundate *v.* ਜਲ ਥਲ ਕਰ ਦੇਣਾ jal thal karnaa
inundation *n.* ਹੜ harh
invade *v.t.* ਹੱਲਾ ਕਰਨਾ halla karnaa
invalid *adj.* ਨਕਾਰਾ nakaaraa
invaluable *adj.* ਅਮੋਲਕ amolak
invariable ਸਥਿਰ sathir
invasion *n.* ਹੱਲਾ ਕਰਨਾ halla karnaa
invective ਫਿਟਕਾਰ fitkaar
invent *v.t.* ਕਾਢ ਕੱਢਣਾ kaadh kadhanhaa
inventory *n.* ਸੂਚੀ soochi
inverse *adj.* ਉਲਟਾ ultaa
invert *v.t.* ਉਲਟਣਾ ultanhaa
invest ਨਿਵੇਸ਼ ਕਰਨਾ nivesh karnaa
investigate *n.* ਖੋਜ ਕਰਨਾ khoj karnaa
investment *n.* ਨਿਵੇਸ਼ nivesh
invidious *adj.* ਅਨਿਆਂ aneyaan
invigorate *v.t.* ਜਾਨ ਪਾਉਣਾ jaan paunhaa
invincible *adj.* ਅਜਿੱਤ ajitt
inviolable ਅਟੁੱਟ atutt
invisible *adj.* ਅਦਿਖ adikh
invitation *n.* ਸੱਦਾ sadda
invite *v.t.* ਸੱਦਣਾ saddnhaa
invoice *n.* ਬੀਚਕ beechak
invoke *v.t.* ਵਾਸਤਾ ਪਾਉਣਾ vaasta paunhaa
involve *v.t.* ਲਪੇਟ ਵਿੱਚ ਲੈਣਾ lapet vich lainhaa
inward ਅੰਦਰਲਾ andaralaa
irascible *adj.* ਚਿੜਚਿੜਾ chirhchirhaa
ire *n.* ਗੁੱਸਾ gussa
iris *n.* ਅੱਖ ਦੀ ਪੁਤਲੀ akkh dee putli
irk *v.t.* ਤੰਗ ਕਰਨਾ tangg karnaa
irksome ਤੰਗ ਕਰਨ ਵਾਲਾ tangg karan vala
iron *n.* ਲੋਹਾ loha
ironic ਵਿਅੰਗਮਈ vianggmayee
irony *n.* ਵਿਅੰਗ viangg
irradiate *v.t.* ਚਮਕਾਉਣਾ chamkaaunhaa
irrational *adj.* ਅਤਾਰਕਿਕ ataarkikk
irregular *adj.* ਅਸੰਗਤ asanggat
irregularity *n.* ਬੇਕਾਇਦਗੀ bekaayedgee
irrelevent *adj.* ਅਸੰਬੰਧਿਤ asambhandhitt
irresistible *adj.* ਅਰਕ arak
irresolute *adj.* ਬੇਹਿੰਮਤਾ behimmata
irresponsible *adj.* ਲਾਪਰਵਾਹ laparvaah
irrevocable *adj.* ਅਟੱਲ atall
irrigate *v.t.* ਸਿੰਜਣਾ sinjanhaa
irrigation *n.* ਸਿੰਜਾਈ sinjaayee
irritate *v.t.* ਗੁੱਸਾ ਦਵਾਉਣਾ gussa divaanhaa
irruption *n.* ਹਮਲਾ hamlaa
is *v.i.* ਹੈਰਾਨੀਜਨਕ hairaanijanak
isle *jn.* ਟਾਪੂ taapu
island *n.* ਟਾਪੂ taapu
islet *n.* ਛੋਟਾ ਟਾਪੂ chhota taapu
isolate *v.t.* ਵੱਖਰਾ ਕਰਨਾ vakhraa karnaa
issue *n.* ਸੰਤਾਨ santaan
isthmus *n.* ਬਾਲ ਜੋੜ baal jod

it *pro* ਇਹ eh
italics *n.pl.* ਇਟਲੀ ਸੰਬੰਧੀ itlee sambandhi
itch *n.* ਖਾਜ khaaj
its *pro.* ਇਸਦਾ isda
item *n.* ਨਗ nag
itinerary *n.* ਘੁੰਮਣ ਵਾਲਾ ghummanh vala
ivory *n.* ਹਾਥੀਦੰਦ haathi dandd

J

jab *v.t.* ਖੋਭਣਾ khobhanhaa
jabot *n.* ਅੰਗੀ anggi
jack *n.* ਮਜ਼ਦੂਰ mazdoor
jackal *n.* ਗਿੱਦੜ giddarh
jackass *n.* ਨਰ ਗਧਾ nar gadhaa
jackdaw *n.* ਕਾਲਾ ਕਾਂ kala kaan
jacket *n.* ਕੁੜਤੀ kudtee
jade *n.* ਮਰੀਅਲ ਘੋੜਾ marial ghodaa
jail *n.* ਬੰਦੀਖਾਨਾ banddikhaanaa
jamboree *n.* ਸਮਾਰੋਹ samaroh
janitor *n.* ਪਹਿਰੇਦਾਰ pehredaar
january *n.* ਜਨਵਰੀ janvari
jar *n.* ਮਰਤਬਾਨ maratbaan
jargon *n.* ਗਿਟਮਿੱਟ gittmitt
jasmine *n.* ਚੰਮੇਲੀ chameli
jaundice *n.* ਪੀਲੀਆ peeliaa
jaunt *n.* ਸੈਰ-ਸਪਾਟਾ sair-sapaata
jaunty *adj.* ਹਸਮੁੱਖ hasmukh
javelin *n.* ਬਰਛਾ barchha
jaw *n.* ਜਬਾੜਾ jabarhaa
jay *n.* ਨੀਲਕੰਠ ਪੰਛੀ neelkanthh panchhi
jealous *adj.* ਈਰਖਾਲੂ eerkhaaloo
jealousy *n.* ਈਰਖਾ eerkhaa
jeer *v.t.* ਮਖੌਲ ਉਡਾਉਣਾ makhaul udaaunhaa
jelly *n.* ਮੁਰੱਬਾ murrabba
jeopardize *v.t.* ਬਿਪਤਾ ਵਿੱਚ ਆਉਣਾ biptaa vich aaunhaa
jeopardy *n.* ਸੰਕਟ sankkat
jerk *n.* ਧੱਕਾ dhakka

jest *n.* ਹਾਸਾ haasa
jester *n.* ਮਖੌਲੀਆ makhauliaa
jet *n.* ਕਾਲਾ ਪੱਥਰ kaala pathar
jetty *n.* ਕਾਲਾ ਸ਼ਾਹ kaala shaah
jew *n.* ਯਹੂਦੀ yahoodi
jewel *n.* ਹੀਰਾ heera
jeweller *n.* ਜੌਹਰੀ johari
jewellery *n.* ਜਵਾਹਰ jawahar
jibe ਤਾਅਨਾ taanaa
jilt *n.* ਬੇਵਫਾਈ bewafaaee
jingle *n.* ਝੁਣਕਾਰ jhunhkaar
job *n.* ਅਸਾਮੀ asaami
jobber *n.* ਦਲਾਲ dalaal
jockey *n.* ਘੋੜ ਦੌੜਾਂ ਦਾ ਸਵਾਰ ghod daurhaan da swaar
jocular *adj.* ਮਖੌਲੀਆ makhaliaa
jocund *adj.* ਹਸਮੁੱਖ hasmukh
jog *v.t.* ਔਖਾ ਤੁਰਨਾ aukhaa turnaa
join *v.t.* ਇਕੱਠੇ ਹੋਣਾ ikkathhe honhaa
joint *n.* ਜੋੜ jod
jointer *n.* ਜੋੜਨ ਵਾਲਾ jodan wala
joke *n.* ਮਜ਼ਾਕ mazaak
jollity *n.* ਖੁਸ਼ੀਆਂ ਮਨਾਉਣਾ khushiaan manaaunhaa
jolly *adj.* ਰੰਗੀਲਾ rangeela
jolt *v.t.* ਹਲੂਣਨਾ haloonhnaa
jot *n.* ਕਿਣਕਾ kinhkaa
jotting *n.* ਯਾਦ-ਪੱਤਰ yaad-pattar
journal *n.* ਰਸਾਲਾ ਪੱਤਰ rasaalaa pattar
journalism *n.* ਪੱਤਰਕਾਰੀ pattarkaari
journalist *n.* ਪੱਤਰਕਾਰ pattarkaar
journey *n.* ਯਾਤਰਾ yatraa
jovial *adj.* ਹਸਮੁੱਖ hasmukh
joy *n.* ਖੁਸ਼ੀ khushi
joyful *adj.* ਖੁਸ਼ khush
joyous *adj.* ਆਨੰਦਮਈ ananddmayee
jubilant *adj.* ਖੁਸ਼ khush
jubilee *n.* ਖੁਸ਼ੀ ਦਾ ਸਮਾਨ khushi da smaan
judge *n.* ਨਿਆਂ ਅਧਿਕਾਰੀ niaan adhikaari
judgement *n.* ਫੈਸਲਾ faislaa
judicious *adj.* ਸੂਝਵਾਨ soojhvaan
jug *n.* ਜੱਗ jagg
juggler *n.* ਮਦਾਰੀ madaari
juice *n.* ਰਸ ras

juicy *adj.* ਰਸਦਾਰ rasdaar
jumble *v.t.* ਖਲਤ ਮਲਤ khalat-malat
jump *v.t.* ਛਾਲ ਮਾਰਨਾ chhaal maarnaa
junction *n.* ਸੰਗਮ sanggam
juncture *n.* ਅਵਾਰਾ avaaraa
jungle *n.* ਵਣ vanh
junior *adj.* ਛੋਟਾ chhotaa
junket *n.* ਦਾਅਵਤ daawat
jupitor *n.* ਰੋਮਨ ਦੇਵਰਾਜ roman devraaj
jurisdiction *n.* ਅਧਿਕਾਰ ਖੇਤਰ adhikaar khetar
jurisprudence *n.* ਨਿਆਂ ਸ਼ਾਸ਼ਤਰ niaan shaashtar
jurist *n.* ਕਾਨੂੰਨਦਾਰ kanoondaar
jury *n.* ਅਦਾਲਤੀ ਪੰਚਾਇਤ adaalti panchaayet
just *adj.* ਠੀਕ thheek
justice *n.* ਨਿਆਂ niaan
justification ਸਫਾਈ safaaee
justify *v.t.* ਠੀਕ ਸਿੱਧ ਕਰਨਾ thheek siddh karnaa
jut *v.t.* ਉਭਰਨਾ ubharrnaa
jute *n.* ਪਟਸਨ patsan
juvenile *adj.* ਨੌਜਵਾਨ naujvaan
juvenility *n.* ਅੱਲੜ੍ਹਪੁਣਾ allrhpunhaa
juxtaposition *n.* ਨੇੜਤਾ nedtaa

K

kale *n.* ਇੱਕ ਕਿਸਮ ਦੀ ਬੰਦ ਗੋਭੀ ikk kisam dee bandd gobhi
kaleidoscopic *adj.* ਨਿਰੰਤਰ ਪਰਿਵਰਤਨਸ਼ੀਲ nirantar parivartansheel
kangaroo *n.* ਕੰਗਾਰੂ kangaaroo
kedge *n.* ਜਹਾਜ਼ ਘੁੰਮਾਉਣਾ jahaaz ghummanhaa
keel *n.* ਲਾਲ ਰੰਗ laal rangg
keen *adj.* ਚਾਹਵਾਨ chaahvaan
keep *v.* ਰੱਖਣਾ rakhanhaa
keeping *n.* ਰੱਖਿਆ rakheyaa
keg *n.* ਪੀਪਾ peepaa
ken *v.t.* ਵੇਖ ਕੇ ਪਛਾਨਣਾ vekh ke pachhananhaa
kennel *n.* ਕੁੱਤਿਆਂ ਦਾ ਨਿਵਾਸ kutteyaan da niwas
kerchief *n.* ਰੁਮਾਲ rumaal
kernel *n.* ਮਗਜ਼ magaz
kerosene *n.* ਮਿੱਟੀ ਦਾ ਤੇਲ mitti da tel
kettle *n.* ਕੇਤਲੀ ketlee
key *n.* ਚਾਬੀ chaabi
kick *v.i.* ਠੁੱਡਾ ਮਾਰਨਾ thhudda maarnaa
kid *n.* ਬੱਚਾ bachaa
kiddy *n.* ਛੋਟਾ ਬੱਚਾ chota bachaa
kidnap *v.t.* ਅਪਹਰਣ ਕਰਨਾ apaharanh karnaa
kidney *n.* ਗੁਰਦਾ gurdaa
kill *v.t.* ਮਾਰ ਦੇਣਾ maar denhaa
kiln *n.* ਭੱਠਾ bhathhaa
kin *n.* ਸਾਕ ਸੰਬੰਧੀ saak sambandhi
kind *n.* ਦਿਆਲੂ dyaaloo
kindle *v.t.* ਚਮਕਾਉਣਾ chamkaunhaa
kindness *n.* ਦਿਆਲਤਾ dyaaltaa
kindred *adj.* ਸਾਕ saak
kine *n.* ਗਾਂਵਾਂ gaanvaan
king *n.* ਰਾਜਾ raaja
kingdom *n.* ਰਾਜ raaj
kinsman *n.* ਸੰਬੰਧੀ sambandhi
kiss *n.* ਚੁੰਮਣ chummanh
kit *n.* ਸਾਜ਼-ਸਮਾਨ saaz-samaan
kitchen *n.* ਰਸੋਈ rasoee
kite *n.* ਪਤੰਗ patangg
kith *n.* ਸਕੇ ਸੰਬੰਧੀ sake sambandhee
kitten *n.* ਬਲੂੰਗੜਾ baloongrhaa
kleptomania *n.* ਚੋਰੀ ਦੀ ਖਬਤ chori dee khabat
knack *n.* ਜਾਚ jaach
knapsack *n.* ਫੌਜੀ ਪਿੱਠੂ fauji pithhoo
knave *n.* ਬਦਮਾਸ਼ badaash
knavery *n.* ਬਦਮਾਸ਼ੀ badmaashi
knead *v.t.* ਗੁੰਨ੍ਹਣਾ gunhanhaa
knee *n.* ਗੋਡਾ godda
kneel *v.i.* ਗੋਡਿਆਂ ਭਾਰ ਹੋਣਾ goddeyaan bhaar
knell *n.* ਮਾਤਮੀ ਘੰਟੀ maatmi ghantti
knickers *n.* ਨਿੱਕਰ nikkar
knife *n.* ਚਾਕੂ chaakku

knight *n.* ਨਾਇਕ nayak
knit *v.t.* ਉਣਨਾ unhnaa
knob *n.* ਲਾਟੂ laatoo
knock *v.t.* ਖੜਕਾਉਣਾ khadkaaunhaa
knot *n.* ਗੰਢ gandh
knotty *adj.* ਗੰਢ ਵਾਲਾ gandh vala
know *v.t.* ਜਾਨਣਾ jaananhaa
knowingly *adv.* ਜਾਣ ਬੁੱਝ ਕੇ jaanh bujh ke
knowledge *n.* ਗਿਆਨ gyaan
knuckle ਉਂਗਲ unggal
knurl *n.* ਗੰਢੀ gandhee
koran *n.* ਕੁਰਾਨ kuraan
kosher *n.* ਕਾਨੂੰਨੀ kanooni
kukri *n.* ਖੋਖਰੀ khokhri

L

label *n.* ਚਿਟ chit
labial *adj.* ਹੋਠਾਂ ਸੰਬੰਧੀ hothhaan sambandhi
laboratory *n.* ਪ੍ਰਯੋਗਸ਼ਾਲਾ paryogshaalaa
laborious *adj.* ਮਿਹਨਤੀ mehnati
labour *n.* ਮਿਹਨਤ mehnat
labyrinth *n.* ਗੋਰਖਧੰਦਾ gorakhdhandda
lace *n.* ਫੀਤਾ feeta
lack *n.* ਕਮੀ kamee
lackey *n.* ਪਿਛਲੱਗ pichhlagg
laconic *adj.* ਦੋ ਹਰਫੀ do harfee
lad *n.* ਬਾਲਕ baalak
ladder *n.* ਪੌੜੀ paudi
lade *p.p.* ਲੱਦਿਆ ਹੋਇਆ laddeyaa hoyeaa
lading *n.* ਸਮਾਨ samaan
ladle *n.* ਕੜਛੀ kadchhi
lady *n.* ਔਰਤ aurat
lagoon *n.* ਖਾਰੀ ਝੀਲ khaari jheel
lair *n.* ਗੁਫਾ gufaa
lake *n.* ਝੀਲ jheel
lamb *n.* ਮੇਮਣਾ memnhaa
lame ਲੰਗੜਾ langgra
lament *v.t.* ਵਿਰਲਾਪ ਕਰਨਾ virlaap karnaa
lamentation *n.* ਵਿਰਲਾਪ virlaap
lamp *n.* ਲੈਂਪ laimp
lampoon *n.* ਸਿੱਠ sithh

lance *n.* ਨੇਜ਼ਾ nezaa
lancer *n.* ਨੇਜ਼ਾਬਾਜ਼ nezaabaaz
lancet *n.* ਨਸ਼ਤਰ nashtar
landing *n.* ਧਰਤੀ ਤੇ ਉਤਾਰਾ dharti te utaaraa
landscape *n.* ਭੂ-ਦਰਿਸ਼ bhoo- drish
lane *n.* ਗਲੀ gali
language *n.* ਭਾਸ਼ਾ bhaashaa
languid ਬੇਜਾਨ bejaan
languish *v.i.* ਨਿਢਾਲ ਹੋਣਾ nidhaal honhaa
languor *n.* ਕਮਜ਼ੋਰੀ kamzori
lank *adj.* ਪਤਲਾ patlaa
lantern *n.* ਲਾਲਟੈਣ laatainh
lap *n.* ਗੋਦ gaind
lapidary *n.* ਪੱਥਰਾਂ ਸੰਬੰਧੀ pathraan sambandhee
lapse *n.* ਭੁੱਲ bhull
larceny *n.* ਚੋਰੀ chori
large *adj.* ਵੱਡਾ vadda
largese *n.* ਭੇਟ bhet
lark *n.* ਗਾਉਣਵਾਲੀ ਇੱਕ ਚਿੜੀ gaunh vali ikk chirhee
larva *n.* ਲਾਰਵਾ laarvaa
lash *n.* ਚਾਬਕ chaabak
lass *n.* ਮੁਟਿਆਰ muteyaar
lassitude *n.* ਸੁਸਤੀ sustee
lasso *n.* ਫੰਧਾ fandhaa
last *adj.* ਆਖਰੀ aakhree
lasting *adj.* ਹੰਢਣਸਾਰ handhanhsaar
latch *n.* دروازے ਛਪਕਾ chhapkaa
late *adv.* ਪਛੜਿਆ pachhreyaa
latent *adj.* ਗੁਪਤ gupt
lateral *adj.* ਪਾਸਿਆਂ ਦਾ paasseyaan da
lathe *n.* ਖਰਾਦ kharaad
lather *n.* ਝੱਗ jhagg
latitude *n.* ਵਿੱਥਕਾਰ vithkaar
latrine *n.* ਸ਼ੌਚਾਲਾ shauchaala
latter *adj.* ਪਿਛਲਾ pichhlaa
lattice *n.* ਜਾਲੀ jaali
laud *v.t.* ਸ਼ਲਾਘਾ shalaaghaa
laudable *adj.* ਸ਼ਲਾਘਾਯੋਗ shalaaghaayog
laudanum *n.* ਅਫੀਮ ਦਾ ਸਤ afeem da satt
laugh *v.t.* ਹੱਸਣਾ hassnhaa
laughter *n.* ਹਾਸਾ haasaa
launch *v.t.* ਜਾਰੀ ਕਰਨਾ jaari karnaa

laundry *n.* ਧੋਬੀਖਾਨਾ dhobbi khaanaa
lava *n.* ਲਾਵਾ laavaa
lavatory *n.* ਸ਼ੌਚਾਲਾ shauchaala
lave *v.t.* ਧੋਣਾ dhonhaa
lavish *adj.* ਬਹੁਤ ਵੱਧ bahut vadh
law *n.* ਕਨੂੰਨ kanoon
lawful *adj.* ਕਨੂੰਨੀ kanooni
lawn *n.* ਖੁੱਲ੍ਹਾ ਮੈਦਾਨ khullah maidaan
lawyer *n.* ਵਕੀਲ vakeel
lax *adj.* ਢਿੱਲਾ dhilla
laxative *adj.* ਜੁਲਾਬੀ julaabi
laxity *n.* ਢਿੱਲ dhill
layer *n.* ਪਰਤ parat
layman *n.* ਸਧਾਰਨ ਵਿਅਕਤੀ sadhaaran viakti
laziness *n.* ਆਲਸ aalas
lazy *adj.* ਸੁਸਤੀ susti
lea *n.* ਚਰਾਗਾਹ charagaah
lead *v.t.* ਅਗਵਾਈ ਕਰਨਾ agvaaee karnaa
leader *n.* ਆਗੂ aagoo
leaf *n.* ਪੱਤਾ patta
leaflet *n.* ਛੋਟਾ-ਪਤਾ chhota patta
league *n.* ਮੇਲ mel
leak *n.* ਸੁਰਾਖ suraakh
leakage *n.* ਚੋਆ choaa
lean *v.t.* ਪਤਲਾ patlaa
leaning *n.* ਝੁਕਾਅ jhukaa
leap *n.* ਪੁਲਾਂਘ pulaangh
learn *v.t.* ਸਿਖਿਆ ਲੈਣਾ sikheyaa lainhaa
learned *adj.* ਵਿਦਵਾਨ vidvaan
learning *n.* ਗਿਆਨ gyan
lease *n.* ਪੱਟਾ patta
least *adj.* ਸਭ ਤੋਂ ਘੱਟ sabh ton ghatt
leather *n.* ਚਮੜਾ chamrhaa
leave *v.t.* ਛੁੱਟੀ chutti
leaven *n.* ਖਮੀਰ khameer
lecture *n.* ਭਾਸ਼ਣ bhashanh
ledger *n.* ਵਹੀ-ਖਾਤਾ vahee-khaata
lee *n.* ਉਹਲਾ ohlaa
leer *n.* ਬੁਰੀ ਨਜ਼ਰ buri nazar
left *adj.* ਖੱਬਾ khabba
leg *n.* ਲੱਤ latt
legacy *n.* ਵਿਰਸਾ virsa
legal *adj.* ਕਨੂੰਨੀ kanooni
legalize *v.t.* ਜਾਇਜ਼ ਠਹਿਰਾਉਣਾ jayez thhehraaunhaa
legation *n.* ਨੁਮਾਇੰਦਗੀ numaaendagi
legend *n.* ਲੋਕ ਕਥਾ lok kathaa
legendary *adj.* ਪੌਰਾਣਿਕ pauraanhik
legible *adj.* ਸਪੱਸ਼ਟ sapashat
legion *n.* ਲਸ਼ਕਰ lashkar
legistate *v.t.* ਕਨੂੰਨ ਬਣਾਉਣਾ kanoon banhaunhaa
legislation ਵਿਧੀ ਨਿਰਮਾਣ vidhee nirmaanh
legislator *n.* ਵਿਧਾਨ ਸਭਾ vidhaan sabhaa
legislature *n.* ਕਨੂੰਨੀ kanooni
leisure *n.* ਵਿਹਲ vehal
leman *n.* ਪਰੇਮੀ premi
lemon *n.* ਨਿੰਬੂ nimboo
lemonade *n.* ਸ਼ਿਕੰਜਵੀ shikanjjavi
lend *v.t.* ਉਧਾਰ ਦੇਣਾ udhaar denhaa
length *n.* ਲੰਬਾਈ lambaaee
lengthen *v.t.* ਲੰਬਾ ਕਰਨਾ lamba karnaa
lens *n.* ਅੱਖਾਂ ਦਾ ਪਰਦਾ akkhaan da pardaa
lentil *n.* ਮਸਰਾਂ ਦੀ ਦਾਲ masraan dee daal
leopard *n.* ਚੀਤਾ cheeta
leper *n.* ਕੋੜ੍ਹੀ kohrhee
leprosy *n.* ਕੋੜ੍ਹ kohrh
less *adj.* ਘੱਟ ghatt karnaa
lesson *v.i.* ਸਬਕ sabak
lest *conj.* ਮਤਾ mataan
let *v.t.* ਦੇਣਾ denhaa
lethal *adj.* ਜਾਨਲੇਵਾ jaan levaa
lethargy *n.* ਆਲਸ ਪੱਤਰ aalas pattar
letter *n.* ਪੱਤਰ pattar
levee *n.* ਸ਼ਾਹੀ ਦਰਬਾਰ shaahee darbaar
level *n.* ਪੱਧਰ padhar
lever *n.* ਤੁੱਲ tull
levity *n.* ਹੋਛਾਪਣ hochhapanh
levy *v.t.* ਲਗਾਨ lagaan
lewd *adj.* ਹੋਛਾ hochaa
lexicographer *n.* ਕੋਸ਼ਾਕਾਰੀ koshaakaari
lexicon *n.* ਕੋਸ਼ kosh
liability *n.* ਦੇਣਦਾਰੀ denhdaari
liable *adj.* ਦੇਣਦਾਰ denhdaar
liar *n.* ਝੂਠਾ jhoothhaa
libel *n.* ਅਪਮਾਨਜਨਕ ਲਿਖਤ apmaanjanak likhat

liberal *adj.* ਉਦਾਰ udaar
liberate *v.t.* ਮੁਕਤ ਕਰਨਾ moorti karnaa
liberty *n.* ਅਜ਼ਾਦੀ azaadi
library *n.* ਲਾਇਬ੍ਰੇਰੀ liabreri
licence *n.* ਅਨੁਮਿਤੀ anumati
licentiate *n.* ਪਰਮਾਣਿਤ ਵਿਅਕਤੀ parmaanit
licentious *adj.* ਆਪਹੁਦਰਾ aaphudraa
lid *n.* ਢੱਕਣ dhakkanh
lie *n.* ਝੂਠ jhoothh
liege *n.* ਸੁਆਮੀ suaami
lieu *n.* ਦੀ ਥਾਂ dee thaan
lieutenant *n.* ਨਾਇਬ nayab
life *n.* ਜ਼ਿੰਦਗੀ zindagi
lifelike *adj.* ਜਿਉਂਦਾ-ਜਾਗਦਾ jioondaa-jaagda
lift *v.t.* ਚੁੱਕਣਾ chukkanhaa
light *n.* ਰੋਸ਼ਨੀ roshnee
lighten *v.t.* ਰੋਸ਼ਨ ਕਰਨਾ roshan karnaa
ligh¶house *n.* ਰੋਸ਼ਨ-ਮੁਨਾਰਾ roshan munaara
lightning *n.* ਲਿਸ਼ਕੋਰ lishkor
like *v.t.* ਪਸੰਦ ਕਰਨਾ pasand karnaa
likelihood *n.* ਸੰਭਾਵਨਾ sambhavna
likewise *adv.* ਉਸੇ ਤਰ੍ਹਾਂ use tarahn
liking *n.* ਪਸੰਦ pasand
lily *n.* ਕੁਮੁਦਨੀ ਫੁੱਲ kumudni ful
limb *n.* ਅੰਗ angg
lime *n.* ਚੂਨਾ choona
lime-light *n.* ਮਸ਼ਹੂਰੀ mashahoori
limit *n.* ਸੀਮਾ seema
limp *v.i.* ਲੰਗੜਾਉਣਾ langdaunhaa
line *n.* ਲਕੀਰ lakeer
lineage *n.* ਪੰਗਤੀਕਰਨ pangtikaran
lineal *adj.* ਪਿੱਤਰੀ pittri
lineament *n.* ਲਕੀਰ lakeer
linear *adj.* ਰੇਖਾ-ਬੱਧ rekha-baddh
linen *n.* ਲਿਨਨ linan
liner *n.* ਰੇਖਾਕਾਰ rekhakar
linger *v.t.* ਲਟਕਾਉਣਾ latkaunhaa
lingual *adj.* ਭਾਸ਼ੀ bhashee
linguist *n.* ਭਾਸ਼ਾ-ਵਿਗਿਆਨੀ bhasha-vigyani
link *v.t.* ਲੜੀ ladee
linseed *n.* ਅਲਸੀ alsee
lint *n.* ਰੂੰ ਦੀ ਬਤੀ roon dee batti
lion *n.* ਸ਼ੇਰ sher
lip *n.* ਬੁੱਲ੍ਹ bullh
liquefy *v.t.* ਪੰਘਰਾਉਣਾ panghraunhaa
liquid *n.* ਤਰਲ taral
liquidate *n.* ਕਰਜ਼ਾ ਚੁਕਾਉਣਾ karza chukaunhaa
liquidation *n.* ਭੁਗਤਾਨ bhugtaan
liquor *n.* ਸ਼ਰਾਬ sharaab
lisp *v.i.* ਤੋਤਲਾਪਣ totlaapanh
list *n.* ਸੂਚੀ soochi
listless *adj.* ਢਿੱਲਾ dhilla
literacy *n.* ਸਾਖਰਤਾ saakhrtaa
literal *adj.* ਸ਼ਾਬਦਿਕ shaabdikk
literally *adv.* ਯਥਾਸ਼ਬਦ yathaashabad
literary *adj.* ਸਾਹਿਤਿਕ saahitik
literate *adj.* ਪੜ੍ਹਿਆ ਲਿਖਿਆ padeyaa likhyaa
literature *n.* ਸਾਹਿਤ saahit
lithograph *n.* ਪੱਥਰ ਦਾ ਛਾਪਾ patthar da chhaapa
litigate *v.t.* ਮੁਕੱਦਮਾ ਲੜਨਾ mukkadmaa ladnaa
litigation *n.* ਮੁਕੱਦਮੇਬਾਜ਼ੀ mukkadmebaazi
litter *n.* ਡੋਲੀ doli
little *adj.* ਥੋੜ੍ਹਾ thorhaa
live *adj.* ਜਿਉਣਾ jionhaa
livelihood *n.* ਰੋਜ਼ੀ rozi
lively *adj.* ਜਿਉਂਦਾ ਜਾਗਦਾ jionda jaagdaa
liver *n.* ਜਿਗਰ jigar
live-stock *n.* ਪਸ਼ੂ-ਧਨ pashu-dhann
living *n.* ਰੁਜ਼ਗਾਰ ruzgaar
lizard *n.* ਕਿਰਲੀ kirli
load *n.* ਬੋਝ bojh
loa·star *n.* ਪਥ ਪਰਦਰਸ਼ਕ path-pardarshak
loa·stone *n.* ਚੁੰਬਕ chumbakk
loaf *n.* ਡਬਲਰੋਟੀ dabalroti
loaves *v.t.* ਡਬਲਰੋਟੀ ਦਾ dabalroti da
loafer *n.* ਅਵਾਰਾਗਰਦ avaragarad
loan *v.t.* ਕਰਜ਼ karaz
loath *adj.* ਵਿਮੁਕਤ vimukat
loathe *v.t.* ਨਫਰਤ ਕਰਨਾ nafarat karnaa
loathsome *adj.* ਘਿਰਣਾਜਨਕ ghirnhajanak
lobby *n.* ਦਲਾਨ dalaan
lobe *n.* ਕੰਨ ਦੀ ਲੌਲ kann dee laul
lobster *n.* ਝੀਂਗਾ ਮੱਛੀ jheengaa machhi
local *adj.* ਸਥਾਨਕ sathaanak

locality *n.* ਇਲਾਕਾ ilaaka
locate *v.t.* ਸਥਾਨ ਦੱਸਣਾ sathaan dassnhaa
loch *n.* ਝੀਲ jheel
lock *n.* ਤਾਲਾ taala
locket *n.* ਢੋਲਣ dholanh
lock-up *n.* ਹਵਾਲਾਤ havalaat
locomotion *n.* ਗਤੀਸ਼ੀਲਤਾ gatisheeltaa
locus *n.* ਮੌਕਾ maukaa
locust *n.* ਟਿੱਡੀ tiddi
lodge *n.* ਰਿਹਾਇਸ਼ rihaaesh
lodging *n.* ਰਿਹਾਇਸ਼ rihaaesh
lofty *adj.* ਉੱਚਾ uchaa
logic *n.* ਤਰਕ tarak
loin *n.* ਕੁਲ੍ਹਾ kullah
lone *adj.* ਕੁਆਰੀ kuaari
lonely *adj.* ਇਕੱਲਾ ikkala
lonesome *adj.* ਇਕੱਲਪਣ ikkalapanh
long *adj.* ਲੰਬਾ lammba
longevity *n.* ਲੰਮੀ ਉਮਰ lammi umar
longing *n.* ਉਤਸੁਕਤਾ utsuktaa
longitude *n.* ਲੰਬਕਾਰ lambkaar
look *v.t.* ਵੇਖਣਾ vekhnhaa
look after *v.t.* ਦੇਖਭਾਲ ਕਰਨਾ dekhbhaal karnaa
looking-glass *n.* ਦਰਪਣ darpanh
loom *n.* ਮੁਰਗਾਬੀ murgaabi
loop *n.* ਵਲ val
loop-hole *n.* ਚੋਰ ਰਸਤਾ chor rastaa
loose *adj.* ਢਿੱਲਾ dhilla
loosen *v.t.* ਢਿੱਲਾ ਕਰਨਾ dhill karnaa
lop *v.t.* ਕਟਾਈ kataee
loquacious *n.* ਗੱਪੀ gappi
lord *n.* ਈਸ਼ਵਰ eeshvar
lore *n.* ਨੇਮ nem
lorn *adj.* ਉਜਾੜ ujaad
lorry *n.* ਠੇਲ੍ਹਾ thella
loose *v.t.* ਸੁਤੰਤਰ ਪ੍ਰਗਟਾਅ suttantar pragtaa
loss *n.* ਘਾਟਾ ghaata
lost *adj.* ਗੁਆਚਿਆ guaacheaa
lot *n.* ਤਕਦੀਰ takdeer
lotion *n.* ਮੱਲ੍ਹਮ mallham
lottery *n.* ਲਾਟਰੀ laatri
lotus *n.* ਕਮਲ ਦਾ ਫੁੱਲ kamal da ful
loud *adj.* ਉੱਚੀ ਅਵਾਜ਼ uchee avaaz
lounge *v.i.* ਟਹਿਲਣਾ tehlanhaa
louse *n.* ਜੂੰ joon
lout *n.* ਪੇਂਡੂ pendu
love *n.* ਪਿਆਰ pyaar
lovely *adj.* ਪਿਆਰਾ pyara
lover *n.* ਪ੍ਰੇਮੀ premi
low *adj.* ਨੀਵਾਂ neevan
lower *v.t.* ਨੀਵਾਂ ਕਰਨਾ neevan karnaa
lowland *n.* ਤਰਾਈ taraaee
loyal *adj.* ਵਫਾਦਾਰ vafadaar
loyalty *n.* ਵਫਾਦਾਰੀ vafadaari
lubricate *v.t.* ਤੇਲ ਦੇਣਾ tel denhaa
lucid *adj.* ਉੱਜਲ ujjal
luck *n.* ਕਿਸਮਤ kismat
luckily *adv.* ਕਿਸਮਤ ਨਾਲ kismat naal
lucrative *adj.* ਲਾਹੇਵੰਦਾ lahevandaa
ludicrous *adj.* ਹਾਸੋਹੀਣਾ hasoheenhaa
luggage *n.* ਸਮਾਨ samaan
lukewarm *adj.* ਕੋਸਾ kosaa
lull *v.t.* ਲੋਰੀ ਦੇਣਾ lori denhaa
lullaby *n.* ਲੋਰੀ lori
lumbago *n.* ਕਮਰ ਦਰਦ kamar darad
lumber *n.* ਭਾਰ bhaar
luminary *n.* ਨਛੱਤਰ nachhattar
luminous *adj.* ਪਰਕਾਸ਼ਵਾਨ parkashvaan
lump *n.* ਢੇਲਾ dhella
lunacy *n.* ਪਾਗਲਪਣ paagalpanh
lunar *adj.* ਚੰਦ ਦਾ chandd da
lunatic *adj.* ਪਾਗਲ paagal
lung *n.* ਫੇਫੜਾ fefdaa
lurch *n.* ਸੰਕਟ sankatt
lure *v.t.* ਚੰਮ ਦੀ ਚਿੜੀ chamm dee chidi
lurid *adj.* ਭੜਕੀਲਾ bhadkeelaa
lurk *v.i.* ਲੁਕਣਾ luknhaa
luscious *adj.* ਸੁਆਦੀ suaadi
lust *n.* ਕਾਮ ਵਾਸਨਾ kaam vaashnaa
lustre *n.* ਚਮਕ chamak
lustrous *adj.* ਚਮਕੀਲਾ chamkeela
lusty *adj.* ਤਕੜਾ takdaa
lute *n.* ਵੀਣਾ veenhaa
luxuriant *adj.* ਅਤਿਅੰਤ ateantt
luxurious *adj.* ਵਿਲਾਸੀ vilaasi
luxury *n.* ਵਿਲਾਸ vilaas
lyric *n.* ਸਰੋਦੀ ਕਾਵਿ sarodi kaav

M

ma *n.* ਮੰਮੀ mammi
ma'am *n.* ਮੇਮ ਸਾਹਿਬ mem sahib
mace *n.* ਗੁਰਜ gurj
machination *n.* ਸਾਜ਼ਿਸ਼ saazish
machine *n.* ਮਸ਼ੀਨ masheen
machinery *n.* ਮਸ਼ੀਨ masheen
macrocosm *n.* ਬ੍ਰਹਿਮੰਡ brehmandd
mad *adj.* ਪਾਗਲ paagal
madam *n.* ਸ਼੍ਰੀਮਤੀ shrimati
madcap *n.* ਮਸਤਾਨਾ mastaanaa
made *p.p.* ਬਣਾਇਆ banhaayeaa
madhouse *n.* ਪਾਗਲਖਾਨਾ paagalkhaana
madness *n.* ਪਾਗਲਪਣ paagalpanh
magazine *n.* ਰਸਾਲਾ rasaalaa
maggot *n.* ਕਿਰਮ kiram
magic *n.* ਜਾਦੂ jadoo
magician *n.* ਜਾਦੂਗਰ jadoogar
magistrate *n.* ਨਿਆਂ ਅਧਿਕਾਰੀ niaan adhikaari
magnanimity *n.* ਉਦਾਰਤਾ udaartaa
magnanimous *adj.* ਉਦਾਰ ਚਿੱਤ udaar chitt
magnate *n.* ਧਨਾਢ dhanaad
magnesium *n.* ਮੈਗਨੀਸ਼ੀਅਮ magneeshiam
magnet *n.* ਚੁੰਬਕ chumbakk
magnetic *adj.* ਚੁੰਬਕੀ chumbakki
magnetism *n.* ਚੁੰਬਕਤਾ chumbakkta
magnificent *adj.* ਸ਼ਾਨਦਾਰ shaandaar
magnifier *n.* ਵਡਦਰਸ਼ੀ ਸ਼ੀਸ਼ਾ vaddarshi sheeshaa
magnify *v.t.* ਵੱਡਾ ਕਰਨਾ vadda karnaa
magnitude *n.* ਅਕਾਰ akaar
maid *n.* ਨੌਕਰਾਣੀ naukraanhi
maiden *n.* ਪਹਿਲਾ pehlaa
mail *n.* ਡਾਕ daak
main *adj.* ਮੁਖ mukh
mainland *n.* ਮਹਾਂਦੀਪ mahaandeep
mainstay *n.* ਮੁਖ ਆਸਰਾ mukh aasraa
maintain *v.t.* ਕਾਇਮ ਰੱਖਣਾ kayam rakhnhaa
maintenance *n.* رکھ ਦੇਖਭਾਲ ਕਰਨਾ dekhbhaal karnaa
maize *n.* ਮੱਕੀ makki
majestic *adj.* ਸ਼ਾਹੀ shaahee
majesty *n.* ਸ਼ਾਨ shaan
major *n.* ਮੁਖ mukh
majority *n.* ਬਹੁਮਤ bahumat
make *v.t.* ਬਣਾਉਣਾ banhaunhaa
maker *n.* ਬਣਾਉਣ ਵਾਲਾ banhaunh vala
malady *n.* ਵਿਕਾਰ vikaar
malaria *n.* ਮਲੇਰੀਆ maleriaa
malcontent *adj.* ਅਸੰਤੁਸ਼ਟ asantushat
male *n.* ਪੁਰਸ਼ purash
malediction *n.* ਅਪਰਾਧ apraadh
malefactor *n.* ਅਪਰਾਧੀ apraadhi
malevolent *n.* ਦੁਰਭਾਵਨਾ ਭਰਿਆ durbhaavna bhareyaa
malice *n.* ਈਰਖਾ eerkhaa
malicious *adj.* ਵੈਰੀ vairee
malign *adj.* ਨਿੰਦਾ ਕਰਨਾ ninda karnaa
malignant *adj.* ਘਾਤਕ ghaatak
malignity *n.* ਦੁਸ਼ਟਤਾ dushatataa
mall *n.* ਠੰਢੀ ਸੜ੍ਹਕ thhanddi sadak
malleable *adj.* ਕੁਟੀਣਯੋਗ kuteenhyog
mallet *n.* ਮੂੰਗਲੀ moongli
malpactice *n.* ਬਦਚਲਨ badchalan
mamma *n.* ਅੰਮਾ amma
mammon *n.* ਕੁਬੇਰ kuber
mammoth *n.* ਵਿਸ਼ਾਲ vishaal
man *n.* ਆਦਮੀ aadmi
manacle *n.* ਬੇੜੀ bedi
manage *v.t.* ਪ੍ਰਬੰਧ ਕਰਨਾ parbandh karnaa
management *n.* ਪ੍ਰਬੰਧਨ parbandhan
manageable *adj.* ਪ੍ਰਬੰਧਯੋਗ parbandhyog
mandate *n.* ਸਰਕਾਰੀ ਆਦੇਸ਼ sarkaari aadesh
mandible *n.* ਜਬਾੜਾ jabadaa
mane *n.* ਅਯਾਲ ayaal
manganese *n.* ਮੈਂਗਨੀਜ਼ maingneez
manger *n.* ਖੁਰਲੀ khurlee
mangle *v.t.* ਟੋਟੇ ਟੋਟੇ ਕਰਨਾ totte totte karnaa
mango *n.* ਅੰਬ ambb
mania *n.* ਖਬਤ khabat
maniac *adj.* ਸਨਕੀ sankee

manifest *v.t.* ਸਿੱਧਕਰਨਾ sidh karnaa
manisfestation ਪਰਕਾਸ਼ parkaash
manifesto *n.* ਘੋਸ਼ਣਾ-ਪੱਤਰ ghoshnhaa pattar
manikin *n.* ਬੌਣਾ baunhaa
manipulate *v.t.* ਜੋੜ ਤੋੜ ਕਰਨਾ jod tod karnaa
mankind *n.* ਮਨੁੱਖ manukh
manly *adj.* ਆਦਮੀਆਂ ਵਾਂਗ aadmiaan vaang
manner *n.* ਤਰੀਕਾ tareeka
mannerly *adj.* ਸੁਚੱਜ suchajj
manoeuvre *n.* ਪੈਂਤੜੇਬਾਜ਼ paitdebaaj
manor *n.* ਜਾਗੀਰ jageer
mansion *n.* ਹਵੇਲੀ havelee
mansuetude *n.* ਨਿਮਰਤਾ nimartaa
mantelet *n.* ਚੋਗਾ chogaa
manufactory *n.* ਕਾਰਖਾਨਾ kaarkhaana
manufacture *v.t.* ਕਾਰੀਗਰੀ karigaree
manumit *v.t.* ਰਿਹਾ ਕਰਨਾ rehaa karnaa
manure *n.* ਰੂੜੀ roorhee
manuscript *n.* ਖਰੜਾ khardaa
many *adj.* ਬਹੁਤ bahut
map *n.* ਨਕਸ਼ਾ nakshaa
mar *v.t.* ਵਿਗਾੜਨਾ vigaadnaa
maraud *v.t.* ਲੁੱਟਮਾਰ ਕਰਨਾ luttmaar karnaa
marble *n.* ਪੱਥਰ pattharr
march *v.t.* ਕੂਚ ਕਰਨਾ kooch karnaa
mare *n.* ਘੋੜੀ ghodee
margarine *n.* ਬਣਾਵਟੀ ਮੱਖਣ banhaavati makkhanh
margin *n.* ਅੰਤਰ anttar
marginal *adj.* ਹਾਸ਼ੀਏ ਦਾ haasheeye daa
marigold *n.* ਗੇਂਦਾ gendaa
marine *adj.* ਸਮੁੰਦਰੀ ਜਹਾਜ਼ samundari jahaaz
mariner *n.* ਜਹਾਜ਼ਰਾਨ jahaazraan
marital *adj.* ਵਿਆਹਕ viaahak
maritime *adj.* ਸਮੁੰਦਰੀ samundari
mark *n.* ਨਿਸ਼ਾਨ nishaan
marked *adj.* ਨਿਸ਼ਾਨ ਵਾਲਾ nishaan vala
market *n.* ਬਜ਼ਾਰ bazaar
marketable *adj.* ਖਰੀਦਣਯੋਗ kharidanhyog
marking *n.* ਨਿਸ਼ਾਨ nishaan
maroon *n.* ਉਨਾਬੀ ਰੰਗ unaabi rangg
marquis *n.* ਸਮਾਨੰਤਰ ਲਕੀਰਾਂ samaanantar lakeeraan
marrow *n.* ਮਿੱਝ mijh
marry *v.t.* ਵਿਆਹ ਕਰਨਾ viaah karnaa
mars *n.* ਮੰਗਲ ਗ੍ਰਹਿ manggal greh
marsh *n.* ਦਲਦਲ daldal
marshal *n.* ਸੈਨਾਪਤੀ sainapati
mart *n.* ਮੰਡੀ manddi
martial *adj.* ਜੰਗੀ janggi
martin *n.* ਅਬਾਬੀਲ abbabeel
martyr *n.* ਸ਼ਹੀਦ shaheed
martyrdom *n.* ਸ਼ਹੀਦੀ shaheedi
marvel *n.* ਕਮਾਲ kamaal
marvellous *adj.* ਅਜੀਬ ajeeb
masculine *adj.* ਮਰਦਾਂਵਾਂ mardaavaan
mash *v.t.* ਮੋਹ ਲੈਣਾ moh lainhaa
mask/masque *n.* ਪਰਦਾ pardaa
mason *n.* ਰਾਜ-ਮਿਸਤਰੀ raaj-mistri
massacre *n.* ਖ਼ੂਨ ਖਰਾਬਾ khoon kharaaba
massage *n.* ਮਾਲਿਸ਼ maalish
massive *adj.* ਵੱਡਾ vadda
massy *adj.* ਠੋਸ thhos
mast *n.* ਮਸਤੂਲ mastool
master *n.* ਮਾਲਕ maalik
masterpiece *n.* ਸ਼ਾਹਕਾਰ shaahkaar
mastery *n.* ਮੁਹਾਰਤ muhaarat
masticate ਮਲੀਦਾ ਬਣਾਉਣਾ maleeda banhaunhaa
mat *n.* ਚਟਾਈ chataaee
match *n.* ਮਾਚਿਸ maachis
matchless *adj.* ਬੇਮਿਸਾਲ bemisaal
matcÅlock *n.* ਤੋੜੇਦਾਰ todedaar
mate *n.* ਮਿੱਤਰ mittar
material *n.* ਪਦਾਰਥ padarath
materialism *n.* ਪਦਾਰਥਵਾਦ padarathvaad
materialize *v.t.* ਸਾਕਾਰ ਕਰਨਾ sakaar karnaa
maternal *adj.* ਮਾਂ ਦਾ maa daa
maternity *n.* ਜਣੇਪਾ janheppa
mathematics *n.* ਹਿਸਾਬ hisaab
matricide *n.* ਮਾਤ ਹੱਤਿਆ maat hatyaa
matrimony *n.* ਵਿਆਹ viaah
matrix *n.* ਕੁਖ kukh
matron *n.* ਵਿਆਹੁਤਾ ਨਾਰੀ viaahutaa naari
matted *adj.* ਘੁੰਗਰਾਲੇ ghunggraale

matter *n.* ਪਦਾਰਥ padaarath
mattock *n.* ਗੈਂਤੀ gainti
mattress *n.* ਗੱਦਾ gadda
mature *adj.* ਪੱਕਾ pakka
maturity *n.* ਪਰਿਪੱਕਤਾ paripakktaa
maturation *n.* ਪਕਿਆਈ pakeyaaee
maudlin *adj.* ਮਦਹੋਸ਼ madhosh
mausoleum *n.* ਦੋਹਰਾ dohraa
maxim *n.* ਲਕੋਕਤੀ lakokatee
maximum *n.* ਅਧਿਕਤਮ adhiktam
mayor *n.* ਮੇਅਰ meyar
maze *n.* ਭੰਵਰਜਾਲ bhanwarjaal
me *pro.* ਮੈਨੂੰ mainoo
meadow *n.* ਜੂਹ jooh
meagre *adj.* ਥੋੜ੍ਹਾ thorhaa
meal *n.* ਭੋਜਨ bhojan
mealy *adj.* ਆਟੇ ਦਾ aate daa
mean *v.t.* ਉਦੇਸ਼ ਰੱਖਣਾ udesh rakhnhaa
meander *n.* ਚੱਕਰ chakkar
meaning *n.* ਅਰਥ arth
meanness *n.* ਕਮੀਨਾਪਣ kameenapanh
means ਸਾਧਨ saadhan
meantime *adv.* ਇੰਨੇ ਵਿੱਚ inne vich
measless *n.pl.* ਖਸਰਾ khasraa
measure *n.* ਪੈਮਾਨਾ paimaana
measurement *n.* ਪੈਮਾਇਸ਼ paimaayesh
meat *n.* ਮਾਸ maas
mechanic *n.* ਕਾਰੀਗਰੀ karigari
mechanical *adj.* ਮਸ਼ੀਨੀ masheenee
mechanics *n.pl.* ਮਸ਼ੀਨ ਸ਼ਾਸ਼ਤਰ masheen shaashtar
mechanism *n.* ਯੰਤਰ ਵਿਧੀ yantar vidhi
medal *n.* ਤਮਗਾ tamgaa
meddle *v.i.* ਦਖਲ ਦੇਣਾ dakhal denhaa
median *n.* ਮੱਧ ਵਰਤੀ madhvarti
mediate *v.i.* ਸਮਝੌਤਾ ਕਰਾਉਣਾ samjautaa karaunhaa
medical *adj.* ਚਿਕਿਤਸਾ ਸੰਬੰਧੀ chikitsaa sambandhi
medicate *v.t.* ਦਵਾਈ ਦੇਣਾ dawayee denhaa
medicine *n.* ਦਵਾਈ dawayee
medicinal *adj.* ਦਵਾਈ ਸੰਬੰਧੀ dawayee sambandhi
mediocre *adj.* ਵਿਚਕਾਰਲਾ vichkaarlaa
mediocrity *n.* ਮਾਮੂਲੀ ਵਸਤੂ mamooli vastu
meditate *v.t.* ਬਿਰਤੀ ਜੋੜਨਾ birti jodnaa
meditation *n.* ਧਿਆਨ dhyaan
medium *n.* ਮਾਧਿਅਮ maadhiam
medley *n.* ਮਿਲਾਵਟ milaavat
meed *n.* ਇਨਾਮ inaam
meek *adj.* ਮਸਕੀਨ maskeen
meet *v.t.* ਮੇਲ mel
meeting *n.* ਮਿਲਾਪ milaap
megaphone *n.* ਲਾਊਡ ਸਪੀਕਰ laood speekar
megrim *n.* ਸਨਕ sanak
melancholy *n.* ਦਿਲਗੀਰੀ dilgeeree
meliorate *v.t.* ਸੰਵਾਰਨਾ samvaarnaa
mellow *adj.* ਕੋਮਲ ਬਣਾਉਣਾ komal banhaunhaa
melodious *adj.* ਸੁਰੀਲਾ sureela
melody *n.* ਤਰਾਨਾ tarana
melon *n.* ਖਰਬੂਜ਼ਾ kharboozaa
melt *v.t.* ਪੰਘਰਾਉਣਾ panghraunhaa
member *n.* ਮੈਂਬਰ maimber
membrane *n.* ਪਰਦਾ pardaa
memento *n.* ਯਾਦਗਾਰ yaadgaar
memoir *n.* ਬਿਰਤਾਂਤ birtaant
memorable ਯਾਦਗਾਰੀ yaadgaari
memorandum *n.* ਯਾਦ-ਪੱਤਰ yaad pattar
memorial *v.i.* ਯਾਦਗਾਰ yaadgaar
memorize *v.t.* ਯਾਦ ਕਰਨਾ yaad karnaa
memory *n.* ਯਾਦ yaad
men *n.* ਆਦਮੀ aadmi
mend *v.t.* ਸੁਧਰਨਾ sudhaarnaa
mendacious *adj.* ਝੂਠਾ jhoothhaa
mendicant *n.* ਮੰਗਤਾ manggta
menial *adj.* ਕੰਮੀ kammi
menses *n.pl.* ਮਹਾਵਾਰੀ mahaanvaari
mensuration *n.* ਪੈਮਾਇਸ਼ paimaayish
menstruation *n.* ਮਹਾਵਾਰੀ mahaanvaari
mental *adj.* ਮਾਨਸਿਕ maansik
mentality *n.* ਮਾਨਸਿਕਤਾ maansikataa
menthol *n.* ਪੁਦੀਨੇ ਦਾ ਸਤ pudeena da sat
mention *v.t.* ਉਲੇਖ ਕਰਨਾ ulekh karnaa
mentor *n.* ਉਸਤਾਦ ustaad
mercantile *adj.* ਵਪਾਰਕ vapaarak
mercenary *adj.* ਸੁਆਰਥੀ suaarthi

merchandize *n.* ਵਪਾਰਕ vapaarak
merchant *n.* ਵਪਾਰੀ vapaari
merchantman *n.* ਵਪਾਰੀ vapaari
merciful *adj.* ਦਿਆਲੂ dyaaloo
merciless *adj.* ਬੇਰਹਿਮ beraham
mercury *n.* ਪਾਰਾ paara
mercy ਦਿਆਲਤਾ dyaaltaa
mere *adj.* ਸਿਰਫ sirf
merely ਸਿਰਫ sirf
merge *v.t.* ਵਿਲੀਨ ਹੋਣਾ vileen honhaa
merger *n.* ਵਿਲੀਨਤਾ vileentaa
meridian *n.* ਦੁਪਹਿਰ dupaihar
merit *n.* ਯੋਗਤਾ yogtaa
meritorious *adj.* ਕਾਬਲ kaabal
mermaid *n.* ਜਲਪਰੀ jalpari
merriment *n.* ਹਾਸ-ਵਿਲਾਸ haas-vilaas
merry *adj.* ਖੁਸ਼ khush
mesh *v.t.* ਫਾਹੀ faahi
mess *n.* ਪੁਆੜਾ puaarhaa
message *n.* ਸੁਨੇਹਾ suneha
messenger *n.* ਸੰਦੇਸ਼ਵਾਹਕ sandeshvaahak
messiah *n.* ਮੁਕਤੀਦਾਤਾ muktidaata
messieurs *n.* ਲੋਕ lok
metal *n.* ਧਾਤ dhaat
metallic *adj.* ਧਾਤ ਦਾ dhaat da
metaphor *n.* ਰੂਪਕ ਅਲੰਕਾਰ roopak alankaar
mete *v.t.* ਹਿੱਸਾ ਵੰਡਣਾ hissa vandanhaa
meteor *n.* ਟੁੱਟਦਾ ਤਾਰਾ tuttda taaraa
meteorology *n.* ਮੌਸਮ ਵਿਗਿਆਨ mausam vigyaan
meter *n.* ਮੀਟਰ meetar
method *n.* ਤਰੀਕਾ tareeka
methodical *n.* ਵਿਧੀਬੱਧ vidhibadh
meticulous *adj.* ਬਰੀਕਬੀਨ bareekbeen
metonymy *n.* ਅਰਥ ਆਦੇਸ਼ arth aadesh
metre *n.* ਛੰਦ chhandd
metropolis *n.* ਮਹਾਂਨਗਰ mahanagar
mettle *n.* ਹਿੰਮਤ himmat
mew *v.i.* ਕੈਦ ਕਰਨਾ kaid karnaa
mica *n.* ਅਬਰਕ abrak
mice *n.pl.* ਚੂਹੇ choohe
microbe *n.* ਜੀਵਾਣੂ jeevaanhu
microcosm *n.* ਲਘੂ ਜਗਤ laghu jagat
microscop *n.* ਸੂਖਮਦਰਸ਼ੀ sookham darshi
mid *adj.* ਦਰਮਿਆਨਾ darmeyaana
midday *n.* ਦੁਪਹਿਰ dupaihar
middle *adj.* ਦਰਮਿਆਨਾ darmeyaana
middleman *n.* ਵਿਚੋਲਾ vicholaa
midget *n.* ਗਿਠਮੁਠੀਆ githhmuthhiaa
midnight *n.* ਅਧੀ ਰਾਤ adhi raat
midst *n.* ਦਰਮਿਆਨ darmeyaana
midway *adv.* ਮੱਧ ਮਾਰਗ madh marag
midwife *n.* ਦਾਈ dayee
midwifery *n.* ਦਾਈਪੁਣਾ dayeepunhaa
mien *n.* ਰੂਪ roop
might *n.* ਬਲ bal
mighty *adj.* ਬਲਵਾਨ balvaan
migrate *v.t.* ਪਰਵਾਸ ਕਰਨਾ parvaas karnaa
migration *n.* ਪਰਵਾਸ parvaas
migratory *adj.* ਪਰਵਾਸ parvaas
mikado *n.* ਜਪਾਨ ਦਾ ਸਮਰਾਟ japan da samrat
milage *n.* ਮੀਲ ਦੂਰੀ meel doori
mike *n.* ਅਵਾਰਾਗਰਦੀ avaaragardi
milkman *adj.* ਦੋਧੀ dodhi
mild *adj.* ਹਲੀਮ haleem
mildew *n.* ਉੱਲੀ ulli
mildness *n.* ਦਿਆਲਤਾ dyaaltaa
mile *n.* ਮੀਲ meel
milestone *n.* ਮੀਲ-ਪੱਥਰ meel pathar
militant *adj.* ਅਤਿਵਾਦੀ attvaadi
military *adj.* ਪੈਦਲ ਸੈਨਾ paidal sainaa
militate *v.t.* ਯੁੱਧ ਕਰਨਾ yuddh karnaa
militia *n.* ਨਾਗਰਿਕ ਸੈਨਾ naagrik sainaa
milk *n.* ਦੁੱਧ duddh
milkmaid *n.* ਅਹੀਰਨ aheeran
milky *adj.* ਦੁਧੀਆ dudheeyaa
mill *n.* ਚੱਕੀ chakki
millennium ਹਜ਼ਾਰ ਸਾਲ ਦਾ hazaar saal da
miller *n.* ਚੱਕੀ ਮਾਲਿਕ chakki maalik
millet *n.* ਬਾਜਰਾ baajraa
million *n.* ਦੱਸ ਲੱਖ das lakkh
millionaire *n.* ਕਰੋੜਪਤੀ karorpati
mimic *n.* ਨਕਲੀਆ nakleeaa
minaret *n.* ਛੋਟਾ ਮੀਨਾਰ chhota minaar
mince *v.t.* ਕੀਮਾ ਬਣਾਉਣਾ keema banhaaunhaa

mind *n.* ਮਨ man
mindful *adj.* ਖਬਰਦਾਰ khabardaar
mine *n.* ਖਾਣ khaanh
miner *n.* ਖਾਣ ਮਜ਼ਦੂਰ khaanh mazdoor
mineral *n.* ਖਣਿਜ ਪਦਾਰਥ khanhij padarath
mineralogy *n.* ਖਣਿਜ ਵਿਗਿਆਨ khanhij vigyaan
mingle *v.t.* ਮਿਲਾਉਣਾ milaunhaa
miniature *n.* ਲਘੂ ਚਿਤਰ laghoo chitar
minikin *n.* ਲਡਿੱਕੀ laddikee
minim *n.* ਤੁਪਕਾ tupkaa
minimize *v.t.* ਘਟਾਉਣਾ ghataunhaa
minimum *n.* ਨਿਊਨਤਮ nioontam
minister *n.* ਮੰਤਰੀ mantree
ministry *n.* ਮੰਤਰਾਲਾ mantraalaa
minor *adj.* ਨਾਬਾਲਗ naabaalag
minority *n.* ਅਲਪ ਸੰਖਿਅਕ alap sankheyak
minstrel *n.* ਭੱਟ bhatt
mint *n.* ਪੁਦੀਨਾ pudeena
minus *n.* ਮਨਫੀ manfee
minute *n.* ਮਿੰਟ mint
minx ਚੰਚਲ ਕੁੜੀ chanchal kudee
miracle *n.* ਕਰਿਸ਼ਮਾ karishmaa
miraculous *adv.* ਕਰਾਮਾਤੀ karamaati
mirage *n.* ਮਿਰਗ ਤਰਿਸ਼ਨਾ mirg trishnaa
mire *n.* ਦਲਦਲ daldal
mirror *n.* ਸ਼ੀਸ਼ਾ sheeshaa
mirth *n.* ਅਨੰਦ anand
misanthrope *n.* ਵਿਰਾਗੀ viraagi
misadventure *n.* ਦੁਰਭਾਗ durbhaag
misapply *v.t.* ਮਿਥਿਆ mitheyaa
misapprehend *v.t.* ਗਲਤ ਸਮਝਣਾ galat samjhanhaa
misapprehension *n.* ਗਲਤ ਫਹਿਮੀ galat fehmi
misappropriate *v.t.* ਗਬਨ ਕਰਨਾ gaban karnaa
misbegotten *adj.* ਹਰਾਮਜ਼ਾਦਾ haraaamzada
misbehave *v.t.* ਦੁਰਵਿਹਾਰ ਕਰਨਾ durvihaar karnaa
misbelief *n.* ਗਲਤ ਵਿਸ਼ਵਾਸ਼ galat vishvaash
miscarriage *n.* ਗਰਭਪਾਤ garabhpaat
miscarry ਗਰਭ ਡਿੱਗਣਾ garabh diggnhaa
miscellaneous *adj.* ਫੁਟਕਲ futkal
miscellany *n.* ਮਿਸ਼ਰਣ mishranh
mischance *n.* ਬਦਕਿਸਮਤੀ badkismati
mischief *n.* ਸ਼ਰਾਰਤ sharaarat
mischievous *adj.* ਸ਼ਰਾਰਤੀ sharaarati
misconduct *n.* ਦੁਰ-ਵਿਹਾਰ dur-vihaar
miscreant *n.* ਬਦਮਾਸ਼ badmaash
misdeed *n.* ਕੁਕਰਮ kukaram
misdirect *v.t.* ਕੁਰਾਹੇ ਪਾਉਣਾ kurahe paunhaa
miser *n.* ਕੰਜੂਸ kanjoos
miserable *adj.* ਪੀੜਤ peedat
misery *n.* ਸੰਤਾਪ santaap
misfortune *n.* ਬਦਕਿਸਮਤੀ badkismati
misgive *v.t.* ਸ਼ੱਕ ਕਰਨਾ shakk karnaa
misgiving ਸ਼ੱਕ shakk
misguide *v.t.* ਗੁਮਰਾਹ ਕਰਨਾ gumraah karnaa
mishap *n.* ਹਾਦਸਾ haadsa
mislay *v.t.* ਗੁਆਉਣਾ guaanhaa
mislead *v.t.* ਕੁਰਾਹੇ ਪਾਉਣਾ kuraahe paunhaa
mismanage *v.t.* ਬਦਇੰਤਜ਼ਾਮੀ badintzaami
misogamy *n.* ਵਿਆਹ ਤੋਂ ਨਫਰਤ viaah ton nafrat
misplace *v.t.* ਕੁਥਾਂਵੇਂ ਰੱਖਣਾ kuthaaven rakhnhaa
misprint *n.* ਗਲਤ ਛਪਾਈ galat chhpaaee
mispronounce ਗਲਤ ਉਚਾਰਣ galat uchaaranh
misrepresent *v.t.* ਗਲਤ ਬਿਆਨੀ ਕਰਨਾ galat biaani karnaa
misrule *n.* ਕੁਸ਼ਾਸ਼ਨ kushaashan
miss *n.* ਕੁਆਰੀ kuaari
missile *n.* ਮਿਜ਼ਾਈਲ mizaail
missing *adj.* ਗੁਆਚਾ guaachaa
mission *n.* ਮਿਸ਼ਨ mishan
missionary *n.* ਮਿਸ਼ਨਰੀ mishanri
mist *n.* ਧੁੰਦ dhund
mistake *v.t.* ਗਲਤੀ ਕਰਨਾ galti karnaa
mister *n.* ਸ੍ਰੀਮਾਨ shrimaan
mistress *n.* ਸ੍ਰੀਮਤੀ shrimati
mistrust *n.* ਅਵਿਸ਼ਵਾਸ਼ ਕਰਨਾ avishvaash karnaa
misty *adj.* ਧੁੰਦਲਾ dhunddlaa
misunderstanding *n.* ਗਲਤ ਫਹਿਮੀ galat fehmi

misuse *v.t.* ਦੁਰਵਰਤੋਂ durvarton
mite *n.* ਅਣੂ anhoo
mitigate *v.t.* ਸ਼ਾਂਤ ਕਰਨਾ shaant karnaa
mix *v.t.* ਮਿਸ਼ਰਨ mishranh
mixture *n.* ਮਿਸ਼ਰਨ mishranh
mizzle *v.t.* ਫੁਹਾਰ fuhaar
moan *v.i.* ਵਿਰਲਾਪ virlaap
moat *n.* ਖਾਤਾ khaataa
mob *n.* ਭੀੜ bheed
mobile *v.t.* ਚਲਾਇਮਾਨ chlaayemaan
mobilize *v.t.* ਸੰਚਾਲਿਤ ਕਰਨਾ sanchaalit karnaa
mock *n.* ਮਸ਼ਕਰੀ mashkari
mockery *n.* ਮਜ਼ਾਰ mazaar
mode *n.* ਦਸਤੂਰ dastoor
model *n.* ਨਮੂਨਾ namoona
moderation *n.* ਨਰਮੀ narmi
modern *adj.* ਆਧੁਨਿਕ aadhunik
modesty *n.* ਸ਼ਰਮੀਲਾਪਣ sharmeelapanh
modicum *n.* ਥੋੜ੍ਹਾ thorhaa
modification *n.* ਪਰਿਵਰਤਨ parivartan
modify *v.t.* ਬਦਲਣਾ badlanhaa
modish *adj.* ਫੈਸ਼ਨਦਾਰ faishandaar
moiety *n.* ਅੱਧਾ ਹਿੱਸਾ addhaa hissa
moist *adj.* ਸਿੱਲ੍ਹਾ sillha
moisture *n.* ਨਮੀ naami
molasses *n.* ਸ਼ੀਰਾ sheera
mole *n.* ਤਿਲ til
molecular *n.* ਆਣਵੀ aanhvee
mollify *v.t.* ਸ਼ਾਂਤ ਕਰਨਾ shaant kanraa
molten *adj.* ਪਿਘਲਿਆ pighleyaa
moment *n.* ਪਲ pall
momentary *adj.* ਛਿਣ ਭੰਗੁਰ chhinh bhangur
momentous *adj.* ਮਹੱਤਵਪੂਰਨ mahattavpooran
momentum *n.* ਆਵੇਗ aaveg
monarch *n.* ਸਾਮਰਾਜ saamraaj
monarchy *n.* ਬਾਦਸ਼ਾਹੀ baadshaahee
monastery *n.* ਖਾਨਗਾਹ khaangaah
monetary *adj.* ਮਾਲੀ maali
money *n.* ਧਨ dhann
moneyed *adj.* ਧਨੀ dhanee
mongoose *n.* ਨਿਓਲਾ neolhaa
monitor *v.t.* ਨਿਗਰਾਨੀ ਕਰਨਾ nigraani karnaa
monk *n.* ਮੁਠ ਨਿਵਾਸੀ mathh nivasi
monkey *n.* ਬਾਂਦਰ baandar
monocular *adj.* ਇੱਕ ਅੱਖ ਵਾਲਾ ikk akkh vala
monogamy *n.* ਇੱਕ ਪਤਨੀ ਵਿਆਹ ikk patni viaah
monopolist *n.* ਏਕਾਧਿਕਾਰੀ ekaadhikaari
monopolize *v.t.* ਏਕਾਧਿਕਾਰ ਕਰਨਾ ekadhikaar karnaa
monopoly *n.* ਏਕਾਧਿਕਾਰ ekaadhikaar
monotheism *n.* ਅਦਵੈਤਵਾਦ advaitwaad
monotonous *adj.* ਇਕਰਸ ikkras
monotony *n.* ਇਕਸੁਰਤਾ ikksurtaa
monsoon *n.* ਮਾਨਸੂਨ maansoon
monster *n.* ਰਾਖਸ਼ raakhash
monstrous ਦਿਓ ਵਰਗਾ dco vargaa
month *n.* ਮਹੀਨਾ maheena
monthly *adj.* ਮਹੀਨਾਵਾਰ maheenavaar
monument *adj.* ਸਮਾਰਕ samaarak
monumental *n.* ਸਮਾਰਕ ਸੰਬੰਧੀ samaarak sambandhi
mood *n.* ਮਿਜਾਜ਼ mijaaz
moon *n.* ਚੰਦਰਮਾ chandermaa
moonstruck *adj.* ਪਾਗਲ paagal
moor *n.* ਮੂਰ moor
moot *v.t.* ਸਭਾ sabhaa
mop *n.* ਪੂੰਝਣਾ poonjhanhaa
mope *v.i.* ਦਿਲਗੀਰੀ dilgeeri
moral *n.* ਸਿੱਟਾ sitta
morale *n.* ਹੌਸਲਾ hauslaa
moralist *n.* ਸਦਾਚਾਰੀ sadachaari
morality *n.* ਸਦਾਚਾਰ sadachaar
morass *n.* ਦਲਦਲ daldal
morbid *adj.* ਰੋਗੀ rogi
mordant *adj.* ਸਾੜਨ ਵਾਲਾ saadan vala
more *adj.* ਹੋਰ hor
moreover ਇਸ ਤੋਂ ਛੁੱਟ iss ton chhutt
morgue *n.* ਹੰਕਾਰ hankaar
morning *n.* ਸਵੇਰ sawer
morning star *n.* ਸ਼ੁੱਕਰ ਤਾਰਾ shukkar taaraa
morose *adj.* ਉਦਾਸ udaas
morphia *n.* ਮਾਰਫੀਆ maarfiaa

morrow *n.* ਭਲਕੇ bhalke
morsel *n.* ਟੁੱਕਰ tukkar
mortal *adj.* ਵਿਨਾਸ਼ੀ vinaashi
mortality *n.* ਮੌਤ ਦਰ maut dar
mortar *n.* ਮਸਾਲਾ masaalaa
mortgage *n.* ਗਹਿਣੇ gehnhe
mortification *n.* ਆਤਮ ਦਮਨ atam daman
mosaic *n.* ਪੱਚੀਕਾਰੀ pacheekaari
mosque *n.* ਮਸੀਤ maseet
mosquito *n.* ਮੱਛਰ machhar
moss *n.* ਦਲਦਲ daldal
most *adj.* ਸਭ ਤੋਂ ਵੱਧ sabh ton vaddh
mostly *adv.* ਵੱਧ ਰੂਪ ਵਿੱਚ vaddh roop vich
mote *n.* ਧੂੜ dhoorh
moth *n.* ਪਤੰਗਾ patangga
mother *n.* ਮਾਂ maa
mother-in-law *n.* ਸੱਸ sass
motif *n.* ਆਧਾਰੀ ਗੁਣ adhaari gunh
motion *n.* ਗਤੀ gati
motionless *adj.* ਗਤੀਹੀਣ gatiheenh
motive *n.* ਉਦੇਸ਼ udesh
motor *n.* ਮੋਟਰ motar
motto *n.* ਆਦਰਸ਼ ਵਾਕ aadarsh vaak
mould *v.t.* ਢਾਲਣਾ dhaalanhaa
mound *n.* ਟਿੱਲਾ tilla
mount *v.t.* ਸਵਾਰ ਹੋਣਾ swaar honhaa
mountain *n.* ਪਰਬਤ parbat
mountaineer *n.* ਪਰਬਤ ਆਰੋਹੀ parbat aarohi
mourn *v.t.* ਸੰਤਾਪ ਕਰਨਾ santaap karnaa
morning *n.* ਸੋਗ sog
mouse *n.* ਚੂਹਾ choohaa
moustache *n.* ਮੁੱਛ muchh
mouth *n.* ਮੂੰਹ moohn
mouthful *n.* ਮੂੰਹ ਭਰ moohn bhar
movable *adj.* ਚਲਾਇਮਾਨ chalayemaan
move *v.t.* ਹਰਕਤ ਕਰਨਾ harkat karnaa
movement *n.* ਹਰਕਤ harkat
mover *n.* ਹਰਕਤ ਕਰਨ ਵਾਲਾ harkat karan vala
movie *n.* ਫਿਲਮ film
mow *v.t.* ਖਲਵਾੜਾ khalwarhaa
much *adj.* ਬਹੁਤਾ bahutaa
muck *n.* ਖਾਦ khaad
mucus *n.* ਬਲਗਮ balgham
mud *n.* ਚਿੱਕੜ chikkarh
muddy *adj.* ਚਿੱਕੜ ਭਰਿਆ chikkarh bhareyaa
muffler *n.* ਗੁਲੁਬੰਦ gulubandd
mug *n.* ਜਲਪਾਤਰ jalpaatar
mublerry *n.* ਸ਼ਹਿਤੂਤ shehtoot
mule *n.* ਖੱਚਰ khacharr
multifarious *adj.* ਰੰਗ-ਬਿਰੰਗਾ rangg-birangga
multiform *adj.* ਬਹੁਰੂਪ bahuroop
multiple *n.* ਅਨੇਕ ਤੱਤੀ anek tatti
multiplication *n.* ਗੁਣਾ gunhaa
multiplicity *n.* ਬਹੁਤਾਤ bhautaat
multiply *v.t.* ਗੁਣਾ ਕਰਨਾ gunhaa karnaa
multitude *n.* ਬਹੁਸੰਖਿਆ bahusankheyaa
mum ਸ਼ਾਂਤ shaant
mumble *v.i.* ਬੁੜਬੁੜਾਹਟ bhrhburhaahat
mummery *n.* ਸਵਾਂਗ swaang
mummy *n.* ਸੁਰੱਖਿਅਤ ਲਾਸ਼ surakheyat laash
mumps *n.* ਕਨੇਡੂ kanedoo
munch *v.t.* ਚੱਬਣਾ chabbanhaa
mundane *adj.* ਲੌਕਿਕ laukikk
mungoose *n.* ਨਿਓਲਾ neolaa
municipality *n.* ਨਗਰ ਪਾਲਿਕਾ nagarpaalika
munificent *adj.* ਦਿਆਲੂ deyaaloo
munition *n.* ਅਸਲਾ aslaa
murder *n.* ਕਤਲ katal
murderous *adj.* ਕਾਤਲਾਨਾ kaatlaanaa
murky *adj.* ਧੁੰਦਲਾ dhundlaa
murmur *n.* ਕਾਨਾਫੂਸੀ kaanaafoosi
muscle *n.* ਪੱਠਾ pathhaa
muscular *adj.* ਪੱਠੇਦਾਰ pathhedaar
muse *v.i.* ਧਿਆਨ ਲਾਉਣਾ dhyaan launhaa
museum *n.* ਅਜਾਇਬਘਰ ajaaebghar
mushroom *n.* ਖੁੰਭ khummb
music *n.* ਸੰਗੀਤ sangeet
musician *n.* ਸੰਗੀਤਕਾਰ sangeetkaar
musk *n.* ਕਸਤੂਰੀ kastoori
musket *n.* ਪੁਰਾਤਨ ਬੰਦੂਕ puraatan bandook
musketeer *n.* ਬੰਦੂਕਚੀ bandookchi
muslin *n.* ਮਲਮਲ malmal
must *v.* ਲਾਜ਼ਮੀ laazmi

mustard *n.* ਸਰ੍ਹੋਂ sarohn
muster *v.t.* ਹਾਜ਼ਰੀ haazri
muste¤roll *n.* ਹਾਜ਼ਰੀਨਾਮਾ haazrinaamaa
mutable *adj.* ਚੰਚਲ ਕੁੜੀ chanchal kudee
mutation *n.* ਅਦਲ ਬਦਲ adal badal
mute *adj.* ਖਮੋਸ਼ khamosh
mutilation *n.* ਬਾਹਰੀ baahri
mutineer *n.* ਬਲਵਾ balvaa
mutinous *adj.* ਗਦਰੀ gadree
mutiny *n.* ਗਦਰ gadar
mutt *n.* ਗਧਾ gadhaa
mutter *v.t.* ਗੁਣਗੁਣਾਹਟ gunhgunhaahat
muttering *n.* ਬੁੜਬੁੜ burhburh
mutton *n.* ਬੱਕਰੇ ਦਾ ਮਾਸ bakkre da maas
mutual *adj.* ਪਰਸਪਰ parspar
muzzle *n.* ਥੁਥਨੀ thuthni
my *pro.* ਮੇਰਾ meraa
myopia *n.* ਨਿਕਟ ਦਰਿਸ਼ਟੀ nakat drishti
myriad *n.* ਬੇਸ਼ੁਮਾਰ beshumaar
myrobaian *n.* ਤ੍ਰਿਫਲਾ triflaa
myrrh *n.* ਰਸਗੰਧ rasgandh
myrtle *n.* ਵਲੈਤੀ ਮਹਿੰਦੀ valaiti mehndi
myself *pro.* ਮੈਨੂੰ ਆਪ mainu aap
mysterious *adj.* ਰਹੱਸਮਈ rahasmayee
mystery *n.* ਭੇਦ bhed
myth *n.* ਮਿਥਿਆ mitheyaa
mythological *adj.* ਮਿਥਿਹਾਸਿਕ mithehaasik
mythology *n.* ਮਿਥਿਹਾਸ mihtehaas

N

nabob *n.* ਨਵਾਬ nawaab
nadir *n.* ਪਤਾਲ pataal
nag *n.* ਟੱਟੂ tattoo
nail *n.* ਨੌਂਹ nohn
naive *adj.* ਭੋਲਾਭਾਲਾ bholabhaalaa
naked *adj.* ਨੰਗਾ naggaa
name ਨਾਮ naam
nameless *adj.* ਗੁੰਮਨਾਮ gummnaam
namesake *n.* ਹਮਨਾਮ hamnaam
nape *n.* ਗਿੱਚੀ gichi
napkin *n.* ਰੁਮਾਲ rumaal
narcissism *n.* ਆਤਮੀ ਪੂਜਾ aatmi pooja
narcotic *adj.* ਨਸ਼ੀਲੀ nashili
narrate *v.t.* ਵਰਣਨ ਕਰਨਾ varnhann karnaa
narration *n.* ਵਰਣਨ varnhann
narrative *adj.* ਵਰਣਨਕਾਰੀ varanhannkaari
narrow *adj.* ਤੰਗ tangg
narrowly *adv.* ਮੁਸ਼ਕਲ ਨਾਲ mushkal naal
narrow-minded *adj.* ਤੰਗਦਿਲੀ tanggdili
nasal *adj.* ਨਾਸਕੀ naaski
nascent *adj.* ਨਵਜਾਤ navjaat
nasty *adj.* ਗੰਦਾ gandda
natal *adj.* ਜਨਮ ਸੰਬੰਧੀ janam sambandhi
mation *n.* ਰਾਸ਼ਟਰ raashtar
national *adj.* ਰਾਸ਼ਟਰੀ raashtarvaadi
nationalism *n.* ਰਾਸ਼ਟਰਵਾਦ raashtarvaad
nationality *n.* ਰਾਸ਼ਟਰੀਅਤਾ raashtareeataa
nationalize *v.t.* ਰਾਸ਼ਟਰੀਕਰਨ ਕਰਨਾ raashtareekaran
native *n.* ਮੂਲਵਾਸੀ moolvaasi
nativity *n.* ਪੈਦਾਇਸ਼ paidaaesh
natty *adj.* ਸਾਫ-ਸੁਥਰਾ saaf suthraa
natural *adj.* ਕੁਦਰਤੀ kudrati
naturally ਕੁਦਰਤੀ ਤੌਰ ਤੇ kudrati taur te
nature *n.* ਕੁਦਰਤ kudrat
naught *n.* ਸਿਫਰ sifar
naughty *adj.* ਸ਼ਰਾਰਤੀ sharaarti
nausea *n.* ਕਚਿਆਂਣ kacheyaanh
nauseous *adj.* ਕਚਿਆਣ ਵਾਲਾ kacheyaanh vala
nautch *n.* ਨਾਚ naach
nautical *adj.* ਸਮੁੰਦਰੀ samunddri
navel *n.* ਧੁੰਨੀ dhunni
navigable *adj.* ਜਹਾਜ਼ਰਾਨੀਯੋਗ jahazraani
navigate *v.t.* ਜਹਾਜ਼ ਚਲਾਉਣਾ jahaaz chalaunhaa
navigation *n.* ਜਹਾਜ਼ਰਾਨੀ jahaazraani
navy *n.* ਜਲ ਸੈਨਾ jal sainaa
nay *adj.* ਇਨਕਾਰ inkaar
near *adv.* ਨੇੜੇ nerhe
nearly *adv.* ਲੱਗਭੱਗ laggbhagg
neat *adj.* ਸਾਫ saaf
neatness *n.* ਸਫਾਈ safaaee
nebula *n.* ਧੁੰਦ dhundd
nabulous *adj.* ਧੁੰਦਲਾ dhunddlaa

necessary *adj.* ਜ਼ਰੂਰੀ zaroori
necessitous *adj.* ਗਰੀਬ gareeb
necessity *n.* ਜ਼ਰੂਰਤ zaroorat
neck *n.* ਗਰਦਨ gardan
necklace *n.* ਹਾਰ haar
necromancy *n.* ਕਾਲਾ ਇਲਮ kaalaa ilam
necropolis ਕਬਰਿਸਤਾਨ kabaristaan
nectar *n.* ਅੰਮ੍ਰਿਤ amritt
need *n.* ਜ਼ਰੂਰਤ zaroorat
needful *adj.* ਲੋੜੀਂਦਾ lorheendaa
needle *n.* ਸੂਈ sooee
needs *n.pl.* ਲੋੜਾਂ lorhaan
needy *adj.* ਲੋੜਵੰਦ lorhvandd
nefarious *adj.* ਬੁਰਾ buraa
negative *adj.* ਨਿਖੇਧੀ ਵਾਲਾ nikhedhee vala
neglect *v.t.* ਅਣਗਹਿਲੀ ਕਰਨਾ anhgehlee karnaa
negligence *n.* ਲਾਪਰਵਾਹੀ laaparvaahi
negligent *adj.* ਲਾਪਰਵਾਹ laaparvaah
negligible *adj.* ਨਿਗੂਣਾ nigoonhaa
negotiable *adj.* ਸਮਝੌਤੇਯੋਗ samjhaute yog
negotiate *v.t.* ਸਮਝੌਤਾ ਕਰਨਾ samjhautaa karnaa
negotiation *n.* ਸਮਝੌਤਾ samjhautaa
negro *n.* ਹਬਸ਼ੀ habshee
neigh *v.t.* ਹਿਣਕਣਾ hinhkanhaa
neighbour *n.* ਗੁਆਂਢੀ guaandhee
neighbourhood ਗੁਆਂਢ guaandh
neighbouring *adj.* ਗੁਆਂਢ ਦਾ guaandh daa
neighbourly ਗੁਆਂਢੀਆਂ ਵਾਲਾ guaandheyaan vala
neither *adv.* ਨਾ ਹੀ naa hee
nerve *n.* ਨਸ nass
nervous *adj.* ਬੇਚੈਨ bechain
nescient *adj.* ਬੇਖਬਰ bekhabar
nest *n.* ਆਲ੍ਹਣਾ aalnhaa
nestle *v.i.* ਰਹਿਣਾ rehnhaa
nestling *n.* ਬੋਟ bot
net *n.* ਜਾਲੀ jaalhi
nether *adj.* ਪਤਾਲ ਦਾ pataal daa
neural *adj.* ਤੰਤੂ ਸੰਬੰਧੀ tanttoo sambandhee
neuralgia *n.* ਤੰਤੂਆਂ ਦੀ ਪੀੜ ਦਾ ਦੌਰਾ tanttooaan daa
neurosis *n.* ਤੰਤੂ ਵਿਕਾਰ tanttoo vikaar
neuter *adj.* ਨਿਪੁੰਸਕ ਲਿੰਗ nipunsakk lingg
neutral *adj.* ਨਿਰਪੱਖ nirpakh
neutralize *v.* ਬਰਾਬਰ ਕਰਨਾ barabar karnaa
never *adv.* ਕਦੇ ਨਹੀਂ kade nahain
nevertheless *adv.* ਤਾਂ ਵੀ taan vee
new *adj.* ਨਵਾਂ navan
news *n.* ਖਬਰਾਂ khabraan
newspaper *n.* ਅਖਬਾਰ akhbaar
next *prep.* ਅਗਲਾ aglaa
nib *n.* ਨਿੱਬ nibb
nibble *v.t.* ਕੁਤਰਨਾ kutarnaa
nice *adj.* ਚੰਗਾ changga
nicety *n.* ਚੰਗਿਆਈ changeyaaee
niche *n.* ਆਲਾ aalaa
nick *n.* ਦੰਦਾ dandda
nickel *n.* ਗਿਲਟ gilat
nickname *n.* ਉਪ-ਨਾਮ upp naam
nicotine *n.* ਤੰਬਾਕੂ ਦਾ ਸਤ tambaakoo da satt
niece *n.* ਭਤੀਜਾ bhateejaa
niggard *n.* ਕੰਜੂਸ kanjoos
nigger *n.* ਹਬਸ਼ੀ habshee
nigh *adj.* ਨੇੜੇ nerhe
night *n.* ਰਾਤ raat
nightfall *n.* ਆਥਣ ਵੇਲਾ aathanh vela
nightingale *n.* ਬੁਲਬੁਲ bulbul
nightly *adj.* ਰਾਤ ਦਾ raat da
nightmare *n.* ਡਰਾਉਣਾ ਸੁਫਨਾ daraunhaa sufnaa
nigh¶soil *n.* ਪਖਾਨਾ pakhaanaa
nill *n.* ਸਿਫਰ sifar
nimble *adj.* ਚੁਸਤ chusat
nine *adj.* ਨੌਂ naun
ninefold *adj.* ਨੌਂ ਗੁਣਾ naun gunhaa
nineteen *n.* ਉੱਨੀ unni
ninetieth *adj.* ਨੱਬੇਵ੍ਹਾਂ nabbevaan
ninety *n.* ਨੱਬੇ nabbe
ninny *n.* ਭੋਂਦੂ bhondoo
ninth *adj.* ਨੌਵਾਂ ਹਿੱਸਾ navaan hissa
nip *n.* ਮਰੁੰਡਣਾ marunddnhaa
nipple *n.* ਨਿੱਪਲ nippal
nit *n.* ਲੀਖ leekh
nitrate *n.* ਨਾਈਟਰੇਟ naeetret
nitre *n.* ਸ਼ੋਰਾ shoraa
no *adj.* ਨਹੀਂ naheen

nobility *n.* ਕੁਲੀਨਤਾ kuleentaa
noble *adj.* ਕੁਲੀਨ kuleen
nobleman *n.* ਅਮੀਰ ameer
nobody *n.* ਕੋਈ ਨਹੀਂ koee naheen
nocturnal ਰਾਤ ਦਾ raat da
nod *v.t.* ਸਿਰ ਹਿਲਾਉਣਾ sir hilaunhaa
noddle *n.* ਰੇਖਾ ਬਿੰਦੂ rekhaa bindoo
noise *n.* ਰੌਲਾ raulhaa
noiseless *adj.* ਚੁੱਪ chupp
noisy *adj.* ਰੌਲੇ ਵਾਲਾ raulhe vala
nomad *n.* ਖਾਨਾਬਦੋਸ਼ khaanaa badosh
nomenclature *n.* ਨਾਮਾਵਲੀ naamaavali
nominal *adj.* ਮਾਮੂਲੀ ਵਸਤੂ mamooli vastoo
nominate ਨਾਮਜ਼ਦ ਕਰਨਾ naamzad karnaa
nomination *n.* ਨਾਮਜ਼ਦਗੀ naamzadgi
nominative *n.* ਕਰਤਾ ਕਾਰਕ kartaa kaarak
nominee *n.* ਨਾਮਜ਼ਦ ਵਿਅਕਤੀ naamzadd viaktee
none *adj.* ਕੋਈ ਨਹੀਂ koee naheen
nonsense *n.* ਮੂਰਖਤਾ moorakhtaa
nook *n.* ਨੁੱਕਰ nukkar
noon *n.* ਦੁਪਹਿਰ dupehar
noose *n.* ਫਾਹੀ faahee
norm *n.* ਪ੍ਰਤੀਮਾਨ pratimaan
normal *adj.* ਸਧਾਰਨ sadharan
north *n.* ਉੱਤਰ uttar
northern *adj.* ਉੱਤਰੀ ਦਿਸ਼ਾ ਦਾ uttari dishaa da
northward *adj.* ਉੱਤਰ ਦਿਸ਼ਾ ਵੱਲ uttat dishaa vall
nose *n.* ਨੱਕ nakk
nose-bag *n.* ਤੋਬਰਾ taubraa
nosegay *n.* ਗੁਲਦਸਤਾ guldastaa
nostril *n.* ਨਾਸ naas
not *adv.* ਨਹੀਂ naheen
notable *adj.* ਪਤਵੰਤਾ patvantta
notary *n.* ਨੋਟਰੀ notri
notch *n.* ਦੰਦਾ dandda
note *n.* ਸੂਚਨਾ soochnaa
noteworthy *adj.* ਧਿਆਨਯੋਗ dhyaan yog
nothing *n.* ਕੁਝ ਨਹੀਂ kujh naheen
notice *n.* ਸੂਚਨਾ soochnaa
notification *n.* ਐਲਾਨ ailaan
notify *v.t.* ਸੂਚਿਤ ਕਰਨਾ soochit karnaa

notion *n.* ਧਾਰਨਾ dhaarnaa
notorious *adj.* ਬਦਨਾਮ badnaam
nought *n.* ਅਣਹੋਂਦ anhahond
noun *n.* ਨਾਂਵ naanv
nourishing *adj.* ਪਾਲਣ ਪੋਸ਼ਣ paalanh poshanh
novel *n.* ਨਵਾਂ navaan
novelist *n.* ਨਾਵਲਕਾਰ naavalkaar
novelty *n.* ਨਵੀਨਤਾ naveentaa
novice *n.* ਨਵਾਂ ਚੇਲਾ navaan chella
now *adv.* ਹੁਣ hunh
nowadays *adv.* ਅੱਜਕੱਲ੍ਹ ajj kallh
nowhere *adv.* ਕਿਤੇ ਨਹੀਂ kite naheen
noxious *adj.* ਹਾਨੀਕਾਰਕ haani kaarak
nozzle *n.* ਟੂਟੀ tooti
nuclear *adj.* ਕੇਂਦਰੀ kendree
nucleus *n.* ਧੁਰਾ dhuraa
nude *adj.* ਨਗਨ nagan
nuisance *n.* ਪੁਆੜਾ puaarhaa
null *adj.* ਰੱਦ radd
nullify *v.t.* ਰੱਦ ਕਰਨਾ radd karnaa
numb *adj.* ਸੁੰਨ sunn
number *n.* ਅੰਕ ankk
numerical *adj.* ਗਣਨਾ ganhanaa
numeration *n.* ਗਿਣਤੀ ਪ੍ਰਣਾਲੀ ginhtee parnhaali
numerator *n.* ਅੰਸ਼ ansh
numerous *adj.* ਬਹੁਤ ਸਾਰੇ bahut saare
nun *n.* ਜੋਗਣ joganh
nunnery *n.* ਮੱਠ matthh
nuptial *adj.* ਵਿਆਹਸੰਬੰਧੀ viaah sambandhee
nurse *n.* ਰੋਗੀ ਸੇਵਿਕਾ rogi sevikaa
nursery *n.* ਬਾਲਵਾੜੀ baalvaarhi
nurture *n.* ਪਾਲਣ ਪੋਸ਼ਣ paalanh poshanh
nut *n.* ਗਿਰੀ giri
nutrition *n.* ਆਹਾਰ ਪੁਸ਼ਟੀ aahaar pushtee
nutritious *adj.* ਬਲਵਰਧਕ balvardhak
nutshell *n.* ਸੰਖੇਪ sankhep
nymph *n.* ਪਰੀ pari

O

oak *n.* ਬਲੂਤ baloot
oakum *n.* ਰੱਸੀ ਦੇ ਟੋਟੇ rassi de totte
oar *n.* ਚੱਪੂ chappu
oarsman *n.* ਮੱਲਾਹ malaah
oasis *n.* ਨਖਲਸਤਾਨ nakhalistaan
oat *n.* ਜਵੀ javi
oath *on* ਸਹੁੰ sohn
obduracy *n.* ਜ਼ਿੱਦ jidd
obdurate *adj.* ਜ਼ਿੱਦੀ jiddee
obedience *n.* ਆਗਿਆਪਾਲਣ aageyaapaalnh
obedient *adj.* ਆਗਿਆਕਾਰੀ aageyaakaari
obeisance ਨਮਸਕਾਰ namaskaar
obelisk *n.* ਮੁਨਾਰਾ munaara
obesity *n.* ਮੋਟਾਪਾ motaapaa
obey *v.t.* ਆਖੇ ਲੱਗਣਾ aakhe lagganhaa
obit *n.* ਮਿਰਤੂ ਸੂਚਨਾ mirtoo soochnaa
object *n.* ਵਸਤੂ vastoo
objection *n.* ਇਤਰਾਜ਼ itraaz
objectionable *adj.* ਇਤਰਾਜ਼ਯੋਗ itraazyog
objective *adj.* ਉਦੇਸ਼ udesh
oblation *n.* ਬਲੀ bali
obligate *v.t.* ਅਹਿਸਾਨ ਕਰਨਾ ahsaan karnaa
obligation *n.* ਜ਼ਿੰਮੇਵਾਰੀ zimevaari
obligatory *adj.* ਜ਼ਰੂਰੀ zaroori
oblige *v.t.* ਉਪਕਾਰ ਕਰਨਾ upkaar karnaa
obliging *adj.* ਮਿਲਾਪੜਾ milaaprhaa
obilteration *n.* ਮਿਟਾਉਣਾ mitaunhaa
obilvion ਭੁਲਾਂਵਾਂ bhulaavaan
oblivious ਅਚੇਤ achet
obnoxious *adj.* ਘਿਰਣਾਯੋਗ ghirnhaayog
obscene *adj.* ਗੰਦਾ gandda
obscenity *n.* ਅਸ਼ਲੀਲਤਾ ashleeltaa
obsecure *adj.* ਧੁੰਦਲਾ dhunddlaa
obsecurity *n.* ਧੁੰਦਲਾਪਣ dhunddlaapanh
obsequies *n.* ਅੰਤਿਮ ਸਸਕਾਰ antimm saskaar
observance *n.* ਪਾਬੰਦੀ paabandee
observation *n.* ਦੇਖਭਾਲ dekhbhaal
observatory *n.* ਜੰਤਰ-ਮੰਤਰ jantar mantar
observe *v.t.* ਪਾਲਣਾ ਕਰਨਾ paalanhaa karnaa
obsolete *adj.* ਅਪਰਚਲਿਤ aparchallit
obstacle *n.* ਰੁਕਾਵਟ rukaavat
obstinacy *n.* ਢੀਠਤਾ dheethhataa
obstinate *adj.* ਢੀਠ dhheethh
obstruct *v.t.* ਅੜਿਕਾ ਪਾਉਣਾ arhikka paunhaa
obstruction *n.* ਰੁਕਾਵਟ rukaavat
obtain *v.t.* ਪ੍ਰਾਪਤ ਕਰਨਾ praapat karnaa
obtrude *v.t.* ਦਖਲ ਦੇਣਾ dakhal denhaa
obtuse *adj.* ਮੰਦ mandd
obverse *adj.* ਸਿੱਧਾ ਪਾਸਾ sidhaa paasaa
obviate *v.t.* ਨਿਵਾਰਨਾ nivaarnaa
obvious *adj.* ਸਪੱਸ਼ਟ sapashatt
occasion *n.* ਮੌਕਾ maukka
occident *n.* ਪੱਛਮ pachhamm
occidental *adj.* ਪੱਛਮੀ pachhammi
occult *adj.* ਗੁਪਤ gupat
occupancy *n.* ਅਧਿਕਾਰ adhikaar
occupant ਕਾਬਜ਼ kaabaz
occupation *n.* ਪੇਸ਼ਾ peshaa
occupy *v.t.* ਕਬਜ਼ਾ ਕਰਨਾ kabazaa karnaa
occur *v.i.* ਵਾਪਰਨਾ vaaparnaa
occurrence *n.* ਘਟਨਾ ghatnaa
ocean *n.* ਸਮੁੰਦਰ samunddar
octagon *n.* ਅੱਠ ਗੁਣੀ atthh gunhee
octave *n.* ਅਸ਼ਟਪਦੀ ashatpadee
octroi *n.* ਚੁੰਗੀ chunggee
ocular *adj.* ਅੱਖੀਂ ਡਿੱਠਾ akheen ditthhaa
odd *adj.* ਅਨੋਖਾ anaukhaa
oddity *n.* ਵਿਲੱਖਣਤਾ villakhanhtaa
ode *n.* ਗੀਤ ਕਾਵਿ geet kaav
odious *adj.* ਨਫਰਤਯੋਗ nafratyog
odium *n.* ਨਿੰਦਾ nindaa
odour *n.* ਖੁਸ਼ਬੂ khushboo
off *adv.* ਦੂਰ door
offal *n.* ਗੰਦਮੰਦ gandd mandd
offence *n.* ਅਪਰਾਧ apraadh
offend *v.i.* ਨਰਾਜ਼ ਕਰਨਾ naraaz karnaa
offensive *adj.* ਦੁਰਗੰਧਕ durgandhakk
offer *v.t.* ਪੇਸ਼ਕਸ਼ ਕਰਨਾ peshkash karnaa
offering *n.* ਭੇਟਾ bhetaa
off-hand *adv.* ਬਿਨਾਂ ਤਿਆਰੀ binaa tyaari
office *n.* ਦਫਤਰ daftar
officer *n.* ਅਫਸਰ afsar
official *adj.* ਦਫਤਰੀ daftri

officiate *v.t.* ਕਾਰਜਕਾਰੀ ਬਣਨਾ kaarjkaari banhanaa
offset *n.* ਆਫਸੈੱਟ ਛਪਾਈ aafset chhapaayee
offshoot *n.* ਟਾਹਣੀ ttahnhi
offspring *n.* ਸੰਤਾਨ santaan
often *adv.* ਜ਼ਿਆਦਾ ਕਰਕੇ zyaada karke
oh *int.* ਓਹ oh
oil *n.* ਤੇਲ tel
oil-cake *n.* ਖਲ਼ khall
oil-cloth *n.* ਮੋਮਜਾਮਾ momjaama
oil-painting *n.* ਤੇਲ-ਚਿਤਰ tel chitar
oily *adj.* ਚਿਕਨਾ chiknaa
ointment *n.* ਮੱਲ੍ਹਮ malhamm
old *adj.* ਬਿਰਧ biradh
olfactory *adj.* ਨਾਸਾਂ naasaan
oligarchy *n.* ਜੁੰਡੀਰਾਜ unddiraaj
olive *n.* ਜੈਤੂਨ jaitoon
omen *n.* ਸ਼ਗਨ shagan
ominous *adj.* ਕੁਸ਼ਗਨਾ kushagnaa
omission ਭੁੱਲ bhull
omit *v.t.* ਛੱਡ ਜਾਣਾ chhadd jaanhaa
omnipotent *adj.* ਸਰਵ-ਸ਼ਕਤੀਮਾਨ sarav shaktimaan
omnipresent ਸਰਵ-ਵਿਆਪਕ sarav viaapak
omniscient *adj.* ਸਰਬੱਗ sarbagg
oncoming *adj.* ਨੇੜੇ ਦਾ nerhe daa
once *adv.* ਇੱਕ ਵਾਰ ikk vaar
one *adj.* ਇੱਕ ikk
onerous *adj.* ਦੁੱਭਰ dubharr
oneself *pro.* ਆਪ ਹੀ aap hee
one-sided *adj.* ਇੱਕ-ਪਾਸੜ ikk paasad
onion *n.* ਪਿਆਜ਼ peyaaz
on-looker *n.* ਦਰਸ਼ਕ darshakk
only *adj.* ਕੇਵਲ keval
onsot *n.* ਚੜ੍ਹਾਈ chadaayee
onslaught *n.* ਪ੍ਰਚੰਡ parchandd
ontology *n.* ਤੱਤ ਮੀਮਾਂਸਾ tatt mimaansaa
onus *n.* ਜ਼ਿੰਮੇਵਾਰੀ zimmevaari
onward *adv.* ਅਗਲਾ aglaa
ooze *v.i.* ਸੇਮ sem
opacity *n.* ਧੁੰਦਲਾਪਣ dhunddlapanh
opal *n.* ਦੁਧੀਆ ਪੱਥਰ dudheeyaa patthar
opaque *adj.* ਅਪਾਰਦਰਸ਼ੀ apaardarshee
open *adj.* ਖੁਲ੍ਹਾ khullaah
open-hearted *adj.* ਖੁਲ੍ਹ-ਦਿਲਾ khullah dilaa
opening *n.* ਆਰੰਭ aarambh
opera *n.* ਗੀਤ-ਨਾਟ geet-naat
operate *v.t.* ਅਮਲ ਕਰਨਾ amal karnaa
operation *n.* ਕਾਰਵਾਈ kaarvaayee
operative *adj.* ਕਾਰਜਸ਼ੀਲ kaarajsheel
operator *n.* ਚਾਲਕ chaalak
opine *v.t.* ਰਾਏ ਦੇਣਾ raye denhaa
opinion *n.* ਵਿਚਾਰ vichaar
opium *n.* ਅਫੀਮ 'afeem
opponent *n.* ਵਿਰੋਧੀ virodhee
opportune *adj.* ਅਨੁਕੂਲ anukool
opportunist *n.* ਅਵਸਰਵਾਦੀ avsarvaadi
opportunity *n.* ਮੌਕਾ maukaa
oppose *v.t.* ਵਿਰੋਧ ਕਰਨਾ virodh karnaa
opposite *adj.* ਵਿਪਰੀਤ vipreet
opposition *n.* ਵਿਰੋਧੀ ਦਲ virodhee dal
oppress *v.t.* ਸਤਾਉਣਾ sataunhaa
oppression *n.* ਸਖਤੀ sakhtee
oppressive *adj.* ਸਖਤੀ ਵਾਲਾ sakhtee vala
opprobrious *adj.* ਬਦਨਾਮ badnaam
opprobrium *n.* ਬਦਨਾਮੀ badnaami
optic *n.* ਅੱਖ ਦਾ akkh daa
optical *adj.* ਅੱਖ ਸੰਬੰਧੀ akkh sambandhee
optician *n.* ਐਨਕਸਾਜ਼ ainaksaaz
optics *n.* ਅੱਖ ਵਿਗਿਆਨ akkh vigeyaan
optimism *n.* ਆਸ਼ਾਵਾਦ aashaavaad
optimist *n.* ਆਸ਼ਾਵਾਦੀ aashaavaadi
option *n.* ਚੋਣ chonh
optional *adj.* ਚੋਣਵਾਂ chonhvaan
opulence ਦੌਲਤ daulat
opulent *adj.* ਧਨਵਾਨ dhanvaan
or *conj.* ਜਾਂ jaan
oracle *n.* ਦੇਵਬਾਣੀ devbaanhi
oral *adj.* ਜਵਾਨੀ javaani
orange *n.* ਸੰਤਰਾ santtraa
oration *n.* ਸੁਭਾਸ਼ਣ subhaashanh
orator *n.* ਵਕਤਾ vaktaa
oratory *n.* ਭਾਸ਼ਣ ਵਾਲਾ bhaashanh vala
orb *n.* ਨੇਤਰ netar
orbit *n.* ਚੱਕਰ chakkar
orchard *n.* ਬਾਗ baagh
orchestra *n.* ਵਾਦਕ ਦਲ vaadak dal
ordeal *n.* ਪਰੀਖਿਆ pareekheyaa

order *n.* ਹੁਕਮ hukam
orderly *adj.* ਅਰਦਲੀ ardalee
ordinal *adj.* ਤਰਤੀਬੀ tarteebee
ordinance *n.* ਅਧਿਆਦੇਸ਼ adheyaadesh
ordinary *adj.* ਆਮ aam
ordinate *n.* ਸਮਾਨੰਤਰ ਰੇਖਾ samaanattar rekhaa
ordnance *n.* ਬਾਰੂਦ barood
ore *n.* ਕੱਚੀ ਧਾਤ kachee dhaat
organ *n.* ਅੰਗ angg
organic *adj.* ਅੰਗ -ਸੰਬੰਧੀ angg sambandhee
organism *n.* ਸਜੀਵ sajeev
organization *n.* ਸੰਗਠਨ sangathhan
organize *v.t.* ਸੰਗਠਿਤ ਕਰਨਾ sangathhitt karnaa
orgies *n.pl.* ਰਾਤ ਦਾ ਉਤਸਵ raat daa utsav
orient *adj.* ਚਮਕਦਾਰ ਮੋਤੀ chamakdaar moti
oriental *adj.* ਪੂਰਬਵਾਸੀ poorabvaasi
orifice *n.* ਨਲੀ ਦਾ ਛੇਕ nali daa chhek
origin *n.* ਮੁੱਢ muddh
original *adj.* ਅਸਲ asal
originate *v.t.* ਉਤਪੰਨ ਹੋਣਾ utpann honhaa
orion *n.* ਤਾਰਿਆਂ ਦੀ ਖਿੱਤੀ taareyaan daa
ornament *v.t.* ਗਹਿਣਾ gehnhaa
ornamental ਗਹਿਣਿਆਂ ਸੰਬੰਧੀ gehnheyaan ambandhee
ornate *adj.* ਅਲੰਕਾਰਮਈ alankaarmayee
orphan *n.* ਯਤੀਮ yateem
orphanage *n.* ਯਤੀਮਖਾਨਾ yateemkhaanaa
orthodox *adj.* ਕੱਟੜ kattad
oscillate *v.i.* ਅਸਥਿਰ ਹੋਣਾ asathir honhaa
oscillation *n.* ਅਸਥਿਰਤਾ asathirtaa
osier *n.* ਬੈਂਤ baint
osseous *adj.* ਹੱਡੀਆਂ ਦਾ haddeyaan daa
ostensible *adj.* ਬਣਾਵਟੀ banhaavati
ostentation *n.* ਦਿਖਾਵਾ dikhaavaa
ostentatious *adj.* ਦਿਖਾਵੇ ਭਰਿਆ dikhaave bhareyaa
ostracism *n.* ਦੇਸ਼ ਨਿਕਾਲਾ desh nikaalaa
ostrich *n.* ਸ਼ੁਤਰ-ਮੁਰਗ shutar murag
other *adj.* ਹੋਰ hor
otherwise *adv.* ਨਹੀਂ ਤਾਂ naheen taan
otter *n.* ਊਦ ਬਿਲਾਵ ood bilaav
ounce *n.* ਔਂਸ auns
our *adj.* ਸਾਡਾ saadaa
ourselves *pro.* ਅਸਾਨੂੰ asaanoo
oust *v.t.* ਬੇਦਖਲ bedakhall
out *adv.* ਬਾਹਰ baahar
outbid *v.t.* ਕੰਨ ਕੁਤਰਨਾ kann kutrnaa
outbreak *n.* ਫਸਾਦ fasaad
outburst *n.* ਉਬਾਲ ubaal
outcast *adj.* ਅਧਰਮੀ adharmi
outcaste *n.* ਚੰਡਾਲ chandaal
outcome *n.* ਨਤੀਜਾ nateejaa
outcry *n.* ਹਾਹਾਕਾਰ haahaakaar
outdo *v.t.* ਛੱਕੇ ਛੁਡਾਉਣਾ chhakke chhudaunhaa
outdoor *adj.* ਬਾਹਰਲਾ baaharlaa
outfit *n.* ਸਾਜ਼-ਸਮਾਨ saaz samaan
outhouse *n.* ਬਾਹਰਲਾ ਘਰ baahralaa ghar
outing *n.* ਬਾਹਰ ਜਾਣਾ baahar jaanhaa
outlandish ਗੈਰ ਮੁਲਕ ਦਾ gair mulak da
outlaw *n.* ਜਲਾਵਤਨ jalavatan
outlay *n.* ਲਾਗਤ laagat
outlet *n.* ਨਿਕਾਸ nikaas
outlook *n.* ਨਜ਼ਾਰਾ nazaaraa
outlying *adj.* ਬਾਹਰਵਰਤੀ baaharvarti
outpost *n.* ਸਰਹੱਦੀ ਚੌਕੀ sarhaddi chaunkki
output *n.* ਉਤਪਾਦਨ utpaadan
outrage *v.t.* ਅਤਿਆਚਾਰ atteyaachaar
outrageous ਨਿਰਦਈ nirdayee
outset *n.* ਆਰੰਭ arambh
outside *n.* ਬਾਹਰੀ ਭਾਗ baahri bhaag
outsider *n.* ਪਰਦੇਸੀ pardesi
outspoken *adj.* ਮੂੰਹਫੱਟ moohfatt
outstanding *adj.* ਪ੍ਰਮੁੱਖ parmukh
outward *adv.* ਬਾਹਰੀ baahri
outwit *v.t.* ਕੰਨ ਕੁਤਰਨਾ kann kutrnaa
oval *adj.* ਅੰਡਾਕਾਰੀ anddakaari
ovary *n.* ਅੰਡਕੋਸ਼ anddkosh
ovation *n.* ਜੈ ਜੈ ਕਾਰ jai jai kaar
oven *n.* ਤੰਦੂਰ tandoor
over *prep.* ਉੱਪਰ uppar
overawe *v.t.* ਬਹੁਤ ਡਰਾਉਣਾ bahut daraunha
overburden *v.t.* ਦੱਬ ਦੇਣਾ dabb denhaa
overcast *v.t.* ਬੱਦਲਵਾਈ baddlavaayee
overcharge *v.t.* ਵਧੇਰੇ ਭਾਗ vadhere bhaag
overcome *v.t.* ਕਾਬੂ ਪਾਉਣਾ kaboo paunhaa

overdo *v.t.* ਅੱਤ ਕਰਨਾ att karnaa
overflow *n.* ਛਲਕਾਅ chhalkaa
overjoy *v.t.* ਅਤਿ ਅਨੰਦ ati anand
overlay *v.t.* ਛੋਟਾ ਮੇਜ਼ਪੋਸ਼ chhotaa mezposh
overlook ਨਜ਼ਰਅੰਦਾਜ਼ ਕਰਨਾ nazarandaaz karnaa
overpower *v.t.* ਕਾਬੂ ਕਰਨਾ kaboo karnaa
overrule *v.t.* ਰੱਦ ਕਰਨਾ radd karnaa
oversee *v.t.* ਨਿਗਰਾਨੀ ਕਰਨਾ nigraani karnaa
overseer *n.* ਨਿਗਰਾਨ nigraan
oversight *n.* ਨਿਰੀਖਣ nirikhanh
overt *adj.* ਸਪੱਸ਼ਟ sapashatt
overtake ਜਾ ਘੇਰਨਾ jaa ghernaa
overthrow *v.t.* ਸਮਾਪਤ ਕਰਨਾ samapat karnaa
overture *n.* ਸੈਨਤ sainat
overturn *n.* ਉਲਟਫੇਰ ulatfer
overweening *adj.* ਘਮੰਡੀ ghamanndi
overwhelm *v.t.* ਬਿਹਬਲ ਕਰਨਾ behbal karnaa
ovum *n.* ਅੰਡਾਣੂ andaanhoo
owe *v.t.* ਰਿਣੀ ਹੋਣਾ rinhee honhaa
owing *prop.* ਦੇਣਯੋਗ denhyog
owl *n.* ਉੱਲੂ ullu
own *adj.* ਹੱਕਦਾਰ ਹੋਣਾ hakkdaar honhaa
owner *n.* ਮਾਲਕ maalk
ox *n.* ਬਲਦ balad
oxygen *n.* ਆਕਸੀਜਨ aakseejan
oyster *n.* ਘੋਗਾ ghogga
ozone *n.* ਓਜ਼ੋਨ ozon

P

pace *n.* ਕਦਮ kadam
pacific *adj.* ਪਰਸ਼ਾਂਤ parshaant
pacification *n.* ਸੁਲ੍ਹਾਨਾਮਾ sulaahnaama
pacify *v.t.* ਸ਼ਾਂਤ ਕਰਨਾ shaant karnaa
pack *n.* ਪੋਟਲੀ potlee
package *n.* ਗੰਢ gandh
packet *n.* ਪੁਲੰਦਾ pullandda
pad *n.* ਗੱਦੀ gaddi
paddy *n.* ਧਾਨ dhaan
padlock *n.* ਜੰਦਰਾ janddraa
pagan *n.* ਕਾਫਰ kaafar
paganism *n.* ਨਾਸਤਿਕਤਾ naastikktaa
page *n.* ਪੰਨਾ panna
pageant *n.* ਸਮਾਰੋਹ samaroh
pagoda *n.* ਸ਼ਿਵਾਲਾ shivaalaa
pail *n.* ਬਾਲਟੀ baalti
pain *n.* ਦਰਦ darad
painstaking *adj.* ਉੱਦਮੀ uddami
paint *v.t.* ਰੰਗ rangg
painter *n.* ਰੰਗਸਾਜ਼ ranggsaaz
pair *n.* ਜੋੜਾ jodaa
palace *n.* ਮਹਿਲ mehal
papanquin ਡੋਲੀ dolli
palatable *adj.* ਮਜ਼ੇਦਾਰ mazedaar
palatal *adj.* ਤਾਲਵੀ taalvi
palate *n.* ਤਾਲੂ taaloo
palatial *adj.* ਸ਼ਾਨਦਾਰ shaandaar
pale *adj.* ਪੀਲਾ peelaa
paleness *n.* ਪੀਲਾਪਣ peelaapanh
palfrey *n.* ਟੱਟੂ tattoo
paling *n.* ਜੰਗਲਾ jangglaa
pall *n.* ਕਫਨ kafan
palliate *v.t.* ਧੀਰਜ ਬੰਨ੍ਹਾਉਣਾ dheeraj banaunhaa
palliation *n.* ਧੀਰਜ dheeraj
pallid *adj.* ਜਰਦ jarad
pallor *n.* ਪੀਲਾਪਣ peelaapanh
palm *n.* ਤਲੀ tali
palmist *n.* ਪਾਂਡਾ paandaa
palmistry *n.* ਹਸਤ-ਜੋਤਿਸ਼ hasat jotish
palmy *adj.* ਖੁਸ਼ਹਾਲ khushahaal
palpable ਛੂਹਣਯੋਗ chhohanhyog
palpitate *v.i.* ਧੜਕਣਾ dhadaknhaa
palpitation *n.* ਧੜਕਣ dhadkanh
palsy *n.* ਲਕਵਾ ਮਾਰਨਾ lakvaa maarnaa
palter *v.t.* ਹੇਰਾਫੇਰੀ ਕਰਨਾ heraaferi karnaa
paltry *adj.* ਘਟੀਆ ghateeyaa
pamper *n.* ਚੰਭਲਾ ਦੇਣਾ chambhlaa denhaa
pamphlet *n.* ਕਿਤਾਬਚਾ lkitaabchaa
pan *n.* ਕੜਾਹੀ kadahee
panacea *n.* ਅਕਸੀਰ akseer
panegyrize *v.t.* ਉਸਤਤ ਕਰਨਾ ustatt karnaa

pang *n.* ਪੀੜਾ peerhaa
panic *n.* ਦਹਿਸ਼ਤ dehshatt
pannier *n.* ਪਲਾਣਾ palanhaa
panoply *n.* ਜ਼ਰਾ ਬਕਤਰ zara baktar
panorama *n.* ਚਿਤਰਾਵਲੀ chitaraavli
pant *v.t.* ਧੜਕਣ dharhkanh
pantaloon *n.* ਪਤਲੂਨ patloon
pantheism *n.* ਸਰਬ-ਈਸ਼ਵਰਵਾਦ sarab eeshvarvaad
panther *n.* ਚੀਤਾ cheetaa
pantry *n.* ਰਸਦਖਾਨਾ rasadkhaana
pants *n.* ਪਤਲੂਨ patloon
pap *n.* ਤਲੀ ਖਿਚੜੀ tali khichrhee
papa *n.* ਬਾਪੂ baapu
papal *adj.* ਪੋਪ ਦਾ pop daa
paper *n.* ਪੱਤਰ pattar
par *n.* ਸਮਾਨਤਾ samaantaa
parable *n.* ਨੀਤੀ ਕਥਾ neeti kathaa
parachute *n.* ਹਵਾਈ ਛਤਰੀ havayee chhatree
parade *n.* ਪਰਦਰਸ਼ਨ pardarshan
paradise *n.* ਸਵਰਗ sawarag
paradox *n.* ਵਿਰੋਧਾਭਾਸ virodhaabhaas
passable *adj.* ਲੰਘਣਯੋਗ langhanhyog
passage *n.* ਰਸਤਾ rastaa
passenger *n.* ਯਾਤਰੀ yaatri
passer *n.* ਰਾਹੀ raahi
passion *n.* ਉਨਮਾਦ unmaad
passionate *adj.* ਪੁਰਜੋਸ਼ purjosh
passive ਉਦਾਸੀਨ udaaseen
passport *n.* ਪਾਸਪੋਰਟ paasport
past *adv.* ਭੂਤਕਾਲ bhootkaal
paste *v.t.* ਚਿਪਕਾਉਣਾ vchipkaunhaa
pasteurize *v.t.* ਨਿਰਜੀਵੀਕਰਨ ਕਰਨਾ nirjeevikaran karnaa
pastime *n.* ਮਨੋਰੰਜਨ manoranjjan
pastry *n.* ਪੇਸਟਰੀ pestree
pasturage ਚਰਾਗਾਹ charaagaah
pasture *n.* ਚਰਾਗਾਹ charaagaah
pat *n.* ਥਾਪੀ thaapi
patch *n.* ਚੇਪੀ cheppi
patent *n.* ਅਧਿਕਾਰਗਤ adhikaargatt
paternal *adj.* ਪਿਤਰੀ pittri
paternity *n.* ਪਿਤਰ ਧਰਮ pittar dharam
path *n.* ਪੰਧ panddh
pathetic *adj.* ਦਰਦ ਭਰਿਆ darad bhareyaa
pathos *n.* ਦਰਦ darad
patience *n.* ਸਹਿਣਸ਼ੀਲਤਾ sehanhsheeltaa
patient *adj.* ਮਰੀਜ਼ mareez
patiently *adv.* ਧੀਰਜ ਨਾਲ dheeraj naal
patriarch *n.* ਪਿਤਾਮਾ pitaamaa
patrician *n.* ਖਾਨਦਾਨੀ khaandaani
patricide *n.* ਪਿੱਤਰਘਾਤ pittarghaat
patrimony *n.* ਵਿਰਾਸਤ virrsat
patriot *n.* ਦੇਸ਼ ਭਗਤ desh bhagat
patriotism *n.* ਦੇਸ਼ ਭਗਤੀ desh bhagati
patriotic *adj.* ਦੇਸ਼ ਭਗਤੀਪੂਰਨ desh bhagtipooran
patrol *adj.* ਗਸ਼ਤ gashat
patron *n.* ਸਰਪਰਸਤ sarparast
patronage *n.* ਸਰਪਰਸਤੀ sarparasti
patronize *v.t.* ਆਸਰਾ ਦੇਣਾ aasraa denhaa
patter *v.i.* ਬੋਲੀ boli
pattern *n.* ਨਮੂਨਾ namoonaa
paucity *n.* ਥੁੜ੍ਹ thurh
pauper *n.* ਮੁਥਾਜ muthaaj
pauperism *n.* ਨਿਰਧਨਵਾਦ nirdhannvaad
pause *v.t.* ਰੁਕਾਵਟ rukaavat
pave *v.t.* ਫਰਸ਼ ਬੰਨ੍ਹਣਾ farash banhanhaa
pavement *n.* ਪਗਡੰਡੀ pagdanddi
pavillion *n.* ਮੰਡਪ manddap
paw *n.* ਪੰਜਾ panjja
pawn ਮੋਹਰਾ mohraa
pay *v.t.* ਅਦਾ ਕਰਨਾ adaa karnaa
payable *adj.* ਅਦਾ ਕਰਨ ਯੋਗ adaa karnayog
payee *n.* ਅਦਾਕਰਤਾ addakartaa
payment *n.* ਅਦਾਇਗੀ adayegi
pea *n.* ਮਟਰ matar
peace *n.* ਸ਼ਾਂਤੀ shaanti
peaceful *adj.* ਸ਼ਾਤੀਭਰਿਆ shaantibhareyaa
peacock *n.* ਮੋਰ nor
peahen *n.* ਮੋਰਨੀ morni
peak *n.* ਚੋਟੀ chotti
pearl *n.* ਮੋਤੀ moti
peasant *n.* ਕਿਸਾਨ kisaan
peasantry *n.* ਕਿਸਾਨੀ kisaani
pebble *n.* ਠੀਕਰੀ thheekaree
peccable *adj.* ਪਾਪੀ paapi

peck *v.t.* ਦੋ ਗੈਲਨ ਦਾ ਮਾਪ do gailan da maap
peckish *adj.* ਭੁੱਖਾ bhukhaa
peculation *n.* ਗਬਨ gaban
peculiar *adj.* ਨਿੱਜੀ ਜਾਇਦਾਦ nijji jayedaad
peculiarity *n.* ਮਾਲੀ maali
pedagogue *n.* ਬਾਲ ਸਿੱਖਿਅਕ baal sikheyakk
pedal *adj.* ਪਦਜੰਤਰ padjanttar
pedant *n.* ਵਿਦਵਤਾ vidvata
pedantry *n.* علم ਵਿਦਵਤਾ vidvata
peddle *v.t.* ਫੇਰੀ ਲਾਉਣਾ feri launhaa
pedigree *n.* ਵੰਸ਼ਾਵਲੀ vanshaavali
peel *v.t.* ਛਿਲਕਾ ਉਤਾਰਨਾ chhilka utaarnaa
peep *v.i.* ਝਾਕਣਾ jhaakanhaa
peer *n.* ਰਈਸ rayees
peerage *n.* ਧਨੀ ਲੋਕ dhanee lok
peerless *adj.* ਅਸਮਾਨ aasmaan
peevish *adj.* ਝਗੜਾਲੂ jhagdaaloo
peg *n.* ਕਿੱਲਾ killa
pelf *n.* ਧਨ dhann
pellet *n.* ਛੋਟੀ ਗੋਲੀ chhoti goli
pellmell *adj.* ਗੜਬੜ gadbad
pellucid *adj.* ਪਾਰਦਰਸ਼ੀ paardarshi
pen *n.* ਕਲਮ kalam
penal *adj.* ਦੰਡਾਤਮਕ dandaatmak
penalty *n.* ਜੁਰਮਾਨਾ jurmaanaa
penance *n.* ਪਛਤਾਵਾ pachhtaavaa
pencil *n.* ਕੂਚੀ koochee
pendant *adj.* ਝੁਮਕੇ jhumke
pending *adj.* ਲਟਕਿਆ ਕਾਰਜ latkeyaa kaaraj
penetration *n.* ਪ੍ਰਵੇਸ਼ parvesh
peninsula *n.* ਪ੍ਰਾਇਦੀਪ prayedeep
penitence *n.* ਪਛਤਾਵਾ pachhtaavaa
penitent *adj.* ਪਸ਼ਚਾਤਾਪੀ pashchaataapi
penmanship *n.* ਲਿਖਣਕਲਾ likhanh kala
penniless *adj.* ਮੁਥਾਜ muthaaj
pension *n.* ਪੈਨਸ਼ਨ penshan
pensioner *n.* ਪੈਨਸ਼ਨ ਲੈਣ ਵਾਲਾ penshan lainh vala
pent *adj.* ਡੱਕਿਆ dakkeyaa
pentagon *n.* ਪੰਚਕੋਣ panchkonh
penultimate *adj.* ਅੰਤਿਮ ਅੱਖਰ antimm akhar
penumbra *n.* ਉੱਪ ਛਾਇਆ upp chhayeaa
penurious *adj.* ਕੰਗਾਲ kangaal
penury *n.* ਗਰੀਬੀ garibi
peon *n.* ਚਪੜਾਸੀ chapraasi
people *n.* ਲੋਕ lok
pepper *n.* ਕਾਲੀ ਮਿਰਚ kaali mirach
perceive ਧਿਆਨ ਦੇਣਾ dhyaan denhaa
percentage *n.* ਪ੍ਰਤੀਸ਼ਤਤਾ pratishattataa
perceptible ਅਨੁਭਵਯੋਗ anubhavyog
perception *n.* ਪ੍ਰਤੱਖ ਗਿਆਨ partakh gyaan
perceptive *adj.* ਅਨੁਭੂਤੀ anubhooti
perchance *adv.* ਸੰਜੋਗ ਨਾਲ sanjog naal
percolate *v.i.* ਝਰਨਾ jharnaa
percussion *n.* ਚੋਟ chot
perdition *n.* ਤਬਾਹੀ tabaahi
peremptory *adj.* ਨਿਸ਼ਚਿਤ nishchit
perennial *adj.* ਸਦਾਬਹਾਰ sadabahaar
perfect *adj.* ਪੂਰਨ pooran
perfection *n.* ਪੂਰਨਤਾ poorantaa
perfidious *adj.* ਕਪਟੀ kaptee
perfidy *n.* ਕਪਟ kapat
perforate *v.t.* ਵਿੰਨ੍ਹਣਾ vinhanhaa
perforce ਬਲਪੂਰਵਕ balpoorvak
perforin *v.t.* ਹੁਨਰ ਦਿਖਾਉਣਾ hunar dikhaunhaa
performance *n.* ਹੁਨਰ hunar
perfume *n.* ਖੁਸ਼ਬੂ khushboo
perfumer *n.* ਖੁਸ਼ਬੂਦਾਰ khushboodaar
perfumery *n.* ਸੁਗੰਧਿਤ ਸਮੱਗਰੀ sugandhitt samagri
perfunctory *adj.* ਬੇਦਿਲ bedil
perhaps *adv.* ਸ਼ਾਇਦ shayad
peri *n.* ਪਰੀ pari
peril *n.* ਸੰਕਟ sankatt
perilous *adj.* ਸੰਕਟਪੂਰਨ sankattpooran
perimeter *n.* ਘੇਰਾ gheraa
period *n.* ਸਮਾਂ sama
periodic *adj.* ਨੀਯਤ ਕਾਲ ਦਾ neeyat kaal daa
perish *v.t.* ਮਿਟਾਉਣਾ mitaunhaa
perishable ਨਾਸ਼ਵਾਨ naashvaan
perjury ਝੂਠੀ ਸਹੁੰ jhoothhee sohn

permanence *n.* ਸਥਾਈ ਹੋਣਾ sathaayee honhaa
permanent *n.* ਸਥਾਈ sathaayee
permanently *v.t.* ਪੂਰਨ ਤੌਰ ਤੇ pooran taur te
permeate *v.t.* ਪ੍ਰਵੇਸ਼ ਕਰਨਾ parvesh karnaa
permissible *adj.* ਉਚਿਤ uchit
permission *n.* ਆਗਿਆ aageyaa
permit *v.t.* ਆਗਿਆ ਦੇਣਾ aageyaa denhaa
pernicious *adj.* ਘਾਤਕ ghaatak
perpendicular *adj.* ਲੰਬ lambb
perpetrate *v.t.* ਅਪਰਾਧ ਕਰਨਾ apraadh karnaa
perpetual *n.* ਸਥਾਈ sathaayee
perpetually *adv.* ਸਥਿਰਤਾ ਨਾਲ sathirtaa naal
perpetuate ਸਥਾਈ ਬਣਾਉਣਾ sathaayee banhuanhaa
perpetuity *n.* ਚਿਰੰਜੀਵਤਾ chiranjeevtaa
perplex *v.t.* ਵਿਆਕੁਲ ਕਰਨਾ viaakul karnaa
perplexing *adj.* ਗੁੰਝਲਦਾਰ gunjhalldaar
perplexity *n.* ਹੈਰਾਨੀ hairaani
perquisite *n.* ਉਪਰਲੀ ਆਮਦਨ upparli aamdan
persecute *v.t.* ਦੁੱਖ ਦੇਣਾ dukh denhaa
persecution *n.* ਅਤਿਆਚਾਰ atyachaar
perseverance *n.* ਉੱਦਮ uddam
persist ਅਟੱਲ ਰਹਿਣਾ attall rehnhaa
persistent *adj.* ਅਟੱਲ attall rehnhaa
person *n.* ਪੁਰਖ purakh
personage ਮਸ਼ਹੂਰ ਹਸਤੀ mashahor hasti
personal *adj.* ਵਿਅਕਤੀਗਤ viaktigatt
personality *n.* ਸ਼ਖਸੀਅਤ shakhsheeyat
personally *adj.* ਖੁਦ khud
personate *v.t.* ਬਹੁਰੂਪ ਧਾਰਨਾ bahuroop dhaarnaa
personification *n.* ਮਾਨਵੀਕਰਨ maanvikaran
personnel *n.* ਕਰਮਚਾਰੀ ਵਰਗ karamchaari varag
perspective *adj.* ਪਰਿਪੇਖ paripekh
perspicuity *n.* ਸਪੱਸ਼ਟਤਾ sapashtataa
perspiration *n.* ਪਸੀਨਾ paseenaa
perspire *v.i.* ਪਸੀਨਾ ਆਉਣਾ paseenaa aunhaa
persuade *v.* ਮਗਰ ਲਾਉਣਾ magar launhaa
persuation *n.* ਪ੍ਰੇਰਨਾ prernaa
persuasive *adj.* ਪ੍ਰੇਰਨਾਮਈ prernaamayee
pert *adj.* ਗੁਸਤਾਖ gustaakh
pertain *v.i.* ਵਾਹ ਪੈਣਾ vaah painhaa
pertinacious *adj.* ਹਠੀ hathhee
pertinacity ਹੱਠ hathh
pertinence *n.* ਢੁਕਵਾਂਪਣ dhukvaanpanh
pertinent *adj.* ਅਸੰਗਤ asanggat
perturb ਤਰਤੀਬ ਭੰਨਣਾ tarteeb bhannanhaa
perturbation *n.* ਵਿਆਕੁਲਤਾ viaakultaa
perusal *n.* ਅਧਿਐਨ adhienn
peruse *v.t.* ਪੜ੍ਹਨਾ padnaa
pervade *v.t.* ਸੁਣਾਉਣਾ sunhaunhaa
perverse *adj.* ਪੁੱਠਾ puthhaa
perversion *n.* ਉਲਟਫੇਰ ulatfer
pervert *v.* ਵਿਗਾੜਨਾ vigaadnaa
pervious *adj.* ਪੋਲਾ polaa
pessimism *n.* ਨਿਰਾਸ਼ਾਵਾਦ niraashaavaad
pessimist *n.* ਨਿਰਾਸ਼ਾਵਾਦੀ niraashaavaadi
pest ਕਿਰਮ kiram
pester *v.t.* ਸਤਾਉਣਾ sataunhaa
pestilence *n.* ਮਹਾਂਮਾਰੀ mahanmaari
pestle *n.* ਘੋਟਣਾ ghottnhaa
pet *adj.* ਪਾਲਤੂ ਪਸ਼ੂ paaltoo pashoo
petal *n.* ਫੁੱਲ ਪੱਤੀ full patti
petite *adj.* ਮਧਰੀ ਇਸਤਰੀ madhree istree
petition *n.* ਜਾਂਚਣਾ jaanshnhaa
petitioner *n.* ਜਾਚਕ jaachak
petrify *v.t.* ਪਥਰਾਉਣਾ pathraaunhaa
petrol *n.* ਪੈਟਰੋਲ patrol
petticoat *n.* ਪੇਟੀਕੋਟ petikot
pettish *adj.* ਚਿੜਚਿੜਾ chirhchirhaa
pettiness *n.* ਤੁੱਛਤਾ tuchhtaa
petty *adj.* ਨਿੱਕਾ nikka
petulance ਛਿੜਚਿੜਾਪਣ chirhchirhaapanh
petulant *adj.* ਚਿੜਚਿੜਾ chirhchirhaa
pew *n.* ਆਸਣ aasanh
pewter *n.* ਕਾਂਸੀ kaansi
phalanx *n.* ਜੱਥਾ jathaa
phantasm *n.* ਛਲੇਡਾ chhledaa
phantastic *adj.* ਕਾਲਪਨਿਕ kaalpnik

phantasy *n.* ਕਲਪਨਾ kalpnaa
phantom *n.* ਭੂਤ bhoot
pharmacy *n.* ਦਵਾਖਾਨਾ davakhaanaa
pharos *n.* ਚਾਨਣ-ਮੁਨਾਰਾ chananh munaara
phase *n.* ਅਵਸਥਾ avasthaa
phenomenal *adj.* ਦ੍ਰਿਸ਼ਟਮਾਨ drishtmaan
phenomenon *n.* ਘਟਨਾ ghatnaa
phial *n.* ਸ਼ੀਸ਼ੀ sheeshee
philander *v.i.* ਆਸ਼ਿਕ ਹੋਣਾ ashik honhaa
philogist *n.* ਭਾਸ਼ਾ-ਵਿਗਿਆਨੀ bhaashaa vigyaani
philology *n.* ਭਾਸ਼ਾ-ਵਿਗਿਆਨ bhaashaa vigyaan
philosopher *n.* ਦਾਰਸ਼ਨਿਕ daarshnik
philosophic *adj.* ਦਾਰਸ਼ਨਿਕ daarshnik
philosophy *n.* ਦਰਸ਼ਨ ਸ਼ਾਸ਼ਤਰ darshan shaashtar
philter *n.* ਪ੍ਰੇਮ ਰਸ prem ras
phoenix *n.* ਕੁਕਨਸ ਪੰਛੀ kuknas panchhi
phone *n.* ਟੈਲੀਫੋਨ teliphon
phonetic *adj.* ਧੁਨੀ ਸੰਬੰਧੀ dhuni sambandhi
phonetics *n.pl.* ਧੁਨੀ ਵਿੱਦਿਆ dhuni videyaa
phonograph *n.* ਧੁਨੀ ਅੰਕਕ dhui ankkak
phonology *n.* ਧੁਨੀ ਪ੍ਰਬੰਧ dhuni parbandh
phosphoric *adj.* ਫਾਸਫੋਰਸ ਵਾਲਾ phasphoras vala
phosphorus *n.* ਫਾਸਫੋਰਸ phasphoras
photograph *n.* ਤਸਵੀਰ tasveer
phrase *n.* ਵਾਕਾਂਸ਼ vaakansh
phraseology *n.* ਵਾਕਅੰਸ਼ ਰਚਨਾ vaakansh rachnaa
phrenic *adj.* ਸਨਕੀ sankee
phrenology *n.* ਕਪਾਲ ਵਿਗਿਆਨ kapaal vigeyaan
phthisis *n.* ਤਪਦਿਕਤਾ tapdiktaa
physic *n.* ਇਕਮਤ ikkmat
physical *adj.* ਸਰੀਰਕ sareerak
physician *n.* ਹਕੀਮ hakeem
physics *n.* ਭੌਤਿਕ ਵਿਗਿਆਨ bhautik vigeyaan
physiognomy *n.* ਚਿਹਰਾ chehraa
physiology *n.* ਸਰੀਰਕ ਵਿਗਿਆਨ sareerak vigeyaan
physique *n.* ਸਰੀਰਕ ਬਣਤਰ sareerak banhtar
pianist *n.* ਪਿਆਨੋ ਵਾਦਕ piaano vaadak
piano *n.* ਪਿਆਨੋ piaano
pice *n.* ਪੈਸਾ paisaa
pick *v.t.* ਕੱਢ ਲੈਣਾ kadh lainhaa
pickaxe *n.* ਗੈਂਤੀ gaintee
picket *n.* ਸੈਨਿਕ ਟੁਕੜੀ sainik tukdee
pickle *n.* ਆਚਾਰ achaar
pickpocket *n.* ਜੇਬ ਕਤਰਾ jeb katraa
picnic *n.* ਸੈਰ ਸਪਾਟਾ sair sapaataa
pictorial *adj.* ਤਸਵੀਰਾਂ ਵਾਲਾ tasveeraan vala
picture *n.* ਤਸਵੀਰ tasveer
picuresque *adj.* ਸਫੁੱਟ saphutt
pie *n.* ਗੜਬੜ gadbad
piece *n.* ਟੁਕੜਾ tikkdaa
pier *n.* ਬੰਨ੍ਹ banh
pierce *v.t.* ਚੁਭਾਉਣਾ chubhaunhaa
piety *n.* ਪਵਿੱਤਰਤਾ pavittartaa
pig *n.* ਸੂਰ soor
pigeon *n.* ਕਬੂਤਰ kabootar
pigeon-hole *n.* ਕੰਧ ਦੀ ਮੋਰੀ kandh dee mori
pigment *n.* ਵਰਣਕ varnhakk
pigmy *n.* ਬੌਣਾ baunhaa
pike *n.* ਬਰਛੀ barchee
pile *n.* ਢੇਰ dher
piles *n.* ਬਵਾਸੀਰ bavaseer
pilferage *n.* ਨਿੱਕੀ ਮੋਟੀ ਚੋਰੀ nikki moti chori
pilgrim *n.* ਤੀਰਥ ਯਾਤਰੀ teerath yaatri
pilgrimage *n.* ਤੀਰਥ ਯਾਤਰਾ teerath yaatraa
pill *n.* ਦਵਾਈ ਦੀ ਗੋਲੀ davayee dee goli
pillar *n.* ਥੰਮ੍ਹ thamm
pillow *n.* ਸਿਰਹਾਣਾ sirhaanhaa
pilotage *n.* ਅਗਵਾਈ agvaayee
pimp *n.* ਦਲਾਲ dalaal
pimple *n.* ਫਿੰਸੀ finsee
pin *n.* ਸੂਈ sooee
pincers *n.* ਸੰਨ੍ਹੀ sannhee
pine *n.* ਚੀਲ cheel
pine-apple *n.* ਅਨਾਨਾਸ ananaas
pink *n.* ਗੁਲਾਬੀ gulaabi
pinnacle *n.* ਗੁੰਬਦ gumabadd
pint *n.* ਸ਼ਰਾਬ sharaab

pint *n.* ਪਿੰਨ pinn
pioneer *n.* ਮੋਢੀ modhee
pious *adj.* ਸਦਾਚਾਰੀ sadachaar
pip *n.* ਸੇਬ ਦੇ ਬੀਜ seb de beej
pipe *n.* ਨਾਲ਼ naal
pipette *n.* ਪਤਲੀ ਨਾਲੀ patli naali
piquancy *n.* ਚਟਪਟਾਪਣ chatpataapanh
piquant *adj.* ਕਰਾਰਾ karaaraa
pique *v.t.* ਖਿਝਾਉਣਾ khijhaunhaa
piracy *n.* ਸਾਹਿਤਿਕ ਚੋਰੀ saahtik chori
pirate *n.* ਸਾਹਿਤਿਕ ਚੋਰ saahtik chor
piss *n.* ਪਿਸ਼ਾਬ pishaab
pistol *n.* ਪਿਸਤੌਲ pisaul
piston *n.* ਪਿਸਟਨ pistan
pit *n.* ਟੋਆ toaa
pitch *n.* ਲੁੱਕ lukk
pitcÅdark *adj.* ਘੋਰ ਹਨੇਰਾ ghor haneraa
pitcher *n.* ਘੜਾ gharaa
pith *n.* ਗੁੱਦਾ gudda
pithy *adj.* ਗੁੱਦੇਦਾਰ guddedaar
pitiable *adj.* ਤਰਸਯੋਗ tarasyog
pitiful *adj.* ਤਰਸਵਾਨ tarasvaan
pitiless *adj.* ਨਿਰਦਈ nirdayee
pittance *n.* ਬਹੁਤ ਥੋੜ੍ਹ bahut thorh
pity *n.* ਦਇਆ daya
pivot *n.* ਚੂਲ chool
pivotal *adj.* ਧੁਰੇ ਦਾ dhure daa
placard *n.* ਫੱਟਾ fatta
place *n.* ਸਥਾਨ sathaan
placid *adj.* ਸ਼ਾਂਤ shaant
placidity *n.* ਸ਼ਾਤੀ shaanti
plagiarism *n.* ਵਿਚਾਰਚੋਰੀ vichaar chor
plague *n.* ਪਲੇਗ paleg
plaid *n.* ਪੱਟੂ pattoo
plain *adj.* ਸਾਦਾ saadaa
plainly *adv.* ਸਪੱਸ਼ਟ ਰੂਪ ਨਾਲ sapashat roop naal
plaint *n.* ਸ਼ਿਕਾਇਤ shikaayat
plaintiff *n.* ਦਾਅਵੇਦਾਰ daavedaar
plaintive *adj.* ਸੋਗ ਵਾਲਾ sog vala
plait *n.* ਪਲੇਟ palet
plan *n.* ਯੋਜਨਾ yojnaa
plane *adj.* ਪੱਧਰਾ padhraa
planet *n.* ਗ੍ਰਹਿ greh
plank *n.* ਤਖਤਾ takhtaa
plant *n.* ਪੌਦਾ paudaa
plantain *n.* ਕੇਲਾ kelaa
plaster *n.* ਪਲੱਸਤਰ plasstar
plastic *adj.* ਲਚਕਦਾਰ lachakdaar
plate *n.* ਤਖਤੀ takhtee
plateau *n.* ਪਠਾਰ pathhaar
platform *n.* ਪਲੇਟਫਾਰਮ paletfaarm
platinum *n.* ਕੀਮਤੀ ਧਾਤ keemtee dhaat
platitude *n.* ਸਧਾਰਨ ਗੱਲ sadhaaran gall
platonic *adj.* ਅਫਲਾਤੂਨੀ aflaatooni
platoon *n.* ਪਲਟਨ paltan
plaudit *n.* ਸ਼ਾਬਾਸ਼ shaabaash
plausible *adj.* ਤਰਕਸ਼ੀਲ taralsheel
play *n.* ਖੇਡ khed
player *n.* ਖਿਡਾਰੀ khidaari
playful *adj.* ਖਿਡਾਰੂ khidaaroo
playground *n.* ਖੇਡ ਦਾ ਮੈਦਾਨ khed daa maidaan
playhouse *n.* ਤਮਾਸ਼ਾ ਘਰ tamashaa ghar
playmate *n.* ਜੋੜੀਦਾਰ jodee daar
plaything *n.* ਖਿਡਾਉਣਾ khidaunhaa
plaza *n.* ਜਨ ਸਥਾਨ jan sathaan
plea *n.* ਤਰਕ tarak
plead *v.i.* ਤਰਕ ਕਰਨਾ tarak krnaa
pleader *n.* ਵਕੀਲ vakeel
pleasant *adj.* ਰਮਣੀਕ ramnheek
pleasantry ਵਿਅੰਗ viangg
please *v.t.* ਸੰਤੁਸ਼ਟ ਕਰਨਾ santushat karnaa
pleasure *n.* ਅਨੰਦ anandd
plebian *adj.* ਸਧਾਰਨ ਆਦਮੀ sadhaaran aadmi
plebiscite *n.* ਲੋਕਮੱਤ lokmatt
pledge *n.* ਪ੍ਰਣ pranh
plenary *adj.* ਸਮੁੱਚਾ samuchaa
plentiful *adj.* ਅਧਿਕ adhik
pliability *n.* ਲਚਕ lacjak
pliable *adj.* ਲਚਕਦਾਰ lacjakdaar
pliers *n.* ਪਲਾਸ plaas
plight *n.* ਹਾਲਤ haalat
plinth *n.* ਕੰਧ ਦੀ ਕੁਰਸੀ kandh dee kursi
plod *v.i.* ਮਿਹਨਤ ਕਰਨਾ mehnat karnaa
plough *v.i.* ਹਲ ਵਾਹੁਣਾ halh vaahunhaa
ploughman *n.* ਹਾਲੀ haali

ploughshare *n.* ਹਲ ਦਾ ਫਾਲ਼ਾ halh daa faalhaa
pluck *v.t.* ਤੋੜਨਾ todnaa
plucky *adj.* ਦਲੇਰ daler
plug *n.* ਗੱਟਾ gatta
plum *n.* ਅਲੂਚਾ aloochaa
plumb *n.* ਸਾਹਲ saahal
plumber *n.* ਨਲਕੇ ਲਾਉਣ ਵਾਲਾ nalke laaunh vala
plume *n.* ਖੰਭ khambh
plummet *n.* ਸਾਹਲ saahal
plump *adj.* ਮੋਟਾ ਤਾਜ਼ਾ motaa taaza
plunder *v.t.* ਲੁੱਟ lutt
plunge *v.i.* ਚੁਭੀ ਮਾਰਨਾ chubhi maarnaa
pluperfect *adj.* ਪੂਰਨ ਭੂਤਕਾਲ pooran bhootkaal
plural *adj.* ਬਹੁਵਚਨ bahuvachan
plurality *n.* ਬਹੁਲਤਾ bahultaa
plus *n.* ਜੋੜ jod
plutocracy *n.* ਧਨਾਢਤੰਤਰ dhanaadtanttar
pluvial *adj.* ਵਰਖਾ ਦਾ varkhaa daa
pneumatic *adj.* ਹਵਾਦਾਰ havadaar
pneumatics *n.* ਵਾਯੂ ਵਿਗਿਆਨ vayu vigeyaan
pneumonia *n.* ਨਿਮੂਨੀਆਂ nimooniaa
pock *n.* ਛਾਲਾ chhalaa
pocket *n.* ਜੇਬ jeb
poem *n.* ਕਵਿਤਾ kavitaa
poesy *n.* ਕਾਵਿ ਰਚਨਾ kaav rachnaa
poet *n.* ਕਵੀ kavi
poetaster *n.* ਤੁੱਕ-ਬੰਦ tukk bandd
poetic *adj.* ਕਾਵਿਕ kaavik
poetical *adj.* ਕਾਵਿਮਈ kaavmayee
poetry *n.* ਕਾਵਿ kaav
poignant ਤੀਬਰ teebar
point *n.* ਬਿੰਦੀ binddi
pointed *adj.* ਨੋਕਦਾਰ nokdaar
poised *n.* ਸੰਤੁਲਿਤ santulit
poison *n.* ਜ਼ਹਿਰ zehar
poisonous *adj.* ਜ਼ਹਿਰੀਲਾ zehreela
poke *n.* ਖੋਭਣਾ khobhnhaa
polar *n.* ਧਰੁੱਵਾਂ ਦਾ dhruvaan daa
pole *n.* ਥਮਲਾ thamlaa
polemic *adj.* ਵਿਵਾਦੀ vivaadi
pole-star *n.* ਧਰੁੱਵ ਤਾਰਾ dhruv taara
police *n.* ਪੁਲਿਸ pulis
policeman *n.* ਪੁਲਿਸ ਦਾ ਸਿਪਾਹੀ pulis da sipaahi
police-station *n.* ਪੁਲਿਸ ਥਾਣਾ pulis thaanhaa
policy *n.* ਨੀਤੀ neeti
polish *v.t.* ਪਾਲਿਸ਼ ਕਰਨਾ paalish karnaa
polished *adj.* ਪਾਲਿਸ਼ਦਾਰ paalishdaar
polite *adj.* ਨਿਮਰ nimar
politeness *n.* ਨਿਮਰਤਾ nimartaa
politic *n.* ਸਿਆਣਾ siaanhaa
political *adj.* ਰਾਜਨੀਤਕ raajneetak
politician *n.* ਰਾਜਨੇਤਾ raajnetaa
politics *n.* ਰਾਜਨੀਤੀ ਸ਼ਾਸ਼ਤਰ raajneeti shaashtar
polity *n.* ਰਾਜ ਪ੍ਰਬੰਧ raaj parbandh
pollen *n.* ਫੁੱਲ ਦਾ ਬੂਰ full daa boor
poll-tax *n.* ਜੀਅਪ੍ਰਤੀ ਟੈਕਸ jee prati tax
pollute *v.t.* ਵਿਗਾੜਨਾ vigaadnaa
pollution *n.* ਪ੍ਰਦੂਸ਼ਣ pardooshanh
poltroon *n.* ਕਾਇਰ kayer
polyandry *n.* ਬਹੁਕੰਤੀ bahukantti
polygon *n.* ਬਹੁਭੁਜ bahubhujj
polytechnic *n.* ਬਹੁਸ਼ਿਲਪੀ bahushilpi
pomegranate *n.* ਅਨਾਰ ਦਾ ਫਲ anaar da fal
pomp *n.* ਠਾਠ ਬਾਠ taathh baathh
pompous ਸ਼ਾਨਦਾਰ shaandaar
pond *n.* ਛੱਪੜ chhappad
ponder *v.t.* ਵਿਚਾਰਨਾ vichaarnaa
ponderous *adj.* ਵਜ਼ਨੀ vaznee
poniard *n.* ਕਟਾਰ kataar
pony *n.* ਟੱਟੂ tattoo
pool *n.* ਸਾਝੀ ਪੂੰਜੀ saanjhee poonjee
poor *adj.* ਗਰੀਬ gareeb
pop *v.i.* ਠਾਹ ਦੀ ਅਵਾਜ਼ thaah dee avaaz
pope *n.* ਪੋਪ pop
popinjay *n.* ਸਵੈ ਪ੍ਰਸ਼ੰਸੀ svai parshasee
poplin *n.* ਪਾਪਲੀਨ paaleen
poppy *n.* ਪੋਸਤ post
populace *n.* ਆਮ ਲੋਕ aam lok
popular *n.* ਲੋਕ ਪਿਆਰਾ lok piaaraa
popularity *n.* ਲੋਕਪ੍ਰੀਅਤਾ lok priyataa
popularize *v.* ਪ੍ਰਸਿੱਧ ਕਰਨਾ parsidh karnaa

populate ਅਬਾਦ ਕਰਨਾ aabaad karnaa
population *n.* ਵਸੋਂ vason
porch *n.* ਪੋਰਚ porch
porcupine *n.* ਸੇਹ seh
pore *n.* ਮੁਸਾਮ musaam
pork *n.* ਸੂਰ ਦਾ ਮਾਸ soor daa maas
porn *n.* ਅਸ਼ਲੀਲ ਸਾਹਿਤ ashleel sahit
porous *adj.* ਮੁਸਾਮਦਾਰ musaam daar
porridge *n.* ਜਵੀ javi
porringer *n.* ਬਾਟੀ baati
port *n.* ਬੰਦਰਗਾਹ bandargaah
portable *adj.* ਢੁਕਵਾਂ dhukvaan
portal *n.* ਮੁੱਖੀ ਦਰਵਾਜ਼ਾ mukhee darvaaza
portent *n.* ਸ਼ਗਨ shagan
porter *n.* ਦਰਬਾਨ darbaan
portion *n.* ਹਿੱਸਾ hissa
portly *adj.* ਭਾਗ bhaag
poser *n.* ਔਖਾ ਸਵਾਲ aukhaa swaal
position *n.* ਹਾਲਤ haalat
positive *n.* ਧਨ dhann
possess *n.* ਧਾਰਣ ਕਰਨਾ dharanh karnaa
possession *n.* ਕਬਜ਼ਾ kabzaa
possessive *adj.* ਸੰਬੰਧਕਾਰਕ sambandhkaarak
possessor *n.* ਮਾਲਕ maalak
possibility *n.* ਸੰਭਾਵਨਾ sambhaavnaa
possible *adj.* ਸੰਭਵ sambhav
possibly *adv.* ਸ਼ਾਇਦ shayad
post *n.* ਥੰਮ੍ਹ thamm
postal *adj.* ਡਾਕ ਸੰਬੰਧੀ daak sambandhee
poster *n.* ਇਸ਼ਤਿਹਾਰ ishtehaar
posterity *n.* ਵੰਸ਼ vansh
posterr *n.* ਪਿਛਲਾ ਬੂਹਾ pichhlaa boohaa
postman *n.* ਡਾਕੀਆ daakiaa
postprandial *adj.* ਭੋਜਨ ਉਪਰੰਤ bhojan uprantt
postscript *n.* ਉਪਰੰਤ ਲਿਖਤ uprantt likhat
postulate *n.* ਬੁਨਿਆਦੀ ਅਸੂਲ buniyaadi asool
posture *n.* ਪੈਂਤੜਾ paintraa
pot *n.* ਭਾਂਡਾ bhaandaa
potable ਪੀਣਯੋਗ peenhyog
potato *n.* ਆਲੂ aaloo
pot-belly *adj.* ਗੋਗੜ gogarh
potency *n.* ਬਲ ball
potent *adj.* ਬਲਵਾਨ balvaan
potentate *n.* ਬਾਦਸ਼ਾਹ baadshaah
potential *adj.* ਸੰਭਾਵੀ sambhaavi
potentiality *adj.* ਸਮਰੱਥਾ samrathaa
pother *n.* ਦਮਘੋਟੂ ਧੂੰਆਂ damghotoo dhooaan
potion *n.* ਜ਼ਹਿਰ ਦਾ ਘੁੱਟ zehar da ghutt
potter *n.* ਘੁਮਿਆਰ ghumeyaar
pottery *n.* ਕੁੰਭਕਾਰੀ kumbhkaari
pouch *n.* ਥੈਲੀ thailee
poultry *n.* ਮੁਰਗੀਖਾਨਾ murgee khaanaa
pounce *v.t.* ਝਪਟਣਾ jhaptanhaa
pour *v.* ਉਲੱਦਣਾ ulladnhaa
poverty *n.* ਗਰੀਬੀ gareebi
powder *n.* ਪਾਊਡਰ paudarr
power *n.* ਸ਼ਕਤੀ shakti
powerful *adj.* ਸ਼ਕਤੀਮਾਨ shaktimaan
powerless *adj.* ਨਿਰਬਲ nirbal
pox *n.* ਦਾਣੇ daanhe
practicable *n.* ਵਿਹਾਰਕ vihaarak
practical *adj.* ਅਭਿਆਸ abheyaas
practically *adv.* ਅਮਲੀ ਤੌਰ ਤੇ amli taur te
practice *n.* ਅਭਿਆਸ abhiyaas
practise *v.t.* ਅਭਿਆਸ ਕਰਨਾ abhiyaas karnaa
practitioner *n.* ਅਭਿਆਸੀ abhiyaasi
pragmatic *adj.* ਕੱਟੜ kattarh
praise *v.t.* ਵਡਿਆਈ ਕਰਨਾ vadeyaaee karnaa
praiseworthy *adj.* ਪ੍ਰਸ਼ੰਸਾਯੋਗ parshansaayog
prank ਸਜਾਉਣਾ sajaunhaa
prate *v.i.* ਗੱਪਾਂ ਮਾਰਨਾ gappan maarnaa
prattle *n.* ਭੋਲੀਆਂ ਗੱਲਾਂ bholian gallaan
pray *v.i.* ਬੇਨਤੀ ਕਰਨਾ bentee karnaa
prayer *n.* ਪ੍ਰਾਰਥਨਾ praarthnaa
preach *v.t.* ਉਪਦੇਸ਼ ਦੇਣਾ updesh denhaa
preamble *n.* ਪ੍ਰਾਕਕਥਨ praakkathan
precarious *adj.* ਸੰਕਟਪੂਰਨ sankattpooran
precaution *n.* ਸਾਵਧਾਨੀ saavdhaani
precede *v.t.* ਪਹਿਲਾਂ ਹੋਣਾ pehlaan denhaa
precedence ਪਹਿਲ pehal
precedent *n.* ਪੂਰਵ ਪ੍ਰਮਾਣ poorav parmaanh
preceding *adj.* ਪੂਰਵਵਰਤੀ poorav vartee

precept ਉਪਦੇਸ਼ updesh
precinct *n.* ਅਹਾਤਾ ahaataa
precious *adj.* ਬਹੁਮੁੱਲਾਂ bahumulla
precipice *n.* ਖੜੀ ਚੱਟਾਨ kharhee chattan
precipitation *n.* ਉਤਾਵਲਾਪਣ utaavlapanh
preciptous *n.* ਬਹੁਤ ਖੜਵਾਂ bahut kharvaan
precis *n.* ਸਾਰ saar
precise *n.* ਨਿਸ਼ਚਿਤ nishchitt
precision *n.* ਸ਼ੁਧਤਾ shuddhtaa
preclude *n.* ਅਲੱਗ ਰੱਖਣਾ alagg rakhnhaa
precocious *n.* ਕਾਲਪੂਰਵ kaalpoorav
precognition *n.* ਪੂਰਵ ਗਿਆਨ poorav gyan
preconception ਮਨ ਦੀ ਗੰਢ man dee gandh
precursor *n.* ਮੋਹਰੀ mohri
precursory *adj.* ਪੂਰਵ ਵਰਤੀ poorav varti
predatory *n.* ਸ਼ਿਕਾਰਖੋਰ shikaarkhor
predecessor *n.* ਪੂਰਵ ਅਧਿਕਾਰੀ poorav adhikaari
predetermine *v.t.* ਅਗਾਊਂ ਮਿਥਣਾ agaaoon mithanhaa
predicament *n.* ਦੁਵਿਧਾ duvidhaa
prediction *n.* ਭਵਿੱਖ ਵਾਕ bhavikh vaak
predilection *n.* ਖਾਸ ਰੁਚੀ khaas ruchi
predominance *n.* ਜ਼ੋਰ zor
pre-eminent *adj.* ਚੋਟੀ ਦਾ choti daa
pre-emption *v.t.* ਹਕਸ਼ਫਾ hakkshafaa
pre-exist *v.t.* ਪਹਿਲਾਂ ਹੀ ਹੋਣਾ pehlaan hee honhaa
preface *n.* ਭੂਮਿਕਾ bhoomika
prefactory *adj.* ਭੂਮਿਕਾ ਸੰਬੰਧੀ bhoomika sambandhi
prefer *v.t.* ਤਰੱਕੀ ਦੇਣਾ tarakki denhaa
preferable *adj.* ਉੱਤਮ uttam
preference *n.* ਤਰਜੀਹ tarjeeh
preferential *adj.* ਤਰਜੀਹੀ tarjeehee
prefix *n.* ਉਪਸਰਗ upsarag
pregnancy *n.* ਗਰਭ garabh
pregnant *adj.* ਗਰਭਿਤ garabhit
prehension *n.* ਬੋਧ bodh
prehistoric *adj.* ਪੂਰਵ-ਇਤਿਹਾਸਿਕ poorav-itehaasik
prejudice *n.* ਪੱਖਪਾਤ pakhpaat
prejudicial *adj.* ਪੱਖਪਾਤੀ pakhpaati
prelate *n.* ਮਹੰਤ mahantt
prelim *n.* ਆਰੰਭ arambh
preliminary *adj.* ਪ੍ਰਾਰੰਭਿਕ prarambhikk
prelude *n.* ਪ੍ਰਸਤਾਵਨਾ prastaavnaa
premature *adj.* ਅਗੇਤਾ agetaa
premeditation *n.* ਪੂਰਵ ਚਿੰਤਨ poorav chintan
premier *adj.* ਸਭ ਤੋਂ ਪਹਿਲਾ sabh ton pehlaa
premises *n.pl.* ਚਾਰ ਦੀਵਾਰੀ chaar divaari
premium *n.* ਬੀਮੇ ਦੀ ਕਿਸ਼ਤ beeme dee kishat
premonition *n.* ਪੂਰਵ ਸੂਚਨਾ poorav soochna
premonitory *adj.* ਪੂਰਵ ਸੂਚਕ poorav soochak
pre-occupancy *n.* ਅਗੇਤਾ ਕਬਜ਼ਾ agetaa kabzaa
preparative *adj.* ਤਿਆਰੀ ਸੰਬੰਧੀ tyaari sambandhee
preparation *n.* ਤਿਆਰੀ tyaari
prepare *v.t.* ਤਿਆਰ ਕਰਨਾ tyaari karnaa
prepay *v.t.* ਪੇਸ਼ਗੀ ਦੇਣਾ peshagee denhaa
prepense *adj.* ਸੋਚਿਆ ਸਮਝਿਆ socheyaa samjheyaa
prepossess *v.t.* ਪ੍ਰੇਰਨਾ ਦੇਣਾ prernaa denhaa
preposterous *adj.* ਊਟ-ਪਟਾਂਗ oot-pataang
pre-requisite *n.* ਅਤਿ ਲੋੜੀਂਦਾ ati lorheendaa
prerogative *n.* ਵਿਸ਼ੇਸ਼ ਅਧਿਕਾਰ vishesh adhikaar
presage *v.t.* ਪੋਖਾ pokhaa
prescribe *v.t.* ਨਿਰਦੇਸ਼ ਕਰਨਾ nirdesh karnaa
prescript *n.* ਆਦੇਸ਼ aadesh
prescription *n.* ਨਿਰਦੇਸ਼ਨ nirdeshan
presence *n.* ਹਾਜ਼ਰੀ haazri
present *adj.* ਹਾਜ਼ਰ haazar
present *n.* ਸੁਗਾਤ sugaat
presently *adv.* ਹੁਣੇ ਹੀ hunhe hee
preservation *n.* ਸੰਭਾਲ sambhaal
preserve *v.t.* ਖਰਾਬ ਹੋਣ ਤੋਂ ਬਚਾਉਣਾ kharaab honhaa
preside *v.t.* ਸਭਾਪਤੀ ਬਣਨਾ sabhaapati banhanaa
presidency ਪ੍ਰਧਾਨਗੀ pardhaangi
president *n.* ਰਾਸ਼ਟਰਪਤੀ raashtarpati

presidential *adj.* ਪ੍ਰਧਾਨਗੀ pardhaangi
press *v.t.* ਛਾਪਾਖਾਨਾ chhapaakhaana
pressing *adj.* ਅਤਿ ਜ਼ਰੂਰੀ ati zaroori
pressure *n.* ਦਬਾਅ dabaa
prestige *n.* ਇੱਜ਼ਤ izzatt
presume *v.t.* ਮਿੱਥ ਲੈਣਾ mith lainhaa
presumption *n.* ਪਰਿਕਲਪਨਾ parikalpnaa
presumptuous *adj.* ਗੁਸਤਾਖ gustaakh
pretence *n.* ਛਲ chhall
pretend *v.t.* ਦਿਖਾਵਾ ਕਰਨਾ dikhava karnaa
pretender *n.* ਦੰਭੀ dambhi
pretermit *n.* ਤਿਆਗਣਾ tyaagnhaa
prete¤natural *adj.* ਪਰਾਭੌਤਿਕ prabhautik
pretext *n.* ਕਪਟ kapat
prettiness *n.* ਸ਼ੋਭਾ shobhaa
pretty *adj.* ਆਕਰਸ਼ਕ aakarshakk
prevail *v.t.* ਹਾਵੀ ਹੋਣਾ haavi honhaa
prevailing *adj.* ਪ੍ਰਚਲਿਤ parchallit
prevalence *n.* ਪ੍ਰਚਲਨ parchalan
prevalent *n.* ਪ੍ਰਚਲਿਤ parchallit
prevenient *adj.* ਪੂਰਵਵਰਤੀ poorav varti
preventive *adj.* ਨਿਵਾਰਕ nivaarak
previous *adj.* ਪਿਛਲਾ pichhlaa
prey *n.* ਸ਼ਿਕਾਰ shikaar
price *n.* ਕੀਮਤ keemat
priceless *adj.* ਕੀਮਤੀ keemati
prick *v.t.* ਚੋਭਣਾ chobhnhaa
prickle *n.* ਨੋਕਦਾਰ ਕੰਡਾ nokdaar
prickly *adj.* ਕੰਡੇਦਾਰ kanddedaar
prickly *heat* ਪਿੱਤ pitt
pride *n.* ਮਾਣ maanh
priest *n.* ਪਾਦਰੀ paadri
priestly *adj.* ਪੁਰੋਹਿਤ ਸੰਬੰਧੀ purohit sambandhi
prim *adj.* ਪੀਸਣਾ peesnhaa
primarily *adv.* ਮੁੱਖ ਰੂਪ ਵਿੱਚ mukh roop vich
primary ਮੁਢਲਾ mudhlaa
prime *adj.* ਪ੍ਰਮੁੱਖ parmukh
primer *n.* ਕਾਇਦਾ kaayedaa
primitive *adj.* ਬੁਨਿਆਦੀ buneyaadi
primordial *adj.* ਮੌਲਿਕ maulik
primrose *n.* ਬਸੰਤੀ ਫੁੱਲ basantti full
primus *n.* ਪਹਿਲਾ pehlaa
prince *n.* ਰਾਜਕੁਮਾਰ raajkumaar
princely *adj.* ਅਮੀਰੀ ameeri
princess *n.* ਰਾਜਕੁਮਾਰੀ raajkumaari
principal *adj.* ਮੁਖੀ mukhi
principality *n.* ਰਿਆਸਤ riaasat
principle *n.* ਸਿਧਾਂਤ sidhaant
print *v.t.* ਛਪਾਈ ਕਰਨਾ chhapaayee karnaa
printing *n.* ਛਪਾਈ chhapaayee
printing press *n.* ਛਾਪਾਖਾਨਾ chhaapaakhaanaa
prior *adj.* ਪਹਿਲਾ pehlaa
priority *n.* ਪਹਿਲ pehal
prism *n.* ਪ੍ਰਿਜ਼ਮ prizam
prison *n.* ਕੈਦ kaid
prisoner *n.* ਕੈਦੀ kaidee
pristine *adj.* ਮੁਢਲੀ mudhlee
prithee *int.* ਮਿਹਰਬਾਨੀ ਕਰਕੇ meharbaani karke
privacy *n.* ਪਰਦਾ pardaa
private *n.* ਨਿਜ nijj
privately *adv.* ਗੁਪਤ ਤੌਰ ਤੇ gupat taur te
privation *n.* ਥੁੜ੍ਹ thurh
privy *adj.* ਲੁਕਵੀਂ lukveen
prize *n.* ਇਨਾਮ inaam
probability ਸੰਭਾਵਨਾ sambhaavnaa
prbable *adj.* ਸੰਭਾਵੀ sambhaavi
probably *adj.* ਸ਼ਾਇਦ shayad
probation *n.* ਅਜ਼ਮਾਇਸ਼ azmaaish
probationary *adj.* ਅਜ਼ਮਾਇਸ਼ੀ ਸਮਾਂ azmaaishee samaa
probe *v.t.* ਘੋਖਣਾ ghokhnhaa
probity *n.* ਨੇਕਨੀਤੀ nekneeti
problem *n.* ਸਮੱਸਿਆ samasseyaa
problematic *adj.* ਸਮੱਸਿਆਦਾਇਕ samasseyaadayak
procedure *n.* ਵਿਧੀ vidhi
proceed *v.i.* ਅੱਗੇ ਵਧਣਾ aggw vahnhaa
proceeding *n.* ਕਾਰਵਾਈ karvaayee
proceeds *n.* ਲਾਭ labh
process *n.* ਕਿਰਿਆ kireyaa
procession *n.* ਜਲੂਸ jaloos
proclaim *v.t.* ਐਲਾਨ ਕਰਨਾ ailaan karnaa
proclamation *n.* ਹੋਕਾ hokka
proclivity *n.* ਝੁਕਾਅ jhukaa

procrastinate *v.t.* ਢੇਰ ਕਰਨਾ dher karnaa
procrastination *n.* ਢਿਲਮੱਠ dhillmathh
procreate *v.t.* ਪੈਦਾ ਕਰਨਾ paidaa karnaa
procure *v.t.* ਹਾਸਿਲ ਕਰਨਾ haasil karnaa
prod *v.t.* ਚੋਭਣਾ chobhanhaa
prodigal *adj.* ਉਜਾੜੂ ujaadoo
prodigality *n.* ਫਜ਼ੂਲ ਖਰਚੀ fazool kharchee
prodigious *adj.* ਅਲੌਕਿਕ alaukikk
prodigy *n.* ਅਚੰਭਾ achambhaa
produce *v.t.* ਪੈਦਾ ਕਰਨਾ paidaa karnaa
product *n.* ਉਤਪਾਦ utpaad
production *adj.* ਉਤਪਾਦਨ utpaadan
productive *adj.* ਉਤਪਾਦਨ ਸੰਬੰਧੀ utpaadan sambandhi
profane *v.t.* ਨਾਸਤਕ naastak
profess *v.t.* ਪ੍ਰਗਟ ਕਰਨਾ pargat karnaa
profession *n.* ਕਿੱਤਾ kitta
professional *adj.* ਕਿੱਤਾਮਈ kittamayee
professor *n.* ਪ੍ਰੋਫੈਸਰ professar
proffer *v.t.* ਭੇਟ ਕਰਨਾ bhet karnaa
proficiency *n.* ਨਿਪੁੰਨਤਾ nipunnta
proficient *adj.* ਨਿਪੁੰਨ nipunn
profilen. ਪਿੱਛੇ ਦਾ ਦ੍ਰਿਸ਼ pichhe da drish
profit *v.t.* ਲਾਭ laabh
profitable *adj.* ਲਾਭਕਾਰੀ laabhkaari
profilgacy *n.* ਵਿਭਚਾਰ vibhchaar
profigate *adj.* ਦੁਰਾਚਾਰੀ duraachaari
profound *adj.* ਗੂੜ੍ਹ goorh
profuse *adj.* ਉਦਾਰ udaar
profusion *n.* ਬਹੁਲਤਾ bahultaa
prog *n.* ਖੁਰਾਕ khuraak
progenitor *n.* ਪਿਤਾਮਾ pitaamaa
progeny *n.* ਸੰਤਾਨ santaan
prognosis *n.* ਪੇਸ਼ਗੋਈ peshgoyee
prognostic *adj.* ਪੂਰਵਸੰਕੇਤ poorav sanket
programme *n.* ਕਾਰਜਕ੍ਰਮ kaarajkram
progress *n.* ਉੱਨਤੀ unnati
progression *n.* ਉੱਨਤੀ unnati
progressive *adj.* ਪ੍ਰਗਤੀਸ਼ੀਲ pragtisheel
prohibit ਵਰਜਿਤ ਕਰਨਾ varjit karnaa
prohibition *n.* ਬੰਧੇਜ bandhej
project *n.* ਪ੍ਰੋਜੈਕਟ projekt
projectile *n.* ਪਰਿਪੇਖਕ pripekhak
projection *n.* ਛੱਜਾ chhajja
proleptic *adj.* ਪੂਰਵ ਕਲਪਿਤ poorav kalpit
proletariat *n.* ਪਰੋਲਤਾਰੀ proltaari
prolific *adj.* ਉਪਜਾਊ upjaaoo
prolix *adj.* ਲੰਮਾ ਚੌੜਾ lamma chaurhaa
prolixity *n.* ਲਮਕਾਅ lamkaa
prologue *n.* ਪ੍ਰਸਤਾਵਨਾ prastaavnaa
prolong *v.t.* ਲਮਕਾਉਣ lamkaaunh
promenade *n.* ਸਫਰ safar
prominent *adj.* ਪ੍ਰਸਿਧ parsidh
promiscuous *adj.* ਮਿਸ਼ਰਤ mishrat
promise *n.* ਵਾਅਦਾ vaadaa
promising *adj.* ਹੋਣਹਾਰ honhaar
promissory *adj.* ਆਸ਼ਾਪੂਰਨ aashaapooran
promote *v.t.* ਤਰੱਕੀ ਦੇਣਾ tarakki denhaa
promotion *n.* ਤਰੱਕੀ tarakki
prompt *adj.* ਤੁਰੰਤ turantt
promptitute *n.* ਉਤਸਾਹ utshaah
promulgate *v.t.* ਐਲਾਨ ਕਰਨਾ ailaan karnaa
promulgation *n.* ਘੋਸ਼ਣਾ ghoshnhaa
prone *adj.* ਮੂਧਾ moodhaa
pronoun *n.* ਪੜਨਾਂਵ padnaav
pronounce *v.t.* ਉਚਾਰਨਾ uchaarnaa
pronunciation *n.* ਉਚਾਰਨ uchaaran
proof *n.* ਸਬੂਤ saboot
propaganda *n.* ਪ੍ਰਚਾਰ parchaar
propagandist *n.* ਪ੍ਰਚਾਰਕ parcharak
propel *v.t.* ਪ੍ਰੇਰਿਤ ਕਰਨ ਵਾਲਾ prerit karan vala
propelier *n.* ਪ੍ਰੇਰਕ prerak
propensity ਪ੍ਰਵਰਤੀ parvarti
proper *adj.* ਖਾਸ khaas
properly *adv.* ਠੀਕ ਤਰ੍ਹਾਂ thheek tarahn
property *n.* ਸੰਪਤੀ sampatti
prophecy *n.* ਭਵਿਖਬਾਣੀ bhavikhbaanhi
prophet *n.* ਪੈਗੰਬਰ paigammbar
prophetic *adj.* ਅਗੰਮੀ agammi
prophylactic *adj.* ਰੋਗ ਨਿਵਾਰਕ rog nivaarak
propitiate *v.t.* ਸੰਤੁਸ਼ਟ ਕਰਨਾ santushat karnaa
propitiation *n.* ਸੰਤੁਸ਼ਟੀ santushati
propitious *adj.* ਅਨੁਕੂਲ anukool
propotion *n.* ਅਨੁਪਾਤ anupaat
proportional *adj.* ਅਨੁਰੂਪ anuroop

proposal *n.* ਪ੍ਰਸਤਾਵ prastaav
propose *v.t.* ਪ੍ਰਸਤਾਵ ਰੱਖਣਾ prastaav rakhanhaa
proposition *n.* ਉਕਤੀ uktee
propound *v.t.* ਪੇਸ਼ ਕਰਨਾ pesh karnaa
proprietary *adj.* ਮਾਲਕੀ ਦਾ maalki daa
proprietor *n.* ਮਾਲਕ maalak
propriety *n.* ਮਰਿਆਦਾ mariyaadaa
prorogation *n.* ਸਥਗਨ sathagan
prorogue *v.t.* ਟਾਲਣਾ taalanhaa
prosaic *adj.* ਬੇਸੁਆਦੀ besuaadi
proscribe *v.t.* ਮਨਾਹੀ ਕਰਨਾ manaahi karnaa
proscription *n.* ਮਨਾਹੀ manahee
prose *n.* ਵਾਰਤਕ vaartak
prosecute *v.t.* ਪੈਰਵੀ ਕਰਨਾ pairvi karnaa
prosecution *n.* ਪੈਰਵੀ pairvee
prosecutor *n.* ਵਕੀਲ vakeel
proselyte *n.* ਧਰਮ ਬਦਲੀ dharam badlee
prosody *n.* ਪਿੰਗਲ pingall
prospect *n.* ਭਵਿਖ bhavikh
prospective *adj.* ਸੰਭਾਵੀ sambhaavi
prospectus *n.* ਬਿਓਰਾ ਪੁਸਤਕ beoraa pustak
prosper *v.t.* ਖੁਸ਼ਹਾਲ ਹੋਣਾ khushahaal honhaa
prosperity *n.* ਖੁਸ਼ਹਾਲੀ khushahaali
prosperous *adj.* ਖੁਸ਼ਹਾਲ khushahaal
prostitute ਵੇਸ਼ਵਾ veshvaa
prostitution *n.* ਵੇਸ਼ਵਾ ਗਮਨ veshvaa gaman
prostrate *v.t.* ਮੂਧਾ moodhaa
protagonist *n.* ਨਾਇਕ nayak
protect *v.t.* ਬਚਾਉਣਾ bachaunhaa
protection *n.* ਰਖਵਾਲੀ rakhvaali
protective *n.* ਰੱਖਿਅਕ rakheyak
protector *n.* ਰਾਖਾ raakhaa
protectorate *n.* ਰੱਖਿਅਕ ਸ਼ਾਸ਼ਨ rakheyak shaasan
protege *n.* ਪਿਛਲੱਗ pichhlagg
protest *v.t.* ਵਿਰੋਧ ਕਰਨਾ virodh karnaa
protestant *n.* ਪ੍ਰੋਸਟੈਂਟ prostiant
protocol *n.* ਮੂਲ ਖਰੜਾ mool khardaa
protoplasm *n.* ਜੀਵ-ਦ੍ਰਵ jeev drav
prototype *n.* ਮੂਲ ਰੂਪ mool roop
protract *v.t.* ਲਮਕਾਉਣਾ lamkaunhaa
protraction *n.* ਲਮਕਾਅ lamkaa
protractor *n.* ਗੁਣੀਆ gunhiaa
protrude *v.t.* ਲਮਕਾਉਣਾ lamkaaunhaa
protuberance *n.* ਉਭਾਰ ubhaar
proud *adj.* ਮਾਣ maanh
prove *v.t.* ਸਾਬਿਤ ਕਰਨਾ saabit karnaa
provender *n.* ਚਾਰਾ chaaraa
proverb *n.* ਕਹਾਵਤ kahaavat
proverbial *adj.* ਲੌਕਿਕ laukikk
provide *v.t.* ਪ੍ਰਬੰਧ ਕਰਨਾ parbandh karnaa
provided *conj.* ਦਿੱਤਾ ditta
providence *n.* ਦੂਰ ਦ੍ਰਿਸ਼ਟੀ door drishtee
provident *adj.* ਵਿਵੇਕੀ viveki
providential *adj.* ਦੈਵੀ daivee
province *n.* ਪ੍ਰਾਂਤ praant
provincialism *n.* ਸੂਬਾਪ੍ਰਸਤੀ soobaa prastee
provision *n.* ਗੁੰਜਾਇਸ਼ gunjaayesh
provisional ਆਰਜ਼ੀ aarzee
proviso *n.* ਸ਼ਰਤ sharat
provocation *n.* ਭੜਕਾਹਟ bhadkaahat
provoke *v.t.* ਉਕਸਾਉਣਾ uksaunhaa
prow *n.* ਬਹਾਦਰ bahaadar
prowess *n.* ਬੀਰਤਾ beerta
proximate *adj.* ਨੇੜੇ ਦਾ nerhe daa
proximity *n.* ਨੇੜਤਾ nerhtaa
proximo *adj.* ਅਗਲੇ ਮਹੀਨੇ ਦੀ agle mahine dee
proxy *n.* ਮੁਖਤਾਰਨਾਮਾ mukhtaarnaamaa
prude *n.* ਮੀਸਣਾ meesnhaa
prudence *n.* ਸੂਝ soojh
prudent *n.* ਚਤਰ chatar
prudery *n.* ਨਖਰੇਬਾਜ਼ੀ nakhrebaazi
prune *v.t.* ਕਾਂਟਛਾਂਟ ਕਰਨਾ kaantchhnt
prurient *adj.* ਕਾਮੀ kaami
pry *v.t.* ਭੇਦ ਲੈਣਾ bhed lainaa
psalm *n.* ਭਜਨ bhajan
pseudo *n.* ਨਕਲੀ nakli
pseudonym *n.* ਫਰਜ਼ੀ ਨਾਮ farzinaamaa
pshaw *int.* ਦੁਰਕਾਰਨਾ durkaarnaa
psyche *n.* ਅੰਤਹਿਕਰਣ antehkaranh
psychic *adj.* ਮਾਨਸਿਕ maansik
psychological *adj.* ਮਨੋਵਿਗਿਆਨਿਕ manovigeyaanik

psychology *adj.* ਮਨੋ ਵਿਗਿਆਨ mano vigeyaan
puberty *n.* ਚੜ੍ਹਦੀ ਜਵਾਨੀ charhdee jawani
public *adj.* ਜਨਤਾ jantaa
publication *n.* ਪ੍ਰਕਾਸ਼ਨ parkaashan
publicity *n.* ਪ੍ਰਚਾਰ parchaar
publish *v.t.* ਪ੍ਰਕਾਸ਼ਿਤ ਕਰਨਾ parkaashit karnaa
publisher *n.* ਪ੍ਰਕਾਸ਼ਕ parkaashak
pudding *n.* ਪਕਵਾਨ pakvaan
puddle *n.* ਮਸਾਲਾ masaalaa
puerile *adj.* ਬਚਕਾਨਾ bachkaanaa
puerility *n.* ਮੁੰਡਪੁਣਾ munddpunhaa
puff *n.* ਫਰਾਟਾ faraattaa
pug *n.* ਬਾਂਦਰ baandar
pugilist *n.* ਲੜਾਕਾ ladaakaa
pugnacious *adj.* ਲੜਾਕਾ ladaakaa
pugnacity ਲੜਾਕਾਪੁਣਾ ladaakaapunhaa
puisne *adj.* ਬਾਅਦ ਦਾ baad daa
puissant *adj.* ਜ਼ੋਰਾਵਰ zoraavar
puke *v.t.* ਉਲਟੀ ਕਰਨਾ ulti karnaa
pule *v.t.* ਰੀ ਰੀ ਕਰਨਾ ree ree karnaa
pulldown *v.t.* ਇਮਾਰਤ ਢਾਹੁਣਾ imaarat dhaahunhaa
pulley *n.* ਘਿਰਨੀ ghirnee
pulmonary *adj.* ਫੇਫੜੇ ਬਾਰੇ fefrhe baare
pulp *n.* ਗੁੱਦਾ gudda
pulpit *n.* ਧਰਮ ਉਪਚਾਰਕ dharam parcharak
pulpy *v.t.* ਗੁਦੇਦਾਰ guddedaar
pulse *n.* ਨਬਜ਼ nabaz
pulverize *v.t.* ਬਰੀਕ ਕਰਨਾ bareek karnaa
pump *n.* ਪੰਪ pampp
pumpkin *n.* ਕੱਦੂ kaddoo
pun *n.* ਸ਼ਬਦ ਕਲੋਲ shabad kalol
punch *n.* ਮੁੱਕਾ mukka
punctilious *adj.* ਨਘੋਚੀ naghochi
punctuation *n.* ਵਿਸ਼ਰਾਮ ਚਿੰਨ੍ਹ vishraam chinh
punctur ਪੰਚਰ panchar
pungency *n.* ਚੋਭ chobh
pungent *adj.* ਚੁਭਵਾਂ chubhvaan
punish *v.t.* ਸਜ਼ਾ ਦੇਣਾ sazaa denhaa
punishable *adj.* ਸਜ਼ਾਯੋਗ sazaayog
punishment *n.* ਸਜ਼ਾ sazaa
punitive *adj.* ਦੰਡਰੂਪ danddroop
punster *n.* ਦੋਅਰਾਥੀ doarthee
puny *adj.* ਕਮਜ਼ੋਰ kamzor
puppy *n.* ਕਤੂਰਾ katoora
pupil *n.* ਸ਼ਗਿਰਦ shagird
puppet *n.* ਕਠਪੁਤਲੀ kathhputli
purchase *v.t.* ਖਰੀਦਣਾ khareedanhaa
pure *adj.* ਸ਼ੁੱਧ shudh
purgative *adj.* ਜੁਲਾਬੀ julaabi
purgatory *n.* ਸ਼ੋਧਕ shodhak
purge *n.* ਸਾਫ ਕਰਨਾ saaf karnaa
purification *n.* ਸੋਧ sodh
purify *v.t.* ਸੋਧਣਾ soghanhaa
puritan *n.* ਕੱਟੜਵਾਦੀ kattarhvaadi
purity *n.* ਸ਼ੁੱਧਤਾ shudhtaa
purl *v.i.* ਲਹਿਰ ਆਉਣਾ lehar aaunhaa
purioin *v.t.* ਚੋਰੀ ਕਰਨਾ chori karnaa
purple *adj.* ਜਾਮਨੀ jaamni
purpor *n.* ਅਰਥ arth
puopose *n.* ਮੰਤਵ mantav
purposely *adj.* ਜਾਣ ਬੁੱਝ ਕੇ jaanh bujh ke
purr *v.i.* ਘੁਰ ਘੁਰ ਕਰਨਾ ghur ghur karnaa
purse *n.* ਬਟੂਆ batooaa
pursuance *n.* ਅਨੁਸਰਣ anusaranh
pursue *v.t.* ਪਿੱਛਾ ਕਰਨਾ pichha karnaa
pursuit *n.* ਪੈਰਵੀ pairvee
purulent *adj.* ਪੀਕ ਭਰਿਆ peek bhareyaa
purvey *v.t.* ਪ੍ਰਦਾਨ ਕਰਨਾ pardaan karnaa
purveyance *n.* ਭੋਜਨ ਸਮੱਗਰੀ bhojan samagri
purview *n.* ਅਧਿਕਾਰ ਖੇਤਰ adhikaar khetar
pus *n.* ਪੀਕ peek
push *v.t.* ਧੱਕਾ ਦੇਣਾ dhakka denhaa
pusillanimous *adj.* ਨਾਮਰਦ naamarad
put ਰੱਖਣਾ rakhanhaa
putid *adj.* ਨੀਚ neech
putrefaction *n.* ਸੜਾਂਦ sarhaand
putrid *adj.* ਗੰਦਾ gandda
putsch *n.* ਰਾਜ ਪਲਟਾ raajpaltaa
putty *n.* ਪੁਟੀਨ puteen
puzzle *v.t.* ਬੁਝਾਰਤ bujhaarat
pygmy *n.* ਬੌਣਾ baunhaa
pyorrhoea *n.* ਪਾਇਰੀਆ payereeyaa
pyramid *n.* ਮੀਨਾਰ minaar

pyre *n.* ਅੰਗੀਠਾ angeethhaa
pyrotechnic *adj.* ਚਮਤਕਾਰਪੂਰਨ chamatkarpooran
pythagorean *adj.* ਪਾਈਥਾਗੋਰਸ paeethagoras
python *n.* ਅਜਗਰ ajgar

Q

quack *v.i.* ਟੈਂ ਟੈਂ ਕਰਨਾ tain tain karnaa
quackery *n.* ਨੀਮ ਹਕੀਮੀ neem hakeemee
quadrangle *n.* ਚਤਰਭੁਜ chatarbhujj
quadrant *n.* ਚੌਥਾ ਹਿੱਸਾ chauthaa hissa
quadratic *adj.* ਵਰਗਾਤਮਕ vargaatmak
quadrennial *adj.* ਚਾਰ ਵਰ੍ਹਿਆਈ chaar vareyaaee
quadrilateral *adj.* ਚੌਬਾਹੀਆ chaubaahiaa
quadrillion *n.* ਇੱਕ ਕਰੋੜ ਸੰਖ ikk karorh sankh
quadruped *n.* ਚੌਪਾਇਆ chaupayeaa
quadruple *n.* ਚੌਤੈਹਾ chautehaa
quaff *v.i.* ਖਾਲੀ ਕਰਨਾ khaali karnaa
quaggy *adj.* ਦਲਦਲੀ daldalee
quagmire *n.* ਦਲਦਲ daldal
quail *n.* ਬਟੇਰਾ bateraa
quaint *adj.* ਅਨੋਖਾ anaukhaa
quake *v.i.* ਕਾਂਬਾ kaambaa
qualification *n.* ਯੋਗਤਾ yogtaa
qualified *adj.* ਯੋਗ yog
qualify *v.t.* ਕਾਬਲ ਹੋਣਾ kaabal honhaa
qualitative *adj.* ਗੁਣਾਤਮਕ gunhaatmak
quality *n.* ਗੁਣ gunh
qualm *n.* ਚਿੰਤਾ chintta
quandary *n.* ਸੰਕਟ sankatt
quantitative *n.* ਗਿਣਨਾਤਮਕ ginhanaatmak
quantity *n.* ਗਿਣਤੀ ginhtee
quantum *n.* ਮਾਤਰਾ maatraa
quarantine *n.* ਚਾਲ੍ਹੀ ਦਿਨ chaalee din
quarrel *v.i.* ਵਿਸ਼ਾਦ vishaad
quarrelsome *adj.* ਲੜਾਕਾ ladaakaa
quarry *n.* ਸ਼ਿਕਾਰ shikaar
quarter *n.* ਚੌਥਾ ਭਾਗ chauthaa bhaag
quarterly ਤਿਮਾਹੀ timaahee
quartz *n.* ਬਿਲੌਰ biaur
quasi *adv.* ਅਰਥਾਤ arthaat
quatrain *n.* ਚੌਪਈ chaupayee
quaver *n.* ਸੁਰ ਕੰਬਣੀ sur kambanhee
quay *n.* ਘਾਟ ghaat
queasy *adj.* ਭਾਗ bhaag
queen *n.* ਰਾਣੀ raanhi
queenly *adj.* ਰਾਣੀ ਵਾਂਗ raanhi vaang
queer *adj.* ਨਸ਼ਟ ਕਰਨਾ nashat karnaa
quell *v.t.* ਦਮਨ ਕਰਨਾ daman karnaa
quench *v.t.* ਬੁਝਾਉਣਾ bujhaunhaaa
querist *n.* ਪ੍ਰਸ਼ਨ ਕਰਤਾ prashan kartaa
query *n.* ਪ੍ਰਸ਼ਨ prashan
quest *n.* ਜਾਂਚ jaanch
question *n.* ਪ੍ਰਸ਼ਨ prashan
questionable *adj.* ਸ਼ੱਕੀ shakki
queue *n.* ਕਤਾਰ kataar
quiblle *n.* ਵਕਰੋਕਤੀ vakrokati
quick *adj.* ਤੀਬਰ teebar
quicken *v.t.* ਛੇਤੀ ਕਰਨਾ chheti karnaa
quickness *n.* ਹੁਸ਼ਿਆਰੀ hushiaari
quicklime *n.* ਅਣਬੁਝਿਆ anhbujheyaa
quickly *adv.* ਤੇਜ਼ੀ ਨਾਲ tezi naal
quicksilver *n.* ਪਾਰਾ paaraa
quid *n.* ਅਸ਼ਰਫੀ asharfi
quiddity *n.* ਅਸਲਾ aslaa
quidnunc *n.* ਗੱਪੀ gappi
quiescent *adj.* ਅਚਲ achal
quiet *v.t.* ਚੁੱਪ ਕਰਨਾ chupp karnaa
quietly *adv.* ਚੁੱਪਚਾਪ chupp chaap
quietude *n.* ਅਨੰਦ anand
quietus *n.* ਭੁਗਤਾਨ bhugtaan
quilt *n.* ਰਜਾਈ rajaee
quinary *adj.* ਪੰਚਕ panchakk
quinine *n.* ਕੁਨੀਨ kuneen
quinsy *n.* ਇੱਕ ਕੰਠ ਰੋਗ ikk kanthh rog
quintessence *n.* ਪੰਜਵਾਂ ਤੱਤ panjvaan tatt
quip *n.* ਟਿੱਚਰ tichar
quire *n.* ਦਸਤਾ dastaa
quirk *n.* ਸੰਜੋਗ sanjog
quit *v.t.* ਛੱਡਣਾ chhadnhaa
quite *adv.* ਬਿਲਕੁਲ bilkul
quittance *n.* ਛੁਟਕਾਰਾ chhutkaaraa

quiver ਤਰਕਸ਼ tarkash
quixotic *adj.* ਸੁਪਨੇਬਾਜ਼ੀ supnebaazi
quiz *n.* ਪ੍ਸ਼ਨਾਵਲੀ prashnaavli
quizzical *adj.* ਵਿਅੰਗਾਤਮਕ vianggaatmak
quoin *n.* ਕੋਨੇ ਦੀ ਇੱਟ konne dee itt
quondam *adj.* ਪੂਰਵ ਵਰਤੀ poorav varti
quota *n.* ਨਿਰਧਾਰਤ ਮਾਤਰਾ nirdharat maatraa
quotation *n.* ਕੀਮਤਾਂ ਦੀ ਦਰ keemtaan dee dar
quote *v.* ਹਵਾਲਾ ਦੇਣਾ havaalaa denhaa
quoth *n.* ਬੋਲਿਆ boleyaa
quotidian *adj.* ਦੈਨਕ dainik
quotient *n.* ਭਾਗਫਲ bhaagfal

R

rabber *n.* ਜੋੜ ਲਗਾਉਣਾ jod lagaunhaa
rabbit *n.* ਖਰਗੋਸ਼ khargosh
rabble ਭੀੜ bheed
rabid *adj.* ਤੀਬਰ teebar
rabies *n.* ਹਲਕ halak
race *n.* ਵੇਗ veg
racial *adj.* ਨਸਲੀ naslee
rack *n.* ਲੱਕੜ ਦਾ ਫਰੇਮ lakkarh daa farem
racket *n.* ਖਲਬਲੀ khalbali
racketeering *n.* ਨਾਜਾਇਜ਼ ਧੰਦਾ najayez dhandda
racy *adj.* ਉਤਰੀ uttari
radial *adj.* ਰਿਸ਼ਮਾਂ ਵਾਲਾ rishmaa vala
radiance *n.* ਪਰਤਾਪ partaap
radiant *adj.* ਚਮਕਦਾਰ chamakdaar
radiate *v.t.* ਪਰਕਾਸ਼ ਸੁੱਟਣਾ parkaash suttanhaa
radiation *n.* ਕਿਰਨਾਂ kirnaa
radical *adj.* ਮੂਲ mool
radio *n.* ਰੇਡੀਓ redio
radish *n.* ਮੂਲੀ mooli
radium *n.* ਰੇਡੀਅਮ ਧਾਤ rediam dhaat
radius *n.* ਅਰਧ ਵਿਆਸ aradh viaas
raffle *n.* ਕੂੜਾ ਕਰਕਟ koorhaa karkat
raft *n.* ਬੇੜਾ berhaa
rag *n.* ਚੀਥੜਾ cheethrhaa
rage *n.* ਗੁੱਸਾ gussa
ragamuffin *n.* ਚੀਥੜੇਦਾਰ cheethredaar
ragged *adj.* ਪਾਟਿਆ ਹੋਇਆ paateyaa hoyeaa
raid *n.* ਚੜ੍ਹਾਈ charhaaee
rail *n.* ਪਟੜੀ patrhee
railing *n.* ਜੰਗਲਾ jangglaa
raillery *n.* ਮਜ਼ਾਕ mazaak
railway *n.* ਰੇਲ ਮਾਰਗ rel marag
raiment *n.* ਲਿਬਾਸ libaas
rain *n.* ਬਾਰਿਸ਼ baarish
rainbow *n.* ਇੰਦਰ ਧਨੁੱਸ਼ inddar dhanush
rainfall *n.* ਬਰਸਾਤ barsaat
rainy *adj.* ਬਰਸਾਤੀ barsaati
raisin *n.* ਮੇਵਾ mevaa
rake *n.* ਵਿਲਾਸੀ vilaasi
rakish *n.* ਦੁਰਾਚਾਰੀ duraachaari
rally *v.t.* ਇਕੱਠੇ ਹੋਣਾ ikkathhe honhaa
ram *n.* ਭੇਡੂ bhedoo
ramble *v.i.* ਤੁਰਨਾ ਫਿਰਨਾ turnaa firnaa
ramification *n.* ਸ਼ਾਖਾ ਵਿਸਤਾਰ shaakhaa vistaar
ramify *v.t.* ਖਿਲਾਰਨਾ khilaarnaa
rammer *n.* ਥਾਪੀ thaapi
ramp *v.i.* ਝੁਕਾਅ jhukaa
rampage *n.* ਹੰਗਾਮਾ hangaamaa
rampant ਵਿਆਪਕ viaapak
rampart *n.* ਮੋਰਚਾਬੰਦੀ morchaabanddi
ramrod *n.* ਸੂੰਬਾ soombaa
rancid *adj.* ਬਦਬੂਦਾਰ badboodaar
rancorous *adj.* ਦਵੇਸ਼ੀ daveshi
rancour *n.* ਰੜ੍ਹਕ radak
rand *n.* ਬਾਂਗਰ baangar
random *adj.* ਊਟ-ਪਟਾਂਗ oot-pataang
randy *adj.* ਅੜੀਅਲ addeal
range *v.t.* ਮਾਰ ਕਰਨਾ maar karnaa
ranger *n.* ਪ੍ਰਬੰਧਕ parbandhak
rank *n.* ਰੁਤਬਾ rutbaa
rankle ਰੜਕਣਾ radaknhaa
ransack ਭਾਲਣਾ bhaalnhaa
ransom *n.* ਫਰੌਤੀ farautee
rant *n.* ਬਕਵਾਸ bakvaas
rap *n.* ਖੜਾਕ khadaak

rapacious *adj.* ਹਾਬੜਿਆ haabdeyaa
rapacity *n.* ਲਾਲਚ laalach
rape *n.* ਬਲਾਤਕਾਰ ਕਰਨਾ balaatkaar karnaa
rapid *adj.* ਤੇਜ਼ tez
rapidity *n.* ਵੇਗ veg
rapier *n.* ਕਟਾਰ kataar
rapine *n.* ਲੁੱਟਮਾਰ luttmaar
rapport *n.* ਸੰਪਰਕ samparak
rapprochement *n.* ਰਾਜ਼ੀਨਾਮਾ raazinaamaa
rapt *adj.* ਮਸਤ masat
rapture *n.* ਮਸਤੀ masati
rare ਦੁਰਲੱਭ durlabh
rarely *adv.* ਕਦੇ ਕਦੇ kade kade
rarity *n.* ਸੂਖਮਤਾ sookhamtaa
rascal *n.* ਬਦਮਾਸ਼ badmaash
rascality *n.* ਨੀਚਤਾ neechtaa
rase *v.t.* ਜ਼ਖਮੀ ਕਰਨਾ zkhmi karnaa
rash *adj.* ਛਪਾਕੀ chhapaaki
rasp *n.* ਰੇਤ ret
raspberry *n.* ਰਸਭਰੀ rasbhari
rat *n.* ਚੂਹਾ choohaa
ratable *adj.* ਕਰਧਾਰਨ kardhaaran
rate ਕੀਮਤ keemat
rather *adv.* ਅਸਲ ਵਿੱਚ asal vich
ratification *n.* ਨਿਸ਼ਚਾ nishchaa
ratify *v.t.* ਤਸਦੀਕ ਕਰਨਾ tasdeek karnaa
ratio *n.* ਅਨੁਪਾਤ anupaat
ratiocination *n.* ਬਹਿਸ behas
ration *n.* ਰਸਦ rasad
rational *adj.* ਤਾਰਕਿਕ taarkikk
rationalist *n.* ਤਰਕਵਾਦੀ tarakvaadi
rattle *v.i.* ਛੁਣਛੁਣਾ chhunhchhunhaa
ravage *n.* ਨਾਸ਼ naash
ravel *v.t.* ਗੁੰਝਲ gunjhall
raven *n.* ਪਹਾੜੀ ਕਾਂ pahadi kaan
ravenous ਹਾਬੜਿਆ habrheyaa
ravine *n.* ਖੱਡ khadd
ravish *v.t.* ਅਪਹਰਣ ਕਰਨਾ apaharanh karnaa
ravishment *n.* ਅਪਹਰਣ apaharanh
raw *adj.* ਕੱਚਾ ਜ਼ਖਮ kachaa zakham
ray *n.* ਕਿਰਨ kiran
rayon *n.* ਨਕਲੀ ਰੇਸ਼ਮ naklee resham
raze *v.t.* ਖੁਰਚਣ khurchanh
razor *n.* ਉਸਤਰਾ ustraa
reach *v.t.* ਪਹੁੰਚਣਾ pahunchanhaa
react *v.i.* ਪ੍ਰਤੀਕਿਰਿਆ ਕਰਨਾ pratikireyaa karnaa
reaction *n.* ਪ੍ਰਤੀਕਿਰਿਆ pratikireyaa
reactionary *adj.* ਪ੍ਰਤੀਗਾਮੀ pratigaami
read *v.t.* ਪੜ੍ਹਨਾ parhnhaa
readable *adj.* ਪੜ੍ਹਨਯੋਗ parhnyog
reader *n.* ਪਾਠਕ paathhak
readiness *n.* ਤਤਪਰਤਾ tattpartaa
reading *n.* ਪਾਠ paathh
readmission *n.* ਪੁਨਰ-ਦਾਖਲਾ punar daakhlaa
ready *adj.* ਤਿਆਰ tyaar
readymade *adj.* ਤਿਆਰ ਬਰ ਤਿਆਰ tyaar bar tyaar
ready-witted *adj.* ਚਤੁਰ chatur
real *adj.* ਅਸਲ asal
realism *n.* ਯਥਾਰਥਵਾਦ yathaarathvaad
realistic *adj.* ਅਸਲੀ aslee
reality *n.* ਅਸਲੀਅਤ asliyat
realization *n.* ਪ੍ਰਤੱਖੀਕਰਨ partakhikaran
realize *v.t.* ਸਾਕਾਰ ਕਰਨਾ saakaar karnaa
really *adv.* ਦਰਅਸਲ dar asal
realm *n.* ਬਾਦਸ਼ਾਹਤ baadshaahat
ream *n.* ਸਿਰਾ sira
reap *v.i.* ਕੱਟਣਾ kattanhaa
rear *n.* ਪਿਛਲਾ pichhlaa
reason *n.* ਤਰਕ tarak
reasonable *adj.* ਵਾਜਬ vaajab
reasoning *n.* ਤਰਕ tarak
reave *v.t.* ਖੋਹ ਲੈਣਾ khoh lainhaa
rebate *v.t.* ਕਟੌਤੀ katautee
rebel *n.* ਬਗਾਵਤ bagaavat
rebellion *n.* ਵਿਦਰੋਹ vidroh
rebirth *n.* ਪੁਨਰ ਜਨਮ punar janam
rebound *n.* ਟੱਪਾ tappa
rebuff *n.* ਝਿੜਕ jhirhak
rebuke *v.t.* ਝਿੜਕ jhirhak
rebut *v.t.* ਖੰਡਨ ਕਰਨਾ khanddan karnaa
recalcitrant *adj.* ਹਠਧਰਮੀ hathhdharmi
recall *n.* ਮੋੜਨਾ morhnaa
recant *v.t.* ਮੁੱਕਰਨਾ mukkarnaa
recantation *n.* ਖੰਡਨ khanddan

recapture *v.t.* ਫਿਰ ਫੜ ਲੈਣਾ fir fad lainhaa
recast *v.t.* ਨਵਾਂ ਰੂਪ navaan roop
recede *v.ti.* ਵਾਪਸ ਹੋਣਾ vaapas honhaa
receipt *n.* ਰਸੀਦ raseed
receive *v.t.* ਲੈਣਾ lainhaa
receiver *n.* ਵਸੂਲੀਆ vasooliaa
recension *n.* ਸੁਖਾਈ sukhaayee
recent *adj.* ਤਾਜ਼ਾ taazaa
recently *adv.* ਹੁਣੇ ਹੀ hunhe hee
receptacle *n.* ਭਾਂਡਾ bhaandaa
reception *n.* ਆਓ ਭਗਤ aao bhagat
receptive *adj.* ਗ੍ਰਹਿਣਸ਼ੀਲ grehanhsheel
recipe *n.* ਨੁਸਖਾ nuskhaa
recipient *n.* ਪ੍ਰਾਪਤ ਕਰਤਾ prapat kartaa
reciprocal *adj.* ਪਰਸਪਰ parspar
reciprocity *v.t.* ਆਪਸਦਾਰੀ aapasdaari
recital *n.* ਗਾਇਨ gayan
recitation ਪਾਠ paathh
recite *v.t.* ਪਾਠ ਕਰਨਾ paathh karnaa
reck *v.t.* ਧਿਆਨ dhyaan
reckless *adj.* ਲਾਪਰਵਾਹ laaparvaah
reckon *v.t.* ਸਥਿਰ ਕਰਨਾ sathir karnaa
reckoning *n.* ਲੇਖਾ lekhaa
reclamation *n.* ਮੁੜ ਪ੍ਰਾਪਤੀ murh prapati
recline *v.t.* ਝੁਕਾਉਣਾ jhukaunhaa
recluse *n.* ਵੈਰਾਗੀ vairaagi
recognition *n.* ਮਾਨਤਾ maantaa
recognizance *v.t.* ਪਛਾਣ pachhanh
recollect *v.t.* ਯਾਦ ਕਰ ਲੈਣਾ yaad kar lainhaa
rocollection *n.* ਸਿਮਰਤੀ simartee
recommend *n.* ਸਿਫਾਰਸ਼ ਕਰਨਾ sifaarash
recommendation *n.* ਸਿਫਾਰਸ਼ sifaarash karnaa
recompense *n.* ਹਰਜਾਨਾ ਦੇਣਾ harjaanaa denhaa
reconcile *v.t.* ਸਮਝੌਤਾ ਕਰਨਾ samjhautaa karnaa
reconciliation *n.* ਸਮਝੌਤਾ samjhautaa
recondite *adj.* ਗੰਭੀਰ gambheer
reconnaissance ਜਸੂਸੀ jasoosi
reconnoitre *v.t.* ਛਾਣਬੀਣ ਕਰਨਾ chhanhbeenh karnaa
record *n.* ਸੁਰੱਖਿਅਤ ਵੇਰਵਾ surakheyat vervaa
recoup *v.t.* ਘਟਾਉਣਾ ghataunhaa
recourse *n.* ਆਸਰਾ aasraa
recovery *n.* ਪੁਨਰ ਪ੍ਰਾਪਤੀ punar prapari
recreant *adj.* ਕਾਇਰ kayar
recreate *v.t.* ਜੀਅਪਰਚਾਉਣਾ jee parchaunhaa
recreation *n.* ਮਨੋਰੰਜਨ manoranjann
rectangle *n.* ਆਇਤ aayet
rectangular *adj.* ਆਇਤਾਕਾਰ aayetaakaar
rectification *n.* ਸੁਖਾਈ sukhaaee
rectify ਸੋਖਣਾ sokhnhaa
rectitude *n.* ਸਦਾਚਾਰ sadachaar
rector *n.* ਸ਼ਾਸ਼ਕ shaashak
recumbent ਝੁਕਿਆ jhukeyaa
recur *v.i.* ਯਾਦ ਆ ਜਾਣਾ yaad aa jaanhaa
recurrence *n.* ਪੁਨਰਆਗਮਨ punar aagman
recurrent *adj.* ਆਵਰਤੀ aavartee
red *adj.* ਲਾਲ laal
redaction *n.* ਸਜਾਵਟ sajaavat
redcross *n.* ਰੈੱਡ ਕਰਾਸ red kraas
redden *v.t.* ਸ਼ਰਮਾਉਣਾ sharmaunhaa
reddish *adj.* ਲਾਲੀ laali
rede *n.* ਸਲਾਹ salaah
redeem *v.t.* ਵਾਪਸ ਲੈਣਾ vaapas lainhaa
redeembale *adj.* ਵਾਪਸ ਲੈਣ ਯੋਗ vaapas lainhyog
redemption *n.* ਛੁਟਕਾਰਾ chhutkaaraa
re·handed *adj.* ਰੰਗੇ ਹੱਥੀਂ rangge hatheen
re·hot *adj.* ਲਾਲ ਸੁਰਖ laal surakh
redness *n.* ਲਾਲੀ laali
redolent *adj.* ਖੁਸ਼ਬੂਦਾਰ khushbudaar
redoubt *n.* ਕਿਲਾ kilaa
redoubtable *adj.* ਉਗਰ ugar
redress *v.t.* ਇਲਾਜ ਕਰਨਾ ilaaj karnaa
reduce *v.t.* ਘਟਾਉਣਾ ghataunhaa
reducible *adj.* ਘਟਾਉਣਯੋਗ ghataunhyog
reduction *n.* ਕਮੀ kami
redundant ਫਾਲਤੂ faaltoo
reduplicate *v.t.* ਦੁੱਗਣਾ ਕਰਨਾ duggnhaa karnaa
reechy *adj.* ਧੁੰਦਲਾ dhundlaa
reed *n.* ਨੜਾ narhaa
reef *n.* ਤੈਹਾਂ taihaan
reefy *adj.* ਤਹਿਦਾਰ taihdaar

reek *n.* ਧੂੰਆਂ dhooaan
reel *n.* ਵੇਲਣ velanh
re-elect *v.t.* ਪੁਨਰ-ਚੋਣ punar-chonh
refection *n.* ਅਲਪ ਆਹਾਰ alap aahaar
refectory *n.* ਲੰਗਰਖਾਨਾ langgarkhaanaa
refer *v.t.* ਹਵਾਲਾ ਦੇਣਾ havaalaa denhaa
referee *n.* ਨਿਰਣਾਇਕ nirnhayak
reference ਹਵਾਲਾ havaalaa denhaa
referendum *n.* ਲੋਕਮਤ lokmatt
refine *v.t.* ਸੋਧਣਾ sodhnhaa
refined *adj.* ਨਿਰਮਲ nirmal
refinement *n.* ਸ਼ੁੱਧਤਾ shudhtaa
refinery *n.* ਸੋਧਕ sodhak
reflect *v.t.* ਪ੍ਰਤੀਬਿੰਬਤ ਕਰਨਾ pratibimbitt karnaa
reflection *adj.* ਪ੍ਰਤੀਬਿੰਬ pratibimb
reflective *n.* ਪ੍ਰਤੀਬਿੰਬਿਤ pratibimbat
reflecter *n.* ਦਰਪਣ darpanh
reflex *n.* ਪਰਛਾਈ parchhaee
reflux *n.* ਉਲਟਾ ਪ੍ਰਵਾਹ ultaa parvaah
reformation *n.* ਪੁਨਰ ਗਠਨ punar gathhan
reformatory ਸੁਧਾਰ ਘਰ sudhaar ghar
reformer *n.* ਸੁਧਾਰਕ sudhaarak
refract *v.t.* ਪਰਾਵਰਤ ਕਰਨਾ pravarat karnaa
refraction *n.* ਪਰਾਵਰਤਨ pravartan
refractory *adj.* ਅੜੀਅਲ arheeyal
refrain *v.i.* ਰੋਕਣਾ roknhaa
refresh *v.t.* ਮੁੜ ਤਾਜ਼ਾ ਕਰਨਾ murh taaza karnaa
refreshing *adj.* ਆਨੰਦ ਦੇਣ ਵਾਲਾ anand denh vala
refreshment *n.* ਜਲਪਾਨ jlaapaan
refrigerate *v.t.* ਠੰਢਾ ਕਰਨਾ thhandha karnaa
refrigerator *n.* ਫਰਿੱਜ farijj
refuge *n.* ਆਸਰਾ aasraa
refugee *n.* ਸ਼ਰਣਾਰਥੀ sharnhaarthi
refulgence *n.* ਤੇਜ਼ tez
refusal *n.* ਇਨਕਾਰ inkaar
refuse *v.t.* ਇਨਕਾਰ ਕਰਨਾ inkaar karnaa
refutation *n.* ਖੰਡਨ khanddan
refute *v.t.* ਖੰਡਨ ਕਰਨਾ khanddan karnaa
regain *v.t.* ਮੁੜ ਪ੍ਰਾਪਤ ਕਰਨਾ murh prapat karnaa
regal *adj.* ਸ਼ਾਹੀ shahee
regale *n.* ਦਾਅਵਤ daawat
regalia *n.* ਰਾਜ ਚਿੰਨ੍ਹ raaj chinh
regard *v.t.* ਆਦਰ ਕਰਨਾ aadar karnaa
regarding *prep.* ਸੰਬੰਧੀ sambandhi
regardless *adj.* ਬੇਪਰਵਾਹੀ beparvaahi
regency *n.* ਨਵਾਬਸ਼ਾਹੀ navabshaahee
regenerate *v.t.* ਸੁਰਜੀਤ ਕਰਨਾ surjeet karnaa
regeneration *n.* ਪੁਨਰ-ਜਨਮ punar janam
regent *n.* ਸ਼ਾਹੀ ਪ੍ਰਤੀਨਿੱਧ shahee pratinidh
regicide *n.* ਰਾਜ ਹੱਤਿਆ raaj hatyaa
regime *n.* ਸ਼ਾਸਨ shaashan
regimen *n.* ਰੀਤੀ reeti
regiment *n.* ਪਲਟਨ paltan
regina *n.* ਰਾਣੀ raanhi
region *n.* ਖੇਤਰ khetar
register *n.* ਵਹੀ vahi
registrar *n.* ਰਜਿਸਟਰਾਰ rajistrar
registration *n.* ਇੰਦਰਾਜ indraaj
registry *n.* ਰਜਿਸਟਰੀ rajistree
regnal *adj.* ਪ੍ਰਸ਼ਾਸਕੀ parshashkee
regress *v.i.* ਵਾਪਸੀ vaapsee
regression *n.* ਉਲਟੀ ਚਾਲ ultee chaal
regret *v.t.* ਅਫਸੋਸ ਕਰਨਾ afsos karnaa
regular *n.* ਬਾਕਾਇਦਾ baakaayedaa
regularity *n.* ਨੇਮਬੱਧਤਾ nembadhttaa
regularize *v.t.* ਨੇਮਬੱਧ ਕਰਨਾ nembadh karnaa
regulate *v.t.* ਵਿਧਾਨ ਬਣਾਉਣਾ vidhaan banhaunhaa
regulation *n.* ਨਿਯਮ niyam
rehabilitation *n.* ਪੁਨਰਵਾਸ punarvaas
rehearsal *n.* ਦੁਹਰਾਅ duhraa
rehearse *v.t.* ਦੁਹਰਾਉਣਾ duhraaunhaa
reign *v.t.* ਰਾਜ raaj
reimburse *v.t.* ਅਦਾ ਕਰਨਾ adaa karnaa
rein *n.* ਵਾਗਡੋਰ vaagdor
reindeer *n.* ਰੇਂਡੀਅਰ rendiar
reinforce *v.t.* ਸਹਾਰਾ ਦੇਣਾ sahaara denhaa
reins *n.* ਗੁਰਦੇ gurde
reinsert *v.t.* ਫਿਰ ਪਾਉਣਾ fir paunhaa
reinvest *v.t.* ਪੁਨਰ ਨਿਵੇਸ਼ ਕਰਨਾ punar nivesh karnaa

reissue *v.t.* ਫਿਰ ਤੋਂ ਕੱਢਣਾ fir ton kadhanhaa
reiterate *v.t.* ਦੁਹਰਾਉਣਾ duhraunhaa
reiteration ਪੁਨਰਵਚਨ punarvachan
reive *v.i.* ਠੱਗ thhagg
reject *v.t.* ਇਨਕਾਰ ਕਰਨਾ inkaar karnaa
rejection *n.* ਤਿਆਗ tyaag
rejoice *v.t.* ਖੁਸ਼ ਕਰਨਾ khush karnaa
rejoicing *n.* ਆਨੰਦ anand
rejoinder *n.* ਮੋੜਵਾਂ ਜਵਾਬ morhvaan javaab
rejuvenation ਕਾਇਆ ਕਲਪ kaya kalap
relate *v.t.* ਸੰਬੰਧਿਤ ਕਰਨਾ sambandhitt karnaa
related ਸੰਬੰਧਿਤ sambandhitt
relating *adj.* ਸੰਬੰਧ ਰੱਖਦਾ sambandh rakhdaa
relation *n.* ਸੰਬੰਧ sambandh
relationship *n.* ਰਿਸ਼ਤਾ rishtaa
relative *n.* ਰਿਸ਼ਤੇਦਾਰ rishtedaar
relatively *n.* ਸੰਬੰਧ ਵਿੱਚ sambandh vich
relax *v.t.* ਢਿੱਲਾ ਕਰਨਾ dhilla karnaa
relaxation *n.* ਢਿੱਲ dhill
relay *n.* ਦੌੜ daurh
release *v.t.* ਸੁਤੰਤਰ ਕਰਨਾ suttantar karnaa
relegate *v.t.* ਦਰਜਾ ਘਟਾਉਣਾ darjaa ghataunhaa
relegation *n.* ਸਪੁਰਦਗੀ sapurdagee
relent *v.t.* ਪਸੀਜਣਾ paseejnhaa
relentless *n.* ਬੇਦਰਦ bedarad
relevance *n.* ਸੰਬੰਧਤਾ sambandhatta
relevant *adj.* ਸੰਬੰਧਿਤ sambandhitt
reliability *n.* ਵਿਸ਼ਵਾਸ਼ਯੋਗਤਾ vishvaashyogtaa
reliable *adj.* ਵਿਸ਼ਵਾਸ਼ਯੋਗ vishvaashyog
reliance *n.* ਆਸਰਾ aasraa
relic *n.* ਨਿਸ਼ਾਨੀ nishaani
relict *n.* ਵਿਧਵਾ vidhvaa
relief *n.* ਛੁਟਕਾਰਾ chhutkaaraa
relieve *v.t.* ਅਰਾਮ ਦੇਣਾ aaraam denhaa
reliever *n.* ਸਹਾਇਕ sahaayek
religion *n.* ਧਰਮ dharam
religious *adj.* ਧਾਰਮਿਕ dhaarmik
relinquish ਤਿਆਗਣਾ tyaagnhaa
relish *n.* ਸੁਆਦਲਾ suaadlaa
reluctance *n.* ਅਸੰਤੁਸ਼ਟਤਾ asantushtataa
reluctant *adj.* ਅਸੰਤੁਸ਼ਟ asantushat
rely *v.i.* ਨਿਰਭਰ ਹੋਣਾ nirbhar honhaa
remain *v.t.* ਬਾਕੀ ਬਚਣਾ baaki bacheyaa
remainder *n.* ਬਕਾਇਆ bakaayeaa
remains *n.* ਅਸਥੀਆਂ asthiaan
remand *v.t.* ਸਪੁਰਦਗੀ sapurdagi
remarkable *adj.* ਵਚਿੱਤਰ vachittar
remarriage *n.* ਪੁਨਰ ਵਿਆਹ punar viaah
remedial *adj.* ਉਪਾਅ ਵਾਲਾ upaa vala
remedy *n.* ਇਲਾਜ ilaaj
remember *v.t.* ਯਾਦ ਰੱਖਣਾ yaad rakhnhaa
remembrance *n.* ਯਾਦ yaad
remind *v.t.* ਯਾਦ ਦਿਵਾਉਣਾ yaad divaaunhaa
reminder *n.* ਯਾਦ ਦਿਵਾਉਣ ਵਾਲਾ yaad divaaunh vala
reminiscence *n.* ਯਾਦ yaad
reminiscent *adj.* ਯਾਦ ਕਰਾਉਣ ਵਾਲਾ yaad karaunh vala
remiss *adj.* ਲਾਪਰਵਾਹ laapravaah
remission *n.* ਛੋਟ chhot
remit *v.t.* ਬਖਸ਼ਣਾ bakhashnhaa
remittent *adj.* ਘਟਦਾ ਵਧਦਾ ghatda vadhadaa
remnant *n.* ਬਚਿਆ ਖੁਚਿਆ bacheyaa khucheyaa
remonstrance ਰੋਸ ros
remonstrate *v.i.* ਰੋਸ ਕਰਨਾ ros karnaa
remorse *n.* ਪਛਤਾਵਾ pachhtaava
remote *adj.* ਦੂਰ door
remount *v.t.* ਫਿਰ ਚੜ੍ਹਨਾ fir charhanaa
removable *adj.* ਹਟਾਉਣਯੋਗ hataunhyog
removal *n.* ਨਿਕਾਲਾ nikaalaa
remove *v.t.* ਹਟਾਉਣਾ hataunhaa
remunerate ਮੁਆਵਜ਼ਾ ਦੇਣਾ muaavza denhaa
remuneration *n.* ਸੇਵਾਫਲ sevafal
remunerative *adj.* ਲਾਹੇਵੰਦਾ laahevandda
renal *adj.* ਗੁਰਦੇ ਸੰਬੰਧੀ gurde sambandhi
rend *v.t.* ਪਾੜ ਦੇਣਾ paarh denhaa
render *v.t.* ਪੂਰਾ ਕਰਨਾ pooraa karnaa
rendering *n.* ਚਿਤਰਣ chitranh
renegade *n.* ਗੱਦਾਰ gadaar
renew *v.t.* ਨਵਿਆਉਣਾ naveaaunhaa
renewable *adj.* ਨਵਿਆਉਣਯੋਗ naveaaunhyog

renewal *n.* ਨਵੀਨੀਕਰਣ naveenikaran
renitence *n.* ਰੁਕਾਵਟ rukaavat
renounce ਤਿਆਗਣਾ tyaagnhaa
renouncement *n.* ਤਿਆਗ tyaag
renovate *v.t.* ਨਵਾਂ ਕਰਨਾ navaan karnaa
renown *n.* ਪ੍ਰਸਿੱਧੀ parsidhi
renowned *adj.* ਪ੍ਰਸਿੱਧ parsidh
rent *n.* ਕਿਰਾਇਆ kirayeyaa
renunciation ਤਿਆਗ tyaag
repair *v.t.* ਮੁਰੰਮਤ ਕਰਨਾ murammat karnaa
repairable *adj.* ਮੁਰੰਮਤ ਯੋਗ murammat yog
reparation *n.* ਮੁਰੰਮਤ murammat
repartee *n.* ਪਰਤਵਾਂ ਜਵਾਬ partvaan javab
repast *n.* ਖਾਣਾ khaanhaa
repatriate *v.t.* ਵਤਨ ਮੁੜਨਾ vatan murhnaa
repay *v.t.* ਵਾਪਿਸ ਕਰਨਾ vaapis karnaa
repeal *v.t.* ਖੰਡਿਤ ਕਰਨਾ khanditt karnaa
repeat *v.t.* ਦੁਹਰਾਉਣਾ duhraaunhaa
repeatedly ਵਾਰ-ਵਾਰ vaar-vaar
repel *v.t.* ਪਛਾੜਨਾ pachharhnaa
repelient *adj.* ਭੈੜਾ bhairhaa
repent *v.t.* ਪਛਤਾਉਣਾ pachhtaaunhaa
repentance *n.* ਪਛਤਾਵਾ pachhtaava
repentant *adj.* ਪਸ਼ੇਮਾਨ pashemaan
repeople *v.t.* ਮੁੜ ਬਸਾਉਣਾ murh basaunhaa
repercussion ਧਮਕ dhamak
repertory *n.* ਖਜ਼ਾਨਾ khazaanaa
repetition *n.* ਦੁਹਰਾਅ duhraa
repine *v.i.* ਸੜਨਾ sarhnaa
replace *v.t.* ਬਦਲਾਉਣਾ badlaaunhaa
replenish *v.t.* ਪੂਰਤੀ ਕਰਨਾ poorti karnaa
replete *adj.* ਭਰਪੂਰ bharpoor
replica *n.* ਨਕਲ nakal
replication *n.* ਉੱਤਰ uttar
reply *n.* ਉੱਤਰ uttar
report *v.t.* ਸੂਚਨਾ ਦੇਣਾ soochna denhaa
reporter *n.* ਸੰਵਾਦਦਾਤਾ samvaad daata
repose *v.t.* ਵਿਸ਼ਰਾਮ ਕਰਨਾ vishraam karnaa
repository *n.* ਭਾਂਡਾ bhaandaa
reprehend *v.t.* ਝਿੜਕਣਾ jhirhkanhaa
reprehensible *adj.* ਨਿੰਦਣਯੋਗ nindanhyog
reprehension *n.* ਝਿੜਕ jhirhak
represent ਪੇਸ਼ਕਾਰੀ ਕਰਨਾ peshkaari karnaa
representation *n.* ਪੇਸ਼ਕਾਰੀ peshkaari
representative *n.* ਪ੍ਰਤੀਨਿੱਧ pratinidh
repress *v.t.* ਦਮਨ ਕਰਨਾ daman karnaa
repression *n.* ਦਬਾਅ dabaa
reprieve *n.* ਮੋਹਲਤ ਦੇਣਾ mohlat denhaa
reprimand ਤਾੜਨਾ taadnaa
reprint *v.t.* ਦੂਜੀ ਛਾਪ dooji chhaap
reprisal *n.* ਬਦਲਾ badlaa
reproach *n.* ਨਿੰਦਾ ਕਰਨਾ nindaa karnaa
reproachful *adj.* ਨਿੰਦਾਜਨਕ nindaa janak
reprobate *adj.* ਅਸਵੀਕਾਰ ਕਰਨਾ asavikaar karnaa
reprobation *n.* ਫਿਟਕਾਰ fitkaar
reproduction *v.t.* ਮੁੜ ਉਤਪਾਦਨ murh utpaadan
reproof *n.* ਨਿੰਦਾ nindaa
reproval *n.* ਝਿੜਕ jhirhak
reprove ਝਿੜਕਣਾ jhiraknhaa
republic *n.* ਗਣਰਾਜ ganhraaj
republican *adj.* ਗਣਤੰਤਰਵਾਦੀ ganhtanttarvaadi
republication *n.* ਪੁਨਰ ਪ੍ਰਕਾਸ਼ਨ punar parkaashan
repudiate *v.t.* ਤਲਾਕ ਦੇਣਾ talaak denhaa
repugnance *n.* ਵਿਰੋਧ virodh
repugnant *adj.* ਵਿਰੁੱਧ virudh
repulse *v.t.* ਹਟਾ ਦੇਣਾ hataa denhaa
repulsion *n.* ਵਿਕਰਸ਼ਣ vikarshanh
repulsive *adj.* ਨਿਸ਼ੇਧਕ nishedhak
reputable *adj.* ਪਤਵੰਤਾ patvantaa
reputation *n.* ਕੀਰਤੀ keerti
repute *n.* ਵਿਚਾਰਨਾ vichaarnaa
reputed *adj.* ਪ੍ਰਸਿੱਧ parsidh
request *v.t.* ਬੇਨਤੀ benti
require *v.t.* ਲੋੜ ਸਮਝਣਾ lorh samjhanhaa
requirement *n.* ਮੰਗ mangg
requisite *adj.* ਜ਼ਰੂਰੀ zaroori
requisition *n.* ਪ੍ਰਾਰਥਨਾ prarthnaa
requital *n.* ਬਦਲਾ badlaa
requite *v.t.* ਬਦਲਾ ਚੁਕਾਉਣਾ badlaa chukaunhaa
rescind *v.t.* ਮਨਸੂਖ ਕਰਨਾ mansookh karnaa
rescission *n.* ਮਨਸੂਖੀ mansookhi
rescue *v.t.* ਬਚਾਅ ਕਰਨਾ bachaa karnaa
research *n.* ਖੋਜ khoj

resemblance *n.* ਸਮਰੂਪਤਾ samrooptaa
resemble *v.t.* ਮੇਲ ਖਾਣਾ mel khaanhaaa
resent *v.t.* ਬੁਰਾ ਮਨਾਉਣਾ bura manaunhaa
resentment *n.* ਗੁੱਸਾ gussa
reservation *n.* ਸੰਜਮ sanjjam
reserved *adj.* ਗੁਪਤ gupat
reside *v.i.* ਵੱਸਣਾ vassanhaa
residence *n.* ਘਰ ghar
resident *n.* ਵਾਸੀ vaasi
residential *adj.* ਨਿਵਾਸ ਸੰਬੰਧੀ nivaas sambandhi
residual *adj.* ਰਹਿੰਦ ਖੂੰਹਦ rehand khoond
residue *n.* ਬਕਾਇਆ bakaayeaa
resign *v.t.* ਅਸਤੀਫਾ ਦੇਣਾ asteefaa denhaa
resignation *n.* ਅਸਤੀਫਾ asteefaa
resilience *n.* ਲਚਕ lachak
resin *n.* ਬਰੋਜ਼ਾ baroza
resist *v.t.* ਵਿਰੋਧ ਕਰਨਾ virodh karnaa
resolute *adj.* ਦ੍ਰਿੜ੍ਹ drirh
resolution *n.* ਮਤਾ mataa
resonance *n.* ਗੂੰਜ goonj
resonant *adj.* ਗੂੰਜਵਾਂ goonjvaan
resort *v.i.* ਆਸਰਾ ਲੈਣਾ aasraa lainhaa
resound *v.i.* ਗੂੰਜਣਾ goonjnhaa
resource *n.* ਵਸੀਲਾ vaseelaa
resourceful *adj.* ਸਾਧਨ ਭਰਪੂਰ saadhan bharpoor
respect *n.* ਆਦਰ aadar
respectable *adj.* ਆਦਰਯੋਗ aadaryog
respectful *adj.* ਸਤਿਕਾਰ ਸੂਚਕ satikaarsoochak
respecting *prep.* ਆਦਰ ਕਰਨਾ aadar karnaa
respective *adj.* ਆਪੋ ਆਪਣਾ aapo aapnhaa
respetively ਕਰਮਵਾਰ karamvaar
respiration *n.* ਸਾਹ ਕਿਰਿਆ saah kireyaa
respire *v.t.* ਸਾਹ ਲੈਣਾ saah lainhaa
respite *n.* ਮੋਹਲਤ mohlat
resplendent *adj.* ਦੀਪਤ deepat
respond *v.t.* ਉੱਤਰ ਦੇਣਾ uttar denhaa
respondent *n.* ਪ੍ਰਤੀਵਾਦੀ prativaadi
response *n.* ਉੱਤਰ uttar
responsibility *n.* ਜ਼ਿੰਮੇਵਾਰੀ zimmevari
responsible *adj.* ਜ਼ਿੰਮੇਵਾਰ zimmevar
rest *n.* ਆਰਾਮ aaram
restaurant *n.* ਰੇਸਤਰਾਂ restraan
restitution *n.* ਵਾਪਸੀ vaapsi
restive *adj.* ਅੜੀਅਲ aarheeyal
restless *adj.* ਬੇਆਰਾਮ beaaraam
restoration *n.* ਵਾਪਸੀ vaapsi
restore *v.t.* ਮੋੜ ਦੇਣਾ morh denhaa
restrain *v.t.* ਰੋਕਣਾ roknhaa
restraint *n.* ਦਮਨ daman
restrict *v.t.* ਸੀਮਤ ਕਰਨਾ seemat karnaa
restriction *n.* ਪਾਬੰਦੀ paabandee
restrictive *adj.* ਪਾਬੰਦੀ ਵਾਲਾ paabandee vala
resultant *adj.* ਸਹਿ ਉਤਪੰਨ seh utpann
resumption *n.* ਪੁਨਰ ਗ੍ਰਹਿਣ punar grehanh
resurrection *n.* ਪੁਨਰ ਜੀਵਨ punar jeevan
retail *v.i.* ਪ੍ਰਚੂਨ parchoon
retailer *n.* ਪ੍ਰਚੂਨ ਵਿਕ੍ਰੇਤਾ parchoon vikreta
retain *v.t.* ਰੱਖਣਾ rakhanhaa
retainer *n.* ਬਿਆਨਾ beaanaa
retaliate *v.t.* ਬਦਲਾ ਲੈਣਾ badlaa lainhaa
retaliation *n.* ਬਦਲਾ badlaa
retaliative *adj.* ਪ੍ਰਤੀਕਾਰਾਤਮਕ pratikaaratmak
retard *v.t.* ਗਤੀ ਰੋਕਣਾ gati roknhaa
retch *v.t.* ਉਲਟੀ ਕਰਨਾ ulti karnaa
retention *n.* ਰੁਕਾਵਟ rukaavat
reticence ਸੰਕੋਚਵਾਂ ਭਾਸ਼ਣ sankochvaan bhaashanh
reticent *adj.* ਮੌਨ maun
retina *n.* ਅੱਖ ਦਾ ਪਰਦਾ akkh daa pardaa
retinue *n.* ਨੌਕਰ ਚਾਕਰ naukar chaakar
retire *v.i.* ਪਿੱਛੇ ਹਟਣਾ pichhe hatnhaa
retired *adj.* ਰੀਟਾਇਰ ਹੋਇਆ retaayer hoyeaa
retirement *n.* ਕਾਰਜ ਤਿਆਗ kaaraj tyaag
retouch *n.* ਮੁੜ ਛੂਹਿਆ murh chhooheyaa
retract *v.t.* ਸੁੰਗੇੜਨਾ sungernaa
retreat *v.i.* ਪਿੱਛੇ ਹਟਣਾ pichhe hatnhaa
retrench *v.t.* ਝਿੜਕਣਾ jhirhaknhaa
retrenchment *n.* ਛਾਂਟੀ chhaanti
retribution *n.* ਬਦਲਾ badlaa
retrievable *adj.* ਮੁਰੰਮਤ ਕਰਨ ਯੋਗ murammat karan yog

retrograde *v.t.* ਉਲਟਾ ਚੱਲਣਾ ultaa chalnhaa
retrogress *v.i.* ਪਿੱਛੇ ਹਟਣਾ pichhe hatnhaa
return *v.i.* ਵਾਪਸ ਆਉਣਾ vaapis aaunhaa
reunion *n.* ਪੁਨਰ ਏਕੀਕਰਣ punar ekikaranh
reunite *v.t.* ਪੁਨਰ ਏਕਤਾ ਲਿਆਉਣਾ punar ekta liaunhaa
reveal *v.t.* ਵਿਅਕਤ ਕਰਨਾ viakat karnaa
revelation *n.* ਇਜ਼ਹਾਰ izhaar
revelry *n.* ਆਨੰਦ anand
revenge *v.t.* ਵੈਰ ਕੱਢਣਾ vair kadhanhaa
revengeful *adj.* ਵੈਰ ਕੱਢਣ ਵਾਲਾ vair kadhan vala
revenue *n.* ਲਾਭ laabh
reverberate *v.t.* ਗੂੰਜਣਾ goonjnhaa
reverberation *n.* ਗੂੰਜ goonj
revere *v.t.* ਇੱਜ਼ਤ ਕਰਨਾ izzat karnaa
reverend *adj.* ਸਨਮਾਨਯੋਗ sanmaanyog
reverent *adj.* ਸਨਮਾਨਕਾਰੀ sanmaankaari
reverie *n.* ਖਿਆਲੀ ਪੁਲਾਅ khyali pulaa
reversal *n.* ਉਲਟ-ਪੁਲਟ ulat-pulat
revert *v.i.* ਪਿੱਛੇ ਕਰਨਾ pichhe karnaa
review *n.* ਪੁਸਤਕ ਪੜਚੋਲ pustak parhchol
reviewer *n.* ਸਮੀਖਿਅਕ sameekhiak
revile *v.t.* ਬੁਰਾ ਭਲਾ ਕਹਿਣਾ bura bhala
revision *n.* ਸੁਧਾਈ kehnhaa
revise *n.* ਸੁਧਾਈ sudhaayee
revival *n.* ਪੁਨਰ ਉਥਾਨ punar uthaan
revocable *adj.* ਪਰਤਾਉਣਯੋਗ partaaunhyog
revocation *n.* ਖੰਡਨ khanddan
revoke *v.t.* ਖੰਡਨ ਕਰਨਾ khanddan karnaa
revolt *v.t.* ਰਾਜਧਰੋਹ ਕਰਨਾ raajdhroh karnaa
revolution *n.* ਕ੍ਰਾਂਤੀ kraanti
revolutionary *adj.* ਕ੍ਰਾਂਤੀਕਾਰੀ kraantikaari
revolutionist *n.* ਕ੍ਰਾਂਤੀਵਾਦੀ kraantivaadi
revolutionize ਇਨਕਲਾਬ ਲਿਆਉਣਾ inklaab liaaunhaa
revolve *v.t.* ਚੱਕਰ ਖਾਣਾ chakkar khaanhaa
revolver *n.* ਰਿਵਾਲਵਰ rivaalvar
revulsion *n.* ਅਚਾਨਕ ਪਲਟਾ achaanak paltaa
reward *n.* ਫਲ fal
rhapsody *n.* ਵਾਰ vaar
rhetoric *n.* ਅਲੰਕਾਰ alankaar
rhetorical *adj.* ਅਲੰਕਰਿਤ alankaarit
rhinoceros *n.* ਗੈਂਡਾ gaindaa
rhyme *n.* ਤੁਕਾਂਤ tukaant
rhythm *n.* ਤੋਲ tol
rhythmic ਲੈਅਵਾਲਾ lai vala
rib *n.* ਪਸਲੀ paslee
ribald *n.* ਬਕਵਾਸੀ bakvaasi
ribaldry *n.* ਗੰਦ gandd
riband *n.* ਫੀਤਾ ਲਗਾਉਣਾ feeta lagaunhaa
rice *n.* ਚੌਲ chaulh
rich *n.* ਅਮੀਰ ameer
richness *n.* ਅਮੀਰੀ ameeri
rick *n.* ਮਸੂਲ masool
rickets *n.* ਸੋਕੇ ਦਾ ਰੋਗ soke daa rog
rickety *adj.* ਸੋਕੇ ਦਾ ਰੋਗੀ soke daa rogi
ricksha *n.* ਰਿਕਸ਼ਾ rikshaaw
rid *v.t.* ਛੁਟਕਾਰਾ ਦੇਣਾ chhutkaara denhaa
riddance *n.* ਛੁਟਕਾਰਾ chhutkaara
riddle *n.* ਮੋਟੀ ਛਾਨਣੀ moti chhananhee
rider *n.* ਸਵਾਰ sawaar
ridge *n.* ਉਭਰੀ ਰੇਖਾ ubhari rekhaa
ridicule *n.* ਹਾਸੋਹੀਣੀ ਵਸਤੂ hasoheenhee vastoo
ridiculous *adj* ਮਖੌਲੀਆ makhauliaa
riding *n.* ਘੋੜੇ ਦੀ ਸਵਾਰੀ ghode dee sawari
rife *adj.* ਆਮ aam
rift *n.* ਤੇੜ terh
rig *v.t.* ਛਲ ਕਰਨਾ chhall karnaa
right *adj.* ਠੀਕ thheek
right angle *n.* ਸਮਕੋਣ samkonh
righteous *adj.* ਨੇਕ nek
rightful *adj.* ਜਾਇਜ਼ jayez
rigid *adj.* ਕਰੜਾ kardaa
rigidity *n.* ਕਠੋਰਤਾ kathhortaa
rigorous *adj.* ਕਰੜਾ kardaa
rigour *n.* ਸਖਤੀ sakhtee
rill *n.* ਛੋਟਾ chhotaa
rim *n.* ਪੇਟ ਦੀ ਝਿੱਲੀ pet dee jhilli
rime *n.* ਤੁਕਾਂਤ tukaant
rimer *n.* ਤ੍ਰੇਲ ਵਾਲਾ trel vala
rimy *adj* ਕੱਕਰ ਵਾਲਾ kakkar vala
rind *n.* ਛਿੱਲ chhill
ring *n.* ਛਾਪ chhaap
ringing *n.* ਟਣਟਣਾਹਟ tanhtanhahat

ringmaster *n.* ਰਿੰਗ ਮਾਸਟਰ ringg mastar
ringworm *n.* ਨਿਚੋੜਨਾ nichorhnaa
riot *n.* ਦੰਗਾ dangga
riotous *adj.* ਦੰਗੇ ਵਾਲਾ dangge vala
rip *v.t.* ਪਾੜਨਾ paarhnaa
ripe *adj.* ਪੱਕਾ pakka
ripen *v.t.* ਪੱਕਣਾ pakknhaa
ripple *n.* ਛੋਟੀ ਲਹਿਰ chhoti lehar
rise *v.t.* ਉੱਠਣਾ uthhanhaa
risible *adj.* ਹਸਾਉਣਾ hasaunhaa
rising *n.* ਵਿਦਰੋਹ vidroh
risk *n.* ਖਤਰਾ khatraa
risky *adj.* ਖਤਰੇ ਵਾਲਾ khatre vala
rite *n.* ਰਸਮ rasam
rituals *adj.* ਰਸਮੀ rasmi
rival *n.* ਵਿਰੋਧੀ virodhi
rivalry *n.* ਸਰੀਕ sareek
rive *v.t.* ਚੀਰਨਾ cheernaa
river *n.* ਦਰਿਆ daryaa
riverside *n.* ਨਦੀ ਵਾਲੇ ਪਾਸੇ nadi vale paase
rivet *n.* ਰਿਬਟ ribat
rivulet *n.* ਛੋਟਾ ਦਰਿਆ chhota daryaa
road *n.* ਸੜਕ sarhak
roam *v.i.* ਤੁਰਨਾ turnaa
roan *n.* ਫਿਰਨਾ firnaa
roaring *adj.* ਗੱਜਦਾ gajjanhaa
roast *v.t.* ਭੁੰਨਣਾ bhunanhaa
rob *v.t.* ਲੁੱਟਣਾ luttanhaa
robber *n.* ਲੁਟੇਰਾ luteraa
robbery *n.* ਡਾਕਾ daakaa
robe *n.* ਪੁਸ਼ਾਕ pushaak
robin *n.* ਲਾਲ ਚਿੜੀ laal chirhee
robot *n.* ਮਸ਼ੀਨੀ ਮਨੁੱਖ masheenee manukh
robust *adj.* ਤਕੜਾ takrhaa
rock *n.* ਚੱਟਾਨ chataan
rocket *n.* ਰਾਕਟ raakat
rock-oil *n.* ਮਿੱਟੀ ਦਾ ਤੇਲ mitti da tel
rocky *adj.* ਚੱਟਾਨੀ chattani
rodent *adj.* ਕੁਤਰਨ ਵਾਲਾ kutran vala
rodomontade *adj.* ਸ਼ੇਖੀਮਾਰ shekheemaar
roe *n.* ਹਰਨੀ harnee
rogue *n.* ਬਦਮਾਸ਼ badmaash
roguery *n.* ਬਦਮਾਸ਼ੀ badmaashi
roguish *adj.* ਬਦਮਾਸ਼ badmaash

role *n.* ਫਰਜ਼ faraz
roll-call *n.* ਹਾਜ਼ਰੀ haazri
roller *n.* ਵੇਲਣਾ velanhaa
rolling *adj.* ਵੇਲਣ ਵਾਲਾ velanh vala
romance *n.* ਰੋਮਾਂਚਕ ਕਹਾਣੀ romaanchak kahaanhi
romantic *adj.* ਰੋਮਾਂਸਕ romaansak
romp ਖਰੂਦ kharood
roof *n.* ਛੱਤ chaatt
room *n.* ਕਮਰਾ kamraa
roomy *adj.* ਖੁਲ੍ਹਾ khulaa
root *n.* ਜੜ੍ਹ jarh
rope *n.* ਰੱਸੀ rassi
rosary *n.* ਮਾਲਾ maalaa
rose *n.* ਗੁਲਾਬ gulaab
roseate *adj.* ਗੁਲਾਬੀ gulaabi
rosette *n.* ਬਣਾਵਟੀ ਫੁੱਲ banhaavati full
rosin *n.* ਬਰੋਜ਼ਾ barozaa
rostrum *n.* ਸਭਾ ਮੰਚ sabhaa manch
rosy *adj.* ਗੁਲਾਬੀ gulaabi
rot *v.i.* ਗਲਣਾ galnhaa
rotation *n.* ਗੇੜਾ gerhaa
rotative *adj.* ਗੇੜਵਾਂ gerhvaan
rotten *adj.* ਗਲਿਆ ਸੜਿਆ galeyaa sarheyaa
rotund *adj.* ਗੋਲ gol
rotunda *n.* ਗੋਲ ਮਕਾਨ gol makaan
rough *n.* ਕੁਪੱਤਾ kupatta
round *adj.* ਗੋਲ gol
rounabout *adj.* ਕਰੀਬ ਕਰੀਬ kareeb kareeb
rouse *v.t.* ਜਗਾਉਣਾ jagaunhaa
rove *v.t.* ਫਿਰਨਾ firnaa
rover *n.* ਤੁਰਨ ਫਿਰਨ ਵਾਲਾ turn firn vala
row *n.* ਪੰਗਤ panggat
rowdism *n.* ਹੁੱਲੜਬਾਜ਼ੀ hullrhbaazi
rowdy *adj.* ਕੁਪੱਤਾ kuppatta
royal *adj.* ਬਾਦਸ਼ਾਹੀ baadshaahee
royalist *n.* ਬਾਦਸ਼ਾਹਤ baadshaahat
royalty *n.* ਬਾਦਸ਼ਾਹੀ baadshaahee
rub *v.t.* ਰਗੜਨਾ ragarhnaa
rubber *n.* ਰਬੜ rabbarh
rubbish *n.* ਕੂੜਾ koorhaa
ruby *n.* ਲਾਲ laal
ruck *v.t.* ਵੱਟ ਪੈਣਾ vatt lainhaa
rudder *n.* ਪਤਵਾਰ patvaar

ruddy *adj.* ਲਾਲ ਲਾਲ laal laal
rude *adj.* ਅਸੱਭਿਅ asabhea
rudeness *n.* ਗੰਵਾਰਪਣ ganvaarpanh
rudiment *n.* ਆਰੰਭਿਕ ਸਿਧਾਂਤ aarambhik sidhaant
rudimentary *adj.* ਬੁਨਿਆਦੀ buneyaadi
rue *v.t.* ਪਛਤਾਵਾ ਕਰਨਾ pachhtaava karnaa
ruffian *n.* ਗੁੰਡਾ gundaa
rug *n.* ਮੋਟਾ ਕੰਬਲ mota kamball
rugged *adj.* ਅਣਪੱਧਰਾ anhpadhraa
ruin *n.* ਤਬਾਹੀ tabaahee
ruins *n.* ਵਿਨਾਸ਼ vinaash
rule *v.t.* ਰਾਜ ਕਰਨਾ raaj karnaa
ruler *n.* ਸ਼ਾਸਕ shaashak
rumble *v.t.* ਗੜਗੜਾਉਣਾ garhgarhaunhaa
ruminate *v.t.* ਸੋਚੀਂ ਪੈਣਾ socheen painhaa
rumination *n.* ਸੋਚ ਵਿਚਾਰ soch vichaar
rummage *v.t.* ਲੱਭਣਾ labhanhaa
rummy *n.* ਤਾਸ਼ ਦੀ ਖੇਡ taash dee khed
rumour *n.* ਅਫਵਾਹ afvaah
run *v.t.* ਦੌੜਨਾ daurhnaa
runagate *n.* ਨਿਕੰਮਾ ਆਦਮੀ nikkamma aadmi
runner *n.* ਦੌੜਨ ਵਾਲਾ daurhan vala
running *adj.* ਚੱਲਦਾ ਹੋਇਆ chalda hoyeaa
rupee *n.* ਰੁਪਈਆ rupayeeaa
rupture *v.t.* ਤੋੜਨਾ torhnaa
rural *adj.* ਪੇਂਡੂ pendoo
ruse *n.* ਛਲ chhall
rush *v.i.* ਜ਼ੋਰ ਪਾਉਣਾ zor paunhaa
russet *adj.* ਬਦਾਮੀ ਰੰਗ ਦਾ badaami rangg da
rust *n.* ਜੰਗਾਲ jangaal
rustic *adj.* ਪੇਂਡੂ pendoo
rustle *v.i.* ਖੜਖੜ ਕਰਨਾ kharhkharh karnaa
rusty *adj.* ਜੰਗਾਲਿਆ jangaaleyaa
rut *n.* ਚੱਕਰਮਾਰਗ chakkarmaarag
ruth *n.* ਤਰਸ taras
ruthless *n.* ਨਿਰਦਈ nirdayee
rye *n.* ਰਾਈ raayee
ryot *n.* ਕਿਸਾਨ kisaan

S

sabbath *n.* ਅਰਾਮ ਦਾ ਸਮਾਂ aaraam da samaa
sabotage *n.* ਤੋੜਫੋੜ torhforh
sabre *n.* ਕਟਾਰ kataar
sac *n.* ਗਿਲਟੀ giltee
saccharin *n.* ਅਤਿਅੰਤ ਮਿਠੀ ਚੀਜ਼ atiantt mithhi cheez
sack *n.* ਬੋਰੀ bori
sackcloth *n.* ਟਾਟ taat
sacred *adj.* ਪਵਿੱਤਰ pavittar
sacrifice *v.t.* ਬਲੀਦਾਨ ਦੇਣਾ balidaan denhaa
sacrificial *adj.* ਬਲੀਦਾਨ ਸੰਬੰਧੀ balidaan sambandhi
sacrificer *n.* ਯੱਗ ਕਰਨ ਵਾਲਾ yagg karan vala
sacrilege *n.* ਬੇਅਦਬੀ beadbi
sacrilegious *n.* ਅਪਵਿੱਤਰ apavittar
sacrosanct *adj.* ਪੁਨੀਤ puneet
sad *adj.* ਉਦਾਸ udaas
sadden *v.t.* ਦੁਖੀ ਹੋਣਾ dukhee honhaa
saddle *n.* ਕਾਠੀ kaathhi
sadly *adv.* ਦੁਖ ਨਾਲ dukh naal
sadness *n.* ਦੁਖ dukh
safe *adj.* ਸੁਰੱਖਿਅਤ surakheyat
safety *n.* ਰੱਖਿਆ rakheya
saffron *n.* ਕੇਸਰ kesar
sagacious *adj.* ਅਕਲਮੰਦ akalmandd
sagacity *n.* ਹੁਸ਼ਿਆਰੀ husheyaari
sage *n.* ਦਾਰਸ਼ਨਿਕ daarshnik
sago *n.* ਸਾਗੂਦਾਣਾ saagoodaanhaa
said *p.i.* ਕਿਹਾ kehaa
sail *v.t.* ਜਹਾਜ਼ ਚਲਾਉਣਾ jahaaz chalaaunhaa
sailing *n.* ਸਮੁੰਦਰ ਯਾਤਰਾ samunddar yaatraa
sailor *n.* ਮਲਾਹ malaah
saint *n.* ਸੰਤ sant
saintly *adj.* ਪਵਿੱਤਰ pavittar
salable *adj.* ਵਿਕਣਯੋਗ vikanhyog
salad *n.* ਸਲਾਦ salaad
salary *n.* ਤਨਖਾਹ tankhaah
sale *n.* ਵਿਕਰੀ vikkari
salesman *n.* ਵੇਚਣ ਵਾਲਾ vechanhvaala
salient *adj.* ਮੁੱਖ mukh
salina *n.* ਖਾਰਾ khaaraa
saline *adj.* ਖਾਰ khaar

saliva *n.* ਲਾਰ laar
sallow *adj.* ਪੀਲਾ peelaa
sally *n.* ਬੁਛਾੜ buchharh
saloon *n.* ਬੈਠਕ baithhak
salt *n.* ਲੂਣ loonh
salts *n.* ਇਕਦਮ ਪਰਿਵਰਤਨ ikkdam parivartan
saltish *adj.* ਲੂਣਾ loonhaa
saltpetre *n.* ਸ਼ੋਰਾ sheraa
salubrious *adj.* ਸਿਹਤਮੰਦ sehatmandd
salutary *adj.* ਸਿਹਤਮੰਦ sehatmandd
salutation *n.* ਸਲਾਮ salaam
salute *v.t.* ਸਲਾਮ ਕਰਨਾ salaam karnaa
salvation *n.* ਮੁਕਤੀ mukti
salve *n.* ਲੇਪ lep
salvo *n.* ਸ਼ਰਤ sharat
same *adj.* ਸਮਾਨ samaan
sameness *n.* ਇਕਰੂਪਤਾ ikkrooptaa
sample *n.* ਨਮੂਨਾ namoonaa
sanctify *v.t.* ਸ਼ੁੱਧ ਕਰਨਾ shudh karnaa
sanction *n.* ਮਨਜ਼ੂਰੀ manzoori
sanctity *n.* ਪਵਿੱਤਰਤਾ pavittarta
sanctuary *n.* ਪਨਾਹਗਾਹ panaahgaah
sand *n.* ਰੇਤ ret
sandal *n.* ਸੰਦਲ sandal
san·paper *n.* ਰੇਗਮਾਰ regmaar
sane *adj.* ਸਮਝਦਾਰ samajhdaar
sanguine *adj.* ਲਾਲ ਰੰਗ laal rangg
sanitary *adj.* ਰੋਗਤਾ ਸੰਬੰਧੀ regtaa sambandhee
sanitation *n.* ਸਫਾਈ safaaee
sanity *n.* ਸਿਹਤ sehat
sans *prep.* ਬਿਨਾਂ binaa
sap *n.* ਸਤ sat
sapid *adj.* ਸੁਆਦੀ suaadi
sapience *n.* ਅਕਲ akal
sapient *adj.* ਅਕਲਮੰਦ akalmandd
sapling *n.* ਨਵਾਂ ਪੌਦਾ navaan paudaa
sapphire *n.* ਨੀਲਮ neelam
sarcasm *n.* ਵਿਅੰਗ viangg
sarcastic *adj.* ਵਿਅੰਗਪੂਰਨ vianggpooran
sardonic *adj.* ਵਿਅੰਗਮਈ vianggmayee
sash *jn.* ਕਮਰਬੰਦ kamarbandd
sat *p.t.* ਬੈਠਿਆ baithheyaa
satan *n.* ਸ਼ੈਤਾਨ shaitaan
satanic *adj.* ਸ਼ੈਤਾਨੀ shaitaani
satchel *n.* ਬਸਤਾ bastaa
sateen *n.* ਸਾਟਨ saatan
satellite *n.* ਉਪਗ੍ਰਹਿ upgreh
satiety *n.* ਸੰਤੁਸ਼ਟਤਾ santushtataa
satin *n.* ਸਾਟਨ saatan
satire *n.* ਵਿਅੰਗ viangg
satrical *adj.* ਵਿਅੰਗਮਈ vianggmayee
satirist *n.* ਵਿਅੰਗਕਾਰ vianggkaar
satirize *v.t.* ਵਿਅੰਗ ਕਰਨਾ viangg karnaa
satisfaction *n.* ਸੰਤੁਸ਼ਟੀ santushtati
satisfactory *adj.* ਸੰਤੁਸ਼ਟੀਦਾਇਕ santushatidayak
satisfy *v.t.* ਸੰਤੁਸ਼ਟ ਕਰਨਾ santushat karnaa
satrap *n.* ਰਾਜਪਾਲ raajpaal
saturate ਪਰਿਪੂਰਨ ਕਰਨਾ pripooran karnaa
saturation *n.* ਸੰਪੂਰਤੀ pampoorti
saturday *n.* ਸ਼ਨੀਵਾਰ shanivaar
saturn *n.* ਸ਼ਨੀ ਗ੍ਰਹਿ shanigreh
satyr *n.* ਬਣਮਾਨਸ banhmaanas
sauce *n.* ਚਟਨੀ chatni
saucer *n.* ਪਲੇਟ palet
saucy *adj.* ਚੰਚਲ chanchal
saunter *n.* ਮੜਕਚਾਲ marhak chaal
sausage *n.* ਸੋਸਾ sosa
savage *adj.* ਰਾਖਸ਼ੀ raakhshee
savant *n.* ਬੁਧੀਵਾਨ ਲੋਕ budheevaan lok
save ਬਚਾਉਣਾ bachaunhaa
saving *n.* ਬੱਚਤ bachatt
saviour *n.* ਰੱਖਿਅਕ rakheyak
savour *n.* ਗੰਧ ganddh
savoury *n.* ਸੁਆਦੀ suaadi
saw *n.* ਆਰੀ aaree
sawyer *n.* ਆਰਾਕਸ aaraakas
say *v.t.* ਬਿਆਨ ਦੇਣਾ beyaan denhaa
saying *n.* ਕਹਾਵਤ kahaavat
scabbard *n.* ਮਿਆਨ miaan
scaffold *n.* ਸੂਲੀ sooli
scaffolding *n.* ਮਚਾਨ machaan
scald *n.* ਜਲਣ jalanh
scale *n.* ਤੱਕੜੀ takkrhee
scalene *adj.* ਵਿਖਮਭੁਜੀ ਤਿਕੋਣ vimukhbhuji tikonh

scall *n.* ਸੁੱਕੀ ਖਾਜ sukki khaaj
scalp *n.* ਖੋਪੜੀ khoprhee
scamp *n.* ਲੁੱਚਾ luchaa
scan *v.t.* ਤਕਤੀਹ ਕਰਨਾ takteeh karnaa
scandal *n.* ਭੰਡੀ bhandee
scandalize *v.t.* ਭੰਡੀ ਕਰਨਾ bhandee karnaa
scandalous *adj.* ਕਲੰਕ ਲਾਉਣ ਵਾਲਾ kalankk launh vala
scant *adj.* ਬਹੁਤ ਘੱਟ bahut ghatt
scanty *adj.* ਵਿਰਲਾ virlaa
scapegoat *n.* ਬਲੀ ਦਾ ਬੱਕਰਾ bali da bakkraa
scapegrace *n.* ਲੁੱਚਾ luchaa
scar *n.* ਦਾਗ daag
scarce *adj.* ਨਾਮਾਤਰ naamaatar
scarcely *adv.* ਮੁਸ਼ਕਿਲ ਨਾਲ mushkal naal
scarcity *n.* ਦੁਰਲੱਭਤਾ durlabhtaa
scare *n.* ਸਹਿਮ seham
scarecrow *n.* ਡਰਨਾ darnaa
scarf *n.* ਸਕਾਫ skaaf
scathe *v.t.* ਬੱਜ ਪਾਉਣਾ bajj paunhaa
scatter *v.t.* ਖਿੰਡਾਉਣਾ khindaunhaa
scavenger *n.* ਭੰਗੀ bhanggi
scene *n.* ਘਟਨਾ ਸਥਾਨ ghatnaa sathaan
scenery *n.* ਦ੍ਰਿਸ਼ drish
scent *n.* ਸੁਗੰਧੀ sugandhi
sceptic *n.* ਅਸ਼ਰਧਕ ashardhak
scepticism *n.* ਸੰਦੇਹਵਾਦ sandehvaad
sceptre *n.* ਰਾਜ ਸ਼ਕਤੀ raaj shakti
schedule *n.* ਅਨੁਸੂਚੀ anusoochi
scheme *n.* ਵਿਉਂਤ viont
schism *n.* ਧੜੇਬੰਦੀ dharhebanddi
scholar *n.* ਵਿਦਵਾਨ vidvaan
scholarly *adj.* ਵਿਦਵਾਨ ਵਰਗਾ vidvaan varga
scholarship *n.* ਵਜ਼ੀਫ਼ਾ vazeefaa
scholastic *adj.* ਵਿੱਦਿਅਕ videyak
school *n.* ਸਕੂਲ sakool
schooling *n.* ਵਿੱਦਿਆ vidyaa
sciatica *n.* ਕੂੱਲੇ ਸੰਬੰਧੀ kulle sambandhi
science *n.* ਵਿਗਿਆਨ vigeyaan
scientific *adj.* ਵਿਗਿਆਨਕ vigeyaanak
scientist *n.* ਵਿਗਿਆਨੀ vigeyaani
scimitar *n.* ਸਿਰੋਹੀ sirohee
sciolist *n.* ਅਲਪੱਗ alpagg
scion *n.* ਕਲਮ kalam
scission *n.* ਕਟਾਅ kataa
scissors *n.* ਕੈਂਚੀ kainchee
scoff *v.t.* ਖਿਲੀ ਉਡਾਉਣਾ khilli udaunhaa
scold *v.t.* ਫਿਟਕਾਰਨਾ fitkaarnaa
scolding *n.* ਨਿੰਦਾ nindaa
scoop *n.* ਕੜਛੀ karhchhee
scope *n.* ਆਸ਼ਾ aashaa
scorch *v.t.* ਝੁਲਸਣਾ jhulsanhaa
scorn *v.t.* ਨਫ਼ਰਤ ਕਰਨਾ nafrat karnaa
scornful *adj.* ਅਪਮਾਨਜਨਕ apmaanjanak
scorpion *n.* ਬਿੱਛੂ bichhoo
scot *n.* ਲਗਾਨ lagaan
scotfree *adj.* ਲਗਾਨ ਮੁਕਤ lagaan mukat
scoundral *n.* ਲੁੱਚਾ luchaa
scour *n.* ਸਫਾਈ safaaee
scourge *n.* ਬਲਾ balaa
scout *n.* ਸਕਾਊਟ sakaaut
scowl *v.t.* ਤਿਊੜੀ ਪਾਉਣਾ tioorhee paunhaa
scrap *n.* ਰੱਦੀ ਮਾਲ raddi maal
scratch *n.* ਝਰੀਟ jhareet
scrawl *v.t.* ਟੇਢੇ ਮੇਢੇ tedhe medhe
screech *n.* ਕੂਕ kook
screen *n.* ਪਰਦਾ pardaa
scribe *n.* ਲਿਖਾਰੀ likhaari
scrip *n.* ਥੈਲਾ thailaa
script *n.* ਲਿਪੀ lippi
scroll *n.* ਸੂਚੀ ਤਾਲਿਕਾ soochee taalika
scrotum *n.* ਅੰਡਕੋਸ਼ anddkosh
scrub *v.t.* ਘਸਾਉਣਾ ghasaunhaa
scrutinize *v.t.* ਪੜਤਾਲਣਾ parhtaalnhaa
scruitny *n.* ਪੜਤਾਲ parhtaal
scuffle *n.* ਹੱਥੋਪਾਈ hathopayee
scull *n.* ਛੋਟੀ ਪਤਵਾਰ chhoti patvaar
sculptor *n.* ਬੁੱਤਘਾੜਾ buttghaarhaa
sculpture *n.* ਬੁਤ ਤਰਾਸ਼ੀ butt taraashi
scum *n.* ਝੱਗ jhagg
scurf *n.* ਮੈਲ ਕੁਚੈਲ mail kuchail
scurrilous *adj.* ਬੜਬੋਲਾ barhbolaa
scythe *n.* ਦਾਤੀ daati
sea *n.* ਸਮੁੰਦਰ samundar
seaboard *n.* ਸਮੁੰਦਰ ਤੱਟ samundar tatt
seal *n.* ਸੀਲ ਮੱਛੀ seel machhi
seam *n.* ਸੰਧੀ sandhi

seaman *n.* ਜਹਾਜ਼ੀ jahaazi
seamster *n.* ਦਰਜ਼ੀ darzee
seamstress *n.* ਦਰਜਣ darjanh
sear *v.t.* ਕਠੋਰ ਕਰਨਾ kathhor karnaa
search *v.t.* ਖੋਜ ਕਰਨਾ khoj karnaa
searching *adj.* ਖੋਜ khoj
season *n.* ਰੁੱਤ rutt
seasonable *adj.* ਮੌਸਮ ਅਨੁਸਾਰ mausam anusaar
seasoned *adj.* ਕਾਲ ਅਨੁਸਾਰ kaal anusaar
seal *n.* ਸੀਲ ਮੱਛੀ seel machhi
secant *n.* ਵਿਭਾਜਕ vibhaajak
secede *v.i.* ਅੱਡ ਹੋਣਾ add honhaa
secession *n.* ਸਮਾਜ ਤਿਆਗ samaaj tyaag
seclusion *n.* ਇਕਾਂਤ ikaant
second *adj.* ਥੋੜ੍ਹਾ ਸਮਾਂ thorhaa samaa
secondary *adj.* ਨੁਮਾਇੰਦਾ numaayendaa
secrecy *n.* ਗੁੱਝਾਪਣ gujhaapanh
secret *n.* ਭੇਦ bhed
secretary *n.* ਸਕੱਤਰ sakattar
secretariate *n.* ਸਕੱਤਰੇਤ sakkattaret
secretary *n.* ਸਕੱਤਰ sakkattar
secrete ਰਿਸਣਾ risnhaa
secretion *n.* ਰਿਸਣ ਪਦਾਰਥ risnhaa padarath
secretive *adj.* ਰਹੱਸਪੂਰਨ rahaspooranh
sect *n.* ਪੰਥ panth
section *n.* ਵਿਭਾਜਨ vibhaajan
secular *adj.* ਧਰਮ ਨਿਰਪੇਖ dharam nirpekh
secure *adj.* ਨਿਸ਼ਚਿੰਤ nishchintt
security *n.* ਸੁਰੱਖਿਆ surakheyaa
sedan *n.* ਪਾਲਕੀ paalki
sedate *adj.* ਸ਼ਾਂਤ shaant
sedative *adj.* ਸ਼ਾਂਤੀਦਾਇਕ shantidayak
sedge *n.* ਕਾਹੀ kaahi
sediment *n.* ਤਲਛੱਟ talchhatt
seditious *adj.* ਰਾਜਧ੍ਰੋਹੀ raajdhrohi
seduction *n.* ਝਾਂਸਾ jhaansaa
seductive *adj.* ਝਾਂਸੇਵਾਲਾ jhaansevala
sedulous *adj.* ਉੱਦਮੀ uddami
see ਵੇਖਣਾ vekhanhaa
seed *n.* ਬੀਜ beej
seek *v.t.* ਭਾਲਣਾ bhaalnhaa
seem *v.i.* ਪ੍ਰਤੀਤ ਹੋਣਾ parteet honhaa
seeming *adj.* ਦਿਖਾਵਟੀ dikhaavati
seemly *adj.* ਉੱਤਮ uttam
seepage *n.* ਸਿੰਮਣਾ simmnhaa
seer *n.* ਰਿਸ਼ੀ rishi
seesaw *n.* ਪੀਲ ਪਲਾਂਘਾ peel palaanghaa
seethe *n.* ਜੋਸ਼ josh
segment *n.* ਟੁਕੜਾ tukrhaa
segregate *v.t.* ਅੱਡ ਕਰਨਾ add karnaa
segregation *n.* ਵਿਜੋਗ vijog
seigneur *n.* ਜਗੀਰਦਾਰ jageerdaar
seismal *adj.* ਭੂਚਾਲ ਸੰਬੰਧੀ bhuchaal sambandhee
seize *v.t.* ਜ਼ਬਤ ਕਰਨਾ zabat karnaa
seizure *n.* ਕਬਜ਼ਾ kabzaa
seldom *adj.* ਕਦੇ ਕਦੇ kade kade
select *v.t.* ਚੁਣਨਾ chunhanaa
selection *n.* ਚੋਣ chonh
selective *adj.* ਚੋਣਵਾਂ chonhvaan
selector *n.* ਚੋਣਕਾਰ chonhkaar
self *n.* ਖੁਦ khud
self-centred *adj.* ਸੁਆਰਥੀ suaarthee
self-confidence *n.* ਆਤਮ ਵਿਸ਼ਵਾਸ aatam vishvaash
self-control *n.* ਆਤਮ ਨਿਯੰਤਰਣ aatam niyantranh
self-denial *n.* ਆਤਮ ਸੰਜਮ aatam sanjjam
self-esteem *n.* ਸਵੈਮਾਣ svaimaanh
selfish *n.* ਸੁਆਰਥੀ suaarathee
selfishness *n.* ਸੁਆਰਥ suaarath
self-respect *n.* ਆਤਮ ਸਨਮਾਨ aatam sanmaan
selfsame *n.* ਓਹੀ ohee
sell *v.t.* ਵੇਚਣਾ vechanhaa
semaphore *n.* ਸੂਚਨਾ ਯੰਤਰ soochnaa yantar
semblance *n.* ਸਮਾਨਤਾ samaantaa
semen *n.* ਵੀਰਜ veeraj
semester *n.* ਛਮਾਹੀ ਪਾਠਕ੍ਰਮ chhmaahi paathhkramm
semi *adj.* ਅਰਧ aradh
sem¢circle *n.* ਅਰਧ ਗੋਲਾ aradhgolaa
seminal *adj.* ਜਣਨ ਸੰਬੰਧੀ janhan sambandhee
seminar *n.* ਵਿਚਾਰ ਗੋਸ਼ਟੀ vichaar goshtee
seminary *n.* ਪਾਠਸ਼ਾਲਾ paathhshaalaa

senate *n.* ਸੈਨੇਟ sainet
send *v.t.* ਭੇਜਣਾ bhejnhaa
send off *n.* ਵਿਦਾਇਗੀ vidaayegi
senescent *adj.* ਬਿਰਧ biradh
senile *adj.* ਬੁਢਾਪੇ ਸੰਬੰਧੀ budhape sambandhi
senility *n.* ਕਮਜ਼ੋਰੀ kamzori
senior *adj.* ਉੱਚ uch
seniority *n.* ਉੱਚਤਾ uchtaa
sensation *n.* ਹਲਚਲ halchal
sense *n.* ਵਿਵੇਕ vivek
senseless *n.* ਚੇਤਨਾਹੀਣ chetnaheenh
sensibility *n.* ਸੰਵੇਦਨਸ਼ੀਲਤਾ samvednsheelta
sensible *adj.* ਸੰਵੇਦਨਸ਼ੀਲ samvednsheel
sensitive *adj.* ਸੰਵੇਦੀ samveddi
sensorial *adj.* ਦਿਮਾਗ ਸੰਬੰਧੀ dimaag sambandhi
sensorium ਦਿਮਾਗ dimaag
sensual *n.* ਸੰਵੇਦਨਾਮਈ samvednamayee
sensuality *n.* ਇੰਦਰੀ ਸੁਖ indree sukh
sentence *n.* ਵਾਕ vaak
sentiment *n.* ਭਾਵਨਾ bhavnaa
sentimental *adj.* ਭਾਵਕ bhaavak
sentinel *n.* ਪਹਿਰੇਦਾਰ pehredaar
sentry *n.* ਸੰਤਰੀ santree
separable *adj.* ਨਿੱਖੜਵਾਂ nikhrhvaan
separate *v.t.* ਅਲੱਗ ਕਰਨਾ alagg karnaa
separately *n.* ਅਲੱਗ ਤੌਰ ਤੇ alagg taur te
separation *n.* ਅਲਿਹਦਗੀ alaihdgee
sepoy *n.* ਸੈਨਕ sainik
sepsis *n.* ਸਾੜਾ saarhaa
septangular *n.* ਸੱਤ ਕੋਣਾ sat konhaa
september *n.* ਸਤੰਬਰ satambar
septenary *adj.* ਸਾਤਾ saata
septennial *adj.* ਸੱਤ ਸਾਲਾਂ ਬਾਅਦ ਹੋਣ ਵਾਲਾ sat saalaan baad honh vala
septic *adj.* ਗਾਲਣ ਵਾਲਾ gaalanh vala
sepulchre *n.* ਮਕਬਰਾ makbraa
sepulture *n.* ਫੇਰਿਤ ਕਿਰਿਆ ferit kireyaa
sequacious *adj.* ਪਿਛਲੱਗ pichhlagg
sequel *n.* ਪਿਛਲਾ ਭਾਗ pichhla bhaag
sequence *n.* ਤਰਤੀਬ tarteeb
sequester *v.i.* ਅਲੱਗ ਕਰਨਾ alagg karnaa
seragilo *n.* ਹਰਮ haram
seral *n.* ਸਰਾਂ saraan
seraph *n.* ਦੇਵਦੂਤ devdoot
sere *adj.* ਕੁਮਲਾਇਆ kumlaayeyaa
serene *adj.* ਨਿਰਮਲ nirmal
serenity ਸਥਿਰਤਾ sathirtaa
serf *n.* ਗੁਲਾਮ gulaam
serfdom *n.* ਦਾਸ ਪ੍ਰਥਾ daas praathaa
serge *n.* ਸਰਜ ਦਾ ਕੱਪੜਾ saraj daa kapprhaa
sergeant *n.* ਹੌਲਦਾਰ hauldaar
serial *adj.* ਲੜੀਵਾਰ larheevaar
sericulture *n.* ਰੇਸ਼ਮ ਉਤਪਾਦਨ resham utpaadan
series *n.* ਲੜੀ larhee
serious *adj.* ਗੰਭੀਰ gambhir
seriousness *n.* ਗੰਭੀਰਤਾ gambhirtaa
sermon *n.* ਉਪਦੇਸ਼ updesh
serpent *n.* ਸੱਪ sapp
serpentine *adj.* ਸੱਪ ਵਰਗਾ sapp vargaa
serum *n.* ਲਹੂ ਦਾ ਰਸ lahoo daa rass
servant *n.* ਨੌਕਰ naukar
serve *v.t.* ਕੰਮ ਕਰਨਾ kamm karnaa
service *n.* ਸੇਵਾ seva
serviceable *adj.* ਉਪਯੋਗੀ upyogi
servile *adj.* ਨੀਚ neech
servility *n.* ਨੀਚਤਾ neechtaa
servitor *n.* ਚਾਪਲੂਸੀ chaaploosi
servitude *n.* ਦਾਸਤਾ daastaa
sesame *n.* ਤਿਲ til
session *n.* ਬੈਠਕ baithak
sesspool *n.* ਚੁਬੱਚਾ chubachaa
set *v.t.* ਤਿਆਰ ਕਰਨਾ tyaar karnaa
setback *n.* ਸਦਮਾ sadmaa
se¶off *n.* ਸਜਾਵਟ sajaavat
setting *n.* ਯੋਜਨਾ yojnaa
settle *v.t.* ਸੁਲਝਾਉਣਾ suljhaunhaa
settlement *n.* ਨਿਪਟਾਰਾ niptaaraa
settler *n.* ਅਬਾਦਕਾਰ aabaadkaar
seven *adj.* ਸੱਤ satt
sevenfold *adj.* ਸੱਤ ਗੁਣਾ satt gunhaa
seventeen *adj.* ਸਤਾਰਾਂ sataaraan
seventh *adj.* ਸੱਤਵਾਂ sattvaan
seventieth *adj.* ਸੱਤਰਵਾਂ sattarvaan
seventy *adj.* ਸੱਤਰ sattar

sever *v.t.* ਅੱਡ ਕਰਨਾ add karnaa
several *adj.* ਵਿਭਿੰਨ vibhinn
severally *adj.* ਅਲੱਗ ਅਲੱਗ alagg alagg
severance *n.* ਵਿਯੋਗ viyog
severe *adj.* ਉਗਰ ugar
severity *n.* ਤੀਬਰਤਾ teebartaa
sew *v.t.* ਸਿਊਣਾ sioonhaa
sewage *n.* ਸੀਵਰੇਜ seevrej
sewer *n.* ਦਰਜ਼ੀ darzi
sewing *n.* ਸਿਲਾਈ silaayee
sewn *adj.* ਸੀਤਾ ਹੋਇਆ seetaa hoyeaa
sex *n.* ਕਾਮ kaam
sexual *adj.* ਲਿੰਗੀ linggi
shabby *adj.* ਪਾਟਿਆ pateyaa
shackle *v.t.* ਮਿਲਾਉਣਾ milaunhaa
shade *n.* ਪਰਛਾਈਂ parchaayee
shadow *n.* ਛਾਂ chhaan
shadowy *adj.* ਛਾਂਦਾਰ chhaandaar
shady *adj.* ਛਾਂਦਾਰ chhaandaar
shaft *n.* ਤੀਰ teer
shag *n.* ਝਾਟਾ jhaataa
shaggy *adj.* ਖੁਰਦਰਾ khurdaraa
shake *v.t.* ਕੰਬਾਉਣਾ kambaunhaa
shallow *asj.* ਤੁੱਛ tuchh
sham *n.* ਪਖੰਡ pakhandd
shame *n.* ਸ਼ਰਮ sharam
shameful *adj.* ਸ਼ਰਮਨਾਕ sharamnaak
shameless *adj.* ਬੇਸ਼ਰਮ besharam
shank *n.* ਜੰਘ jangh
shanty *n.* ਛੰਨ chhann
shape *n.* ਆਕਾਰ aakaar
shapeless *adj.* ਬੇਢੰਗਾ bedhangga
shapely *adj.* ਸੁਡੌਲ sudaulh
share *n.* ਹਿੱਸਾ hissa
shareholder *n.* ਅੰਸ਼ਧਾਰਕ anshdhaarak
shark *n.* ਸ਼ਾਰਕ ਮੱਛੀ shaarka machhi
sharp *adj.* ਤੇਜ਼ tez
sharpen *v.t.* ਤੇਜ਼ ਕਰਨਾ tez karnaa
sharpness *n.* ਤੇਜ਼ੀ tezee
shave *v.t.* ਹਜਾਮਤ ਕਰਨੀ hajamat karni
shaw *n.* ਝਿੜੀ jhirhi
shawl *n.* ਸ਼ਾਲ shaal
she *pr.n.* ਉਹ(ਇਸਤਰੀ) oh(istree)
sheaf *n.* ਦੱਥਾ dathaa
shear *v.t.* ਕੁਤਰਨਾ kutrnaa
shears *n.pl.* ਕਾਤਰਾਂ kaatraan
sheath *n.* ਮਿਆਨ miaan
shed *n.* ਛੰਨ chhann
sheen *n.* ਚਮਕ chamak
sheep *n.* ਭੇਡ bhed
sheepish *n.* ਦੱਬੂ dabbu
shelf *n.* ਕਿਤਾਬਖਾਨਾ kitaabkhaana
shell *n.* ਖੋਲ khol
shelter *n.* ਆਸਰਾ aasraa
shepherd *n.* ਆਜੜੀ aajrhee
sherbet *n.* ਸ਼ਰਬਤ sharbat
shield ਢਾਲ dhaal
shift *v.i.* ਬਦਲਣਾ badlanhaa
shimmer *n.* ਝਿਲਮਿਲ jhilmil
shin *n.* ਨਾਲੀ naali
shine *v.t.* ਚਮਕਣਾ chamkanhaa
shinning *adj.* ਚਮਕ chamak
shiny *adj.* ਚਮਕਦਾਰ chamakdaar
ship *n.* ਜਹਾਜ਼ jahaaz
shipping *n.* ਜਹਾਜ਼ਰਾਨੀ jahaazrani
shire *n.* ਹਲਕਾ halkaa
shirk *v.t.* ਜੀ ਚੁਰਾਉਣਾ jee churaunhaa
shirt *n.* ਕਮੀਜ਼ kameez
shirty *adj.* ਕਮੀਜ਼ ਦਾ kameez da
shiver *v.t.* ਕੰਬਣਾ kambnhaa
shock *n.* ਸਦਮਾ sadmaa
shocking *adj.* ਸਦਮੇਭਰਿਆ sadme bhareyaa
shoe *n.* ਜੁੱਤੀ jutti
shoot *n.* ਸੂਆ sooaa
shop *n.* ਦੁਕਾਨ dukaan
shopping *n.* ਖਰੀਦਦਾਰੀ khareed daari
short *n.* ਨਿੱਕਾ nikka
shortage *n.* ਘਾਟਾ ghaataa
shortcoming *n.* ਘਾਟ ghaat
short cut *n.* ਸਰਲ ਵਿਧੀ saral vidhi
shorten *v.t.* ਛੋਟਾ ਕਰਨਾ chhotaa karnaa
shorthand *n.* ਸੰਕੇਤ ਲਿੱਪੀ sanket lippi
shortly *adv.* ਜਲਦੀ ਹੀ jaldee hee
shorts *n.* ਨਿੱਕਰਾਂ nikkraan
shot *n.* ਨਿਸ਼ਾਨਾ nishaana
should *v.t.* ਚਾਹੀਦਾ ਹੈ chaaheeda hai
shoulder *n.* ਮੋਢਾ modhaa
shout *v.i.* ਚੀਕਣਾ cheeknhaa

shove *v.t.* ਧੱਕਣਾ dhakknhaa
shovel *n.* ਬੇਲਚਾ belchaa
show *n.* ਵਿਖਾਵਾ vikhaavaa
shower *v.t.* ਵਾਛੜ ਕਰਨਾ vaachharh karnaa
showery *adj.* ਵਾਛੜ ਵਾਲਾ vaachharh vala
showy *adj.* ਵਿਖਾਵੇ ਵਾਲਾ vikhaave vala
shred *n.* ਲੀਰ leer
shrew *n.* ਲੜਾਕੀ ਤੀਂਵੀਂ ladaaki teenvi
shrewd *adj.* ਸੂਝਵਾਨ soojhvaan
shriek *n.* ਚੀਕ cheek
shrill *adj.* ਤਿੱਖੀ tikhee
shrine *n.* ਮੰਦਿਰ mandir
shrink ਸੁੰਗੜਨਾ sungarhnaa
shroud *n.* ਕਫਨ kafan
shrub *n.* ਝਾੜੀ jhaarhee
shrug *v.t.* ਮੋਢੇ ਮਾਰਨਾ modhe maarnaa
shun *v.t.* ਦੂਰ ਰੱਖਣਾ door rakhnhaa
shunt *v.t.* ਲਾਈਨ ਬਦਲਣਾ laaeen badlanhaa
shut *v.t.* ਬੰਦ ਕਰਨਾ bandd karnaa
shutter *n.* ਬੰਦ ਕਰਨ ਵਾਲਾ bandd karan vala
shuttle *n.* ਫਿਰਕੀ firkee
sick *adj.* ਬੀਮਾਰ bimaar
sicken *v.t.* ਬੀਮਾਰ ਹੋਣਾ bimaar honhaa
sickle *n.* ਦਾਤੀ daati
sickly *adj.* ਦਾਤੀਵਾਲਾ daativala
sickness *n.* ਬੀਮਾਰੀ bimaari
side *n.* ਪਾਸਾ paasa
sidelong ਤਿਰਛਾ tirchhaa
sidewise *adv.* ਤਿਰਛੇ ਪਾਸੇ tirche paase
siege *n.* ਕਿਲਾਬੰਦੀ kilabanddi
sieve *n.* ਛਾਨਣੀ chhanhee
sift *v.t.* ਛਾਨਣਾ chhanhaa
sigh *v.i.* ਹਉਕਾ ਲੈਣਾ haukaa lainhaa
sight *n.* ਨਜ਼ਰ nazar
sightly *adj.* ਦੇਖਣਯੋਗ dekhanhyog
sign *n.* ਨਿਸ਼ਾਨ nishaan
signal *n.* ਸੰਕੇਤ sanket
signature *n.* ਦਸਤਖਤ dastkhat
signboard *n.* ਮੁੱਖ ਤਖਤਾ mukh takhtaa
signet *n.* ਛੋਟੀ ਮੋਹਰ chhoti lehar
significance *n.* ਮਹੱਤਤਾ mahattata
significant *adj.* ਮਹੱਤਵਪੂਰਨ mahattavpooran
significantly *adj.* ਵਿਸ਼ੇਸ਼ਤਾ ਨਾਲ visheshtaa naal
signification ਅਰਥ arth
signify *v.t.* ਪ੍ਰਗਟ ਕਰਨਾ pragat karnaa
signor *n.* ਸ਼੍ਰੀਮਾਨ shreemaan
silence *n.* ਚੁੱਪ chupp
silent *adj.* ਸ਼ਾਂਤ shaant
silk *n.* ਰੇਸ਼ਮ resham
silken *n.* ਰੇਸ਼ਮੀ reshami
silliness *n.* ਮੂਰਖਤਾ moorakhtaa
silly *adj.* ਮੂਰਖ moorakh
silt *n.* ਭਲ਼ bhall
silvan *adj.* ਵਣਦਾਰ vanhdaar
silver *n.* ਚਾਂਦੀ chaandi
silverleaf *n.* ਚਾਂਦੀਪੱਤਰਾ chaandipattra
silvern *adj.* ਚਾਂਦੀਰੰਗਾ chaandirangga
simian *n.* ਬਾਂਦਰ ਵਰਗਾ baandar vargaa
similar *adj.* ਸਮਾਨ samaan
similarity *n.* ਸਮਰੂਪਤਾ samrooptaa
similarly *adv.* ਉਸੇ ਤਰ੍ਹਾਂ use tarahn
simile *n.* ਉਪਮਾ upmaa
similitude *n.* ਸਾਰੂਪਤਾ saarooptaa
simple *adj.* ਸਾਦਾ saada
simpleton *n.* ਮੂਰਖ moorakh
simplicity *n.* ਸਾਦਗੀ saadgi
simplify *v.t.* ਸਾਦਾ ਬਣਾਉਣਾ saada banhaunhaa
simply *adj.* ਸਾਦਗੀ ਨਾਲ saadgi naal
simulate *v.t.* ਸਾਂਗ ਕਰਨਾ saang karnaa
simulation *adj.* ਬਹਾਨਾ bahaana
simultaneous *adj.* ਸਮਕਾਲੀ samkaali
sin *n.* ਪਾਪ paap
since *adv.* ਤੋਂ ton
sincere *adj.* ਸੱਚਾ sachaa
sincerely *adv.* ਤਹਿ ਦਿਲੋਂ teh dilon
sincerity *n.* ਸਾਫਦਿਲੀ saaf dili
sine *prep.* ਬਿਨਾਂ binaa
sinew *n.* ਜਾਨ jaan
sinewy *adj.* ਤਕੜਾ takrhaa
sinful *adj.* ਪਾਪੀ paapi
sing *v.i.* ਗਾਉਣਾ gaaunha
singer *n.* ਗਾਇਕ gayak
single *adj.* ਇਕੱਲਾ ikkallaa
singly *adv.* ਇਕੱਲਾਪਣ ikkallapanh

singsong *n.* ਇਕੋ ਸੁਰ ਵਿੱਚ ikko sur vich
singular *adj.* ਅਦੁੱਤੀ adutti
singularity *n.* ਇਕਮਾਤਰਤਾ ikk maatarta
sinister *n.* ਬੇਸ਼ਗਨਾ beshagnaa
sink *v.i.* ਡੋਬਣਾ dobnhaa
sinless *adj.* ਪਾਪਮੁਕਤ paapmukat
sinuous *adj.* ਲਹਿਰਦਾਰ lehardaar
sinus *n.* ਨਾੜੀ naarhee
sip *v.t.* ਘੁਟ ਭਰਨਾ ghutt bharnaa
siphon *n.* ਵਲਦਾਰ ਨਾਲੀ valdaar naali
sir *n.* ਸ੍ਰੀਮਾਨ shreemaan
siren *n.* ਘੁੱਗੂ ghuggu
sirup *n.* ਸ਼ਰਬਤ sharbat
sister *n.* ਭੈਣ bhainh
sisterhood *n.* ਭੈਣਪੁਣਾ bhainpunha
sister-in-law *n.* ਸਾਲੀ saali
sisterly *adj.* ਭੈਣ ਵਾਂਗ bhainh vaang
sit *v.i.* ਬੈਠਣਾ baithhnhaa
site *n.* ਥਾਂ thaan
sitting *n.* ਸਭਾ sabhaa
situate ਸਥਿਤ ਕਰਨਾ sathit karnaa
situated *adj.* ਸਥਿਤ sathitt
situation *n.* ਸਥਾਨ sathaan
six *adj.* ਛੇ chhe
sixfold *adj.* ਛੇ ਗੁਣਾ chhe gunhaa
sixteen *n.* ਸੋਲਾਂ solhaan
sixteenth *adj.* ਸੋਲਵ੍ਹਾਂ solhvaan
sixth *adj.* ਛੇਵਾਂ chhevaan
sixtieth *adj.* ਸੱਠਵਾਂ sathhvaan
sixty *adj.* ਸੱਠ sathh
size *n.* ਆਕਾਰ aakaar
skein *n.* ਸੂਤ ਦੀ ਅੱਟੀ soot dee atti
skeleton *n.* ਹੱਡੀ ਪਿੰਜਰ haddi pinjjar
skeptic *n.* ਨਾਸਤਿਕ naastikk
sketch *n.* ਰੇਖਾ-ਚਿਤਰ rekhachitar
skiff *n.* ਛੋਟੀ ਬੇੜੀ chhoti berhee
skilful *adj.* ਮਾਹਿਰ maahir
skill *n.* ਮੁਹਾਰਤ muhaarat
skilled *adj.* ਸਿਖਿਅਤ sikheyat
skim ਝੱਗ jhagg
skin *n.* ਚਮੜੀ chamrhee
skindeep *adj.* ਉਤਲਾ ਉਤਲਾ utlaa utlaa
skip *v.i.* ਟੱਪਣਾ tappnhaa
skipping *n.* ਰੱਸੀ ਟੱਪਣਾ rassi tappnhaa
skipper *n.* ਕਪਤਾਨ kaptaan
skirmish *n.* ਛੋਟੀ ਲੜਾਈ chhoti larhaayee
skirt *n.* ਘੱਗਰਾ ghaggraa
skit *n.* ਵਿਅੰਗ viangg
skull *n.* ਖੋਪੜੀ khoprhee
sky *n.* ਅਸਮਾਨ asmaan
skylark *n.* ਇੱਕ ਪੰਛੀ ikk panchhi
skylight *n.* ਝਰੋਖਾ jharokhaa
slab *n.* ਸਿੱਲ sill
slabber *v.i.* ਰਾਲ ਛੱਡਣਾ raal chhaddnhaa
slack *adj.* ਸੁਸਤ susat
slacken *v.t.* ਸੁਸਤ ਹੋਣਾ susat honhaa
slackness *n.* ਸੁਸਤੀ sustee
slake *v.t.* ਪਿਆਸ ਬੁਝਾਉਣਾ piaas bujhaunhaa
slander *n.* ਭੰਡੀ bhanddi
slanderer *n.* ਭੰਡੀ ਕਰਨ ਵਾਲਾ bhanddi karan vala
slang *n.* ਵਰਗ-ਭਾਸ਼ਾ varg-bhaashaa
slant *adj.* ਤਿਰਛਾ tirchhaa
slap *n.* ਚਪੇੜ chaperh
slash *n.* ਟੱਕ takk
slat *n.* ਲੱਕੜੀ ਦੀ ਫੱਟੀ lakkrhee dee fatti
slate *n.* ਪੱਥਰ patthar
slater *n.* ਸਲੇਟ ਬਣਾਉਣ ਵਾਲਾ salet banhaunh vala
slattern *n.* ਫੂਹੜ fooharh
slaughter *n.* ਵੱਢਣਾ vadhanhaa
slaughter-house *n.* ਬੁਚੜਖਾਨਾ bucharhkhaanaa
slave *n.* ਦਾਸ daas
slaver *n.* ਰਾਲਾਂ raalaan
slavery *n.* ਦਾਸਤਾ daasta
slavish *adj.* ਗੁਲਾਮਾਂ ਵਰਗਾ gulaaman vargaa
slay *v.t.* ਕਤਲ ਕਰਨਾ katal karnaa
slayer *n.* ਕਤਲ ਕਰਨ ਵਾਲਾ katal karan vala
sledge *n.* ਬਰਫ ਰੇਹੜੀ baraf rehrhee
sleek *adj.* ਕੋਮਲ komal
sleep *n.* ਨੀਂਦ neend
sleepless *adj.* ਉਨੀਂਦਾ uneendaa
sleepy *adj.* ਉਨੀਂਦਾ uneendaa
sleet *n.* ਬਰਫੀਲਾ ਮੀਂਹ barfeelaa moohn
sleigh *n.* ਬਰਫ ਰੇਹੜੀ baraf rehrhee
sleight *n.* ਚਾਲ chaal
slender *adj.* ਪਤਲਾ patlaa

slice *n.* ਫਾੜੀ faarhee
slide *v.t.* ਤਿਲਕਣਾ tilkanhaa
slight *adj.* ਥੋੜ੍ਹਾ ਜਿਹਾ thorhaa jehaa
slightingly *adj.* ਉਪੇਖਿਆ ਨਾਲ upekheyaa naal
slim *adj.* ਪਤਲਾ patlaa
slime *n.* ਪਤਲਾ patlaa
sling *n.* ਛਿੱਕਾ chhikka
slip *v.t.* ਤਿਲਕਣਾ tilkanhaa
slipper *n.* ਸਲਿਪਰ salippar
slippery *n.* ਤਿਲਕਵਾਂ tilkvaan
slipshod *adj.* ਬੇਢੰਗਾ bedhangga
slipslop *n.* ਘਟੀਆ ਸ਼ਰਾਬ ghateeyaa sharaab
slit *v.t.* ਚੀਰਨਾ cheernaa
slitcut *n.* ਲੰਬੀ ਦਰਾਰ lambbi daraar
sliver *v.t.* ਲੰਬੀ ਕਾਤਰ lambbi kataar
slobber *n.* ਰਾਲਾਂ raalaan
slogan *n.* ਨਾਅਰਾ naaraa
slop *n.pl.* ਪੁਲਸੀਆ pulsiaa
slope *n.* ਢਾਲ dhaal
sloppy *adj.* ਵਲੱਲਾ vallalla
slot *n.* ਮੋਰੀ mori
sloth *n.* ਸੁਸਤੀ susati
slothful *adj.* ਸੁਸਤ susat
slough *n.* ਦਲਦਲ daldal
sloven *n.* ਖੁਥੜ khutharh
slovenly *adj.* ਮੈਲਾ mailaa
slowly *adv.* ਹੌਲੀ ਹੌਲੀ hauli hauli
sluggard *n.* ਹੱਡ ਰੱਖ hadd rakh
sluggish *adj.* ਢਿੱਲੜ dhillarh
slum *n.* ਤਰੀ tari
slumber *n.* ਨੀਂਦ neend
slur *n.* ਦਾਗ daag
slut *n.* ਵੇਸ਼ਵਾ veshvaa
sly *adj.* ਫਰੇਬੀ farebi
small *adj.* ਛੋਟਾ chhota
smallness *n.* ਛੋਟਾਪਣ chhotapanh
smart *adj.* ਚੁਸਤ chusat
smear *v.t.* ਲਿਬੇੜਨਾ liberhnaa
smell *n.* ਗੰਧ ganddh
smelly *adj.* ਬਦਬੂਦਾਰ badboodaar
smile *v.i.* ਮੁਸਕਰਾਉਣਾ muskraunhaa
smiling *adj.* ਮੁਸਕਾਰਉਂਦਾ muskraundaa
smite *v.i.* ਮਾਰਨਾ maarna
smoke *n.* ਧੂੰਆਂ dhooaan
smoky *adj.* ਧੂੰਆਂਖਿਆ dhuaankheyaa
smooth *adj.* ਪੱਧਰਾ padhraa
smoothly *adv.* ਸੁੱਖ ਨਾਲ sukh naal
smoothness *n.* ਪੱਧਰਾਪਣ padhraapanh
smother ਗਲ ਘੁਟਣਾ gal ghuttnhaa
smoulder *v.i.* ਧੁਖਣਾ dhukhnhaa
smouldering *adj.* ਜਲਣਵਾਲਾ jalanhwala
smudge *n.* ਦਾਗ daag
smug *n.* ਆਤਮ ਸੰਤੁਸ਼ਟ aatam santushat
smuggle *v.t.* ਤਸਕਰੀ ਕਰਨਾ taskri karnaa
smuggling *n.* ਤਸਕਰੀ taskree
smut *n.* ਕਾਲਖ kaalakh
snack *n.* ਹਲਕਾ ਭੋਜਨ halkaa bhojan
snaffle *n.* ਇਕਹਰੀ ਲਗਾਮ ikahari lagaam
snail *n.* ਘੋਗਾ ghogaa
snake *n.* ਸੱਪ sapp
snap *n.* ਖੜਾਕ kharhaak
snappish *adj.* ਛਿੱਥਾ chhithaa
snare *n.* ਫਾਹੀ faahi
snarl *v.i.* ਝਈਆਂ ਲੈਣਾ jhayeeyaan lainhaa
snatch *n.* ਖੋਹਣਾ khohnhaa
sneak *v.i.* ਚੋਰੀ ਨਿਕਲ ਜਾਣਾ chori nikal jaanhaa
sneeze *v.i.* ਛਿੱਕ chhikk
snide *adj.* ਬਣਾਵਟੀ banhaavati
snip *v.t.* ਕਤਰਨਾ katarnaa
snivel *n.* ਨੱਕ ਵਗਣਾ nakk vagnhaa
snobbery *n.* ਘਮੰਡ ghamandd
snore *v.i.* ਘੁਰਾੜੇ ਮਾਰਨਾ ghuraarhe maarna
snot *n.* ਨੱਕ ਦੀ ਮੈਲ nakk dee mail
snout *n.* ਥੁਥਨੀ thuthni
snow *n.* ਅਸਮਾਨੀ ਬਰਫ asmaani
snowy *n.* ਬਰਫ ਭਰਿਆ baraf bhareyaa
snub *v.* ਝਾੜ ਦੇਣਾ jhaarh denhaa
snuff *n.* ਨਸਵਾਰ nasvaar
snuffers *n.pl.* ਸੁੰਘਣਵਾਲਾ sunghanhvala
snug *adj.* ਆਰਾਮ ਵਿੱਚ araam karnaa
so *adj.* ਇਸ ਤਰ੍ਹਾਂ is tarahn
soak *v.t.* ਭਿਓਣਾ bheonhaa
soap *n.* ਸਾਬਣ saabanh
soapy *n.* ਸਾਬਣ ਵਰਗਾ saabanh vargaa
soar *v.i.* ਉੱਚਾ ਉੱਡਣਾ uchaa uddanhaa
sob *v.i.* ਸਿਸਕੀ siskee

sober *adj.* ਗੰਭੀਰ gambheer
sobriety *n.* ਹੋਸ਼ਮੰਦੀ hoshmandee
sobriquet *n.* ਉਪਨਾਮ upnaam
sociable *adj.* ਮਿਲਣਸਾਰ milanhsaar
social *adj.* ਮਿਲਾਪੜਾ milaaprhaa
socialism *n.* ਸਮਾਜਵਾਦ samajvaad
society *n.* ਸਮਾਜ samaaj
sociology *n.* ਸਮਾਜ ਸ਼ਾਸ਼ਤਰ samaaj shaashtar
sock *n.* ਜੁਰਾਬ juraab
socket *n.* ਅੱਖ ਦਾ ਪੋਲ akkh da pol
sod *n.* ਢੇਲਾ dhella
soda *n.* ਸੋਡਾ soda
sodium *n.* ਸੋਡੀਅਮ sodiam
sofa *n.* ਸੋਫਾ sofa
soft *adj.* ਨਰਮ naram
soften *v.i.* ਨਰਮ ਕਰਨਾ naram karnaa
softly *adj.* ਕੋਮਲਤਾ ਨਾਲ komaltaa
soil *n.* ਮਿੱਟੀ mitti
sojourn *n.* ਅਸਥਾਈ ਡੇਰਾ asthaayee dera
solace *n.* ਦਿਲਾਸਾ dilaasa
solar *adj.* ਸੂਰਜੀ sooraji
solarium *n.* ਧੁੱਪ ਘਰ dhupp ghar
solder *v.t.* ਟਾਂਕਾ ਲਾਉਣਾ taanka launhaa
soldier *n.* ਸੈਨਿਕ sainik
soldiery *n.* ਸੈਨਾ sainaa
sole *n.* ਇਕੱਲਾ ikkalla
solely *adv.* ਇਕੱਲਿਆਂ ikkaleyaan
solemn *adj.* ਗੰਭੀਰ gambheer
solemnity *n.* ਗੰਭੀਰਤਾ gambheertaa
solemnize *v.t.* ਮਨਾਉਣਾ manaunhaa
solicit *v.t.* ਬੇਨਤੀ ਕਰਨਾ benti karnaa
solicitation *n.* ਬੇਨਤੀ benti
solicitor *n.* ਜਾਚਕ jaachak
solicitous *n.* ਇੱਛਕ ichhak
solicitude *n.* ਉਤਸੁਕਤਾ utsuktaa
solid *adj.* ਠੋਸ thhos
solidarity *n.* ਸੰਗਠਨ sangathhan
solidify *v.t.* ਠੋਸ ਹੋਣਾ thhos honhaa
solidity *n.* ਠੋਸਪਣ thhospanh
soliloquy *n.* ਮਨਬਚਨੀ manbachnee
solitariness *n.* ਇਕੱਲਾਪਣ ikkaallapanh
solitary *adj.* ਇਕੱਲਾ ikkaalla
solitude *n.* ਇਕਾਂਤ ikaant

solo *n.* ਕੱਲਮਕੱਲਾ kalamkalla
solubility *n.* ਘੁਲਣਸ਼ੀਲਤਾ ghulanh sheeltaa
soluble *adj.* ਘੁਲਣਸ਼ੀਲ ghulanhsheel
solution *n.* ਘੋਲ gholh
solve *v.t.* ਸਵਾਲ ਹੱਲ ਕਰਨਾ swaal hall karnaa
solvent *adj.* ਘੋਲਣ ਵਾਲਾ gholanh vala
sombre *adj.* ਹਨੇਰਾ hanera
some *adj.* ਕੁਝ kujh
somebody *n.* ਕੋਈ koee
someone *n.* ਕੋਈ koee
something *n.* ਕੁਝ kujh
sometime *adj.* ਕਦੇ kade
somewhere *adv.* ਕਿਤੇ kite
somnambulism *n.* ਨਿਦਰਾ ਭਰਮਣ nidra bhramanh
somniferous *adj.* ਨੀਂਦਜਨਕ neend janak
somnolent *adj.* ਅੱਧ ਸੁੱਤਾ adh sutta
son *n.* ਪੁੱਤਰ puttar
song *n.* ਗੀਤ geet
songster *n.* ਗਾਇਕ gayak
songatress *n.* ਗਾਇਕਾ gayakaa
son-in-law *n.* ਜਵਾਈ jawaaee
sonnet *n.* ਸਰੋਦੀ ਕਵਿਤਾ sarodi kavita
sonorous *adj.* ਜੋਸ਼ੀਲਾ josheelaa
soon *adv.* ਛੇਤੀ chheti
soot *n.* ਕਾਲਖ kaalakh
sooth *n.* ਅਸਲੀਅਤ asleeyat
soothe *v.t.* ਚਾਪਲੂਸੀ ਕਰਨਾ chaaploosi karnaa
soothsay *v.t.* ਭਵਿੱਖ ਦੱਸਣਾ bhavikh dassnhaa
soothsayer *n.* ਭਵਿੱਖਵਕਤਾ bhavikh vaktaa
sooty *n.* ਕਾਲਾ ਹੋਇਆ kaalaa hoyeyaa
sophism *n.* ਝੂਠੀ ਦਲੀਲ jhoothhi daleel
sophisticate *v.t.* ਸੁਭਾਵਿਕਤਾ subhaaviktaa
sorcerer *n.* ਜਾਦੂਗਰ jaadoogar
sorceress *n.* ਜਾਦੂਗਰਨੀ jaadoogarni
sorcery *n.* ਜਾਦੂ jaado
sordid *adj.* ਸੂਮ soom
sore *n.* ਚੁਭਵੀਂ chubhveen
sorely *adv.* ਬਹੁਤ bahut
soreness *n.* ਪੀੜਾ peedaa
sorites *n.* ਹਵਾਈ ਉਡਾਣਾਂ hawaee udaanhaa

sorority ਇਸਤਰੀ ਸਭਾ istree sabhaa
sorrel *adj.* ਬਦਾਮੀ ਰੰਗ badamee rangg
sorrow *n.* ਦੁੱਖ dukh
sorrowful ਦਿਲਗੀਰ dilgeer
sorry *adj.* ਅਫਸੋਸ ਵਿੱਚ afsos vich
sort *n.* ਕਿਸਮ kisam
sos *n.* ਹਾਲ ਪਾਹਰਿਆ haal paahreyaa
so-so *adj.* ਠੀਕ ਠਾਕ thheek thhaak
sot *n.* ਪਿਆਕੜ piaakarh
sottish *adj.* ਨਸ਼ੇ ਚ ਚੂਰ nashe ch choor
soul *n.* ਆਤਮਾ aatmaa
sound *n.* ਆਵਾਜ਼ aavaaz
soundly *adv.* ਸਚਾਈ ਨਾਲ sachaaee
soup *n.* ਸ਼ੋਰਬਾ shorbaa
sour *adj.* ਖੱਟਾ khatta
source *n.* ਸੋਮਾ somaa
sourness *n.* ਖੱਟਾਪਣ khattapanh
souse *v.t.* ਲੂਣਾ loonhaa
south *n.* ਦੱਖਣ dakhanh
soutÅeast *adj.* ਦੱਖਣ ਪੂਰਬ dakhanh poorab
southern *adj.* ਦੱਖਣੀ dakhanhee
southward ਦੱਖਣ ਵੱਲ dakhanh vall
soutÅwest *n.* ਦੱਖਣ ਪੱਛਮ dakhanh pachham
souvenir *n.* ਯਾਦਗਾਰ yaadgaar
sovereign *n.* ਸੱਤਾਧਾਰੀ sattadhaari
sovereignty *n.* ਪ੍ਰਭੂਸੱਤਾ prahusatta
soviet *n.* ਸੋਵੀਅਤ soviat
sow *n.* ਸੂਰੀ soori
sow *v.t.* ਬੀਜਣਾ beejnhaa
space *n.* ਥਾਂ thaan
spacious *adj.* ਖੁਲ੍ਹਾ khullah
spade *n.* ਹੁਕਮ ਦਾ ਪੱਤਾ hukam da patta
span *n.* ਗਿੱਠ githh
spangle *n.* ਸਿਤਾਰਾ sitaaraa
spare *v.t.* ਛੱਡਣਾ chhadanhaa
spark *n.* ਚੰਗਿਆੜੀ changeyaarhee
sparkle *v.i.* ਲਿਸ਼ਕਣਾ lisknhaa
sparkish *n.* ਭੜਕੀਲਾ bharhkeelaa
sparrow *n.* ਚਿੜੀ chirhee
sparse *adj.* ਵਿਰਲੇ virle
spasm *n.* ਦੌਰਾ dauraa
sparsmodic ਅਚਨਚੇਤ achanchet
spatter *v.t.* ਬਦਨਾਮ ਕਰਨਾ badnaam karnaa
spay *v.t.* ਖੱਸੀ ਕਰਨਾ khassi karnaa
speak *v.i.* ਬੋਲਣਾ bolnhaa
speaker *n.* ਬੁਲਾਰਾ bulaaraa
spear *n.* ਭਾਲਾ bhaalaa
special *adj.* ਖਾਸ khaas
specialist *n.* ਮਾਹਰ maahar
speciality *n.* ਮੁਹਾਰਤ muhaarat
specially ਖਾਸ ਤੌਰ ਤੇ khaas taur te
specie *n.* ਸੋਨਾ sona
species *n.* ਜਾਤੀ jaati
specific *adj.* ਵਿਸ਼ੇਸ਼ vishesh
specification *n.* ਵਿਸ਼ੇਸ਼ ਵਿਵਰਣ vishesh vivranh
specify *v.t.* ਨਿਸ਼ਚਿਤ ਕਰਨਾ nishchit karnaa
specimen ਨਮੂਨਾ namoona
specious ਚੰਗਾ ਜਾਪਦਾ changga jaapdaa
speckle *n.* ਡੱਬ dabb
specs *n.pl.* ਐਨਕਾਂ ainkaan
spectacle *n.* ਤਮਾਸ਼ਾ tamaashaa
spectator *n.* ਤਮਾਸ਼ਬੀਨ tamaashbeen
spectral *adj.* ਅਵਾਸਤਵਿਕ avaastviktaa
spectre *n.* ਪਰਛਾਈ parchhaayee
spectrum *n.* ਕਿਰਨ ਪਰਛਾਈ kiran parchhaayee
speculate ਅਨੁਮਾਨ ਲਾਉਣਾ anumaan launhaa
speculation *n.* ਅਨੁਮਾਨ anumaan
speculative *adj.* ਅਨੁਮਾਨ ਵਾਲਾ anumaan vala
speech *n.* ਭਾਸ਼ਣ bhaashanh
speechless *adj.* ਖਾਮੋਸ਼ khaamosh
speed *n.* ਵੇਗ veg
spedily *adv.* ਵੇਗ ਨਾਲ veg naalh
speedy *adj.* ਵੇਗਪੂਰਨ vegpooran
spelling *n.* ਹਿੱਜੇ hijje
spelter *n.* ਜਿਸਤ jisat
spencer *n.* ਜਾਕਟ jaakat
spend *v.t.* ਖਰਚਣਾ kharchanhaa
spendhrift *n.* ਫਜ਼ੂਲ ਖਰਚ fazool kharach
sperm *n.* ਵੀਰਜ veeraj
spew *v.t.* ਉਲਟੀ ਕਰਨੀ ulti karnee
sphere *n.* ਗੋਲਾ golaa
spherical *adj.* ਗੋਲਾਕਾਰ golaakaar
spheroid *n.* ਲਗਭਗ ਗੋਲ lagbhag
spice *n.* ਮਸਾਲਾ masaalaa

spicy *adj.* ਮਸਾਲੇਦਾਰ masaaledaar
spicer *n.* ਮਸਾਲੇ ਵਾਲਾ masaale vala
spigot *n.* ਡੱਟਾ datta
spike *n.* ਤਿਖੀ tikhee
spill *v.i.* ਡੋਲ੍ਹਣਾ dohlanhaa
spin *n.* ਚੱਕਰ chakkar
spindle *n.* ਤੱਕਲਾ takkla
spine *n.* ਕੰਗਰੋੜ kangrorh
spineless *adj.* ਕਮਜ਼ੋਰ kamzor
spiral *n.* ਚੱਕਰਦਾਰ chakkardar
spirit *n.* ਆਤਮਾ aatmaa
spirited *adj.* ਜੁਸ਼ੀਲਾ jusheelaa
spirited *adj.* ਜੋਰਦਾਰ jordaar
spiritual *adj.* ਆਤਮਕ aatmak
spiritualism *n.* ਆਤਮਵਾਦ aatamvaad
spirituality *n.* ਰੂਹਾਨੀਅਤ roohaaniat
spirituous *adj.* ਸ਼ਰਾਬਦਾਰ sharabdar
spit *v.t.* ਵਿੰਨ੍ਹ ਦੇਣਾ vinh denhaa
spite *n.* ਲਾਗ ਡਾਟ laag daat
spiteful *adj.* ਖੁਣਸੀ khunhsee
spittle *n.* ਛੋਟਾ ਬੇਲਚਾ chhotaa belchaa
spittoon *n.* ਪੀਕਦਾਨ peekdaan
splash *v.t.* ਛਿੱਟੇ ਪਾਉਣੇ chitte paunhaa
spleen *n.* ਤਿੱਲੀ tilli
spleeny *adj.* ਚਿੜਚਿੜਾ chirhchirhaa
splendid *adj.* ਸ਼ਾਨਦਾਰ shaandaar
splendour *adj.* ਸ਼ਾਨ shaan
splice *v.t.* ਜੋੜ ਲਾਉਣਾ jorh launhaa
split *v.t.* ਵੱਖਰਾ ਹੋਣਾ vakhraa honhaa
spoil *n.* ਲੁੱਟ ਦਾ ਮਾਲ lutt daa maal
spoke *n.* ਤਾਰ taar
spokesman *n.* ਬੁਲਾਰਾ bulaaraa
spoliate *v.t.* ਲੁਟਮਾਰ ਕਰਨਾ luttmaar karnaa
spoliation *n.* ਲੁੱਟਮਾਰ luttmaar
sponge *n.* ਸਪੰਜ sapanjj
sponger *n.* ਮੁਫਤਖੋਰਾ mufatkhoraa
sponsor *n.* ਪੇਸ਼ਕਾਰ peshkaar
spontaneous *adj.* ਸੁਭਾਵਕ subhaavak
spook *n.* ਪਰੇਤ paret
spool *n.* ਫਿਰਕੀ firkee
spoon *n.* ਚਮਚਾ chamchaa
sporadic *adj.* ਇਕੱਦੁੱਕਾ ikkadukka
sport *n.* ਖੇਡ khed
sportive *adj.* ਵਿਨੋਦੀ vinodi
sportsman *n.* ਖਿਡਾਰੀ khidaari
sportsmanship *n.* ਖੇਡ ਭਾਵਨਾ khed bhaavnaa
spot *n.* ਦਾਗ daag
spotless *adj.* ਬੇਦਾਗ bedaag
spotted *adj.* ਟਾਈਫਸ ਬੁਖਾਰ taafus bukhaar
spout *n.* ਧਾਰ dhaar
sprain *n.* ਮਰੋੜਾ marorhaa
spray *n.* ਟਾਹਣੀ taahnhee
spread *v.t.* ਫੈਲਾਉਣਾ failaunhaa
sprig *n.* ਲਗਰ lagar
sprightly *adj.* ਚੁਸਤ chusat
spring *n.* ਬਸੰਤ bassant
sprinkle *v.t.* ਛਿੜਕਣਾ chhirkanhaa
sprinkling *n.* ਮਾਮੂਲੀ ਛਿੜਕਾਅ mamooli chhirkaa
sprite *n.* ਪਰੇਤ paret
sprout *n.* ਫੁੱਟਣਾ futtnhaa
spruce *adj.* ਬਣਿਆ ਠਣਿਆ banheyaa thhanheyaa
sprue *n.* ਇਕ ਰੋਗ ikk rog
spry *adj.* ਤੇਜ਼ tez
spume *n.* ਝੱਗ jhagg
spumy *adj.* ਝੱਗਦਾਰ jhaggdaar
spur *n.* ਚਾਲ chaal
spurious *adj.* ਨਕਲੀ naklee
spurn *v.t.* ਲੱਤ ਮਾਰਨਾ latt marnaa
sputter *v.i.* ਬਕਵਾਸ bakvaas
sputum *n.* ਥੁੱਕ thukk
spy *n.* ਜਸੂਸ jasoos
squabble *n.* ਝਗੜਾ jhagrhaa
squad *n.* ਫੌਜੀ ਦਸਤਾ faujee dastaa
squalid *adj.* ਗੰਦਾ gandda
squall *n.* ਚੀਕਣਾ cheeknhaa
squander ਉਡਾਉਣਾ udaunhaa
square *n.* ਵਰਗਾਕਾਰ vargaakaar
squash *v.t.* ਮਿੱਧਣਾ midhnhaa
squat *v.t.* ਧਰਨਾ ਮਾਰਨਾ dharnaa maarnaa
squeak *n.* ਚੀਕ ਕੇ ਬੋਲਣਾ cheek ke bolnhaa
squeal *v.t.* ਲੇਰ ਮਾਰਨਾ ler maarnaa
squeamish *n.* ਮਿਜਾਜ਼ mizaaz
squeeze *v.t.* ਨਚੋੜਨਾ nachorhnaa
squib *n.* ਛਛੂੰਦਰ chhachhondar
squint *v.i.* ਭੈਂਗਾ bhaingaa

squire *n.* ਜਗੀਰਦਾਰ jagirdaar
squirrel *n.* ਗਾਲ੍ਹੜ gaalarh
stab *v.t.* ਜ਼ਖਮ ਕਰਨਾ zakham karnaa
stability *n.* ਪਕਿਆਈ pakeyaayee
stable *n.* ਪੱਕਾ pakka
stack *n.* ਖਲਵਾੜਾ khalvaarhaa
stadium *n.* ਖੇਡ ਮੈਦਾਨ khed maidaan
staff *n.* ਅਮਲਾ amlaa
stag *n.* ਬਾਰਾਂ ਸਿੰਗਾ baaraan singga
stage *n.* ਰੰਗਮੰਚ rangg manch
stagger *v.i.* ਚਕਰਾਉਣਾ chakraunhaa
stagnant *adj.* ਖਲੋਤਾ khalotaa
stagnate *v.i.* ਖੜੋ ਜਾਣਾ kharho jaanhaa
staid *adj.* ਸ਼ਾਂਤ shaant
stain *n.* ਧੱਬਾ dhabba
stainless *adj.* ਬੇਦਾਗ bedaag
stair *n.* ਪੌੜੀ paurhee
staircase *n.* ਪੌੜੀਆਂ paurheeyaan
stake *n.* ਕਿੱਲ kill
stale *adj.* ਬੇਹਾ behaa
stalk *n.* ਡੰਡੀ dandda
stall *n.* ਦੁਕਾਨ dukaan
stallion *n.* ਸਾਨ੍ਹ ਘੋੜਾ saanh ghorhaa
stalwart *adj.* ਪੱਕਾ pakka
stamen *n.* ਪੁੰਕੇਸਰ punkesar
stamina *n.* ਬਲ ball
stammer *v.i.* ਥਥਲਾਉਣਾ thathlaunhaa
stamp *v.t.* ਮੋਹਰ ਲਾਉਣਾ mohar launhaa
stampede *v.i.* ਭਾਜੜ bhaajarh
stanch *adj.* ਸੱਚਾ sachaa
stand *v.i.* ਖਲੋਣਾ khalaunhaa
standard *n.* ਪੱਧਰ padhar
standing *adj.* ਸਥਿਤੀ sathitee
standpoint *n.* ਵਿਚਾਰ vichaar
standstill *n.* ਸਥਿਰ sathir
stannary *n.* ਟੀਨ ਦਾ ਬਰਤਨ teen da bartan
stannic *adj.* ਟੀਨ ਦਾ teen da
stanza *n.* ਕਵਿਤਾ ਦਾ ਬੰਦ kavita da bandd
staple *n.* ਕੱਚਾ ਮਾਲ kachaa maal
star *n.* ਤਾਰਾ taaraa
starch *n.* ਨਸ਼ਾਸ਼ਤਾ nashaashta
stark *adv.* ਸਖਤ sakhat
starry *adj.* ਤਾਰਿਆਂ ਵਾਲਾ taareyaa vala
start *v.t.* ਆਰੰਭ ਕਰਨਾ arambh karnaa
startle *v.t.* ਡਰਾ ਦੇਣਾ daraa denhaa
starvation *n.* ਭੁੱਖਮਰੀ bhukhmari
starve *v.i.* ਭੁੱਖੇ ਮਰਨਾ bhukhe marnaa
state *n.* ਰਾਜ raaj
stately *adj.* ਸ਼ਾਨਦਾਰ shaandaar
statement *n.* ਬਿਆਨ beyaan
statesman *n.* ਨੀਤੀਵਾਨ neetivaan
statesmanship *n.* ਸਿਆਸਤਦਾਨੀ siaasatdaani
static *v.t.* ਗਤੀਹੀਣ gatiheenh
statics *n.* ਸਥਿਤਕੀ sathitaki
station *n.* ਸਟੇਸ਼ਨ sateshan
stationary *adj.* ਸਥਿਰ sathir
stationery *n.* ਲਿਖਣ ਸਮੱਗਰੀ likhanh samagri
statistics *n.* ਅੰਕੜਾ ਵਿਗਿਆਨ ankrhaa vigeyaan
statuary *n.* ਮੂਰਤੀਕਲਾ moorti kalaa
statue *n.* ਮੂਰਤੀ moorti
stature *n.* ਕੱਦ kadd
status *n.* ਅਹੁਦਾ ahudaa
statute *n.* ਦੈਵੀ ਵਿਧਾਨ daivi vidhaan
statutory *adj.* ਕਨੂੰਨੀ kanooni
staunch *adj.* ਪੱਕਾ pakka
stave *n.* ਸਲੋਕ salok
stay *v.t.* ਡੇਰਾ ਲਾਉਣਾ dera launhaa
stead *n.* ਭੂਮੀ bhoomi
steadiness *n.* ਅਡੋਲਤਾ adoltaa
steady *v.* ਅਡੋਲ adol
steal *v.t.* ਚੋਰੀ ਕਰਨਾ chori karnaa
stealth *n.* ਚੋਰੀ chori
stealthy *adj.* ਗੁਪਤ gupat
steam *n.* ਭਾਫ bhaaf
sead *n.* ਜੰਗੀ ਘੋੜਾ janggi ghorhaa
steel *n.* ਇਸਪਾਤ ispaat
steelyard ਲੋਹੇ ਦੀ ਤੱਕੜੀ lohe de takkrhee
steep *adj.* ਢਲਾਣ dhalaanh
steeple *n.* ਮੁਨਾਰਾ munaaraa
steersman *n.* ਵਾਹਕ vaahak
stellar *adj.* ਤਾਰਿਆਂ ਦਾ taareyaan da
stem *n.* ਤਣਾ tanhaa
stench *n.* ਦੁਰਗੰਧ durgandh
stencil *n.* ਉਕਰੇਂਵੀਂ ਪੱਟੀ ukrenveen patti
stenograph *n.* ਸਟੈਨੋਗ੍ਰਾਫ stainograph

stenographer *n.* ਸੰਕੇਤ ਲਿੱਪੀ ਲਿਖਾਰੀ sanket lippi likhari
stenography *n.* ਸੰਕੇਤ ਲਿੱਪੀ sanket lippi
stentorian *adj.* ਗੜ੍ਹਕਵੀਂ ਆਵਾਜ਼ garhkaveen avaaz
step *v.i.* ਕਦਮ ਪੁੱਟਣਾ kadam puttnhaa
step-brother *n.* ਮਤੇਆ ਭਰਾ mateaa bhraa
step-father *n.* ਮਤੇਆ ਪਿਤਾ mateaa pitaa
step-son *n.* ਮਤੇਆ ਪੁੱਤਰ mateaa puttar
steppe *n.* ਰੜੇ ਮੈਦਾਨ rarhe maidaan
stepping-stone *n.* ਲਾਂਘੇ ਦਾ ਪੱਥਰ laanghe da pathar
stereoscope *n.* ਪਿੰਡਦਰਸ਼ੀ pindd darshee
stereotype *n.* ਇਕਰੂਪਤਾ ਦੇਣਾ ikkroopta denhaa
stereotyped *adj.* ਰੂੜੀਬੱਧ roorhibadh karnaa
sterile *adj.* ਬੰਜਰ banjjar
sterility *n.* ਬਾਂਝਪਣ baanjhpanh
sterilize ਬਾਂਝ ਕਰਨਾ baanjh karnaa
sterling *n.* ਸੱਚਾ sachaa
stern *n.* ਕਰੜੀ kararhee
stew *v.t.* ਸੋੜਨਾ sorhnaa
steward *n.* ਠੇਕੇਦਾਰ thhekedaar
stewardess *n.* ਸੇਵਕਾ sevkaa
stick *n.* ਸੋਟੀ soti
stickler *n.* ਨੇਮੀ nemi
sticky *adj.* ਲੇਸਲਾ leslaa
stickiness *n.* ਕੱਟੜਪੁਣਾ kattarhpunhaa
stiff *adj.* ਸਖਤ sakhat
stiffen *v.t.* ਆਕੜ ਜਾਣਾ aakarh jaanhaa
stiffness *n.* ਸਖਤਾਈ sakhtaayee
stifle *v.t.* ਕੁਚਲਨਾ kucalnhaa
stigma *n.* ਦਾਗ daag
stigmatize *v.t.* ਦਾਗ ਲਾਉਣਾ daag launhaa
stile *n.* ਰਸਤਾ rastaa
still *adj.* ਸ਼ਾਂਤ shaant
silently ਚੁੱਪਚਾਪ chupp chaap
stillness *n.* ਠਹਿਰ thhehar
stilt *n.* ਘੋੜਾ ghorhaa
stilted *adj.* ਉਚਾ ਉਠਿਆ uchaa uthheyaa
stimulant ਉਤੇਜਤ utejjit
stimulate *v.t.* ਉਤੇਜਿਤ ਕਰਨਾ utejjit karnaa
stimulation ਉਤੇਜਨਾ uttejnaa
stimulus *n.* ਉਤਸ਼ਾਹ utshaah
sting *n.* ਡੰਗ dangg
stingless *n.* ਡੰਗਰਹਿਤ dangg rehat
stingy *adj.* ਕੰਜੂਸ kanjoos
stink *n.* ਦੁਰਗੰਧ durrgandh
stint *v.t.* ਕਸਰ ਰੱਖਣੀ kasar rakhnhee
stipend *n.* ਵਜ਼ੀਫਾ vazeefaa
stipendiary *adj.* ਵਜ਼ੀਫਾਖੋਰ vazeefaakhor
stipulate *v.t.* ਸਮਝੌਤਾ ਕਰਨਾ samjhautaa karnaa
stipulation *n.* ਸ਼ਰਤ sharat
stipulator *n.* ਪ੍ਰਣ ਕਰਨ ਵਾਲਾ pranh karan vala
stir *v.i.* ਚਲਾਉਣਾ chalaunhaa
stitch *n.* ਟਾਂਕਾ taankaa
stithy *n.* ਅੱਡਾ adda
stock *n.* ਜਖੀਰਾ zakheeraa
stocking *n.* ਵੱਡੀ ਜੁਰਾਬ vaddi juraab
stoic *n.* ਵੈਰਾਗੀ vairaagi
stoicism *n.* ਸਹਿਜ ਮਾਰਗ sehaj marag
stolid *adj.* ਉੱਲੂਬਾਟਾ ullubaata
stomach *n.* ਪੇਟ pet
stone *n.* ਪੱਥਰ pathar
stony *adj.* ਪਥਰੀਲਾ pathreela
stooge *n.* ਹੱਥਠੋਕਾ haththhoka
stook *n.* ਗਠੜੀ gathhrhee
stool *n.* ਪਖਾਨਾ pakhanaa
stop *v.t.* ਬੰਦ ਕਰਨਾ bandd karnaa
stoppage *n.* ਠਹਿਰਾਓ thehraao
stopper *n.* ਰੋਕਣ ਵਾਲਾ rokanh vala
stopple ਡਾਟ ਲਾਉਣਾ daat laaunhaa
store *n.* ਜਖੀਰਾ zakheeraa
storehouse *n.* ਗੁਦਾਮ gudaam
store-keeper *n.* ਭੰਡਾਰੀ bhandaari
storey *n.* ਮੰਜ਼ਿਲ manzil
stork *n.* ਸਾਰਸ saaras
storm *n.* ਤੂਫਾਨ toofaan
stormy *adj.* ਤੂਫਾਨੀ toofaani
story *n.* ਕਹਾਣੀ kahanhee
stout *adj.* ਜਿੱਦੀ ziddee
stove *n.* ਚੁੱਲ੍ਹਾ chullah
straggle *v.i.* ਵਿੱਛੜ ਜਾਣਾ vichharh jaanhaa
straggler *n.* ਵਿਛੜਨ ਵਾਲਾ vichharhan vala
straight *adj.* ਸਿੱਧਾ sidhaa

straighten *v.t.* ਸਿੱਧਾ ਕਰਨਾ sidhaa karnaa
straightway ਫੌਰਨ fauran
strain *v.t.* ਜੋਰ ਪਾਉਣਾ jor paunhaa
strained ਨਕਲੀ naklee
strait *n.* ਸਖਤ sakhat
straiten ਸਖਤ ਕਰਨਾ sakhat karnaa
straitened *n.* ਔਖੀ ਸਥਿਤੀ aukhee sathitee
strand *n.* ਲੜੀ larhee
stranded *adj.* ਅਸਹਾਇ asahaye
strange *adj.* ਅਦਭੁੱਤ adbhutt
strangeness *n.* ਅਨੋਖਾਪਣ anaukhaapanh
stranger *n.* ਅਜਨਬੀ ajnabi
strap *n.* ਪਟਾ pataa
strapping *adj.* ਹੱਟਾ-ਕੱਟਾ hatta katta
strate *n.* ਤੈਹ taih
stratagem *n.* ਚਾਲ chaal
strategical *adj.* ਜੁਧਨੀਤਕ judhneetak
strategy *n.* ਜੁੱਧ ਨੀਤੀ njudhneeti
stratify *v.t.* ਦਰਜਾਬੰਦੀ ਕਰਨਾ darjabanddi karnaa
straw *n.* ਤੂੜੀ toorhi
strawberry *n.* ਸਟਰਾਬਰੀ ਦਾ ਫਲ strabri da fall
stray *v.i.* ਭਟਕਦੇ ਫਿਰਨਾ bhatakde firna
streak *n.* ਧਾਰੀ dhaari
steaky *adj.* ਧਾਰੀਦਾਰ dhaaridaar
stream *n.* ਨਦੀ nadi
streamer *n.* ਝੰਡਾ jhandda
streamlet *n.* ਕੱਸੀ kassi
street *n.* ਗਲੀ gali
streetwalker *n.* ਵੇਸ਼ਵਾ veshvaa
strength *n.* ਤਾਕਤ takat
strengthen *v.t.* ਤਾਕਤ ਦੇਣਾ takat denhaa
strenuous *adj.* ਕਠਨ kathan
stress *n.* ਦਬਾਅ dabaa
stretch *v.t.* ਪਸਾਰਨਾ pasaarnaa
stretcher *n.* ਪਸਾਰਨ ਵਾਲਾ pasaaran vala
strew *v.t.* ਖਿਲਾਰਨਾ khilaarnaa
stricken *adj.* ਮਾਰਿਆ maareyaa
strict *adj.* ਕਠੋਰ kathhor
strictness *n.* ਕਠੋਰਤਾ kathhortaa
stride *v.t.* ਉਲਾਂਘ ਭਰਨੀ ulaangh bharnee
strife *n.* ਬਖੇੜਾ bakherhaa
strike *v.t.* ਹੜਤਾਲ ਕਰਨਾ harhtaal karnaa
striking *adj.* ਚਮਤਕਾਰੀ chamatkaari
string *n.* ਡੋਰੀ dori
stringent *adj.* ਕਰੜਾ kararhaa
stringy *adj.* ਰੇਸ਼ੇਦਾਰ reshedaar
strip *v.t.* ਨੰਗਾ ਕਰਨਾ nangga karnaa
stripe *n.* ਚੌੜੀ ਧਾਰ chaurhee dhaar
stripling *n.* ਗੱਭਰੂ gabhroo
strive *v.t.* ਜਤਨ ਕਰਨਾ jatan karnaa
stroke *n.* ਥਾਪੜੀ thaaprhee
stroll *v.i.* ਟਹਿਲਣਾ tehlnhaa
strong *adj.* ਤਾਕਤਵਰ takatvar
stronghold *n.* ਗੜ੍ਹ garh
strop *n.* ਪਟਾ pataa
structure *n.* ਬਣਾਵਟ banhaavat
struggle *v.t.* ਵਾਹ ਲਾਉਣਾ vaah launhaa
strumpet *n.* ਵੇਸ਼ਵਾ veshvaa
strut *v.i.* ਮਟਕ matak
strychnine *n.* ਕੁਚਲਾ kuchlaa
stub *n.* ਰੁੱਖ ਦਾ ਮੁਢ rukh da mudh
stubble *n.* ਮੁੱਢੀ mudhee
stubborn *adj.* ਜਿੱਦੀ ziddi
stubbornness *n.* ਜਿੱਦ zidd
stubby *adj.* ਠੂਠੀਦਾਰ thhootheedaar
student *n.* ਵਿਦਿਆਰਥੀ videaarthee
studio *n.* ਕਲਾਸ਼ਾਲਾ kalashaala
studious *adj.* ਮਿਹਨਤੀ mehantee
study *n.* ਪੜ੍ਹਾਈ parhaaee
stuff *n.* ਪਦਾਰਥ padarath
stuffing *n.* ਪੂਰਤੀ poorti
stuffy *adj.* ਵੱਟ ਵਾਲਾ vatt vala
stultify *v.t.* ਝੁਠਲਾਉਣਾ jhuthhaunhaa
stumble *v.i.* ਠੋਕਰ ਖਾਣਾ thhokar khaanhaa
stumpy *adj.* ਛੋਟਾ chhota
stung *p.t.* ਡੰਗ ਮਾਰਿਆ dangg maareyaa
stunt *v.t.* ਕਰਤਬ kartab
stunted *adj.* ਛੋਟੇ ਕਦ ਦਾ chhote kad da
stupe *n.* ਪੱਟੀ patti
stupefaction *n.* ਬੇਹੋਸ਼ੀ behoshi
stupefy *v.t.* ਬੇਹੋਸ਼ ਕਰਨਾ behosh karnaa
stupendous *adj.* ਸ਼ਾਨਦਾਰ shaandaar
stupid *adj.* ਮੂਰਖ moorakh
stupidity *n.* ਮੂਰਖਤਾ moorakhtaa
stupor *n.* ਬੇਸੁਰਤੀ besurtee
sturdy ਮਜ਼ਬੂਤ mazboot

stutter *v.i.* ਥਥਲਾਉਣਾ thathlaunhaa
sty *n.* ਗੁਹਾਰਨੀ guaarni
stygian *adj.* ਨਰਕ ਸੰਬੰਧੀ narak sambandhi
style *n.* ਰੀਤੀ reeti
stylish *adj.* ਸ਼ਾਨਦਾਰ shaandaar
suasion *n.* ਪਤਿਆਉਣਾ pateaaunhaa
suasive *adj.* ਅਨੁਕੂਲ anukool
suave *adj.* ਸੁਹਾਵਾ suhaavaa
suaviter *n.* ਮਿਠਾਸ ਵਾਲਾ mithaas vala
suavity *n.* ਮਿਠਾਸ mithaas
sub ਅਧੀਨ adheen
subaltern *adj.* ਛੋਟਾ ਅਫਸਰ chhota afsar
sub-committee *n.* ਉਪ ਕਮੇਟੀ upp kameti
sub-conscious *adj.* ਅਵਚੇਤਨ avchetan
sub-division *n.* ਉਪਮੰਡਲ upp manddal
subdue ਵੱਸ ਕਰਨਾ vass karnaa
subjacent *adj.* ਅਸਲ asal
subject *adj.* ਵਿਸ਼ਾ vishaa
subjection *n.* ਅਧੀਨਤਾ adheentaa
subjective *adj.* ਮਨਘੜਤ mangharhat
subjudice *n.* ਵਿਚਾਰ ਅਧੀਨ vichaar adheen
subjugate *v.t.* ਵੱਸ ਵਿੱਚ ਕਰਨਾ vass vich karnaa
subjunctive *adj.* ਸ਼ਰਤ sharat
sublet *v.t.* ਪਟੇ ਤੇ ਦੇਣਾ pate te denhaa
sublimate *v.t.* ਨਿਰਮਲ ਕਰਨਾ nirmal karnaa
sublimation *n.* ਸ਼ੁੱਧਤਾ shudhtaa
sublime *adj.* ਉੱਨਤ unnat
sublimity *n.* ਮਹਾਨਤਾ mahaantaa
sublunary *adj.* ਸੰਸਾਰਕ sansaarak
submarine *adj.* ਜਲਵਰਤੀ jalvarti
submerge *v.t.* ਪਾਣੀ ਚ ਡੋਬਣਾ paanhi ch dobnhaa
submerse *v.t.* ਜਲ ਪ੍ਰਵਾਹ ਕਰਨਾ jal parvah karnaa
submersion *n.* ਜਲ ਪ੍ਰਵਾਹ jal parvaah
submission *n.* ਅਧੀਨਗੀ adheengi
submissive *n.* ਆਗਿਆਕਾਰ aageyaakaar
submit *v.t.* ਹਵਾਲੇ ਕਰਨਾ havaale karnaa
subnormal *adj.* ਆਮ ਤੋਂ ਘੱਟ aam ton ghatt
subordinate *n.* ਅਧੀਨ adheen
subscriben ਸਵੀਕਾਰ ਕਰਨਾ savikaar karnaa
subscript *adj.* ਨਿਮਨਲਿਖਤ nimanlikhat
subscription *n.* ਚੰਦਾ chandda

subsequent *adj.* ਉਤਰਵਰਤੀ uttarvartee
subsequently *adv.* ਪਿੱਛੋਂ pichhon
subservient *adj.* ਸਹਾਇਕ sahayek
subside *v.i.* ਉਤਰ ਜਾਣਾ uttar jaanhaa
subsidiary *adj.* ਅਧੀਨ adheen
subsidize *v.t.* ਮਾਲੀ ਸਹਾਇਤਾ ਕਰਨਾ maali sahayetaa
subsidy *n.* ਮਾਲੀ ਮਦਦ maali madad
subsist *v.t.* ਜਿਉਂਦੇ ਰਹਿਣਾ jionde rehnhaa
subsistence *n.* ਉਪਜੀਵਕਾ uppjeevkaa
subsoil *n.* ਦੂਜੀ ਪਰਤ dooji parat
substance *n.* ਸਾਰਾਂਸ਼ saaransh
substantial *adj.* ਮਹੱਤਵਪੂਰਨ mahattavpooran
substantiate *v.t.* ਸਿੱਧ ਕਰਨਾ sidh karnaa
substantive *n.* ਸੁਤੰਤਰ suttantar
substitute *n.* ਬਦਲ badal
substitution *n.* ਅਦਲਾ ਬਦਲੀ adlaa badlee
substratum *n.* ਅਧਾਰ adhaar
subtenant *n.* ਉਪ-ਕਿਰਾਏਦਾਰ upp kirayedaar
subtend *v.t.* ਸਾਹਮਣੇ ਹੋਣਾ saahmnhe honhaa
subterfuge ਕਪਟ kapat
subterranean *adj.* ਭੂਮੀਗਤ bhoomigatt
subtile *adj.* ਸੂਖਮ sookham
subtle *adj.* ਹਲਕਾ halkaa
subtract *v.t.* ਘਟਾਉਣਾ gfhataunhaa
subtraction *n.* ਘਟਾਉ ghatau
subvention *n.* ਸਰਕਾਰੀ ਮਦਦ sarkaari madad
subversion ਉਲਟ-ਪੁਲਟ ulat-pulat
subversive *adj.* ਵਿਨਾਸ਼ਕਾਰੀ vinaashkaari
suvert *v.t.* ਨਸ਼ਟ ਕਰਨਾ nashat karnaa
subway *n.* ਭੂਮੀਗਤ ਮਾਰਗ bhoomigatt maarag
succeed *v.t.* ਸਫਲ ਹੋਣਾ safal honhaa
success *n.* ਸਫਲਤਾ safaltaa
successful *adj.* ਸਫਲ safal
succession *n.* ਉਤਰ ਅਧਿਕਾਰ uttar adhikaar
successive *adj.* ਲਗਾਤਾਰ lagaataar
successor *n.* ਵਾਰਸ vaaris
succinct *adj.* ਸੰਖਿਪਤ sankhipat
succour *v.t.* ਮਦਦ ਕਰਨਾ madad karnaa
succulent *adj.* ਰਸਦਾਰ rasdaar

succumb ਹਾਰ ਜਾਣਾ haar jaanhaa
suck *n.* ਚੂਸਣਾ choosnhaa
suckle *v.t.* ਦੁੱਧ ਪੀਣਾ dudh peenhaa
suckling *n.* ਦੁਧ ਚੁੰਘਾਈ dudh chunghaaee
sudden *adj.* ਅਚਾਨਕ achaanak
suddenly *adv.* ਤੇਜ਼ੀ ਨਾਲ tezi naal
suddenness *n.* ਇਕਦਮ ikkdamm
sudorific *adj.* ਪਸੀਨਾ paseenaa
sue *v.t.* ਦਾਅਵਾ ਕਰਨਾ daava karnaa
suffer *v.t.* ਸਹਾਰਨਾ sahaarnaa
sufferance *n.* ਤਾਬੇਦਾਰੀ taabedaari
suffering *n.* ਦੁੱਖੜਾ dukhrhaa
suffice *v.t.* ਪੂਰਾ ਹੋਣਾ poora honhaa
sufficiency *n.* ਬਹੁਤਾਤ bhutaat
sufficient *adj.* ਰੱਜਵਾਂ rajjvaan
suffix *v.t.* ਪਿਛੇਤਰ pichhetar
suffocate *v.t.* ਸਾਹ ਰੋਕਣਾ saah roknhaa
suffocation *n.* ਦਮਘੁੱਟੀ damghutti
suffrage *n.* ਮਤ ਅਧਿਕਾਰ mat adhikaar
suffuse ਵਿਆਪਤ ਕਰਨਾ viaapat karnaa
sugar *n.* ਖੰਡ khandd
suga¤cane *n.* ਗੰਨਾ gannaa
suggest *v.t.* ਸੁਝਾਅ ਦੇਣਾ sujhaa denhaa
suicidal ਆਤਮਘਾਤੀ atamghaati
suicide *n.* ਆਤਮਘਾਤ aatamghaat
suit *v.i.* ਮੁਕੱਦਮਾ ਕਰਨਾ mukkdma karnaa
suitability *n.* ਅਨੁਕੂਲਤਾ anukoolta
suitable *adj.* ਅਨੁਕੂਲ anukool
suitably *adv.* ਯਥਾਯੋਗ yathayog
suite *n.* ਇੱਕ ਸਿਲਸਿਲਾ ikk silsila
suitor *n.* ਪ੍ਰੇਮੀ premi
sulk *v.i.* ਕੁੜ੍ਹਨਾ kurhnaa
sulky *adj.* ਕ੍ਰੋਧ ਕਰਨਾ krodh karnaa
sullen *adj.* ਵਿੱਟਰਿਆ vittreyaa
sully *v.t.* ਬਦਨਾਮ ਕਰਨਾ badnaam karnaa
sulphur *n.* ਗੰਧਕ gandhak
sultry *adj.* ਕਸ਼ਟਦਾਈ kashatdaayee
sum *n.* ਜੋੜ jorh
summarize *v.t.* ਸੰਖੇਪ ਕਰਨਾ sankhep karnaa
summary *adj.* ਸੰਖੇਪ ਸਾਰ sankhep saar
summer *n.* ਗਰਮੀ ਦੀ ਰੁੱਤ garmi dee rutt
summit *n.* ਚੋਟੀ choti
summon *v.t.* ਸੰਮਣ samanh
summons *n.* ਬੁਲਾਵਾ bulaavaa
sumpter *n.* ਲੱਦੂ ਘੋੜਾ ladoo ghorhaa
sumptuous *adj.* ਬਹੁਮੁੱਲਾ bahumulla
sun *n.* ਸੂਰਜ sooraj
sun-bath *n.* ਧੁਪ-ਇਸ਼ਨਾਨ dhupp-ishnaan
sunbeam *n.* ਸੂਰਜ ਦੀ ਰਿਸ਼ਮ sooraj dee ridham
sunday *n.* ਐਤਵਾਰ aitvaar
sunderance *n.* ਵਿਭਾਗ vibhaag
sundries *n.* ਵਿਭਿੰਨ ਵਸਤੂਆਂ vibhinn vastooaan
sundry *adj.* ਅਨੇਕ ਪ੍ਰਕਾਰ ਦਾ anek parkar da
sunflower *n.* ਸੂਰਜਮੁਖੀ soorajmukhi
sunk *p.p.* ਡੁਬਾਇਆ ਗਿਆ dubaayeaa gaya
sunlit *n.* ਸੂਰਜੀਚਮਕ sorji chamak
sunny *adj.* ਰੌਸ਼ਨ raushan
sunrise *n.* ਪਹੁਫੁਟਾਲਾ pahu futaala
sunshine *n.* ਧੁੱਪ dhupp
sunstroke *n.* ਲੂ loo
super *adj.* ਵਧੀਆ vadheeaa
superable *adj.* ਜਿੱਤਣਯੋਗ jittanhyog
superadd *v.t.* ਵੱਧ ਜੋੜਨਾ vadh jorhnaa
superb *adj.* ਸ਼ਾਨਦਾਰ shaandaar
supercillious *adj.* ਘਮੰਡੀ ghamanddi
supreminent *adj.* ਅਤਿ ਉੱਤਮ ati uttam
superficial *adj.* ਬਾਹਰ ਬਾਹਰ ਦਾ baahar baahar da
superfine *adj.* ਅਤਿ ਉਤਮ ati uttam
superfluous *adj.* ਬੇਲੋੜਾ belorhaa
superfluity *n.* ਬਹੁਲਤਾ bahultaa
superhuman *adj.* ਅਲੌਕਕ alaukik
superintend ਪ੍ਰਬੰਧ ਕਰਨਾ parbandh karnaa
superintendence ਪ੍ਰਬੰਧ parbandh
superintendent *n.* ਪ੍ਰਬੰਧਕ parbandhak
superior *adj.* ਉੱਚ uch
superiority *n.* ਉੱਚਤਾ uchta
superlative *adj.* ਸਰਵੋਤਮ sarvotam
superlunary *adj.* ਚੰਨ ਤੋਂ ਉਪਰ ਦਾ chann ton uppar da
superman *n.* ਮਹਾਂ ਮਾਨਵ mahan maanav
supernal *adj.* ਦੈਵੀ daivee
supernatural *adj.* ਪਰਾ ਸਰੀਰਕ para sareerak

superscribe *v.t.* ਉਪਰ ਲਿਖਣਾ uppar likhnhaa
supersede *v.t.* ਮਨਸੂਖ ਕਰਨਾ mansookh karnaa
superstition *n.* ਵਹਿਮ veham
superstitious *adj.* ਵਹਿਮੀ vehamee
superstructure *n.* ਉੱਪਰਲਾ ਢਾਂਚਾ upparla dhaanchaa
supervention *n.* ਆ ਪੈਣ aa painh
supervise *v.t.* ਨਿਗਰਾਨੀ ਕਰਨਾ nigraani karnaa
supervisor *n.* ਨਿਗਰਾਨ nigraan
supper *n.* ਰਾਤ ਦਾ ਖਾਣਾ raat daa khaanhaa
supple *adj.* ਚਾਪਲੂਸ chaploos
supplement *n.* ਪੂਰਕ-ਪੱਤਰ poorak pattar
supplementary *adj.* ਪੂਰਕ poorak
suppliant *adj.* ਨਿਵੇਦਕ nivedak
supplicate *v.t.* ਬੇਨਤੀ ਕਰਨਾ benti karnaa
supply *v.t.* ਪੂਰਤੀ ਕਰਨਾ poorti karnaa
support *n.* ਸਮਰਥਨ samarthan
supportable *adj.* ਸਮਰਥਨਯੋਗ samarthanyog
supporter *n.* ਸਮਰਥਕ samarthak
suppose *v.t.* ਮੰਨ ਲੈਣਾ mann lainhaa
supposition *n.* ਧਾਰਨਾ dhaarnaa
suppository *n.* ਵੈਸਲੀਨ ਦੀ ਬੱਤੀ vaisleen dee batti
suppress ਕੁਚਲ ਦੇਣਾ kuchal denhaa
suppression *n.* ਦਮਨ daman
suppurate *v.i.* ਪੱਕ ਜਾਣਾ pakk jaanhaa
supermacy *n.* ਸਰਦਾਰੀ sardaari
supreme *adj.* ਸ਼੍ਰੋਮਣੀ shromnhee
surcharge *v.t.* ਵਾਧੂ ਕਿਰਾਇਆ vaadhoo kiraayeaa
sure *adj.* ਪੱਕਾ pakka
surely *adv.* ਪਕੇ ਰੂਪ ਵਿੱਚ pakke roop vich
surface *n.* ਭੂ ਤਲ bhoo tall
surfeit *n.* ਅਫਰੇਵਾਂ afrevaan
surge *n.* ਲਹਿਰ lehar
surgery *n.* ਚੀਰ ਫਾੜ cheer faad
surgical *adj.* ਚੀਰ ਫਾੜ ਦਾ cheer faad da
surly *adj.* ਰੁੱਖਾ rukhaa
surmise *v.t.* ਕਿਆਸ kiaas
surmount ਜਿੱਤ ਲੈਣਾ jitt lainhaa
surname *n.* ਉੱਪ ਨਾਮ upp naam
surpassing *adj.* ਬਹੁਤ ਵਧ ਕੇ bahut vadh ke
surplus *n.* ਵਾਧੂ vaadhu
surprise *n.* ਹੈਰਾਨੀ hairaani
surrender *v.t.* ਹਵਾਲੇ ਕਰਨਾ havaale karnaa
surreptitious *adj.* ਗੁਪਤ gupat
surround *v.t.* ਦੁਆਲੇ ਹੋਣਾ duaale honhaa
surroundings *n.* ਚੌਗਿਰਦਾ chaugirdaa
surtax *n.* ਵਾਧੂ ਕਰ vaadhu kar
surveillance *n.* ਨਿਗਰਾਨੀ nigraani
survey *v.t.* ਨਿਰੀਖਣ ਕਰਨਾ nireekhanh karnaa
surveyor *n.* ਨਿਰੀਖਕ nireekhak
survival *n.* ਉੱਤਰਜੀਵਤਾ uttarjeevtaa
survive *n.* ਬਚਿਆ ਰਹਿਣਾ bacheyaa rehnhaa
susceptibilityn ਗ੍ਰਹਿਣਸ਼ੀਲਤਾ grehnsheeltaa
susceptible *adj.* ਪ੍ਰਭਾਵਕ parbhaavak
suspect *v.t.* ਸ਼ੱਕ ਕਰਨਾ shakk karnaa
suspend ਮੁਅੱਤਲ ਕਰਨਾ muattal karnaa
suspense *n.* ਦੋ ਚਿੱਤੀ do chitti
suspension *n.* ਲਮਕਾਅ lamkaa
suspicious *n.* ਸ਼ੱਕੀ shakki
sustain *v.t.* ਸਹਾਰਾ ਦੇਣਾ sahaara denhaa
sustenance *n.* ਪੋਸ਼ਣ poshanh
suzerain *n.* ਸਾਮੰਤ saamant
suzerainty *n.* ਸਾਮੰਤੀ saamnatee
swab *n.* ਕੂਚੀ koochee
swag *n.* ਚੋਰੀ ਦਾ ਮਾਲ chori da maal
swagger *v.i.* ਦਮਗੱਜੇ ਮਾਰਨਾ damgajje marnaa
swainn ਪੇਂਡੂ ਨੌਜਵਾਨ pendoo naujvaan
swallow *n.* ਨਿਗਲਨਾ nigalnaa
swamp *n.* ਦਲਦਲ daldal
swampy *adj.* ਦਲਦਲੀ daldalee
swan *n.* ਰਾਜਹੰਸ rajhans
swank *n.* ਅਡੰਬਰ adambar
swap *n.* ਅਦਲਾ ਬਦਲੀ adlaa badlee
sward *n.* ਘਾਹ ਭੂਮੀ ghaah bhoomi
swarm *n.* ਝੁਰਮਟ jhurmat
swarthy *adj.* ਕਾਲਾ kaala
swath *n.* ਪਰਤ parat
swathe ਪੱਟੀਆਂ ਬੰਨ੍ਹਣਾ pattiaan banhanhaa
sway *v.t.* ਉੱਲਰਨਾ ullarnaa
swear *v.t.* ਸਹੁੰ ਖਾਣੀ sohn khaanhi

sweat *n.* ਪਸੀਨਾ paseenaa
sweaty *adj.* ਪਸੀਨੇ-ਪਸੀਨੀ paseenon paseenee
sweep *v.i.* ਝਾੜੂ ਮਾਰਨਾ jhaarhoo maarnaa
sweeper *n.* ਸਫਾਈ ਸੇਵਕ safaaee sevak
sweeping *n.* ਮਹੱਤਵਪੂਰਨ mahattavpooran
sweet *adj.* ਮਿੱਠਾ mithaa
sweets *n.* ਮਠਿਆਈਆਂ mtheyaaeeaan
sweeten *v.t.* ਮਿੱਠਾ ਕਰਨਾ mithha karnaa
sweetheart *n.* ਜਾਨੀ jaani
sweetmeat *n.* ਮਠਿਆਈ mathheyaaee
sweetness *n.* ਮਿੱਠਾਪਣ mithhapanh
swell *v.i.* ਸੁੱਜਣਾ sujjnhaa
swelling *n.* ਸੋਜ soj
swerve *v.i.* ਅਚਾਨਕ ਮੁੜਨਾ achaanak murhnaa
swift *adj.* ਤੀਬਰ teebar
swiftness *n.* ਤੀਬਰਤਾ teebartaa
swim *v.i.* ਤੈਰਨਾ tairnaa
swindle *v.t.* ਕਪਟ ਕਰਨਾ kapat karnaa
swindler *n.* ਕਪਟੀ kaptee
swine *n.* ਸੂਰ soor
swing *v.t.* ਹੁਲਾਰਨਾ hulaarnaa
swirl *v.i.* ਚੱਕਰ chakkar
switch *n.* ਬੈਂਤ baint
swivel *n.* ਚੂੜ ਛੱਲਾ choorh chhalla
swoon *v.i.* ਬੇਹੋਸ਼ੀ behoshi
swoop *v.t.* ਝਪਟਾ ਮਾਰਨਾ jhaptaa maarnaa
swop *n.* ਬਦਲਣਾ badlanhaa
sword *n.* ਤਲਵਾਰ talwaar
swordsman *n.* ਤਲਵਾਰਬਾਜ਼ talwaarbaaz
sybarite *n.* ਐਸ਼ਪ੍ਰਸਤ ਆਦਮੀ aishprasat aadmi
sycophancy *n.* ਖੁਸ਼ਾਮਦ khushaamad
sycophant *n.* ਚਾਪਲੂਸ chaaploos
syllable *n.* ਉਚਾਰਖੰਡ uchaar khandd
syllabus *n.* ਖਾਕਾ khaaka
syllogism *n.* ਨਿਗਮਨ ਤਰਕ nigaman tarak
sylph *n.* ਪਵਨ ਦੇਵੀ pawan devi
sylvan *adj.* ਜੰਗਲ ਦਾ janggal da
symbol *n.* ਚਿੰਨ੍ਹ chinh
symbolical *adj.* ਸੰਕੇਤਕ sanketak
symmetrical *adj.* ਸਮਰੂਪੀ samroopi
symmetry *n.* ਸਮਰੂਪਤਾ samroopta
sympathetic *adj.* ਹਮਦਰਦ hamdard
sympathize *v.i.* ਹਮਦਰਦੀ ਕਰਨਾ hamdardi karnaa
sympathy *n.* ਹਮਦਰਦੀ hamdardi
symphony *n.* ਸੁਰਮੇਲ surmel
symposium *n.* ਗੋਸ਼ਟੀ goshtee
symptom *n.* ਲੱਛਣ lachhanh
synagoguen ਯਹੂਦੀ ਮੰਦਿਰ yahoodi mandar
synchronism *n.* ਇਕ ਕਾਲਕਤਾ ikk kalaktaa
synchronize *v.t.* ਸਮਕਾਲਵਰਤੀ samkaalvartee
synchronous *adj.* ਇਕ ਵਕਤੀ ikk vaktee
syndicate *n.* ਵਿਹਾਰ ਸੰਘ vihaar sangh
synod *n.* ਸਤਸੰਗ satsang
synonym *n.* ਸਮਾਨਅਰਥੀ ਸ਼ਬਦ samaanarthee
synonymous *adj.* ਸਮਾਨਅਰਥਕ samaanarthak
synopsis *n.* ਸਮੁੱਚਾ samuchaa
syntax *n.* ਵਾਕ ਰਚਨਾ vaak rachnaa
synthesis *n.* ਸੰਕਲਨ sankalan
synthetic *adj.* ਸੰਜੋਗਾਤਮਕ sanjogaatmak
syphillis *n.* ਆਤਸ਼ਕ aatshak
syringe *n.* ਸਰਿੰਜ sarinjj
system *n.* ਪ੍ਣਾਲੀ parnhaali
systematic *adj.* ਸਿਲਸਿਲੇਵਾਰ silsilevaar
systematize *v.t.* ਸਿਲਸਿਲੇਵਾਰ ਕਰਨਾ silsilevaar karnaa
systole ਦਿਲ ਸੰਕੋੜ dil sankorh

T

tab *n.* ਤਸਮਾ tasmaa
tabby *n.* ਲਹਰਦਾਰ ਕੱਪੜਾ lehardaar kapprhaa
tabernacle *n.* ਪਾਲਕੀ paalki
tabes *n.* ਸੋਕਾ soka
table *n.* ਮੇਜ਼ mez
tableau ਦ੍ਰਿਸ਼ drish
tablet *n.* ਪੱਟੀ patti
tabloid *n.* ਸਮਾਚਾਰ samachaar
taboo *n.* ਮਨਾਹੀ manaahi

tabor *n.* ਢੋਲਕੀ dholki
tabular ਸਾਰਣੀਬੱਧ aarnhibadh
tacit *adj.* ਗੁਪਤ gupat
taciturn *adj.* ਚੁੱਪ chupp
tack *n.* ਕਿੱਲ kill
tact *adj.* ਜਾਚ jaach
tactful *adj.* ਸੁਚੱਜਾ suchajja
tactician *n.* ਚਾਲਬਾਜ਼ chaalbaaz
tactics *n.* ਯੁੱਧ ਕਲਾ yudh kalaa
tactile *adj.* ਸਪਰਸ਼ੀ saparshee
tadpole *n.* ਡੱਡੂ ਦਾ ਬੱਚਾ daddoo da bachaa
tag *n.* ਨੱਥੀ nathee
tail *n.* ਪੂੰਛ poonchh
tailor *n.* ਦਰਜ਼ੀ darzee
tailoress *n.* ਦਰਜਣ darjanh
taint *n.* ਕਲੰਕ kalankk
taintless *adj.* ਨਿਰਦੋਸ਼ nirdosh
take *v.t.* ਪ੍ਰਾਪਤ ਕਰਨਾ prapat karnaa
talc *n.* ਸਿੱਧੀ ਖੜੀ sidhee kharhee
talent *n.* ਯੋਗਤਾ yogtaa
talented *adj.* ਯੋਗ yog
talk *v.i.* ਗੱਲ ਕਰਨਾ gall karnaa
talkative *adj.* ਬੜਬੋਲਾ barhbolla
talker *n.* ਵਾਰਤਾਕਾਰ vaartakaar
talkies *n.* ਬੋਲਦੀ ਫਿਲਮ boldi filam
tall *adj.* ਲੰਬਾ lambba
tallow *n.* ਚਿਕਨਾਈ chiknaaee
tally *v.t.* ਲੇਖਾ ਪੱਟੀ lekha patti
tamarind *n.* ਇਮਲੀ imlee
tambour *n.* ਢੋਲ dhol
tambourine *n.* ਅਫਰੀਕੀ ਕਬੂਤਰ afreeki kabootar
tame *adj.* ਪਾਲਤੂ paaltoo
tamper *v.i.* ਦਖਲ ਦੇਣਾ dakhal denhaa
tang *n.* ਕਾਂਟਾ kaantaa
tangent *n.* ਸਪਰਸ਼ ਰੇਖਾ saparsh rekhaa
tangibility *n.* ਛੋਹ chhoh
tangible *adj.* ਸਪਰਸ਼ੀ saparshee
tangle *v.t.* ਫਸਾ ਲੈਣਾ fasaa lainhaa
tank *n.* ਟੈਂਕੀ tainkee
tankard *n.* ਵੱਡਾ ਪਿਆਲਾ vadda piaalaa
tanker *n.* ਤੇਲ ਦਾ ਜਹਾਜ਼ tel da jahaaz
tantalize *v.t.* ਤਰਸਾਉਣਾ tarsaunhaa
tantamount *adj.* ਸਮਾਨ smaan
tap *v.t.* ਟੂਟੀ ਲਾਉਣਾ tooti launhaa
tape *n.* ਫੀਤਾ feeta
taper *n.* ਮੋਮਬੱਤੀ mombatti
tapestry *n.* ਗਲੀਚਾ galeechaa
tapis *n.* ਪਰਦਿਆਂ ਦਾ ਕੱਪੜਾ pardeyaan da kapprhaa
tar *n.* ਲੁੱਕ lukk
tardiness *n.* ਸੁਸਤੀ susti
tardy *adj.* ਆਲਸੀ aalsi
target *n.* ਨਿਸ਼ਾਨਾ nishaanaa
tariff *n.* ਮਸੂਲ masool
tarn *n.* ਛੋਟੀ ਪਹਾੜੀ ਝੀਲ chhoti pahadi jheel
tarnish *v.t.* ਵੱਟਾ vatta
tarpaulin *n.* ਤਰਪਾਲ tarpaal
tarry *adj.* ਉਡੀਕਣਾ udeeknhaa
tart *adj.* ਖੱਟਾ khatta
tartar *n.* ਕਰੇੜਾ lkarerhaa
tartuffe *n.* ਬਗਲਾ ਭਗਤ baglaa bhagat
task *n.* ਕੰਮ kamm
tassel *n.* ਫੁੰਮਣ fummanh
taste *v.t.* ਸੁਆਦ ਲੈਣਾ suaad lainhaa
tasteful *adj.* ਮਿੱਠਾ mithhaa
tasteless *adj.* ਫਿੱਕਾ fikkaa
tasty *adj.* ਸੁਆਦੀ suaadi
tatter *n.* ਫੂਸੜਾ foosrhaa
tattler *n.* ਗੱਪੀ gappi
tattoo *n.* ਰਾਤ ਦਾ ਬਿਗਲ raat da bigal
taunt *n.* ਮੇਹਣਾ mehnhaa
taurus *n.* ਬਿਰਖ ਰਾਸ਼ੀ birakh raashi
taut *adj.* ਰੱਸੀ ਸੰਬੰਧੀ rassi sambandhi
tautological *adj.* ਦੁਹਰਾਓ ਸੰਬੰਧੀ duhraao sambandhi
tautology *n.* ਦੁਹਰਾਓ duhraao
tavern *n.* ਸ਼ਰਾਬਖਾਨਾ sharaabkhaana
taw *v.t.* ਚਮੜਾ ਕਮਾਉਣਾ chamrhaa kamaaunhaa
tawdry *adj.* ਭੜਕੀਲਾ bharhkeelaa
tawny *adj.* ਖਾਕੀ khaaki
tax *n.* ਕਰ kar
taxable *adj.* ਕਰਯੋਗ karyog
taxation *n.* ਲਗਾਨਬੰਦੀ lagaanbanddi
taxi *n.* ਟੈਕਸੀ taxi
tea *n.* ਚਾਹ chaah
teach *v.t.* ਪੜ੍ਹਾਉਣਾ parhaaunhaa

teacher *n.* ਅਧਿਆਪਕ adhiaapak
teaching *n.* ਅਧਿਆਪਨ adhiaapan
teak *n.* ਸਾਗਵਾਨ ਦੀ ਲੱਕੜੀ saagvaan dee lakkrhee
teal *n.* ਇੱਕ ਤਰ੍ਹਾਂ ਦੀ ਮੁਰਗਾਬੀ ikk taran dee murgaabi
team *n.* ਟੀਮ teem
te¡poy *n.* ਤਪਾਈ tapayee
tear *n.* ਹੰਝੂ hanjhoo
tease *v.t.* ਖਿਝਾਉਣਾ khjhaunhaa
teat *n.* ਪਸ਼ੂਆਂ ਦਾ ਥਣ pashooaan da thanh
technic *n.* ਸ਼ਿਲਪ ਵਿਗਿਆਨ shilap vigeyaan
technical ਤਕਨੀਕੀ takneeki
technicality *n.* ਤਕਨੀਕੀਪੁਣਾ takneekipunhaa
technician *n.* ਤਕਨੀਕੀ ਮਾਹਰ takneeki maahar
technique *n.* ਤਕਨੀਕੀ takneeki
technology *n.* ਸ਼ਿਲਪ ਵਿਗਿਆਨ shilap vigeyaan
ted *v.t.* ਖਿਲਾਰਨਾ khilaarnaa
tedious *adj.* ਥਕਾ ਦੇਣ ਵਾਲਾ thakaa denh vala
tedium *n.* ਅਕੇਵਾਂ akevaan
teem *v.t.* ਭਰਪੂਰ ਹੋਣਾ bharpoor honhaa
teens *n.pl.* ਬਚਪਨ ਦੇ ਸਾਲ bachpan de saal
teeth *n.pl.* ਦੰਦ dandd
teethe *v.t.* ਦੰਦ ਕੱਢਣਾ dandd kadhnhaa
teetotaller *n.* ਨਸ਼ੇ ਵਿਰੋਧੀ nashe virodhee
tele *prep.* ਦੂਰ ਦਾ door daa
telegram *n.* ਤਾਰ taar
telegraph *n.* ਤਾਰ ਪ੍ਰਬੰਧ taar parbandh
telegraphic *adj.* ਤਾਰ ਸੰਬੰਧੀ taar sambandhee
telegraphy *n.* ਤਾਰ ਪ੍ਰਣਾਲੀ taar parnhaali
telepathy *n.* ਦੂਰ ਸੰਵੇਦਨ door samvedan
telephone *n.* ਟੈਲੀਫੋਨ taileefon
teleprintery *n.* ਟੈਲੀਪ੍ਰਿੰਟਰ ਦਾ taileeprinter da
telescope *n.* ਦੂਰਦਰਸ਼ੀ doordarshee
telescopic *adj.* ਦੂਰਬੀਨ ਸੰਬੰਧੀ doorbeen sambandhee
television *n.* ਟੈਲੀਵੀਜ਼ਨ taileeveezan
tell ਦੱਸਣਾ dassnhaa
teller *n.* ਕਹਿਣ ਵਾਲਾ kehanh vala
tele-tale *n.* ਚੁਗਲਖੋਰ chugalkhor
temerity *n.* ਉਤਾਵਲਾਪਣ utaavlapanh
temper *n.* ਸੁਭਾਅ subhaa
teperament *n.* ਸੁਭਾਅ subhaa
temperance *n.* ਸੰਜਮ sanjjam
temperate *adj.* ਸੰਜਮੀ sanjjami
temperature *n.* ਤਾਪਮਾਨ taapmaan
tempest *n.* ਝੱਖੜ jhakharh
tempestuous *n.* ਝੱਖੜਾਲੀ jhakharhaali
temple *n.* ਮੰਦਰ mandir
tempo *n.* ਗਤੀ gati
temporary *adj.* ਆਰਜ਼ੀ aarzi
temporize *v.i.* ਡੰਗ ਟਪਾਉਣਾ dangg tapaunhaa
tempt *v.t.* ਵਰਗਲਾਉਣਾ varglaunhaa
temptation *n.* ਲਾਲਚ laalach
tempter ਵਰਗਲਾਉਣ ਵਾਲਾ varglaunh vaala
ten *adj.* ਦਸ dass
tenable *adj.* ਸੁਰੱਖਿਆਯੋਗ surakheyayog
tenacious *adj.* ਮਜ਼ਬੂਤ mazboot
tenacity *n.* ਮਜ਼ਬੂਤੀ mazbooti
tenancy *n.* ਕਿਰਾਏਦਾਰੀ kirayedaari
tenant *n.* ਕਿਰਾਏਦਾਰ kirayedaar
tenantry *n.* ਗੁਜ਼ਾਰਾ guzaara
tend *v.t.* ਸੇਵਾ ਕਰਨਾ seva karnaa
tendency *n.* ਝੁਕਾਅ jhukaa
tender *v.t.* ਭੇਟਾ ਦੇਣਾ bhetaa denhaa
tenderness *n.* ਕੋਮਲਤਾ komaltaa
tendon *n.* ਪੱਠਾ pathhaa
tendril *n.* ਤੰਦੂਆ tanduaa
tenement *n.* ਮਕਾਨ makaan
tenet *n.* ਸਿਧਾਂਤ sidhaant
tenfold *adj.* ਦਸਗੁਣਾ dass gunhaa
tennis *n.* ਟੈਨਿਸ tainiss
tenon *v.t.* ਚੂਲ ਨਾਲ ਜੋੜਨਾ chool naal jorhnhaa
tenor *n.* ਜੀਵਨਗਤੀ jeevangati
tense *adj.* ਤਣਿਆ tanheyaa
tension *n.* ਕਸ kass
tent *n.* ਤੰਬੂ tamboo
tentacle *n.* ਰੇਸ਼ਾ resha
tentative *adj.* ਪਰਤਾਵੀਂ partaavi
tented *adv.* ਤੰਬੂਦਾਰ tamboodaar
tenth *adj.* ਦੱਸਵਾਂ dassvaan

tenuous *adj.* ਮਹੀਨ maheen
tergal *adj.* ਪਿੱਠ ਦਾ pithh da
term *n.* ਮਿਆਦ miyaad
termagant *adj.* ਕਲਹਿਣੀ ਇਸਤਰੀ klaihnhee istree
terminal *adj.* ਅੰਤਲਾ antlaa
terminate *v.t.* ਅੰਤ ਕਰਨਾ antt karnaa
terminable *n.* ਸੀਮਾਯੋਗ seemayog
terminology *n.* ਪ੍ਰੀਭਾਸ਼ਾ ਵਿਗਿਆਨ paribhaashaa karna
terminal *n.* ਅਖੀਰੀ akheeree
termite *n.* ਸਿਉਂਕ sionk
tern *adj.* ਤਿੱਕੜੀ tikkrhee
ternate *adj.* ਤਿੰਨਪੱਤੀਆ tinpattiaa
terra *n.* ਪ੍ਰਿਥਵੀ prithvee
terrace *n.* ਚਬੂਤਰਾ chabootraa
terrafirma *n.* ਖੁਸ਼ਕੀ khushakee
terresterial *adj.* ਭੂਮੀਆਈ bhoomiaayee
terrible *n.* ਭਿਆਨਕ bhiaanak
terrific *adj.* ਭਿਅੰਕਰ bhiaankar
terrify *v.t.* ਭੈ-ਭੀਤ ਕਰਨਾ bhai-bheet karnaa
territorial *adj.* ਪ੍ਰਦੇਸ਼ਕ pardeshak
territory *n.* ਪ੍ਰਦੇਸ਼ pardesh
terror *n.* ਡਰ darr
terrorism *n.* ਅੱਤਵਾਦ attvaad
terrorize *v.t.* ਭੈ-ਭੀਤ ਕਰਨਾ bhai-bheet karnaa
terse *adj.* ਸਾਫ-ਸੁਥਰਾ saaf suthraa
tertian *adj.* ਤੀਜੇ ਦਿਨ ਦਾ teeje din daa
test *n.* ਪ੍ਰੀਖਿਆ parikheyaa
testament *n.* ਇੱਛਾ-ਪੱਤਰ ichha pattar
testamentary *adj.* ਵਸੀਅਤ ਸੰਬੰਧੀ vaseeyat sambandhee
testamur *n.* ਸਨਦ sanad
testator *n.* ਵਸੀਅਤ ਕਰਨ ਵਾਲਾ vaseeyat karan vala
testicle *n.* ਅੰਡਕੋਸ਼ anddkosh
testify *v.t.* ਸਵਾਰੀ ਦੇਣੀ savaari denhee
testimonialn ਚਰਿਤਰ-ਪੱਤਰ charitar patar
testimony *n.* ਸਬੂਤ saboot
testy *n.* ਕ੍ਰੋਧੀ krodhee
tetanus *n.* ਟੈਟਨਸ taitnus
tether *n.* ਰੱਸਾ rassa
tetrad *n.* ਚੌਕੜੀ chaukrhee
tetrahedron *n.* ਚਤਰਫਲਕ chatarfalak
text *n.* ਮੂਲਪਾਠ mool paathh
tex¶book *n.* ਪਾਠ ਪੁਸਤਕ paathh pustak
textile *adj.* ਬੁਣਾਈ ਸੰਬੰਧੀ bunhaaee sambandhee
textual *adj.* ਪਾਠ ਸੰਬੰਧੀ paathh sambandhee
texture *n.* ਰਚਨਾ rachnaa
than *conj.* ਨਾਲੋਂ naalon
thank ਧੰਨਵਾਦ ਕਰਨਾ dhannvaad karnaa
thankful *adj.* ਧੰਨਵਾਦੀ dhannvaadi
thankless *adj.* ਨਾਸ਼ੁਕਰਾ naashukraa
that *pro.* ਉਹ oh
thatch *v.t.* ਛੱਪਰ chhappar
thaumaturge *n.* ਹੈਰਾਨ ਕਰਨਾ hairaan karnaa
thaumaturgy *n.* ਕੌਤਕ kautak
thaw *v.t.* ਪੰਘਾਰ panghaar
theatre *n.* ਰੰਗਭੂਮੀ rangg bhoomi
thee *pro.* ਤੈਨੂੰ tainoo
theft *n.* ਚੋਰੀ chori
their ਉਹਨਾਂ ਦਾ ohna daa
theism *n.* ਆਸਤਕਤਾ aastaktaa
theist *n.* ਆਸਤਕ aastak
them ਉਹਨਾਂ ਨੂੰ onhnaa noo
theme *n.* ਵਿਸ਼ਾ ਵਸਤੂ vishaa vastoo
themselves *pro.* ਉਹ oh
then *adv.* ਤਦੋਂ tadon
thence *adv.* ਤਦ ਤੋਂ tadd ton
theocracy *n.* ਦੀਨੀ ਹਕੂਮਤ deeni hakoomat
theodolite *n.* ਕੋਣ ਮਾਪਕ konh maapak
theologian *n.* ਧਰਮ ਸ਼ਾਸ਼ਤਰੀ dharam shaashtree
theology *n.* ਧਰਮ ਸ਼ਾਸ਼ਤਰ dharam shaashtar
theorem *n.* ਪ੍ਰਮੇਯ ਸੂਤਰ parme sootar
theoretical *adj.* ਸਿਧਾਂਤਕ sidhaantakk
theorist *n.* ਸਿਧਾਂਤੀ sidhaanti
theorize *v.t.* ਸਿਧਾਂਤ ਘੜਨੇ sidhaant gharhne
theory *n.* ਸਿਧਾਂਤ sidhaant
theosophy *n.* ਬ੍ਰਹਮ ਵਿੱਦਿਆ braham vidya
therapeutic *adj.* ਵੈਦਿਕ vaidik
therapy *n.* ਇਲਾਜ ilaaj
there *adv,* ਉੱਥੇ othe
thereby *adv.* ਇੰਜ ਕਰਕੇ injj karke
therefore *adv.* ਇਸ ਲਈ iss layee

therein *adv.* ਉਸ ਵਿੱਚ uss vich
thereupon *adv.* ਫਲਸਰੂਪ falsroop
therewithal *adv.* ਇਸ ਤੋਂ ਇਲਾਵਾ iss ton ilaava
therm *n.* ਤਾਪ ਇਕਾਈ taap ikaaee
thermal *adj.* ਤਾਪ taap
thermic *adj.* ਗਰਮ garam
thermometer *n.* ਤਾਪਮਾਨ ਜੰਤਰ taapmaan jantar
thermos *n.* ਥਰਮੋਸ ਬੋਤਲ tharmos botal
thesaurus *n.* ਸਮਅਰਥਕੋਸ਼ samarthkosh
these *n.* ਇਹਨਾਂ ehnaa
thesis *n.* ਖੋਜ ਪ੍ਰਬੰਧ khoj parbandh
theurgy *n.* ਜਾਦੂ jadoo
thew *n.* ਜੋਰ jor
they *pro.* ਉਹ oh
thick *adj.* ਮੋਟਾ motaa
thicken *v.t.* ਮੋਟਾ ਕਰਨਾ motaa karnaa
thicket *n.* ਝਾੜੀ jharhee
thickness *n.* ਮੋਟਾਈ motaaee
thief *n.* ਚੋਰ chor
thieve *v.i.* ਚੋਰੀ ਕਰਨਾ chori karnaa
thievish *adj.* ਚੋਰੀ ਦਾ chori daa
thigh *n.* ਪੱਟ patt
thin *adj.* ਪਤਲਾ patlaa
thine *pro.* ਤੇਰਾ tera
thing *n.* ਵਸਤੂ vastoo
think *v.t.* ਸੋਚਣਾ sochnhaa
thinker *n.* ਵਿਚਾਰਵਾਨ vichaarvaan
thinking *n.* ਸੋਚ soch
thinly *adv.* ਪਤਲੇਪਣ ਨਾਲ patlepanh naal
thinness *n.* ਪਤਲਾਪਣ patlaapanh
third *adj.* ਤੀਜਾ teeja
thirst *n.* ਪਿਆਸ pyaas
thirsty *adj.* ਪਿਆਸਾ pyaasa
thirteen *n.* ਤੇਰਾਂ teran
thirteenth *adj.* ਤੇਰਵਾਂ tervaan
thirtieth ਤੀਹਵਾਂ teehvaan
thirty *n.* ਤੀਹ teeh
this *pro.* ਇਹ eh
thistie *n.* ਭੱਖੜਾ bhakhrhaa
thither *adv.* ਉੱਧਰ udhar
thorax *n.* ਛਾਤੀ chhatee
thorn *n.* ਕੰਡਾ kandaa
thorny *adj.* ਕੰਡਿਆਲਾ kandiaala
thorough *adj.* ਕੱਟੜ ਨੀਤੀ kattarh neeti
thoroughfare *n.* ਆਮ ਲਾਂਘਾ aam laanghaa
thoroughly *adv.* ਪੂਰੀ ਤਰ੍ਹਾਂ poori tarahn
those *pro.* ਉਹ oh
thou *pro.* ਤੂੰ toon
though *conj.* ਭਾਂਵੇਂ bhaaven
thought *n.* ਵਿਚਾਰ vichaar
thoughtful *adj.* ਵਿਚਾਰਸ਼ੀਲ vichaarsheel
thoughtless *adj.* ਵਿਚਾਰਹੀਣ vichaarheenh
thousand *adj.* ਹਜ਼ਾਰ hazaar
thraidom *n.* ਗੁਲਾਮੀ gulaami
thrail *n.* ਦਾਸ daas
thrash *v.t.* ਫੰਡਣਾ fanddnhaa
thread *n.* ਧਾਗਾ dhaagaa
threadbare *adj.* ਜਰਜਰ jarjar
threat *n.* ਧਮਕੀ dhamkee
threaten *v.t.* ਧਮਕੀ ਦੇਣਾ dhamkee denhaa
threatening *adj.* ਧਮਕੀ ਦੇਣ ਵਾਲਾ dhamkee denh vala
three *adj.* ਤਿੰਨ tinn
thresh *n.* ਅਨਾਜ ਕੁੱਟਣਾ anaaj kuttanhaa
threshold *n.* ਦੇਹਲੀ dehlee
threw *v.t.* ਸੁਟਿਆ sutteyaa
thrice *adv.* ਤਿਗੁਣਾ tiggnhaa
thrift *n.* ਸਰਫਾ sarfaa
thrifty *adj.* ਕਿਫਾਇਤੀ kifaayetee
thrill *v.t.* ਰੋਮਾਂਚ romaanch
thrive *v.i.* ਪਰਫੁੱਲਤ ਹੋਣਾ parfullat honhaa
thriving *adj.* ਸਮਰਿੱਧ samridh
throat *n.* ਸੰਘ sangh
throb *v.i.* ਟੀਸਣਾ teesnhaa
throe *n.* ਜੰਮਣ ਪੀੜਾਂ jamanh peerhaan
throne *n.* ਤਖਤ takhat
throng *v.t.* ਭੀੜ bheerh
throttle *v.t.* ਸਾਹ ਨਲੀ saah nalee
through *adv.* ਦੇ ਰਾਹੀਂ de raaheen
throughout *adv.* ਪੂਰੀ ਤਰ੍ਹਾਂ poori tarahn
throw *v.t.* ਸੁਟਣਾ suttnhaa
thrum *n.* ਝਾਲਰ jhaalar
thrust *v.t.* ਚੋਭ chobh
thug *n.* ਹਤਿਆਰਾ hatiaara
thumb *n.* ਅੰਗੂਠਾ angoothhaa
thump *v.t.* ਮੁੱਕਾ ਮਾਰਨਾ mukka maarnaa

thunder *v.i.* ਗੜਗੜਾਹਟ garhgarhaahat
thunderbolt *n.* ਅਸਮਾਨੀ ਬਿਜਲੀ asmaani bijlee
thunde¤storm *n.* ਬਿਜਲੀ ਵਾਲੀ ਹਨੇਰੀ bijlee vali haneri
thursday *n.* ਵੀਰਵਾਰ veervaar
thus *adv.* ਇਸ ਪ੍ਰਕਾਰ iss parkaar
thy *pro.* ਤੇਰਾ tera
thymol *n.* ਜਵੈਣ ਦਾ ਸਤ jawainh da sat
thyroid *adj.* ਢਾਲ ਦੇ ਆਕਾਰ ਦਾ dhaal de akaar daa
thyself *pro.* ਤੁਸੀਂ ਆਪ tuseen aap
tick *v.t.* ਸਹੀ ਲਾਉਣਾ sahee launhaa
ticket *n.* ਟਿਕਟ tikat
tickle *v.t.* ਕੁਤਕੁਤਾਰੀ kutkutaari
ticklish *adj.* ਜਟਿਲ jatil
tidiness *n.* ਸਵੱਛਤਾ savachhta
tidings *n.* ਵਾਰਤਾ vaarta
tidy *adj.* ਸਮੇਂ ਅਨੁਕੂਲ same anukool
tie *v.t.* ਬੰਨ੍ਹਣਾ banhanhaa
tiff *n.* ਨਿੱਕਾ ਮੋਟਾ nikka motta
tiger *n.* ਚੀਤਾ cheeta
tight *adj.* ਤੰਗ tangg
tighten *v.t.* ਤੰਗ ਕਰਨਾ tangg karnaa
tile *n.* ਖਪਰੈਲ khaprail
till *v.t.* ਖੇਤੀ ਕਰਨਾ kheti karnaa
tillage *n.* ਕਿਸਾਨੀ kisaani
tiller *n.* ਕਿਸਾਨ kisaan
tilt *n.* ਚਾਨਣੀ chaananhee
timber *n.* ਲੱਕੜ lakkarh
timbrel *n.* ਮਿਰਦੰਗ mirdangg
time *n.* ਸਮਾਂ samaa
timely *adj.* ਸਮੇਂ ਅਨੁਸਾਰ same anusaar
time-table *n.* ਸਮਾਂ ਸਾਰਨੀ samaa saarni
timid *adj.* ਡਰਪੋਕ darpok
timidity *n.* ਕਾਇਰਤਾ kaayertaa
tin *n.* ਕਲੀ kalee
tincture *n.* ਅਲਕੋਹਲਕ ਘੋਲ alkohlak ghol
tine *n.* ਨੇਕ nek
tinge *v.t.* ਰੰਗਤ ਦੇਣੀ ranggat denhee
tingle *v.t.* ਅਚਵੀ ਲੱਗਣੀ achvee lagganhee
tinker *n.* ਸਿਕਲੀਗਰ sikleegar
tinkle *v.i.* ਛਣਕਣਾ chhanhkanhaa
tinsel *n.* ਗੋਟਾ gotta
tint *n.* ਰੰਗਤ ranggat
tiny *adj.* ਛੋਟਾ chhota
tip *n.* ਸਿਰਾ siraa
tipple *v.t.* ਤੇਜ਼ ਸ਼ਰਾਬ tez sharaab
tipsy *adj.* ਨਸ਼ਿਆਇਆ nasheyaayeaa
tiptoe *n.* ਪੱਬਾਂ ਭਾਰ pabbaan bhaar
tiptop *v.t.* ਟੌਹਰ ਵਾਲਾ tohar vala
tirade *n.* ਲੰਮਾ ਭਾਸ਼ਣ lamma bhaashanh
tire *v.t.* ਥੱਕਣਾ thakknhaa
tired *adj.* ਥੱਕਿਆ thakkeyaa
tiring *adj.* ਥਕਾਵਟ ਵਾਲਾ thakaavat vala
tiro ਰੰਗਰੂਟ ranggroot
tiresome *adj.* ਥਕਾਊ thakaaoo
tit *n.* ਟੱਟੂ tattoo
titan *n.* ਸੂਰਜ ਦੇਵਤਾ sooraj devtaa
titbit *n.* ਸੁਆਦਲਾ ਭੋਜਨ suaadlaa bhojan
tithe *n.* ਦਸਵੰਧ dasvandh
titillate ਕੁਤਕੁਤਾੜੀ ਕੱਢਣਾ kutkutaarhi kadhanhaa
titilation ਕੁਤਕੁਤਾੜੀ kutkutaarhi
title *n.* ਸਿਰਲੇਖ sirlekh
¶ittle *n.* ਭੋਰਾ bhoraa
tituler *adj.* ਨਾਮ ਧਰੀਕ naam dhareek
toad *n.* ਡੱਡੂ ਵਰਗਾ ਜੀਵ daddoo varga jeev
toady *n.* ਚਾਪਲੂਸ chaaploos
toast *n.* ਸੇਹਤ ਦਾ ਜਾਮ sehat daa jaam
tobacco *n.* ਤੰਬਾਕੂ tambaakoo
today *n.* ਅੱਜ ajj
toddy *n.* ਤਾੜੀ taarhee
toe *n.* ਪੈਰ ਦੀ ਉਂਗਲੀ pair dee unggli
toffee *n.* ਮਿੱਠੀ ਗੋਲੀ mithhi goli
toft *n.* ਘਰੌਂਦਾ gharaundaa
together *adv.* ਇਕੱਠੇ ikkathhe
toilet *n.* ਟੱਟੀ tatti
toilsome *adj.* ਮਿਹਨਤੀ mehntee
token *n.* ਨਿਸ਼ਾਨੀ nishaani
tola *n.* ਕਿਹਾ kehaa
tolerable *n.* ਸਹਿਣਸ਼ੀਲ sehanhsheel
tolerance *n.* ਸਹਿਣਸ਼ੀਲਤਾ sehanhsheelta
tolerant *adj.* ਸਹਿਣਸ਼ੀਲ sehanhsheel
tolerate *v.t.* ਸਹਿਣ ਕਰਨਾ sehanh karnaa
toleration ਸਹਿਣਸ਼ੀਲਤਾ sehanhsheelta
toll *n.* ਚੁੰਗੀ chunggi
tomato *n.* ਟਮਾਟਰ tamatar

tomb *n.* ਸਮਾਧ samaadh
tomboy *n.* ਘੁਮੱਕੜ ਲੜਕੀ ghumakkarh larhkee
tom-cat *n.* ਬਿੱਲਾ billa
tome *n.* ਪੋਥਾ potha
tomfool *n.* ਮਹਾਂਮੂਰਖ mahaanmoorakh
tomfoolery *n.* ਮਹਾਂਮੂਰਖਤਾ mahaanmoorakhta
tomorrow *adv.* ਆਉਣ ਵਾਲਾ ਕੱਲ੍ਹ aaunh vala kalh
tomtom *n.* ਟੱਲ tall
ton *n.* ਟੰਨ tann
tone *n.* ਤਰਜ਼ taraz
tonga *n.* ਟਾਂਗਾ taanga
tongs *n.pl.* ਚਿਮਟਾ chimtaa
tongue *n.* ਜੀਭ jeebh
tonic *adj.* ਸ਼ਕਤੀਵਰਧਕ shaktivardhak
tonight *adv.* ਅੱਜ ਰਾਤ ajj raat
tonite *n.* ਬਰੂਦ barood
tonsil *n.* ਗਲ ਦੇ ਕੰਡੇ gal de kandde
tonsure *n.* ਮੁੰਡਨ ਸੰਸਕਾਰ munddan sanskaar
too *adv.* ਬਹੁਤ ਵਧੇਰੇ bahut vadhere
tool *n.* ਸੰਦ sandd
tooth *n.* ਦੰਦ dandd
top *n.* ਟੀਸੀ teesee
topaz *n.* ਪੁਖਰਾਜ pukhraaj
toper *n.* ਸ਼ਰਾਬੀ sharaabi
topic *n.* ਵਿਸ਼ਾ vishaa
topical *adj.* ਪ੍ਰਕਰਣ ਸੰਬੰਧੀ parkaranh sambandhi
topography *n.* ਸਥਾਨਕ ਵਰਣਨ sathaanak varnhan
topole *v.t.* ਸਿੱਟ ਦੇਣਾ sitt denhaa
topsyturvy *adj.* ਉਲਟ-ਪੁਲਟ ulat pulat
torch *n.* ਮਸ਼ਾਲ mashaal
torment *n.* ਤਸੀਹਾ taseehaa
tormina *n.* ਅੰਤਰ ਪੀੜਾ antar peerhaa
tornado *n.* ਝੱਖੜ jhakharh
torpid *adj.* ਸੁੱਤਾ sutta
torpidity *n.* ਮੰਦਤਾ ਨਾਲ mandtta naal
torpor *n.* ਘੂਕੀ ghooki
torrent *n.* ਹੜ੍ਹ harh
torrid *adv.* ਤੱਤਾ tatta
torso *n.* ਅਧੂਰਾ ਕੰਮ adhoora kamm
tortoise *n.* ਕੱਛੂਕੰਮਾ kachhookamma
tortuous *adj.* ਵਲਦਾਰ valdaar
torture *n.* ਤਸੀਹਾ taseehaa
toss *v.t.* ਸਿੱਕਾ ਉਛਾਲਣਾ sikka uchhalnhaa
total *adj.* ਕੁੱਲ kull
totality *n.* ਪੂਰਨਤਾ poorantaa
totter *v.t.* ਡਗਮਗਾਉਣਾ dagmagaunhaa
touch *v.t.* ਛੂਹਣਾ chhohnhaa
touching *adj.* ਦਰਦਨਾਕ daradnaak
touchy *adj.* ਚਿੜਚਿੜਾ chirhchirhaa
tough *adj.* ਸਖਤ sakhat
tour *n.* ਦੌਰਾ dauraa
tourist *n.* ਯਾਤਰੀ yaatri
tournament *n.* ਖੇਡ ਮੁਕਾਬਲਾ khed mukaablaa
tout *n.* ਦਲਾਲ dalal
tow *v.t.* ਧੂਹਣਾ dhoohnhaa
toward *prep* ਦੀ ਦਿਸ਼ਾ ਵਿੱਚ dee dishaa vich
towel *n.* ਤੌਲੀਆ tauliaa
tower *n.* ਮੁਨਾਰਾ munaaraa
towering *adj.* ਉੱਨਤ unnat
town *n.* ਸ਼ਹਿਰ shehar
toy *n.* ਖਿਡੌਣਾ khidaunhaa
trace *n.* ਖੁਰਾ ਖੋਜ khura khoj
trachoma *n.* ਕੁਕਰੇ kukkre
track *n.* ਪੈੜ pairh
trackless *adj.* ਬਿਨਾਂ ਚਿੰਨ੍ਹ ਦਾ bina chinh da
tract *n.* ਕਿਤਾਬਚਾ kitaabchaa
tractability *n.* ਸਰਲਤਾ sarltaa
tractable *n.* ਸਾਊ saoo
tractile *adj.* ਖਿੱਚਣਯੋਗ khichanhyog
traction *n.* ਖਿੱਚ khich
tractor *n.* ਟਰੈਕਟਰ traiktar
trade *n.* ਵਪਾਰ vapaar
trader *n.* ਵਪਾਰੀ vapaari
tradesman *n.* ਵਪਾਰੀ vapaari
trade mark *n.* ਮਾਰਕਾ maarkaa
trade union *n.* ਵਪਾਰ ਸੰਘ vapaar sangh
tradition *n.* ਰਵਾਇਤ ravaayet
traditional *adj.* ਰਵਾਇਤੀ ravaayetee
traduce *v.t.* ਤੋਹਮਤ ਲਾਉਣਾ tohmat launhaa
traffic *v.i.* ਆਵਾਜਾਈ aavaajaayee
tragedian *n.* ਦੁਖਾਂਤਕਾਰ dukhaantkaar

tragedy *n.* ਦੁਖਾਂਤ dukhaant
tragic *adj.* ਦੁਖਾਂਤਕ dukhaantak
trailer *n.* ਵੇਲ vel
train *v.t.* ਸਿਖਲਾਈ ਦੇਣਾ sikhlaayee denhaa
trainee *n.* ਸਿਖਿਆਰਥੀ sikheyaarthi
trainer *n.* ਸਿਖਾਉਣ ਵਾਲਾ sikhaunh vala
training *n.* ਸਿਖਲਾਈ sikhlaayee
trait *n.* ਗੁਣ gunh
traitor *n.* ਗੱਦਾਰ gaddaar
traitorous *adj.* ਵਿਸ਼ਵਾਸ਼ਘਾਤੀ vishvaashghaati
trajectory *n.* ਗਤੀਮਾਰਗ gatimaarag
tram *n.* ਟਰਾਮ ਗੱਡੀ taraam gaddi
trammel *n.* ਰੁਕਾਵਟ rukaavat
trample *v.t.* ਮਿੱਧਣਾ midhanhaa
trance *n.* ਸਮਾਧੀ samadhee
tranquil *adj.* ਸ਼ਾਂਤ shaant
tranquillity *n.* ਸ਼ਾਂਤੀ shaanti
tranquillize *v.t.* ਸ਼ਾਂਤ ਕਰਨਾ shaant karnaa
trans *prep.* ਪਾਰ paar
transact *v.* ਅਮਲ ਕਰਨਾ amal karnaa
transaction *n.* ਸੌਦਾ saudaa
transacend ਸੀਮਾ ਟੱਪ ਜਾਣਾ seema tapp janhaa
transcendent *adj.* ਕਮਾਲ ਦਾ kamaal da
transcribe *v.t.* ਨਕਲ ਕਰਨਾ nakal karnaa
transcription *n.* ਪ੍ਰਤੀਲਿੱਪੀ pratilippi
transfer *v.t.* ਤਬਦੀਲ ਕਰਨਾ tabdeel karnaa
transferable *adj.* ਬਦਲੀਯੋਗ badleeyog
transfigure *v.t.* ਰੂਪ ਵਟਾ ਦੇਣਾ roop vataa denhaa
transfix *v.t.* ਵਿੰਨ੍ਹ ਦੇਣਾ vinh denhaa
transform *v.t.* ਕਾਇਆ ਪਲਟ ਦੇਣੀ kaya palat denhee
transformation *n.* ਕਾਇਆ ਪਲਟਾ kaya palat
transfuse *v.i.* ਸੰਚਾਰ ਕਰਨਾ sanchaar karnaa
transfusion *n.* ਖ਼ੂਨ ਦੀ ਬਦਲੀ khoon dee badlee
transgress *v.t.* ਉਲੰਘਣਾ ਕਰਨਾ ullanghnhaa karnaa
transgression *n.* ਉਲੰਘਣਾ ullanghnhaa
transgressor *n.* ਉਲੰਘਣਾ ਕਰਨ ਵਾਲਾ ullanghnhaa karan vala
transient *adj.* ਵਕਤੀ vaktee
transit *n.* ਮਾਰਗ marag
transition *n.* ਪਰਿਵਰਤਨ parivartan
transitional *adj.* ਅਸਥਾਈ asthaayee
transitive *adj.* ਸਕਰਮਕ ਕਿਰਿਆ sakarmak kireyaa
transitory *n.* ਅਸਥਿਰ asathir
translate *v.t.* ਅਨੁਵਾਦ ਕਰਨਾ anuvaad karnaa
translation *n.* ਅਨੁਵਾਦ anuvaad
translator *n.* ਅਨੁਵਾਦਕ anuvaadak
transmission *n.* ਲਾਂਘਾਂ laanghaa
transmit *v.t.* ਭੇਜਣਾ bhejnhaa
transmutation *n.* ਕਾਇਆ ਕਲਪ kaya kalap
transmute *v.t.* ਕਾਇਆ ਕਲਪ ਕਰਨਾ kaya kalap karnaa
transom *n.* ਬੂਹੇ ਦਾ ਸੇਰੂ boohe daas seroo
transparence *n.* ਪਾਰਦਰਸ਼ਤਾ paardarshtaa
transparent *n.* ਪਾਰਦਰਸ਼ੀ paardarshi
transport ਢੋਣਾ dhonhaa
transportation *n.* ਢੋਆ ਢੋਆਈ dhoaa dhuaayee
transpose *v.t.* ਥਾਂ ਬਦਲਣਾ thaan badlnhaa
transverse *adj.* ਤਿਰਛਾ tirchha
tranter *v.t.* ਛਾਬੜੀ ਵਾਲਾ chhabrhi vala
trap *n.* ਕੁੜਿੱਕੀ kurhikki
trapeze *n.* ਕਸਰਤ ਵਾਲੀ ਪੀਂਘ kasrat vaali peengh
trappings *n.pl.* ਘੋੜੇ ਦਾ ਸਾਜ਼ ghorhe da saaz
trash *n.* ਤੁੱਛ ਚੀਜ਼ tuchh cheez
travel *n.* ਸਫਰ safar
traveller *n.* ਯਾਤਰੀ yaatri
travesty *n.* ਪਰਹਸਨ parhasan
tray *n.* ਥਾਲੀ thaali
treachery *n.* ਧੋਖਾ dhokhaa
treacle *n.* ਸੀਰਾ seera
tread *v.t.* ਤੁਰਨਾ turnaa
treason *n.* ਵਿਦਰੋਹ vidroh
treasure *n.* ਖਜ਼ਾਨਾ khazaanaa
treasurer *n.* ਖਜ਼ਾਨਚੀ khazaanchi
treasury *n.* ਕੋਸ਼ kosh
treat *v.* ਵਰਤਾਅ ਕਰਨਾ vartaa karnaa
treatise *n.* ਕਿਸੇ ਖਾਸ ਵਿਸ਼ੇ ਤੇ ਪੁਸਤਕ kise khaas vishe te pustak

treatment *n.* ਇਲਾਜ ilaaj
treaty *n.* ਸੰਧੀ sandhi
treble *adj.* ਤੀਹਰਾ teehraa
tree *n.* ਰੁੱਖ rukh
trek *n.* ਸਫਰ safar
tremble *v.i.* ਕੰਬਣਾ kambanhaa
tremendous *adj.* ਡਰਾਉਣਾ daraunhaa
tremolo *n.* ਕੰਬਦੀ ਹੋਈ ਅਵਾਜ਼ kambddi hoee avaaz
tremor *n.* ਕੰਬਣੀ kambanhee
tremulous *n.* ਕੰਬਦਾ ਹੋਇਆ kambdda hoyeaa
trench *v.t.* ਪੁੱਟਣਾ puttanhaa
trenchant *adj.* ਤਿੱਖਾ tikhaa
trencher *n.* ਖਣਕ khanhak
trend *n.* ਰੁਝਾਨ rujhaan
trepidation *n.* ਤਰਾਸ tarras
tress *n.* ਵਾਲਾਂ ਦੀ ਲਿਟ vaalaan dee litt
tri *pre.* ਤਿੰਨ ਦਾ ਅਗੇਤਰ tinn da agetar
triad *n.* ਤਿੱਕੜੀ tikkrhee
trial *n.* ਯਤਨ yatan
triangle *n.* ਤਿਕੋਣ tikonh
triagular *adj.* ਤਿਕੋਣਾ tikonhaa
tribe *n.* ਕਬੀਲਾ kabeelaa
tribulation *n.* ਕਸ਼ਟ kashat
tribune *n.* ਲੋਕਨੇਤਾ loknetaa
tributary *adj.* ਕਰ ਦਾਤਾ kar daataa
tribute *n.* ਸ਼ਰਧਾਜਲੀ shardhaanjli
trice *n.* ਥੋੜ੍ਹਾ ਸਮਾਂ thorhaa sama
trick *n.* ਚਾਲ chaal
trickery *n.* ਠੱਗੀ thhaggi
trickle *v.t.* ਰਿਸਾਉਣਾ risaunhaa
tricolour *n.* ਤਿਰੰਗਾ tirangga
trident *n.* ਤ੍ਰਿਸ਼ੂਲ tirshool
triennial *adj.* ਤਿੰਨ ਸਾਲਾ tinn saalaa
trifle *n.* ਤੁੱਛ ਚੀਜ਼ tuchh cheez
trifling ਤੁੱਛ tuchh
trig *adj.* ਅੜਿੱਕਾ arhikka
trigonometry *n.* ਤਿਕੋਣਮਿਤੀ tikonhmitee
trill *n.* ਕੰਬਵੀਂ ਅਵਾਜ਼ kambveen avaaz
trillion *n.* ਦਸ ਖਰਬ dass kharab
trim ਕੱਟਣਾ kattnhaa
trimming *n.* ਕੱਪੜੇ ਤੇ ਲੱਗੀ ਲੇਸ kapprhe te laggi les
trine *adj.* ਤਿਗਣਾ tiggnhaa
trinket *n.* ਛੋਟਾ ਗਹਿਣਾ chhota gehnhaa
trinketry *n.* ਛੋਟਾ ਗਹਿਣਾ chhota gehnhaa
trio *n.* ਤਿਗੜੀ tiggrhee
trip *n.* ਯਾਤਰਾ yatraa
tripartite *adj.* ਤਿਪੱਖੀ tipakhee
triple *adj.* ਤੀਹਰਾ teehraa
triplicate *adj.* ਤੀਹਰਾ ਕਰਨਾ teehraa karnaa
triumph *n.* ਜਿੱਤ jitt
triumphant *adj.* ਜੇਤੂ jetoo
trivial *adj.* ਤੁੱਛ tuchh
triviality *n.* ਤੁੱਛ ਚੀਜ਼ tuchh cheez
troll *v.t.* ਮੌਜ ਨਾਲ ਗਾਉਣਾ mauj naal gaaunhaa
trolley *n.* ਠੇਲ੍ਹਾ thhella
troilop *n.* ਅਵਾਰਾ ਤੀਵੀਂ avaaraa teeveen
trolly *n.* ਠੇਲ੍ਹਾ thhella
troop *n.* ਦਲ dal
trooper *n.* ਰਿਸਾਲੇ ਦਾ ਘੋੜਾ risaale da ghorhaa
trophy *n.* ਵਿਜੇ ਸਮਾਰਕ vije samaarak
tropic *n.* ਤਪਤ ਰੇਖਾ tapat rekhaa
tropical *adj.* ਤਪਤ ਖੰਡੀ tapat khanddi
trot *v.t.* ਦੁੜਕੀ ਲਾਉਣਾ durhkee launhaa
troth *n.* ਸੱਚਾਈ sachaayee
trouble *n.* ਮੁਸ਼ਕਲ mushkal
troublesome *adj.* ਦੁੱਖਦਾਈ dukhdaayee
trough *n.* ਚੁਬੱਚਾ chubachaa
trounce *v.t.* ਸਜ਼ਾ ਦੇਣਾ sazaa denhaa
troup *n.* ਨਾਟ ਮੰਡਲੀ naat mandlee
trousers *n.pl.* ਪਤਲੂਨ patloon
trowel *n.* ਕਰੰਡੀ karanddi
truant *n.* ਕੰਮ ਚੋਰ kamm chor
truce *n.* ਅਸਥਾਈ ਜੁੱਧਬੰਦੀ asthaaee judhbanddi
truck *n.* ਟਰੱਕ tarakk
truckle *v.i.* ਚਾਪਲੂਸੀ ਕਰਨਾ chaaploosi
truculent *adj.* ਲੜਾਕਾ ladaakaa
TRUE ਸੱਚਾ sachaa
truism ਸੁਤੇ ਸਿੱਧ ਗੱਲ sute sidh gall
truil *n.* ਵੇਸ਼ਵਾ veshvaa
truly *adv.* ਅਸਲ ਵਿੱਚ asal vich
trump card *n.* ਕਾਟਵਾਂ ਪੱਤਾ kaatvaan patta
trumpet *n.* ਬਿਗਲ bigal

truncate *v.t.* ਛਾਂਗਣਾ chhangnhaa
truncheon *n.* ਰਾਜ ਦੰਡ raaj dandd
trundle *v.t.* ਰੇੜ੍ਹਨਾ rorhnaa
truss *n.* ਚਬੂਤਰਾ chabootraa
trust *n.* ਵਿਸ਼ਵਾਸ਼ vishvaash
trustee *n.* ਨਿਆਸੀ niaasi
trustful *adj.* ਵਿਸ਼ਵਾਸ਼ਯੋਗ vishvaashyog
trustless *adj.* ਬੇਈਮਾਨ beimaan
trustworthy *adj.* ਵਿਸ਼ਵਾਸ਼ਯੋਗ vishvaashyog
trusty *n.* ਵਿਸ਼ਵਾਸ਼ਯੋਗ vishvaashyog
truth *n.* ਸੱਚਾਈ sachayee
truthful *adj.* ਸੱਚਾ sachaa
try *v.t.* ਕੋਸ਼ਿਸ਼ ਕਰਨਾ koshish karnaa
trying *adj.* ਕਠਨ kathhan
tub *n.* ਟੱਬ tabb
tube *n.* ਨਲਕੀ nalkee
tuber *n.* ਗਿਲ੍ਹਟੀ giltee
tuberculosis *n.* ਤਪਦਿਕ tapdikk
tuck ਪਲੇਟ palet
tuesday *n.* ਮੰਗਲਵਾਰ mangalvaar
tufa *n.* ਜੁਆਲਾਮੁਖੀ juaalamukhi
tuft *n.* ਗੁੱਛਾ guchha
tug *v.t.* ਧੂਹਣਾ dhoohnhaa
tuition *n.* ਟਿਊਸ਼ਨ tiooshan
tulie *n.* ਬਰੀਕ ਰੇਸ਼ਮੀ ਜਾਲੀ bareek reshmi jaali
tumble *v.t.* ਡਿੱਗਣਾ diggnhaa
tumbler *n.* ਗਲਾਸ glaas
tumid *adj.* ਸੁੱਜਿਆ sujjeyaa
tumour *n.* ਰਸੌਲੀ rasauli
tumult *n.* ਸ਼ੋਰ ਸ਼ਰਾਬਾ shor shraabaa
tumultuous *n.* ਸ਼ੋਰ ਸ਼ਰਾਬੇ ਵਾਲਾ shor shraabe vala
tun *n.* ਸ਼ਰਾਬ ਦਾ ਪੀਪਾ sharaab da peepaa
tune *n.* ਤਰਜ਼ taraz
tunic *n.* ਚੋਗਾ chogaa
tunnel *n.* ਸੁਰੰਗ surangg
turban *n.* ਪਗੜੀ pagrhee
turbid *adj.* ਗੰਦਾ gandda
turbine *n.* ਟਰਬਾਈਨ tarbaaeen
turbulence *n.* ਗੜਬੜ garhbarh
turbulent *adj.* ਗੜਬੜ ਵਾਲਾ garhbarh vala
turgid *adj.* ਅਡੰਬਰੀ adammbri
turkey *n.* ਟਰਕੀ tarkee
turmeric *n.* ਹਲਦੀ haldee
turmoil *n.* ਗੜਬੜ garhbarh
turn *v.t.* ਮੋੜਨਾ morhnaa
turner *n.* ਖਰਾਦੀਆ kharaadiaa
turning *n.* ਮੋੜਨ morhan
turnip *n.* ਸ਼ਲਗਮ shalgam
turnout *n.* ਕੱਢ ਦੇਣਾ kadh denhaa
turnover *n.* ਵਿੱਕਰੀ vikkari
turpentine *n.* ਤਾਰਪੀਨ ਦਾ ਤੇਲ taarpeen da tel
turpitude *n.* ਨੀਚਤਾ neechtaa
turret *n.* ਬੁਰਜ buraj
turtle *n.* ਘੁੱਗੀ ghuggi
tush *n.* ਛੀ ਛੀ chhee chhee
tusk *n.* ਹਾਥੀ ਦੰਦ haathi dandd
tussie *n.* ਖਾਂਸੀ khaansi
tutelage *n.* ਸਰਪਰਸਤੀ sarprasti
tutelar *adj.* ਸੰਗਰੱਖਿਅਕ sangrakheyak
tutor *n.* ਨਿਜੀ ਸਿੱਖਿਅਕ niji sikheyak
twaddle *v.i.* ਬਕਵਾਸ ਕਰਨਾ bakvaas karnaa
twain *n.* ਜੋੜਾ jorhaa
twang *n.* ਸਾਰੰਗੀ saranggi
tweedle *v.t.* ਝਣਕਾਰ ਕਰਨਾ jhanhkaar karnaa
twelfth *n.* ਬਾਰਵਾਂ baarvaan
twelve *adj.* ਬਾਰਾਂ baaraan
twenty *n.* ਵੀਹ veeh
twentieth *adj.* ਵੀਹਵਾਂ veevaan
twice *adv.* ਦੋ ਵਾਰੀ do vaari
twig *n.* ਟਾਹਣੀ taahnhee
twilight *n.* ਸ਼ਾਮ shaam
twin *n.* ਜੋੜੇ jorhe
twine *n.* ਰੱਸੀ rassi
twinge *v.i.* ਚੋਭਣਾ chobhnhaa
twinkle *v.i.* ਟਿਮਟਮਾਉਣਾ timtimaunha
twinkling ਜੁੜਵਾਂ ਬੱਚਾ jurhvaan bachaa
twirl *v.t.* ਘੁਮਾਉਣਾ ghumaunhaa
twist *v.t.* ਮਰੋੜਨਾ marorhnaa
twit *v.t.* ਬੋਲੀ ਮਾਰਨਾ boli maarnaa
twitch *v.t.* ਝਟਕਾ ਮਾਰਨਾ jhatkaa maarnaa
two *adj.* ਦੋ do
tymbal *n.* ਛੋਟਾ ਨਗਾਰਾ chhota nagaaraa
tympanum *n.* ਕੰਨ ਦਾ ਪਰਦਾ kann da pardaa

type *n.* ਕਿਸਮ kisam
typhoid *n.* ਤਈਆ ਬੁਖਾਰ tayeeaa bukhaar
typhoon *n.* ਜ਼ੋਰਦਾਰ ਹਨੇਰੀ zordaar haneri
typical *adj.* ਵਿਸ਼ੇਸ਼ ਲੱਛਣ ਵਾਲਾ vishesh lachhanh vala
typist *n.* ਟਾਈਪ ਕਰਨ ਵਾਲਾ taaeep karan vala
typography *n.* ਛਪਾਈ chhapaayee
tyrannical *adj.* ਅਤਿਆਚਾਰੀ atiaachaar
tyrannize *v.t.* ਜਬਰ ਕਰਨਾ jabar karnaa
tyranny *n.* ਜਬਰ jabar
tyrant *n.* ਜਾਲਮ jaalam
tyre *n.* ਸਿਖਾਂਦਰੂ sikhaandroo
tyro *n.* ਸਿਖਾਂਦਰੂ sikhaandroo
U

U

ubiquitous *adj.* ਸਰਵ-ਵਿਆਪਕ sarav viaapak
ubiquity *n.* ਸਰਵ-ਵਿਆਪਕਤਾ sarav viaapakta
ugliness *n.* ਭੱਦਾਪਣ bhaddapanh
ugly *adj.* ਭੱਦਾ bhadda
ulcer *n.* ਫੋੜਾ forhaa
ulcerate *v.i.* ਫੋੜਾ ਹੋਣਾ forhaa honhaa
ulterior *adj.* ਦੂਰ ਦਾ door da
ultimate *adj.* ਅੰਤਿਮ antimm
ultimatum *n.* ਅੰਤਿਮ ਪ੍ਰਸਤਾਵ antimm parstaav
ultra *adj.* ਅਤਿਅੰਤ atiantt
ultraviolet *n.* ਪਰਾਵੈਂਗਣੀ paravaingni
umbel *n.* ਫੁਲਾਂ ਦਾ ਗੁੱਛਾ phullan da guchha
umbilicus *n.* ਧੁੰਨੀ dhunni
umbra *n.* ਪਰਛਾਂਵਾਂ parchhavaan
umbrage *n.* ਛਾਂ chhaan
umbrella *n.* ਛਤਰੀ chhatri
umpire *n.* ਅੰਪਾਇਰ ampaayar
umpteen *prep.* ਬਹੁਤ ਵਾਰੀ bahut vaari
unable *adj.* ਅਸਮਰੱਥ asamrath
unaccompanied *adj.* ਇਕੱਲਾ ikkalla
unaccomplished *adj.* ਅਪੂਰਣ apooranh
unacountable *adj.* ਅਕਥਨੀ akathnee
unaccustomed *adj.* ਅਪਛਾਤਾ apchhaata
unacqainted *adj.* ਅਪਛਾਤਾ apchhaata
unaffected *adj.* ਸਹਿਜ sehaj
unaided *adj.* ਬਿਨਾਂ ਸਹਾਇਤਾ bina shayita
unalloyed *adj.* ਬਿਨਾਂ ਮੇਲ ਦੇ bina mail de
unanimity *n.* ਇਕੱਚਿੱਤਤਾ ikchit taa
unanimous ਇਕਮਤ ik mat
unapt *adj.* ਅਣਉਚਿਤ an uchit
unarmed *n.* ਨਿਰਸ਼ਸ਼ਤਰ nir shstar
unaspiring *adj.* ਅਣ-ਉਤਸ਼ਾਹੀ an utshahi
unassuming *adj.* ਅਹੰਕਾਰ ਰਹਿਤ ahankaar rehat
unauthorized *adj.* ਬਿਨਾਂ ਅਧਿਕਾਰ ਦਾ bina adhikaar da
unavailing *adj.* ਨਿਸ਼ਫਲ nishfal
unavoidable *adj.* ਜ਼ਰੂਰੀ zaroori
unaware *adj.* ਅਚੇਤ achet
unawares *adv.* ਬਿਨਾਂ ਇਰਾਦਾ bina irada
unbar *v.t.* ਖੋਲ੍ਹਣਾ kholhna
unbeaten ਅਤੁੱਲ atul
unbelief *n.* ਨਾਸਤਿਕਤਾ naastikta
unbeliever *n.* ਨਾਸਤਿਕ naastikta
unbend *n.* ਸਿੱਧਾ sidha
unbending *adj.* ਦ੍ਰਿੜ੍ਹ drirh
unbenign *adj.* ਦਵੇਸ਼ੀ dweshi
unbiased ਨਿਰਪੱਖ nirpakh
unbidden *adj.* ਬਿਨਾਂ ਆਗਿਆ ਦਾ bina aagya da
unblemished *adj.* ਦੋਸ਼ ਰਹਿਤ dosh rehat
unblushing *adj.* ਸ਼ਰਮਹੀਣ sharmheen
unbolt *v.t.* ਕੰਡਾ ਹਟਾਉਣਾ kanda htaaona
unbosom *v.i.* ਭੇਦ ਖੋਲ੍ਹਣਾ bhed kholhna
unbounded *adj.* ਅਨੰਤ anant
unbridled *adj.* ਮੁਕਤ ਕਰਨਾ mukt karna
unbroken *n.* ਬਿਨਾਂ ਟੁਟਿਆ ਹੋਇਆ bina tutya hoya
uncalled *adj.* ਬਿਨਾਂ ਬੁਲਾਇਆ bina bulaya
uncase *v.t.* ਉਧੇੜਨਾ udhernaa
unceasing *adj.* ਨਿਰੰਤਰ nirantar
unceremonious *adj.* ਸ਼ਿਸ਼ਟਾਚਾਰ ਰਹਿਤ shishtaachaar rehat
uncertain ਅਨਿਸ਼ਚਿਤ anischit
uncertainty ਅਨਿਸ਼ਚਿਤਤਾ anishchit ta

unchain *v.t.* ਜ਼ੰਜੀਰ ਹਟਾਉਣਾ zanzeet htaona
unchangeable *adj.* ਬਿਨਾਂ ਪਰਿਵਰਤਨ ਦਾ bina parivartan da
uncharitable *adj.* ਕਠੋਰ kathor
unchaste *adj.* ਅਪਵਿੱਤਰ apvittar
uncircumspect *adj.* ਅਸਾਵਧਾਨ asaavdhaan
uncivil *adj.* ਅਸ਼ਿਸ਼ਟ ashishat
uncivilized *adj.* ਜੰਗਲੀ jangli
unclaimed *adj.* ਦਾਅਵਾ-ਹੀਣ daava heenh
uncle *n.* ਚਾਚਾ chacha
unclean *adj.* ਮੈਲਾ maila
unclothe *v.t.* ਨੰਗਾ ਕਰਨਾ nanga karna
unclouded *adj.* ਨਿਰਮਲ nirmal
uncomfortable *adj.* ਅਣ-ਆਰਾਮਦਾਇਕ an araamdaayek
uncomely *adj.* ਬੇਢੰਗਾ bedhanga
uncommon *adj.* ਅਨੋਖਾ anokha
unconcerned *adj.* ਉਦਾਸੀਨ udaseen
uncoditional *adj.* ਬੇਸ਼ਰਤਾ besharta
unconnected *adj.* ਨਾ ਜੁੜਿਆ ਹੋਇਆ naa jurya hoya
unconquerable *adj.* ਅਜਿੱਤ ajitt
unconsitutional *adj.* ਅਸਵਿਧਾਨਕ asavidhanik
uncontrolled *adj.* ਅਨਿਯੰਤਰਿਤ aniyantrit
uncork *v.t.* ਡਾਟ ਹਟਾਉਣਾ daat hataona
uncouth *adj.* ਭੱਦਾ bhadda
uncover ਨੰਗਾ ਕਰਨਾ nanga karna
unction *n.* ਉਬਟਨ obtan
unctuous *adj.* ਤੇਲਯੁਕਤ tail yukt
unculpable *adj.* ਅਦੂਸ਼ਿਤ adrishat
uncultivated *adj.* ਬਿਨਾਂ ਜੋਤਿਆ ਹੋਇਆ bina jotya hoya
undaunted *adj.* ਵੀਰ veer
undeceive *v.t.* ਛਲ ਹਟਾਉਣਾ chall hataona
undecided *n.* ਅਨਿਸ਼ਚਿਤ anishit
undefined *adj.* ਅਨਿਸ਼ਚਿਤ anischit
undeniable *adj.* ਨਿਰਵਿਵਾਦ nirvivad
under *prep.* ਥੱਲੇ thalle
underage *n.* ਘੱਟ ਉਮਰ ghatt umar
undercharge *v.t.* ਬਹੁਤ ਘੱਟ ਮੁੱਲ bhut ghatt mull
undergo *n.* ਸਹਿਣ ਕਰਨਾ sehan karna
underline *v.t.* ਰੇਖਾਂਕਿਤ ਕਰਨਾ rekhankit karna
underling *n.* ਟਹਿਲੂਆ tehlua
undermost *adj.* ਸਭ ਤੋਂ ਹੇਠਲਾ sab ton hethla
underneath *adv.* ਹੇਠਲਾ ਤਲ hethla tal
understand *v.t.* ਸਮਝਣਾ samjhna
understanding *n.* ਸਮਝ samjhna
understood *n.* ਸਮਝਿਆ samjhya
undertake *n.* ਹਾਮੀ ਭਰਨਾ haami Bharna
undertaking *n.* ਜ਼ਿੰਮੇਵਾਰੀ zimmevaari
underwear *n.* ਕੱਛੀ kacchhi
undeserving *adj.* ਅਯੋਗ ayog
undigested *adj.* ਅਣਪਚਿਆ anpachya
undignified *adj.* ਮਹੱਤਵਹੀਣ mahatvheen
undisputed *adj.* ਅਤਾਰਕਿਕ ataarkik
undivided *adj.* ਅਭਿੰਨ abhinn
undo *v.t.* ਨਾਸ਼ ਕਰਨਾ naash karna
undoing *n.* ਨਾਸ਼ naash
undoubtedly *adv.* ਨਿਰਸੰਦੇਹ nirsandeh
undress *v.t.* ਕੱਪੜਾ ਉਤਾਰਨਾ kapda utarna
undue *adj.* ਅਯੋਗ ayog
undulate *v.i.* ਲਹਿਰਾਉਣਾ lehraona
unduly *adv.* ਅਣਉਚਿਤ ਰੀਤੀ ਵਿੱਚ anuchit riti vich
unearth *v.t.* ਸੂਹ ਕੱਢਣੀ sooh kadhni
uneasiness *n.* ਬੇਅਰਾਮੀ bearaami
uneducated *adj.* ਅਸੱਭਿਅ asabhya
unending ਅਨੰਤ anant
unemployed *adj.* ਬੇਕਾਰ bekaar
unequal *adj.* ਅਸਮਾਨ asmaan
unequivoc *adj.* ਸਪੱਸ਼ਟ spashat
uneven *adj.* ਉੱਚਾ-ਨੀਂਵਾਂ ucha neevan
unexpected *adj.* ਅਚਾਨਕ achaanak
unfailing *adj.* ਅਮੁੱਕ amuk
unfair *adj.* ਅਣਉਚਿਤ anuchit
unfamiliar *adj.* ਅਣਜਾਣ anjaan
unfasten ਖੋਲ੍ਹਣਾ kholhna
unfavourable *adj.* ਪ੍ਰਤੀਕੂਲ pratikool
unfeeling *adj.* ਬੇਦਰਦ bedard
unfit *adj.* ਅਯੋਗ ayog
unfold *v.t.* ਪ੍ਰਗਟ ਕਰਨਾ pragat karna
unforeseen *adj.* ਅਣਖਿਆਲ ankhayal
unfortunate *adj.* ਅਭਾਗਾ ਵਿਅਕਤੀ abhaga viakti

unfortunately *adv.* ਬਦਕਿਸਮਤੀ ਨਾਲ badkismiti naal
unfounded *adj.* ਬੇਬੁਨਿਆਦ bebuniyaad
ungainly *adj.* ਕੋਝਾ kojha
ungenerous *adj.* ਦਇਆਹੀਣ daiyaheen
ungird *v.t.* ਬੰਧਨ ਤੋਂ ਖੋਲ੍ਹਣਾ bandhan te kholhna
ungodly *adj.* ਪਾਪੀ paapi
ungovernable ਬੇਕਾਬੂ bekaabu
ungraceful *adj.* ਭੱਦਾ bhadda
ungrateful *adj.* ਅਨਾਦਰ ਕਰਨ ਵਾਲਾ anadar karn wala
unguarded *adj.* ਵਿਚਾਰਹੀਣ vichaarheen
unhallowed *adj.* ਅਪਵਿੱਤਰ apavittar
unhappy *adj.* ਦੁਖੀ dukhi
unhealthy ਅਸਵਸਥ aswasth
unheard *adj.* ਅਣਸੁਣਿਆ ansunya
unheeded *adj.* ਉਪੇਖਿਅਤ upekhiat
unhinge *v.t.* ਚੂਲ ਲਾਉਣਾ chool laona
unholy *adj.* ਅਪਵਿੱਤਰ apavittar
uniform *adj.* ਇਕਸਾਰ iksaar
uniformity *n.* ਸਮਰੂਪਤਾ samroopta
unify *v.t.* ਇਕਰੂਪ ਕਰਨਾ ikroop karna
unimpaired *n.* ਘੱਟ ਨਾ ਕੀਤਾ ਹੋਇਆ ghatt na kita hoya
unimproved *adj.* ਉਨੱਤੀ ਨਾ ਕਰਨ ਯੋਗ unti na karn yog
uninhabitable *adj.* ਅਦੀਖਿਅਤ adeekhiat
uninjured *adj.* ਜ਼ਖਮ ਰਹਿਤ zakham rehat
unintelligible *adj.* ਅਸਪੱਸ਼ਟ aspashat
uninteresting ਨੀਰਸ neeras
union *n.* ਸੰਘ sangh
unique *adj.* ਅਨੋਖਾ anokha
unison *n.* ਸੁਰਮੇਲ surmail
unit *n.* ਇਕਾਈ ikai
unite *v.t.* ਮਿਲ ਕੇ ਕੰਮ ਕਰਨਾ milke kamm karna
unity *n.* ਮੇਲ mail
universal *adj.* ਵਿਆਪਕ viapak
universallity *adv.* ਵਿਆਪਕਤਾ viapakta
universe *n.* ਬ੍ਰਹਿਮੰਡ brahmand
university *n.* ਵਿਸ਼ਵਵਿਦਿਆਲਾ vishav vidyala
unjust *adj.* ਨਿਆਂਹੀਣ niyanheen
unkempt *adj.* ਅਸਤ ਵਿਅਸਤ ਵਿਅਕਤੀ ast viast viakti
unkind *adj.* ਬੇਦਰਦ bedard
unknown *adj.* ਅਣਜਾਣ anjaan
unknowingly *adj.* ਅਣਜਾਣਪੁਣੇ ਵਿਚ anjaanpune vich
unlace *v.t.* ਫੀਤਾ ਖੋਲ੍ਹਣਾ feeta kholhna
unlawful *adj.* ਗੈਰ ਕਾਨੂੰਨੀ gair kanooni
unless *conj.* ਵਿਅਰਥ viarath
unlike *adj.* ਭਿੰਨ bhinn
unlikely *adv.* ਅਸੰਭਾਵੀ asambhaavi
unlimited *adj.* ਅਸੀਮਤ aseemat
unload *v.t.* ਭਾਰ ਲਾਹੁਣਾ bhaar lahuna
unlock *v.t.* ਜਿੰਦਰਾ ਖੋਲ੍ਹਣਾ zindra kholhna
unloose *v.t.* ਮੁਕਤ ਕਰਨਾ mukt kiarna
unlucky *adj.* ਅਭਾਗਾ ਵਿਅਕਤੀ abhaaga viakti
unman *v.t.* ਕਮਜ਼ੋਰ ਕਰ ਦੇਣਾ kamzor kar dena
unmanageable *adj.* ਬੇਕਾਬੂ bekaabu
unmanly *adj.* ਜਨਾਨੜਾ jnanda
unmannerly *adj.* ਕੁਚੱਜਾ kuchajja
unmask *v.t.* ਨਕਾਬ ਲਾਹੁਣਾ nakaab lahuna
unmatched *adj.* ਅਢੁਕਵਾਂ adhukvan
unmixed *adj.* ਬਿਨਾਂ ਮਿਲਾਵਟ ਤੋਂ bina milavat de
unnatural *adj.* ਗੈਰ ਕੁਦਰਤੀ gair kudrti
unnecessary *adj.* ਬੇਲੋੜਾ beloda
unnerve *v.t.* ਕਮਜ਼ੋਰ ਕਰ ਦੇਣਾ kamzor kar dena
unofficial *adj.* ਗੈਰ ਸਰਕਾਰੀ gair sarkaari
unpack *v.t.* ਗੰਢ ਖੋਲ੍ਹਣਾ gandh kholhna
unpaid *adj.* ਅਦਾ ਨਾ ਕੀਤਾ ada na kita
unplatable *adj.* ਅਸਵਾਦੀ aswasdi
unparalleled *adj.* ਅਦੁਤੀ adutti
unpleasant ਬੇਸੁਆਦਾ beswada
unpopular ਬਦਨਾਮ badnaam
unprepared *adj.* ਬਿਨਾਂ ਤਿਆਰ ਕੀਤੇ bina tyaar kite
unpretending *adj.* ਸਰਲ saral
unproductive *adj.* ਬੰਜਰ banzar
unprofitable *adj.* ਵਿਅਰਥ viarath
unprotected *adj.* ਅਸੁਰੱਖਿਅਤ asurakhyat
unprovoked ਅਣਉਤੇਜਿਤ anuchit

unpublished *adj.* ਅਣਛਪਿਆ anchhapya
unquestionable *adj.* ਨਿਰਸੰਦੇਹ nirsandeh
unreal *adj.* ਝੂਠਾ jhootha
unreasonable *adj.* ਅਣਉਚਿਤ unuchit
unrelenting *adj.* ਅਮੋੜ amod
unreliable *adj.* ਬੇਵਿਸ਼ਵਾਸ਼ਾ avishvaasha
unreserved *adj.* ਸੁਤੰਤਰ sutantar
unresisting *adj.* ਬਿਨਾਂ ਵਿਰੋਧ ਵਾਲਾ bina virodh wala
unrest *n.* ਬੇਚੈਨੀ bechaini
unripe *adj.* ਕੱਚਾ kacha
unrivalled *adj.* ਅਨੂਠਾ anootha
unroll *v.t.* ਪ੍ਰਗਟ ਕਰਨਾ pragat karna
unruly *adj.* ਨੇਮ ਰਹਿਤ nam rehat
unsafe *adj.* ਖਤਰਨਾਕ khatarnaak
unsatisfactory *adj.* ਗੈਰ ਤਸੱਲੀਬਖਸ਼ gair tasallibaksh
unscruputous *adj.* ਬਿਨਾਂ ਸ਼ੱਕ ਦਾ bian shak da
unseasonable ਬੇਮੌਸਮ bemosam
unseemly ਅਯੋਗ ayog
unseen *adj.* ਅਣਡਿੱਠਾ anditha
unserviceable *adj.* ਵਿਗੜਿਆ vigreya hoya
unsettled *adj.* ਡਾਂਵਾਂਡੋਲ daavandol
unshod *adj.* ਨੰਗੇ ਪੈਰ nange pair
unsightly *adj.* ਕਰੂਪ karoop
unsolicited *adj.* ਬਿਨਾਂ ਮੰਗਿਆ ਹੋਇਆਂ bina mangya hoya
unsought ਬਿਨਾਂ ਖੋਜਿਆਂ ਹੋਇਆਂ bina khojya hoya
unsound *adj.* ਬੇਹੂਦਾ behooda
unsparing *adj.* ਖਰਚੀਲਾ kharcheela
unspeakable *adj.* ਅਕੱਥ akath
unstable *adj.* ਅਸਥਾਈ asthaayi
unsteady *adj.* ਗਤੀਸ਼ੀਲ gatisheel
unsubstantial *adj.* ਨਿਰਾਧਾਰ niradhaar
unsuccesful *adj.* ਅਸਫਲ asafal
unsuitable ਅਣਅਨੁਕੂਲ ananukool
unsullied *adj.* ਸਵੱਛ sawacchh
unsurpassed ਬੇਮਿਸਲ bemisaal
untaught *adj.* ਅਨਪੜ੍ਹ anpadh
unthankful *adj.* ਕ੍ਰਿਤਘਣ kritghan
unthought *adj.* ਵਿਵੇਕਹੀਣ vivekheen
untidy *adj.* ਗੰਦਾ ganda
until *prep.* ਜਸ ਤੱਕ jas tak
untimely *adv.* ਸਮੇਂ ਤੋਂ ਪਹਿਲਾਂ same ton pehlan
unto *prep.* ਤੱਕ tak
untold *adj.* ਨਾ ਕਿਹਾ ਹੋਇਆ na keha hoya
untolerable ਨਾ ਸਹਿਣਯੋਗ na sehanyog
untouchable *adj.* ਨਾਛੂਹਣਯੋਗ na chhoohanyog
untouched *adj.* ਨਾ ਛੂਹਿਆਂ ਹੋਇਆ na chhooya hoya
untoward *adj.* ਵਿਮੁੱਖ vimukh
untrained *adj.* ਅਣਸਿਖਿਅਤ ansikhyat
untrodden *adj.* ਨਾ ਕੁਚਲਿਆ ਹੋਇਆ na kuchleya hoya
untrue *adj.* ਝੂਠਾ jhootha
untruth *n.* ਝੂਠ jhooth
unusual *n.* ਅਲੌਕਿਕ alokik
unveil *v.t.* ਘੁੰਡ ਖੋਲ੍ਹਣਾ ghund kholhna
unwarrantable *adj.* ਅਨੁਚਿਤ anuchit
unwary *adj.* ਅਸਾਵਧਾਨ asaavdhaan
unwavering *adj.* ਨਾ ਬਦਲਣ ਵਾਲਾ na badlan wala
unwelcome *adj.* ਅਸਵਾਗਤ aswagat
unwell *adj.* ਰੋਗੀ rogi
unwholesome *adj.* ਅਸਿਹਤਮੰਦ asehatmand
unwieldy *adj.* ਸਥੂਲ sathool
unwilling *adj.* ਵਿਮੁੱਖ vimukh
unwise *adj.* ਅਗਿਆਨੀ agiyaani
unwittingly *adv.* ਅਗਿਆਨਤਾ ਨਾਲ agiyaanta naal
unwonted *adj.* ਖਾਸ khaas
unworthy *adj.* ਅਯੋਗ ayog
unyielding *adv.* ਹਠੀ hthi
unyoke *v.t.* ਅਲੱਗ ਕਰਨਾ alag karna
up *adv.* ਉਪਰ upar
upbraid *v.t.* ਝਿੜਕਣਾ jhirkna
upheaval *n.* ਤਰਥੱਲੀ tarthalli
upheave *v.t.* ਉਭਾਰਨਾ ubhaarna
uphold *v.t.* ਪੁਸ਼ਟੀ ਕਰਨਾ pushti karna
upkeep *n.* ਸੰਭਾਲ sambhaal
uplift *v.t.* ਉੱਚਾ ਕਰਨਾ ucha karna
upon *prep.* ਉੱਤੇ utte
upper *adj.* ਉਤਲਾ uttla

uppermost *adj.* ਸਭ ਤੋਂ ਉਪਰਲਾ sab ton uparlaa
uppish *adj.* ਘਮੰਡੀ ghumandi
upright *adj.* ਸਿੱਧਾ sidha
uprising *n.* ਉਭਾਰ ubhaar
uproar *n.* ਰੌਲਾ rola
upset *v.t.* ਪਰੇਸ਼ਾਨ ਕਰਨਾ pareshaan karna
upshot *n.* ਸਿੱਟਾ sitta
upstairs *adv.* ਉਪਰਲੀ ਮੰਜ਼ਿਲ ਤੇ uprli manzil te
upstart *n.* ਨਵਾਂ ਧਨੀ nava dhani
up-to-date *adv.* ਆਧੁਨਿਕ aadhunik
upward *adj.* ਉੱਪਰ ਵੱਲ upar val
upwards *n.* ਉੱਪਰ ਵੱਲ upar val
uranus *n.* ਅਰੁਣ ਗ੍ਰਹਿ arun greh
urban *adj.* ਸ਼ਹਿਰੀ shehri
urbane *adj.* ਸਾਊ saaoo
urchin *n.* ਮੁੰਡਾ munda
urge *v.t.* ਜੋਰ ਪਾਉਣਾ zor paona
urgency *n.* ਲੋੜਵੰਦੀ lorvandi
urgent *adj.* ਜ਼ਰੂਰੀ zaroori
urinal *n.* ਪਿਸ਼ਾਬ ਘਰ peshaab ghar
urinary *adj.* ਮੂਤਰ ਸੰਬੰਧੀ muutar sambhandhi
urine *n.* ਪਿਸ਼ਾਬ peshaab
urn *n.* ਅਸਥੀ ਪਾਤਰ asthi paatar
us *pro.* ਸਾਨੂੰ saanu
usage *n.* ਵਰਤੋਂ varton
use *v.t.* ਵਰਤੋਂ ਕਰਨਾ varton karna
used *v.t.* ਵਰਤੋਂ ਕੀਤੀ varton kiti
useful *adj.* ਲਾਭਦਾਇਕ laabhdayak
useless *adj.* ਵਿਅਰਥ viarath
usher *n.* ਦਰਬਾਨ darbaan
usual *adj.* ਸਧਾਰਨ sdharan
usure *v.t.* ਸੂਦ ਲਗਾਉਣਾ sood lagaona
usurpation *n.* ਜਾਇਦਾਦ ਹੜੱਪਣ jayedaad harapan
usurper *n.* ਖੋਹ ਲੈਣਾ khoh lena
usury ਸੂਦਖੋਰੀ soodkhori
utensil *n.* ਬਰਤਨ bartan
uterus *n.* ਗਰਭਕੋਸ਼ garbhkosh
utility *n.* ਉਪਯੋਗਤਾ opyogta
utmost *adj.* ਅਤਿਅੰਤ atiyant
utopia *n.* ਆਦਰਸ਼ ਚਿਤਰ aadarsh chitar
utopian *adj.* ਕਾਲਪਨਿਕ kaalpnik
utter *v.t.* ਉਚਾਰਨ ucharan
utterance ਉਚਾਰਨ ucharan
utterly *adv.* ਸਰਾਸਰ sarasar
uttermost *adj.* ਅਤਿਅੰਤ atiyant
uvula *n.* ਗਲ ਦੀ ਘੰਡੀ gal di ghandi
uxorious *adj.* ਰੰਨ ਮੁਰੀਦ run murid
V

V

vacancy *n.* ਖਾਲੀ ਅਸਾਮੀ khaali asaami
vacant *adj.* ਖਾਲੀ khaali.
vacate *v.* ਖਾਲੀ ਕਰਨਾ khaali karna
vacation *n.* ਛੁੱਟੀਆਂ chhutiyan
vaccinate *v.t.* ਟੀਕਾ ਲਾਉਣਾ teeka lagaona
vaccination *n.* ਟੀਕਾਕਰਨ teekakarn
vacillate *v.t.* ਡੋਲਣਾ dolna
vaciliation *n.* ਦੁਚਿੱਤੀ duchiti
vacuity *n.* ਖਲਾਅ khlaa
vacuum *n.* ਖਲਾਅ khlaa
vagabond *n.* ਅਵਾਰਾ awara
vagary *n.* ਤਰੰਗ tarang
vagrancy *n.* ਅਵਾਰਾਗਰਦੀ awaragardi
vagrant *n.* ਅਵਾਰਾ awara
vague *adj.* ਸ਼ੱਕੀ shakki
vain *adj.* ਅਭਿਮਾਨੀ abhimaani
vale *n.* ਵਾਦੀ vaadi
valediction *n.* ਵਿਦਾਇਗੀ vidayagi
valet *n.* ਸੇਵਾਦਾਰ sewadaar
vallant *adj.* ਬਹਾਦਰ bahadar
valid *adj.* ਯੋਗ yog
validity *n.* ਵੈਧਤਾ vaidhta
valise *n.* ਸਫਰੀ ਥੈਲਾ safri thaila
valley *n.* ਘਾਟੀ ghaati
valorous *adj.* ਦਲੇਰ daler
valour *n.* ਦਲੇਰੀ daleri
valuable *adj.* ਕੀਮਤੀ keemti
valuation ਕੀਮਤ ਪਾਉਣਾ keemat paona
value *v.* ਕੀਮਤ keemat
valve *n.* ਵਾਲਵ valve
vamp *n.* ਟੂਣੇਹਾਰ toonehaar

vampire *n.* ਭੂਤ bhoot
van *n.* ਮਾਲ ਗੱਡੀ maal gaddi
vandal *n.* ਨਾਸ਼ਕਾਰ naashkaar
vandalism *n.* ਉਜਾੜਾ ujara
vane *n.* ਦਿਸ਼ਾ ਸੂਚਕ dish soochak
vanguard *n.* ਹਰਾਵਲ ਦਸਤਾ hrawal dasta
vanish *v.* ਮਿਟ ਜਾਣਾ mit jana
vanity *n.* ਖੋਖਲਾਪਣ khokhlapan
vanquish *v.i.* ਹਰਾਉਣਾ haraona
vanquisher *n.* ਹਰਾਉਣ ਵਾਲਾ haraon wala
vantage *n.* ਲਾਭ laabh
vapid *adj.* ਫਿੱਕਾ fikka
vaporous *adj.* ਵਾਸ਼ਪੀ vaashpi
vapour *n.* ਵਾਸ਼ਪ vaashp
variable *adj.* ਅਸਥਿਰ asthir
variance *n.* ਭੇਦ bhed
variation *n.* ਭੇਦ bhed
variegated *n.* ਬਹਰੰਗਾ bahranga
variety *n.* ਅਨੇਕਤਾ anekta
various *adj.* ਅਨੇਕ anek
varnish *n.* ਰੋਗਨ rogan
vary *v.t.* ਬਦਲਨਾ badlna
vase *n.* ਫੁੱਲਦਾਨ fulldan
vasectomy *n.* ਨਲਬੰਦੀ nalbandi
vaseline *n.* ਵੈਸਲੀਨ vaisleen
vassal *n.* ਦਾਸ daas
vast *adj.* ਵਿਸ਼ਾਲ vishaal
vat *n.* ਮੱਟ matt
vault *n.* ਗੁੰਬਜ gunbaj
vaunt *n.* ਡੀਂਗ deeng
veer *v.i.* ਦਿਸ਼ਾ ਬਦਲਣਾ disha badlna
vegetable *n.* ਸਬਜ਼ੀ sabzi
vegetarian *n.* ਸ਼ਾਕਾਹਾਰੀ shaakahaari
vegetate ਵਧਣਾ vadhna
vegetation *n.* ਬਨਸਪਤੀ banaspti
vehemence *n.* ਜੋਸ਼ josh
vehement *adj.* ਜੋਸ਼ੀਲਾ joshila
vehicle *n.* ਵਾਹਨ vaahan
veil *n.* ਘੁੰਡ ghund
vein *n.* ਨਾੜੀ naadi
velocity *n.* ਵੇਗ vaig
velvet *n.* ਮਖਮਲ makhmal
venal *adj.* ਜਰ ਖਰੀਦ zar khareed
vend ਵੇਚਣਾ vechna
vedetta *n.* ਜੱਦੀ ਵੈਰ jaddi vair
vender *n.* ਵੇਚਣ ਵਾਲਾ vechan wala
venerable *adj.* ਆਦਰਯੋਗ aadaryog
venerate *v.t.* ਆਦਰ ਕਰਨਾ aadar karna
veneration *n.* ਆਦਰ aadar
vengeance *n.* ਬਦਲਾ badla
venial *adj.* ਖਿਮਾਯੋਗ khimayog
venison *n.* ਹਿਰਨ ਦਾ ਮਾਸ hiran da maas
venom *n.* ਜ਼ਹਿਰ zehar
venomous *adj.* ਜ਼ਹਿਰੀ zehari
vent *n.* ਵਿਰਲ viral
ventage *n.* ਸੁਰਾਖ suraakh
ventilation *v.* ਹਵਾਦਾਰੀ hawadaari
ventilator *n.* ਰੌਸ਼ਨਦਾਨ roshandaan
venture *v.t.* ਬਾਜ਼ੀ ਲਾਉਣਾ baazi laona
venue *n.* ਘਟਨਾ ਸਥਾਨ ghatna sthaan
venus *n.* ਵੀਨਸ ਦੇਵੀ veenas devi
veracious *adj.* ਸੱਚਾ sacha
veracity *n.* ਸਚਾਈ sachaayi
verand *n.* ਵਰਾਂਡਾ varanda
verb *n.* ਕਿਰਿਆ kiriya
verbal *adj.* ਅੱਖਰੀ akhri
verblage *n.* ਸ਼ਬਦ ਅਡੰਬਰ shabad adambar
verdant *n.* ਹਰਾ hara
verdict *n.* ਅਦਾਲਤੀ ਫੈਸਲਾ adaalti faisla
verdure ਹਰਾਪਣ hara pan
verge *n.* ਕੰਢਾ kandha
verification ਪੜਤਾਲ padtaal
verify *v.* ਪੜਤਾਲ ਕਰਨਾ padtaal karna
verily *adv.* ਦਰਅਸਲ darasal
veritable *adj.* ਅਸਲੀ asli
verity *n.* ਅਸਲੀਅਤ asliyat
vermilion *n.* ਰੱਤਾ ratta
vermin *n.* ਹਾਨੀਕਾਰਕ ਕੀਟ haanikaarak keet
vernacular *n.* ਦੇਸ਼ੀ deshi
vernal *adj.* ਬਸੰਤੀ basanti
versatile *adj.* ਬਹੁਮੁਖੀ bahumukhi
verse *n.* ਕਵਿਤਾ kavita
versed *adj.* ਨਿਪੁੰਨ nipun
versifier *n.* ਕਵੀ kavi
versify *v.t.* ਕਵਿਤਾਉਣਾ kavitaona
version ਪਾਠਾਂਤਰ pathanatr
versus *prep.* ਬਨਾਮ bnam
vertex *n.* ਟੀਸੀ teesi

vertical *adj.* ਸਿੱਧੀ ਰੇਖਾ sidhi rekha
vertigo *n.* ਘੁਮਾਟੀ ghumaati
very *adv.* ਅਸਲੀ asli
vesper *n.* ਸੁਕਰ ਗ੍ਰਹਿ shukar greh
vessel *n.* ਭਾਂਡਾ bhaanda
vest *n.* ਚੋਲੀ choli
vestal *adj.* ਪਵਿੱਤਰ pavitar
vested *adj.* ਨਿਹਿਤ nihit
vestibule *n.* ਦਲਾਨ dalaan
vestige *n.* ਲੱਛਣ lacchhan
vestment *n.* ਸਰਕਾਰੀ sarkaari
veteran *adj.* ਅਨੁਭਵੀ anubhavi
veterinary *adj.* ਪਸ਼ੂ ਸੰਬੰਧੀ pashu sambhandhi
veto *n.* ਰੱਦ ਕਰਨ ਦੀ ਕਿਰਿਆ radd karn di kirya
vex *v.t.* ਛੇੜਨਾ chedna
vexation *n.* ਪਰੇਸ਼ਾਨੀ pareshaani
vexatious *n.* ਤੰਗ ਕਰਨ ਵਾਲਾ tang karn wala
vexed *adj.* ਘਬਰਾਇਆ ਹੋਇਆ ghabraya hoya
viable *adj.* ਵਿਹਾਰਕ vihaarik
viaduct *n.* ਪੁਲ਼ਦਾਰ ਲਾਂਘਾ puldaar langha
vial *n.* ਕੱਚ ਦੀ ਸ਼ੀਸ਼ੀ kach di shishi
viamedia *n.* ਮੱਧ ਮਾਰਗ madh maarg
viands *n.* ਰਸਦ rasad
vibrate *v.t.* ਕੰਬਣਾ kambna
vibration *n.* ਕੰਬਣੀ kambni
vicar *n.* ਪੁਰੋਹਿਤ purohit
vice *n.* ਉਪ op
vice-chancellor *n.* ਉਪ-ਚਾਂਸਲਰ op chanslar
vice-president *n.* ਉਪ-ਰਾਸ਼ਟਰਪਤੀ op rashtarpati
viceroy *n.* ਵਾਇਸਰਾਏ vai sarai
viceversa *adv.* ਇਸ ਦੇ ਉਲਟ is de ult
vicinity *n.* ਨੇੜਤਾ nedta
vicious *adj.* ਬੁਰਾ bura
vicissitude *n.* ਪਲਟਾ palta
victim *n.* ਬਲੀ bali
victimize *v.t.* ਸ਼ਿਕਾਰ ਬਣਾਉਣਾ shikaar banaona
victor *n.* ਜੇਤੂ jaitu
victorious *n.* ਵਿਜੇਤਾ vijeta
victory *n.* ਜਿੱਤ jitt
victuals *n.* ਆਹਾਰ ahaar
vide *adv.* ਸੰਕੇਤ ਵਜੋਂ sanket vajon
vie *v.i.* ਵਾਰੀ ਲੈਣਾ vaari lena
view *v.t.* ਨਿਰੀਖਣ ਕਰਨਾ nirikhan karna
vigil *n.* ਚੌਕਸੀ chouksi
vigilance *n.* ਸਾਵਧਾਨੀ saavdhani
vigilant *adj.* ਸਾਵਧਾਨ saavdhan
vigorous *adj.* ਜੋਰਦਾਰ zordaar
ville *adj.* ਵਿਅਰਥ viarath
vilify *v.t.* ਭੰਡਣਾ bhandna
villa *n.* ਪਿੰਡ ਦਾ ਬੰਗਲਾ pind da bangla
village *n.* ਪਿੰਡ pind
villager *n.* ਪੇਂਡੂ pendu
villain *n.* ਦੁਸ਼ਟ dusht
villainous *adj.* ਬਦਮਾਸ਼ਾਨਾ badmashana
villainy *n.* ਲੁੱਚਪੁਣਾ luchpuna
vindicate *v.t.* ਪੁਸ਼ਟੀ ਕਰਨਾ pushti karna
vindication *n.* ਪੁਸ਼ਟੀ pushti
vindicative *adj.* ਪੁਸ਼ਟੀ ਕਰਨ ਵਾਲਾ pushti karn wala
vine *n.* ਅੰਗੂਰ ਦੀ ਵੇਲ angoor di vel
vinegar *n.* ਸਿਰਕਾ sirka
vinery *n.* ਅੰਗੂਰਸਤਾਨ angooristaan
vintage *n.* ਦਾਖ daakh
viola *n.* ਵੱਡੀ ਸਾਰੰਗੀ vaddi sarangi
violable *adj.* ਨਿਯਮ ਤੋੜਨ ਯੋਗ niyam todn yog
violate *v.t.* ਉਲੰਘਣਾ ਕਰਨਾ olangna karna
violation *n.* ਉਲੰਘਣਾ olangna
violence *n.* ਹਿੰਸਾ hinsa
violent *n.* ਹਿੰਸਕ hinsak
violet *n.* ਬਨਫਸ਼ਾ banfasha
violin *n.* ਵਾਇਲਿਨ vialin
violinist *n.* ਵਾਇਲਿਨ ਵਾਦਕ vialin vaadik
viper ਜ਼ਹਿਰ ਦੀ ਗੰਧਲ zehar di gandal
virago *n.* ਚੰਡੀ chandi
virgin *n.* ਕੰਜਕ kanjak
virginity *n.* ਕੁਆਰਾਪਣ kuarapan
virgo *n.* ਕੰਨਿਆ ਰਾਸ਼ੀ kanya raashi
virile *adj.* ਮਰਦਾਵਾਂ mardaawan
virility *n.* ਵੀਰਜ veeraj
virose *adj.* ਵਿਸ਼ੈਲਾ vishaila
virtual *adj.* ਅਸਲੀ asli
virtually *adv.* ਅਸਲੀ ਤੌਰ ਤੇ asli tor te

virtue *n.* ਸਦਾਚਾਰ sadachaar
virtuous *n.* ਸਦਾਚਾਰੀ sadachaari
virulence *n.* ਵਿਹੁਲਾਪਣ vehlapan
virulent *n.* ਵਿਹੁਲਾ vehla
virus *n.* ਵਾਇਰਸ vairas
visa *n.* ਵੀਜ਼ਾ veesa
visage *n.* ਨੁਹਾਰ nuhar
viscera *n.* ਆਂਦਰਾਂ aandran
viscid *adj.* ਲੇਸਦਾਰ laisdaar
viscidity *n.* ਚਿਪਚਿਪਾਹਟ chipchiphat
visibility *n.* ਦਰਿਸ਼ਟਤਾ drisht-ta
visible *adj.* ਦਿਸਦਾ disda
visibly *adv.* ਦੇਖਣ ਵਿੱਚ dekhan vich
vision *adj.* ਦ੍ਰਿਸ਼ਟੀ drishti
visionary *adj.* ਖਿਆਲੀ khiyali
visitation *n.* ਦੌਰਾ dora
visitor *n.* ਦਰਸ਼ਕ darshak
visor *n.* ਚੇਹਰਾ ਮੋਹਰਾ chehra mohra
visual *adj.* ਦਰਿਸ਼ਟੀ ਸੰਬੰਧੀ darishti sambhandi
visualize *v.t.* ਦਰਿਸ਼ਟੀਗੋਚਰ ਕਰਨਾ darishtigochar karna
vitaglass *n.* ਕਿਰਨ ਗਰਾਹੀ ਕੱਚ kiran grahi kach
vital *adj.* ਜੀਵਨ ਅੰਗ jeevan ang
vitality *n.* ਸਜੀਵਤਾ sajeevta
vitals *n.* ਮਰਮਸਥਾਨ marmasthaan
vitamin *n.* ਵਿਟਾਮਿਨ vitamin
vitiate *v.t.* ਦੂਸ਼ਿਤ ਕਰਨਾ dooshit karna
vitreous *adj.* ਕੱਚ ਦਾ kach da
vitrify *v.t.* ਕੱਚ ਬਣਾਉਣਾ kach banaona
vitriol *n.* ਗੰਧਕੀ ਤੇਜ਼ਾਬ gandhki tezaab
vituperate *v.t.* ਫਿਟਕਾਰਨਾ fitkaarna
vivacious *adj.* ਖੁਸ਼ ਰਹਿਣਾ khush rehna
vivacity *n.* ਸਜੀਵਤਾ sajeevta
vivid *adj.* ਭੜਕੀਲਾ bharkeela
vivify *v.t.* ਜੀਵਨ ਦੇਣਾ jeevan dena
viz *adv.* ਅਰਥਾਤ arthaat
vizard *n.* ਘੁੰਡ ghund
vocabulary *n.* ਸ਼ਬਦਭੰਡਾਰ shabad bhandaar
vocalist *n.* ਗਾਇਕ gayak
vocation *n.* ਪੁਕਾਰ pukar
vocative *adj.* ਸੰਬੋਧਕ sambodak
vociferate *v.t.* ਕੂਕਣਾ kookna
vociferous *adj.* ਉਪਦ੍ਰਵੀ op-dravi
vogue *n.* ਚਾਲ chaal
voice *n.* ਆਵਾਜ਼ awaaz
void *adj.* ਸੁੰਨਾ sunna
voidable *adj.* ਪਰਿਤਿਆਗ ਕਰਨਯੋਗ paritiyaag karna
volatile *adj.* ਉਡਣਹਾਰ udanhaar
volcano *n.* ਜੁਆਲਾਮੁਖੀ ਪਹਾੜ jualamukhi pahad
volition *n.* ਸੰਕਲਪ sankalp
volley *n.* ਵਾਛੜ vaachad
volt *n.* ਵੋਲਟ volt
voltage *n.* ਬਿਜਲੀ ਊਰਜਾ bijli oorja
voluble *adj.* ਗੁੰਝਲਦਾਰ gunjhaldaar
volume *n.* ਭਾਗ bhaag
voluminous *adj.* ਪੇਚਦਾਰ pechdaar
voluntary *adj.* ਸਵੈਇੱਛਤ swaiicchhit
volunteer *n.* ਸਵੈਸੇਵਕ swaisewak
voluptuarious *adj.* ਕਾਮੁਕ kamuk
vomit *v.i.* ਉਲਟੀ ਕਰਨਾ ulti karna
voracious *adj.* ਹਾਬੜੀਆ haabdia
vortex *n.* ਚੱਕਰ chakkar
votary *n.* ਭਗਤ bhagat
vote *n.* ਵੋਟ vot
voter *n.* ਮਤਦਾਤਾ matdaata
vouch *v.t.* ਪੁਸ਼ਟੀ ਕਰਨਾ pushti karna
voucher *n.* ਬੀਚਕ beechak
vouchsafe *v.t.* ਕਿਰਪਾ ਕਰਨਾ kirpa karna
vow *n.* ਸੁੱਖਣਾ sukhna
vowel *n.* ਸਵਰ swar
voyage *n.* ਜਲ ਯਾਤਰਾ jal yatra
vulcan *n.* ਅਗਨੀ ਦੇਵਤਾ agni devta
vulgar *adj.* ਅਸ਼ਲੀਲ ashleel
vulgarity *n.* ਅਸ਼ਲੀਲਤਾ ashllelta
vulnerable *adj.* ਫੱਟੜ ਹੋਣ ਯੋਗ fattad hon yog
vulpine *adj.* ਮੱਕਾਰ makaar
vulture *n.* ਗਿਰਝ girajh

W

wad *n.* ਫੰਬਾ famba

wade *v.t.* ਪੈਦਲ ਲੰਘਣਾ paidal langhna
wafer *n.* ਪਾਪੜ paapad
wag *v.t.* ਭੰਡ bhand
wage *v.t.* ਦਾਅ ਲਾਉਣਾ daa laona
wages *n.* ਤਨਖਾਹ tankhaah
wager *n.* ਸ਼ਰਤ sharat
waggery *n.* ਖਿੱਲੀ khilli
walf *n.* ਲਾਵਾਰਸ ਚੀਜ਼ lawaris cheez
wail *v.t.* ਵਿਰਲਾਪ virlaap
wailing *n.* ਵਿਰਲਾਪ virlaap
wain *n.* ਬਲਦ ਗੱਡੀ balad gaddi
waist *n.* ਕਮਰ kamar
wais¶band *n.* ਕਮਰਬੰਦ kamarband.
waistcoat *n.* ਵਾਸਕਟ vaskat
wait *v.t.* ਉਡੀਕ ਕਰਨੀ udeek karni
waiter *n.* ਬਹਿਰਾ behra
waiting-room *n.* ਠਹਿਰਨ ਦਾ ਕਮਰਾ theran da kamra
waitress *n.* ਦਾਸੀ daasi
waive *v.t.* ਅਧਿਕਾਰ ਤਿਆਗਣਾ adhikaar tiyagna
wake *v.t.* ਜਾਗਣਾ jaagna
wakeful *adj.* ਜਾਗਰਣ ਕਰਨ ਵਾਲਾ jagran karn wala
waken *v.t.* ਜਗਾਉਣਾ jagaona
wale *n.* ਲਾਸ laas
walk *v.i.* ਤੁਰਨਾ turna
wall *n.* ਕੰਧ kandh
wallet *n.* ਸਫਰੀ ਝੋਲਾ safri jhola
walnut *n.* ਅਖਰੋਟ akhrot
wan *adj.* ਮਿੱਟੀ ਰੰਗਾ mitti ranga
wand *n.* ਡੰਡਾ danda
wander *v.i.* ਭਟਕਣਾ bhatkna
wanderer *n.* ਭਟਕਣ ਵਾਲਾ bhatkan wala
wandering *n.* ਭਟਕਣ bhatkan
wane *v.i.* ਢਲ ਜਾਣਾ dhal jaana
want *v.t.* ਕਮੀ ਹੋਣਾ kami hona
wanting *adj.* ਕਮੀ kami
wanton *adj.* ਸ਼ੋਖ shokh
wantonness *n.* ਚੰਚਲਤਾ chanchalta
war *n.* ਜੁੱਧ judh
warble *v.t.* ਨਗਮਾ ਗਾਉਣਾ nagma gaona
warbler *n.* ਗਾਉਣ ਵਾਲਾ gaon wala
ward *v.t.* ਰੱਖਿਆ ਕਰਨਾ rakhya karna
warden *adj.* ਰਖਵਾਲਾ rakhwala
warder *n.* ਜੇਲ੍ਹ ਦਾ ਦਰੋਗਾ jail da daroga
ware *n.* ਭਾਂਡੇ bhaande
warehouse *n.* ਮਾਲਗੁਦਾਮ maalgudaam
warfare *n.* ਜੁੱਧ ਲੜਨਾ judh ladna
wariness *n.* ਸਾਵਧਾਨੀ saavdhaani
warm *adj.* ਨਿੱਘਾ nigha
warmly *adv.* ਪਰੇਮ ਨਾਲ prem naal
warmth *n.* ਹਲਕੀ ਗਰਮਾਇਸ਼ hali garmaish
warn *v.t.* ਸਾਵਧਾਨ ਕਰਨਾ saavdhaan karna
warning *n.* ਚੇਤਾਵਨੀ chetavni
warp *v.t.* ਉਲਝਣਾ uljhna
warrant *v.t.* ਜ਼ੁੰਮਾ ਲੈਣਾ jumma laina
warranty *n.* ਗਰੰਟੀ garanti
warrior *n.* ਯੋਧਾ yodha
wary *adj.* ਚਤਰ chatar
was *p.p.* ਸੀ si
wash *v.t.* ਧੋਣਾ dhona
washerman *n.* ਧੋਬੀ dhobi
wasp *n.* ਭਰਿੰਡ bhrind
waspish *adj.* ਭਰਿੰਡ ਵਰਗਾ bhrind varga
wastage *n.* ਨੁਕਸਾਨ nuksaan
waste *v.t.* ਫਜ਼ੂਲਖਰਚੀ ਕਰਨਾ fazoolkharchi karna
wasteful *adj.* ਹਾਨੀਕਾਰਕ haanikaarak
watch *n.* ਘੜੀ ghaddi
watchful *adj.* ਖਬਰਦਾਰ khabardaar
watchman *n.* ਚੌਂਕੀਦਾਰ chonkidaar
watchword *n.* ਸੰਕੇਤ ਸ਼ਬਦ sanket shabad
water *n.* ਪਾਣੀ paani
wate¤bearer *n.* ਕੁਹਾਰ kuhaar
waterfall *n.* ਝਰਨਾ jharna
wate¤melon *n.* ਤਰਬੂਜ਼ tarbooz
watt *n.* ਵਾਟ watt
wattle *n.* ਛਮਕ chhamak
wave *n.* ਲਹਿਰ lehar
wavy *adj.* ਲਹਿਰੀਦਾਰ leharidaar
waver *v.i.* ਲਹਿਰਨਾ lehrna
wax *n.* ਮੋਮ mom
waxen *adj.* ਮੋਮ ਦਾ mom da
way *n.* ਰਾਹ raah
waylay *v.t.* ਤਾੜ ਵਿੱਚ ਰਹਿਣਾ taad vich rehna
wayward *n.* ਅੜਬ adab

we *pro* ਅਸੀਂ asi
weak *adv.* ਕਮਜ਼ੋਰ kamzor
weaken *v.t.* ਕਮਜ਼ੋਰ ਬਣਾਉਣਾ kamzor banaona
weakling *n.* ਦੁਰਬਲ ਪ੍ਰਾਣੀ durbal prani
weakly *adj.* ਸ਼ਕਤੀਹੀਨ shaktiheen
weakness *n.* ਕਮਜ਼ੋਰੀ kamzori
weal *n.* ਖੁਸ਼ਹਾਲੀ khushhaali
wealth *n.* ਦੌਲਤ daulat
wealthy *adj.* ਦੌਲਤਵਾਲਾ daulat wala
weapon *n.* ਹਥਿਆਰ hathiyaar
wear *v.t.* ਪਹਿਨਣਾ pehnana
weariness *n.* ਥਕਾਵਟ thakaawat
wearisome *adj.* ਥਕਾਉਣ ਵਾਲਾ thakaawat wala
weary *adj.* ਥੱਕਿਆ ਅੱਕਿਆ thakiya akiya
weasel *n.* ਨਿਓਲੇ ਵਰਗਾ ਜੀਵ neole varga jeev
weather *n.* ਮੌਸਮ mausam
weave *v.t.* ਤਾਣੀ ਬੁਣਨਾ taani bun na
weaver *n.* ਜੁਲਾਹਾ julaha
web *n.* ਜਾਲ jaal
wed *v.i.* ਵਰ ਲੈਣਾ var laina
wedding *n.* ਵਿਆਹ viaah
wedge *n.* ਫਾਨਾ faana
wedlock *n.* ਵਿਆਹ ਬੰਧਨ viaah bandhan
wednesday *n.* ਬੁੱਧਵਾਰ budhvaar
wee *adj.* ਨਿੱਕਾ nikka
weed *n.* ਨਦੀਨ nadeen
week *n.* ਹਫਤਾ hafta
week-end *n.* ਹਫਤੇ ਦਾ ਅੰਤ hafte da ant
weekly *adj.* ਹਫਤਾਵਾਰ haftavaar
ween *v.i.* ਅਨੁਮਾਨ ਕਰਨਾ anumaan karna
weep *v.i.* ਰੋਣਾ rauna
weft *n.* ਤਾਣੀ ਦਾ ਪੇਟਾ taani da peta
weigh *v.t.* ਤੋਲਣਾ tolna
weight *n.* ਭਾਰ bhaar
weighty *adj.* ਭਾਰਵਾਲਾ bhaarwala
weir *n.* ਬੰਨ੍ਹ bannh
weird *adj.* ਅਨੋਖਾ anokha
welcome *v.t.* ਸੁਆਗਤ ਕਰਨਾ suagat karna
weld *v.t.* ਸੰਯੁਕਤ ਕਰਨਾ sanyukat karna
welfare *n.* ਕਲਿਆਣ kaliyaan
well *n.* ਖੂਹ khhooh
well-bred *adj.* ਕੁਲੀਨ kuleen
well-known *adj.* ਪ੍ਰਸਿੱਧ parsiddh
welter *v.i.* ਲਿੱਬੜਨਾ libbarna
wench *n.* ਛੋਕਰੀ chhokri
wend *v.t.* ਬਦਲਣਾ badlna
went *p.p.* ਗਿਆ geya
were *p.p.* ਸਨ sun
west *n.* ਪੱਛਮ pachham
westerly *adj.* ਪੱਛਮ ਵੱਲ pachham val
western *adj.* ਪੱਛਮੀ pachhami
wet *adj.* ਗਿੱਲਾ gilla
whack *v.t.* ਸੱਟ ਮਾਰਨਾ satt maarna
whale *n.* ਵਹੇਲ ਮੱਛੀ vahel machhi
wharf *n.* ਬੰਦਰਗਾਹ bandargaah
what *pro.* ਕੀ ki
whatever *adj.* ਜੋ ਕੁਝ jo kujh
wheat *n.* ਕਣਕ kanak
wheedle ਠੱਗਣਾ thagna
wheel *n.* ਪਹੀਆ pahiya
whelm *v.t.* ਡੁਬਾਉਣਾ dubaona
whelp *n.* ਸੂਣਾ soona
whenever *adj.* ਜਦ ਕਦੇ jad kade
whence *adv.* ਕਦੋਂਤੋਂ kade ton
where *adv.* ਕਿੱਥੇ kithe
whereabouts *n.* ਪਤਾ pata
whereas ਜਦਕਿ jadke
wherever *adv.* ਜਿੱਥੇ ਕਿਤੇ ਵੀ jithe kite vi
whet *v.t.* ਸਾਣ ਤੇ ਚੜ੍ਹਨਾ saan te chadna
whetstone *n.* ਸਾਣ ਦਾ ਪੱਥਰ saan da pathar
which *pro.* ਕਿਹੜਾ kehda
while *adv.* ਜਦੋਂ ਤੱਕ jadon tak
whim *n.* ਮਨ ਦੀ ਲਹਿਰ man di lehar
whimper *v.i.* ਰੀ ਰੀ ਕਰਨਾ ri ri karna
whimsical ਮਨਮੌਜੀ man mouji
whip *v.t.* ਕੋਰੜਾ ਮਾਰਨਾ korda maarna
whirl *v.t.* ਚੱਕਰ ਦੇਣਾ chakkar dena
whirlpool *n.* ਘੁੰਣਘੇਰੀ ghungheri
whirlwind *n.* ਵਾਵਰੋਲਾ vaavraula
whisker *n.* ਕੰਨ ਦੇ ਵਾਲ kann de vaal
whisky *n.* ਸ਼ਰਾਬ sharaab
whisper *v.i.* ਕਾਨਾਫੂਸੀ ਕਰਨਾ kaanafoosi
whistle *n.* ਸੀਟੀ seeti
whit *n.* ਭੋਰਾ bhora
white *adj.* ਸਫੇਦ safed

white-wash *v.t.* ਸਫੈਦੀ safedi
whither *adv.* ਕਿੱਧਰ kidhar
whittle *n.* ਲੰਮਾ ਛੁਰਾ lamma chhurra
whiz *v.i.* ਸਾਂ ਦੀ ਅਵਾਜ਼ saan di awaz
who *pro.* ਕੌਣ koun
whoever *pro.* ਜੋ ਕੋਈ ਵੀ je koyi vi
whole *adj.* ਸਾਰਾ saara
wholeheartedly *adv.* ਸੱਚੇ ਦਿਲੋਂ sache dilon
wholesale *n.* ਥੋਕ ਵਿੱਕਰੀ thok vikri
wholesome *adj.* ਲਾਭਕਾਰੀ laabhkaari
wholly *adv.* ਪੂਰੇ ਦਾ ਪੂਰਾ poore da poora
whom *pro.* ਕਿਸ ਨੂੰ kis nuu
whore *n.* ਵੇਸ਼ਵਾ veshva
whose *pro.* ਕਿਸਦਾ kisda
why *adv.* ਕਿਉਂ kyon
wick *n.* ਛੋਟਾ ਪਿੰਡ chhota pind
wicked *adj.* ਬਦਮਾਸ਼ badmaash
wickedness *n.* ਬਦਮਾਸ਼ੀ badmaashi
wicker *adj.* ਬੈਂਤਕਾਰੀ baintkaari
wicket *n.* ਫਾਟਕ faatak
wide *adj.* ਖੁੱਲ੍ਹਾ khulla
widow *n.* ਵਿਧਵਾ vidhva
widower *n.* ਰੰਡਾ randa
widowhood *n.* ਰੰਡੇਪਾ randepa
width *n.* ਚੁੜਾਈ churrayi
wield *v.t.* ਕਾਬੂ ਚ ਰੱਖਣਾ kaabu ch rakhna
wife *n.* ਪਤਨੀ patni
wig *n.* ਸਿਰ ਦੇ ਨਕਲੀ ਵਾਲ sir de nakli vaal
wild *adj.* ਜੰਗਲੀ jangli
wile *n.* ਮਕਰ makar
wilful *adj.* ਮਨਮਰਜ਼ੀ ਦਾ manmarzi da
will *n.* ਇੱਛਾ icchha
willing *adj.* ਰਜ਼ਾਮੰਦ razamand
willingness *n.* ਸਹਿਮਤੀ sehmati
willow *n.* ਬੈਂਤ baintkaari
wily *adj.* ਚਾਲਬਾਜ਼ chaalbaaz
win *v.t.* ਜਿੱਤਣਾ jittna
wind *n.* ਹਵਾ hawa
winding *adj.* ਪਲੇਟ plate
windmill *n.* ਪੌਣ-ਚੱਕੀ poun chakki
window *n.* ਖਿੜਕੀ khidki
window-dressing *n.* ਬਾਹਰੀ ਦਿਖਾਵਾ bahri dikhava
windy *adj.* ਹਵਾਦਾਰ hawadaar
wine *n.* ਸ਼ਰਾਬ sharaab
wing *n.* ਖੰਭ khambh
wink *v.t.* ਅੱਖ ਝਪਕਣਾ akh jhapkna
winsome *adj.* ਸੋਹਣਾ sohna
winter *n.* ਸਰਦੀ sardi
wipe *v.t.* ਪੂੰਝਣਾ poonjna
wire *n.* ਤਾਰ taar
wire-gauze *n.* ਬਾਰੀਕ ਜਾਲੀ bareek jaali
wireless *adj.* ਬੇਤਾਰ betaar
wiry *adj.* ਤਾਰਾਂ ਵਾਲਾ taaran wala
wisdom *n.* ਅਕਲ akal
wise *adj.* ਸਿਆਣਾ siyana
wiseacre *n.* ਥੋਥਾ ਗਿਆਨੀ thotha giyaani
wisely *adj.* ਸਿਆਣਪ ਵਾਲਾ siyanap wala
wish *v.t.* ਇੱਛਾ ਕਰਨਾ icchha karna
wisp *n.* ਗੁੱਛਾ gucchha
wistful *adj.* ਉਦਾਸ udaas
wit ਸੂਝ soojh
witch *n.* ਜਾਦੂਗਰਨੀ jaadugarni
witchcraft ਜਾਦੂਗਰੀ jaadugari
witchery *n.* ਜਾਦੂ-ਟੂਣਾ jaadu toona
with *prep.* ਨਾਲ naal
withdraw *v.t.* ਹਟਾ ਲੈਣਾ hta lena
wither *v.t.* ਕੁਮਲਾ ਜਾਣਾ kumla jaana
withhold *v.t.* ਰੋਕ ਲੈਣਾ rok lena
within *adv.* ਅੰਦਰ andar
without *adv.* ਬਗੈਰ bagair
withstand *v.t.* ਟਾਕਰਾ ਕਰਨਾ taakra karna
witless *adj.* ਮੂਰਖ moorkh
witness *n.* ਗਵਾਹੀ gwahi
witty *adj.* ਮਖੌਲੀਆ mkholiya
wive *v.t.* ਵਿਆਹ ਕਰਨਾ viaah karna
wizard *n.* ਜਾਦੂਗਰ jaadugar
wizen *adj.* ਸੁੱਕਾ sukka
woe *n.* ਦੁੱਖ dukh
woebegone *adj.* ਦੁਖੀ dukh
woeful *adj.* ਦੁੱਖ ਭਰਿਆ dukh bhariya
wolf *n.* ਬਘਿਆੜ baghiaarr
woman *n.* ਔਰਤ aurat
womb *n.* ਕੁੱਖ kukh
wonder *n.* ਹੈਰਾਨ ਹੋਣਾ hairaan hona
wonderful *adj.* ਅਜੀਬ ajeeb
wont *n.* ਵਾਦੀ vaadi
woo *v.t.* ਪਿਆਰ ਜਤਾਉਣਾ piyar jataona

wood *n.* ਲੱਕੜ lakkad
wood·cutter *n.* ਲੱਕੜੀ ਕੱਟਣ ਵਾਲਾ lakri kattan wala
wooden *adj.* ਲੱਕੜ ਦਾ lakkar da
woodpecker *n.* ਚੱਕੀਰਾਹਾ chakki raha
woodwork *n.* ਲੱਕੜੀ ਦਾ ਕੰਮ lakkadi da kamm
woody *n.* ਲੱਕੜੀ ਦਾ lakkadi da
wool *n.* ਉੱਨ unn
woollen *adj.* ਉੱਨ ਦਾ unn da
word *n.* ਸ਼ਬਦ shabad
wording *n.* ਸ਼ਬਦਾਵਲੀ shabadaavli
work *n.* ਕੰਮ kamm
workable *adj.* ਕਰਮਯੋਗ karamyog
worker *n.* ਕਾਮਾ kaama
workhouse *n.* ਅਨਾਥ ਘਰ anaath ghar
workman *n.* ਕਿਰਤੀ kirti
workmanship *n.* ਕਿਰੀਗਰੀ kirigari
world *n.* ਦੁਨੀਆਂ duniya
worldly *adj.* ਸੰਸਾਰੀ sansaari
worm *n.* ਕਿਰਮ kiram
worn ਚੇਤਾਵਨੀ ਦੇਣਾ chetaavni dena
worried *adj.* ਪਰੇਸ਼ਾਨ pareshaan
worry *v.t.* ਪਰੇਸ਼ਾਨੀ pareshaani
worse ਮਾੜਾ maara
worship *n.* ਪੂਜਾ pooja
worst *adj.* ਨਿਕੰਮਾ nikamma
worth *n.* ਕਦਰ kadar
worthless *adj.* ਫਜ਼ੂਲ fazool
worthy *adj.* ਯੋਗ yog
would-be *adj.* ਹੋਣ ਵਾਲਾ hon wala
wound *n.* ਜ਼ਖਮ zakham
wrack *n.* ਵਿਨਾਸ਼ vinash
wrangle *n.* ਝਗੜਾ jhagda
wrangler *n.* ਝਗੜਾਲੂ jhagdaloo
wrap *v.t.* ਵਲ੍ਹੇਟਣਾ valehtna
wrapper *n.* ਵਲ੍ਹੇਟਣ ਵਾਲਾ valehtan wala
wrath *n.* ਗੁੱਸਾ gussa
wrathful *adj.* ਗੁੱਸੇਖੋਰ gussekhor
wreak *v.t.* ਬਦਲਾ ਲੈਣਾ badla laina
wreath *n.* ਹਾਰ haar
wrethe ਗੁੰਦਣਾ gundna
wreck *n.* ਤਬਾਹੀ tabaahi
wreckage *n.* ਮਲਬਾ malba
wrench *v.t.* ਮਰੋੜਾ ਦੇਣਾ marora dena
wrestle *v.i.* ਕੁਸ਼ਤੀ kushti
wrestler *n.* ਪਹਿਲਵਾਨ pehalwan
wretch *n.* ਬਦਨਸੀਬ badnaseeb
wretched *adj.* ਬਦਨਸੀਬ badnaseeb
wright *n.* ਕਾਰੀਗਰ kaarigar
wring *v.t.* ਮਰੋੜਨਾ marorna
wrinkle *n.* ਝੁਰੜੀ jhurdi
wrist *n.* ਗੁੱਟ gutt
wristlet *n.* ਕੜਾ kara
writ *n.* ਹਕਮਨਾਮਾ hukamnama
write *v.t.* ਲਿਖਣਾ likhna
writer *n.* ਲਿਖਣ ਵਾਲਾ likhan wala
writhe *v.i.* ਤੜਫਣਾ tarfna
writing *n.* ਲਿਖਾਈ likhayi
wrong *n.* ਗਲਤ galat
wroth *adj.* ਨਰਾਜ਼ naraz
wry *adj.* ਵਿੰਗਾ vinga
xanthippe *n.* ਲੜਾਕੀ ਔਰਤ laraki aurat

X

xebec *n.* ਨਿੱਕਾ ਜਹਾਜ਼ nikka jahaaz
xenomenia *n.* ਵਿਦੇਸ਼ਮੋਹ videshmoh
xmas *n.* ਕਰਿਸਮਿਸ krismis
x-ray *n.* ਐਕਸਰੇ axray
xylol *n.* ਲੱਕੜ ਦਾ ਤੇਲ lakad da tail
xylonite *n.* ਪਲਾਸਟਿਕ ਮਸਾਲਾ plastic masala

Y

yacht *n.* ਡੌਂਗੀ dongi
yachting *n.* ਡੌਂਗੀ ਦੀ ਯਾਤਰਾ dongi di yatra
yak *n.* ਯਾਕ yaak
yam *n.* ਕਚਾਲੂ kachaloo
yap *v.t.* ਭੌਂਕਣਾ bhonkna

yard *n.* ਗਜ਼ gazz
yarn *n.* ਸੂਤ soot
yawl *n.* ਸ਼ੋਰ shor
ye *pro.* ਤੁਸੀਂ tusin
yea *adv.* ਹਾਂ haan
yean *v.t.* ਸੂਣਾ soona
yeanling *n.* ਲੇਲਾ laila
year *n.* ਸਾਲ saal
yearly *adj.* ਸਲਾਨਾ salana
yearn *v.i.* ਤਾਂਘ ਹੋਣਾ taangh hona
yearning *n.* ਉਤਸੁਕਤਾ utsukta
yeast *n.* ਖਮੀਰ khameer
yell *v.t.* ਚੀਕਣਾ cheekna
yellow *adj.* ਪੀਲਾ peela
yellowish *adj.* ਪੀਲਾ peela
yelp *v.i.* ਭੌਂਕਣਾ bhonkna
yen *n.* ਜਪਾਨੀ ਸਿੱਕਾ japani sikka
yeoman *n.* ਛੋਟਾ ਜ਼ਿਮੀਂਦਾਰ chhota zimidaar
yes *adv.* ਹਾਂ haan
yester *adj.* ਬੀਤਿਆ ਹੋਇਆ beetiya hoya
yesterday *n.* ਕੱਲ੍ਹ ਦਿਨ kalh din
yet *adv.* ਅਜੇ ajey
yield *v.t.* ਪੈਦਾ ਕਰਨਾ paida karna
yoke *n.* ਪੰਜਾਲੀ panjaali
yolk *n.* ਜਰਦੀ jardi
yon *adj.* ਦੁਰਾਡਾ durada
yonder *adv.* ਪਰੇਡੇ parede
yore *n.* ਪੁਰਾਣਾ ਜ਼ਮਾਨਾ purana zamana
you *pro.* ਤੁਸੀਂ tusin
young *adj.* ਜਵਾਨ jawaan
youngster *n.* ਨੌਜਵਾਨ noujwaan
your *pro.* ਤੁਹਾਡਾ tuhaada
yours *pro.* ਤੁਹਾਡਾ tuhaada
yourself *pro.* ਤੁਸੀਂ ਆਪ tusin aap
youth *n.* ਜਵਾਨੀ jawaani
youthful *adj.* ਨੌਜਵਾਨ noujwaan
yule *n.* ਵੱਡਾ ਦਿਨ vadda dinn

Z

zany *n.* ਭੰਡ bhand
zeal *n.* ਉਤਸ਼ਾਹ utshaah
zealous *adj.* ਤੀਬਰ teebar
zealously *adv.* ਉਤਸਾਹ ਨਾਲ utshaah naal
zebra *n.* ਦਰਿਆਈ ਘੋੜਾ dariyai ghora
zebu *n.* ਸਾਨ੍ਹ saanh
zenith *n.* ਸਿਖਰ ਬਿੰਦੂ sikhar bindu
zephyr *n.* ਜਾਲੀਦਾਰ ਕੱਪੜਾ jalidaar kapda
zero *n.* ਸਿਫਰ sifar
zest *n.* ਚਾਅ chhaa
zigzag *adj.* ਵਲੇਂਵਾਦਾਰ valenvedaar
zinc *n.* ਜਿਸਤ jisat
zionist *n.* ਯਹੂਦੀ yahoodi
zodiac *n.* ਰਾਸ਼ੀ raashi
zoic *adj.* ਪਸ਼ੂ ਸੰਬੰਧੀ pashu sambhandi
zoo *n.* ਚਿੜੀਆਘਰ chiriyaghar
zoographer *n.* ਜੰਤੂ ਵਿਗਿਆਨੀ jantu vigyani
zoography *n.* ਜੰਤੂ ਵਿਗਿਆਨ jantu vigyan
zoologist *n.* ਜੰਤੂ ਵਿਗਿਆਨੀ jantu vigyani
zoology *n.* ਜੰਤੂ ਵਿਗਿਆਨ jantu vigyan
zoroastrian *adj.* ਪਾਰਸੀ paarsi
zymosis *n.* ਖਮੀਰ khameer
zymotic *adj.* ਖਮੀਰੀ khameeri

PUNJABI-ENGLISH

A

aa painaa *v.i.* ਆ ਪੈਣਾ betide
aa painh *n.* ਆ ਪੈਣ supervention
aabaad karnaa ਅਬਾਦ ਕਰਨਾ populate
aabaadkaar *n.* ਅਬਾਦਕਾਰ settler
aabkaari *n.* ਆਬਕਾਰੀ excise
aabnoos *n.* ਆਬਨੂਸ ebony
aacharan karna *v.i.* ਆਚਰਣ ਕਰਨਾ behave
aacharanh *n.* ਆਚਰਣ dealing
aacharanh *n.* ਆਚਰਣ deportment
aachranh *n.* ਆਚਰਣ demeanour
aad *adj.* ਆਦਿ etcetera
aad kaal da *adj.* ਆਦਿਕਾਲ ਦਾ archaic
aad manukh *n.* ਆਦਿ ਮਨੁੱਖ adam
aadar *n.* ਆਦਰ deference
aadar *n.* ਆਦਰ estimation
aadar *n.* ਆਦਰ respect
aadar *n.* ਆਦਰ veneration
aadar karna *v.t.* ਆਦਰ ਕਰਨਾ venerate
aadar karnaa *v.t.* ਆਦਰ ਕਰਨਾ regard
aadar karnaa *prep.* ਆਦਰ ਕਰਨਾ respecting
aadarsh *adj.* ਆਦਰਸ਼ exemplar
aadarsh banhaaunhaa *v.t.* ਆਦਰਸ਼ ਬਣਾਉਣਾ idealize
aadarsh chitar *n.* ਆਦਰਸ਼ ਚਿਤਰ utopia
aadarsh vaak *n.* ਆਦਰਸ਼ ਵਾਕ motto
aadarshvaadi *n.* ਆਦਰਸ਼ਵਾਦੀ idealist
aadaryog *adj.* ਆਦਰਯੋਗ respectable
aadaryog *adj.* ਆਦਰਯੋਗ venerable
aadat *n.* ਆਦਤ habit
Aadat pauni *v.t.* ਆਦਤ ਪਾਉਣੀ accustom
aadesh *n.* ਆਦੇਸ਼ bidding
aadesh *n.* ਆਦੇਸ਼ prescript
aadhunik *adj.* ਆਧੁਨਿਕ modern
aadhunik *adv.* ਆਧੁਨਿਕ up-to-date
aadmi *n.* ਆਦਮੀ man
aadmi *n.* ਆਦਮੀ men
aadmi da nakk *n.* ਆਦਮੀ ਦਾ ਨੱਕ conk
aadmiaan vaang *adj.* ਆਦਮੀਆਂ ਵਾਂਗ manly
aafset chhapaayee *n.* ਆਫਸੈੱਟ ਛਪਾਈ offset
aagaami *adj.* ਆਗਾਮੀ ensuing
aageyaa *n.* ਆਗਿਆ behest
aageyaa *n.* ਆਗਿਆ commandment
aageyaa *n.* ਆਗਿਆ fiat
aageyaa *n.* ਆਗਿਆ injunction
aageyaa *n.* ਆਗਿਆ permission
aageyaa denhaa *v.t.* ਆਗਿਆ ਦੇਣਾ enjoin
aageyaa denhaa *v.t.* ਆਗਿਆ ਦੇਣਾ permit
aageyaa pattar *n.* ਆਗਿਆ-ਪੱਤਰ commission
aageyaadenaa *n.* ਆਗਿਆ ਦੇਣਾ command
aageyaakaar *n.* ਆਗਿਆਕਾਰ submissive
aageyaakaari *adj.* ਆਗਿਆਕਾਰੀ dutiful
aageyaakaari *adj.* ਆਗਿਆਕਾਰੀ obedient
aageyaakaritaa *n.* ਆਗਿਆਕਾਰਤਾ compliance
aageyaapaalnh *n.* ਆਗਿਆਪਾਲਣ obedience
aageyaa-soochak *adj.* ਆਗਿਆ-ਸੂਚਕ imperative
aaggeya dena *v.t.* ਆਗਿਆ ਦੇਣਾ adjure
aaggeya yog *adj.* ਆਗਿਆਯੋਗ advisable
aaggeyayog *adj.* ਆਗਿਆਯੋਗ admissible
aagiya dena *v.* ਆਗਿਆ ਦੇਣਾ allow
aagoo *v.t.* ਆਗੂ guide
aagoo *n.* ਆਗੂ leader
aagyeaa mannanh wala *adj.* ਆਗਿਆ ਮੰਨਣਵਾਲਾ biddable
aahaar de niyam *n.* ਆਹਾਰ ਦੇ ਨਿਯਮ dietary
aahaar pushtee *n.* ਆਹਾਰ ਪੁਸ਼ਟੀ nutrition
aajrhee *n.* ਆਜੜੀ shepherd
aakaankheyaa *n.* ਆਕਾਂਖਿਆ expectation
aakaar *n.* ਆਕਾਰ configuration
aakaar *n.* ਆਕਾਰ countenance
aakaar *n.* ਆਕਾਰ shape
aakaar *n.* ਆਕਾਰ size
aakar rahit *adj.* ਆਕਾਰ-ਰਹਿਤ amorphous
aakarh jaanhaa *v.t.* ਆਕੜ ਜਾਣਾ stiffen
aakarshaanh *n.* ਆਕਰਸ਼ਣ glamour
aakarshakk *adj.* ਆਕਰਸ਼ਕ pretty
aakarshan ਆਕਰਸ਼ਣ attraction
aakarshan *n.* ਆਕਰਸ਼ਣ charm
aakarshit karan wala *adj.* ਆਕਰਸ਼ਿਤ ਕਰਨ ਵਾਲਾ attractive
aakarshit krna *v.t.* ਆਕਰਸ਼ਿਤ ਕਰਨਾ attract

aakhe lagganhaa *v.t.* ਆਖੇ ਲੱਗਣਾ obey
aakhree *adj.* ਆਖਰੀ final
aakhree *adj.* ਆਖਰੀ last
aakritti *n.* ਆਕ੍ਰਿਤੀ diagram
aakseejan *n.* ਆਕਸੀਜਨ oxygen
aalaa *n.* ਆਲਾ niche
aalas *n.* ਆਲਸ indolence
aalas *n.* ਆਲਸ laziness
aalas pattar *n.* ਆਲਸ ਪੱਤਰ lethargy
aalnhaa *n.* ਆਲ੍ਹਣਾ nest
aalochak *n.* ਆਲੋਚਕ critic
aalochna *n.* ਆਲੋਚਨਾ critique
aalochnaa *n.* ਆਲੋਚਨਾ comment
aalochnaa *n.* ਆਲੋਚਨਾ criticism
aalochnaa karnaa *v.t.* ਆਲੋਚਨਾ ਕਰਨਾ criticize
aaloo *n.* ਆਲੂ potato
aalsee *adj.* ਆਲਸੀ indolent
aalsi *adj.* ਆਲਸੀ dilatory
aalsi *adj.* ਆਲਸੀ idle
aalsi *adj.* ਆਲਸੀ tardy
aalsi viakti *n.* ਆਲਸੀ ਵਿਅਕਤੀ drone
aalsi viakti *adj.* ਆਲਸੀ ਵਿਅਕਤੀ drowsy
aalsipunhaa *n.* ਆਲਸੀਪੁਣਾ drowsiness
aam *adj.* ਆਮ common
aam *adj.* ਆਮ general
aam *adj.* ਆਮ ordinary
aam *adj.* ਆਮ rife
aam insaan *n.* ਆਮ ਇਨਸਾਨ commoner
aam laanghaa *n.* ਆਮ ਲਾਂਘਾ thoroughfare
aam lok *n.* ਆਮ ਲੋਕ populace
aam ton ghatt *adj.* ਆਮ ਤੋਂ ਘੱਟ subnormal
aamdan *n.* ਆਮਦਨ income
aamdan-kar *n.* ਆਮਦਨ-ਕਰ income-tax
aananditt karnaa *v.t.* ਆਨੰਦਿਤ ਕਰਨਾ dally
aandran *n.* ਆਂਦਰਾਂ viscera
aanhvee *n.* ਆਣਵੀ molecular
aao bhagat *n.* ਆਓ ਭਗਤ reception
aap hee *pro.* ਆਪ ਹੀ oneself
aapasdaari *v.t.* ਆਪਸਦਾਰੀ reciprocity
aaphudraa *adj.* ਆਪਹੁਦਰਾ headstrong
aaphudraa *adj.* ਆਪਹੁਦਰਾ licentious
aapo aapnhaa *adj.* ਆਪੋ ਆਪਣਾ respective
aar paar *prep.* ਆਰ-ਪਾਰ athwart
aaraakas *n.* ਆਰਾਕਸ sawyer
aaraam *n.* ਆਰਾਮ comfort
aaraam da samaa *n.* ਅਰਾਮ ਦਾ ਸਮਾਂ sabbath
aaraam denhaa *v.t.* ਅਰਾਮ ਦੇਣਾ relieve
aaraamdayak *adj.* ਆਰਾਮਦਾਇਕ comfortable
aaram *n.* ਆਰਾਮ rest
aarambh *n.* ਆਰੰਭ commencement
aarambh *n.* ਆਰੰਭ inception
aarambh *n.* ਆਰੰਭ opening
aarambh karnaa *v.t.* ਆਰੰਭ ਕਰਨਾ inaugurate
aarambh karnaa ਆਰੰਭ ਕਰਨਾ initiate
aarambh sambandhi *adj.* ਆਰੰਭ ਸੰਬੰਧੀ inaugural
aarambhak *adj.* ਆਰੰਭਕ elementary
aarambhik *n.* ਆਰੰਭਿਕ initiative
aarambhik sidhaant *n.* ਆਰੰਭਿਕ ਸਿਧਾਂਤ rudiment
aaree *n.* ਆਰੀ saw
aarheeyal *adj.* ਅੜੀਅਲ restive
aarnhibadh ਸਾਰਣੀਬੱਧ tabular
aarpaar *adv.* ਆਰਪਾਰ across
aarzee ਆਰਜ਼ੀ provisional
aarzi *adj.* ਆਰਜ਼ੀ temporary
aas *n.* ਆਸ ambitions
aas *n.* ਆਸ hope
aas karnee *v.t.* ਆਸ ਕਰਨੀ expect
aasanh *n.* ਆਸਣ pew
aashaa *n.* ਆਸ਼ਾ scope
aashaapooran *adj.* ਆਸ਼ਾਪੂਰਨ promissory
aashaavaad *n.* ਆਸ਼ਾਵਾਦ optimism
aashaavaadi *n.* ਆਸ਼ਾਵਾਦੀ optimist
aashirvaad *n.* ਆਸ਼ੀਰਵਾਦ blessing
aashirvaad denaa *v.t.* ਆਸ਼ੀਰਵਾਦ ਦੇਣਾ bless
aasmaan *adj.* ਅਸਮਾਨ peerless
aasraa *n.* ਆਸਰਾ recourse
aasraa *n.* ਆਸਰਾ refuge
aasraa *n.* ਆਸਰਾ reliance
aasraa *n.* ਆਸਰਾ shelter
aasraa denhaa *v.t.* ਆਸਰਾ ਦੇਣਾ patronize
aasraa lainaa *v.t.* ਆਸਰਾ ਲੈਣਾ betake

aasraa lainhaa *v.i.* ਆਸਰਾ ਲੈਣਾ resort
aastak *n.* ਆਸਤਕ theist
aastaktaa *n.* ਆਸਤਕਤਾ theism
aasvand *adj.* ਆਸਵੰਦ ambitious
aasvand *n.* ਆਸਵੰਦ aspirant
aata *n.* ਆਟਾ flour
aatam niyantranh *n.* ਆਤਮ ਨਿਯੰਤਰਣ self-control
aatam parkh *n.* ਆਤਮ ਪਰਖ autopsy
aatam sanjjam *n.* ਆਤਮ ਸੰਜਮ self-denial
aatam sanmaan *n.* ਆਤਮ ਸਨਮਾਨ self-respect
aatam santushat *n.* ਆਤਮ ਸੰਤੁਸ਼ਟ smug
aatam vishvaash *n.* ਆਤਮ ਵਿਸ਼ਵਾਸ self-confidence
aatamghaat *n.* ਆਤਮਘਾਤ suicide
aatam-samarpan *n.* ਆਤਮ-ਸਮਰਪਣ committal
aatamvaad *n.* ਆਤਮਵਾਦ spiritualism
aate daa *adj.* ਆਟੇ ਦਾ mealy
aathanh vela *n.* ਆਥਣ ਵੇਲਾ nightfall
aatishbaaji *n.* ਆਤਿਸ਼ਬਾਜ਼ੀ fireworks
aatmaa *n.* ਆਤਮਾ soul
aatmaa *n.* ਆਤਮਾ spirit
aatmak *adj.* ਆਤਮਕ spiritual
aatmi pooja *n.* ਆਤਮੀ ਪੂਜਾ narcissism
aatshak *n.* ਆਤਸ਼ਕ syphillis
aaunaa *v.i.* ਆਉਣਾ come
aaunh vala kalh *adv.* ਆਉਣ ਵਾਲਾ ਕੱਲ੍ਹ tomorrow
aavaajaayee *v.i.* ਆਵਾਜਾਈ traffic
aavaaz *n.* ਆਵਾਜ਼ sound
aavartee *adj.* ਆਵਰਤੀ recurrent
aaveg *n.* ਆਵੇਗ momentum
aayaat karnaa *v.t.* ਆਯਾਤ ਕਰਨਾ import
aayet *n.* ਆਇਤ rectangle
aayetaakaar *adj.* ਆਇਤਾਕਾਰ rectangular
aayukat *n.* ਆਯੁਕਤ commissioner
abbabeel *n.* ਅਬਾਬੀਲ martin
abhaaga viakti *adj.* ਅਭਾਗਾ ਵਿਅਕਤੀ unlucky
abhaagaa *adj.* ਅਭਾਗਾ cursed
abhaga viakti *adj.* ਅਭਾਗਾ ਵਿਅਕਤੀ unfortunate

abheyaas *adj.* ਅਭਿਆਸ practical
abhiai karnaa *v.t.* ਅਭਿਨੈ ਕਰਨਾ gesticulate
abhilasha *n.* ਅਭਿਲਾਸ਼ਾ appetite
abhimaan *n.* ਅਭਿਮਾਨ arrogance
abhimaani *adj.* ਅਭਿਮਾਨੀ arrogant
abhimaani *adj.* ਅਭਿਮਾਨੀ imperious
abhimaani *adj.* ਅਭਿਮਾਨੀ vain
abhinn *adj.* ਅਭਿੰਨ undivided
abhiyaas *n.* ਅਭਿਆਸ practice
abhiyaas karnaa *v.t.* ਅਭਿਆਸ ਕਰਨਾ practise
abhiyaasi *n.* ਅਭਿਆਸੀ practitioner
abhull *adj.* ਅਭੁੱਲ immemorial
abrak *n.* ਅਬਰਕ mica
Acetylene gas *n.* ਐਸਟੀਲੀਨ ਗੈਸ acetylene
achaanak *adj.* ਅਚਾਨਕ sudden
achaanak *adj.* ਅਚਾਨਕ unexpected
achaanak dhann prapati *n.* ਅਚਾਨਕ ਧਨ ਪ੍ਰਾਪਤੀ godsend
Achaanak hona *adj.* ਅਚਾਨਕ ਹੋਣਾ accidental
achaanak murhnaa *v.i.* ਅਚਾਨਕ ਮੁੜਨਾ swerve
achaanak paltaa *n.* ਅਚਾਨਕ ਪਲਟਾ revulsion
achaanak phauji hamlaa *n.* ਅਚਾਨਕ ਫੌਜੀ ਹਮਲਾ blitzkrieg
achaanak uchaaranh *n.* ਅਚਾਨਕ ਉਚਾਰਣ ejaculation
achaar *n.* ਆਚਾਰ esteem
achaar *n.* ਆਚਾਰ pickle
achal *adj.* ਅਚਲ immovable
achal *adj.* ਅਚਲ quiescent
achambhaa *n.* ਅਚੰਭਾ prodigy
achanchet ਅਚਨਚੇਤ sparsmodic
achancheti *adj.* ਅਚਨਚੇਤੀ emergent
achet ਅਚੇਤ insensible
achet ਅਚੇਤ oblivious
achet *adj.* ਅਚੇਤ unaware
achvee lagganhee *v.t.* ਅਚਵੀ ਲੱਗਣੀ tingle
ada na kita *adj.* ਅਦਾ ਨਾ ਕੀਤਾ unpaid
adaa karnaa *v.* ਅਦਾ ਕਰਨਾ defray
adaa karnaa *v.t.* ਅਦਾ ਕਰਨਾ pay
adaa karnaa *v.t.* ਅਦਾ ਕਰਨਾ reimburse

adaa karnayog *adj.* ਅਦਾ ਕਰਨ ਯੋਗ payable
adaalat *n.* ਅਦਾਲਤ court
adaalti faisla *n.* ਅਦਾਲਤੀ ਫੈਸਲਾ verdict
adaalti panchaayet *n.* ਅਦਾਲਤੀ ਪੰਚਾਇਤ jury
adab *n.* ਅੜਬ wayward
adal badal *n.* ਅਦਲ ਬਦਲ mutation
adal-badal karnaa *v.* ਅਦਲ-ਬਦਲ ਕਰਨਾ commute
adambar *n.* ਅਡੰਬਰ swank
adambari *adv.* ਅਡੰਬਰੀ alamode
adammbri *adj.* ਅਡੰਬਰੀ turgid
adarsh sundarta *n.* ਆਦਰਸ਼ ਸੁੰਦਰਤਾ bea£ideal
adayegi *n.* ਅਦਾਇਗੀ payment
adbhut *n.* ਅਦਭੁਤ antic
adbhutt *adj.* ਅਦਭੁੱਤ strange
add honhaa *v.i.* ਅੱਡ ਹੋਣਾ secede
add karnaa *v.t.* ਅੱਡ ਕਰਨਾ segregate
add karnaa *v.t.* ਅੱਡ ਕਰਨਾ sever
adda *n.* ਅੱਡਾ stithy
addakartaa *n.* ਅਦਾਕਰਤਾ payee
addeal *adj.* ਅੜੀਅਲ randy
addhaa hissa *n.* ਅੱਧਾ ਹਿੱਸਾ moiety
addhsaree lakkar *n.* ਅਧਸੜੀ ਲੱਕੜ brand
addi *n.* ਅੱਡੀ heel
adeekhiat *adj.* ਅਦੀਖਿਅਤ uninhabitable
adh sutta *adj.* ਅੱਧ ਸੁੱਤਾ somnolent
adhaar *adj.* ਆਧਾਰ base
adhaar *n.* ਆਧਾਰ basis
adhaar *n.* ਅਧਾਰ buttress
adhaar *n.* ਆਧਾਰ fulcrum
adhaar *n.* ਅਧਾਰ substratum
adhaari gunh *n.* ਆਧਾਰੀ ਗੁਣ motif
adharam *n.* ਅਧਰਮ impiety
adharmi ਅਧਰਮੀ heathen
adharmi *adj.* ਅਧਰਮੀ outcast
adhbhut *adj.* ਅਦਭੁੱਤ amazing
adhdhaa *n.* ਅੱਧਾ half
adheen *adj.* ਅਧੀਨ ancilliary
adheen *n.* ਅਧੀਨ coercion
adheen *adj.* ਅਧੀਨ conditional
adheen *adj.* ਅਧੀਨ dependent
adheen ਅਧੀਨ sub
adheen *n.* ਅਧੀਨ subordinate
adheen *adj.* ਅਧੀਨ subsidiary
adheenataa *n.* ਅਧੀਨਤਾ dependence
adheengi *n.* ਅਧੀਨਗੀ submission
adheentaa *n.* ਅਧੀਨਤਾ docility
adheentaa *n.* ਅਧੀਨਤਾ subjection
adherh *adj.* ਅਧੇੜ elderly
adheyaadesh *n.* ਅਧਿਆਦੇਸ਼ ordinance
adhi raat *n.* ਅਧੀ ਰਾਤ midnight
adhiaapak *n.* ਅਧਿਆਪਕ teacher
adhiaapan *n.* ਅਧਿਆਪਨ teaching
adhiaatmak *adj.* ਅਧਿਆਤਮਕ immaterial
adhienn *n.* ਅਧਿਐਨ perusal
Adhik *adj.* ਅਧਿਕ abundant
adhik *adj.* ਅਧਿਕ plentiful
adhikaar *n.* ਅਧਿਕਾਰ dominion
adhikaar *n.* ਅਧਿਕਾਰ occupancy
adhikaar denhaa *v.t.* ਅਧਿਕਾਰ ਦੇਣਾ empower
adhikaar khetar *n.* ਅਧਿਕਾਰ ਖੇਤਰ jurisdiction
adhikaar khetar *n.* ਅਧਿਕਾਰ ਖੇਤਰ purview
adhikaar pattar *n.* ਅਧਿਕਾਰ-ਪੱਤਰ diploma
adhikaar tiyagna *v.t.* ਅਧਿਕਾਰ ਤਿਆਗਣਾ waive
adhikaar tyaagnhaa *v.t.* ਅਧਿਕਾਰ ਤਿਆਗਣਾ disclaim
adhikaargatt *n.* ਅਧਿਕਾਰਗਤ patent
adhikar *n.* ਅਧਿਕਾਰ authority
adhikar dena *v.t.* ਅਧਿਕਾਰ ਦੇਣਾ atuhorize
adhikar sambandhi *n.* ਅਧਿਕਾਰ ਸੰਬੰਧੀ authoritative
Adhikar tyag *n.* ਅਧਿਕਾਰ ਤਿਆਗ abandonment
adhikar yog *adj.* ਅਧਿਕਾਰਯੋਗ allowable
Adhiktaa *n.* ਅਧਿਕਤਾ abundance
adhiktam *n.* ਅਧਿਕਤਮ maximum
adhilaar *v.t.* ਅਧਿਕਾਰ dispossess
adhogati *n.* ਅਧੋਗਤੀ debasement
adhoora *adj.* ਅਧੂਰਾ inconclusive
adhoora kamm *n.* ਅਧੂਰਾ ਕੰਮ torso
adhukvan *adj.* ਅਢੁਕਵਾਂ unmatched

adikh *adj.* ਅਦਿਖ invisible
adiktta *n.* ਅਧਿਕਤਾ amplitude
adlaa badlee *n.* ਅਦਲਾ ਬਦਲੀ substitution
adlaa badlee *n.* ਅਦਲਾ ਬਦਲੀ swap
adlaa-badlee *v.t.* ਅਦਲਾ-ਬਦਲੀ exchange
adol *v.* ਅਡੋਲ steady
adoltaa *n.* ਅਡੋਲਤਾ steadiness
adrak *n.* ਅਦਰਕ ginger
adrish honhaa *v.i.* ਅਦ੍ਰਿਸ਼ ਹੋਣਾ disappear
adrishat *adj.* ਅਦੂਸ਼ਿਤ unculpable
adrishatt *n.* ਅਦ੍ਰਿਸ਼ਟ disappearance
adutti *adj.* ਅਦੁੱਤੀ singular
adutti *adj.* ਅਦੁਤੀ unparalleled
advaitwaad *n.* ਅਦਵੈਤਵਾਦ monotheism
afeem *n.* ਅਫੀਮ opium
afeem da satt *n.* ਅਫੀਮ ਦਾ ਸਤ laudanum
aflaatooni *adj.* ਅਫਲਾਤੂਨੀ platonic
afreeki kabootar *n.* ਅਫਰੀਕੀ ਕਬੂਤਰ tambourine
afrevaan *n.* ਅਫਰੇਵਾਂ surfeit
afriki vanmaanav *n.* ਅਫਰੀਕੀ ਵਣਮਾਨਵ chimpanzee
afsar *n.* ਅਫਸਰ officer
afsari padvee *adj.* ਅਫਸਰੀ ਪਦਵੀ incumbent
afsos *n.* ਅਫਸੋਸ condolence
afsos karnaa *v.t.* ਅਫਸੋਸ ਕਰਨਾ condone
afsos karnaa *v.t.* ਅਫਸੋਸ ਕਰਨਾ regret
afsos vich *adj.* ਅਫਸੋਸ ਵਿੱਚ sorry
afvaah *n.* ਅਫਵਾਹ hearsay
afvaah *n.* ਅਫਵਾਹ rumour
agaanh *adv.* ਅਗਾਂਹ forth
agaaoon mithanhaa *v.t.* ਅਗਾਊਂ ਮਿਥਣਾ predetermine
agamm *adj.* ਅਗੰਮ imperceptible
agamm *adj.* ਅਗੰਮ inaccessible
agamm *adj.* ਅਗੰਮ incomprehensible
agammi *adj.* ਅਗੰਮੀ prophetic
agetaa *adj.* ਅਗੇਤਾ premature
agetaa kabzaa *n.* ਅਗੇਤਾ ਕਬਜ਼ਾ pre-occupancy
ageyaani *adj.* ਅਗਿਆਨੀ ignorant
ageyaantaa *n.* ਅਗਿਆਨਤਾ ignorance
agg *n.* ਅੱਗ fire
agg launhaa *v.t.* ਅੱਗ ਲਾਉਣਾ ignite
agg launhaa *v.* ਅੱਗ ਲਾਉਣਾ inflame
agg rangge full *n.* ਅੱਗ ਰੰਗੇ ਫੁੱਲ flamboyant
agg sambandhi *adj.* ਅੱਗ ਸੰਬੰਧੀ igneous
agg te sarhda hoya *adj.* ਅਗ ਤੇ ਸੜਦਾ ਹੋਇਆ alight
aggaa *v.i.* ਅੱਗਾ front
agg-bujhaoo maihkama *n.* ਅੱਗ-ਬੁਝਾਊ ਮਹਿਕਮਾ fire-brigade
agge *adv.* ਅੱਗੇ ahead
agge vadhaaunhaa *adv.* ਅੱਗੇ ਵਧਾਉਣਾ further
aggw vahnhaa *v.i.* ਅੱਗੇ ਵਧਣਾ proceed
aghulanhsheel *adj.* ਅਘੁਲਣਸ਼ੀਲ insoluble
agiyaani *adj.* ਅਗਿਆਨੀ unwise
agiyaanta naal *adv.* ਅਗਿਆਨਤਾ ਨਾਲ unwittingly
aglaa *adv.* ਅਗਲਾ forward
aglaa *prep.* ਅਗਲਾ next
aglaa *adv.* ਅਗਲਾ onward
agle mahine dee *adj.* ਅਗਲੇ ਮਹੀਨੇ ਦੀ proximo
agleraa *adj.* ਅਗਲੇਰਾ fore
agni avrodhak *adj.* ਅਗਨੀ ਅਵਰੋਧਕ fire-proof
agni devta *n.* ਅਗਨੀ ਦੇਵਤਾ vulcan
agochar *adj.* ਅਗੋਚਰ impervious
agvaaee karnaa *v.t.* ਅਗਵਾਈ ਕਰਨਾ lead
agvaayee *n.* ਅਗਵਾਈ pilotage
ahaar *n.* ਆਹਾਰ victuals
ahaataa *n.* ਅਹਾਤਾ precinct
ahankaar *n.* ਅਹੰਕਾਰ conceit
ahankaar rehat *adj.* ਅਹੰਕਾਰ ਰਹਿਤ unassuming
ahankaari *adj.* ਅਹੰਕਾਰੀ egotist
ahankaarvaad *n.* ਅਹੰਕਾਰਵਾਦ egoism
aheeran *n.* ਅਹੀਰਨ milkmaid
ahsaan karnaa *v.t.* ਅਹਿਸਾਨ ਕਰਨਾ obligate
ahudaa *n.* ਅਹੁਦਾ status
ailaan *n.* ਐਲਾਨ notification
ailaan karnaa *v.t.* ਐਲਾਨ ਕਰਨਾ proclaim
ailaan karnaa *v.t.* ਐਲਾਨ ਕਰਨਾ promulgate

ainaksaaz *n.* ਐਨਕਸਾਜ਼ optician
ainkaan *n.pl.* ਐਨਕਾਂ glasses
ainkaan *n.pl.* ਐਨਕਾਂ specs
aishprasat aadmi *n.* ਐਸ਼ਪ੍ਰਸਤ ਆਦਮੀ sybarite
aitvaar *n.* ਐਤਵਾਰ sunday
ajaaebghar *n.* ਅਜਾਇਬਘਰ museum
ajeeb *adj.* ਅਜੀਬ marvellous
ajeeb *adj.* ਅਜੀਬ wonderful
ajey *adv.* ਅਜੇ yet
ajgar *n.* ਅਜਗਰ dragon
ajgar *n.* ਅਜਗਰ python
ajitt *adj.* ਅਜਿੱਤ insuperable
ajitt *adj.* ਅਜਿੱਤ insurmountable
ajitt *adj.* ਅਜਿੱਤ invincible
ajitt *adj.* ਅਜਿੱਤ unconquerable
ajj *n.* ਅੱਜ today
ajj kallh *adv.* ਅੱਜਕੱਲ੍ਹ nowadays
ajj raat *adv.* ਅੱਜ ਰਾਤ tonight
ajnabi *n.* ਅਜਨਬੀ stranger
Akaadmi *n.* ਅਕਾਦਮੀ academy
Akaadmik *adj.* ਅਕਾਦਮਿਕ academic
akaal *n.* ਅਕਾਲ dearth
akaal *n.* ਅਕਾਲ famine
akaalik *adj.* ਅਕਾਲਿਕ inopportune
akaalpnik *adj.* ਅਕਾਲਪਨਿਕ inconceivable
akaar *n.* ਆਕਾਰ figure
akaar *n.* ਅਕਾਰ magnitude
akaash *n.* ਆਕਾਸ਼ ether
akaash da *adj.* ਆਕਾਸ਼ ਦਾ etherial
akaashgangga *n.* ਆਕਾਸ਼ਗੰਗਾ galaxy
akaasmik *adj.* ਅਕਾਸਮਿਕ casual
akaasmik ਅਕਾਸਮਿਕ contingence
akal *n.* ਅਕਲ intellect
akal *n.* ਅਕਲ sapience
akal *n.* ਅਕਲ wisdom
akal da thikkapan *n.* ਅਕਲ ਦਾ ਤਿੱਖਾਪਣ acuity
akalheen hona *v.t.* ਅਕਲਹੀਣਾ ਕਰਨਾ bemuse
akalmandd *adj.* ਅਕਲਮੰਦ sagacious
akalmandd *adj.* ਅਕਲਮੰਦ sapient
akarmak *adj.* ਅਕਰਮਕ intransitive
akath *adj.* ਅਕੱਥ unspeakable

akathnee *adj.* ਅਕਥਨੀ unacountable
akathni *adj.* ਅਕਥਨੀ ineffable
akevaan *n.* ਅਕੇਵਾਂ tedium
akh jhapkna *v.t.* ਅੱਖ ਝਪਕਣਾ wink
akhaan da dhokhaa *n.* ਅੱਖਾਂ ਦਾ ਧੋਖਾ hallucination
akhandd *adj.* ਅਖੰਡ intact
akhbaar *n.* ਅਖਬਾਰ newspaper
akheen ditthhaa *adj.* ਅੱਖੀਂ ਡਿੱਠਾ ocular
akheeree *n.* ਅਖੀਰੀ terminal
akhri *adj.* ਅੱਖਰੀ verbal
akhrot *n.* ਅਖਰੋਟ walnut
akkh *n.* ਅੱਖ eye
akkh bachaake hatnhaa *v.t.* ਅੱਖ ਬਚਾਕੇ ਹਟਣਾ elude
akkh da pol *n.* ਅੱਖ ਦਾ ਪੋਲ socket
akkh daa *n.* ਅੱਖ ਦਾ optic
akkh daa pardaa *n.* ਅੱਖ ਦਾ ਪਰਦਾ retina
akkh dee putli *n.* ਅੱਖ ਦੀ ਪੁਤਲੀ eyeball
akkh dee putli *n.* ਅੱਖ ਦੀ ਪੁਤਲੀ iris
akkh jhapaknaa *v.t.* ਅੱਖ ਝਪਕਣਾ blink
akkh maarnaa *v.t.* ਅੱਖ ਮਾਰਨਾ connive
akkh milaunhaa *v.t.* ਅੱਖ ਮਿਲਾਉਣਾ envisage
akkh sambandhee *adj.* ਅੱਖ ਸੰਬੰਧੀ optical
akkh vigeyaan *n.* ਅੱਖ ਵਿਗਿਆਨ optics
akkhaan da pardaa *n.* ਅੱਖਾਂ ਦਾ ਪਰਦਾ lens
akkhaan da zakham *n.* ਅੱਖਾਂ ਦਾ ਜ਼ਖਮ eyesore
akkhaan dee roshni *n.* ਅੱਖਾਂ ਦੀ ਰੌਸ਼ਨੀ eyesight
akkhaan te patti *adj.* ਅੱਖਾਂ ਤੇ ਪੱਟੀ blindfold
akrittghanh *n.* ਅਕ੍ਰਿਤਘਣ ingratitude
aksar *adj.* ਅਕਸਰ frequent
akseer *n.* ਅਕਸੀਰ panacea
alaati *n.* ਅਲਾਟੀ allottee
alag karna *v.t.* ਅਲੱਗ ਕਰਨਾ unyoke
alagg *adv.* ਅਲੱਗ apart
alagg alagg *adj.* ਅਲੱਗ ਅਲੱਗ severally
alagg karna *v.t.* ਅਲੱਗ ਕਰਨਾ bereave
alagg karna *v.t.* ਅਲੱਗ ਕਰਨਾ discard
alagg karnaa *v.t.* ਅਲੱਗ ਕਰਨਾ separate
alagg karnaa *v.i.* ਅਲੱਗ ਕਰਨਾ sequester

alagg rakhnhaa *n.* ਅਲੱਗ ਰੱਖਣਾ preclude
alagg taur te *n.* ਅਲੱਗ ਤੌਰ ਤੇ separately
alaihdgee *n.* ਅਲਿਹਦਗੀ separation
alankaar *n.* ਅਲੰਕਾਰ rhetoric
alankaarit *adj.* ਅਲੰਕਰਿਤ rhetorical
alankaarmayee *adj.* ਅਲੰਕਾਰਮਈ ornate
alap *adj.* ਅਲਪ diminutive
alap aahaar *n.* ਅਲਪ ਆਹਾਰ refection
alap sankheyak *n.* ਅਲਪ ਸੰਖਿਅਕ minority
alaukik *adj.* ਅਲੌਕਕ superhuman
alaukikk *adj.* ਅਲੌਕਿਕ prodigious
alehadagi *n.* ਅਲਿਹਦਗੀ detachment
alerji *n.* ਐਲਰਜੀ allergy
alkohlak ghol *n.* ਅਲਕੋਹਲਕ ਘੋਲ tincture
alla *n.* ਅੱਲਾ allah
allrhpunhaa *n.* ਅੱਲੜ੍ਹਪੁਣਾ juvenility
almaari *n.* ਅਲਮਾਰੀ cupboard
alminium *n.* ਅਲਮੀਨੀਅਮ aluminium
alokik *n.* ਅਲੌਕਿਕ unusual
aloochaa *n.* ਅਲੂਚਾ plum
alpagg *n.* ਅਲਪੱਗ sciolist
alsee *n.* ਅਲਸੀ linseed
amaanat jamaa karni *v.t.* ਅਮਾਨਤ ਜਮ੍ਹਾਂ ਕਰਨੀ deposit
amaanat rakkhan wala *n.* ਅਮਾਨਤ ਰੱਖਣ ਵਾਲਾ depositary
amal karnaa *v.t.* ਅਮਲ ਕਰਨਾ operate
amal karnaa *v.* ਅਮਲ ਕਰਨਾ transact
amar *adj.* ਅਮਰ eternal
amar *adj.* ਅਮਰ everlasting
amar *adj.* ਅਮਰ immortal
amar karnaa *v.t.* ਅਮਰ ਕਰਨਾ immortalize
ambb *n.* ਅੰਬ mango
ameer *n.* ਅਮੀਰ nobleman
ameer *n.* ਅਮੀਰ rich
ameeraanaa *adj.* ਅਮੀਰਾਨਾ genteel
ameeri *adj.* ਅਮੀਰੀ princely
ameeri *n.* ਅਮੀਰੀ richness
amet ਅਮੇਟ indelible
amitt *adj.* ਅਮਿਤ immense
amlaa *n.* ਅਮਲਾ staff
amli taur te *adv.* ਅਮਲੀ ਤੌਰ ਤੇ practically
amma *n.* ਅੰਮਾ mamma
amod *adj.* ਅਮੋੜ unrelenting
amolak *adj.* ਅਮੋਲਕ invaluable
ampaayar *n.* ਅੰਪਾਇਰ umpire
amreeka da sikka *n.* ਅਮਰੀਕਾ ਦਾ ਸਿੱਕਾ dollar
amrit *n.* ਅੰਮ੍ਰਿਤ ambrosia
amritt *n.* ਅੰਮ੍ਰਿਤ nectar
amrood *n.* ਅਮਰੂਦ guava
amuk *adj.* ਅਮੁੱਕ unfailing
amull *adj.* ਅਮੁੱਲ inesimable
an araamdaayek *adj.* ਅਣ-ਆਰਾਮਦਾਇਕ uncomfortable
an uchit *adj.* ਅਣਉਚਿਤ unapt
an utshahi *adj.* ਅਣ-ਉਤਸ਼ਾਹੀ unaspiring
anaadar *v.t.* ਅਨਾਦਰ disrespect
anaadar *n.* ਅਨਾਦਰ indignity
Anaadar karna *v.t.* ਅਨਾਦਰ ਕਰਨਾ abase
anaadar karnaa *n.* ਅਨਾਦਰ disfavour
anaadipanh *v.i.* ਅਨਾੜੀਪਣ fumble
anaaj bhandaar *n.* ਅਨਾਜ ਭੰਡਾਰ granary
anaaj kuttanhaa *n.* ਅਨਾਜ ਕੁੱਟਣਾ thresh
anaar da fal *n.* ਅਨਾਰ ਦਾ ਫਲ pomegranate
anaath ghar *n.* ਅਨਾਥ ਘਰ workhouse
anadar karn wala *adj.* ਅਨਾਦਰ ਕਰਨ ਵਾਲਾ ungrateful
anaitik *adj.* ਅਨੈਤਿਕ immoral
ananaas *n.* ਅਨਾਨਾਸ pine-apple
anand *n.* ਆਨੰਦ complacencency
anand *n.* ਆਨੰਦ enjoyment
anand *n.* ਆਨੰਦ felicity
anand *n.* ਆਨੰਦ hilarity
anand *n.* ਅਨੰਦ mirth
anand *n.* ਅਨੰਦ quietude
anand *n.* ਆਨੰਦ rejoicing
anand *n.* ਆਨੰਦ revelry
anand bhawan *n.* ਆਨੰਦ ਭਵਨ eden
anand denh vala *adj.* ਆਨੰਦ ਦੇਣ ਵਾਲਾ refreshing
anand mananhaa *v.t.* ਆਨੰਦ ਮਾਨਣਾ enjoy
anand manaunha *v.t.* ਆਨੰਦ ਮਨਾਉਣਾ disport
anandadaek *adj.* ਆਨੰਦਦਾਇਕ beatific
anandd *n.* ਅਨੰਦ pleasure
ananddmayee *adj.* ਆਨੰਦਮਈ joyous
anandheen *n.* ਅਨੰਦਹੀਣ boredom

anand-utsav *n.* ਆਨੰਦ-ਉਤਸਵ carnival
anant *adj.* ਅਨੰਤ illmitable
anant *adj.* ਅਨੰਤ unbounded
anant ਅਨੰਤ unending
anantkaal *n.* ਅਨੰਤਕਾਲ eternity
anantt *adj.* ਅਨੰਤ endless
anantt ਅਨੰਤ inexhaustible
ananukool ਅਣਅਨੁਕੂਲ unsuitable
anaukhaa *adj.* ਅਨੋਖਾ odd
anaukhaa *adj.* ਅਨੋਖਾ quaint
anaukhaapanh *n.* ਅਨੋਖਾਪਣ strangeness
anchhapya *adj.* ਅਣਛਪਿਆ unpublished
andaanhoo *n.* ਅੰਡਾਣੂ ovum
andaaza launhaa *v.t.* ਅੰਦਾਜ਼ਾ ਲਾਉਣਾ guess
andar *prep.* ਅੰਦਰ into
andar *adv.* ਅੰਦਰ within
andaralaa ਅੰਦਰਲਾ inward
andarlaa ਅੰਦਰਲਾ internal
andarlaa hissa *n.* ਅੰਦਰਲਾ ਹਿੱਸਾ core
andda *n.* ਅੰਡਾ egg
anddakaar *n.* ਅੰਡਾਕਾਰ ellips
anddakaari *adj.* ਅੰਡਾਕਾਰੀ oval
anddkosh *n.* ਅੰਡਕੋਸ਼ ovary
anddkosh *n.* ਅੰਡਕੋਸ਼ scrotum
anddkosh *n.* ਅੰਡਕੋਸ਼ testicle
anddkosh kadhia murgaa *n.* ਅੰਡਕੋਸ਼ ਕੱਢਿਆ ਮੁਰਗਾ capon
anditha *adj.* ਅਣਡਿੱਠਾ unseen
androonee chhatt *n.* ਅੰਦਰੂੰਨੀ ਛੱਤ ceilling
androoni *adj.* ਅੰਦਰੂਨੀ immanent
androoni *adj.* ਅੰਦਰੂਨੀ inner
androoni *adj.* ਅੰਦਰੂਨੀ interior
androoni *n.pl.* ਅੰਦਰੂਨੀ intestines
androoni hissa *n.* ਅੰਦਰੂਨੀ ਹਿੱਸਾ inside
aneendraa *n.* ਅਨੀਂਦਰਾ insomnia
anek *adj.* ਅਨੇਕ various
anek parkar da *adj.* ਅਨੇਕ ਪ੍ਰਕਾਰ ਦਾ sundry
anek tatti *n.* ਅਨੇਕ ਤੱਤੀ multiple
anekta *n.* ਅਨੇਕਤਾ variety
aneyaan *n.* ਅਨਿਆਂ injustice
aneyaan *adj.* ਅਨਿਆਂ invidious
ang kattne *n.v.* ਅੰਗ ਕੱਟਣੇ amputate
angaara *n.* ਅੰਗਾਰਾ ember
angeethhaa *n.* ਅੰਗੀਠਾ pyre
angeethhee *n.* ਅੰਗੀਠੀ grate
angg *n.* ਅੰਗ component
angg *n.* ਅੰਗ limb
angg *n.* ਅੰਗ organ
angg sambandhee *adj.* ਅੰਗ -ਸੰਬੰਧੀ organic
angg vichhed *n.* ਅੰਗ-ਵਿਛੇਦ amputation
angg vichhed *n.* ਅੰਗ-ਵਿਛੇਦ dissection
anggi *n.* ਅੰਗੀ jabot
angg-rakheyak *n.* ਅੰਗ-ਰੱਖਿਅਕ body-guard
angoor *n.* ਅੰਗੂਰ grape
angoor di vel *n.* ਅੰਗੂਰ ਦੀ ਵੇਲ vine
angooraan dee khandd *n.* ਅੰਗੂਰਾਂ ਦੀ ਖੰਡ glucose
angooristaan *n.* ਅੰਗੂਰਸਤਾਨ vinery
angoothhaa *n.* ਅੰਗੂਠਾ thumb
angrezi *adj.* ਅੰਗਰੇਜ਼ੀ british
anh aageyaakaari *adj.* ਅਣ-ਆਗਿਆਕਾਰੀ insubordinate
anh ichhakk *adj.* ਅਣਇੱਛਕ inadvertent
anh uchit *adj.* ਅਣਉਚਿਤ improper
anh uchit *adj.* ਅਣਉੱਚਿਤ inapplicable
anhahond *n.* ਅਣਹੋਂਦ nought
anhbujheyaa *n.* ਅਣਬੁਝਿਆ quicklime
anhgehlee karnaa *v.t.* ਅਣਗਹਿਲੀ ਕਰਨਾ neglect
anhginhat *adj.* ਅਣਗਿਣਤ countless
anhichhaa *n.* ਅਣਇੱਛਾ disinclination
anhoo *n.* ਅਣੂ mite
anhpadhraa *adj.* ਅਣਪੱਧਰਾ rugged
anh-uchit *adj.* ਅਣ-ਉੱਚਿਤ inept
anh-uchit *adj.* ਅਣ-ਉੱਚਿਤ inexpedient
anh-udaar *adj.* ਅਣ-ਉਦਾਰ illiberal
anh-upchaarik *adj.* ਅਣ-ਉਪਚਾਰਿਕ informal
anischit ਅਨਿਸ਼ਚਿਤ uncertain
anischit *adj.* ਅਨਿਸ਼ਚਿਤ undefined
anishchit *adj.* ਅਨਿਸ਼ਚਿਤ adventious
anishchit *adj.* ਅਨਿਸ਼ਚਿਤ ambiguous
anishchit *n.* ਅਨਿਸ਼ਚਿਤ arbitrary
anishchit *adj.* ਅਨਿਸ਼ਚਿਤ indecisive
anishchit avastha *n.* ਅਨਿਸ਼ਚਿਤ ਅਵਸਥਾ ambiguity

anishchit ta ਅਨਿਸ਼ਚਿਤਤਾ uncertainty
anishit *n.* ਅਨਿਸ਼ਚਿਤ undecided
aniyamit *adj.* ਅਨਿਯਮਿਤ anomalous
aniyamit *n.* ਅਨਿਯਮਿਤ desultory
aniyamitata *n.* ਅਨਿਯਮਿਤਤਾ anomaly
aniyantrit *adj.* ਅਨਿਯੰਤਰਿਤ uncontrolled
aniymit *adj.* ਅਨਿਯਮਿਤ inconstant
anjaan *adj.* ਅਣਜਾਣ unfamiliar
anjaan *adj.* ਅਣਜਾਣ unknown
anjaanpune vich *adj.* ਅਣਜਾਣਪੁਣੇ ਵਿਚ unknowingly
anjeer *n.* ਅੰਜੀਰ fig
ankarhaa *n.* ਅੰਕੜਾ data
ankganit *n.* ਅੰਕਗਣਿਤ arithmetic
ankganit sambandhi ਅੰਕਗਣਿਤ ਸੰਬੰਧੀ arithmetical
ankhayal *adj.* ਅਣਖਿਆਲ unforeseen
ankk *n.* ਅੰਕ digit
ankk *n.* ਅੰਕ number
ankrhaa vigeyaan *n.* ਅੰਕੜਾ ਵਿਗਿਆਨ statistics
ann *n.* ਅੰਨ corn
annah *adj.* ਅੰਨ੍ਹਾ blind
annahapannh *n.* ਅੰਨ੍ਹਾਂਪਣ blindness
annyaan layee lipi *v.t.* ਅੰਨ੍ਹਿਆਂ ਲਈ ਲਿਪੀ braille
anokha *adj.* ਅਨੋਖਾ uncommon
anokha *adj.* ਅਨੋਖਾ unique
anokha *adj.* ਅਨੋਖਾ weird
anootha *adj.* ਅਨੂਠਾ unrivalled
anpachya *adj.* ਅਣਪਚਿਆ undigested
anpad *adj.* ਅਨਪੜ੍ਹ illiterate
anpadh *adj.* ਅਨਪੜ੍ਹ untaught
anpadtaa *n.* ਅਨਪੜ੍ਹਤਾ illiteracy
ansh *n.* ਅੰਸ਼ fragment
ansh *n.* ਅੰਸ਼ ingredient
ansh *n.* ਅੰਸ਼ numerator
anshdaan *n.* ਅੰਸ਼ਦਾਨ dole
anshdhaarak *n.* ਅੰਸ਼ਧਾਰਕ shareholder
ansikhyat *adj.* ਅਣਸਿਖਿਅਤ untrained
ansunya *adj.* ਅਣਸੁਣਿਆ unheard
antaadeyaan *n.* ਅੰਤੜੀਆਂ gut
antadeeyaan *n.pl.* ਅੰਤੜੀਆਂ bowels
antadiyan da foda *n.* ਅੰਤੜੀਆਂ ਦਾ ਫੋੜਾ appendicitis
antaihkaran *n.* ਅੰਤਹਿਕਰਣ conscience
antar dhyaan *n.* ਅੰਤਰ-ਧਿਆਨ introspection
antar karnaa *v.t.* ਅੰਤਰ ਕਰਨਾ discriminate
antar peerhaa *n.* ਅੰਤਰ ਪੀੜਾ tormina
antar raashtri *adj.* ਅੰਤਰ-ਰਾਸ਼ਟਰੀ international
antaree *n.* ਅੰਤੜੀ catgut
antariyaan *n.pl.* ਅੰਤੜੀਆਂ entrails
antarjaati viaah *n.* ਅੰਤਰ-ਜਾਤੀ ਵਿਆਹ intermarriage
antehkaranh *n.* ਅੰਤਹਿਕਰਣ psyche
antimm *adj.* ਅੰਤਿਮ extreme
antimm *adj.* ਅੰਤਿਮ ultimate
antimm akhar *adj.* ਅੰਤਿਮ ਅੱਖਰ penultimate
antimm avasthaa *n.* ਅੰਤਿਮ ਅਵਸਥਾ finality
antimm parstaav *n.* ਅੰਤਿਮ ਪ੍ਰਸਤਾਵ ultimatum
antimm saskaar *n.* ਅੰਤਿਮ ਸਸਕਾਰ obsequies
antlaa *adj.* ਅੰਤਲਾ terminal
antreep *n.* ਅੰਤਰੀਪ headland
antreev *adj.* ਅੰਤਰੀਵ intrinsic
antrikk shakti *n.* ਅੰਤਰਿਕ ਸ਼ਕਤੀ faculty
antrimm *n.* ਅੰਤਰਿਮ interim
antt *n.* ਅੰਤ annulment
antt *n.* ਅੰਤ end
antt *n.* ਅੰਤ expiry
antt honaa *v.i.* ਅੰਤ ਹੋਣਾ decline
antt karnaa *v.t.* ਅੰਤ ਕਰਨਾ annul
antt karnaa *v.t.* ਅੰਤ ਕਰਨਾ terminate
anttar *n.* ਅੰਤਰ margin
anttim *adj.* ਅੰਤਿਮ eventual
anubhavi *adj.* ਅਨੁਭਵੀ veteran
anubhavyog ਅਨੁਭਵਯੋਗ perceptible
anubhooti *adj.* ਅਨੁਭੂਤੀ perceptive
anuchit *adj.* ਅਣਉਚਿਤ unfair
anuchit ਅਣਉਤੇਜਿਤ unprovoked
anuchit *adj.* ਅਨੁਚਿਤ unwarrantable

anuchit riti vich *adv.* ਅਣਉਚਿਤ ਰੀਤੀ ਵਿੱਚ unduly
anudaan *n.* ਅਨੁਦਾਨ grant
anukaaol *adj.* ਅਨੁਕੂਲ fitted
anukool *n.* ਅਨੁਕੂਲਣ adaptation
anukool *adj.* ਅਨੁਕੂਲ agreeable
anukool *adj.* ਅਨੁਕੂਲ favourable
anukool *n.* ਅਨੁਕੂਲ habitable
anukool *adj.* ਅਨੁਕੂਲ opportune
anukool *adj.* ਅਨੁਕੂਲ propitious
anukool *adj.* ਅਨੁਕੂਲ suasive
anukool *adj.* ਅਨੁਕੂਲ suitable
anukoolta *n.* ਅਨੁਕੂਲਤਾ applicability
anukoolta *n.* ਅਨੁਕੂਲਤਾ suitability
anukuul *adj.* ਅਨੁਕੂਲ genial
anumaan *n.* ਅਨੁਮਾਨ corollary
anumaan *n.* ਅਨੁਮਾਨ deduction
anumaan *n.* ਅਨੁਮਾਨ speculation
anumaan karna *v.i.* ਅਨੁਮਾਨ ਕਰਨਾ ween
anumaan launhaa *v.t.* ਅਨੁਮਾਨ ਲਾਉਣਾ estimate
anumaan launhaa ਅਨੁਮਾਨ ਲਾਉਣਾ speculate
anumaan vala *adj.* ਅਨੁਮਾਨ ਵਾਲਾ speculative
anumaanit *adj.* ਅਨੁਮਾਨਿਤ deductive
anumaankaari ਅਨੁਮਾਨਕਾਰੀ inductive
anumaanyog *adj.* ਅਨੁਮਾਨਯੋਗ illative
anumati *n.* ਅਨੁਮਿਤੀ licence
anupaat *n.* ਅਨੁਪਾਤ propotion
anupaat *n.* ਅਨੁਪਾਤ ratio
anupraas ਅਨੁਪ੍ਰਾਸ alliteration
anuroop *adj.* ਅਨੁਰੂਪ analogous
anuroop *adj.* ਅਨੁਰੂਪ coherent
anuroop *adj.* ਅਨੁਰੂਪ coincident
anuroop *adj.* ਅਨੁਰੂਪ commensurable
anuroop ਅਨੁਰੂਪ congruent
anuroop *adj.* ਅਨੁਰੂਪ equivalent
anuroop *adj.* ਅਨੁਰੂਪ proportional
anuroop honaa *v.i.* ਅਨੁਰੂਪ ਹੋਣਾ coincide
anuroop karnaa *v.t.* ਅਨੁਰੂਪ ਕਰਨਾ conform
anurooptaa *n.* ਅਨੁਰੂਪਤਾ coincidence
anurooptaa *n.* ਅਨੁਰੂਪਤਾ congruence
anurooptaa *n.* ਅਨੁਰੂਪਤਾ consonance
anurooptaa *n.* ਅਨੁਰੂਪਤਾ equivalence
Anusaar *adv.* ਅਨੁਸਾਰ according
anusaran *n.* ਅਨੁਸਰਣ chasm
anusaranh *n.* ਅਨੁਸਰਣ pursuance
anushaashan *n.* ਅਨੁਸ਼ਾਸ਼ਨ discipline
anushaashan sambandhi *adj.* ਅਨੁਸ਼ਾਸ਼ਨ ਸੰਬੰਧੀ disciplinary
anushthhaan *n.* ਅਨੁਸ਼ਠਾਨ celebration
anusoochi *n.* ਅਨੁਸੂਚੀ schedule
anuvaad *n.* ਅਨੁਵਾਦ translation
anuvaad karnaa *v.t.* ਅਨੁਵਾਦ ਕਰਨਾ translate
anuvaadak *n.* ਅਨੁਵਾਦਕ translator
apaachan *n.* ਅਪਾਚਨ indigestion
apaardarshee *adj.* ਅਪਾਰਦਰਸ਼ੀ opaque
Apaharan *n.* ਅਪਹਰਣ abduction
Apaharan karna *v.t.* ਅਪਹਰਣ ਕਰਨਾ abduct
apaharanh *n.* ਅਪਹਰਣ ravishment
apaharanh karnaa *v.t.* ਅਪਹਰਣ ਕਰਨਾ kidnap
apaharanh karnaa *v.t.* ਅਪਹਰਣ ਕਰਨਾ ravish
apakkhpaati ਅਪੱਖਪਾਤੀ disinterested
apangg *n.* ਅਪੰਗ handicap
aparchallit *adj.* ਅਪ੍ਰਚਲਿਤ defunct
aparchallit *adj.* ਅਪਰਚਲਿਤ obsolete
aparkirtik *n.* ਅਪ੍ਰਕਿਰਤਿਕ denature
aparsann *adj.* ਅਪ੍ਰਸੰਨ dismal
aparsann karna *v.t.* ਅਪ੍ਰਸੰਨ ਕਰਨਾ displease
aparsannata *n.* ਅਪ੍ਰਸੰਨਤਾ displeasure
apartakkh *adj.* ਅਪ੍ਰਤੱਖ indirect
aparvaan karnaa *v.t.* ਅਪ੍ਰਵਾਨ ਕਰਨਾ disapprove
aparvaangi *n.* ਅਪ੍ਰਵਾਨਗੀ disapprobation
aparvaangi *n.* ਅਪ੍ਰਵਾਨਗੀ disapproval
aparvartansheel *adj.* ਅਪਰਵਰਤਨਸ਼ੀਲ immutable
apavittar *n.* ਅਪਵਿੱਤਰ sacrilegious
apavittar *adj.* ਅਪਵਿੱਤਰ unhallowed
apavittar *adj.* ਅਪਵਿੱਤਰ unholy
apchhaata *adj.* ਅਪਛਾਤਾ unaccustomed

apchhaata *adj.* ਅਪਛਾਤਾ unacqainted
apharan *n.* ਅਪਹਰਣ depredation
apmaan *n.* ਅਪਮਾਨ contempt
apmaan *n.* ਅਪਮਾਨ disgrace
apmaan *v.t.* ਅਪਮਾਨ dishonour
apmaan *n.* ਅਪਮਾਨ disrepute
apmaan *n.* ਅਪਮਾਨ ignominy
apmaan *n.* ਅਪਮਾਨ insult
apmaan karan wala *adj.* ਅਪਮਾਨ ਕਰਨ ਵਾਲਾ derogatory
apmaan karnaa *v.t.* ਅਪਮਾਨ ਕਰਨਾ degrade
apmaanit karnaa *v.t.* ਅਪਮਾਨਿਤ ਕਰਨਾ bespatter
apmaanjanak *adj.* ਅਪਮਾਨਜਨਕ discreditable
apmaanjanak *adj.* ਅਪਮਾਨਜਨਕ scornful
apmaanjanak likhat *n.* ਅਪਮਾਨਜਨਕ ਲਿਖਤ libel
apmaanjanik *adj.* ਅਪਮਾਨਜਨਿਕ disgrceful
apnaun da kaarj *n.* ਅਪਨਾਉਣ ਦਾ ਕਾਰਜ appropriateness
apnaun da kaarj *n.* ਅਪਨਾਉਣ ਦਾ ਕਾਰਜ appropriation
apnauna *adj.* ਅਪਨਾਉਣਾ appropriate
apnaundeyan *adv.* ਅਪਣਾਉਂਦਿਆਂ appropriately
apne aap *adv.* ਆਪਣੇ ਆਪ automatically
apooranh *adj.* ਅਪੂਰਣ deficient
apooranh *prep.* ਅਪੂਰਣ demi
apooranh *adj.* ਅਪੂਰਣ imperfect
apooranh ਅਪੂਰਣ incomplete
apooranh *adj.* ਅਪੂਰਣ unaccomplished
apraadh *n.* ਅਪਰਾਧ guilt
apraadh *n.* ਅਪਰਾਧ malediction
apraadh *n.* ਅਪਰਾਧ offence
apraadh karnaa *v.t.* ਅਪਰਾਧ ਕਰਨਾ commit
apraadh karnaa *v.t.* ਅਪਰਾਧ ਕਰਨਾ perpetrate
apraadh vigeyaan *n.* ਅਪਰਾਧ-ਵਿਗਿਆਨ criminology
apraadhee *v.t.* ਅਪਰਾਧੀ convict
apraadhi *n.* ਅਪਰਾਧੀ felon
apraadhi *n.* ਅਪਰਾਧੀ malefactor
apraadhi viaakatee *n.* ਅਪਰਾਧੀ ਵਿਅਕਤੀ desperado
apradh ton chhutkara *n.* ਅਪਰਾਧ ਤੋਂ ਛੁਟਕਾਰਾ acquittal
aprradhee *adj.* ਅਪਰਾਧੀ guilty
apvaad *n.* ਅਪਵਾਦ exception
apvittar *adj.* ਅਪਵਿੱਤਰ unchaste
araajak *adj.* ਅਰਾਜਕ disloyal
araam *adj.* ਆਰਾਮ easy
araam karnaa *adj.* ਆਰਾਮ ਵਿੱਚ snug
araam kursi *n.* ਆਰਾਮਕੁਰਸੀ easychair
araam naa; *adj.* ਆਰਾਮ ਨਾਲ easily
araamgaah ton hataunhaa *v.t.* ਅਰਾਮਗਾਹ ਤੋਂ ਹਟਾਉਣਾ dislodge
aradh *adj.* ਅਰਧ semi
aradh viaas *n.* ਅਰਧ ਵਿਆਸ radius
aradh-chanderma *n.* ਅਰਧ-ਚੰਦਰਮਾ crescent
aradhgola *n.* ਅਰਧਗੋਲਾ hemisphere
aradhgolaa *n.* ਅਰਧ ਗੋਲਾ sem¢circle
aradh-visraam *n.* ਅਰਧ-ਵਿਸਰਾਮ comma
arajakta *n.* ਅਰਾਜਕਤਾ anarchy
arak *n.* ਅਰਕ extract
arak *adj.* ਅਰਕ irresistible
arak kadhhanhaa *v.t.* ਅਰਕ ਕੱਢਣਾ distill
arambh *n.* ਆਰੰਭ outset
arambh *n.* ਆਰੰਭ prelim
arambh karnaa *v.t.* ਆਰੰਭ ਕਰਨਾ start
arath shashtar *n.* ਅਰਥ ਸ਼ਾਸ਼ਤਰ economics
arath shashtari *n.* ਅਰਥ ਸ਼ਾਸ਼ਤਰੀ economist
arath soochit karnaa *v.t.* ਅਰਥ ਸੂਚਿਤ ਕਰਨਾ connote
arath vivasthaa *n.* ਅਰਥ ਵਿਵਸਥਾ economy
ardalee *adj.* ਅਰਦਲੀ orderly
ardali *n.* ਅਰਦਲੀ flunkey
arheeyal *adj.* ਅੜੀਅਲ refractory
arhikka *adj.* ਅੜਿੱਕਾ trig
arhikka paunhaa *v.t.* ਅੜਿਕਾ ਪਾਉਣਾ obstruct
arindd daa tel *n.* ਅਰਿੰਡ ਦਾ ਤੇਲ castor oil
arth *n.* ਅਰਥ meaning
arth *n.* ਅਰਥ purpor

arth ਅਰਥ signification
arth aadesh *n.* ਅਰਥ ਆਦੇਸ਼ metonymy
arthaat *adv.* ਅਰਥਾਤ quasi
arthaat *adv.* ਅਰਥਾਤ viz
arthan da virodhipan *n.* ਅਰਥਾਂ ਦਾ ਵਿਰੋਧੀਪਣ antithesis
arthee *n.* ਅਰਥੀ bier
arun greh *n.* ਅਰੁਣ ਗ੍ਰਹਿ uranus
asaabheyaa *adj.* ਅਸੱਭਿਅ discourteous
asaadh *adj.* ਅਸਾਧ impracticable
asaadh *adj.* ਅਸਾਧ incorrigible
asaadh *adj.* ਅਸਾਧ incurable
asaami *n.* ਅਸਾਮੀ job
asaanoo *pro.* ਅਸਾਨੂੰ ourselves
asaavdhaan *adj.* ਅਸਾਵਧਾਨ inattentive
asaavdhaan *n.* ਅਸਾਵਧਾਨ inconsiderate
asaavdhaan *adj.* ਅਸਾਵਧਾਨ uncircumspect
asaavdhaan *adj.* ਅਸਾਵਧਾਨ unwary
asabhea *adj.* ਅਸੱਭਿਅ rude
asabheya *adj.* ਅਸੱਭਿਅ impolite
asabheyaa *adj.* ਅਸੱਭਿਅ boorish
asabheyaa *adj.* ਅਸੱਭਿਅ brusque
asabheyaa *n.* ਅਸੱਭਿਅਤਾ incivility
asabheyata *n.* ਅਸੱਭਿਅਤਾ discourtesy
asabheyataa *adj.* ਅਸੱਭਿਅਤਾ ferocious
asabhya *n.* ਅਸੱਭਿਅ barbarian
asabhya *adj.* ਅਸੱਭਿਅ barbaric
asabhya *adj.* ਅਸੱਭਿਅ uneducated
asabhyata *n.* ਅਸੱਭਿਅਤਾ barbarism
Asadhaaran *adj.* ਅਸਾਧਾਰਨ abnormal
asadharan *n.* ਅਸਧਾਰਨ gusto
asafal *adj.* ਅਸਫਲ unsuccesful
asafal honhaa *v.t.* ਅਸਫਲ ਹੋਣਾ fail
asafaltaa *n.* ਅਸਫਲਤਾ fizz
asafltaa *n.* ਅਸਫਲਤਾ filling
asafltaa *n.* ਅਸਫਲਤਾ failure
asahaye *adj.* ਅਸਹਾਇ stranded
asal *adj.* ਅਸਲ actual
asal *adj.* ਅਸਲ bonafide
asal *adj.* ਅਸਲ indeed
asal *adj.* ਅਸਲ original
asal *adj.* ਅਸਲ real
asal *adj.* ਅਸਲ subjacent
asal vich *adv.* ਅਸਲ ਵਿੱਚ rather
asal vich *adv.* ਅਸਲ ਵਿੱਚ truly
asamaanta *n.* ਅਸਮਾਨਤਾ disparity
asamaantaa *n.* ਅਸਮਾਨਤਾ imparity
asambhaavi *adv.* ਅਸੰਭਾਵੀ unlikely
asambhandhitt *adj.* ਅਸੰਬੰਧਿਤ irrelevent
asambhav *adj.* ਅਸੰਭਵ impossible
asambhav *adj.* ਅਸੰਭਵ improbable
asambhav kalpana *n.* ਅਸੰਭਵ ਕਲਪਨਾ chimera
asamrath *adj.* ਅਸਮਰੱਥ incompetent
asamrath *adj.* ਅਸਮਰੱਥ unable
asanggat *adj.* ਅਸੰਗਤ incongruous
asanggat *adj.* ਅਸੰਗਤ inconsistent
asanggat *adj.* ਅਸੰਗਤ irregular
asanggat *adj.* ਅਸੰਗਤ pertinent
asankh *adj.* ਅਸੰਖ incalculable
asankh *adj.* ਅਸੰਖ innumerable
asantosh *n.* ਅਸੰਤੋਸ਼ discontent
asantosh *n.* ਅਸੰਤੋਸ਼ dissatisfaction
asantushat ਅਸੰਤੁਸ਼ਟ discontented
asantushat *adj.* ਅਸੰਤੁਸ਼ਟ malcontent
asantushat *adj.* ਅਸੰਤੁਸ਼ਟ reluctant
asantushat karnaa *v.t.* ਅਸੰਤੁਸ਼ਟ ਕਰਨਾ dissatisfy
asantushtataa *n.* ਅਸੰਤੁਸ਼ਟਤਾ reluctance
asaparshyog *adj.* ਅਸਪਰਸ਼ਯੋਗ intangible
asapashatt arath bolnhaa *v.t.* ਅਸਪਸ਼ਟ ਅਰਥ ਬੋਲਣਾ equivocate
asat *adj.* ਅਸਤ insincere
asathir *adj.* ਅਸਥਿਰ erratic
asathir *n.* ਅਸਥਿਰ transitory
asathir honhaa *v.t.* ਅਸਥਿਰ ਹੋਣਾ fluctuate
asathir honhaa *v.i.* ਅਸਥਿਰ ਹੋਣਾ oscillate
asathirtaa *n.* ਅਸਥਿਰਤਾ fluctuation
asathirtaa *n.* ਅਸਥਿਰਤਾ oscillation
asatt *n.* ਅਸੱਤ falsity
asat-viaasat *adj.* ਅਸਤ-ਵਿਅਸਤ inordinate
asavdhaan viakti *adj.* ਅਸਾਵਧਾਨ ਵਿਅਕਤੀ dare-devil
asavidhanik *adj.* ਅਸਵਿਧਾਨਕ unconsitutional
asavikaar *n.* ਅਸਵੀਕਾਰ denial
asavikaar karnaa *n.* ਅਸਵੀਕਾਰ ਕਰਨਾ disavowal

asavikaar karnaa *adj.* ਅਸਵੀਕਾਰ ਕਰਨਾ reprobate
aseem *adj.* ਅਸੀਮ indefinite
aseem *n.* ਅਸੀਮ infinite
aseemat *adj.* ਅਸੀਮਤ unlimited
aseh *adj.* ਅਸਿਹ intolerable
asehatmand *adj.* ਅਸਿਹਤਮੰਦ unwholesome
asehmat *v.t.* ਅਸਹਿਮਤ disagree
asehmati wala *adj.* ਅਸਹਿਮਤੀ ਵਾਲਾ disagreeble
ashaanti *n.* ਅਸ਼ਾਂਤੀ distrubance
ashardhak *n.* ਅਸ਼ਰਧਕ sceptic
asharfi *n.* ਅਸ਼ਰਫੀ quid
ashatbhuji *n.* ਅਸ਼ਟਭੁਜੀ hexagon
ashatpadee *n.* ਅਸ਼ਟਪਦੀ octave
ashik honhaa *v.i.* ਆਸ਼ਿਕ ਹੋਣਾ philander
ashishat *adj.* ਅਸ਼ਿਸ਼ਟ impertinent
ashishat *adj.* ਅਸ਼ਿਸ਼ਟ uncivil
ashishtataa *n.* ਅਸ਼ਿਸ਼ਟਤਾ indecency
ashleel *adj.* ਅਸ਼ਲੀਲ indecent
ashleel *adj.* ਅਸ਼ਲੀਲ vulgar
ashleel sahit *n.* ਅਸ਼ਲੀਲ ਸਾਹਿਤ porn
ashleeltaa *n.* ਅਸ਼ਲੀਲਤਾ impropriety
ashleeltaa *n.* ਅਸ਼ਲੀਲਤਾ obscenity
ashllelta *n.* ਅਸ਼ਲੀਲਤਾ vulgarity
ashuddh *adj.* ਅਸ਼ੁੱਧ impure
ashuddh *adj.* ਅਸ਼ੁੱਧ inaccurate
ashuddh *adj.* ਅਸ਼ੁੱਧ incorrect
ashudh *adj.* ਅਸ਼ੁੱਧ amiss
ashudh *adj.* ਅਸ਼ੁੱਧ erroneous
asi *pro* ਅਸੀਂ we
aslaa *n.* ਅਸਲਾ munition
aslaa *n.* ਅਸਲਾ quiddity
aslee *adj.* ਅਸਲੀ realistic
asleeyat *n.* ਅਸਲੀਅਤ sooth
asli *adj.* ਅਸਲੀ genuine
asli *adj.* ਅਸਲੀ veritable
asli *adv.* ਅਸਲੀ very
asli *adj.* ਅਸਲੀ virtual
asli tor te *adv.* ਅਸਲੀ ਤੌਰ ਤੇ virtually
asliyat *n.* ਅਸਲੀਅਤ reality
asliyat *n.* ਅਸਲੀਅਤ verity
asmaan *n.* ਅਸਮਾਨ firmament
asmaan *n.* ਅਸਮਾਨ sky
asmaan *adj.* ਅਸਮਾਨ unequal
asmaani *n.* ਅਸਮਾਨੀ ਬਰਫ snow
asmaani bijlee *n.* ਅਸਮਾਨੀ ਬਿਜਲੀ thunderbolt
aspashat *adj.* ਅਸਪੱਸ਼ਟ unintelligible
assi *adj.* ਅੱਸੀ eighty
assivaan *adj.* ਅੱਸੀਵਾਂ eightieth
ast viast viakti *adj.* ਅਸਤ ਵਿਅਸਤ ਵਿਅਕਤੀ unkempt
asteefaa *n.* ਅਸਤੀਫਾ resignation
asteefaa denhaa *v.t.* ਅਸਤੀਫਾ ਦੇਣਾ resign
asthaaee judhbanddi *n.* ਅਸਥਾਈ ਜੁੱਧਬੰਦੀ truce
asthaayee *adj.* ਅਸਥਾਈ transitional
asthaayee dera *n.* ਅਸਥਾਈ ਡੇਰਾ sojourn
asthaayi *adj.* ਅਸਥਾਈ unstable
asthi paatar *n.* ਅਸਥੀ ਪਾਤਰ urn
asthiaan *n.* ਅਸਥੀਆਂ remains
asthir *adj.* ਅਸਥਿਰ variable
asur *n.* ਅਸੁਰ devil
asurakheyat *adj.* ਅਸੁੱਰਖਿਅਤ insecure
asurakhyat *adj.* ਅਸੁਰੱਖਿਅਤ unprotected
aswagat *adj.* ਅਸਵਾਗਤ unwelcome
aswasdi *adj.* ਅਸਵਾਦੀ unplatable
aswasth ਅਸਵਸਥ unhealthy
aswraj adhin *adj.* ਸਵਰਾਜ ਅਧੀਨ autonomous
ataari *n.* ਅਟਾਰੀ garret
ataarkik *adj.* ਅਤਾਰਕਿਕ undisputed
ataarkikk *adj.* ਅਤਾਰਕਿਕ irrational
atall *adj.* ਅਟੱਲ irrevocable
atam daman *n.* ਆਤਮ ਦਮਨ mortification
atamghaati ਆਤਮਘਾਤੀ suicidal
ateantt *adv.* ਅਤਿਅੰਤ extremely
ateantt *adj.* ਅਤਿਅੰਤ luxuriant
athaah *adj.* ਅਥਾਹ immeasurable
athaah ਅਥਾਹ impenetrable
athh ਅੱਠ eight
athhaaraan *adj.* ਅਠਾਰਾਂ eighteen
athhvaan *adj.* ਅੱਠਵਾਂ eighth
ati parsann karnaa *v.t.* ਅਤਿ ਪ੍ਰਸੰਨ ਕਰਨਾ felicitate
ati anand *n.* ਅਤਿ ਆਨੰਦ ecstasy

ati anand *v.t.* ਅਤਿ ਅਨੰਦ overjoy
ati dushat *adj.* ਅਤਿ ਦੁਸ਼ਟ devilish
ati ghrina *n.* ਅਤਿ ਘ੍ਰਿਣਾ aversion
ati ghrinha *n.* ਅਤਿ ਘ੍ਰਿਣਾ animosity
ati kathnee *n.* ਅਤਿ ਕਥਨੀ exaggeration
ati kirpaa *n.* ਅਤਿ ਕਿਰਪਾ favour
ati lorheendaa *n.* ਅਤਿ ਲੋੜੀਂਦਾ pre-requisite
ati nafrat *n.* ਅਤਿ ਨਫਰਤ detestation
ati papi *adj.* ਅਤਿ ਪਾਪੀ atrocious
ati papi *n.* ਅਤਿ ਪਾਪ atrocity
ati parbhaavshaali *adj.* ਅਤਿ ਪ੍ਰਭਾਵਸ਼ਾਲੀ dominant
ati parfull ਅਤਿ ਪ੍ਰਫੁੱਲ enrapt
ati parsann karnaa *n.* ਅਤਿ ਪ੍ਰਸੰਨ ਕਰਨਾ delight
ati parshansa karnee *v.t.* ਅਤਿ ਪ੍ਰਸ਼ੰਸ਼ਾ ਕਰਨੀ belaud
ati peeda *n.* ਅਤਿ ਪੀੜਾ distress
ati pyaar *adj.* ਅਤਿ ਦਾ ਪਿਆਰ besotted
ati pyaar naal *adv.* ਅਤਿ ਪਿਆਰ ਨਾਲ dearly
ati sharabi *n.* ਅਤਿ ਸ਼ਰਾਬੀ bibber
ati sookham *adj.* ਅਤਿ-ਸੂਖਮ infinitesimal
ati sookham jantu *n.* ਅਤਿ ਸੂਖਮ ਜੰਤੂ animalcule
ati uttam *adj.* ਅਤਿ ਉੱਤਮ supreminent
ati uttam *adj.* ਅਤਿ ਉਤਮ superfine
ati zaroori *adj.* ਅਤਿ ਜ਼ਰੂਰੀ exigent
ati zaroori *adj.* ਅਤਿ ਜ਼ਰੂਰੀ pressing
atiaachaar *adj.* ਅਤਿਆਚਾਰੀ tyrannical
Atiant nafrat karna *v.t.* ਅਤਿਅੰਤ ਨਫਰਤ ਕਰਨਾ abominate
atiantt *adj.* ਅਤਿਅੰਤ immoderate
atiantt *adj.* ਅਤਿਅੰਤ ultra
atiantt mithhi cheez *n.* ਅਤਿਅੰਤ ਮਿਠੀ ਚੀਜ਼ saccharin
atikathnee *n.* ਅਤਿਕਥਨੀ bombast
atikathnee *n.* ਅਤਿਕਥਨੀ hyperbole
atisaar *n.* ਅਤਿਸਾਰ diarrhoea
atisaar *n.* ਅਤਿਸਾਰ dysentery
ati-uttam *n.* ਅਤਿ-ਉੱਤਮ classic
ati-uttam *adj.* ਅਤਿ-ਉੱਤਮ exquisite
atiyant *adj.* ਅਤਿਅੰਤ utmost
atiyant *adj.* ਅਤਿਅੰਤ uttermost
att karnaa *v.t.* ਅੱਤ ਕਰਨਾ overdo
attall rehnhaa ਅਟੱਲ ਰਹਿਣਾ persist
attall rehnhaa *adj.* ਅਟੱਲ persistent
atteyaachaar *v.t.* ਅਤਿਆਚਾਰ outrage
atthh gunhee *n.* ਅੱਠ ਗੁਣੀ octagon
atti *n.* ਅੱਟੀ hank
attvaad *n.* ਅੱਤਵਾਦ terrorism
attvaadi *n.* ਅਤਿਵਾਦੀ extremist
attvaadi *adj.* ਅਤਿਵਾਦੀ militant
atul ਅਤੁੱਲ unbeaten
atull *adj.* ਅਤੁੱਲ incomparable
atutt ਅਟੁੱਟ inviolable
atyaachaar karnaa *v.t.* ਅਤਿਆਚਾਰ ਕਰਨਾ domineer
atyachaar *n.* ਅਤਿਆਚਾਰ persecution
augan *n.* ਔਗੁਣ demerit
auganh *n.* ਔਗੁਣ foible
aukhaa swaal *n.* ਔਖਾ ਸਵਾਲ poser
aukhaa turnaa *v.t.* ਔਖਾ ਤੁਰਨਾ jog
aukhee sathitee *n.* ਔਖੀ ਸਥਿਤੀ straitened
auns *n.* ਔਂਸ ounce
aurat *n.* ਔਰਤ lady
aurat *n.* ਔਰਤ woman
aurtaan da samooh *n.* ਔਰਤਾਂ ਦਾ ਸਮੂਹ bevy
aurtaan dee chhatee *n.* ਔਰਤਾਂ ਦੀ ਛਾਤੀ breast
ausat *n.* ਔਸਤ average
avaara firnaa *n.* ਅਵਾਰਾ ਫਿਰਨਾ gad
avaaraa *n.* ਅਵਾਰਾ juncture
avaaraa teeveen *n.* ਅਵਾਰਾ ਤੀਵੀਂ troilop
avaaragardi *n.* ਅਵਾਰਾਗਰਦੀ mike
avaastviktaa *adj.* ਅਵਾਸਤਵਿਕ spectral
avaggeyaa karnaa *v.t.* ਅਵੱਗਿਆ ਕਰਨਾ flout
avaragarad *n.* ਅਵਾਰਾਗਰਦ loafer
avasatha *n.* ਅਵਸਥਾ circumstance
avastha *n.* ਅਵਸਥਾ attitude
avasthaa *n.* ਅਵਸਥਾ condition
avasthaa *n.* ਅਵਸਥਾ estate
avasthaa *n.* ਅਵਸਥਾ phase
avchetan *adj.* ਅਵਚੇਤਨ sub-conscious
Aviaharak *adj.* ਅਵਿਹਾਰਕ abstract
avinaashi ਅਵਿਨਾਸ਼ੀ imperishable

avinaashi *n.* ਅਵਿਨਾਸ਼ੀ indestructible
avishkaar *n.* ਅਵਿਸ਼ਕਾਰ discovery
avishvaash *n.* ਅਵਿਸ਼ਵਾਸ਼ disbelief
avishvaash karnaa *v.t.* ਅਵਿਸ਼ਵਾਸ਼ ਕਰਨਾ disbelieve
avishvaash karnaa *n.* ਅਵਿਸ਼ਵਾਸ਼ ਕਰਨਾ mistrust
avishvaasha *adj.* ਬੇਵਿਸ਼ਵਾਸ਼ਾ unreliable
avishvaashyog *adj.* ਅਵਿਸ਼ਵਾਸ਼ਯੋਗ incredible
avivasthaa *n.* ਅਵਿਵਸਥਾ derangement
avivasthaa *n.* ਅਵਿਵਸਥਾ disorder
avivasthitt *adj.* ਅਵਿਵਸਥਿਤ immethodical
aviveksheel ਅਵਿਵੇਕਸ਼ੀਲ imprudent
aviveksheel *adj.* ਅਵਿਵੇਕਸ਼ੀਲ indiscreet
avrodhak *n.* ਅਵਰੋਧਕ barricade
avsarvaadi *n.* ਅਵਸਰਵਾਦੀ opportunist
avtaar dhaarnaa *v.t.* ਅਵਤਾਰ ਧਾਰਨਾ incarnate
avtall *adj.* ਅਵਤਲ convex
avtar *n.* ਅਵਤਾਰ advent
awaaz *n.* ਆਵਾਜ਼ voice
awara *n.* ਅਵਾਰਾ vagabond
awara *n.* ਅਵਾਰਾ vagrant
awaragardi *n.* ਅਵਾਰਾਗਰਦੀ vagrancy
axray *n.* ਐਕਸਰੇ x-ray
ayaal *n.* ਅਯਾਲ mane
ayog *v.t.* ਅਯੋਗ disable
ayog *adj.* ਅਯੋਗ inapt
ayog *adj.* ਅਯੋਗ incapable
ayog *adj.* ਅਯੋਗ undeserving
ayog *adj.* ਅਯੋਗ undue
ayog *adj.* ਅਯੋਗ unfit
ayog ਅਯੋਗ unseemly
ayog *adj.* ਅਯੋਗ unworthy
ayog banhaunhaa *v.t.* ਅਯੋਗ ਬਣਾਉਣਾ incapacitate
ayog karnaa ਅਯੋਗ ਕਰਨਾ disqualify
ayogtaa *n.* ਅਯੋਗਤਾ disability
ayogtaa *n.* ਅਯੋਗਤਾ disproportion
ayogtaa ਅਯੋਗਤਾ inability
ayogtaa ਅਯੋਗਤਾ inaptitude
azaad *adj.* ਅਜ਼ਾਦ independent
azaad karnaa *v.t.* ਆਜ਼ਾਦ ਕਰਨਾ enfranchize
azaad khyaal *n.* ਆਜ਼ਾਦ ਖਿਆਲ free-thinker
azaadi *n.* ਆਜ਼ਾਦੀ freedom
azaadi *n.* ਅਜ਼ਾਦੀ liberty
azmaaish *n.* ਅਜ਼ਮਾਇਸ਼ probation
azmaaishee samaa *adj.* ਅਜ਼ਮਾਇਸ਼ੀ ਸਮਾਂ probationary

B

baad ch honhaa *v.i.* ਬਾਅਦ 'ਚ ਹੋਣਾ ensue
baad daa *adj.* ਬਾਅਦ ਦਾ puisne
baad wich *adv.* ਬਾਅਦ ਵਿਚ after
baad wich *adv.* ਬਾਅਦ ਵਿਚ afterward
baadshaah *n.* ਬਾਦਸ਼ਾਹ emperor
baadshaah *n.* ਬਾਦਸ਼ਾਹ potentate
baadshaahat *n.* ਬਾਦਸ਼ਾਹਤ realm
baadshaahat *n.* ਬਾਦਸ਼ਾਹਤ royalist
baadshaahee *n.* ਬਾਦਸ਼ਾਹੀ monarchy
baadshaahee *adj.* ਬਾਦਸ਼ਾਹੀ royal
baadshaahee *n.* ਬਾਦਸ਼ਾਹੀ royalty
baag *n.* ਬਾਗ garden
baagbaani *n.* ਬਾਗਬਾਨੀ gardening
baagbaani *n.* ਬਾਗਬਾਨੀ horticulture
baagh *n.* ਬਾਗ orchard
baahar *adv.* ਬਾਹਰ out
baahar baahar da *adj.* ਬਾਹਰ ਬਾਹਰ ਦਾ superficial
baahar jaanhaa *n.* ਬਾਹਰ ਜਾਣਾ outing
baahar kadh denhaa *v.t.* ਬਾਹਰ ਕੱਢ ਦੇਣਾ expel
baahar kadhnhaa *v.t.* ਬਾਹਰ ਕੱਢਣਾ extrude
baaharlaa *adj.* ਬਾਹਰਲਾ outdoor
baaharvarti *adj.* ਬਾਹਰਵਰਤੀ outlying
baahralaa ghar *n.* ਬਾਹਰਲਾ ਘਰ outhouse
baahri *adj.* ਬਾਹਰੀ exterior
baahri *adj.* ਬਾਹਰੀ external
baahri *adj.* ਬਾਹਰੀ extrinsic
baahri *n.* ਬਾਹਰੀ mutilation

baahri *adv.* ਬਾਹਰੀ outward
baahri bhaag *n.* ਬਾਹਰੀ ਭਾਗ outside
baahri sakhat hissa *n.* ਬਾਹਰੀ ਸਖਤ ਹਿੱਸਾ crust
baaj *n.* ਬਾਜ eagle
baaj *n.* ਬਾਜ falcon
baaj da bachaa *n.* ਬਾਜ ਦਾ ਬੱਚਾ eaglet
baajraa *n.* ਬਾਜਰਾ millet
baakaayedaa *n.* ਬਾਕਾਇਦਾ regular
baaki bacheyaa *v.t.* ਬਾਕੀ ਬਚਣਾ remain
baaki hissa *n.* ਬਾਕੀ ਹਿੱਸਾ fag-end
baaki sangreh *n.* ਬਾਕੀ ਸੰਗ੍ਰਹਿ appendix
baal jod *n.* ਬਾਲ ਜੋੜ isthmus
baal sambandhi *adj.* ਬਾਲ ਸੰਬੰਧੀ infantile
baal sikheyakk *n.* ਬਾਲ ਸਿੱਖਿਅਕ pedagogue
baalak *n.* ਬਾਲਕ infant
baalak *n.* ਬਾਲਕ lad
baalanh *n.* ਬਾਲਣ firewood
baalanh *n.* ਬਾਲਣ fuel
baal-hateyaa *n.* ਬਾਲ-ਹੱਤਿਆ infanticide
baalpanh *n.* ਬਾਲਪਣ infancy
baalti *n.* ਬਾਲਟੀ pail
baalvaarhi *n.* ਬਾਲਵਾੜੀ nursery
baandar *n.* ਬਾਂਦਰ monkey
baandar *n.* ਬਾਂਦਰ pug
baandar vargaa *n.* ਬਾਂਦਰ ਵਰਗਾ simian
baangar *n.* ਬਾਂਗਰ rand
baanhaa *n.* ਬਾਣਾ habiliment
baani *n.* ਬਾਨੀ founder
baanjh *adj.* ਬਾਂਝ barren
baanjh karnaa ਬਾਂਝ ਕਰਨਾ sterilize
baanjhpanh *n.* ਬਾਂਝਪਣ sterility
baankaa *n.* ਬਾਂਕਾ dandy
baans *n.* ਬਾਂਸ bamboo
baapu *n.* ਬਾਪੂ papa
baaraan *adj.* ਬਾਰਾਂ twelve
baaraan singga *n.* ਬਾਰਾਂ ਸਿੰਗਾ stag
baarish *n.* ਬਾਰਿਸ਼ rain
baarvaan *n.* ਬਾਰਵਾਂ twelfth
baati *n.* ਬਾਟੀ porringer
baazi laona *v.t.* ਬਾਜ਼ੀ ਲਾਉਣਾ venture
babaanh *n.* ਬਬਾਣ hearse
bachaa *n.* ਬੱਚਾ kid
bachaa karnaa *v.t.* ਬਚਾਅ ਕਰਨਾ rescue
bachatt *n.* ਬੱਚਤ saving
bachaun wala *n.* ਬਚਾਉਣ ਵਾਲਾ defender
bachaun wala *adj.* ਬਚਾਉਣ ਵਾਲਾ defensive
bachaunhaa *v.t.* ਬਚਾਉਣਾ escape
bachaunhaa *v.t.* ਬਚਾਉਣਾ evade
bachaunhaa *v.t.* ਬਚਾਉਣਾ protect
bachaunhaa ਬਚਾਉਣਾ save
bachchaa *n.* ਬੱਚਾ child
bachche *n.* ਬੱਚੇ children
Bache rehna *v.* ਬਚੇ ਰਹਿਣਾ abstain
bache sambandhi *adj.* ਬੱਚੇ ਸੰਬੰਧੀ filial
bacheyaa khucheyaa *n.* ਬਚਿਆ ਖੁਚਿਆ remnant
bacheyaa rehnhaa *n.* ਬਚਿਆ ਰਹਿਣਾ survive
bacheyaan vargaa *adj.* ਬੱਚਿਆਂ ਵਰਗਾ childlike
bachha *n.* ਬੱਚਾ Babe
bachha *n.* ਬੱਚਾ baby
bachkaanaa *adj.* ਬਚਕਾਨਾ puerile
bachkanaa *adj.* ਬਚਕਾਨਾ childish
bachpan *n.* ਬਚਪਨ babyhood
bachpan de saal *n.pl.* ਬਚਪਨ ਦੇ ਸਾਲ teens
bachpann *n.* ਬਚਪਨ childhood
badaam *n.* ਬਦਾਮ almond
badaami rangg da *adj.* ਬਦਾਮੀ ਰੰਗ ਦਾ russet
badaash *n.* ਬਦਮਾਸ਼ knave
badal *adj.* ਬਦਲ alternate
badal *n.* ਬਦਲ substitute
badalanyog *adj.* ਬਦਲਣਯੋਗ changeable
badalanyog vastu *n.* ਬਦਲਣਯੋਗ ਵਸਤੂ changeling
badalna *v.* ਬਦਲਣਾ alter
badalnyog *adj.* ਬਦਲਣਯੋਗ convertible
badamee rangg *adj.* ਬਦਾਮੀ ਰੰਗ sorrel
badboodaar *adj.* ਬਦਬੂਦਾਰ rancid
badboodaar *adj.* ਬਦਬੂਦਾਰ smelly
badchalan *n.* ਬਦਚਲਨ malpactice
baddal *n.* ਬੱਦਲ cloud
baddal-bharpoor *adj.* ਬੱਦਲ-ਭਰਪੂਰ cloudy
baddlavaayee *v.t.* ਬੱਦਲਵਾਈ overcast

badhazmi *n.* ਬਦਹਜ਼ਮੀ dyspepsia
badintzaami *v.t.* ਬਦਇੰਤਜ਼ਾਮੀ mismanage
badkismati *n.* ਬਦਕਿਸਮਤੀ mischance
badkismati *n.* ਬਦਕਿਸਮਤੀ misfortune
badkismiti naal *adv.* ਬਦਕਿਸਮਤੀ ਨਾਲ unfortunately
badla *n.* ਬਦਲਾ vengeance
badla laina *v.t.* ਬਦਲਾ ਲੈਣਾ avenge
badla laina *v.t.* ਬਦਲਾ ਲੈਣਾ wreak
badlaa ਬਦਲਾਅ alteration
badlaa *n.* ਬਦਲਾ retaliation
badlaa *n.* ਬਦਲਾ retribution
badlaa *n.* ਬਦਲਾ reprisal
badlaa *n.* ਬਦਲਾ requital
badlaa chukaunhaa *v.t.* ਬਦਲਾ ਚੁਕਾਉਣਾ requite
badlaa lainhaa *v.t.* ਬਦਲਾ ਲੈਣਾ retaliate
badlaaunhaa *v.t.* ਬਦਲਾਉਣਾ replace
badlan yog *adj.* ਬਦਲਣਯੋਗ alterable
badlanaa *v.t.* ਬਦਲਣਾ change
badlanaa *v.t.* ਬਦਲਣਾ convert
badlanhaa *v.t.* ਬਦਲਣਾ modify
badlanhaa *v.i.* ਬਦਲਣਾ shift
badlanhaa *n.* ਬਦਲਣਾ swop
badlanyog *adj.* ਬਦਲਣਯੋਗ alienable
badleeyog *adj.* ਬਦਲੀਯੋਗ transferable
badlna *v.t.* ਬਦਲਨਾ vary
badlna *v.t.* ਬਦਲਣਾ wend
badmaash *n.* ਬਦਮਾਸ਼ blackguard
badmaash *n.* ਬਦਮਾਸ਼ hooligan
badmaash *n.* ਬਦਮਾਸ਼ miscreant
badmaash *n.* ਬਦਮਾਸ਼ rascal
badmaash *n.* ਬਦਮਾਸ਼ rogue
badmaash *adj.* ਬਦਮਾਸ਼ roguish
badmaash *adj.* ਬਦਮਾਸ਼ wicked
badmaashi *n.* ਬਦਮਾਸ਼ੀ knavery
badmaashi *n.* ਬਦਮਾਸ਼ੀ roguery
badmaashi *n.* ਬਦਮਾਸ਼ੀ wickedness
badmashana *adj.* ਬਦਮਾਸ਼ਾਨਾ villainous
badnaam *adj.* ਬਦਨਾਮ notorious
badnaam *adj.* ਬਦਨਾਮ opprobrious
badnaam ਬਦਨਾਮ unpopular
badnaam karnaa *v.t.* ਬਦਨਾਮ ਕਰਨਾ defame
badnaam karnaa *v.t.* ਬਦਨਾਮ ਕਰਨਾ spatter
badnaam karnaa *v.t.* ਬਦਨਾਮ ਕਰਨਾ sully
badnaami *n.* ਬਦਨਾਮੀ opprobrium
badnaseeb *n.* ਬਦਨਸੀਬ wretch
badnaseeb *adj.* ਬਦਨਸੀਬ wretched
badtameez *adj.* ਬਦਤਮੀਜ਼ ill-bred
badtamizi naal hassanhaa *v.i.* ਬਦਤਮੀਜ਼ੀ ਨਾਲ ਹੱਸਣਾ giggle
bagaavat *n.* ਬਗਾਵਤ rebel
bagaavat karna *v.t.* ਬਗਾਵਤ ਕਰਨਾ emulate
bagair *adv.* ਬਗੈਰ besides
bagair *prep.* ਬਗੈਰ except
bagair *adv.* ਬਗੈਰ without
baghiaarr *n.* ਬਘਿਆੜ wolf
baglaa *n.* ਬਗਲਾ heron
baglaa bhagat *n.* ਬਗਲਾ ਭਗਤ tartuffe
bahaadar *n.* ਬਹਾਦਰ prow
bahaaduri *n.* ਬਹਾਦਰੀ gallantry
bahaana *n.* ਬਹਾਨਾ feint
bahaana *adj.* ਬਹਾਨਾ simulation
bahaana banuna *v.t.* ਬਹਾਨਾ ਬਣਾਉਣਾ effuse
bahaana karnaa *v.t.* ਬਹਾਨਾ ਕਰਨਾ feign
bahaanaa *n.* ਬਹਾਨਾ effusion
bahadar *adj.* ਬਹਾਦਰ vallant
bahadur *adj.* ਬਹਾਦੁਰ brave
bahaduri *n.* ਬਹਾਦਰੀ heroism
bahaduri wale kaaraj *n.* ਬਹਾਦੁਰੀ ਵਾਲੇ ਕਾਰਜ derring
bahan wali kursi *n.* ਬਾਂਹਾਂ ਵਾਲੀ ਕੁਰਸੀ arm-chair
baharla ghar *n.* ਬਾਹਰਲਾ ਘਰ barton
bahn *n.* ਬਾਂਹ arm
bahranga *n.* ਬਹਰੰਗਾ variegated
bahri dikhava *n.* ਬਾਹਰੀ ਦਿਖਾਵਾ window-dressing
bahri diodhi *n.* ਬਾਹਰੀ ਡਿਓਢੀ antechamber
bahubhujj *n.* ਬਹੁਭੁਜ polygon
bahukantti *n.* ਬਹੁਕੰਤੀ polyandry
bahultaa *n.* ਬਹੁਲਤਾ plurality
bahultaa *n.* ਬਹੁਲਤਾ profusion
bahultaa *n.* ਬਹੁਲਤਾ superfluity

bahumat *n.* ਬਹੁਮਤ majority
bahumukhi *adj.* ਬਹੁਮੁਖੀ versatile
bahumulla *adj.* ਬਹੁਮੁੱਲਾਂ precious
bahumulla *adj.* ਬਹੁਮੁੱਲਾ sumptuous
bahuroop *adj.* ਬਹੁਰੂਪ multiform
bahuroop dhaarnaa *v.t.* ਬਹੁਰੂਪ ਧਾਰਨਾ personate
bahusankheyaa *n.* ਬਹੁਸੰਖਿਆ multitude
bahushilpi *n.* ਬਹੁਸ਼ਿਲਪੀ polytechnic
bahut *adj.* ਬਹੁਤ many
bahut *adv.* ਬਹੁਤ sorely
bahut biradh *n.* ਬਹੁੱਤ ਬਿਰਧ dotard
bahut daraunha *v.t.* ਬਹੁਤ ਡਰਾਉਣਾ overawe
bahut ghatt *adj.* ਬਹੁਤ ਘੱਟ scant
bahut kharvaan *n.* ਬਹੁਤ ਖੜਵਾਂ preciptous
bahut khushi honhaa *v.t.* ਬਹੁਤ ਖੁਸ਼ ਹੋਣਾ exult
bahut khushi honhaa *n.* ਬਹੁਤ ਖੁਸ਼ੀ exultation
bahut kuttnaa *v.t.* ਬਹੁਤ ਕੁੱਟਣਾ belabour
bahut padee likhee aurat *n.* ਬਹੁਤ ਪੜ੍ਹੀ ਲਿਖੀ ਔਰਤ blue-stocking
bahut saare *adj.* ਬਹੁਤ ਸਾਰੇ numerous
bahut thaandaa *adj.* ਬਹੁਤ ਠੰਢਾ freezing
bahut thorh *n.* ਬਹੁਤ ਥੋੜ੍ਹ pittance
bahut vaari *prep.* ਬਹੁਤ ਵਾਰੀ umpteen
bahut vadh *adj.* ਬਹੁਤ ਵੱਧ lavish
bahut vadh ke *adj.* ਬਹੁਤ ਵਧ ਕੇ surpassing
bahut vadhere ਬਹੁਤ ਵਧੇਰੇ exorbitant
bahut vadhere *adv.* ਬਹੁਤ ਵਧੇਰੇ too
bahut zaroori *adj.* ਬਹੁਤ ਜ਼ਰੂਰੀ indispensable
bahut zyaada *adj.* ਬਹੁਤ ਜ਼ਿਆਦਾ enormous
bahut zyaadaa *v.t.* ਬਹੁਤ ਜ਼ਿਆਦਾ ਖਵਾਉਣਾ cloy
bahutaa *adj.* ਬਹੁਤਾ much
bahutaat *adj.* ਬਹੁਤਾਤ copious
bahuvachan *adj.* ਬਹੁਵਚਨ plural
bail dee gaddee *n.* ਬੈਲ-ਗੱਡੀ bullock
bainch *n.* ਬੈਂਚ bench
baint *n.* ਬੈਂਤ cane
baint *n.* ਬੈਂਤ osier
baint *n.* ਬੈਂਤ switch
baint dee sazaa *n.* ਬੈਂਤ ਦੀ ਸਜ਼ਾ flogging
baintkaari *adj.* ਬੈਂਤਕਾਰੀ wicker
baintkaari *n.* ਬੈਂਤ willow
baithak *n.* ਬੈਠਕ drawing room
baithak *n.* ਬੈਠਕ session
baithhak *n.* ਬੈਠਕ saloon
baithheyaa *p.t.* ਬੈਠਿਆ sat
baithheyaa galaa *adj.* ਬੈਠਿਆ ਗਲਾ hoarse
baithhnhaa *v.i.* ਬੈਠਣਾ sit
bajaaye *adv.* ਬਜਾਏ instead
bajat *n.* ਬਜਟ budget
bajj paunhaa *v.t.* ਬੱਜ ਪਾਉਣਾ scathe
bajooband *n.* ਬਾਜੂਬੰਦ armlet
bajre da garam taral *n.* ਬਾਜਰੇ ਦਾ ਗਰਮ ਤਰਲ caudle
bajree *n.* ਬਜਰੀ gravel
bak bak *n.* ਬਕ ਬਕ gab
bak bak karnaa *v.t.* ਬਕ ਬਕ ਕਰਨਾ gabbie
bakaayeaa *n.* ਬਕਾਇਆ remainder
bakaayeaa *n.* ਬਕਾਇਆ residue
bak-bak *n.* ਬਕ-ਬਕ clatter
bakbak karnaa *v.t.* ਬਕਬਕ ਕਰਨਾ confabulate
bakhashnhaa *v.t.* ਬਖਸ਼ਣਾ remit
bakherhaa *n.* ਬਖੇੜਾ strife
bakkre da maas *n.* ਬੱਕਰੇ ਦਾ ਮਾਸ mutton
bakkri *n.* ਬੱਕਰੀ goat
bakshanhaar *adj.* ਬਖਸ਼ਣਹਾਰ forgiving
baksooaa *n.* ਬਕਸੂਆ buckle
bakvaas *n.* ਬਕਵਾਸ rant
bakvaas *v.i.* ਬਕਵਾਸ sputter
bakvaas karan vala *n.* ਬਕਵਾਸ ਕਰਨ ਵਾਲਾ gabble
bakvaąs karnaa *v.i.* ਬਕਵਾਸ ਕਰਨਾ twaddle
bakvaasi *n.* ਬਕਵਾਸੀ ribald
bakwaas karnaa *v.t.* ਬਕਵਾਸ ਕਰਨਾ blether
bal *n.* ਬਲ might
balaa *n.* ਬਲਾ scourge
balaatkaar karnaa *n.* ਬਲਾਤਕਾਰ ਕਰਨਾ rape
balad *n.* ਬਲਦ ox
balad gaddi *n.* ਬਲਦ ਗੱਡੀ wain
balag *n.* ਬਾਲਗ adult

balauz *n.* ਬਲਾਊਜ਼ blouse
balb *n.* ਬਲਬ bulb
balb *n.* ਬਲਦ bull
balgham *n.* ਬਲਗਮ mucus
bali *n.* ਬਲੀ oblation
bali *n.* ਬਲੀ victim
bali da bakkraa *n.* ਬਲੀ ਦਾ ਬੱਕਰਾ scapegoat
balidaan denhaa *v.t.* ਬਲੀਦਾਨ ਦੇਣਾ sacrifice
balidaan karnaa *v.t.* ਬਲਿਦਾਨ ਕਰਨਾ immolate
balidaan sambandhi *adj.* ਬਲੀਦਾਨ ਸੰਬੰਧੀ sacrificial
ball *n.* ਬਲ potency
ball *n.* ਬਲ stamina
baloongrhaa *n.* ਬਲੂੰਗੜਾ kitten
baloot *n.* ਬਲੂਤ oak
balpoorvak ਬਲਪੂਰਵਕ perforce
balvaa *n.* ਬਲਵਾ mutineer
balvaan *adj.* ਬਲਵਾਨ mighty
balvaan *adj.* ਬਲਵਾਨ potent
balvardhak *adj.* ਬਲਵਰਧਕ nutritious
banaspati rog *v.t.* ਬਨਸਪਤੀ ਰੋਗ blight
banaspati vigeyaan *n.* ਬਨਸਪਤੀ ਵਿਗਿਆਨ botany
banaspti *n.* ਬਨਸਪਤੀ vegetation
banavat *n.* ਬਣਾਵਟ composition
banavati *adj.* ਬਣਾਵਟੀ bogus
bandargaah *n.* ਬੰਦਰਗਾਹ harbour
bandargaah *n.* ਬੰਦਰਗਾਹ port
bandargaah *n.* ਬੰਦਰਗਾਹ wharf
bandargaah te rok *n.* ਬੰਦਰਗਾਹ ਤੇ ਰੋਕ embargo
bandd gali *n.* ਬੰਦ ਗਲੀ impasse
bandd gobhee *n.* ਬੰਦ ਗੋਭੀ cabbage
bandd gobhee *n.* ਬੰਦ ਗੋਭੀ cauliflower
bandd kar denha *v.t.* ਬੰਦ ਕਰ ਦੇਣਾ discontinue
bandd karan da karaj *n.* ਬੰਦ ਕਰਨ ਦਾ ਕਾਰਜ closure
bandd karan vala *n.* ਬੰਦ ਕਰਨ ਵਾਲਾ shutter
bandd karnaa *v.t.* ਬੰਦ ਕਰਨਾ shut
bandd karnaa *v.t.* ਬੰਦ ਕਰਨਾ stop
banddikhaanaa *n.* ਬੰਦੀਖਾਨਾ jail
bandergaah *n.* ਬੰਦਰਗਾਹ creek
bandh *n.* ਬੰਧ hostage
bandhan *n.* ਬੰਧਨ band
bandhan te kholhna *v.t.* ਬੰਧਨ ਤੋਂ ਖੋਲ੍ਹਣਾ ungird
bandhann *n.* ਬੰਧਨ bond
bandhej *n.* ਬੰਧੇਜ prohibition
bandook *n.* ਬੰਦੂਕ gun
bandook di goli *n.* ਬੰਦੂਕ ਦੀ ਗੋਲੀ bullet
bandook di nali *n.* ਬੰਦੂਕ ਦੀ ਨਲੀ barrel
bandookchi *n.* ਬੰਦੂਕਚੀ gunner
bandookchi *n.* ਬੰਦੂਕਚੀ musketeer
baneraa *n.* ਬਨੇਰਾ coping
baneraa *n.* ਬਨੇਰਾ fencing
banfasha *n.* ਬਨਫਸ਼ਾ violet
bangallaa *n.* ਬੰਗਲਾ bunglow
banh *n.* ਬੰਨ੍ਹ barrage
banh *n.* ਬੰਨ੍ਹ pier
banhaavat *n.* ਬਣਾਵਟ structure
banhaavati *adj.* ਬਣਾਵਟੀ ostensible
banhaavati *adj.* ਬਣਾਵਟੀ snide
banhaavati full *n.* ਬਣਾਵਟੀ ਫੁੱਲ rosette
banhaavati makkhanh *n.* ਬਣਾਵਟੀ ਮੱਖਣ margarine
banhaayeaa *p.p.* ਬਣਾਇਆ made
banhanhaa *v.t.* ਬੰਨ੍ਹਣਾ tie
banhaunh vala *n.* ਬਣਾਉਣ ਵਾਲਾ maker
banhaunhaa *v.t.* ਬਣਾਉਣਾ make
banheyaa thhanheyaa *adj.* ਬਣਿਆ ਠਣਿਆ spruce
banhmaanas *n.* ਬਣਮਾਨਸ satyr
banhtar *n.* ਬਣਤਰ formation
banhvaan hissa denhaa *v.t.* ਬੰਨ੍ਹਵਾਂ ਹਿੱਸਾ ਦੇਣਾ entail
banjjar *n.* ਬੰਜਰ fallow
banjjar *adj.* ਬੰਜਰ sterile
bank da director *n.* ਬੈਂਕ ਦਾ ਡਾਇਰੈਕਟਰ banker
banka *n.* ਬਾਂਕਾ beau
bannanh wala *n.* ਬੰਨ੍ਹਣ ਵਾਲਾ binder
bannanha *v.t.* ਬੰਨ੍ਹਣਾ attach
bannanha *v.t.* ਬੰਨ੍ਹਣਾ bind

bannh ਬੰਨ੍ਹ break-water
bannh *n.* ਬੰਨ੍ਹ causeway
bannh *n.* ਬੰਨ੍ਹ dam
bannh *n.* ਬੰਨ੍ਹ embankment
bannh *n.* ਬੰਨ੍ਹ weir
bansaavali ਬੰਸਾਵਲੀ genealogy
banzar *adj.* ਬੰਜਰ unproductive
baptisma *n.* ਬਪਤਿਸਮਾ baptism
baraabar *adj.* ਬਰਾਬਰ equal
baraabar *adj.* ਬਰਾਬਰ even
baraabari *n.* ਬਰਾਬਰੀ equality
baraabari karnaa *v.t.* ਬਰਾਬਰ ਕਰਨਾ equalize
barabar karnaa *v.t.* ਬਰਾਬਰ ਕਰਨਾ counterpolse
barabar karnaa *v.* ਬਰਾਬਰ ਕਰਨਾ neutralize
barabree *v.i.* ਬਰਾਬਰੀ ਕਰਨਾ compete
barabree wala *adj.* ਬਰਾਬਰੀ-ਵਾਲਾ coequal
baraf *n.* ਬਰਫ ice
baraf bhareyaa *n.* ਬਰਫ ਭਰਿਆ snowy
baraf da toofaan *n.* ਬਰਫ ਦਾ ਤੂਫਾਨ blizzard
baraf dee chataan *n.* ਬਰਫ ਦੀ ਚੱਟਾਨ glacier
baraf dee nukeeli chataan *n.* ਬਰਫ ਦੀ ਨੁਕੀਲੀ ਚੱਟਾਨ icicle
baraf rehrhee *n.* ਬਰਫ ਰੇਹੜੀ sledge
baraf rehrhee *n.* ਬਰਫ ਰੇਹੜੀ sleigh
baransinge de sing *n.pl.* ਬਾਰਾਂਸਿੰਗੇ ਦੇ ਸਿੰਗ antlers
barauni *n.* ਬਰੌਨੀ eyelash
barchee *n.* ਬਰਛੀ pike
barchha *n.* ਬਰਛਾ javelin
barchhee *v.t.* ਬਰਛੀ dart
bareek *n.* ਬਰੀਕ gauze
bareek boota *n.* ਬਰੀਕ ਬੂਟਾ fern
bareek jaali *n.* ਬਾਰੀਕ ਜਾਲੀ wire-gauze
bareek kapra *n.* ਬਰੀਕ ਕੱਪੜਾ cambric
bareek karnaa *v.t.* ਬਰੀਕ ਕਰਨਾ pulverize
bareek reshmi jaali *n.* ਬਰੀਕ ਰੇਸ਼ਮੀ ਜਾਲੀ tulie
bareekbeen *adj.* ਬਰੀਕਬੀਨ meticulous
bareziar *n.* ਬਰੇਜ਼ੀਅਰ brassier
barfeelaa *adj.* ਬਰਫੀਲਾ icy
barfeelaa moohn *n.* ਬਰਫੀਲਾ ਮੀਂਹ sleet
barhbolaa *adj.* ਬੜਬੋਲਾ scurrilous
barhbolla *adj.* ਬੜਬੋਲਾ talkative
baristor *n.* ਬੈਰਿਸਟਰ barrister
barma *n.* ਬਰਮਾ auger
barood *n.* ਬਾਰੂਦ gunpower
barood *n.* ਬਾਰੂਦ ordnance
barood *n.* ਬਰੂਦ tonite
baroodkhana *n.* ਬਾਰੂਦਖਾਨਾ armoury
baroza *n.* ਬਰੋਜ਼ਾ resin
barozaa *n.* ਬਰੋਜ਼ਾ rosin
barsaat *n.* ਬਰਸਾਤ rainfall
barsaati *adj.* ਬਰਸਾਤੀ rainy
bartan *n.* ਬਰਤਨ utensil
basanti *adj.* ਬਸੰਤੀ vernal
basantti full *n.* ਬਸੰਤੀ ਫੁੱਲ primrose
bass *n.* ਬੱਸ bus
bassant *n.* ਬਸੰਤ spring
bastaa *n.* ਬਸਤਾ satchel
batan *n.* ਬਟਨ button
batcheet *n.* ਬਾਤਚੀਤ colloguye
bateraa *n.* ਬਟੇਰਾ quail
batooaa *n.* ਬਟੂਆ purse
battak *n.* ਬੱਤਕ duck
battak da bachaa *n.* ਬੱਤਕ ਦਾ ਬੱਚਾ duckling
baudhik *n.* ਬੌਧਿਕ intellectual
baunhaa *n.* ਬੌਣਾ dwarf
baunhaa *n.* ਬੌਣਾ pigmy
baunhaa *n.* ਬੌਣਾ pygmy
baunhaa *n.* ਬੌਣਾ manikin
bavaseer *n.* ਬਵਾਸੀਰ piles
bawandder *n.* ਬਵੰਡਰ cyclone
bayeeball *n.* ਬਾਈਬਲ bible
bazaar *n.* ਬਜ਼ਾਰ bazaar
bazaar *n.* ਬਜ਼ਾਰ emporium
bazaar *n.* ਬਜ਼ਾਰ market
bazurag aurat *n.* ਬਜ਼ੁਰਗ ਔਰਤ crone
bazurg *adj.* ਬਜ਼ੁਰਗ aged
beaanaa *n.* ਬਿਆਨਾ retainer
beaaraam *adj.* ਬੇਆਰਾਮ restless
beadbi *n.* ਬੇਅਦਬੀ sacrilege
bearaami *n.* ਬੇਅਰਾਮੀ uneasiness

bebuniyaad *adj.* ਬੇਬੁਨਿਆਦ unfounded
bechain *adj.* ਬੇਚੈਨ nervous
bechainhonhaa *v.i.* ਬੇਚੈਨ ਹੋਣਾ flinch
bechaini *n.* ਬੇਚੈਨੀ unrest
bedaag *adj.* ਬੇਦਾਗ spotless
bedaag *adj.* ਬੇਦਾਗ stainless
bedakhall *v.t.* ਬੇਦਖਲ oust
bedarad *n.* ਬੇਦਰਦ relentless
bedard *adj.* ਬੇਦਰਦ unfeeling
bedard *adj.* ਬੇਦਰਦ unkind
bedhanga *adj.* ਬੇਢੰਗਾ uncomely
bedhangga *adj.* ਬੇਢੰਗਾ shapeless
bedhangga *adj.* ਬੇਢੰਗਾ slipshod
bedhangga banaunhaa *v.t.* ਬੇਢੰਗਾ ਬਣਾਉਣਾ deform
bedi *n.* ਬੇੜੀ manacle
bedil *adj.* ਬੇਦਿਲ perfunctory
bee *n.* ਬੀ grain
beechak *n.* ਬੀਚਕ invoice
beechak *n.* ਬੀਚਕ voucher
beed *n.* ਬੀੜ heath
beej *n.* ਬੀਜ seed
beejganit *n.* ਬੀਜਗਣਿਤ algebra
beejganit sambandhi *adj.* ਬੀਜਗਣਿਤ ਸੰਬੰਧੀ algebrical
beejnhaa *v.t.* ਬੀਜਣਾ sow
beema *n.* ਬੀਮਾ insurance
beema karnaa *v.t.* ਬੀਮਾ ਕਰਨਾ insure
beeme dee kishat *n.* ਬੀਮੇ ਦੀ ਕਿਸ਼ਤ premium
beerta *n.* ਬੀਰਤਾ prowess
beetiya hoya *adj.* ਬੀਤਿਆ ਹੋਇਆ yester
beetna *v.t.* ਬੀਤਣਾ befall
behaa *adj.* ਬੇਹਾ stale
behas *n.* ਬਹਿਸ ratiocination
behas karnaa *n.* ਬਹਿਸ ਕਰਨਾ debate
behasyog *adj.* ਬਹਿਸਯੋਗ debatable
behbal karnaa *v.t.* ਬਿਹਬਲ ਕਰਨਾ overwhelm
behimmata *adj.* ਬੇਹਿੰਮਤਾ irresolute
be-hisaaba *adj.* ਬੇਹਿਸਾਬਾ fulsome
behkaunaa *v.t.* ਬਹਿਕਾਉਣਾ beguile
behooda *adj.* ਬੇਹੂਦਾ unsound
behosh karnaa *v.t.* ਬੇਹੋਸ਼ ਕਰਨਾ stupefy
behoshee *n.* ਬੇਹੋਸ਼ੀ hysteria
behoshee sambandhee *adj.* ਬੇਹੋਸ਼ੀ ਸੰਬੰਧੀ hysteric
behoshi *n.* ਬੇਹੋਸ਼ੀ stupefaction
behoshi *v.i.* ਬੇਹੋਸ਼ੀ swoon
behoshi da daura *n.* ਬੇਹੋਸ਼ੀ ਦਾ ਦੌਰਾ apoplexy
behoshi da daura *adj.* ਬੇਹੋਸ਼ੀ ਦਾ ਦੌਰਾ apoplectic
behra *n.* ਬਹਿਰਾ waiter
beimaan *adj.* ਬੇਈਮਾਨ trustless
bejaan ਬੇਜਾਨ languid
bekaabu ਬੇਕਾਬੂ ungovernable
bekaabu *adj.* ਬੇਕਾਬੂ unmanageable
bekaar *adj.* ਬੇਕਾਰ unemployed
bekaayedgee *n.* ਬੇਕਾਇਦਗੀ irregularity
bekhabar *adj.* ਬੇਖਬਰ nescient
bela *n.* ਬੇਲਾ grove
belchaa *n.* ਬੇਲਚਾ shovel
beloda *adj.* ਬੇਲੋੜਾ unnecessary
belorhaa *adj.* ਬੇਲੋੜਾ superfluous
bemisaal *adj.* ਬੇਮਿਸਾਲ incompatible
bemisaal *adj.* ਬੇਮਿਸਾਲ inimitable
bemisaal *adj.* ਬੇਮਿਸਾਲ matchless
bemisaal ਬੇਮਿਸਲ unsurpassed
bemosam ਬੇਮੌਸਮ unseasonable
bentee karnaa *v.i.* ਬੇਨਤੀ ਕਰਨਾ pray
benti *n.* ਬੇਨਤੀ entreaty
benti *v.t.* ਬੇਨਤੀ request
benti *n.* ਬੇਨਤੀ solicitation
benti karna *v.* ਬੇਨਤੀ ਕਰਨਾ appeal
benti karnaa *v.t.* ਬੇਨਤੀ ਕਰਨਾ entreat
benti karnaa *v.t.* ਬੇਨਤੀ ਕਰਨਾ solicit
benti karnaa *v.t.* ਬੇਨਤੀ ਕਰਨਾ supplicate
beoraa pustak *n.* ਬਿਓਰਾ ਪੁਸਤਕ prospectus
beparvaahi *adj.* ਬੇਪਰਵਾਹੀ regardless
beraham *adj.* ਬੇਰਹਿਮ merciless
berhaa *n.* ਬੇੜਾ raft
beri *n.* ਬੇਰੀ berry
besabar *adj.* ਬੇਸਬਰ impatient
besabri *n.* ਬੇਸਬਰੀ impatience
besaharaa *adj.* ਬੇਸਹਾਰਾ forlorn
beshagnaa *n.* ਬੇਸ਼ਗਨਾ sinister

besharam *n.* ਬੇਸ਼ਰਮ barefaced
besharam *adj.* ਬੇਸ਼ਰਮ shameless
besharta *adj.* ਬੇਸ਼ਰਤਾ uncoditional
beshumaar *n.* ਬੇਸ਼ੁਮਾਰ myriad
besuaada *adj.* ਬੇਸੁਆਦਾ distasteful
besuaadi *adj.* ਬੇਸੁਆਦੀ prosaic
besudh *adj.* ਬੇਸੁੱਧ delirious
besudh *adj.* ਬੇਸੁਧ giddy
besurapann ਬੇਸੁਰਾਪਣ dissonance
besurtee *n.* ਬੇਸੁਰਤੀ stupor
beswada ਬੇਸੁਆਦਾ unpleasant
betaa karnaa *v.t.* ਭੇਟਾ ਕਰਨਾ endow
betaar *adj.* ਬੇਤਾਰ wireless
bewafaaee *n.* ਬੇਵਫਾਈ jilt
beyaan *n.* ਬਿਆਨ statement
beyaan denhaa *v.t.* ਬਿਆਨ ਦੇਣਾ say
beyakeenaa *adj.* ਬੇਯਕੀਨਾ faithless
beyeemaan aadmi *n.* ਬੇਈਮਾਨ ਆਦਮੀ fake
bhaa karnaa *v.i.* ਭਾਅਕਰਨਾ higgle
bhaaashanhkaar *n.* ਭਾਸ਼ਣਕਾਰ elocutionist
bhaaeechaara *n.* ਭਾਈਚਾਰਾ fraternity
bhaaeechaare da *adj.* ਭਾਈਚਾਰੇ ਦਾ fraternal
bhaaeemaar *n.* ਭਾਈਮਾਰ fratricide
bhaaf *n.* ਭਾਫ steam
bhaag *adj.* ਭਾਗ portly
bhaag *adj.* ਭਾਗ queasy
bhaag *n.* ਭਾਗ volume
bhaagfal *n.* ਭਾਗਫਲ quotient
bhaajak *n.* ਭਾਜਕ divisor
bhaajarh *v.i.* ਭਾਜੜ stampede
bhaalaa *n.* ਭਾਲਾ spear
bhaalnhaa ਭਾਲਣਾ ransack
bhaalnhaa *v.t.* ਭਾਲਣਾ seek
bhaambad *n.* ਭਾਂਬੜ flame
bhaanda *n.* ਭਾਂਡਾ vessel
bhaandaa *n.* ਭਾਂਡਾ pot
bhaandaa *n.* ਭਾਂਡਾ receptacle
bhaandaa *n.* ਭਾਂਡਾ repository
bhaande *n.* ਭਾਂਡੇ ware
bhaar *n.* ਭਾਰ burden
bhaar *n.* ਭਾਰ lumber
bhaar *n.* ਭਾਰ weight
bhaar lahuna *v.t.* ਭਾਰ ਲਾਹੁਣਾ unload
bhaar utaarnaa *v.t.* ਭਾਰ ਉਤਾਰਨਾ disburden
bhaaree *adj.* ਭਾਰੀ burdensome
bhaarti *n.* ਭਾਰਤੀ indian
bhaarwala *adj.* ਭਾਰਵਾਲਾ weighty
bhaashaa *n.* ਭਾਸ਼ਾ language
bhaashaa vigyaan *n.* ਭਾਸ਼ਾ-ਵਿਗਿਆਨ philology
bhaashaa vigyaani *n.* ਭਾਸ਼ਾ-ਵਿਗਿਆਨੀ philogist
bhaashaanh kalaa *n.* ਭਾਸ਼ਣਕਲਾ elocution
bhaashan *n.* ਭਾਸ਼ਣ commentary
bhaashanh *n.* ਭਾਸ਼ਣ speech
bhaashanh vala *n.* ਭਾਸ਼ਣ ਵਾਲਾ oratory
bhaashankartaa *n.* ਭਾਸ਼ਣਕਰਤਾ commentator
bhaataa *n.* ਭਾਟਾ ebb
bhaav arath ਭਾਵ ਅਰਥ interpretation
bhaav kadhanhaa *v.t.* ਭਾਵ ਕੱਢਣਾ interpret
bhaav vaachak *adj.* ਭਾਵਵਾਚਕ impersonal
bhaavak *adj.* ਭਾਵਕ sentimental
bhaaven *conj.* ਭਾਂਵੇਂ though
bhaavnaa *n.* ਭਾਵਨਾ emotion
bhaavnaa *n.* ਭਾਵਨਾ feeling
bhaavnaatmak *adj.* ਭਾਵਨਾਤਮਕ emotional
bhaavnaatmak *adj.* ਭਾਵਨਾਤਮਕ ideal
bhaawen *conj.* ਭਾਂਵੇਂ although
bhadda *adj.* ਭੱਦਾ awkward
bhadda *adj.* ਭੱਦਾ ugly
bhadda *adj.* ਭੱਦਾ uncouth
bhadda *adj.* ਭੱਦਾ ungraceful
bhadda dhangg *n.* ਭੱਦਾ ਢੰਗ awkwardly
bhaddaa *n.* ਭੱਦਾ clumsy
bhaddaa *adj.* ਭੱਦਾ cumbersome
bhaddaapan *n.* ਭੱਦਾਪਣ coarse
bhaddapan *n.* ਭੱਦਾਪਣ awkwardness
bhaddapan *n.* ਭੱਦਾਪਣ deformity
bhaddapanh *n.* ਭੱਦਾਪਣ ugliness
bhaddar *adj.* ਭੱਦਰ gentle
bhaddar purash *n.* ਭੱਦਰਪੁਰਸ਼ gentleman
bhadkaahat *n.* ਭੜਕਾਹਟ provocation
bhadkanhaa *v.t.* ਭੜਕਣਾ flare
bhadkaunhaa ਭੜਕਾਉਣਾ exasperate
bhadkeelaa *adj.* ਭੜਕੀਲਾ florid

bhadkeelaa *adj.* ਭੜਕੀਲਾ lurid
bhagat *n.* ਭਗਤ votary
bhagaurhaa *adj.* ਭਗੌੜਾ fugitive
bhagti *n.* ਭਗਤੀ allegiance
bhagti *n.* ਭਗਤੀ fidelity
bhai- bharyeya *adj.* ਭੈ-ਭਰਿਆ awful
bhaibanddi naal *adj.* ਭਾਈਬੰਦੀ ਨਾਲ brotherly
bhai-bheet karnaa *v.t.* ਭੈ-ਭੀਤ ਕਰਨਾ terrify
bhai-bheet karnaa *v.t.* ਭੈ-ਭੀਤ ਕਰਨਾ terrorize
bhaichaaraa *n.* ਭਾਈਚਾਰਾ brotherhood
bhaigrast *adj.* ਭੈਗ੍ਰਸਤ awestruck
bhaingaa *v.i.* ਭੈਂਗਾ squint
bhainh *n.* ਭੈਣ sister
bhainh vaang *adj.* ਭੈਣ ਵਾਂਗ sisterly
bhainpunha *n.* ਭੈਣਪੁਣਾ sisterhood
bhairhaa *adj.* ਭੈੜਾ repelient
bhajan *n.* ਭਜਨ psalm
bhajj jaanhaa *v.i.* ਭੱਜ ਜਾਣਾ elope
bhajjanh vala *adj.* ਭੱਜਣ ਵਾਲਾ evanescent
bhajjnhaa *n.* ਭੱਜਣਾ evasion
bhakhrhaa *n.* ਭੱਖੜਾ thistie
bhala *n.* ਭਾਲਾ harpoon
bhalemanhas *n.* ਭਲੇਮਾਣਸ gentry
bhalke *n.* ਭਲਕੇ morrow
bhall *n.* ਭਲ਼ silt
bhaloo *n.* ਭਾਲੂ beer
bhand *v.t.* ਭੰਡ wag
bhand *n.* ਭੰਡ zany
bhandaari *n.* ਭੰਡਾਰੀ store-keeper
bhandaree *n.* ਭੰਡਾਰੀ butler
bhandd *n.* ਭੰਡ buffoon
bhandd *n.* ਭੰਡ clown
bhanddi *n.* ਭੰਡੀ slander
bhanddi karan vala *n.* ਭੰਡੀ ਕਰਨ ਵਾਲਾ slanderer
bhanddpunha ਭੰਡਪੁਣਾ buffoonery
bhandee *n.* ਭੰਡੀ scandal
bhandee karnaa *v.t.* ਭੰਡੀ ਕਰਨਾ scandalize
bhandna *v.t.* ਭੰਡਣਾ vilify
bhanggi *n.* ਭੰਗੀ scavenger
bhanwarjaal *n.* ਭੰਵਰਜਾਲ maze
bhara *n.* ਭਾਰਾ heavy
bharaa *n.* ਭਰਾ brethren
bharaa *n.* ਭਰਾ brother
bharajanak *adj.* ਭਰਮਜਨਕ fallacious
bharam *n.* ਭਰਮ fallacy
bharamkaari *adj.* ਭਰਮਕਾਰੀ fallible
bharapanh *n.* ਭਾਰਾਪਣ heaviness
bharasht karnaa *v.* ਭ੍ਰਸ਼ਟ ਕਰਨਾ devastate
bharhkeelaa *n.* ਭੜਕੀਲਾ sparkish
bharhkeelaa *adj.* ਭੜਕੀਲਾ tawdry
bharishat aacharanh *n.* ਭ੍ਰਿਸ਼ਟ ਆਚਰਣ debauchery
bharkeela *adj.* ਭੜਕੀਲਾ vivid
bharna *v.t.* ਭਰਨਾ fill
bharnaa *v.t.* ਭਰਨਾ insert
bharoonh *n.* ਭਰੂਣ embryo
bharoonh *n.* ਭਰੂਣ foetus
bharosaa karnaa *v.* ਭਰੋਸਾ ਕਰਨਾ depend
bharoseyog *n.* ਭਰੋਸੇਯੋਗ dependable
bharpoor *adj.* ਭਰਪੂਰ replete
bharpoor honhaa *v.t.* ਭਰਪੂਰ ਹੋਣਾ teem
Bharpur hona *v.* ਭਰਪੂਰ ਹੋਣਾ abound
bharti karna *v.* ਭਰਤੀ ਕਰਨਾ admit
bharti karnaa *v.* ਭਰਤੀ ਕਰਨਾ enrol
bharvatta *n.* ਭਰਵੱਟਾ eyebrow
bhasam karnaa *v.t.* ਭਸਮ ਕਰਨਾ devour
bhashanh *n.* ਭਾਸ਼ਣ lecture
bhasha-vigyani *n.* ਭਾਸ਼ਾ-ਵਿਗਿਆਨੀ linguist
bhashee *adj.* ਭਾਸ਼ੀ lingual
bhatakde firna *v.i.* ਭਟਕਦੇ ਫਿਰਨਾ stray
bhateejaa *n.* ਭਤੀਜਾ niece
bhathhaa *n.* ਭੱਠਾ kiln
bhathheyaaran *n.* ਭਠਿਆਰਨ chambermaid
bhathhi *n.* ਭੱਠੀ furnace
bhatkan *n.* ਭਟਕਣ wandering
bhatkan wala *n.* ਭਟਕਣ ਵਾਲਾ wanderer
bhatkanhaa *v.t.* ਭਟਕਣਾ digress
bhatkeya hoyeyaa *adv.* ਭਟਕਿਆ ਹੋਇਆ astray
bhatkna *v.i.* ਭਟਕਣਾ wander
bhatt *n.* ਭੱਟ minstrel
bhatta *n.* ਭੱਤਾ allowance
bhautaat *n.* ਬਹੁਤਾਤ multiplicity

bhautik vigeyaan *n.* ਭੌਤਿਕ ਵਿਗਿਆਨ physics
bhavikh *n.* ਭਵਿੱਖ future
bhavikh *n.* ਭਵਿਖ prospect
bhavikh dasna *n.* ਭਵਿੱਖ ਦੱਸਣਾ augur
bhavikh dassnhaa *v.t.* ਭਵਿੱਖ ਦੱਸਣਾ soothsay
bhavikh vaak *n.* ਭਵਿੱਖ ਵਾਕ prediction
bhavikh vaktaa *n.* ਭਵਿੱਖਵਕਤਾ soothsayer
bhavikhbaanhi *n.* ਭਵਿਖਬਾਣੀ prophecy
bhavikkh dasanhaa ਭਵਿੱਖ ਦੱਸਣਾ foretell
bhavikkh dassna *v.t.* ਭਵਿੱਖ ਦੱਸਣਾ bode
bhavikkhat kathan *n.* ਭਵਿੱਖਤ ਕਥਨ divination
bhavnaa *n.* ਭਾਵਨਾ sentiment
bhawen *conj.* ਭਾਂਵੇਂ albeit
bhawna mukat *adj.* ਭਾਵਨਾਮੁਕਤ impassive
bhayeechaaraa *n.* ਭਾਈਚਾਰਾ community
bheaanak *adj.* ਭਿਆਨਕ ghastly
bhed *n.* ਭੇਦ distinction
bhed *n.* ਭੇਡ ewe
bhed *n.* ਭੇਦ mystery
bhed *n.* ਭੇਦ secret
bhed *n.* ਭੇਡ sheep
bhed *n.* ਭੇਦ variance
bhed *n.* ਭੇਦ variation
bhed jaanh lainha *v.t.* ਭੇਦ ਜਾਣ ਲੈਣਾ differentiate
bhed karnaa *v.t.* ਭੇਦ ਕਰਨਾ distinguish
bhed kholhna *v.i.* ਭੇਦ ਖੋਲ੍ਹਣਾ unbosom
bhed lainaa *v.t.* ਭੇਦ ਲੈਣਾ pry
bhedbhaav *n.* ਭੇਦਭਾਵ discrimination
bhedoo *n.* ਭੇਡੂ ram
bheed *n.* ਭੀੜ mob
bheed ਭੀੜ rabble
bheed-bhaad *v.t.* ਭੀੜ-ਭਾੜ huddle
bheed-bhareya *n.* ਭੀੜ-ਭਰਿਆ craven
bheedi gali *n.* ਭੀੜੀ ਗਲੀ alley
bheerh *n.* ਭੀੜ concourse
bheerh *n.* ਭੀੜ crowd
bheerh *v.t.* ਭੀੜ throng
bhejeyaa gaya maal *n.* ਭੇਜਿਆ ਗਿਆ ਮਾਲ consignment
bhejnhaa *v.t.* ਭੇਜਣਾ send
bhejnhaa *v.t.* ਭੇਜਣਾ transmit
bheonhaa *v.t.* ਭਿਓਣਾ soak
bhes badalnhaa *v.t.* ਭੇਸ ਬਦਲਣਾ impersonate
bhet *n.* ਭੇਟ largese
bhet karnaa *v.t.* ਭੇਟ ਕਰਨਾ proffer
bhetaa *n.* ਭੇਟਾ offering
bhetaa denhaa *v.t.* ਭੇਟਾ ਦੇਣਾ tender
bheyaanak *adj.* ਭਿਆਨਕ dire
bheyaanak *adj.* ਭਿਆਨਕ grisly
bheyaanak *adj.* ਭਿਆਨਕ gruesome
bheyaankar *adj.* ਭਿਅੰਕਰ fell
bheyankarta *adj.* ਭਿਅੰਕਰਤਾ ferocity
bhiaanak *adj.* ਭਿਆਨਕ hideous
bhiaanak *n.* ਭਿਆਨਕ terrible
bhiaankar *adj.* ਭਿਅੰਕਰ terrific
bhiaaunhaa *v.t.* ਭਿਆਉਣਾ drench
bhikheya *n.* ਭਿੱਖਿਆ alms
bhikheyaa *n.* ਭਿੱਖਿਆ begging
bhinhbhinhaahat *v.i.* ਭਿਣਭਿਣਾਹਟ hum
bhinn *adj.* ਭਿੰਨ dissimilar
bhinn *adj.* ਭਿੰਨ distinct
bhinn *adj.* ਭਿੰਨ unlike
bhinnataa *n.* ਭਿੰਨਤਾ inequality
bhiyaanak *adj.* ਭਿਆਨਕ fearful
bhoj parivaar dee jhaadi *adj.* ਭੋਜ ਪਰਿਵਾਰ ਦੀ ਝਾੜੀ hazel
bhoj pattar *n.* ਭੋਜਪੱਤਰ birch
bhojan *v.t.* ਭੋਜਨ feed
bhojan *n.* ਭੋਜਨ food
bhojan *n.* ਭੋਜਨ meal
bhojan ate rehan da sathaan *n.* ਭੋਜਨ ਅਤੇ ਰਹਿਣ ਦਾ ਸਥਾਨ boarding
bhojan da parbanddh *v.t.* ਭੋਜਨ ਦਾ ਪ੍ਰਬੰਧ ਕਰਨਾ cater
bhojan karaunh vala *n.* ਭੋਜਨ ਕਰਾਉਣ ਵਾਲਾ feeder
bhojan samagri *n.* ਭੋਜਨ ਸਮੱਗਰੀ purveyance
bhojan uprantt *adj.* ਭੋਜਨ ਉਪਰੰਤ postprandial
bholabhaalaa *adj.* ਭੋਲਾਭਾਲਾ naive
bholian gallaan *n.* ਭੋਲੀਆਂ ਗੱਲਾਂ prattle
bhondoo *n.* ਭੋਂਦੂ ninny

bhonkna *v.t.* ਭੌਂਕਣਾ yap
bhonkna *v.i.* ਭੌਂਕਣਾ yelp
bhoo- drish *n.* ਭੂ-ਦਰਿਸ਼ landscape
bhoo tall *n.* ਭੂ ਤਲ surface
bhoo-madh rekhaa *n.* ਭੂ-ਮੱਧ ਰੇਖਾ equator
bhoomi *n.* ਭੂਮੀ stead
bhoomiaayee *adj.* ਭੂਮੀਆਈ terresterial
bhoomigatt *adj.* ਭੂਮੀਗਤ subterranean
bhoomigatt maarag *n.* ਭੂਮੀਗਤ ਮਾਰਗ subway
bhoomika *n.* ਭੂਮਿਕਾ preface
bhoomika sambandhi *adj.* ਭੂਮਿਕਾ ਸੰਬੰਧੀ prefactory
bhooraa *adj.* ਭੂਰਾ brown
bhoot *n.* ਭੂਤ vampire
bhoot *n.* ਭੂਤ demon
bhoot *n.* ਭੂਤ goblin
bhoot *n.* ਭੂਤ phantom
bhootkaal *adv.* ਭੂਤਕਾਲ past
bhoot-pret *n.pl.* ਭੂਤ-ਪ੍ਰੇਤ genil
bhoot-pret *n.* ਭੂਤ ghost
bhoo-vigyaani *n.* ਭੂ-ਵਿਗਿਆਨ geology
bhora *n.* ਭੋਰਾ whit
bhoraa *n.* ਭੋਰਾ ¶ittle
bhrhburhaahat *v.i.* ਬੁੜਬੁੜਾਹਟ mumble
bhrind *n.* ਭਰਿੰਡ wasp
bhrind varga *adj.* ਭਰਿੰਡ ਵਰਗਾ waspish
bhrishit *adj.* ਭ੍ਰਿਸ਼ਟ corrupt
bhrishtachaar *n.* ਭ੍ਰਿਸ਼ਟਾਚਾਰ corruption
bhuchaal *n.* ਭੁਚਾਲ earthquake
bhuchaal sambandhee *adj.* ਭੂਚਾਲ ਸੰਬੰਧੀ seismal
bhugol *n.* ਭੂਗੋਲ geography
bhugtaan *n.* ਭੁਗਤਾਨ liquidation
bhugtaan *n.* ਭੁਗਤਾਨ quietus
bhukh *n.* ਭੁੱਖ hunger
bhukhaa *adj.* ਭੁੱਖਾ hungry
bhukhaa *adj.* ਭੁੱਖਾ peckish
bhukhe marnaa *v.i.* ਭੁੱਖੇ ਮਰਨਾ starve
bhukhmari *n.* ਭੁੱਖਮਰੀ starvation
bhukkhe marnaa *v.t.* ਭੁੱਖੇ ਮਰਨਾ famish
bhulaavaan ਭੁਲਾਂਵਾਂ obilvion
bhull *n.* ਭੁੱਲ deviation
bhull *n.* ਭੁੱਲ lapse
bhull ਭੁੱਲ omission
bhull na karan yog *adj.* ਭੁੱਲ ਨਾ ਕਰਨ ਯੋਗ infallible
bhullanhahaar *adj.* ਭੁੱਲਣਹਾਰ forgetful
bhunanhaa *v.t.* ਭੁੰਨਣਾ roast
bhunneyaa maas *n.* ਭੁਨਿਆ ਮਾਸ grill
bhut ghatt mull *v.t.* ਬਹੁਤ ਘੱਟ ਮੁੱਲ undercharge
bhutaat *n.* ਬਹੁਤਾਤ sufficiency
bian shak da *adj.* ਬਿਨਾਂ ਸ਼ੱਕ ਦਾ unscruputous
biaur *n.* ਬਿਲੌਰ quartz
bichhoo *n.* ਬਿੱਛੂ scorpion
bigal *n.* ਬਿਗਲ trumpet
bigul *n.* ਬਿਗੁਲ bugle
bijlee *n.* ਬਿਜਲੀ electricity
bijlee da *n.* ਬਿਜਲੀ ਦਾ electrical
bijlee da suchalak *n.* ਬਿਜਲੀ ਦਾ ਸੁਚਾਲਕ conductor
bijlee naal maaut *n.* ਬਿਜਲੀ ਨਾਲ ਮੌਤ electrocution
bijlee vaala *n.* ਬਿਜਲੀ ਵਾਲਾ electrician
bijlee vali haneri *n.* ਬਿਜਲੀ ਵਾਲੀ ਹਨੇਰੀ thunde¤storm
bijli oorja *n.* ਬਿਜਲੀ ਊਰਜਾ voltage
bijli paidaa karan da yanttar *n.* ਬਿਜਲੀ ਪੈਦਾ ਕਰਨ ਦਾ ਯੰਤਰ dynamo
bikaat *v.t.* ਬਾਈਕਾਟ boycott
bilkul *adv.* ਬਿਲਕੁਲ quite
bill *n.* ਬਿੱਲ bill
billa *n.* ਬਿੱਲਾ tom-cat
billaur vaang saaf *adj.* ਬਿਲੌਰ ਵਾਂਗ ਸਾਫ crystalline
billauri *n.* ਬਿਲੌਰੀ crystal
billi *n.* ਬਿੱਲੀ cat
billi vaang *adj.* ਬਿੱਲੀ ਵਾਂਗ feline
billiard khed *n.* ਬਿਲੀਅਰਡ ਖੇਡ billiards
bimaar *adj.* ਬੀਮਾਰ sick
bimaar honhaa *v.t.* ਬੀਮਾਰ ਹੋਣਾ sicken
bimaari *n.* ਬੀਮਾਰੀ disease
bimaari *n.* ਬੀਮਾਰੀ illness
bimaari *n.* ਬੀਮਾਰੀ indisposition
bimaari *n.* ਬੀਮਾਰੀ sickness
bimari da daura *n.* ਬੀਮਾਰੀ ਦਾ ਦੌਰਾ bout

bina aagya da *adj.* ਬਿਨਾਂ ਆਗਿਆ ਦਾ unbidden
bina adhikaar da *adj.* ਬਿਨਾਂ ਅਧਿਕਾਰ ਦਾ unauthorized
bina bulaya *adj.* ਬਿਨਾਂ ਬੁਲਾਇਆ uncalled
bina chinh da *adj.* ਬਿਨਾਂ ਚਿੰਨ੍ਹ ਦਾ trackless
bina irada *adv.* ਬਿਨਾਂ ਇਰਾਦਾ unawares
bina jotya hoya *adj.* ਬਿਨਾਂ ਜੋਤਿਆ ਹੋਇਆ uncultivated
bina khojya hoya ਬਿਨਾਂ ਖੋਜਿਆਂ ਹੋਇਆਂ unsought
bina mail de *adj.* ਬਿਨਾਂ ਮੇਲ ਦੇ unalloyed
bina mangya hoya *adj.* ਬਿਨਾਂ ਮੰਗਿਆ ਹੋਇਆਂ unsolicited
bina milavat de *adj.* ਬਿਨਾਂ ਮਿਲਾਵਟ ਤੋਂ unmixed
bina mull ton *adv.* ਬਿਨਾਂ ਮੁੱਲ ਤੋਂ gratis
bina pair bheoteaan *n.* ਬਿਨਾਂ ਪੈਰ ਭਿਓਂਤਿਆਂ dry-shod
bina parivartan da *adj.* ਬਿਨਾਂ ਪਰਿਵਰਤਨ ਦਾ unchangeable
bina shayita *adj.* ਬਿਨਾਂ ਸਹਾਇਤਾ unaided
bina taar samachar *n.* ਬਿਨਾ ਤਾਰ ਸਮਾਚਾਰ aerogram
bina tutya hoya *n.* ਬਿਨਾਂ ਟੁਟਿਆ ਹੋਇਆ unbroken
bina tyaar kite *adj.* ਬਿਨਾਂ ਤਿਆਰ ਕੀਤੇ unprepared
bina virodh wala *adj.* ਬਿਨਾਂ ਵਿਰੋਧ ਵਾਲਾ unresisting
binaa *prep.* ਬਿਨਾਂ sans
binaa *prep.* ਬਿਨਾਂ sine
binaa tyaari *adv.* ਬਿਨਾਂ ਤਿਆਰੀ off-hand
binddi *n.* ਬਿੰਦੀ point
bindu *n.* ਬਿੰਦੂ dot
biptaa vich aaunhaa *v.t.* ਬਿਪਤਾ ਵਿੱਚ ਆਉਣਾ jeopardize
biradh *adj.* ਬਿਰਧ old
biradh *adj.* ਬਿਰਧ senescent
birakh raashi *n.* ਬਿਰਖ ਰਾਸ਼ੀ taurus
birgedier *n.* ਬ੍ਰਿਗੇਡੀਅਰ brigadier
birha da geet *n.* ਬਿਰਹਾ ਦਾ ਗੀਤ ballad
birtaant *n.* ਬਿਰਤਾਂਤ memoir
birti jodnaa *v.t.* ਬਿਰਤੀ ਜੋੜਨਾ meditate
biskut *n.* ਬਿਸਕੁਟ biscuit
biuro *n.* ਬਿਊਰੋ bureau
bkaayeyaa *n.pl.* ਬਕਾਇਆ arrears
bnam *prep.* ਬਨਾਮ versus
bodh *n.* ਬੋਧ prehension
bohar da rukh *n.* ਬੋਹੜ੍ਹ ਦਾ ਰੁੱਖ banyan
bojh *n.* ਬੋਝ load
bolaa *adj.* ਬੋਲਾ deaf
boldi filam *n.* ਬੋਲਦੀ ਫਿਲਮ talkies
boleyaa *n.* ਬੋਲਿਆ quoth
boli *v.i.* ਬੋਲੀ patter
boli lagaunaa *v.t.* ਬੋਲੀ ਲਾਉਣਾ bid
boli maarnaa *v.t.* ਬੋਲੀ ਮਾਰਨਾ twit
bolnhaa *v.i.* ਬੋਲਣਾ speak
bolt *n.* ਬੋਲਟ bolt
boohe daas seroo *n.* ਬੂਹੇ ਦਾ ਸੇਰੂ transom
boond *n.* ਬੂੰਦ drop
boondabaandi honhaa *v.i.* ਬੂੰਦਾਬਾਂਦੀ ਹੋਣਾ drizzel
boot pret sambandhi *adj.* ਭੂਤ-ਪ੍ਰੇਤ ਸੰਬੰਧੀ ghostly
bora *n.* ਬੋਰਾ gunny
bori *n.* ਬੋਰੀ sack
bot *n.* ਬੋਟ nestling
botal *n.* ਬੋਤਲ bottle
brabar hona *v.* ਬਰਾਬਰ ਹੋਣਾ amount
bradkaast *adj.* ਬਰਾਡਕਾਸਟ broadcast
braham vidya *n.* ਬ੍ਰਹਮ ਵਿੱਦਿਆ theosophy
brahamvaad *n.* ਬ੍ਰਹਮਵਾਦ animism
brahmand *n.* ਬ੍ਰਹਿਮੰਡ universe
brehmandd *n.* ਬ੍ਰਹਿਮੰਡ macrocosm
Buchaddkhana *n.* ਬੁੱਚੜਖਾਨਾ abattoir
bucharhkhaanaa *n.* ਬੁਚੜਖਾਨਾ slaughter-house
buchharh *n.* ਬੁਛਾੜ sally
budbudaona *v.t.* ਬੁੜਬੁੜਾਉਣਾ babble
budhaa *n.* ਬੁੱਢਾ fogy
budhape sambandhi *adj.* ਬੁਢਾਪੇ ਸੰਬੰਧੀ senile
budhee *n.* ਬੁੱਢੀ beldam
budhee *n.* ਬੁੱਧੀ comprehension
budheevaan lok *n.* ਬੁਧੀਵਾਨ ਲੋਕ savant
budhi *n.* ਬੁੱਧੀ intelligence

budhi dee kamzori *n.* ਬੁੱਧੀ ਦੀ ਕਮਜ਼ੋਰੀ dotage
budhimaan *adj.* ਬੁੱਧੀਮਾਨ intelligent
budhvaar *n.* ਬੁੱਧਵਾਰ wednesday
bujhaarat *n.* ਬੁਝਾਰਤ crux
bujhaarat *v.t.* ਬੁਝਾਰਤ puzzle
bujhaaunhaa *n.* ਬੁਝਾਉਣਾ extinction
bujharat *n.* ਬੁਝਾਰਤ charade
bujhaunhaaa *v.t.* ਬੁਝਾਉਣਾ quench
bujheyaa hoyeaa *adj.* ਬੁਝਿਆ ਹੋਇਆ extinct
bukhaar *n.* ਬੁਖਾਰ fever
bukk bharr *n.* ਬੁੱਕ ਭਰ handful
bukram *n.* ਬੁਕਰਮ buckram
bulaaraa *n.* ਬੁਲਾਰਾ speaker
bulaaraa *n.* ਬੁਲਾਰਾ spokesman
bulaaunhaa *v.t.* ਬੁਲਾਉਣਾ evoke
bulaavaa *n.* ਬੁਲਾਵਾ summons
bulaunaa *v.t.* ਬੁਲਾਉਣਾ call
bulbul *n.* ਬੁਲਬੁਲ nightingale
bulbulaa *n.* ਬੁਲਬੁਲਾ bubble
bull daag *n.* ਬੁੱਲ ਡਾਗ bull-dog
bullh *n.* ਬੁੱਲ੍ਹ lip
bumb *n.* ਬੰਬ bomb
buneyaaadi *adj.* ਬੁਨਿਆਦੀ fundamental
buneyaad *n.* ਬੁਨਿਆਦ foundation
buneyaadi *adj.* ਬੁਨਿਆਦੀ primitive
buneyaadi *adj.* ਬੁਨਿਆਦੀ rudimentary
bunhaaee sambandhee *adj.* ਬੁਣਾਈ ਸੰਬੰਧੀ textile
buniyaadi asool *n.* ਬੁਨਿਅਦੀ ਅਸੂਲ postulate
bura *adj.* ਬੁਰਾ bad
bura *adj.* ਬੁਰਾ vicious
bura bhala *v.t.* ਬੁਰਾ ਭਲਾ ਕਹਿਣਾ revile
bura manaunhaa *v.t.* ਬੁਰਾ ਮਨਾਉਣਾ resent
bura sochnaa *v.t.* ਬੁਰਾ ਸੋਚਣਾ beshrew
buraa *adj.* ਬੁਰਾ ill
buraa *adj.* ਬੁਰਾ nefarious
buraaee *adj.* ਬੁਰਾਈ evil
buraaee *n.* ਬੁਰਾਈ filth
buraj *n.* ਬੁਰਜ turret
bur-bur karan wala *v.i.* ਬੁੜ-ਬੁੜ ਕਰਨਾ chatter
burh burh *v.i.* ਬੁੜ ਬੁੜ grumble
burhburh *n.* ਬੁੜਬੁੜ muttering
burhburhahat *n.* ਬੁੜਬੁੜਾਹਟ growl
buri nazar *n.* ਬੁਰੀ ਨਜ਼ਰ leer
butt taraashi *n.* ਬੁਤ ਤਰਾਸ਼ੀ sculpture
buttghaarhaa *n.* ਬੁੱਤਘਾੜਾ sculptor
bysaikal *n.* ਬਾਈਸਾਈਕਲ bike

C

chaabak *n.* ਚਾਬਕ lash
chaabi *n.* ਚਾਬੀ key
chaachi *n.* ਚਾਚੀ aunt
chaachi *n.* ਚਾਚੀ aunty
chaadar *n.* ਚਾਦਰ coverlet
chaah *n.* ਚਾਹ tea
chaaheeda hai *v.t.* ਚਾਹੀਦਾ ਹੈ should
chaahvaan *adj.* ਚਾਹਵਾਨ keen
chaak *n.* ਚਾਕ chalk
chaakku *n.* ਚਾਕੂ knife
chaaklet *n.* ਚਾਕਲੇਟ chocolate
chaaku *n.* ਚਾਕੂ cutler
chaal *n.* ਚਾਲ sleight
chaal *n.* ਚਾਲ spur
chaal *n.* ਚਾਲ stratagem
chaal *n.* ਚਾਲ trick
chaal *n.* ਚਾਲ vogue
chaalak *n.* ਚਾਲਕ driver
chaalak *n.* ਚਾਲਕ operator
chaalbaaz *n.* ਚਾਲਬਾਜ਼ tactician
chaalbaaz *adj.* ਚਾਲਬਾਜ਼ wily
chaalee din *n.* ਚਾਲ੍ਹੀ ਦਿਨ quarantine
chaaleehvaan *adj.* ਚਾਲ੍ਹੀਵਾਂ fortieth
chaalhi *adj.* ਚਾਲੀ forty
chaananhee *n.* ਚਾਨਣੀ tilt
chaananhi *n.* ਚਾਂਨਣੀ counterpane
chaandi *n.* ਚਾਂਦੀ silver
chaandipattra *n.* ਚਾਂਦੀਪੱਤਰਾ silverleaf
chaandirangga *adj.* ਚਾਂਦੀਰੰਗਾ silvern
chaangar *v.t.* ਚਾਂਗਰ howl
chaap *n.* ਚਾਪ arc
chaaploos *n.* ਚਾਪਲੂਸ flatterer

chaaploos *n.* ਚਾਪਲੂਸ sycophant
chaaploos *n.* ਚਾਪਲੂਸ toady
chaaploosi *n.* ਚਾਪਲੂਸੀ flattery
chaaploosi *n.* ਚਾਪਲੂਸੀ servitor
chaaploosi *v.i.* ਚਾਪਲੂਸੀ ਕਰਨਾ truckle
chaaploosi karnaa *v.* ਚਾਪਲੂਸੀ ਕਰਨਾ flatter
chaaploosi karnaa *v.t.* ਚਾਪਲੂਸੀ ਕਰਨਾ soothe
chaaploospuna *adj.* ਚਾਪਲੂਸਪੁਣਾ coaxal
chaar *n.* ਚਾਰ four
chaar divaari *n.pl.* ਚਾਰ ਦੀਵਾਰੀ premises
chaar vareyaaee *adj.* ਚਾਰ ਵਰ੍ਹਿਆਈ quadrennial
chaaraa *n.* ਚਾਰਾ provender
chaardeevaari *n.* ਚਾਰਦੀਵਾਰੀ fence
chaatt *n.* ਛੱਤ roof
chabbanhaa *v.t.* ਚੱਬਣਾ munch
chabootra *n.* ਚਬੂਤਰਾ dais
chabootraa *n.* ਚਬੂਤਰਾ terrace
chabootraa *n.* ਚਬੂਤਰਾ truss
chacha *n.* ਚਾਚਾ uncle
chacheraa *n.* ਚਚੇਰਾ cousin
chadaayee *n.* ਚੜ੍ਹਾਈ onsot
chakkar *n.* ਚੱਕਰ circuit
chakkar *v.* ਚੱਕਰ coil
chakkar *n.* ਚੱਕਰ meander
chakkar *n.* ਚੱਕਰ orbit
chakkar *n.* ਚੱਕਰ spin
chakkar *v.i.* ਚੱਕਰ swirl
chakkar *n.* ਚੱਕਰ vortex
chakkar dena *v.t.* ਚੱਕਰ ਦੇਣਾ whirl
chakkar kadhaanhanaa *v.i.* ਚੱਕਰ ਕੱਢਣਾ gyrate
chakkar kattnhaa *v.i.* ਚੱਕਰ ਕੱਟਣਾ hover
chakkar khaanhaa *v.t.* ਚੱਕਰ ਖਾਣਾ revolve
chakkardar *n.* ਚੱਕਰਦਾਰ spiral
chakkarmaarag *n.* ਚੱਕਰਮਾਰਗ rut
chakkarvaat *n.* ਚੱਕਰਵਾਤ hurricane
chakki *n.* ਚੱਕੀ mill
chakki maalik *n.* ਚੱਕੀ ਮਾਲਿਕ miller
chakki raha *n.* ਚੱਕੀਰਾਹਾ woodpecker
chakotra *n.* ਚਕੋਤਰਾ citron
chakraunhaa *v.i.* ਚਕਰਾਉਣਾ stagger
chalaak *adj.* ਚਲਾਕ clever
chalaakee *n.* ਚਲਾਕੀ cleverness
chalaaki *adj.* ਚਲਾਕੀ chic
chalaki nal *adv.* ਚਲਾਕੀ ਨਾਲ actively
chalaunhaa *n.* ਚਲਾਉਣਾ drive
chalaunhaa *v.i.* ਚਲਾਉਣਾ stir
chalayemaan *adj.* ਚਲਾਇਮਾਨ agog
chalayemaan *adj.* ਚਲਾਇਮਾਨ movable
chalda hoya *adv.* ਚਲਦਾ ਹੋਇਆ afoot
chalda hoyeaa *adj.* ਚੱਲਦਾ ਹੋਇਆ running
chale jaanhaa *v.* ਚਲੇ ਜਾਣਾ depart
chall hataona *v.t.* ਛਲ ਹਟਾਉਣਾ undeceive
chall-sampatee *n.* ਚਲ-ਸੰਪਤੀ chattel
chamak *n.* ਚਮਕ blaze
chamak *n.* ਚਮਕ flash
chamak ਚਮਕ illumination
chamak *n.* ਚਮਕ lustre
chamak *n.* ਚਮਕ sheen
chamak *adj.* ਚਮਕ shinning
chamak pathar *n.* ਚਮਕ ਪੱਥਰ flint
chamakdaar *adj.* ਚਮਕਦਾਰ fulgent
chamakdaar *adj.* ਚਮਕਦਾਰ radiant
chamakdaar *adj.* ਚਮਕਦਾਰ shiny
chamakdaar moti *adj.* ਚਮਕਦਾਰ ਮੋਤੀ orient
chamak-damak *n.* ਚਮਕ-ਦਮਕ brilliance
chamatkaari *adj.* ਚਮਤਕਾਰੀ striking
chamatkarpooran *adj.* ਚਮਤਕਾਰਪੂਰਨ pyrotechnic
chambhlaa denhaa *n.* ਚੰਭਲਾ ਦੇਣਾ pamper
chamchaa *n.* ਚਮਚਾ spoon
chameli *n.* ਚੰਮੇਲੀ jasmine
chamgadar *n.* ਚਮਗਾਦੜ bat
chamkaaunhaa *v.t.* ਚਮਕਾਉਣਾ irradiate
chamkanhaa *v.i.* ਚਮਕਣਾ glow
chamkanhaa *v.t.* ਚਮਕਣਾ shine
chamkaunhaa *v.t.* ਚਮਕਾਉਣਾ kindle
chamkdaa hoeyaa *adj.* ਚਮਕਦਾ ਹੋਇਆ effulgent
chamkeela *adj.* ਚਮਕੀਲਾ lustrous
chamkeelaa *adj.* ਚਮਕੀਲਾ bright
chamkeelaa *adj.* ਚਮਕੀਲਾ fair
chamkeelaa banaunaa *v.t.* ਚਮਕੀਲਾ ਬਣਾਉਣਾ brighten

chamm dee chidi *v.t.* ਚੰਮ ਦੀ ਚਿੜੀ lure
chamrhaa *n.* ਚਮੜਾ leather
chamrhaa kamaaunhaa *v.t.* ਚਮੜਾ ਕਮਾਉਣਾ taw
chamrhee *n.* ਚਮੜੀ skin
chananh munaara *n.* ਚਾਨਣ-ਮੁਨਾਰਾ pharos
chanann munara *n.* ਚਾਨਣ-ਮੁਨਾਰਾ beacon
chanchal *adj.* ਚੰਚਲ agile
chanchal *adj.* ਚੰਚਲ capricious
chanchal *adj.* ਚੰਚਲ fickle
chanchal *v.i.* ਚੰਚਲ fidget
chanchal *adj.* ਚੰਚਲ instable
chanchal *adj.* ਚੰਚਲ saucy
chanchal kudee ਚੰਚਲ ਕੁੜੀ minx
chanchal kudee *adj.* ਚੰਚਲ ਕੁੜੀ mutable
chanchall *adj.* ਚੰਚਲ changeful
chanchalta *n.* ਚੰਚਲਤਾ wantonness
chanchaltaa *n.* ਚੰਚਲਤਾ caprice
chandaal *n.* ਚੰਡਾਲ outcaste
chandd da *adj.* ਚੰਦ ਦਾ lunar
chandda *n.* ਚੰਦਾ subscription
chandermaa *n.* ਚੰਦਰਮਾ moon
chandi *n.* ਚੰਡੀ virago
changeyaaee *n.* ਚੰਗਿਆਈ nicety
changeyaarhee *n.* ਚੰਗਿਆੜੀ spark
changeyaayee *n.* ਚੰਗਿਆਈ betterment
changga *adj.* ਚੰਗਾ good
changga *adj.* ਚੰਗਾ nice
changga jaapdaa ਚੰਗਾ ਜਾਪਦਾ specious
chann ton uppar da *adj.* ਚੰਨ ਤੋਂ ਉਪਰ ਦਾ superlunary
chann-parivaar *n.* ਚੰਨ-ਪਰਵਾਰ corona
chansler *n.* ਚਾਂਸਲਰ chancellor
chapal *adj.* ਚਪਲ dizzy
chaperh *n.* ਚਪੇੜ slap
chaploos *adj.* ਚਾਪਲੂਸ supple
chaploosee *n.* ਚਾਪਲੂਸੀ cajolery
chaploosi karna *v.t.* ਚਾਪਲੂਸੀ ਕਰਨਾ adulate
chappu *n.* ਚੱਪੂ oar
chapraasi *n.* ਚਪੜਾਸੀ peon
charaagaah ਚਰਾਗਾਹ pasturage
charaagaah *n.* ਚਰਾਗਾਹ pasture
charagaah *n.* ਚਰਾਗਾਹ lea
charbi launhaa *v.t.* ਚਰਬੀ ਲਾਉਣਾ grease
charbidaar *adj.* ਚਰਬੀਦਾਰ fatty
charhaaee *n.* ਚੜ੍ਹਾਈ raid
charhdee jawani *n.* ਚੜ੍ਹਦੀ ਜਵਾਨੀ puberty
charitar *n.* ਚਰਿੱਤਰ character
charitar bal *adj.* ਚਰਿੱਤਰ ਬਲ calibre
charitar nashat karnaa *v.t.* ਚਰਿਤਰ ਨਸ਼ਟ ਕਰਨਾ deflower
charitar patar ਚਰਿਤਰ-ਪੱਤਰ testimonialn
charpayee *n.* ਚਾਰਪਾਈ bed
chashamdeed gawah *n.* ਚਸ਼ਮਦੀਦ ਗਵਾਹ eye-witness
chashmaa *n.* ਚਸ਼ਮਾ eye-glasses
chataaee *n.* ਚਟਾਈ mat
chataan *n.* ਚੱਟਾਨ rock
chatar *n.* ਚਤਰ prudent
chatar *adj.* ਚਤਰ wary
chatarbhujj *n.* ਚਤਰਭੁਜ quadrangle
chatarfalak *n.* ਚਤਰਫਲਕ tetrahedron
chatni *n.* ਚਟਨੀ sauce
chatoraa *n.* ਚਟੋਰਾ epicure
chatpataapanh *n.* ਚਟਪਟਾਪਣ piquancy
chattani *adj.* ਚੱਟਾਨੀ rocky
chatur *adj.* ਚਤੁਰ astute
chatur *adj.* ਚਤੁਰ ready-witted
chaturaaee *n.* ਚਤੁਰਾਈ finesse
chaubaahiaa *adj.* ਚੌਬਾਹੀਆ quadrilateral
chaudaan *n.* ਚੌਦਾਂ fourteen
chaugirdaa *n.* ਚੌਗਿਰਦਾ surroundings
chaukrhee *n.* ਚੌਕੜੀ tetrad
chaulh *n.* ਚੌਲ rice
chaupayeaa *n.* ਚੌਪਾਇਆ quadruped
chaupayee *n.* ਚੌਪਈ quatrain
chauraa *adj.* ਚੌੜਾ broad
chauraa karnaa *v.t.* ਚੌੜਾ ਕਰਨਾ broaden
chaurayee *n.* ਚੌੜਾਈ breadth
chaurhee dhaar *n.* ਚੌੜੀ ਧਾਰ stripe
chautehaa *n.* ਚੌਤੈਹਾ quadruple
chauthaa *adj.* ਚੌਥਾ fourth
chauthaa bhaag *n.* ਚੌਥਾ ਭਾਗ quarter
chauthaa hissa *n.* ਚੌਥਾ ਹਿੱਸਾ quadrant
check *n.* ਚੈੱਕ cheque
chedna *v.t.* ਛੇੜਨਾ vex
chee chee ਛੀ-ਛੀ fie

cheek *n.* ਚੀਕ clamour
cheek *n.* ਚੀਕ shriek
cheek ke bolna *v.t.* ਚੀਕ ਕੇ ਬੋਲਣਾ bawl
cheek ke bolnaa ਚੀਕ ਕੇ ਬੋਲਣਾ blare
cheek ke bolnhaa *n.* ਚੀਕ ਕੇ ਬੋਲਣਾ squeak
cheekan wala *adj.* ਚੀਕਣ ਵਾਲਾ clamorous
cheekanhaa *adj..* ਚੀਕਣਾ cry
cheekanhaa *v.i.* ਚੀਕਣਾ hoot
cheekna *v.t.* ਚੀਕਣਾ yell
cheeknhaa *v.i.* ਚੀਕਣਾ shout
cheeknhaa *n.* ਚੀਕਣਾ squall
cheel *n.* ਚੀਲ pine
cheen *n.* ਚੀਨ china
cheenee *adj.* ਚੀਨੀ chinese
cheer faad *n.* ਚੀਰ ਫਾੜ surgery
cheer faad da *adj.* ਚੀਰ ਫਾੜ ਦਾ surgical
cheernaa *v.i.* ਚੀਰਨਾ cleave
cheernaa *v.t.* ਚੀਰਨਾ rive
cheernaa *v.t.* ਚੀਰਨਾ slit
cheeta *n.* ਚੀਤਾ leopard
cheeta *n.* ਚੀਤਾ tiger
cheetaa *n.* ਚੀਤਾ panther
cheethredaar *n.* ਚੀਥੜੇਦਾਰ ragamuffin
cheethrhaa *n.* ਚੀਥੜਾ rag
chehchahauna *v.t.* ਚਹਿਚਹਾਉਣਾ chirp
chehra mohra *n.* ਚੇਹਰਾ ਮੋਹਰਾ visor
chehraa *n.* ਚਿਹਰਾ face
chehraa *n.* ਚਿਹਰਾ physiognomy
Chehre dian finsiyan *n.* ਚਿਹਰੇ ਦੀਆਂ ਫਿਨਸੀਆਂ acne
chehre sambandhi *adj.* ਚਿਹਰੇ ਸੰਬੰਧੀ facial
chelaa *n.* ਚੇਲਾ disciple
cheppi *n.* ਚੇਪੀ patch
chetaavni dena ਚੇਤਾਵਨੀ ਦੇਣਾ worn
chetan *adj.* ਚੇਤਨ animated
chetavni *n.* ਚੇਤਾਵਨੀ warning
chetawani *n.* ਚੇਤਵਨੀ alarm
chetawanidayik *adj.* ਚੇਤਾਵਨੀਦਾਇਕ alarming
chetawni *n.* ਚੇਤਾਵਨੀ admonition
chetawni dena *v.t.* ਚੇਤਾਵਨੀ ਦੇਣਾ admonish
chetnaheenh *n.* ਚੇਤਨਾਹੀਣ senseless
chhaa *n.* ਚਾਅ zest
chhaal *n.* ਛਾਲ gambol
chhaal maarnaa *v.t.* ਛਾਲ ਮਾਰਨਾ jump
chhaala *n.* ਛਾਲਾ gall
chhaan *n.* ਛਾਂ shadow
chhaan *n.* ਛਾਂ umbrage
chhaanbeenh karnaa *adj.* ਛਾਣਬੀਣ ਕਰਨ ਵਾਲਾ crucial
chhaandaar *adj.* ਛਾਂਦਾਰ shadowy
chhaandaar *adj.* ਛਾਂਦਾਰ shady
chhaanti *n.* ਛਾਂਟੀ retrenchment
chhaap *n.* ਛਾਪ impression
chhaap *n.* ਛਾਪ ring
chhaapaakhaanaa *n.* ਛਾਪਾਖਾਨਾ printing press
chhabrhi vala *v.t.* ਛਾਬੜੀ ਵਾਲਾ tranter
chhachhondar *n.* ਛਛੂੰਦਰ squib
chhad vala dhaanch *n.* ਛੜ ਵਾਲਾ ਢਾਂਚਾ grid
chhadanhaa *v.t.* ਛੱਡਣਾ spare
chhadd jaanhaa *v.t.* ਛੱਡ ਜਾਣਾ omit
chhadnhaa *v.t.* ਛੱਡਣਾ quit
chhainee *n.* ਛੈਣੀ chisel
chhajja *n.* ਛੱਜਾ balcony
chhajja *n.* ਛੱਜਾ gallery
chhajja *n.* ਛੱਜਾ projection
chhakke chhudaunhaa *v.t.* ਛੱਕੇ ਛੁਡਾਉਣਾ outdo
chhalaa *n.* ਛਾਲਾ blister
chhalaa *n.* ਛਾਲਾ pock
chhalanhaa *v.t.* ਛਲਣਾ defraud
chhaleeya *adj.* ਛਲੀਆ elusive
chhaleyaa hoyeaa bandaa *n.* ਛਲਿਆ ਹੋਇਆ ਬੰਦਾ dupe
chhalkaa *n.* ਛਲਕਾਅ overflow
chhall *n.* ਛਲ deceit
chhall *n.* ਛਲ elusion
chhall *n.* ਛਲ pretence
chhall *n.* ਛਲ ruse
chhall karnaa *v.* ਛਲ ਕਰਨਾ dissemble
chhall karnaa *v.t.* ਛਲ ਕਰਨਾ rig
chhamak *n.* ਛਮਕ wattle
chhamkaan maarna *v.t.* ਛਮਕਾਂ ਮਾਰਨਾ flog
chhananee *n.* ਛਾਨਣੀ colander
chhanani *v.t.* ਛਾਨਣੀ filter
chhandd *n.* ਛੰਦ metre
chhangnhaa *v.t.* ਛਾਂਗਣਾ truncate

chhanhaa *v.t.* ਛਾਨਣਾ sift
chhanhbeenh karnaa *v.t.* ਛਾਣਬੀਣ ਕਰਨਾ reconnoitre
chhanhee *n.* ਛਾਨਣੀ sieve
chhanhkanhaa *v.i.* ਛਣਕਣਾ tinkle
chhann *n.* ਛੰਨ shanty
chhann *n.* ਛੰਨ shed
chhapaakhaana *v.t.* ਛਾਪਾਖਾਨਾ press
chhapaaki *adj.* ਛਪਾਕੀ rash
chhapaayee *n.* ਛਪਾਈ printing
chhapaayee *n.* ਛਪਾਈ typography
chhapaayee karnaa *v.t.* ਛਪਾਈ ਕਰਨਾ print
chhapkaa *n.* دروازے ਛਪਕਾ latch
chhappad *n.* ਛੱਪੜ pond
chhappar *v.t.* ਛੱਪਰ thatch
chhappri *n.* ਛੱਪਰੀ hovel
chharra *n.* ਛੜਾ bachelor
chhatee *n.* ਛਾਤੀ bosom
chhatee *n.* ਛਾਤੀ chest
chhatee *n.* ਛਾਤੀ thorax
chhatri *n.* ਛਤਰੀ umbrella
chhaunee *n.* ਛਾਉਣੀ canonment
chhe *adj.* ਛੇ six
chhe gunhaa *adj.* ਛੇ ਗੁਣਾ sixfold
chhedchhaad *n.* ਛੇੜਛਾੜ annoyance
chhee chhee *n.* ਛੀ ਛੀ tush
chheti *adv.* ਛੇਤੀ soon
chheti fatanh vala *adj.* ਛੇਤੀ ਫਟਣ ਵਾਲਾ explosive
chheti karnaa *v.t.* ਛੇਤੀ ਕਰਨਾ quicken
chhevaan *adj.* ਛੇਵਾਂ sixth
chhi-chhi *interj.* ਛੀ-ਛੀ bah
chhikk *v.i.* ਛਿੱਕ sneeze
chhikka *n.* ਛਿੱਕਾ sling
chhilka utaarnaa *v.t.* ਛਿਲਕਾ ਉਤਾਰਨਾ peel
chhilkaa *n.* ਛਿਲਕਾ hull
chhilkaa *n.* ਛਿਲਕਾ husk
chhill *n.* ਛਿੱਲ rind
chhinh bhangur *adj.* ਛਿਣ ਭੰਗੁਰ momentary
chhipaunaa *v.t.* ਛਿਪਾਉਣਾ conceal
chhirkanhaa *v.t.* ਛਿੜਕਣਾ sprinkle
chhirknaa *v.t.* ਛਿੜਕਣਾ besprinkle
chhithaa *adj.* ਛਿੱਥਾ snappish
chhledaa *n.* ਛਲੇਡਾ phantasm
chhmaahi paathhkramm *n.* ਛਮਾਹੀ ਪਾਠਕ੍ਰਮ semester
chhoh *n.* ਛੋਹ tangibility
chhohanhyog ਛੂਹਣਯੋਗ palpable
chhohnhaa *v.t.* ਛੂਹਣਾ touch
chhokra *n.* ਛੋਕਰਾ chap
chhokri *n.* ਛੋਕਰੀ wench
chhole *n.* ਛੋਲੇ gram
chhoot *n.* ਛੂਟ discount
chhoot da rog *n.* ਛੂਤ ਦਾ ਰੋਗ contagion
chhoot da rog *v.t.* ਛੂਤ ਦਾ ਰੋਗ ਲਾਉਣਾ infect
chhot *n.* ਛੋਟ remission
chhota *adj.* ਛੋਟਾ dumpy
chhota *adj.* ਛੋਟਾ small
chhota *adj.* ਛੋਟਾ stumpy
chhota *adj.* ਛੋਟਾ tiny
chhota afsar *adj.* ਛੋਟਾ ਅਫਸਰ subaltern
chhota bhoot *n.* ਛੋਟਾ ਭੂਤ imp
chhota daryaa *n.* ਛੋਟਾ ਦਰਿਆ rivulet
chhota gehnhaa *n.* ਛੋਟਾ ਗਹਿਣਾ trinket
chhota gehnhaa *n.* ਛੋਟਾ ਗਹਿਣਾ trinketry
chhota jharnaa *n.* ਛੋਟਾ ਝਰਨਾ cascade
chhota kamraa *n.* ਛੋਟਾ ਕਮਰਾ cabinet
chhota karnaa *v.t.* ਛੋਟਾ ਕਰਨਾ belittle
chhota minaar *n.* ਛੋਟਾ ਮੀਨਾਰ minaret
chhota mugdar *adj.* ਛੋਟਾ ਮੁਗਦਰ dumb-bells
chhota mukat *n.* ਛੋਟਾ ਮੁਕਟ coronet
chhota nagaaraa *n.* ਛੋਟਾ ਨਗਾਰਾ tymbal
chhota nawaab *n.* ਛੋਟਾ ਨਵਾਬ baronet
chhota paadri *n.* ਛੋਟਾ ਪਾਦਰੀ deacon
chhota patta *n.* ਛੋਟਾ-ਪਤਾ leaflet
chhota pind *n.* ਛੋਟਾ ਪਿੰਡ wick
chhota pindd *n.* ਛੋਟਾ ਪਿੰਡ hamlet
chhota taapu *n.* ਛੋਟਾ ਟਾਪੂ islet
chhota taara *n.* ਛੋਟਾ ਤਾਰਾ asteroid
chhota zimidaar *n.* ਛੋਟਾ ਜ਼ਿਮੀਂਦਾਰ yeoman
chhotaa *adj.* ਛੋਟਾ junior
chhotaa *n.* ਛੋਟਾ rill
chhotaa belchaa *n.* ਛੋਟਾ ਬੇਲਚਾ spittle
chhotaa karnaa *v.t.* ਛੋਟਾ ਕਰਨਾ epitomize
chhotaa karnaa *v.t.* ਛੋਟਾ ਕਰਨਾ shorten
chhotaa mezposh *v.t.* ਛੋਟਾ ਮੇਜ਼ਪੋਸ਼ overlay

chhotapanh *n.* ਛੋਟਾਪਣ smallness
chhotapannh *n.* ਛੋਟਾਪਣ brevity
chhote akaar da *adj.* ਛੋਟੇ ਆਕਾਰ ਦਾ exiguous
chhote kad da *adj.* ਛੋਟੇ ਕਦ ਦਾ stunted
chhotee pustak *n.* ਛੋਟੇ ਪੁਸਤਕ booklet
chhotee chechak *n.* ਛੋਟੀ ਚੇਚਕ chicken-pox
chhoti banssari *n.* ਛੋਟੀ ਬੰਸਰੀ fife
chhoti berhee *n.* ਛੋਟੀ ਬੇੜੀ skiff
chhoti bhed *n.* ਛੋਟੀ ਭੇਡ hog
chhoti dukaan *v.t.* ਛੋਟੀ ਦੁਕਾਨ booth
chhoti goli *n.* ਛੋਟੀ ਗੋਲੀ pellet
chhoti kitaab *n.* ਛੋਟੀ ਕਿਤਾਬ handbook
chhoti larhaayee *n.* ਛੋਟੀ ਲੜਾਈ skirmish
chhoti lehar *n.* ਛੋਟੀ ਲਹਿਰ ripple
chhoti lehar *n.* ਛੋਟੀ ਮੋਹਰ signet
chhoti nadee *n.* ਛੋਟੀ ਨਦੀ brook
chhoti pahadi *n.* ਛੋਟੀ ਪਹਾੜੀ hillock
chhoti pahadi jheel *n.* ਛੋਟੀ ਪਹਾੜੀ ਝੀਲ tarn
chhoti patvaar *n.* ਛੋਟੀ ਪਤਵਾਰ scull
chhoti pustak *n.* ਛੋਟੀ ਪੁਸਤਕ brochure
chhoti udaari maarna *v.t.* ਛੋਟੀ ਉਡਾਰੀ ਮਾਰਨਾ flit
chhunhchhunhaa *v.i.* ਛੁਣਛੁਣਾ rattle
chhutiyan *n.* ਛੁੱਟੀਆਂ vacation
chhutkaara *n.* ਛੁਟਕਾਰਾ riddance
chhutkaara denhaa *v.t.* ਛੁਟਕਾਰਾ ਦੇਣਾ rid
chhutkaaraa *n.* ਛੁਟਕਾਰਾ deliverance
chhutkaaraa *n.* ਛੁਟਕਾਰਾ immunity
chhutkaaraa *n.* ਛੁਟਕਾਰਾ quittance
chhutkaaraa *n.* ਛੁਟਕਾਰਾ redemption
chhutkaaraa *n.* ਛੁਟਕਾਰਾ relief
chhutkaaraa paunha *v.t.* ਛੁਟਕਾਰਾ ਪਾਉਣਾ dispose of
chhutti *n.* ਛੁੱਟੀ holiday
chid *n.* ਚਿੜ by-name
chidchidaa *n.* ਚਿੜਚਿੜਾ cynical
chideemaar *n.* ਚਿੜੀਮਾਰ fowler
chikitsaa sambandhi *adj.* ਚਿਕਿਤਸਾ ਸੰਬੰਧੀ medical
chikkar malnaa *v.t.* ਚਿੱਕੜ ਮਲਣਾ bemire
chikkarh *n.* ਚਿੱਕੜ mud
chikkarh bhareyaa *adj.* ਚਿੱਕੜ ਭਰਿਆ muddy
chiknaa *adj.* ਚਿਕਨਾ oily
chiknaaee *n.* ਚਿਕਨਾਈ tallow
chillahat *n.* ਚਿੱਲਾਹਟ exclamation
chillaun wala *n.* ਚਿਲਾਉਣ ਵਾਲਾ crier
chimni *n.* ਚਿਮਨੀ flue
chimny *n.* ਚਿਮਨੀ chimney
chimtaa *n.pl.* ਚਿਮਟਾ tongs
chimti *n.* ਚਿਮਟੀ forceps
chinh *n.* ਚਿੰਨ੍ਹ symbol
chinn *n.* ਚਿੰਨ੍ਹ badge
chinnh *n.* ਚਿੰਨ੍ਹ emblem
chinta *n.* ਚਿੰਤਾ anxiety
chintann karnaa *v.t.* ਚਿੰਤਨ ਕਰਨਾ imagine
chintat *adj.* ਚਿੰਤਤ anxious
chintta *n.* ਚਿੰਤਾ qualm
chintta karnaa *n.* ਚਿੰਤਾ-ਭਰਪੂਰ careworn
chinttan karnaa *v.t.* ਚਿੰਤਨ ਕਰਨਾ contemplate
chipchipa *adj.* ਚਿਪਚਿਪਾ clammy
chipchiphat *n.* ਚਿਪਚਿਪਾਹਟ viscidity
chipkanaa *v.t.* ਚਿਪਕਣਾ cling
chipkanhaa padaarath *n.* ਚਿਪਕਣਾ ਪਦਾਰਥ fixture
chiranjeevtaa *n.* ਚਿਰੰਜੀਵਤਾ perpetuity
chirhchirhaa *adj.* ਚਿੜਚਿੜਾ irascible
chirhchirhaa *adj.* ਚਿੜਚਿੜਾ pettish
chirhchirhaa *adj.* ਚਿੜਚਿੜਾ petulant
chirhchirhaa *adj.* ਚਿੜਚਿੜਾ spleeny
chirhchirhaa *adj.* ਚਿੜਚਿੜਾ touchy
chirhchirhaapanh ਛਿੜਚਿੜਾਪਣ petulance
chirhee *n.* ਚਿੜੀ sparrow
chiri chhikka *n.* ਚਿੜੀ-ਛਿੱਕਾ badminton
chiriyaghar *n.* ਚਿੜੀਆਘਰ zoo
chit *n.* ਚਿਟ label
chit hatauna *v.* ਚਿੱਤ ਹਟਾਉਣਾ alienate
chitar pustak *n.* ਚਿਤਰ ਪੁਸਤਕ album
chitaraavli *n.* ਚਿਤਰਾਵਲੀ panorama
chitarkalaa *n.* ਚਿਤਰਕਲਾ drawing
chitarlekh ਚਿਤਰਲੇਖ hierogtyph
chithhi naal nathi vastu *n.* ਚਿੱਠੀ ਨਾਲ ਨੱਥੀ ਵਸਤੂ encloseure
chitranh *n.* ਚਿਤਰਣ rendering

chitta *adj.* ਚਿੱਟਾ hoary
chittar *n.* ਚਿੱਤੜ breeches
chittar *n.* ਚਿੱਤੜ buttock
chitte paunhaa *v.t.* ਛਿੱਟੇ ਪਾਉਣੇ splash
chittkanee *v.t.* ਚਿਟਕਣੀ click
chlaayemaan *v.t.* ਚਲਾਇਮਾਨ mobile
choaa *n.* ਚੋਆ leakage
chobh *n.* ਚੋਭ pungency
chobh *v.t.* ਚੋਭ thrust
chobhanhaa *v.t.* ਚੋਭਣਾ prod
chobhnhaa *v.t.* ਚੋਭਣਾ prick
chobhnhaa *v.i.* ਚੋਭਣਾ twinge
chochlaa *n.* ਚੋਚਲਾ coquetry
chochle karnaa *v.i.* ਚੋਚਲੇ ਕਰਨਾ coquet
choga *n.* ਚੋਗਾ gown
chogaa *n.* ਚੋਗਾ mantelet
chogaa *n.* ਚੋਗਾ tunic
chohal-mohal karna *v.t.* ਚੋਹਲ-ਮੋਹਲ ਕਰਨਾ flirt
chokar *n.* ਚੋਕਰ bran
chokar *n.* ਚੋਕਰ chaff
choli *n.* ਚੋਲੀ bodice
choli *n.* ਚੋਲੀ vest
chonh *n.* ਚੋਣ elction
chonh *n.* ਚੋਣ option
chonh *n.* ਚੋਣ selection
chonh halkaa *n.* ਚੋਣ ਹਲਕਾ electorate
chonhaa *v.i.* ਚੋਣਾ drip
chonhkaar *n.* ਚੋਣਕਾਰ elector
chonhkaar *n.* ਚੋਣਕਾਰ selector
chonhvaan *n.* ਚੋਣਵਾਂ elective
chonhvaan *adj.* ਚੋਣਵਾਂ optional
chonhvaan *adj.* ਚੋਣਵਾਂ selective
chon-khetar *n.* ਚੋਣ-ਖੇਤਰ constituency
chonkidaar *n.* ਚੌਂਕੀਦਾਰ watchman
choochaa *n.* ਚੂਚਾ chicken
choohaa *n.* ਚੂਹਾ mouse
choohaa *n.* ਚੂਹਾ rat
choohe *n.pl.* ਚੂਹੇ mice
chool *v.t.* ਚੂਲ dovetail
chool *n.* ਚੂਲ hinge
chool *n.* ਚੂਲ pivot
chool laona *v.t.* ਚੂਲ ਲਾਉਣਾ unhinge
chool naal jorhnhaa *v.t.* ਚੂਲ ਨਾਲ ਜੋੜਨਾ tenon
choona *n.* ਚੂਨਾ lime
choorh chhalla *n.* ਚੂੜ ਛੱਲਾ swivel
choorhi *n.* ਚੂੜੀ bangle
choosnhaa *n.* ਚੂਸਣਾ suck
chor *n.* ਚੋਰ burglar
chor *n.* ਚੋਰ thief
chor rastaa *n.* ਚੋਰ ਰਸਤਾ loop-hole
chori *n.* ਚੋਰੀ larceny
chori *n.* ਚੋਰੀ stealth
chori *n.* ਚੋਰੀ theft
chori da maal *n.* ਚੋਰੀ ਦਾ ਮਾਲ swag
chori daa *adj.* ਚੋਰੀ ਦਾ thievish
chori dee khabat *n.* ਚੋਰੀ ਦੀ ਖਬਤ kleptomania
chori karnaa *v.t.* ਚੋਰੀ ਕਰਨਾ purioin
chori karnaa *v.t.* ਚੋਰੀ ਕਰਨਾ steal
chori karnaa *v.i.* ਚੋਰੀ ਕਰਨਾ thieve
chori nikal jaanhaa *v.i.* ਚੋਰੀ ਨਿਕਲ ਜਾਣਾ sneak
chot *n.* ਚੋਟ brunt
chot *n.* ਚੋਟ coup
chot *n.* ਚੋਟ percussion
chot maarna *v.t.* ਚੋਟ ਮਾਰਨਾ hit
chota bachaa *n.* ਛੋਟਾ ਬੱਚਾ kiddy
chotee kothhree *n.* ਛੋਟੀ ਕੋਠੜੀ cabin
choti *n.* ਚੋਟੀ summit
choti daa *adj.* ਚੋਟੀ ਦਾ pre-eminent
chotti *n.* ਚੋਟੀ peak
chouksi *n.* ਚੌਕਸੀ vigil
chrhaayi *n.* ਚੜ੍ਹਾਈ ascent
chubachaa *n.* ਚੁਬੱਚਾ sesspool
chubachaa *n.* ਚੁਬੱਚਾ trough
chubachchaa *n.* ਚੁਬੱਚਾ cesspool
chubhaunhaa *v.t.* ਚੁਭਾਉਣਾ pierce
chubhi maarnaa *v.i.* ਚੁਭੀ ਮਾਰਨਾ plunge
chubhvaan *adj.* ਚੁਭਵਾਂ pungent
chubhveen *n.* ਚੁਭਵੀਂ sore
chugalkhor *n.* ਚੁਗਲਖੋਰ backbiter
chugalkhor *n.* ਚੁਗਲਖੋਰ tele-tale
chugli krna *v.t.* ਚੁਗਲੀ ਕਰਨਾ backbite
chukandar *n.* ਚੁਕੰਦਰ beet
chukkanhaa *v.t.* ਚੁੱਕਣਾ lift

chukknaa *v.t.* ਚੁੱਕਣਾ carry
chullah *n.* ਚੁੱਲ੍ਹਾ fire-place
chullah *n.* ਚੁੱਲ੍ਹਾ hearth
chullah *n.* ਚੁੱਲ੍ਹਾ stove
chumbakk *n.* ਚੁੰਬਕ loa·stone
chumbakk *n.* ਚੁੰਬਕ magnet
chumbakki *adj.* ਚੁੰਬਕੀ magnetic
chumbakkta *n.* ਚੁੰਬਕਤਾ magnetism
chummanh *n.* ਚੁੰਮਣ kiss
chunana *v.t.* ਚੁਣਨਾ choose
chunggee *n.* ਚੁੰਗੀ octroi
chunggi *n.* ਚੁੰਗੀ cess
chunggi *n.* ਚੁੰਗੀ impost
chunggi *n.* ਚੁੰਗੀ toll
chunggi yog *adj.* ਚੁੰਗੀ ਯੋਗ dutiable
chunhanaa *v.t.* ਚੁਣਨਾ cull
chunhanaa *v.t.* ਚੁਣਨਾ select
chunhnaa *v.t.* ਚੁਣਨਾ elect
chunjh *n.* ਚੁੰਝ beak
chupp *adj.* ਚੁੱਪ noiseless
chupp *n.* ਚੁੱਪ silence
chupp *adj.* ਚੁੱਪ taciturn
chupp chaap *adv.* ਚੁੱਪਚਾਪ quietly
chupp chaap ਚੁੱਪਚਾਪ silently
chupp karnaa *v.t.* ਚੁੱਪ ਕਰਨਾ quiet
churaunha *v.t.* ਚੁਰਾਉਣਾ filch
churrayi *n.* ਚੁੜਾਈ width
chusat *adj.* ਚੁਸਤ nimble
chusat *adj.* ਚੁਸਤ smart
chusat *adj.* ਚੁਸਤ sprightly
chust *adj.* ਚੁਸਤ active
chutti *v.t.* ਛੁੱਟੀ leave

D

daa lagaun wala *n.* ਦਾਅ ਲਗਾਉਣ ਵਾਲਾ bidder
daa laona *v.t.* ਦਾਅ ਲਾਉਣਾ wage
daag *n.* ਦਾਗ scar
daag *n.* ਦਾਗ slur
daag *n.* ਦਾਗ smudge
daag *n.* ਦਾਗ spot
daag *n.* ਦਾਗ stigma
daag launhaa *v.t.* ਦਾਗ ਲਾਉਣਾ stigmatize
daah *n.* ਦਾਹ deflagration
daah saskaar *n.* ਦਾਹ-ਸਸਕਾਰ funeral
daah sasskaar *n.* ਦਾਹ ਸਸਕਾਰ cremation
daah sasskaar karnaa *v.t.* ਦਾਹ ਸਸਕਾਰ ਕਰਨਾ cremate
daak *n.* ਡਾਕ mail
daak sambandhee *adj.* ਡਾਕ ਸੰਬੰਧੀ postal
daakaa *n.* ਡਾਕਾ robbery
daakh *n.* ਦਾਖ vintage
daakhal honhaa *v.t.* ਦਾਖਲ ਹੋਣਾ enter
daakhla *n.* ਦਾਖਲਾ admission
daakhlaa *n.* ਦਾਖਲਾ entrance
daakiaa *n.* ਡਾਕੀਆ postman
daalcheenee *n.* ਦਾਲਚੀਨੀ cinnamon
daan *n.* ਦਾਨ bestowal
daan *n.* ਦਾਨ charity
daan *n.* ਦਾਨ donation
daan karnaa *v.t.* ਦਾਨ ਕਰਨਾ donate
daanhe *n.* ਦਾਣੇ pox
daanhe jamaunaa *v.t.* ਦਾਣੇ ਜਮਾਉਣਾ crystalize
daani *n.* ਦਾਨੀ donor
daanyog *n.* ਦਾਨਯੋਗ charitable
daarshnik *n.* ਦਾਰਸ਼ਨਿਕ philosopher
daarshnik *adj.* ਦਾਰਸ਼ਨਿਕ philosophic
daarshnik *n.* ਦਾਰਸ਼ਨਿਕ sage
daas *n.* ਦਾਸ drudge
daas *n.* ਦਾਸ slave
daas *n.* ਦਾਸ thrail
daas *n.* ਦਾਸ vassal
daas banhaunhaa *v.t.* ਦਾਸ ਬਣਾਉਣਾ enslave
daas banhaunhaa *v.t.* ਦਾਸ ਬਣਾਉਣਾ enthral
daas praathaa *n.* ਦਾਸ ਪ੍ਰਥਾ serfdom
daasi *n.* ਦਾਸੀ waitress
daasta *n.* ਦਾਸਤਾ slavery
daastaa *n.* ਦਾਸਤਾ servitude
daat hataona *v.t.* ਡਾਟ ਹਟਾਉਣਾ uncork
daat laaunhaa ਡਾਟ ਲਾਉਣਾ stopple
daati *n.* ਦਾਤੀ scythe
daati *n.* ਦਾਤੀ sickle
daativala *adj.* ਦਾਤੀਵਾਲਾ sickly

daava heenh *adj.* ਦਾਅਵਾ-ਹੀਣ unclaimed
daava karna *v.t.* ਦਾਅਵਾ ਕਰਨਾ claim
daava karnaa *v.t.* ਦਾਅਵਾ ਕਰਨਾ sue
daavandol *adj.* ਡਾਂਵਾਂਡੋਲ unsettled
daavedaar *n.* ਦਾਅਵੇਦਾਰ plaintiff
daawaandol *adv.* ਡਾਂਵਾਂਡੋਲ adrift
daawat *n.* ਦਾਅਵਤ junket
daawat *n.* ਦਾਅਵਤ regale
dabaa *n.* ਦਬਾ compulsion
dabaa *n.* ਦਬਾਅ pressure
dabaa *n.* ਦਬਾਅ repression
dabaa *n.* ਦਬਾਅ stress
dabaaunhaa *v.t.* ਦਬਾਉਣਾ embed
dabaaunhaa *v.t.* ਦਬਾਉਣਾ extinguish
dabalroti *n.* ਡਬਲਰੋਟੀ loaf
dabalroti da *v.t.* ਡਬਲਰੋਟੀ ਦਾ loaves
dabauna *v.* ਦਬਾਉਣਾ allay
dabauna *v.t.* ਦਬਾਉਣਾ compress
dabaunhaa *v.t.* ਦਬਾਉਣਾ immerse
dabaunyog *adj.* ਦਬਾਉਣਯੋਗ compressible
dabb *n.* ਡੱਬ speckle
dabb denhaa *v.t.* ਦੱਬ ਦੇਣਾ overburden
dabbaa *n.* ਡੱਬਾ box
dabbe ch rakhnhaa ਡੱਬੇ ਚ ਰੱਖਣਾ encase
dabbnaa *v.t.* ਦੱਬਣਾ bury
dabbu *n.* ਦੱਬੂ sheepish
dada *n.* ਦਾਦਾ gran·father
daddoo da bachaa *n.* ਡੱਡੂ ਦਾ ਬੱਚਾ tadpole
daddoo varga jeev *n.* ਡੱਡੂ ਵਰਗਾ ਜੀਵ toad
daddu *n.* ਡੱਡੂ frog
dafan karnaa *n.* ਦਫਨ ਕਰਨਾ burial
daftar *n.* ਦਫਤਰ office
daftar da babu *n* ਦਫਤਰ ਦਾ ਬਾਬੂ clerk
daftri *adj.* ਦਫਤਰੀ official
dagmagaunhaa *v.t.* ਡਗਮਗਾਉਣਾ totter
dahaakaa *n.* ਦਹਾਕਾ decade
dahej *n.* ਦਹੇਜ dower
dahej *n.* ਦਹੇਜ dowry
dailtaa *n.* ਡੈਲਟਾ delta
dainik *adj.* ਦੈਨਿਕ daily
dainik *adj.* ਦੈਨਕ quotidian
daint *n.* ਦੈਂਤ giant
daint *n.* ਦੈਂਤ belial
daisk *n.* ਡੈਸਕ desk
daivee *adj.* ਦੈਵੀ providential
daivee *adj.* ਦੈਵੀ supernal
daivi vidhaan *n.* ਦੈਵੀ ਵਿਧਾਨ statute
daiyaheen *adj.* ਦਇਆਹੀਣ ungenerous
dakaarna *v.t.* ਡਕਾਰਨਾ belch
dakait *n.* ਡਕੈਤ dacoit
dakaitee *n.* ਡਕੈਤੀ dacoity
dakhal *n.* ਦਖਲ interference
dakhal *n.* ਦਖਲ intervention
dakhal denhaa *v.i.* ਦਖਲ ਦੇਣਾ interfere
dakhal denhaa ਦਖਲ ਦੇਣਾ intervene
dakhal denhaa *v.i.* ਦਖਲ ਦੇਣਾ meddle
dakhal denhaa *v.t.* ਦਖਲ ਦੇਣਾ obtrude
dakhal denhaa *v.i.* ਦਖਲ ਦੇਣਾ tamper
dakhanh *n.* ਦੱਖਣ south
dakhanh pachham *n.* ਦੱਖਣ ਪੱਛਮ soutÅwest
dakhanh poorab *adj.* ਦੱਖਣ ਪੂਰਬ soutÅeast
dakhanh vall ਦੱਖਣ ਵੱਲ southward
dakhanhee *adj.* ਦੱਖਣੀ southern
dakhni dhruv wala *adj.* ਦੱਖਣੀ ਧਰੁੱਵ ਵਾਲਾ antarctic
dakkeyaa *adj.* ਡੱਕਿਆ pent
daku *n.* ਡਾਕੂ bandit
dal *n.* ਦਲ clique
dal *n.* ਦਲ troop
dalaal *n.* ਦਲਾਲ broker
dalaal *n.* ਦਲਾਲ jobber
dalaal *n.* ਦਲਾਲ pimp
dalaalee *n.* ਦਲਾਲੀ brokerage
dalaan *n.* ਦਲਾਨ lobby
dalaan *n.* ਦਲਾਨ vestibule
dalal *n.* ਦਲਾਲ tout
dalal istree *n.* ਦਲਾਲ ਇਸਤਰੀ bawd
daldal *n.* ਦਲਦਲ bog
daldal *n.* ਦਲਦਲ fen
daldal *n.* ਦਲਦਲ marsh
daldal *n.* ਦਲਦਲ mire
daldal *n.* ਦਲਦਲ morass
daldal *n.* ਦਲਦਲ moss
daldal *n.* ਦਲਦਲ quagmire
daldal *n.* ਦਲਦਲ slough
daldal *n.* ਦਲਦਲ swamp

daldalee *adj.* ਦਲਦਲੀ quaggy
daldalee *adj.* ਦਲਦਲੀ swampy
daler *adj.* ਦਲੇਰ plucky
daler *adj.* ਦਲੇਰ valorous
daleri *n.* ਦਲੇਰੀ valour
daliaa *n.* ਦਲੀਆ gruel
damaa *n.* ਦਮਾ asthma
daman *n.* ਦਮਨ restraint
daman *n.* ਦਮਨ suppression
daman karnaa *v.t.* ਦਮਨ ਕਰਨਾ quell
daman karnaa *v.t.* ਦਮਨ ਕਰਨਾ repress
dambhee *n.* ਦੰਭੀ coxcomb
dambhi *n.* ਦੰਭੀ pretender
damgajje marnaa *v.i.* ਦਮਗੱਜੇ ਮਾਰਨਾ swagger
damghotoo dhooaan *n.* ਦਮਘੋਟੂ ਧੂੰਆਂ pother
damghutti *n.* ਦਮਘੁੱਟੀ suffocation
danda *n.* ਡੰਡਾ wand
dandaatmak *adj.* ਦੰਡਾਤਮਕ penal
dandd *v.t.* ਦੰਡ doom
dandd *n.pl.* ਦੰਦ teeth
dandd *n.* ਦੰਦ tooth
dandd denaa *v.t.* ਦੰਡ ਦੇਣਾ castigate
dandd denaa ਦੰਡ ਦੇਣਾ chastise
dandd denhaa *v.t.* ਦੰਡ ਦੇਣਾ inflict
dandd kadhnhaa *v.t.* ਦੰਦ ਕੱਢਣਾ teethe
dandd kirachnhaa *v.t.* ਦੰਦ ਕਿਰਚਣਾ gnash
dandd launh dee kireyaa *n.* ਦੰਡ ਲਾਉਣ ਦੀ ਕਿਰਿਆ forefeiture
dandda ਡੰਡਾ bar
dandda *n.* ਡੰਡਾ baton
dandda *n.* ਡੰਡਾ cudgel
dandda *n.* ਦੰਦਾ nick
dandda *n.* ਦੰਦਾ notch
dandda *n.* ਡੰਡੀ stalk
danddaan da *adj.* ਦੰਦਾ ਦਾ dental
danddaan da daaktar *n.* ਦੰਦਾਂ ਦਾ ਡਾਕਟਰ dentist
danddroop *adj.* ਦੰਡਰੂਪ punitive
dandd-videyaa *n.* ਦੰਦ-ਵਿੱਦਿਆ dentistry
dangg *n.* ਡੰਗ sting
dangg maareyaa *p.t.* ਡੰਗ ਮਾਰਿਆ stung
dangg rehat *n.* ਡੰਗਰਹਿਤ stingless
dangg tapaunhaa *v.i.* ਡੰਗ ਟਪਾਉਣਾ temporize
dangga *n.* ਦੰਗਾ riot
dangge vala *adj.* ਦੰਗੇ ਵਾਲਾ riotous
dar *n.* ਡਰ cowardice
dar asal *adv.* ਦਰਅਸਲ really
dar ke pichhe bhajana *v.t.* ਡਰ ਕੇ ਪਿੱਛੇ ਭੱਜਣਾ cringe
dar naal *adj.* ਡਰ ਨਾਲ cowardly
daraa denhaa *v.t.* ਡਰਾ ਦੇਣਾ startle
daraa ke rokna *v.t.* ਡਰਾ ਕੇ ਰੋਕਣਾ deter
daraaj *n.* ਦਰਾਜ drawer
daraar *n.* ਦਰਾਰ cleft
daraar *n.* ਦਰਾਰ crevice
daraar *n.* ਦਰਾਰ disruption
daraaunhaa *v.t.* ਡਰਾਉਣਾ horrify
daraavanhaa *adj.* ਡਰਾਵਣਾ horrible
daraavnhaa ਡਰਾਵਣਾ impending
darad *n.* ਦਰਦ pain
darad *n.* ਦਰਦ pathos
darad bhareyaa *adj.* ਦਰਦ ਭਰਿਆ pathetic
darad ton mukti *n.* ਦਰਦ ਤੋਂ ਮੁਕਤੀ impunity
daradnaak *adj.* ਦਰਦਨਾਕ touching
darasal *adv.* ਦਰਅਸਲ verily
darauna *v.t.* ਡਰਾਉਣਾ appal
daraunhaa *adj.* ਡਰਾਉਣਾ formidable
daraunhaa *v.t.* ਡਰਾਉਣਾ frighten
daraunhaa *v.t.* ਡਰਾਉਣਾ intimidate
daraunhaa *adj.* ਡਰਾਉਣਾ tremendous
daraunhaa sufnaa *n.* ਡਰਾਉਣਾ ਸੁਫਨਾ nightmare
darbaan *n.* ਦਰਬਾਨ doo¤keeper
darbaan *n.* ਦਰਬਾਨ porter
darbaan *n.* ਦਰਬਾਨ usher
darbaari *n.* ਦਰਬਾਰੀ courtier
Dard karna *v.t.* ਦਰਦ ਕਰਨਾ ache
dardnaashak *n.* ਦਰਦਨਾਸ਼ਕ anodyne
daree *n.* ਦਾੜ੍ਹੀ beard
dareya hoya *adj.* ਡਰਿਆ ਹੋਇਆ aghast
dareyaee ghoda *n.* ਦਰਿਆਈ ਘੋੜਾ hippopotamus
dariaa da tangg rastaa *n.* ਦਰਿਆ ਦਾ ਤੰਗ ਰਸਤਾ firth

darishti sambhandi *adj.* ਦਰਿਸ਼ਟੀ ਸੰਬੰਧੀ visual
darishtigochar karna *v.t.* ਦਰਿਸ਼ਟੀਗੋਚਰ ਕਰਨਾ visualize
dariyai ghora *n.* ਦਰਿਆਈ ਘੋੜਾ zebra
darjaa *n.* ਦਰਜਾ drade
darjaa ghataunhaa *v.t.* ਦਰਜਾ ਘਟਾਉਣਾ relegate
darjaabanddi *n.* ਦਰਜਾਬੰਦੀ hierarchy
darjabanddi *n.* ਦਰਜਾਬੰਦੀ gradation
darjabanddi karnaa *v.t.* ਦਰਜਾਬੰਦੀ ਕਰਨਾ stratify
darjan *n.* ਦਰਜਨ dozen
darjanh *n.* ਦਰਜਣ seamstress
darjanh *n.* ਦਰਜਣ tailoress
darmeyaana *adj.* ਦਰਮਿਆਨਾ mid
darmeyaana *adj.* ਦਰਮਿਆਨਾ middle
darmeyaana *n.* ਦਰਮਿਆਨ midst
darnaa *n.* ਡਰਨਾ scarecrow
darpanh *n.* ਦਰਪਣ looking-glass
darpanh *n.* ਦਰਪਣ reflecter
darpok *n.* ਡਰਪੋਕ coward
darpok *n.* ਡਰਪੋਕ dastard
darpok *adj.* ਡਰਪੋਕ effeminate
darpok *adj.* ਡਰਪੋਕ timid
darpok manukkh *n.* ਡਰਪੋਕ ਮਨੁੱਖ caitiff
darr *n.* ਡਰ awe
darr *n.* ਡਰ dread
darr *n.* ਡਰ fear
darr *n.* ਡਰ fright
darr ਡਰ funk
darr *n.* ਡਰ horror
darr *n.* ਡਰ terror
darraa *n.* ਦੱਰਾ cove
darraa *n.* ਦੱਰਾ crag
darsaunaa *v.t.* ਦਰਸਾਉਣਾ betoken
darshak *adj.* ਦਰਸ਼ਕ bystander
darshak *n.* ਦਰਸ਼ਕ visitor
darshakk *n.* ਦਰਸ਼ਕ on-looker
darshan shaashtar *n.* ਦਰਸ਼ਨ ਸ਼ਾਸ਼ਤਰ philosophy
darvesh *n.* ਦਰਵੇਸ਼ dervish
darwaaza *n.* ਦਰਵਾਜ਼ਾ door
daryaa *n.* ਦਰਿਆ river
darzee *n.* ਦਰਜ਼ੀ seamster
darzee *n.* ਦਰਜ਼ੀ tailor
darzi *n.* ਦਰਜ਼ੀ sewer
das lakkh *n.* ਦੱਸ ਲੱਖ million
dasammber *n.* ਦਸੰਬਰ december
dasatkaari *n.* ਦਸਤਕਾਰੀ handicraft
dashmalav *adj.* ਦਸ਼ਮਲਵ decimal
dass *adj.* ਦਸ ten
dass gunhaa *adj.* ਦਸਗੁਣਾ tenfold
dass kharab *n.* ਦਸ ਖਰਬ billion
dass kharab *n.* ਦਸ ਖਰਬ trillion
dassnhaa ਦੱਸਣਾ tell
dassvaan *adj.* ਦੱਸਵਾਂ tenth
dastaa *n.* ਦਸਤਾ quire
dastaana *n.* ਦਸਤਾਨਾ glove
dastavez *n.* ਦਸਤਾਵੇਜ਼ document
dastkhat *n.* ਦਸਤਖਤ signature
dastoor *n.* ਦਸਤੂਰ mode
dasvandh *n.* ਦਸਵੰਧ tithe
dataan *n.* ਡਾਟਾਂ arcade
dathaa *n.* ਦੱਥਾ sheaf
datta *n.* ਡੱਟਾ spigot
daulat ਦੌਲਤ opulence
daulat *n.* ਦੌਲਤ wealth
daulat wala *adj.* ਦੌਲਤਵਾਲਾ wealthy
daungi *adj.* ਡੌਂਗੀ dingy
dauraa *n.* ਦੌਰਾ spasm
dauraa *n.* ਦੌਰਾ tour
dauraan *prep.* ਦੌਰਾਨ during
daurh *n.* ਦੌੜ relay
daurhan vala *n.* ਦੌੜਨ ਵਾਲਾ runner
daurhnaa *v.t.* ਦੌੜਨਾ run
davakhaanaa *n.* ਦਵਾਖਾਨਾ pharmacy
davayee dee goli *n.* ਦਵਾਈ ਦੀ ਗੋਲੀ pill
daveshi *adj.* ਦਵੇਸ਼ੀ rancorous
dawakhaanaa *n.* ਦਵਾਖਾਨਾ clinic
dawayee *n.* ਦਵਾਈ medicine
dawayee denhaa *v.t.* ਦਵਾਈ ਦੇਣਾ medicate
dawayee sambandhi *adj.* ਦਵਾਈ ਸੰਬੰਧੀ medicinal
daya *n.* ਦਇਆ pity
dayeaa *n.* ਦਇਆ commisration
dayee *n.* ਦਾਈ midwife
dayeepunhaa *n.* ਦਾਈਪੁਣਾ midwifery

dayeraa *n.* ਦਾਇਰਾ circle
dayeyaa *n.* ਦਇਆ compassion
de raaheen *adv.* ਦੇ ਰਾਹੀਂ through
de sambandh vich *prep.* ਦੇ ਸੰਬੰਧ ਵਿੱਚ concerning
dee dishaa vich *prep* ਦੀ ਦਿਸ਼ਾ ਵਿੱਚ toward
dee thaan *n.* ਦੀ ਥਾਂ lieu
deekshaant samaaroh *n.* ਦੀਕਸ਼ਾਂਤ ਸਮਾਰੋਹ convocation
deen *adj.* ਦੀਨ indigent
deeng *n.* ਡੀਂਗ vaunt
deeni hakoomat *n.* ਦੀਨੀ ਹਕੂਮਤ theocracy
deepat *adj.* ਦੀਪਤ resplendent
deevaalaa *n.* ਦੀਵਾਲਾ insolvency
deevaalia *n.* ਦੀਵਾਲੀਆ bankrupt
deevaaliaapanh *adj.* ਦੀਵਾਲੀਆ insolvent
deevaaliapann *n.* ਦੀਵਾਲੀਆਪਣ bankruptcy
deevaani *adj.* ਦੀਵਾਨੀ civil
deevaani da afsar *n.* ਦੀਵਾਨੀ ਦਾ ਅਫਸਰ civilian
deewar-garhee *n.* ਦੀਵਾਰ-ਘੜ੍ਹੀ clock
deezal *n.* ਡੀਜ਼ਲ diesel
dehbhuji *n.* ਦਹਿਭੁਜੀ decagon
dehlee *n.* ਦੇਹਲੀ corridor
dehlee *n.* ਦੇਹਲੀ threshold
dehshatt *n.* ਦਹਿਸ਼ਤ panic
dekhan vich *adv.* ਦੇਖਣ ਵਿੱਚ visibly
dekhanhyog *adj.* ਦੇਖਣਯੋਗ sightly
dekhbhaal *n.* ਦੇਖਭਾਲ inquest
dekhbhaal *n.* ਦੇਖਭਾਲ observation
dekhbhaal karnaa *v.t.* ਦੇਖਭਾਲ ਕਰਨਾ look after
dekhbhaal karnaa *n.* رکھ ਦੇਖਭਾਲ ਕਰਨਾ maintenance
dekhnaa *v.t.* ਦੇਖਣਾ behold
dena *v.* ਦੇਣਾ afford
dena *n.* ਦੇਣਾ award
dena *v.t.* ਦੇਣਾ bestow
denhaa *v.i.* ਦੇਣਾ give
denhaa *v.t.* ਦੇਣਾ let
denhdaar *adj.* ਦੇਣਦਾਰ liable
denhdaari *n.* ਦੇਣਦਾਰੀ liability
denhyog *prop.* ਦੇਣਯੋਗ owing
denyog *adj.* ਦੇਣਯੋਗ conferable
deo vargaa ਦਿਓ ਵਰਗਾ monstrous
deodaar da rukh *n.* ਦਿਓਦਾਰ ਦਾ ਰੁੱਖ fir
deo-kadd *adj.* ਦਿਓ-ਕੱਦ gigantic
der baad *adj.* ਦੇਰ ਬਾਅਦ belated
der karnaa *v.i.* ਦੇਰ ਕਰਨਾ dawdle
der karnaa *v.t.* ਦੇਰ ਕਰਨਾ delay
dera launhaa *v.t.* ਡੇਰਾ ਲਾਉਣਾ encamp
dera launhaa *v.t.* ਡੇਰਾ ਲਾਉਣਾ stay
deraa launa *v.i.* ਡੇਰਾ ਲਾਉਣਾ decamp
deri da harjaana *n.* ਦੇਰੀ ਦਾ ਹਰਜਾਨਾ demurrage
desh *n.* ਦੇਸ਼ country
desh bhagat *n.* ਦੇਸ਼ ਭਗਤ patriot
desh bhagati *n.* ਦੇਸ਼ ਭਗਤੀ patriotism
desh bhagtipooran *adj.* ਦੇਸ਼ ਭਗਤੀਪੂਰਨ patriotic
desh chon kadhna *v.t.* ਦੇਸ਼ 'ਚੋਂ ਕੱਢਣਾ banish
desh nikaala dena *v.t.* ਦੇਸ਼ ਨਿਕਾਲਾ ਦੇਣਾ deport
desh nikaala denhaa *v.t.* ਦੇਸ਼ ਨਿਕਾਲਾ ਦੇਣਾ exile
desh nikaalaa *n.* ਦੇਸ਼ ਨਿਕਾਲਾ ostracism
desh nikala *n.* ਦੇਸ਼ ਨਿਕਾਲਾ banishment
deshaataran *n.* ਦੇਸ਼ਾਂਤਰਣ deportation
deshi *n.* ਦੇਸ਼ੀ vernacular
desimeetar *n.* ਡੈਸੀਮੀਟਰ decimetre
devbaanhi *n.* ਦੇਵਬਾਣੀ oracle
devdoot *n.* ਦੇਵਦੂਤ cherub
devdoot *n.* ਦੇਵਦੂਤ seraph
devi *n.* ਦੇਵੀ goddess
devnait naal *adv.* ਦੇਵਨੈਤ ਨਾਲ casually
devta *n.* ਦੇਵਤਾ angel
devta vaang banauna *n.* ਦੇਵਤਾ ਵਾਂਗ ਬਣਾਉਣਾ apotheosis
devtaa ਦੇਵਤਾ divinity
deyaaloo *adj.* ਦਿਆਲੂ benignant
deyaaloo *adj.* ਦਿਆਲੂ munificent
dhaagaa *n.* ਧਾਗਾ thread
dhaal *v.t.* ਢਾਲ blazon
dhaal ਢਾਲ shield
dhaal *n.* ਢਾਲ slope
dhaal de akaar daa *adj.* ਢਾਲ ਦੇ ਆਕਾਰ ਦਾ thyroid

dhaalanaa *v.t.* ਢਾਲਣਾ cast
dhaalanhaa *v.t.* ਢਾਲਣਾ mould
dhaalveen jagah *adj.* ਢਾਲਵੀਂ ਜਗ੍ਹਾ breakneck
dhaan *n.* ਧਾਨ paddy
dhaanchaa *n.* ਢਾਂਚਾ frame
dhaar *n.* ਧਾਰ spout
dhaaraa *adj.* ਧਾਰਾ effluent
dhaari *n.* ਧਾਰੀ streak
dhaaridaar *adj.* ਧਾਰੀਦਾਰ steaky
dhaarmik ਧਾਰਮਿਕ devotional
dhaarmik *adj.* ਧਾਰਮਿਕ devout
dhaarmik *adj.* ਧਾਰਮਿਕ religious
dhaarmik geet *n.* ਧਾਰਮਿਕ ਗੀਤ ceremony
dhaarmik hatth *n.* ਧਾਰਮਿਕ ਹਠ fanaticism
dhaarmik vishvaash *n.* ਧਾਰਮਿਕ ਵਿਸ਼ਵਾਸ਼ cult
dhaarnaa *n.* ਧਾਰਨਾ notion
dhaarnaa *n.* ਧਾਰਨਾ supposition
dhaat *n.* ਧਾਤ metal
dhaat da *adj.* ਧਾਤ ਦਾ metallic
dhaat da khurdraa kinara *v.t.* ਧਾਤ ਦਾ ਖੁਰਦਰਾ ਕਿਨਾਰਾ burr
dhaat da samaan *n.* ਧਾਤ ਦਾ ਸਮਾਨ hardware
dhabba *n.* ਧੱਬਾ stain
dhabba launhaa *v.t.* ਧੱਬਾ ਲਾਉਣਾ imbrue
dhadaknhaa *v.i.* ਧੜਕਣਾ palpitate
dhadalledaar bhaashan *n.* ਧੜੱਲੇਦਾਰ ਭਾਸ਼ਣ harangue
dhadkanh *n.* ਧੜਕਣ palpitation
dhagge dee attee *n.* ਧਾਗੇ ਦੀ ਅੱਟੀ bobbin
dhagge dee reel *n.* ਧਾਗੇ ਦੀ ਰੀਲ clew
dhahunhaa *v.t.* ਢਾਹੁਣਾ demolish
dhakeya hoeyaa *n.* ਢਕਿਆ ਹੋਇਆ covert
dhakka *n.* ਧੱਕਾ buffer
dhakka *n.* ਧੱਕਾ hitch
dhakka *n.* ਧੱਕਾ jerk
dhakka denhaa *v.t.* ਧੱਕਾ ਦੇਣਾ push
dhakkan *n.* ਢੱਕਣ cover
dhakkanh *n.* ਢੱਕਣ lid
dhakknhaa *v.t.* ਧੱਕਣਾ shove
dhaknaa *n.* ਢਕਣਾ covering
dhal jaana *v.i.* ਢਲ ਜਾਣਾ wane
dhalaanh *adj.* ਢਲਾਣ steep
dhalaayee vala kaarkhaana *n.* ਢਲਾਈ ਵਾਲਾ ਕਾਰਖਾਨਾ foundry
dhamak ਧਮਕ repercussion
dhamani *n.* ਧਮਣੀ artery
dhamkauna *v.t.* ਧਮਕਾਉਣਾ daunt
dhamkee *n.* ਧਮਕੀ threat
dhamkee denh vala *adj.* ਧਮਕੀ ਦੇਣ ਵਾਲਾ threatening
dhamkee denhaa *v.t.* ਧਮਕੀ ਦੇਣਾ threaten
dhanaad *adj.* ਧਨਾਢ affluent
dhanaad *n.* ਧਨਾਢ magnate
dhanaadtanttar *n.* ਧਨਾਢਤੰਤਰ plutocracy
dhanee *adj.* ਧਨੀ moneyed
dhanee lok *n.* ਧਨੀ ਲੋਕ peerage
dhann *adj.* ਧੰਨ blissful
dhann *n.* ਧਨ money
dhann *n.* ਧਨ pelf
dhann *n.* ਧਨ positive
dhann ch waadha *n.* ਧਨ 'ਚ ਵਾਧਾ affluence
dhann daan *n.* ਧਨ ਦਾਨ gratuity
dhann dena *v.t.* ਧਨ ਦੇਣਾ disburse
Dhann jodna *v.* ਧਨ ਜੋੜਨਾ accumulate
dhann samarpanh *n.* ਧਨ ਸਮਰਪਣ endowment
dhannvaad *n.* ਧੰਨਵਾਦ benediction
dhannvaad *n.pl.* ਧੰਨਵਾਦ felicitations
dhannvaad *n.* ਧੰਨਵਾਦ gratitude
dhannvaad karnaa ਧੰਨਵਾਦ ਕਰਨਾ thank
dhannvaadi *adj.* ਧੰਨਵਾਦੀ grateful
dhannvaadi *adj.* ਧੰਨਵਾਦੀ thankful
dhanvaan *adj.* ਧਨਵਾਨ opulent
dhanvaan banhaaunhaa *v.t.* ਧਨਵਾਨ ਬਣਾਉਣਾ enrich
dharam *n.* ਧਰਮ creed
dharam *n.* ਧਰਮ religion
dharam badlee *n.* ਧਰਮ ਬਦਲੀ proselyte
dharam da tiyag *n.* ਧਰਮ ਦਾ ਤਿਆਗ apostasy
dharam nindak *n.* ਧਰਮ-ਨਿੰਦਕ infidel
dharam nirpekh *adj.* ਧਰਮ ਨਿਰਪੇਖ secular

dharam parcharak *n.* ਧਰਮ ਉਪਚਾਰਕ pulpit
dharam shaashtar *n.* ਧਰਮ ਸ਼ਾਸ਼ਤਰ theology
dharam shaashtree *n.* ਧਰਮ ਸ਼ਾਸ਼ਤਰੀ theologian
dharam tiyagan wala *n.* ਧਰਮ ਤਿਆਗਣ ਵਾਲਾ apostate
dharam-bharashatataa *n.* ਧਰਮ-ਭ੍ਰਸ਼ਟਤਾ demoralization
dharanh karnaa *n.* ਧਾਰਣ ਕਰਨਾ possess
dharat gola *n.* ਧਰਤ ਗੋਲਾ globe
dharhebanddi *n.* ਧੜੇਬੰਦੀ schism
dharhkanh *v.t.* ਧੜਕਣ pant
dharnaa *n.* ਢਰਨਾ fount
dharnaa maarnaa *v.t.* ਧਰਨਾ ਮਾਰਨਾ squat
dharti *n.* ਧਰਤੀ earth
dharti te girnaa *n.* ਧਰਤੀ ਤੇ ਗਿਰਨਾ crash
dharti te utaaraa *n.* ਧਰਤੀ ਤੇ ਉਤਾਰਾ landing
dharuv bindoo *n.* ਧਰੁੱਵ ਬਿੰਦੂ focus
dharuv-taaraa *n.* ਧਰੁੱਵ-ਤਾਰਾ cynosure
dhatooraa *n.* ਧਤੂਰਾ hemlock
dhaukhebaazi *n.* ਧੋਖੇਬਾਜ਼ੀ fraud
dhaunknee *n.* ਧੌਂਕਣੀ bellows
dhee *n.* ਧੀ daughter
dheeraj *n.* ਧੀਰਜ consolation
dheeraj *n.* ਧੀਰਜ palliation
dheeraj banaunhaa *v.t.* ਧੀਰਜ ਬੰਨ੍ਹਾਉਣਾ palliate
dheeraj dena *v.t.* ਧੀਰਜ ਦੇਣਾ console
dheeraj naal *adv.* ਧੀਰਜ ਨਾਲ patiently
dheethh *adj.* ਢੀਠ impudent
dheethh *adj.* ਢੀਠ insolent
dheethh *adj.* ਢੀਠ intractable
dheethhataa *n.* ਢੀਠਤਾ obstinacy
dheethhpunhaa ਢੀਠਪੁਣਾ effrontery
dhella *n.* ਢੇਲਾ lump
dhella *n.* ਢੇਲਾ sod
dher *n.* ਢੇਰ heap
dher *n.* ਢੇਰ pile
dher karnaa *v.t.* ਢੇਰ ਕਰਨਾ amass
dher karnaa *v.t.* ਢੇਰ ਕਰਨਾ procrastinate
dhhaanchaa *n.* ਢਾਂਚਾ crate
dhhaanchaa *v.t.* ਢਾਂਚਾ design
dhhaknaa *v.t.* ਢਕਣਾ carve
dhheethh *adj.* ਢੀਠ obstinate
dhill *n.* ਢਿੱਲ laxity
dhill *n.* ਢਿੱਲ relaxation
dhill karnaa *v.t.* ਢਿੱਲਾ ਕਰਨਾ loosen
dhilla *adj.* ਢਿੱਲਾ flabby
dhilla *adj.* ਢਿੱਲਾ lax
dhilla *adj.* ਢਿੱਲਾ listless
dhilla *adj.* ਢਿੱਲਾ loose
dhilla karnaa *v.t.* ਢਿੱਲਾ ਕਰਨਾ relax
dhillarh *adj.* ਢਿੱਲੜ sluggish
dhillmathh *n.* ਢਿਲਮੱਠ procrastination
dhoaa dhuaayee *n.* ਢੋਆ ਢੋਆਈ transportation
dhobbi khaanaa *n.* ਧੋਬੀਖਾਨਾ laundry
dhobi *n.* ਧੋਬੀ washerman
dhokha dena *v.t.* ਧੋਖਾ ਦੇਣਾ dodge
dhokha denaa *v.t.* ਧੋਖਾ ਦੇਣਾ betray
dhokha karna *v.t.* ਧੋਖਾ ਕਰਨਾ bamboozle
dhokhaa *adj.* ਧੋਖਾ deceptive
dhokhaa *n.* ਧੋਖਾ humbug
dhokhaa *n.* ਧੌਖਾ treachery
dhokhaa dena *v.t.* ਧੋਖਾ ਦੇਣਾ bluff
dhokhaa denaa ਧੋਖਾ ਦੇਣਾ cajole
dhokhaa denaa *v.t.* ਧੋਖਾ ਦੇਣਾ deceive
dhokhaa denh vala *adj.* ਧੋਖਾ ਦੇਣ ਵਾਲਾ illusive
dhokhaa denha *n.* ਧੋਖਾ ਦੇਣਾ double-cross
dhokhaa denhaa *v.t.* ਧੋਖਾ ਦੇਣਾ hoodwink
dhokhaa karnaa *v.* ਧੋਖਾ ਕਰਨਾ cheat
dhol *n.* ਢੋਲ drum
dhol *n.* ਢੋਲ tambour
dholanh *n.* ਢੋਲਣ locket
dholchi *n.* ਢੋਲਚੀ drummer
dholki *n.* ਢੋਲਕੀ tabor
dhona *v.t.* ਧੋਣਾ wash
dhonaa *v.t.* ਧੋਣਾ bleach
dhonhaa *v.t.* ਧੋਣਾ lave
dhonhaa ਢੋਣਾ transport
dhooaan *n.* ਧੂੰਆਂ reek
dhooaan *n.* ਧੂੰਆਂ smoke
dhoof *n.* ਧੂਫ incense
dhoohnhaa *v.t.* ਧੂਹਣਾ tow

dhoohnhaa *v.t.* ਧੂਹਣਾ tug
dhoonhi *n.* ਧੂਣੀ fumigation
dhoorh *n.* ਧੂੜ dust
dhoorh *n.* ਧੂੜ mote
dhoorh bhareyaa *adj.* ਧੂੜ ਭਰਿਆ dusty
dhruv taara *n.* ਧਰੁੱਵ ਤਾਰਾ pole-star
dhruvaan daa *n.* ਧਰੁੱਵਾਂ ਦਾ polar
dhuaankheyaa *adj.* ਧੂੰਆਂਖਿਆ smoky
dhudd *n.* ਢੁੱਡ hump
dhui ankkak *n.* ਧੁਨੀ ਅੰਕਕ phonograph
dhukhnhaa *v.i.* ਧੁਖਣਾ smoulder
dhukvaan *adj.* ਢੁਕਵਾਂ portable
dhukvaanpanh *n.* ਢੁਕਵਾਂਪਣ pertinence
dhund *n.* ਧੁੰਦ fog
dhund *n.* ਧੁੰਦ mist
dhundd *n.* ਧੁੰਦ haze
dhundd *n.* ਧੁੰਦ nebula
dhunddlaa *adj.* ਧੁੰਦਲਾ indistinct
dhunddlaa *adj.* ਧੁੰਦਲਾ misty
dhunddlaa *adj.* ਧੁੰਦਲਾ nabulous
dhunddlaa *adj.* ਧੁੰਦਲਾ obsecure
dhunddlaapanh *n.* ਧੁੰਦਲਾਪਣ obsecurity
dhunddlapanh *n.* ਧੁੰਦਲਾਪਣ opacity
dhundla karna *v.* ਧੁੰਦਲਾ ਕਰਨਾ bedim
dhundlaa *adj.* ਧੁੰਦਲਾ dim
dhundlaa *adj.* ਧੁੰਦਲਾ dull
dhundlaa *adj.* ਧੁੰਦਲਾ murky
dhundlaa *adj.* ਧੁੰਦਲਾ reechy
dhuni parbandh *n.* ਧੁਨੀ ਪ੍ਰਬੰਧ phonology
dhuni sambandhi *adj.* ਧੁਨੀ ਸੰਬੰਧੀ phonetic
dhuni videyaa *n.pl.* ਧੁਨੀ ਵਿੱਦਿਆ phonetics
dhunn *n.* ਧੁਨ fad
dhunni *n.* ਧੁੰਨੀ navel
dhunni *n.* ਧੁੰਨੀ umbilicus
dhupp *n.* ਧੁੱਪ sunshine
dhupp ghar *n.* ਧੁੱਪ ਘਰ solarium
dhupp-gharee dee kill *n.* ਧੁੱਪ-ਘੜੀ ਦੀ ਕਿੱਲ gnomon
dhupp-ishnaan *n.* ਧੁਪ-ਇਸ਼ਨਾਨ sun-bath
dhura *n.* ਧੁਰਾ axis
dhuraa *n.* ਧੁਰਾ nucleus
dhure da hissa *n.* ਧੁਰੇ ਦਾ ਹਿੱਸਾ crank
dhure daa *adj.* ਧੁਰੇ ਦਾ pivotal
dhure wall *n.* ਧੁਰੇ ਵੱਲ afflux
dhyaan *n.* ਧਿਆਨ meditation
dhyaan *v.t.* ਧਿਆਨ reck
dhyaan dena *v.t.* ਧਿਆਨ ਦੇਣਾ cogitate
dhyaan denhaa ਧਿਆਨ ਦੇਣਾ perceive
dhyaan launhaa *v.i.* ਧਿਆਨ ਲਾਉਣਾ muse
dhyaan yog *adj.* ਧਿਆਨਯੋਗ noteworthy
dhyan diwauna *v.* ਧਿਆਨ ਦਵਾਉਣਾ advert
diaaloo *n.* ਦਿਆਲੂ compassionate
diaaltaa *n.* ਦਿਆਲਤਾ courtesy
dibainchar *n.* ਡਿਬੈਂਚਰ debenture
diggnhaa *v.i.* ਡਿਗਣਾ fall
diggnhaa *v.t.* ਡਿੱਗਣਾ tumble
dikhaaunhaa *v.t.* ਦਿਖਾਉਣਾ evince
dikhaavaa *n.* ਦਿਖਾਵਾ ostentation
dikhaavatee *adj.* ਦਿਖਾਵਟੀ dashing
dikhaavati *adj.* ਦਿਖਾਵਟੀ seeming
dikhaave bhareyaa *adj.* ਦਿਖਾਵੇ ਭਰਿਆ ostentatious
dikhava karnaa *v.t.* ਦਿਖਾਵਾ ਕਰਨਾ pretend
dikhawat *n.* ਦਿਖਾਵਟ appearance
dil *n.* ਦਿਲ heart
dil de aakaar da *adj.* ਦਿਲ ਦੇ ਆਕਾਰ ਦਾ cordate
dil sankorh ਦਿਲ ਸੰਕੋੜ systole
dilaasa *n.* ਦਿਲਾਸਾ solace
dilchasap *adj.* ਦਿਲਚਸਪ interesting
dilgeer ਦਿਲਗੀਰ sorrowful
dilgeeree *n.* ਦਿਲਗੀਰੀ melancholy
dilgeeri *v.i.* ਦਿਲਗੀਰੀ mope
dill sambandhee *adj.* ਦਿਲ ਸੰਬੰਧੀ cardiac
dilruba *n.* ਦਿਲਰੁਬਾ harp
dimaag *n.* ਦਿਮਾਗ brain
dimaag ਦਿਮਾਗ sensorium
dimaag sambandhi *adj.* ਦਿਮਾਗ ਸੰਬੰਧੀ sensorial
dimaagee *adj.* ਦਿਮਾਗੀ brainy
dimaag-heen *adj.* ਦਿਮਾਗ-ਹੀਣ brainless
dinn *n.* ਦਿਨ day
disda *adj.* ਦਿਸਦਾ visible
dish soochak *n.* ਦਿਸ਼ਾ ਸੂਚਕ vane
disha badlna *v.i.* ਦਿਸ਼ਾ ਬਦਲਣਾ veer
dishaa *n.* ਦਿਸ਼ਾ direction
dishadda *n.* ਦਿੱਸਹੱਦਾ horizon

ditta *conj.* ਦਿੱਤਾ provided
do *adj.* ਦੋ two
do arthaan da *adj.* ਦੋ ਅਰਥਾਂ ਦਾ equivocal
do bhashee *adj.* ਦੋ ਭਾਸ਼ੀ bilingual
do chitti *n.* ਦੋ ਚਿੱਠੀ suspense
do gailan da maap *v.t.* ਦੋ ਗੈਲਨ ਦਾ ਮਾਪ peck
do harfee *adj.* ਦੋ ਹਰਫੀ laconic
do khanyeyaan wala *adj.* ਦੋ ਖਾਨਿਆਂ ਵਾਲਾ bivalve
do maheene vich ਦੋ ਮਹੀਨੇ ਵਿਚ bimonthly
do naam wala *adj.* ਦੋ ਨਾਮ ਵਾਲਾ binomial
do pasad *adj.* ਦੋ ਪਾਸੜ bilateral
do phaad karnaa *v.t.* ਦੋ-ਫਾੜ ਕਰਨਾ bifurcate
do saal vich hon wala *adj.* ਦੋ ਸਾਲ ਵਿਚ ਹੋਣ ਵਾਲਾ biennial
do sarkaan da jor *n.* ਦੋ ਸੜਕਾਂ ਦਾ ਜੋੜ crossing
do sir wala *adj.* ਦੋ-ਸਿਰ ਵਾਲਾ bicephalous
do vaari *adv.* ਦੋ ਵਾਰੀ twice
do vichon ikk *adj.* ਦੋ ਵਿੱਚੋਂ ਇੱਕ either
doarthee *n.* ਦੋਅਰਾਥੀ punster
dobhaashi *v.t.* ਦੋਭਾਸ਼ੀ interling
dobnhaa *v.i.* ਡੋਬਣਾ sink
dodhi *adj.* ਦੋਧੀ milkman
dogana *n.* ਦੋਗਾਣਾ duet
do-gharaa *adj.* ਦੋ-ਘਰਾ bicameral
doglaa *adj.* ਦੋਗਲਾ hybrid
dohlanhaa *v.i.* ਡੋਲ੍ਹਣਾ spill
dohraa *adj.* ਦੋਹਰਾ binary
dohraa *adj.* ਦੋਹਰਾ dual
dohraa *adj.* ਦੋਹਰਾ duplex
dohraa *n.* ਦੋਹਰਾ mausoleum
dohraunh dee parnaali *n.* ਦੋਹਰਾਉਣ ਦੀ ਪ੍ਰਣਾਲੀ duplicator
dohraunhaa *v.t.* ਦੋਹਰਾਉਣਾ duplicate
doli *n.* ਡੋਲੀ litter
dolli ਡੋਲੀ papanquin
dolna *v.t.* ਡੋਲਣਾ vacillate
dongi *n.* ਡੌਂਗੀ yacht
dongi di yatra *n.* ਡੌਂਗੀ ਦੀ ਯਾਤਰਾ yachting
dooji chhaap *v.t.* ਦੂਜੀ ਛਾਪ reprint
dooji parat *n.* ਦੂਜੀ ਪਰਤ subsoil
doonghaa *adj.* ਡੂੰਘਾ deep
doonghaa karnaa *v.t.* ਡੂੰਘਾ ਕਰਨਾ deepen
doonghaa zakham *n.* ਡੂੰਘਾ ਜ਼ਖਮ fistula
door *adj.* ਦੂਰ afar
door *adv.* ਦੂਰ aloof
door *adv.* ਦੂਰ away
door *prep.* ਦੂਰ beyond
door *adj.* ਦੂਰ far
door *adv.* ਦੂਰ off
door *adj.* ਦੂਰ remote
door andeshi *n.* ਦੂਰਅੰਦੇਸ਼ੀ foresight
door da *adj.* ਦੂਰ ਦਾ ulterior
door daa *prep.* ਦੂਰ ਦਾ tele
door drishtee *n.* ਦੂਰ ਦ੍ਰਿਸ਼ਟੀ providence
door hut *int.* ਦੂਰ ਹੱਟ begone
door rakhanhaa *n.* ਦੂਰ ਰੱਖਣਾ espial
door rakhnhaa *v.t.* ਦੂਰ ਰੱਖਣਾ shun
door samvedan *n.* ਦੂਰ ਸੰਵੇਦਨ telepathy
doorbeen sambandhee *adj.* ਦੂਰਬੀਨ ਸੰਬੰਧੀ telescopic
doordarshee *n.* ਦੂਰਦਰਸ਼ੀ telescope
door-drishati *n.* ਦੂਰ-ਦ੍ਰਿਸ਼ਟੀ discernment
doori *n.* ਦੂਰੀ distance
dooron dekhanhaa *v.t.* ਦੂਰੋਂ ਦੇਖਣਾ descry
dooron vekhanhaa *v.t.* ਦੂਰੋਂ ਵੇਖਣਾ espy
dooshit honhaa *v.i.* ਦੂਸ਼ਿਤ ਹੋਣਾ deteriorate
dooshit karna *v.t.* ਦੂਸ਼ਿਤ ਕਰਨਾ vitiate
dooshit karnaa *v.t.* ਦੂਸ਼ਿਤ ਕਰਨਾ contaminate
dooshit karnaa *v.t.* ਦੂਸ਼ਿਤ ਕਰਨਾ debauch
dooshit karnaa *v.t.* ਦੂਸ਼ਿਤ ਕਰਨਾ deprave
dooshit karnaa *v.t.* ਦੂਸ਼ਿਤ ਕਰਨਾ desecrate
doot *n.* ਦੂਤ envoy
doot *n.* ਦੂਤ herald
dootaavaas *n.* ਦੂਤਾਵਾਸ embassy
do-payeyaa *n.* ਦੋ-ਪਾਇਆ biped
dora *n.* ਦੌਰਾ visitation
dori *n.* ਡੋਰੀ cord
dori *n.* ਡੋਰੀ string
Dosh *n.* ਦੋਸ਼ accusation
dosh *n.* ਦੋਸ਼ default
dosh *n.* ਦੋਸ਼ defect
dosh *n.* ਦੋਸ਼ delinquency
dosh *n.* ਦੋਸ਼ flaw

dosh aaropanh *n.* ਦੋਸ਼ ਆਰੋਪਣ imputation
dosh lagaaunhaa ਦੋਸ਼ ਲਗਾਉਣਾ impeach
Dosh launa *v.* ਦੋਸ਼ ਲਾਉਣਾ accuse
dosh launa *v.t.* ਦੋਸ਼ ਲਾਉਣਾ arraign
dosh launhaa *v.t.* ਦੋਸ਼ ਲਾਉਣਾ impute
dosh launhaa *v.t.* ਦੋਸ਼ ਲਾਉਣਾ indict
dosh nirikhiyak *n.* ਦੋਸ਼ ਨਿਰੀਖਅਕ censor
dosh rehat *adj.* ਦੋਸ਼ ਰਹਿਤ unblemished
doshee *n.* ਦੋਸ਼ੀ defaulter
doshi *adj.* ਦੋਸ਼ੀ culpable
doshi *adj.* ਦੋਸ਼ੀ devious
doshi sathaapit karnaa *v.t.* ਦੋਸ਼ੀ ਸਥਾਪਿਤ ਕਰਨਾ denounce
doshi thehraanhaaa *v.t.* ਦੋਸ਼ੀ ਠਹਿਰਾਉਣਾ incriminate
doshpooranh *adj.* ਦੋਸ਼ਪੂਰਣ defective
doshpooranh *adj.* ਦੋਸ਼ਪੂਰਣ faulty
dost *n.* ਦੋਸਤ friend
dostanaa *adj.* ਦੋਸਤਾਨਾ friendly
dostee *n.* ਦੋਸਤੀ comradership
dostee *n.* ਦੋਸਤੀ freindship
dounghee *n.* ਡੌਂਗੀ canoe
doven *prep.* ਦੋਵੇਂ both
drauna *v.* ਡਰਾਉਣਾ affright
dravna *adj.* ਡਰਾਵਣਾ awesome
dravnhaa *n.* ਡਰਾਵਣਾ dreadful
dreya *adj.* ਡਰਿਆ afraid
Dridd rehna *v.* ਦ੍ਰਿੜ੍ਹ ਰਹਿਣਾ abide
dridtaah *n.* ਦ੍ਰਿੜ੍ਹਤਾ firmness
drirh *adj.* ਦ੍ਰਿੜ੍ਹ inflexible
drirh *adj.* ਦ੍ਰਿੜ੍ਹ resolute
drirh *adj.* ਦ੍ਰਿੜ੍ਹ unbending
drirh hona *v.t.* ਦ੍ਰਿੜ੍ਹ ਹੋਣਾ adhere
drirh karnaa ਦ੍ਰਿੜ੍ਹ ਕਰਨਾ confirm
drirh vachan *n.* ਦ੍ਰਿੜ੍ਹ ਵਚਨ affirmation
drirh vishvaash *n.* ਦ੍ਰਿੜ੍ਹ-ਵਿਸ਼ਵਾਸ਼ conviction
drirhataa *n.* ਦ੍ਰਿੜ੍ਹਤਾ constancy
drirhta naal kehna *v.t.* ਦ੍ਰਿੜ੍ਹਤਾ ਨਾਲ ਕਹਿਣਾ aver
drirhtaa *n.* ਦ੍ਰਿੜ੍ਹਤਾ consistence
drish *n.* ਦ੍ਰਿਸ਼ scenery
drish ਦ੍ਰਿਸ਼ tableau
drishti *adj.* ਦ੍ਰਿਸ਼ਟੀ vision
drishtigochar *adj.* ਦ੍ਰਿਸ਼ਟੀਗੋਚਰ discernible
drishtigochar honhaa *v.t.* ਦ੍ਰਿਸ਼ਟੀਗੋਚਰ ਹੋਣਾ emerge
drishtmaan *adj.* ਦ੍ਰਿਸ਼ਟਮਾਨ phenomenal
drisht-ta *n.* ਦਰਿਸ਼ਟਤਾ visibility
duaale honhaa *v.t.* ਦੁਆਲੇ ਹੋਣਾ surround
duaaraa *adv.* ਦੁਆਰਾ by
dubaayeaa gaya *p.p.* ਡੁਬਾਇਆ ਗਿਆ sunk
dubaona *v.t.* ਡੁਬਾਉਣਾ whelm
dubara *adv.* ਦੁਬਾਰਾ again
dubaunha *v.t.* ਡੁਬਾਉਣਾ dip
dubbnhaa *v.i.* ਡੁੱਬਣਾ descend
dubbnhaa *v.t.* ਡੁੱਬਣਾ drown
dubharr *adj.* ਦੁੱਭਰ onerous
duchiti *n.* ਦੁਚਿੱਤੀ vaciliation
duddh *n.* ਦੁੱਧ milk
dudh chunghaaee *n.* ਦੁਧ ਚੁੰਘਾਈ suckling
dudh peenhaa *v.t.* ਦੁੱਧ ਪੀਣਾ suckle
dudheeyaa *adj.* ਦੁਧੀਆ milky
dudheeyaa patthar *n.* ਦੁਧੀਆ ਪੱਥਰ opal
dudhshaalaa *n.* ਦੁੱਧਸ਼ਾਲਾ dairy
dugganhaa *n.* ਦੁੱਗਣਾ double
duggnhaa karnaa *v.t.* ਦੁੱਗਣਾ ਕਰਨਾ reduplicate
duhraa *n.* ਦੁਹਰਾਅ rehearsal
duhraa *n.* ਦੁਹਰਾਅ repetition
duhraao *n.* ਦੁਹਰਾਓ tautology
duhraao sambandhi *adj.* ਦੁਹਰਾਓ ਸੰਬੰਧੀ tautological
duhraaunhaa *v.t.* ਦੁਹਰਾਉਣਾ rehearse
duhraaunhaa *v.t.* ਦੁਹਰਾਉਣਾ repeat
duhraunhaa *v.t.* ਦੁਹਰਾਉਣਾ reiterate
dujeyan te upkar *n.* ਦੂਜਿਆਂ ਤੇ ਉਪਕਾਰ altruism
dukaan *n.* ਦੁਕਾਨ shop
dukaan *n.* ਦੁਕਾਨ stall
dukh *n.* ਦੁੱਖ grief
dukh *n.* ਦੁਖ sadness
dukh *n.* ਦੁੱਖ sorrow
dukh *n.* ਦੁੱਖ woe
dukh *adj.* ਦੁਖੀ woebegone
dukh bhariya *adj.* ਦੁੱਖ ਭਰਿਆ woeful
dukh da soochak ਦੁੱਖ ਦਾ ਸੂਚਕ alas
dukh dena *v.* ਦੁੱਖ ਦੇਣਾ aggrieve

dukh dena *v.* ਦੁੱਖ ਦੇਣਾ agonize
dukh denhaa *v.t.* ਦੁੱਖ ਦੇਣਾ grieve
dukh denhaa *v.t.* ਦੁੱਖ ਦੇਣਾ infest
dukh denhaa *v.t.* ਦੁੱਖ ਦੇਣਾ injure
dukh denhaa *v.t.* ਦੁੱਖ ਦੇਣਾ persecute
dukh naal *adv.* ਦੁਖ ਨਾਲ sadly
dukhaant *n.* ਦੁਖਾਂਤ tragedy
dukhaantak *adj.* ਦੁਖਾਂਤਕ tragic
dukhaantkaar *n.* ਦੁਖਾਂਤਕਾਰ tragedian
dukhdaayee *adj.* ਦੁੱਖਦਾਈ troublesome
dukhdayak *adj.* ਦੁੱਖਦਾਇਕ grievous
dukhdayee *adj.* ਦੁਖਦਾਈ baleful
dukhee honhaa *v.t.* ਦੁਖੀ ਹੋਣਾ sadden
dukhi *adj.* ਦੁਖੀ unhappy
dukhrhaa *n.* ਦੁੱਖੜਾ suffering
dukkh *n.* ਦੁੱਖ dolour
dukkh denaa *v.t.* ਦੁੱਖ ਦੇਣਾ bother
dukkhdayee *adj.* ਦੁੱਖਦਾਈ dolorous
dular karnaa *v.t.* ਦੁਲਾਰ ਕਰਨਾ coddle
duniya *n.* ਦੁਨੀਆਂ world
dupaihar *n.* ਦੁਪਹਿਰ meridian
dupaihar *n.* ਦੁਪਹਿਰ midday
dupehar *n.* ਦੁਪਹਿਰ noon
dupehar baad *n.* ਦੁਪਹਿਰ ਬਾਅਦ afternoon
duraachaari *adj.* ਦੁਰਾਚਾਰੀ profigate
duraachaari *n.* ਦੁਰਾਚਾਰੀ rakish
durachaari *adj.* ਦੁਰਾਚਾਰੀ dissipated
durachaari honha *n.* ਦੁਰਾਚਾਰੀ ਹੋਣਾ dissipation
durada *adj.* ਦੁਰਾਡਾ yon
durbal *adj.* ਦੁਰਬਲ infirm
durbal prani *n.* ਦੁਰਬਲ ਪ੍ਰਾਣੀ weakling
durbaltaa ਦੁਰਬਲਤਾ infirmity
durbhaag *n.* ਦੁਰਭਾਗ misadventure
durbhaavna bhareyaa *n.* ਦੁਰਭਾਵਨਾ ਭਰਿਆ malevolent
dureda *adj.* ਦੁਰੇਡਾ distant
duredaa *adj.* ਦੁਰੇਡਾ farther
durgandh *n.* ਦੁਰਗੰਧ stench
durgandhakk *adj.* ਦੁਰਗੰਧਕ offensive
Durghatna *n.* ਦੁਰਘਟਨਾ accident
durghatnaa *n.* ਦੁਰਘਟਨਾ casualty
durhkee launhaa *v.t.* ਦੁੜਕੀ ਲਾਉਣਾ trot
durkaarnaa *int.* ਦੁਰਕਾਰਨਾ pshaw
durlabh ਦੁਰਲੱਭ rare
durlabhtaa *n.* ਦੁਰਲੱਭਤਾ scarcity
durrgandh *n.* ਦੁਰਗੰਧ stink
durvarton *v.t.* ਦੁਰਵਰਤੋਂ misuse
dur-vihaar *n.* ਦੁਰ-ਵਿਹਾਰ delict
dur-vihaar *n.* ਦੁਰ-ਵਿਹਾਰ misconduct
durvihaar karnaa *v.t.* ਦੁਰਵਿਹਾਰ ਕਰਨਾ misbehave
dushat *adj.* ਦੁਸ਼ਟ felonious
dushatataa *n.* ਦੁਸ਼ਟਤਾ malignity
dushman de ulat karaj *v.t.* ਦੁਸ਼ਮਣ ਦੇ ਉਲਟ ਕਾਰਜ counterwork
dushman dee adheenagee *v.i.* ਦੁਸ਼ਮਣ ਦੀ ਅਧੀਨਗੀ capitulate
dushmanh *n.* ਦੁਸ਼ਮਣ enemy
dushmanhee *n.* ਦੁਸ਼ਮਣੀ enmity
dusht *n.* ਦੁਸ਼ਟ villain
duvidhaa *n.* ਦੁਵਿਧਾ predicament
dvaaee *n.* ਦਵਾਈ drug
dvaaee vikretaa *n.* ਦਵਾਈਵਿਕ੍ਰੇਤਾ druggist
dvandyudh *n.* ਦਵੰਦਯੁੱਧ duel
dwayi wechan wala *n.* ਦਵਾਈ ਵੇਚਣ ਵਾਲਾ apothecary
dweshi *adj.* ਦਵੇਸ਼ੀ unbenign
dyaal *n.* ਦਿਆਲ humane
dyaaloo *adj.* ਦਿਆਲੂ ingenuous
dyaaloo *n.* ਦਿਆਲੂ kind
dyaaloo *adj.* ਦਿਆਲੂ merciful
dyaaltaa *n.* ਦਿਆਲਤਾ kindness
dyaaltaa ਦਿਆਲਤਾ mercy
dyaaltaa *n.* ਦਿਆਲਤਾ mildness
dyaloo *n.* ਦਿਆਲੂ courteous

E

edan hi howe *n.* ਏਦਾਂ ਹੀ ਹੋਵੇ amen
eemaandaar *adj.* ਈਮਾਨਦਾਰ honest
eemaandaari *n.* ਈਮਾਨਦਾਰੀ honesty
eerkhaa *n.* ਈਰਖਾ envy
eerkhaa *n.* ਈਰਖਾ jealousy
eerkhaa *n.* ਈਰਖਾ malice
eerkhaaloo *adj.* ਈਰਖਾਲੂ enviable

eerkhaaloo *adj.* ਈਰਖਾਲੂ envious
eerkhaaloo *adj.* ਈਰਖਾਲੂ jealous
eesaa maseeh *n.* ਈਸਾ ਮਸੀਹ christ
eesaaee *n.* ਈਸਾਈ christian
eesaaee matt *n.* ਈਸਾਈ ਮੱਤ christianity
eesayee samooh da maimber *n.* ਈਸਾਈ ਸਮੂਹ ਦਾ ਮੈਂਬਰ dominican
eeshvar *n.* ਈਸ਼ਵਰ deity
eeshvar *n.* ਈਸ਼ਵਰ lord
eh *pro* ਇਹ it
eh *pro.* ਇਹ this
eh vi *adv.* ਇਹ ਵੀ also
ehnaa *n.* ਇਹਨਾਂ these
ehsaanmand *adj.* ਅਹਿਸਾਨਮੰਦ beholden
ekaadhikaar *n.* ਏਕਾਧਿਕਾਰ monopoly
ekaadhikaari *n.* ਏਕਾਧਿਕਾਰੀ monopolist
ekadhikaar karnaa *v.t.* ਏਕਾਧਿਕਾਰ ਕਰਨਾ monopolize
ekarh *n.* ਏਕੜ acre
ekikaran *v.t.* ਏਕੀਕਰਣ adjustment
ekkeekaran *n.* ਏਕੀਕਰਣ congiomeration
ekta *n.* ਏਕਤਾ concordance
elchee *n.* ਏਲਚੀ consul
elchee da daftar *n.* ਏਲਚੀ ਦਾ ਦਫਤਰ consulate

F

faahee *n.* ਫਾਹੀ noose
faahi *v.t.* ਫਾਹੀ mesh
faahi *n.* ਫਾਹੀ snare
faali *n.* ਫਾਲੀ dibble
faaltoo ਫਾਲਤੂ redundant
faana *n.* ਫਾਨਾ wedge
faansi *n.* ਫਾਂਸੀ execution
faansi denh wala *n.* ਫਾਂਸੀ ਦੇਣ ਵਾਲਾ executioner
faarhee *n.* ਫਾੜੀ slice
faatak *n.* ਫਾਟਕ gate
faatak *n.* ਫਾਟਕ wicket
fadaunhaa *v.i.* ਫੜਾਉਣਾ grapple
fadfadunhaa *v.t.* ਫੜਫੜਾਉਣਾ flap
fadnaa *v.t.* ਫੜਨਾ catch
fadnaa *v.t.* ਫੜਨਾ clutch
fadnhaa *v.* ਫੜਨਾ hold
failaauna *v.* ਫੈਲਾਉਣਾ aggrandize
failaaunhaa *v.t.* ਫੈਲਾਉਣਾ elongate
failaaunhaa *v.t.* ਫੈਲਾਉਣਾ extend
failaunhaa *v.t.* ਫੈਲਾਉਣਾ diffuse
failaunhaa *v.t.* ਫੈਲਾਉਣਾ dilate
failaunhaa *v.t.* ਫੈਲਾਉਣਾ distend
failaunhaa *v.t.* ਫੈਲਾਉਣਾ expand
failaunhaa *v.t.* ਫੈਲਾਉਣਾ spread
faishandaar *adj.* ਫੈਸ਼ਨਦਾਰ modish
faisla karna *v.t.* ਫੈਸਲਾ ਕਰਨਾ adjudge
faisla karna *v.t.* ਫੈਸਲਾ ਕਰਨਾ adjudicate
faislaa *n.* ਫੈਸਲਾ decision
faislaa *n.* ਫੈਸਲਾ judgement
faislaa karnaa *v.t.* ਫੈਸਲਾ ਕਰਨਾ decide
faislaakunn *adj.* ਫੈਸਲਾਕੁਨ decisive
faisle di vicholgi karna *v.t.* ਫੈਸਲੇ ਦੀ ਵਿਚੋਲਗੀ ਕਰਨਾ arbitrate
fal *n.* ਫਲ fruit
fal *n.* ਫਲ reward
fal mil jaanhaa *v.t.* ਫਲ ਮਿਲ ਜਾਣਾ intermingle
fal vechanh vala *n.* ਫਲ ਵੇਚਣ ਵਾਲਾ fruiterer
faldaayee *adj.* ਫਲਦਾਈ effectual
falnhaa *v.i.* ਫਲਣਾ fructify
falsroop *adv.* ਫਲਸਰੂਪ thereupon
famba *n.* ਫੰਬਾ wad
fanddnhaa *v.t.* ਫੰਡਣਾ thrash
fandhaa *n.* ਫੰਧਾ lasso
fanoos *n.* ਫਨੂਸ chandeller
faraak *n.* ਫਰਾਕ frock
faraar honhaa *v.i.* ਫਰਾਰ ਹੋਣਾ flee
faraattaa *n.* ਫਰਾਟਾ puff
farash *n.* ਫਰਸ਼ floor
farash wali patti *n.* ਫਰਸ਼ ਵਾਲੀ ਪੱਟੀ batten
farash banhanhaa *v.t.* ਫਰਸ਼ ਬੰਨ੍ਹਣਾ pave
farautee *n.* ਫਰੌਤੀ ransom
faraz *n.* ਫਰਜ਼ role
farebi *adj.* ਫਰੇਬੀ sly
farijj *n.* ਫਰਿੱਜ refrigerator
farneechar *n.* ਫਰਨੀਚਰ furniture

farvari da maheenaa *n.* ਫਰਵਰੀ ਦਾ ਮਹੀਨਾ february
farzinaamaa *n.* ਫਰਜ਼ੀ ਨਾਮ pseudonym
fasaa lainhaa *v.t.* ਫਸਾ ਲੈਣਾ tangle
fasaad *n.* ਫਸਾਦ outbreak
fasal *n.* ਫਸਲ crop
fasauna *v.t.* ਫਸਾਉਣਾ circumvent
fasauna *v.t.* ਫਸਾਉਣਾ decoy
faslaa *n.* ਫਾਸਲਾ gap
fatkadi *n.* ਫਟਕੜੀ alum
fatnaa *v.t.* ਫਟਣਾ burst
fatnhaa *v.t.* ਫਟਣਾ erupt
fatta *n.* ਫੱਟਾ placard
fattad hon yog *adj.* ਫੱਟੜ ਹੋਣ ਯੋਗ vulnerable
fauj *n.* ਫੌਜ army
faujee dastaa *n.* ਫੌਜੀ ਦਸਤਾ squad
fauji adaalat *n.* ਫੌਜੀ ਅਦਾਲਤ courtmartial
fauji pithhoo *n.* ਫੌਜੀ ਪਿੱਠੂ knapsack
fauji topi *n.* ਫੌਜੀ ਟੋਪੀ casque
fauran ਫੌਰਨ straightway
fazool *adj.* ਫਜ਼ੂਲ worthless
fazool kharach *n.* ਫਜ਼ੂਲ ਖਰਚ spendhrift
fazool kharchee *n.* ਫਜ਼ੂਲ ਖਰਚੀ prodigality
fazoolkharchi karna *v.t.* ਫਜ਼ੂਲਖਰਚੀ ਕਰਨਾ waste
fees *n.* ਫੀਸ fee
feeta *n.* ਫੀਤਾ lace
feeta *n.* ਫੀਤਾ tape
feeta kholhna *v.t.* ਫੀਤਾ ਖੋਲ੍ਹਣਾ unlace
feeta lagaunhaa *n.* ਫੀਤਾ ਲਗਾਉਣਾ riband
fefdaa *n.* ਫੇਫੜਾ lung
fefrhe baare *adj.* ਫੇਫੜੇ ਬਾਰੇ pulmonary
feri launhaa *v.t.* ਫੇਰੀ ਲਾਉਣਾ peddle
feri vala *n.* ਫੇਰੀ ਵਾਲਾ hawker
feri wala *n.* ਫੇਰੀ ਵਾਲਾ chapman
ferit kireyaa *n.* ਫੇਰਿਤ ਕਿਰਿਆ sepulture
fikka *adj.* ਫਿੱਕਾ faded
fikka *adj.* ਫਿੱਕਾ vapid
fikkaa *adj.* ਫਿੱਕਾ tasteless
film *n.* ਫਿਲਮ movie
finsee *n.* ਫਿੰਸੀ pimple
fiooj paleeta *v.t.* ਫਿਊਜ਼ ਪਲੀਤਾ fuse
fir charhanaa *v.t.* ਫਿਰ ਚੜ੍ਹਨਾ remount
fir fad lainhaa *v.t.* ਫਿਰ ਫੜ ਲੈਣਾ recapture
fir paunhaa *v.t.* ਫਿਰ ਪਾਉਣਾ reinsert
fir ton kadhanhaa *v.t.* ਫਿਰ ਤੋਂ ਕੱਢਣਾ reissue
firkee *n.* ਫਿਰਕੀ shuttle
firkee *n.* ਫਿਰਕੀ spool
firnaa *n.* ਫਿਰਨਾ roan
firnaa *v.t.* ਫਿਰਨਾ rove
fitkaar ਫਿਟਕਾਰ invective
fitkaar *n.* ਫਿਟਕਾਰ reprobation
fitkaarna *v.t.* ਫਿਟਕਾਰਨਾ vituperate
fitkaarnaa *v.t.* ਫਿਟਕਾਰਨਾ scold
flaalainh *n.* ਫਲਾਲੈਣ flannel
fooharh *adj.* ਫੂਹੜ dishevelled
fooharh *n.* ਫੂਹੜ slattern
foosrhaa *n.* ਫੂਸੜਾ tatter
forhaa *n.* ਫੋੜਾ ulcer
forhaa honhaa *v.i.* ਫੋੜਾ ਹੋਣਾ ulcerate
fraanseesee sharab *n.* ਫਰਾਂਸੀਸੀ ਸ਼ਰਾਬ champagne
fuhaar *v.t.* ਫੁਹਾਰ mizzle
fuhaara *n.* ਫੁਹਾਰਾ fountain
fulaavat *n.* ਫੁਲਾਵਟ inflation
fulaunaa *v.t.* ਫੁਲਾਉਣਾ bloat
full *n.* ਫੁੱਲ blossom
full *n.* ਫੁੱਲ flower
full daa boor *n.* ਫੁੱਲ ਦਾ ਬੂਰ pollen
full patti *n.* ਫੁੱਲ ਪੱਤੀ petal
full vikretaa *n.* ਫੁੱਲ ਵਿਕ੍ਰੇਤਾ florist
fullan da guchhaa *n.* ਫੁਲਾਂ ਦਾ ਗੁੱਛਾ bouquet
fullan dee rutt *n.* ਫੁੱਲਾਂ ਦੀ ਰੁੱਤ florescence
fullan sambandhi *adj.* ਫੁੱਲਾਂ ਸੰਬੰਧੀ floral
fulldan *n.* ਫੁੱਲਦਾਨ vase
fulldar *n.* ਫੁੱਲਦਾਰ flowery
Fulleya hoyeaa *adv.* ਫੁੱਲਿਆ ਹੋਇਆਂ abloom
fummanh *n.* ਫੁੰਮਣ tassel
furnaa *n.* ਫੁਰਨਾ intuition
fuslaahat *n.* ਫੁਸਲਾਹਟ allurement
fuslaun wala *n.* ਫੁਸਲਾਉਣ ਵਾਲਾ alluring
fuslauna *v.* ਫੁਸਲਾਉਣਾ allure
futball *n.* ਫੁੱਟਬਾਲ football
futkal *adj.* ਫੁਟਕਲ miscellaneous
futtnhaa *n.* ਫੁੱਟਣਾ sprout

G

gaa ke mangnaa *v.t.* ਗਾ ਕੇ ਮੰਗਣਾ busk
gaajar *n.* ਗਾਜਰ carrot
Gaal kaddhan wala *adj.* ਗਾਲ੍ਹ ਕੱਢਣ ਵਾਲਾ abusive
gaalanh vala *adj.* ਗਾਲਣ ਵਾਲਾ septic
gaalarh *n.* ਗਾਲ੍ਹੜ squirrel
Gaalh *v.* ਗਾਲ੍ਹ abuse
gaan *adj.* ਗਾਂ bovine
gaan *n.* ਗਾਂ cow
gaan da maas *n.* ਗਾਂ ਦਾ ਮਾਸ beef
gaanvaan *n.* ਗਾਂਵਾਂ kine
gaarha padaarath *n.* ਗਾੜ੍ਹਾ ਪਦਾਰਥ albumen
gaaunha *v.i.* ਗਾਉਣਾ sing
gaban *n.* ਗਬਨ peculation
gaban karnaa *v.t.* ਗਬਨ ਕਰਨਾ embezzle
gaban karnaa *v.t.* ਗਬਨ ਕਰਨਾ misappropriate
gabhroo *n.* ਗੱਭਰੂ stripling
gadaa *n.* ਗੜਾ hall
gadaar *n.* ਗੱਦਾਰ renegade
gadar *n.* ਗਦਰ mutiny
gadbad *adj.* ਗੜਬੜ pellmell
gadbad *n.* ਗੜਬੜ pie
gadda *n.* ਗੱਦਾ cushion
gadda *n.* ਗੱਦਾ mattress
gaddaa *n.* ਗੱਡਾ cart
gaddaar *n.* ਗੱਦਾਰ traitor
gaddee rokan da yantar *n.* ਗੱਡੀ ਰੋਕਣ ਦਾ ਯੰਤਰ brake
gaddeeyon lahunhaa *v.t.* ਗੱਦੀਓਂ ਲਾਹੁਣਾ dethrone
gaddi *n.* ਗੱਦੀ pad
gaddi da dabba *n.* ਗੱਡੀ ਦਾ ਡੱਬਾ bogie
gaddwaddi *n.* ਗੜਬੜੀ ado
gadha *n.* ਗਧਾ ass
gadhaa *n.* ਗਧਾ donkey
gadhaa *n.* ਗਧਾ mutt
gadhe dee awaaz *v.t.* ਗਧੇ ਦੀ ਆਵਾਜ਼ bray
gadree *adj.* ਗਦਰੀ mutinous
gahak *n.* ਗਾਹਕ client
gahak *n.* ਗਾਹਕ clientele
gahu naal sunhana *v.i.* ਗਹੁ ਨਾਲ ਸੁਣਨਾ hearken
gaihnhe rakhee vastu *n.* ਗਹਿਣੇ ਰੱਖੀ ਵਸਤੂ gage
gaihraa *adj.* ਗਹਿਰਾ fathomless
gailan *n.* ਗੈਲਨ galleon
gaind *n.* ਗੋਦ lap
gaind sittanaa *n.* ਗੇਂਦ ਸਿਟਣਾ bowling
gaindaa *n.* ਗੈਂਡਾ rhinoceros
gaintee *n.* ਗੈਂਤੀ pickaxe
gainti *n.* ਗੈਂਤੀ mattock
gair kanooni *adj.* ਗੈਰ ਕਾਨੂੰਨੀ unlawful
gair kudrti *adj.* ਗੈਰ ਕੁਦਰਤੀ unnatural
gair mulak da ਗੈਰ ਮੁਲਕ ਦਾ outlandish
gair sarkaari *adj.* ਗੈਰ ਸਰਕਾਰੀ unofficial
gair tasallibaksh *adj.* ਗੈਰ ਤਸੱਲੀਬਖਸ਼ unsatisfactory
Gair-haazri *n.* ਗੈਰ-ਹਾਜ਼ਿਰੀ absence
Gair-hazir *adj.* ਗੈਰ-ਹਾਜ਼ਿਰ absent
gair-kanooni *adj.* ਗੈਰ-ਕਾਨੂੰਨੀ illegal
gair-kudrati neend *n.* ਗੈਰ-ਕੁਦਰਤੀ ਨੀਂਦ coma
gair-zaroori *adj.* ਗੈਰ-ਜ਼ਰੂਰੀ dispensable
gais *n.* ਗੈਸ gas
gaisoleen *n.* ਗੈਸੋਲੀਨ gasolene
gajjanhaa *adj.* ਗੱਜਦਾ roaring
gal de kandde *n.* ਗਲ ਦੇ ਕੰਡੇ tonsil
gal di ghandi *n.* ਗਲ ਦੀ ਘੰਡੀ uvula
gal ghuttnhaa ਗਲ ਘੁਟਣਾ smother
gala ghotnaa *v.t.* ਗਲਾ ਘੋਟਣਾ choke
galat *n.* ਗਲਤ wrong
galat biaani karnaa *v.t.* ਗਲਤ ਬਿਆਨੀ ਕਰਨਾ misrepresent
galat chhpaaee *n.* ਗਲਤ ਛਪਾਈ misprint
galat fehmi *n.* ਗਲਤ ਫਹਿਮੀ misapprehension
galat fehmi *n.* ਗਲਤ ਫਹਿਮੀ misunderstanding
galat samjhanhaa *v.t.* ਗਲਤ ਸਮਝਣਾ misapprehend

galat uchaaranh ਗਲਤ ਉਚਾਰਣ mispronounce
galat vishvaash *n.* ਗਲਤ ਵਿਸ਼ਵਾਸ਼ misbelief
galaunhaa *v.t.* ਗਲਾਉਣਾ dissolve
gale launhaa *v.t.* ਗਲੇ ਲਾਉਣਾ embrace
galeechaa *n.* ਗਲੀਚਾ carpet
galeechaa *n.* ਗਲੀਚਾ tapestry
galeyaa sadeyaa *n.* ਗਲਿਆ-ਸੜਿਆ carious
galeyaa sarheyaa *adj.* ਗਲਿਆ ਸੜਿਆ rotten
galh kadhna *n.* ਗਾਲ੍ਹ ਕੱਢਣਾ bedevil
gali *n.* ਗਲੀ lane
gali *n.* ਗਲੀ street
galisreen *n.* ਗਲਿਸਰੀਨ glycerine
galiyaraa *n.* ਗਲਿਆਰਾ anteroom
gall karnaa *v.i.* ਗੱਲ ਕਰਨਾ talk
gallan ch toaa *n.* ਗੱਲ੍ਹਾਂ ਚ ਟੋਆ dimple
gallbaat *n.* ਗੱਲਬਾਤ interlocution
gallbaat karnee *v.i.* ਗੱਲਬਾਤ ਕਰਨੀ chat
gallh *n.* ਗੱਲ੍ਹ cheek
galnhaa *v.i.* ਗਲਣਾ rot
galti karnaa *v.i.* ਗਲਤੀ ਕਰਨਾ err
galti karnaa *n.* ਗਲਤੀ ਕਰਨਾ error
galti karnaa *v.t.* ਗਲਤੀ ਕਰਨਾ mistake
galvakkree pauna *v.t.* ਗਲਵੱਕੜੀ ਪਾਉਣੀ clasp
gaman *n.* ਗਮਨ digression
gambheer *adj.* ਗੰਭੀਰ demure
gambheer *adj.* ਗੰਭੀਰ flagrant
gambheer *adj.* ਗੰਭੀਰ recondite
gambheer *adj.* ਗੰਭੀਰ sober
gambheer *adj.* ਗੰਭੀਰ solemn
gambheer chintta *n.* ਗੰਭੀਰ ਚਿੰਤਾ cogitation
gambheertaa *n.* ਗੰਭੀਰਤਾ solemnity
gambhir *adj.* ਗੰਭੀਰ serious
gambhirtaa *n.* ਗੰਭੀਰਤਾ seriousness
gamlaa *n.* ਗਮਲਾ flowe¤pot
ganda *adj.* ਗੰਦਾ untidy
gandaa *n.* ਗੰਦਾ carrion
gandaa karna *v.t.* ਗੰਦਾ ਕਰਨਾ befoul
gandaa karnaa *v.t.* ਗੰਦਾ ਕਰਨਾ besmirch
gandaa karnaa *v.t.* ਗੰਦਾ ਕਰਨਾ blemish
gandaginashak *adj.* ਗੰਦਗੀਨਾਸ਼ਕ antiseptic
gandd *n.* ਗੰਦ ribaldry
gandd mandd *n.* ਗੰਦਮੰਦ offal
gandda *adj.* ਗੰਦਾ dirty
gandda *n.* ਗੰਦਾ dowdy
gandda *adj.* ਗੰਦਾ foul
gandda *adj.* ਗੰਦਾ nasty
gandda *adj.* ਗੰਦਾ obscene
gandda *adj.* ਗੰਦਾ putrid
gandda *adj.* ਗੰਦਾ squalid
gandda *adj.* ਗੰਦਾ turbid
ganddh *n.* ਗੰਧ savour
ganddh *n.* ਗੰਧ smell
gandh *n.* ਗੰਢ knot
gandh *n.* ਗੰਢ package
gandh kholhna *v.t.* ਗੰਢ ਖੋਲ੍ਹਣਾ unpack
gandh vala *adj.* ਗੰਢ ਵਾਲਾ knotty
gandhak *n.* ਗੰਧਕ sulphur
gandhak-sambandhee *n.* ਗੰਧਕ-ਸੰਬੰਧੀ brimstone
gandhee *n.* ਗੰਢੀ knurl
gandhki tezaab *n.* ਗੰਧਕੀ ਤੇਜ਼ਾਬ vitriol
ganhanaa *adj.* ਗਣਨਾ numerical
ganhnaa *n.* ਗਣਨਾ computation
ganhraaj *n.* ਗਣਰਾਜ republic
ganhtanttarvaadi *adj.* ਗਣਤੰਤਰਵਾਦੀ republican
ganit shashtri *n.* ਗਣਿਤ ਸ਼ਾਸ਼ਤਰੀ arithmetician
ganjaa *adj.* ਗੰਜਾ bald
ganjaapann *n.* ਗੰਜਾਪਣ baldness
gannaa *n.* ਗੰਨਾ suga¤cane
ganvaarpanh *n.* ਗੰਵਾਰਪਣ rudeness
ganwaar manukkh *n.* ਗੰਵਾਰ ਮਨੁੱਖ bumpkin
gaon wala *n.* ਗਾਉਣ ਵਾਲਾ warbler
gaoo makkhi *n.* ਗਊ-ਮੱਖੀ gadfly
gapp *n.* ਗੱਪ gossip
gappan maarnaa *v.i.* ਗੱਪਾਂ ਮਾਰਨਾ prate
gappi *adj.* ਗੱਪੀ garrulous
gappi *n.* ਗੱਪੀ loquacious
gappi *n.* ਗੱਪੀ quidnunc
gappi *n.* ਗੱਪੀ tattler
gapp-shapp *n.* ਗੱਪ-ਸ਼ਪ chi¶chat
garaahak *n.* ਗ੍ਰਾਹਕ customer

garaare *v.t.* ਗਰਾਰੇ gurgle
garaare karnaa *v.t.* ਗਰਾਰੇ ਕਰਨਾ gargle
garabh *n.* ਗਰਭ pregnancy
garabh avasthaa *n.* ਗਰਭ ਅਵਸਥਾ gestation
garabh dharan *n.* ਗਰਭ ਧਾਰਨ conception
garabh diggnhaa ਗਰਭ ਡਿੱਗਣਾ miscarry
garabhit *adj.* ਗਰਭਿਤ pregnant
garabhnirodhak *adj* ਗਰਭਨਿਰੋਧਕ contraceptive
garabhpaat *n.* ਗਰਭਪਾਤ miscarriage
garam *adj.* ਗਰਮ hot
garam *adj.* ਗਰਮ thermic
garam hawa naal chalan wala *n.* ਗਰਮ ਹਵਾ ਨਾਲ ਚੱਲਣ ਵਾਲਾ caloric
garam karna *v.t.* ਗਰਮ ਕਰਨਾ bask
garam keeta hoyeaa *adj.* ਗਰਮ ਕੀਤਾ heated
garam paanhi da chashmaa *n.* ਗਰਮ ਪਾਣੀ ਦਾ ਚਸ਼ਮਾ geyser
garanti *n.* ਗਰੰਟੀ warranty
garav *n.* ਗਰਵ elation
garbhit karnaa *v.t.* ਗਰਭਿਤ ਕਰਨਾ impregnate
garbhkosh *n.* ਗਰਭਕੋਸ਼ uterus
Garbhpat *n.* ਗਰਭਪਾਤ abortion
Garbhpat karna *v.* ਗਰਭਪਾਤ ਕਰਨਾ abort
gardan *n.* ਗਰਦਨ neck
gareeb *adj.* ਗਰੀਬ necessitous
gareeb *adj.* ਗਰੀਬ poor
gareebi *n.* ਗਰੀਬੀ poverty
garh *n.* ਗੜ੍ਹ stronghold
garhaa karnaa *v.t.* ਗਾੜ੍ਹਾ ਕਰਨਾ condense
garhbarh *n.* ਗੜਬੜ turbulence
garhbarh *n.* ਗੜਬੜ turmoil
garhbarh vala *adj.* ਗੜਬੜ ਵਾਲਾ turbulent
garhee *n.* ਗੜ੍ਹੀ fortress
garhgarhaahat *v.i.* ਗੜਗੜਾਹਟ thunder
garhgarhaunhaa *v.t.* ਗੜਗੜਾਉਣਾ rumble
garhkaveen avaaz *adj.* ਗੜ੍ਹਕਵੀਂ ਆਵਾਜ਼ stentorian
garib banhaunhaa *v.t.* ਗਰੀਬ ਬਣਾਉਣਾ impoverish
garibaan da dawakhaana *n.* ਗਰੀਬਾਂ ਦਾ ਦਵਾਖਾਨਾ dispensary
garibi *n.* ਗਰੀਬੀ beggary
garibi *n.* ਗਰੀਬੀ penury
garjanaa *n.* ਗਰਜਣਾ bluster
garjnaa *v.t.* ਗਰਜਣਾ bellow
garmee napan da yantar *n.* ਗਰਮੀ ਨਾਪਣ ਦਾ ਯੰਤਰ calorimeter
garmi dee rutt *n.* ਗਰਮੀ ਦੀ ਰੁੱਤ summer
garmi nal jhulseya *adj.* ਗਰਮੀ ਨਾਲ ਝੁਲਸਿਆ arid
gas wala *adj.* ਗੈਸ ਵਾਲਾ aerated
gashat *adj.* ਗਸ਼ਤ patrol
gashtee chithhee *n.* ਗਸ਼ਤੀ ਚਿੱਠੀ circular
gathheeaa *n.* ਗਠੀਆ gout
gathhree *n.* ਗਠੜੀ cloak
gathhrhee *n.* ਗਠੜੀ stook
gati *n.* ਗਤੀ motion
gati *n.* ਗਤੀ tempo
gati roknhaa *v.t.* ਗਤੀ ਰੋਕਣਾ retard
gatiheenh *adj.* ਗਤੀਹੀਣ motionless
gatiheenh *v.t.* ਗਤੀਹੀਣ static
gatimaarag *n.* ਗਤੀਮਾਰਗ trajectory
gatisheel *adv.* ਗਤੀਸ਼ੀਲ astir
gatisheel *adj.* ਗਤੀਸ਼ੀਲ unsteady
gatisheeltaa *n.* ਗਤੀਸ਼ੀਲਤਾ locomotion
gatta *n.* ਗੱਟਾ plug
gatthaa *n.* ਗੱਠਾ bundle
gaun da angg vastar *n.* ਗਾਊਨ ਦਾ ਅੰਗ ਵਸਤਰ cassock
gaunh vali ikk chirhee *n.* ਗਾਉਣਵਾਲੀ ਇੱਕ ਚਿੜੀ lark
gaurav *n.* ਗੌਰਵ dignity
gawahee denhaa *v.* ਗਵਾਹੀ ਦੇਣਾ depose
gayak *n.* ਗਾਇਕ singer
gayak *n.* ਗਾਇਕ songster
gayak *n.* ਗਾਇਕ vocalist
gayak mandalli *n.* ਗਾਇਕ ਮੰਡਲੀ choir
gayakaa *n.* ਗਾਇਕਾ songatress
gayan *n.* ਗਾਇਨ recital
gazz *n.* ਗਜ਼ yard
geet *n.* ਗੀਤ chant
geet *n.* ਗੀਤ song
geet kaav *n.* ਗੀਤ ਕਾਵਿ ode

geet-naat *n.* ਗੀਤ-ਨਾਟ opera
gehnhaa *v.t.* ਗਹਿਣਾ ornament
gehnhe *n.* ਗਹਿਣੇ mortgage
gehnheyaan ambandhee ਗਹਿਣਿਆਂ ਸੰਬੰਧੀ ornamental
gehraaee *n.* ਗਹਿਰਾਈ depth
gend *n.* ਗੇਂਦ ball
gend balle dee khed *n.* ਗੇਂਦ ਬੱਲੇ ਦੀ ਖੇਡ cricket
gendaa *n.* ਗੇਂਦਾ marigold
gerhaa *n.* ਗੇੜਾ rotation
gerhvaan *adj.* ਗੇੜਵਾਂ rotative
geya *p.p.* ਗਿਆ went
geyaaraan *adj.* ਗਿਆਰਾਂ eleven
geyaarvaan *adj.* ਗਿਆਰਵਾਂ eleventh
gfhataunhaa *v.t.* ਘਟਾਉਣਾ subtract
ghaah *n.* ਘਾਹ grass
ghaah bhoomi *n.* ਘਾਹ ਭੂਮੀ sward
ghaah charnaa *v.t.* ਘਾਹ ਚਰਨਾ graze
ghaah foos *n.* ਘਾਹਫੂਸ herbage
ghaat *n.* ਘਾਟ quay
ghaat *n.* ਘਾਟ shortcoming
ghaata *n.* ਘਾਟਾ loss
ghaataa *n.* ਘਾਟਾ deficit
ghaataa *n.* ਘਾਟਾ shortage
ghaatak *adj.* ਘਾਤਕ malignant
ghaatak *adj.* ਘਾਤਕ pernicious
ghaati *n.* ਘਾਟੀ dale
ghaati *n.* ਘਾਟੀ valley
ghabraahat deni *v.t.* ਘਬਰਾਹਟ ਦੇਣੀ daze
ghabrahat *n.* ਘਬਰਾਹਟ confusion
ghabraona *v.t.* ਘਬਰਾਉਣਾ baffle
ghabraunaa *v.t.* ਘਬਰਾਉਣਾ confuse
ghabraya hoya *adj.* ਘਬਰਾਇਆ ਹੋਇਆ vexed
ghaddi *n.* ਘੜੀ watch
ghadee vaali jeb *n.* ਘੜੀ ਵਾਲੀ ਜੇਬ fob
ghadeyaal *n.* ਘੜਿਆਲ gong
ghadi-mudi aaunhaa *v.t.* ਘੜੀ-ਮੁੜੀ ਆਉਣਾ haunt
ghadnaa *v.t.* ਘੜਨਾ forge
ghaggraa *n.* ਘੱਗਰਾ skirt
ghamandd *n.* ਘਮੰਡ snobbery
ghamanddi *adj.* ਘਮੰਡੀ conceited
ghamanddi *adj.* ਘਮੰਡੀ haughty
ghamanddi *adj.* ਘਮੰਡੀ supercillious
ghamanndi *adj.* ਘਮੰਡੀ overweening
ghanee *n.* ਘੰਟੀ bell
ghanh *n.* ਘਣ cube
ghanhataa *n.* ਘਣਤਾ density
ghantaghar *n.* ਘੰਟਾਘਰ belfry
ghantiyan di avaaz *n.* ਘੰਟੀਆਂ ਦੀ ਆਵਾਜ਼ chime
ghantta *n.* ਘੰਟਾ hour
ghantte baad honh vala *adj.* ਘੰਟੇ ਬਾਅਦ ਹੋਣਾ ਵਾਲਾ hourly
ghar *n.* ਘਰ dwelling
ghar *n.* ਘਰ home
ghar *n.* ਘਰ residence
ghar da heththla hissa *n.* ਘਰ ਦਾ ਹੇਠਲਾ ਹਿੱਸਾ basement
ghar vaang *adj.* ਘਰ ਵਾਂਗ homely
gharaa *n.* ਘੜਾ pitcher
gharaundaa *n.* ਘਰੋਂਦਾ toft
ghareloo *adj.* ਘਰੇਲੂ domestic
gharhee da mukh *n.* ਘੜੀ ਦਾ ਮੁੱਖ dial
gharon kadh denhaa *v.t.* ਘਰੋਂ ਕੱਢ ਦੇਣਾ expatriate
ghasaunhaa *v.t.* ਘਸਾਉਣਾ scrub
ghataa *n.* ਘਟਾਅ alleviation
ghataaunaa *v.t.* ਘਟਾਉਣਾ deduct
ghatak *n.* ਘਾਤਕ assassin
ghatau *n.* ਘਟਾਉ subtraction
ghataunhaa *v.t.* ਘਟਾਉਣਾ detract
ghataunhaa *v.t.* ਘਟਾਉਣਾ minimize
ghataunhaa *v.t.* ਘਟਾਉਣਾ recoup
ghataunhaa *v.t.* ਘਟਾਉਣਾ reduce
ghataunhyog *adj.* ਘਟਾਉਣਯੋਗ reducible
ghatda vadhadaa *adj.* ਘਟਦਾ ਵਧਦਾ remittent
ghateeyaa *adj.* ਘਟੀਆ paltry
ghateeyaa sharaab *n.* ਘਟੀਆ ਸ਼ਰਾਬ slipslop
ghatiaa darje da *adj.* ਘਟੀਆ ਦਰਜੇ ਦਾ inferior
ghatna hona *v.t.* ਘਟਨਾ ਹੋਣਾ bechance
ghatna sthaan *n.* ਘਟਨਾ ਸਥਾਨ venue
ghatnaa *n.* ਘਟਣਾ decrease

ghatnaa *n.* ਘਟਨਾ event
ghatnaa *n.* ਘਟਨਾ incident
ghatnaa *n.* ਘਟਨਾ occurrence
ghatnaa *n.* ਘਟਨਾ phenomenon
ghatnaa sathaan *n.* ਘਟਨਾ ਸਥਾਨ scene
ghatnaa-fal *adj.* ਘਟਨਾ-ਫਲ consequent
ghatt karan wala *adj.* ਘੱਟ ਕਰਨ ਵਾਲਾ alleviative
ghatt karna *v.* ਘੱਟ ਕਰਨਾ alleviate
ghatt karnaa *v.t.* ਘੱਟ ਕਰਨਾ depress
ghatt karnaa *v.t.* ਘੱਟ ਕਰਨਾ impair
ghatt karnaa *adj.* ਘੱਟ less
ghatt kharach karnaa *v.t.* ਘੱਟ ਖਰਚ ਕਰਨਾ economize
ghatt na kita hoya *n.* ਘੱਟ ਨਾ ਕੀਤਾ ਹੋਇਆ unimpaired
ghatt umar *n.* ਘੱਟ ਉਮਰ underage
gher lainaa *v.t.* ਘੇਰ ਲੈਣਾ beset
ghera *v.* ਘੇਰਾ girdle
gheraa *n.* ਘੇਰਾ perimeter
gheraa launhaa *v.t.* ਘੇਰਾ ਲਾਉਣਾ engirdle
ghere da maap *n.* ਘੇਰੇ ਦਾ ਮਾਪ girth
gherna *v.* ਘੇਰਨਾ circumscribe
ghernaa *v.t.* ਘੇਰਨਾ encompass
ghernaa *v.t.* ਘੇਰਨਾ environ
ghirnee *n.* ਘਿਰਨੀ pulley
ghirnhaayog *adj.* ਘਿਰਣਾਯੋਗ obnoxious
ghirnhajanak *adj.* ਘਿਰਣਾਜਨਕ loathsome
ghirnhayog *adj.* ਘਿਰਣਾਯੋਗ heinous
ghod daurhaan da swaar *n.* ਘੋੜ ਦੌੜਾਂ ਦਾ ਸਵਾਰ jockey
ghodaa *n.* ਘੋੜਾ horse
ghode dee sanjo *n.* ਘੋੜੇ ਦੀ ਸੰਜੋ harness
ghode dee sawari *n.* ਘੋੜੇ ਦੀ ਸਵਾਰੀ riding
ghodee *n.* ਘੋੜੀ mare
ghodeyaan da chaara *n.* ਘੋੜਿਆਂ ਦਾ ਚਾਰਾ forage
ghogaa *n.* ਘੋਗਾ snail
ghogga *n.* ਘੋਗਾ cockle
ghogga *n.* ਘੋਗਾ oyster
ghokhnhaa *v.t.* ਘੋਖਣਾ probe
gholanh vala *adj.* ਘੋਲਣ ਵਾਲਾ solvent
gholh *n.* ਘੋਲ solution
ghooki *n.* ਘੂਕੀ torpor
ghoor ke vekhanhaa *n.* ਘੂਰ ਕੇ ਵੇਖਣਾ glare
ghor haneraa *adj.* ਘੋਰ ਹਨੇਰਾ pitcÅdark
ghore dee samagree *n.* ਘੋੜੇ ਦੀ ਸਮੱਗਰੀ caparison
ghore ton utaarna *v.t.* ਘੋੜੇ ਤੋਂ ਉਤਰਨਾ alight
ghorhaa *n.* ਘੋੜਾ stilt
ghorhe da saaz *n.pl.* ਘੋੜੇ ਦਾ ਸਾਜ਼ trappings
ghorhe ton lahunha *v.t.* ਘੋੜੇ ਤੋਂ ਲਾਹੁਣਾ dismount
ghoshna *n.* ਘੋਸ਼ਣਾ announcement
ghoshna karan wala *n.* ਘੋਸ਼ਣਾ ਕਰਨ ਵਾਲਾ announcer
ghoshna karni *v.t.* ਘੋਸ਼ਣਾ ਕਰਨਾ announce
ghoshnhaa *n.* ਘੋਸ਼ਣਾ declaration
ghoshnhaa *n.* ਘੋਸ਼ਣਾ promulgation
ghoshnhaa karnaa *v.t.* ਘੋਸ਼ਣਾ ਕਰਨਾ declare
ghoshnhaa karni *v.t.* ਘੋਸ਼ਣਾ ਕਰਨੀ enunciate
ghoshnhaa pattar *n.* ਘੋਸ਼ਣਾ-ਪੱਤਰ manifesto
ghottnhaa *n.* ਘੋਟਣਾ pestle
ghrinayog *adj.* ਘ੍ਰਿਣਾਯੋਗ contemptible
ghrinha *n.* ਘ੍ਰਿਣਾ antipathy
ghrinhaa *n.* ਘ੍ਰਿਣਾ disaffection
ghrinhaa *n.* ਘ੍ਰਿਣਾ disgust
ghrinit *adj.* ਘ੍ਰਿਣਿਤ contemptuous
Ghrinitt *adj.* ਘ੍ਰਿਣਿਤ abominable
ghudsawaar *n.* ਘੁੜਸਵਾਰ cavalier
ghudsawaar fauj *n.* ਘੁੜਸਵਾਰ ਫੌਜ cavalry
ghudswaar *n.* ਘੁੜਸਵਾਰ horseman
ghuggi *n.* ਘੁੱਗੀ turtle
ghuggu *n.* ਘੁੱਗੂ siren
ghulanh sheeltaa *n.* ਘੁਲਣਸ਼ੀਲਤਾ solubility
ghulanhsheel *adj.* ਘੁਲਣਸ਼ੀਲ soluble
ghumaa *n.* ਘੁਮਾਅ curvature
ghumaati *n.* ਘੁਮਾਟੀ vertigo
ghumakkarh larhkee *n.* ਘੁਮੱਕੜ ਲੜਕੀ tomboy
ghumandi *adj.* ਘਮੰਡੀ uppish
ghumanhgheri *n.* ਘੁੰਮਣਘੇਰੀ eddy
ghumaunaa *v.i.* ਘੁਮਾਉਣਾ brandish
ghumaunaa *v.t.* ਘੁੰਮਾਉਣਾ circulate

ghumaunhaa *v.t.* ਘੁਮਾਉਣਾ twirl
ghumeyaar *n.* ਘੁਮਿਆਰ potter
ghumiyaaran di kala *n.* ਘੁਮਿਆਰਾਂ ਦੀ ਕਲਾ ceramics
ghummandpunhaa *n.* ਘੁਮੰਡਪੁਣਾ insolence
ghummanh vala *n.* ਘੁੰਮਣ ਵਾਲਾ itinerary
ghund *n.* ਘੁੰਡ veil
ghund *n.* ਘੁੰਡ vizard
ghund kholhna *v.t.* ਘੁੰਡ ਖੋਲ੍ਹਣਾ unveil
ghunggraale *adj.* ਘੁੰਗਰਾਲੇ matted
ghungheri *n.* ਘੁੰਣਘੇਰੀ whirlpool
ghur ghur karnaa *v.i.* ਘੁਰ ਘੁਰ ਕਰਨਾ purr
ghuraarhe maarna *v.i.* ਘੁਰਾੜੇ ਮਾਰਨਾ snore
ghusadnaa *v.t.* ਘੁਸ਼ੜਨਾ intrude
ghutt *v.t.* ਘੁੱਟ draught
ghutt bharnaa *v.t.* ਘੁਟ ਭਰਨਾ sip
gichi *n.* ਗਿੱਚੀ nape
giddarh *n.* ਗਿੱਦੜ jackal
gilat *n.* ਗਿਲਟ nickel
gilla *adj.* ਗਿੱਲਾ humid
gilla *adj.* ਗਿੱਲਾ wet
gilla aata *n.* ਗਿੱਲਾ ਆਟਾ dough
gilla karna *v.* ਗਿੱਲਾ ਕਰਨਾ bedew
giltee *n.* ਗਿਲਟੀ sac
giltee *n.* ਗਿਲ੍ਹਟੀ tuber
gilti *n.* ਗਿਲਟੀ gland
ginanhaa *v.* ਗਿਣਨਾ compute
ginhan da sikka *n.* ਗਿਣਨ ਦਾ ਸਿੱਕਾ counter
ginhanaa *v.t.* ਗਿਣਨਾ count
ginhanaatmak *n.* ਗਿਣਨਾਤਮਕ quantitative
ginhtee *n.* ਗਿਣਤੀ quantity
ginhtee parnhaali *n.* ਗਿਣਤੀ ਪ੍ਰਣਾਲੀ numeration
ginhti *n.* ਗਿਣਤੀ enumeration
gintee *n.* ਗਿਣਤੀ calculation
gintee karnaa *v.* ਗਿਣਤੀ ਕਰਨਾ calculate
ginti karnaa *v.t.* ਗਿਣਤੀ ਕਰਨਾ enumerate
girajh *n.* ਗਿਰਝ vulture
girftaar karnaa *v.t.* ਗਿਰਫਤਾਰ ਕਰਨਾ capture
girftar krna *v.t.* ਗਿਰਫਤਾਰ ਕਰਨਾ arrest
girgit *n.* ਗਿਰਗਿਟ chameleon
giri *n.* ਗਿਰੀ nut
girjaghar *n.* ਗਿਰਜਾਘਰ chapel
girjaghar *n.* ਗਿਰਜਾਘਰ church
girjaghar da ik passa *n.* ਗਿਰਜਾਘਰ ਦਾ ਇੱਕ ਪਾਸਾ aisle
githh *n.* ਗਿੱਠ span
githhmuthhiaa *n.* ਗਿਠਮੁਠੀਆ midget
gitta *n.* ਗਿੱਟਾ ankle
gittmitt *n.* ਗਿਟਮਿੱਟ jargon
glaas *n.* ਗਲਾਸ tumbler
gobrailaa *n.* ਗੋਬਰੈਲਾ beetle
god laina *v.t.* ਗੋਦ ਲੈਣਾ adopt
godda *n.* ਗੋਡਾ knee
goddeyaan bhaar *v.i.* ਗੋਡਿਆਂ ਭਾਰ ਹੋਣਾ kneel
gode da bachaa *n.* ਘੋੜੇ ਦਾ ਬੱਚਾ foal
gogarh *adj.* ਗੋਗੜ pot-belly
goha *n.* ਗੋਹਾ dung
gol *adj.* ਗੋਲ rotund
gol *adj.* ਗੋਲ round
gol makaan *n.* ਗੋਲ ਮਕਾਨ rotunda
gol sirhaanaa *n.* ਗੋਲ ਸਿਰਹਾਣਾ bolster
gol thaali *n.* ਗੋਲ ਥਾਲੀ disk
golaa *n.* ਗੋਲਾ sphere
golaakaar *adj.* ਗੋਲਾਕਾਰ spherical
golchi *n.* ਗੋਲਚੀ gouge
golf dee khed *n.* ਗੋਲਫ ਦੀ ਖੇਡ golf
goli barood *n.* ਗੋਲੀ-ਬਾਰੂਦ ammunition
golmaal *v.t.* ਗੋਲਮਾਲ bungle
goond *n.* ਗੂੰਦ glue
goond naal jodna *v.* ਗੂੰਦ ਨਾਲ ਜੋੜਨਾ agglutinate
goongaa *adj.* ਗੂੰਗਾ dumb
goonj *n.* ਗੂੰਜ echo
goonj *n.* ਗੂੰਜ resonance
goonj *n.* ਗੂੰਜ reverberation
goonjnhaa *v.i.* ਗੂੰਜਣਾ resound
goonjnhaa *v.t.* ਗੂੰਜਣਾ reverberate
goonjvaan *adj.* ਗੂੰਜਵਾਂ resonant
goorh *adj.* ਗੂੜ੍ਹ profound
goorh salaah *n.* ਗੂੜ੍ਹ ਸਲਾਹ cabal
gorakhdhandda *n.* ਗੋਰਖਧੰਦਾ labyrinth
goshtee *n.* ਗੋਸ਼ਟੀ symposium
gotta *n.* ਗੋਟਾ tinsel
graam *n.* ਗਰਾਮ gramme
granthiyukat *adj.* ਗ੍ਰੰਥੀਯੁਕਤ gnaried

greh *n.* ਗ੍ਰਿਹ planet
grehanh *n.* ਗ੍ਰਹਿਣ eclipse
grehanhsheel *adj.* ਗ੍ਰਹਿਣਸ਼ੀਲ receptive
grehnsheeltaa ਗ੍ਰਹਿਣਸ਼ੀਲਤਾ susceptibilityn
guaachaa *adj.* ਗੁਆਚਾ missing
guaacheaa *adj.* ਗੁਆਚਿਆ lost
guaandh ਗੁਆਂਢ neighbourhood
guaandh daa *adj.* ਗੁਆਂਢ ਦਾ neighbouring
guaandhee *n.* ਗੁਆਂਢੀ neighbour
guaandheyaan vala ਗੁਆਂਢੀਆਂ ਵਾਲਾ neighbourly
guaanhaa *v.t.* ਗੁਆਉਣਾ mislay
guaarni *n.* ਗੁਹਾਰਨੀ sty
gubara *n.* ਗੁਬਾਰਾ balloon
gucchha *n.* ਗੁੱਛਾ wisp
guchha *n.* ਗੁੱਛਾ tuft
guchhaa *n.* ਗੁਛਾ bunch
guchhaa *n.* ਗੁੱਛਾ cluster
gudaam *n.* ਗੁਦਾਮ depot
gudaam *n.* ਗੁਦਾਮ garner
gudaam *n.* ਗੁਦਾਮ godown
gudaam *n.* ਗੁਦਾਮ storehouse
gudda *n.* ਗੁੱਦਾ pith
gudda *n.* ਗੁੱਦਾ pulp
guddedaar *adj.* ਗੁੱਦੇਦਾਰ pithy
guddedaar *v.t.* ਗੁਦੇਦਾਰ pulpy
guddi *n.* ਗੁੱਡੀ doll
gufaa *n.* ਗੁਫਾ burrow
gufaa *n.* ਗੁਫਾ cave
gufaa *n.* ਗੁਫਾ cavern
gufaa *n.* ਗੁਫਾ clough
gufaa *n.* ਗੁਫਾ crypt
gufaa *n.* ਗੁਫਾ den
gufaa *n.* ਗੁਫਾ lair
gughee *n.* ਘੁੱਗੀ dove
gujhaapanh *n.* ਗੁੱਝਾਪਣ secrecy
Gujjha *adj.* ਗੁੱਝਾ abstruse
gulaab *n.* ਗੁਲਾਬ rose
gulaabi *n.* ਗੁਲਾਬੀ pink
gulaabi *adj.* ਗੁਲਾਬੀ roseate
gulaabi *adj.* ਗੁਲਾਬੀ rosy
gulaam *n.* ਗੁਲਾਮ bower
gulaam *n.* ਗੁਲਾਮ serf
gulaaman vargaa *adj.* ਗੁਲਾਮਾਂ ਵਰਗਾ slavish
gulaami *n.* ਗੁਲਾਮੀ bondage
gulaami *n.* ਗੁਲਾਮੀ thraidom
guldastaa *n.* ਗੁਲਦਸਤਾ nosegay
gulubandd *n.* ਗੁਲੁਬੰਦ muffler
gumabadd *n.* ਗੁੰਬਦ pinnacle
gumbad *n.* ਗੁੰਬਦ dome
gumbadd *n.* ਗੁੰਬਦ cupola
gummnaam *adj.* ਗੁੰਮਨਾਮ anonymous
gummnaam *adj.* ਗੁੰਮਨਾਮ nameless
gumraah karnaa *v.t.* ਗੁਮਰਾਹ ਕਰਨਾ misguide
gun jananha *v.t.* ਗੁਣ ਜਾਨਣਾ appreciate
guna di tareef *n.* ਗੁਣਾਂ ਦੀ ਤਾਰੀਫ appreciation
gunbaj *n.* ਗੁੰਬਜ vault
gundaa *n.* ਗੁੰਡਾ ruffian
gundanhaa *v.t.* ਗੁੰਦਣਾ intertwine
gundna ਗੁੰਦਣਾ wrethe
gun-dosh dassne *v.t.* ਗੁਣ-ਦੋਸ਼ ਦੱਸਣੇ characterize
gunh *n.* ਗੁਣ efficacy
gunh *n.* ਗੁਣ quality
gunh *n.* ਗੁਣ trait
gunh gaunhaa *v.t.* ਗੁਣ ਗਾਉਣਾ glorify
gunhaa *n.* ਗੁਣਾ multiplication
gunhaa karnaa *v.t.* ਗੁਣਾ ਕਰਨਾ multiply
gunhaatmak *adj.* ਗੁਣਾਤਮਕ qualitative
gunhanhaa *v.t.* ਗੁੰਨ੍ਹਣਾ entwist
gunhanhaa *v.t.* ਗੁੰਨ੍ਹਣਾ knead
gunhee *adj.* ਗੁਣੀ deserving
gunhee *adj.* ਗੁਣੀ gifted
gunhgunhaahat *v.t.* ਗੁਣਗੁਣਾਹਟ mutter
gunhiaa *n.* ਗੁਣੀਆ protractor
gunjaayesh *n.* ਗੁੰਜਾਇਸ਼ provision
gunjhaldaar *adj.* ਗੁੰਝਲਦਾਰ complex
gunjhaldaar *adj.* ਗੁੰਝਲਦਾਰ intricate
gunjhaldaar *adj.* ਗੁੰਝਲਦਾਰ voluble
gunjhall *v.t.* ਗੁੰਝਲ ravel
gunjhalldaar *adj.* ਗੁੰਝਲਦਾਰ perplexing
gunn *n.* ਗੁਣ attribute
gunyukat akrnaa *v.t.* ਗੁਣਯੁਕਤ ਕਰਨਾ capacitate

gupat *adj.* ਗੁਪਤ cryptic
gupat *adj.* ਗੁਪਤ occult
gupat *adj.* ਗੁਪਤ reserved
gupat *adj.* ਗੁਪਤ stealthy
gupat *adj.* ਗੁਪਤ surreptitious
gupat *adj.* ਗੁਪਤ tacit
gupat kothhree *n.* ਗੁਪਤ ਕੋਠੜੀ closet
gupat taur te *adv.* ਗੁਪਤ ਤੌਰ ਤੇ privately
gupatata *n.* ਗੁਪਤਤਾ concealment
gupt *adj.* ਗੁਪਤ confidential
gupt *adj.* ਗੁਪਤ esoteric
gupt *n.* ਗੁਪਤ incognito
gupt *adj.* ਗੁਪਤ latent
gupt bhaashaa *n.* ਗੁਪਤ ਭਾਸ਼ਾ code
guptcharr *n.* ਗੁਪਤਚਰ detective
gur *n.* ਗੁਰ formula
gur raheen dassanhaa *v.t.* ਗੁਰ ਰਾਹੀਂ ਦੱਸਣਾ formulate
guras *n.* ਗੁਰਸ gross
gurdaa *n.* ਗੁਰਦਾ kidney
gurde *n.* ਗੁਰਦੇ reins
gurde sambandhi *adj.* ਗੁਰਦੇ ਸੰਬੰਧੀ renal
gurhswaar *n.* ਘੁੜਸਵਾਰ dragoon
gurj *n.* ਗੁਰਜ mace
guroota *n.* ਗੁਰੂਤਾ gravity
guroota khich *n.* ਗੁਰੂਤਾ ਖਿੱਚ gravitation
gussa *n.* ਗੁੱਸਾ anger
gussa *n.* ਗੁੱਸਾ ire
gussa *n.* ਗੁੱਸਾ rage
gussa *n.* ਗੁੱਸਾ resentment
gussa *n.* ਗੁੱਸਾ wrath
gussa divaanhaa *v.t.* ਗੁੱਸਾ ਦਵਾਉਣਾ irritate
gusse karnaa *v.t.* ਗੁੱਸੇ ਕਰਨਾ enrage
gusse karnaa ਗੁੱਸੇ ਕਰਨਾ infuriate
gussekhor *adj.* ਗੁੱਸੇਖੋਰ wrathful
gustaakh *adj.* ਗੁਸਤਾਖ pert
gustaakh *adj.* ਗੁਸਤਾਖ presumptuous
gutt *n.* ਗੁੱਟ wrist
guzaara *n.* ਗੁਜ਼ਾਰਾ tenantry
gwahi *n.* ਗਵਾਹੀ witness
gyaan *n.* ਗਿਆਨ cognizance
gyaan *n.* ਗਿਆਨ enlightenment
gyaan *n.* ਗਿਆਨ knowledge
gyaanvaan *adj.* ਗਿਆਨਵਾਨ cognizant
Gyan *n.* ਗਿਆਨ acquaintance
gyan *n.* ਗਿਆਨ learning

H

haabdeyaa *adj.* ਹਾਬੜਿਆ rapacious
haabdia *adj.* ਹਾਬੜੀਆ voracious
haadsa *n.* ਹਾਦਸਾ mishap
haaeedrojan *n.* ਹਾਈਡ੍ਰੋਜਨ hydrogen
haahaakaar *n.* ਹਾਹਾਕਾਰ outcry
haaki *n.* ਹਾਕੀ hockey
haal paahreyaa *n.* ਹਾਲ ਪਾਹਰਿਆ sos
haalat *n.* ਹਾਲਤ plight
haalat *n.* ਹਾਲਤ position
haali *n.* ਹਾਲੀ ploughman
haami Bharna *n.* ਹਾਮੀ ਭਰਨਾ undertake
haan *v.t.* ਹਾਂ am
haan *adv.* ਹਾਂ yea
haan *adv.* ਹਾਂ yes
haani *n.* ਹਾਨੀ detriment
haani *n.* ਹਾਨੀ disadvantage
haani *n.* ਹਾਨੀ disservice
haani *n.* ਹਾਨੀ harm
haani *n.* ਹਾਨੀ injury
haani kaarak *adj.* ਹਾਨੀਕਾਰਕ noxious
haanikaarak *adj.* ਹਾਨੀਕਾਰਕ disadvantageous
haanikaarak *adj.* ਹਾਨੀਕਾਰਕ wasteful
haanikaarak keet *n.* ਹਾਨੀਕਾਰਕ ਕੀਟ vermin
haanikarak *adj.* ਹਾਨੀਕਾਰਕ detrimental
haap de full *v.i.* ਹਾਪ ਦੇ ਫੁੱਲ hop
haar *n.* ਹਾਰ garland
haar *n.* ਹਾਰ necklace
haar *n.* ਹਾਰ wreath
haar jaanhaa ਹਾਰ ਜਾਣਾ succumb
haardik *adj.* ਹਾਰਦਿਕ cordial
haardik *adj.* ਹਾਰਦਕ heartfelt
haasa *n.* ਹਾਸਾ humour
haasa *n.* ਹਾਸਾ jest
haasaa *n.* ਹਾਸਾ laughter
haase bhareyaa *adj.* ਹਾਸੇਭਰਿਆ funny

haase vala *n.* ਹਾਸੇ ਵਾਲਾ humorous
haasheeye daa *adj.* ਹਾਸ਼ੀਏ ਦਾ marginal
haasil karnaa *v.t.* ਹਾਸਿਲ ਕਰਨਾ procure
haas-vilaas *n.* ਹਾਸ-ਵਿਲਾਸ merriment
haathi *n.* ਹਾਥੀ elephant
haathi dandd *n.* ਹਾਥੀਦੰਦ ivory
haathi dandd *n.* ਹਾਥੀ ਦੰਦ tusk
haathi vargaa *adj.* ਹਾਥੀ ਵਰਗਾ elephantine
haavbhaav *n.* ਹਾਵਭਾਵ coquette
haavi honhaa *v.t.* ਹਾਵੀ ਹੋਣਾ prevail
haazar *adj.* ਹਾਜ਼ਰ present
haazri *v.t.* ਹਾਜ਼ਰੀ muster
haazri *n.* ਹਾਜ਼ਰੀ presence
haazri *n.* ਹਾਜ਼ਰੀ roll-call
haazrinaamaa *n.* ਹਾਜ਼ਰੀਨਾਮਾ muste¤roll
habrheyaa ਹਾਬੜਿਆ ravenous
habshee *n.* ਹਬਸ਼ੀ negro
habshee *n.* ਹਬਸ਼ੀ nigger
hadd *v.t.* ਹੱਦ compass
hadd *n.* ਹੱਦ frontier
hadd rakh *n.* ਹੱਡ ਰੱਖ sluggard
hadda *n.* ਹੱਡਾ hornet
haddeeyaan tuttnhaa *n.* ਹੱਡੀ ਟੁੱਟਣਾ fracture
haddeyaan daa *adj.* ਹੱਡੀਆਂ ਦਾ osseous
haddi *n.* ਹੱਡੀ bone
haddi fit karan wala *n.* ਹੱਡੀ ਫਿੱਟ ਕਰਨ ਵਾਲਾ bone-setter
haddi pinjjar *n.* ਹੱਡੀ ਪਿੰਜਰ skeleton
hafta *n.* ਹਫਤਾ week
haftavaar *adj.* ਹਫਤਾਵਾਰ weekly
hafte da ant *n.* ਹਫਤੇ ਦਾ ਅੰਤ week-end
ha-ha *n.* ਹਾ ਹਾ haw
hairaan ho jaanaa *v.t.* ਹੈਰਾਨ ਹੋ ਜਾਣਾ blench
hairaan hona *n.* ਹੈਰਾਨ ਹੋਣਾ wonder
hairaan karna *v.t.* ਹੈਰਾਨ ਕਰਨਾ amaze
hairaan karnaa *v.t.* ਹੈਰਾਨ ਕਰਨਾ dazzle
hairaan karnaa *n.* ਹੈਰਾਨ ਕਰਨਾ thaumaturge
hairaani *n.* ਹੈਰਾਨੀ amazement
hairaani *n.* ਹੈਰਾਨੀ perplexity
hairaani *n.* ਹੈਰਾਨੀ surprise
hairaani jatauna *int.* ਹੈਰਾਨੀ ਜਤਾਉਣਾ eh
hairaanijanak *n.* ਹੈਰਾਨੀਜਨਕ interjection
hairaanijanak *v.i.* ਹੈਰਾਨੀਜਨਕ is
hairan karna *v.t.* ਹੈਰਾਨ ਕਰਨਾ astonish
hairan karna *v.t.* ਹੈਰਾਨ ਕਰਨਾ astound
haizaa *n.* ਹੈਜ਼ਾ cholera
haize sambandhee *adj.* ਹੈਜ਼ੇ ਸੰਬੰਧੀ choleric
hajamat karni *v.t.* ਹਜਾਮਤ ਕਰਨੀ shave
hakeem *n.* ਹਕੀਮ physician
hakkdaar honhaa *adj.* ਹੱਕਦਾਰ ਹੋਣਾ own
hakkshafaa *v.t.* ਹਕਸ਼ਫਾ pre-emption
halak *n.* ਹਲਕ rabies
halchal *n.* ਹਲਚਲ faction
halchal *n.* ਹਲਚਲ fuss
halchal *n.* ਹਲਚਲ sensation
haldee *n.* ਹਲਦੀ turmeric
haleem *adj.* ਹਲੀਮ mild
halfiya beyan *n.* ਹਲਫੀਆ ਬਿਆਨ affidavit
halh daa faalhaa *n.* ਹਲ ਦਾ ਫਾਲ਼ਾ ploughshare
halh vaahunhaa *v.i.* ਹ਼ਲ ਵਾਹੁਣਾ plough
hali garmaish *n.* ਹਲਕੀ ਗਰਮਾਇਸ਼ warmth
halkaa *n.* ਹਲਕਾ shire
halkaa *adj.* ਹਲਕਾ subtle
halkaa bhojan *n.* ਹਲਕਾ ਭੋਜਨ snack
halkapan *n.* ਹਲਕਾਪਣ buoyancy
halke parkar da ittar *n.* ਹਲਕੇ ਪ੍ਰਕਾਰ ਦਾ ਇੱਤਰ cologne
halla karnaa *v.t.* ਹੱਲਾ ਕਰਨਾ invade
halla karnaa *n.* ਹੱਲਾ ਕਰਨਾ invasion
haloonhnaa *v.t.* ਹਲੂਣਨਾ jolt
hamdard *adj.* ਹਮਦਰਦ sympathetic
hamdardi *n.* ਹਮਦਰਦੀ sympathy
hamdardi karnaa *v.i.* ਹਮਦਰਦੀ ਕਰਨਾ sympathize
hamdardi vikhauni *v.* ਹਮਦਰਦੀ ਵਿਖਾਉਣਾ condole
hameshaa *adv.* ਹਮੇਸ਼ਾਂ ever
hameshaa ton *adv.* ਹਮੇਸ਼ਾਂ ਤੋਂ evermore
hameshaan *adv.* ਹਮੇਸ਼ਾਂ always
hameshaan *adv.* ਹਮੇਸ਼ਾਂ forever
hamla *v.t.* ਹਮਲਾ assault
hamla *n.* ਹਮਲਾ attack
hamla karan *v.t.* ਹਮਲਾ ਕਰਨਾ assail

hamla karan wala *n.* ਹਮਲਾ ਕਰਨਾ ਵਾਲਾ assailant
hamlaa *n.* ਹਮਲਾ foray
hamlaa *n.* ਹਮਲਾ incursion
hamlaa *n.* ਹਮਲਾ inroad
hamlaa *n.* ਹਮਲਾ irruption
hamlaa karan wala *adj.* ਹਮਲਾ ਕਰਨਾ ਵਾਲਾ aggressive
hamlaa karnaa *v..t* ਹਮਲਾ ਕਰਨਾ besiege
hamle ton bachan layee lukveen jagah *n.* ਹਮਲੇ ਤੋਂ ਬਚਣ ਲਈ ਲੁਕਵੀਂ ਜਗ੍ਹਾ bunker
hamle ton mukat ਹਮਲੇ ਤੋਂ ਮੁਕਤ immune
hamnaam *n.* ਹਮਨਾਮ namesake
handhanⁱⁱ**saar** *adj.* ਹੰਢਣਸਾਰ lasting
hanera *adj.* ਹਨੇਰਾ sombre
haneraa *adj.* ਹਨੇਰਾ dark
haneraa *n.* ਹਨੇਰਾ gloom
haneraa karnaa *v.t.* ਹਨੇਰਾ ਕਰਨਾ darken
hanere bhareyaa *adj.* ਹਨੇਰੇ ਭਰਿਆ gloomy
hanere naal bhareyaa *adj.* ਹਨੇਰੇ ਨਾਲ ਭਰਿਆ benighted
hanere-bhareyaa *adj.* ਹਨੇਰੇ-ਭਰਿਆ darksome
hangaamaa *n.* ਹੰਗਾਮਾ rampage
hanjhoo *n.* ਹੰਝੂ tear
hankaar *n.* ਹੰਕਾਰ affectation
hankaar *n.* ਹੰਕਾਰ morgue
hans ਹੰਸ gander
hans *n.pl.* ਹੰਸ geese
hans *n.* ਹੰਸ goose
hansalee *n.* ਹੰਸਲੀ colla¤bone
hanss *n.* ਹੰਸ drake
haoomai *n.* ਹਊਮੈ ego
har *n.* ਹਰ denominator
har ikk *adj.* ਹਰ ਇੱਕ each
har koee *adj.* ਹੋਰ ਕੋਈ else
har saal *adv.* ਹਰ ਸਾਲ annually
hara *n.* ਹਰਾ verdant
hara pan ਹਰਾਪਣ verdure
haraa *adj.* ਹਰਾ green
haraaamzada *adj.* ਹਰਾਮਜ਼ਾਦਾ misbegotten
haraauna *v.t.* ਹਰਾਉਣਾ defeat
haraaunaa *v.t.* ਹਰਾਉਣਾ confound
haram *n.* ਹਰਮ seragilo
haraon wala *n.* ਹਰਾਉਣ ਵਾਲਾ vanquisher
haraona *v.i.* ਹਰਾਉਣਾ vanquish
haraunha *v.t.* ਹਰਾਉਣਾ discomfit
hareyaa bhareyaa ਹਰਿਆ ਭਰਿਆ exuberant
hareyaaval *n.* ਹਰਿਆਵਲ greenery
harh *n.* ਹੜ੍ਹ flood
harh *n.* ਹੜ inundation
harh *n.* ਹੜ੍ਹ torrent
harh nal ayi mitti *adj.* ਹੜ ਨਾਲ ਆਈ ਮਿੱਟੀ alluvium
harh sambandhi *adj.* ਹੜ੍ਹ ਸੰਬੰਧੀ diluvial
harhtaal karnaa *v.t.* ਹੜਤਾਲ ਕਰਨਾ strike
harjaanaa denhaa *n.* ਹਰਜਾਨਾ ਦੇਣਾ recompense
harkaara *n.* ਹਰਕਾਰਾ courier
harkaara *n.* ਹਰਕਾਰਾ harbinger
harkat *n.* ਹਰਕਤ movement
harkat karan vala *n.* ਹਰਕਤ ਕਰਨ ਵਾਲਾ mover
harkat karnaa *v.t.* ਹਰਕਤ ਕਰਨਾ move
harkuleez vargaa *n.* ਹਰਕੁਲੀਜ਼ ਵਰਗਾ herculean
harnee *n.* ਹਰਨੀ hind
harnee *n.* ਹਰਨੀ roe
harniaa *n.* ਹਰਨੀਆ hernia
harshjanak *adj.* ਹਰਸ਼ਜਨਕ delightful
hasat jotish *n.* ਹਸਤ-ਜੋਤਿਸ਼ palmistry
hasaunhaa *adj.* ਹਸਾਉਣਾ risible
hasmukh *adj.* ਹਸਮੁੱਖ jaunty
hasmukh *adj.* ਹਸਮੁੱਖ jocund
hasmukh *adj.* ਹਸਮੁੱਖ jovial
hasoheenaa *n.* ਹਾਸੋਹੀਣਾ burlesque
hasoheenaa *n.* ਹਾਸੋਹੀਣਾ comic
hasoheenhaa *adj.* ਹਾਸੋਹੀਣਾ ludicrous
hasoheenhee vastoo *n.* ਹਾਸੋਹੀਣੀ ਵਸਤੂ ridicule
hasptaal *n.* ਹਸਪਤਾਲ hospital
hass ke lotpot hona *n.* ਹਸ ਕੇ ਲੋਟਪੋਟ ਹੋਣਾ convulsion
hassnhaa *v.t.* ਹੱਸਣਾ laugh
hast-rekhaa vidya *n.* ਹਸਤ-ਰੇਖਾ ਵਿੱਦਿਆ chiromancy

hataa denhaa *v.t.* ਹਟਾ ਦੇਣਾ repulse
hataash akrnaa *v.t.* ਹਤਾਸ਼ ਕਰਨਾ dismay
Hatauna *v.t.* ਹਟਾਉਣਾ abate
hatauna *v.* ਹਟਾਉਣਾ agitate
hatauna *v.t.* ਹਟਾਉਣਾ avert
hataunaa *v.t.* ਹਟਾਉਣਾ detach
hataunha *v.t.* ਹਟਾਉਣਾ dispel
hataunhaa *v.* ਹਟਾਉਣਾ dissipate
hataunhaa *v.t.* ਹਟਾਉਣਾ eliminate
hataunhaa *v.t.* ਹਟਾਉਣਾ remove
hataunhyog *adj.* ਹਟਾਉਣਯੋਗ removable
hateyaakaand *n.* ਹੱਤਿਆਕਾਂਡ carnage
hath *n.* ਹੱਥ hand
hathaa *n.* ਹੱਥਾ handle
hathh ਹੱਠ pertinacity
hathhdharmi *adj.* ਹਠਧਰਮੀ recalcitrant
hathhee *adj.* ਹਠੀ pertinacious
hathiyaar *n.* ਹਥਿਆਰ weapon
hathiyaar da mota paasaa *n.* ਹਥਿਆਰ ਦਾ ਮੋਟਾ ਪਾਸਾ butt
hathiyaar da phall *n.* ਹਥਿਆਰ ਦਾ ਫਲ blade
hathiyaar khoh laina *v.t.* ਹਥਿਆਰ ਖੋਹ ਲੈਣਾ disarm
hathiyaraan da khohna ਹਥਿਆਰਾਂ ਦਾ ਖੋਹਣਾ disarmament
hathlikhat *n.* ਹੱਥਲਿਖਤ handwriting
hathodaa *n.* ਹਥੌੜਾ hammer
hathopayee *n.* ਹੱਥੋਪਾਈ scuffle
haththhoka *n.* ਹੱਥਠੋਕਾ stooge
hatiaara *n.* ਹਤਿਆਰਾ thug
hatiaaraa *n.* ਹੱਤਿਆਰਾ homicide
hatkore lainhaa *v.t.* ਹਟਕੋਰਾ ਲੈਣਾ gasp
hatnhaa *v.t.* ਹਟਣਾ deviate
hatta katta *adj.* ਹੱਟਾ-ਕੱਟਾ strapping
hatta-katta *adj.* ਹੱਟਾ-ਕੱਟਾ hefty
hatth kadi *n.* ਹੱਥਕੜੀ handcuffs
hatya *n.* ਹੱਤਿਆ blood-shed
haukaa *v.t.* ਹੌਕਾ heave
haukaa lainhaa *v.i.* ਹਉਕਾ ਲੈਣਾ sigh
hauldaar *n.* ਹੌਲਦਾਰ sergeant
haulee hawaa *n.* ਹੌਲੀ ਹਵਾ breeze
hauli chalan wala *n.* ਹੌਲੀ ਚੱਲਣ ਵਾਲਾ ambler
hauli dhaaraa *v.i.* ਹੌਲੀ ਧਾਰਾ drift
hauli hauli *adv.* ਹੌਲੀ ਹੌਲੀ slowly
hauli- hauli chalna *v.* ਹੌਲੀ-ਹੌਲੀ ਚੱਲਣਾ amble
hauli jehe chale jaanhaa *v.t.* ਹੌਲੀ ਜਿਹੇ ਚਲੇ ਜਾਣਾ elapse
hauslaa ਹੌਸਲਾ forbearance
hauslaa *n.* ਹੌਸਲਾ morale
hauslaa karna *v.t.* ਹੌਸਲਾ ਕਰਨਾ dare
hauzri *n.* ਹੌਜ਼ਰੀ hosiery
havaalaa denhaa *v.* ਹਵਾਲਾ ਦੇਣਾ quote
havaalaa denhaa *v.t.* ਹਵਾਲਾ ਦੇਣਾ refer
havaalaa denhaa ਹਵਾਲਾ reference
havaale karnaa *v.t.* ਹਵਾਲੇ ਕਰਨਾ submit
havaale karnaa *v.t.* ਹਵਾਲੇ ਕਰਨਾ surrender
havadaar *adj.* ਹਵਾਦਾਰ pneumatic
havalaat *n.* ਹਵਾਲਾਤ lock-up
havayee chhatree *n.* ਹਵਾਈ ਛਤਰੀ parachute
havelee *n.* ਹਵੇਲੀ mansion
hawa *n.* ਹਵਾ air
hawa *n.* ਹਵਾ wind
hawa pump *n.* ਹਵਾ ਪੰਪ air-pump
hawa varga *adj.* ਹਵਾ ਵਰਗਾ aeriform
hawaa kadhana *v.t.* ਹਵਾ ਕੱਢਣਾ deflate
hawaalaa *n.* ਹਵਾਲਾ excerpt
hawadaar *adj.* ਹਵਾਦਾਰ breezy
hawadaar *adj.* ਹਵਾਦਾਰ windy
hawadaari *v.* ਹਵਾਦਾਰੀ ventilation
hawadar *adj.* ਹਵਾਦਾਰ airy
hawaee jahaaz te chadnaa *v.t.* ਹਵਾਈ ਜਹਾਜ਼ ਤੇ ਚੜ੍ਹਨਾ emplane
hawaee udaanhaa *n.* ਹਵਾਈ ਉਡਾਣਾਂ sorites
hawahi jahaz *n.* ਹਵਾਈ ਜਹਾਜ਼ airplane
hawayi *adj.* ਹਵਾਈ aerial
hawayi adda *n.* ਹਵਾਈ ਅੱਡਾ aerodrome
hawayi bandook *n.* ਹਵਾਈ ਬੰਦੂਕ ai¤gun
hawayi company *n.* ਹਵਾਈ ਕੰਪਨੀ airline
hawayi daak *n.* ਹਵਾਈ ਡਾਕ airmail
hawayi jahaz *n.* ਹਵਾਈ ਜਹਾਜ਼ aeroplane
hawayi jahaz chalak *n.* ਹਵਾਈ ਜਹਾਜ਼ ਚਾਲਕ aeronaut
hawayi jahaz chalak *n.* ਹਵਾਈ ਜਹਾਜ਼ ਚਾਲਕ aviator

hawayi jahaz chalauna *n.* ਹਵਾਈ ਜਹਾਜ਼ ਚਲਾਉਣਾ aviation
hawayi yaan *n.* ਹਵਾਈ ਯਾਨ airship
hawayiyaan *n.* ਹਵਾਈਯਾਨ aircraft
hazaar *adj.* ਹਜ਼ਾਰ thousand
hazaar saal da ਹਜ਼ਾਰ ਸਾਲ ਦਾ millennium
hazir hona *v.t.* ਹਾਜ਼ਿਰ ਹੋਣਾ attend
haziri *n.* ਹਾਜ਼ਿਰੀ attendance
heeliam *n.* ਹੀਲੀਅਮ helium
heenhtaa *n.* ਹੀਣਤਾ inferiority
heera *n.* ਹੀਰਾ gem
heera *n.* ਹੀਰਾ jewel
heeraa *n.* ਹੀਰਾ diamond
helikaaptor *n.* ਹੈਲੀਕਾਪਟਰ helicopter
heraaferi karnaa *v.t.* ਹੇਰਾਫੇਰੀ ਕਰਨਾ palter
hethaan *prep.* ਹੇਠਾਂ beneath
hethaan vall *n.* ਹੇਠਾਂ ਵੱਲ below
hethhaan *n.* ਹੇਠਾਂ down
hethhan wall *adj.* ਹੇਠਾਂ ਵੱਲ downward
hethhli manzil *n.* ਹੇਠਲੀ ਮੰਜ਼ਿਲ ground floor
hethla tal *adv.* ਹੇਠਲਾ ਤਲ underneath
hghar de andar *adv.* ਘਰ ਦੇ ਅੰਦਰ indoors
hichki *n.* ਹਿਚਕੀ hiccup
hichkichaahat *n.* ਹਿਚਕਿਚਾਹਟ hesitation
hichkichaahat wala *adj.* ਹਿਚਕਿਚਾਹਟ ਵਾਲਾ hesitating
hichkichaaunhaa *v.i.* ਹਿਚਕਿਚਾਉਣਾ hesitate
hijje *n.* ਹਿੱਜੇ spelling
himaayat *n.* ਹਿਮਾਇਤ espousal
himmat *n.* ਹਿੰਮਤ mettle
himmat *n.* ਹਿੰਮਤ fortitude
hinhkanhaa *v.t.* ਹਿਣਕਣਾ neigh
hinsa *n.* ਹਿੰਸਾ violence
hinsak *n.* ਹਿੰਸਕ violent
hiran *n.* ਹਿਰਨ buck
hiran *n.* ਹਿਰਨ deer
hiran da bachaa *n.* ਹਿਰਨ ਦਾ ਬੱਚਾ fawn
hiran da maas *n.* ਹਿਰਨ ਦਾ ਮਾਸ venison
hiran di ikk kisam *n.* ਹਿਰਨ ਦੀ ਇੱਕ ਕਿਸਮ antelope
hirni *n.* ਹਿਰਨੀ doe
hisaab *n.* ਹਿਸਾਬ mathematics
hisaab jaanchan wala *adj.* ਹਿਸਾਬ ਜਾਂਚਣਵਾਲਾ controller
hisaab-niyantrakk *n.* ਹਿਸਾਬ-ਨਿਯੰਤਰਕ comptroller
hissa *n.* ਹਿੱਸਾ portion
hissa *n.* ਹਿੱਸਾ share
hissa denhaa ਹਿੱਸਾ ਦੇਣਾ impart
hissa karna *v.t.* ਹਿੱਸਾ ਕਰਨਾ apportion
hissa vandanhaa *v.t.* ਹਿੱਸਾ ਵੰਡਣਾ mete
hissedaari *n.* ਹਿੱਸੇਦਾਰੀ coheir
hitt-samooh *n.* ਹਿੱਤ ਸਮੂਹ caucus
hochaa *adj.* ਹੋਛਾ lewd
hochhaa *adj.* ਹੋਛਾ flippant
hochhaapanh *n.* ਹੋਛਾਪਣ flippancy
hochhaapanh *n.* ਹੋਛਾਪਣ frivolity
hochhaapanh *adj.* ਹੋਛਾ frivolous
hochhapanh *n.* ਹੋਛਾਪਣ levity
hokka *n.* ਹੋਕਾ proclamation
hon wala *adj.* ਹੋਣ ਵਾਲਾ would-be
hona *v.i.* ਹੋਣਾ be
hona *v.i.* ਹੋਣਾ become
hond *n.* ਹੋਂਦ being
hond *n.* ਹੋਂਦ existence
hond honhee *v.i.* ਹੋਂਦ ਹੋਣੀ exist
honh dee sambhaavnaa *n.* ਹੋਣ ਦੀ ਸੰਭਾਵਨਾ feasibility
honhaa *v.i.* ਹੋਣਾ happen
honhaar *adj.* ਹੋਣਹਾਰ promising
hoorhmataa *adj.* ਹੂੜ੍ਹਮਤਾ foolhardy
hor *adj.* ਹੋਰ more
hor *adj.* ਹੋਰ other
hor kidhre *adv.* ਹੋਰ ਕਿਧਰੇ elsewhere
hoshmandee *n.* ਹੋਸ਼ਮੰਦੀ sobriety
hostal *n.* ਹੋਸਟਲ hostel
hothhaan sambandhi *adj.* ਹੋਠਾਂ ਸੰਬੰਧੀ labial
hrawal dasta *n.* ਹਰਾਵਲ ਦਸਤਾ vanguard
hta lena *v.t.* ਹਟਾ ਲੈਣਾ withdraw
hthi *adv.* ਹਠੀ unyielding
hukam *n.* ਹੁਕਮ hest
hukam *n.* ਹੁਕਮ order
hukam da patta *n.* ਹੁਕਮ ਦਾ ਪੱਤਾ spade
hukamnama *n.* ਹਕਮਨਾਮਾ writ
hulaarnaa *v.t.* ਹੁਲਾਰਨਾ swing

hullrhbaazi *n.* ਹੁੱਲੜਬਾਜ਼ੀ rowdism
hunar *n.* ਹੁਨਰ performance
hunar dikhaunhaa *v.t.* ਹੁਨਰ ਦਿਖਾਉਣਾ perforin
hunddi *n.* ਹੁੰਡੀ draft
hunh *adv.* ਹੁਣ now
hunh takk *adv.* ਹੁਣ ਤੱਕ hitherto
hunhe hee *adv.* ਹੁਣੇ ਹੀ presently
hunhe hee *adv.* ਹੁਣੇ ਹੀ recently
husheyaari *n.* ਹੁਸ਼ਿਆਰੀ sagacity
hushiaari *n.* ਹੁਸ਼ਿਆਰੀ quickness

I

icchha *n.* ਇੱਛਾ will
icchha karna *v.t.* ਇੱਛਾ ਕਰਨਾ wish
ichha pattar *n.* ਇੱਛਾ-ਪੱਤਰ testament
ichhaa *v.t.* ਇੱਛਾ desire
ichhaa *adj.* ਇੱਛਾ intent
ichhaa *n.* ਇੱਛਾ intention
ichhaa anusaar ਇੱਛਾ ਅਨੁਸਾਰ intentional
ichhaa karnaa *v.i.* ਇੱਛਾ ਕਰਨਾ hanker
ichhaapoorti *n.* ਇੱਛਾਪੂਰਤੀ gratification
ichhaayog *adj.* ਇੱਛਾਯੋਗ desirable
ichhak *n.* ਇੱਛਕ solicitous
ichhukk *adj.* ਇੱਛੁਕ desirous
idhar udhar sittna *v.t.* ਇੱਧਰ ਉੱਧਰ ਸਿੱਟਣਾ bandy
idhar-udhar sittanhaa *v.t.* ਇੱਧਰ-ਉੱਧਰ ਸਿੱਟਣਾ disperse
ijjad *n.* ਇੱਜੜ flock
ijjad *n.* ਇੱਜੜ herd
ik mat ਇਕਮਤ unanimous
ikaant *n.* ਇਕਾਂਤ solitude
ikaant *n.* ਇਕਾਂਤ seclusion
ikahari lagaam *n.* ਇਕਹਰੀ ਲਗਾਮ snaffle
ikai *n.* ਇਕਾਈ unit
ikalla *adj.* ਇਕੱਲਾ alone
ikattha karna *v.* ਇਕੱਠਾ ਕਰਨਾ aggregate
ikattha karnaa *v.t.* ਇਕੱਠਾ ਕਰਨਾ amalgamate
ikatthaa honaa *v.t.* ਇਕੱਠਾ ਹੋਣਾ convene
ikchit taa *n.* ਇਕੱਚਿੱਤਤਾ unanimity
ikk *adj.* ਇੱਕ one
ikk akkh vala *adj.* ਇੱਕ ਅੱਖ ਵਾਲਾ monocular
ikk alankaar *n.* ਇੱਕ ਅਲੰਕਾਰ epagoge
ikk hee kataar vich *adj.* ਇੱਕ ਹੀ ਕਤਾਰ ਵਿੱਚ collinear
ikk honaa *v.i.* ਇੱਕ ਹੋਣਾ coalesce
ikk hor *adj.* ਇੱਕ ਹੋਰ another
ikk kalaktaa *n.* ਇਕ ਕਾਲਕਤਾ synchronism
ikk kanthh rog *n.* ਇੱਕ ਕੰਠ ਰੋਗ quinsy
ikk karorh sankh *n.* ਇੱਕ ਕਰੋੜ ਸੰਖ quadrillion
ikk kendar da *adj.* ਇੱਕ ਕੇਂਦਰ ਦਾ concentric
ikk kisam da rangg *n.* ਇੱਕ ਕਿਸਮ ਦਾ ਰੰਗ distemper
ikk kisam dee bandd gobhi *n.* ਇੱਕ ਕਿਸਮ ਦੀ ਬੰਦ ਗੋਭੀ kale
ikk kisam dee machhi *adj.* ਇੱਕ ਕਿਸਮ ਦੀ ਮੱਛੀ finny
ikk maatarta *n.* ਇਕਮਾਤਰਤਾ singularity
ikk paasad *adj.* ਇੱਕ-ਪਾਸੜ one-sided
ikk panchhi *n.* ਇੱਕ ਪੰਛੀ skylark
ikk passe *adv.* ਇੱਕ ਪਾਸੇ aside
ikk patni viaah *n.* ਇੱਕ ਪਤਨੀ ਵਿਆਹ monogamy
ikk rog *n.* ਇਕ ਰੋਗ sprue
ikk sammundari machhi *n.* ਇੱਕ ਸਮੁੰਦਰੀ ਮੱਛੀ dolphin
ikk samundari machhee *n.* ਇੱਕ ਸਮੁੰਦਰੀ ਮੱਛੀ cod
ikk silsila *n.* ਇੱਕ ਸਿਲਸਿਲਾ suite
ikk sphaid dhaat *n.* ਇੱਕ ਸਫੈਦ ਧਾਤ, barium
ikk taran dee murgaabi *n.* ਇੱਕ ਤਰ੍ਹਾਂ ਦੀ ਮੁਰਗਾਬੀ teal
ikk tarfaa *adj.* ਇੱਕ ਤਰਫਾ exparte
ikk tez barood *n.* ਇੱਕ ਤੇਜ਼ ਬਾਰੂਦ dynamite
ikk vaar *adv.* ਇੱਕ ਵਾਰ once
ikk vaktee *adj.* ਇਕ ਵਕਤੀ synchronous
ikkaalla *adj.* ਇਕੱਲਾ solitary
ikkaallapanh *n.* ਇਕੱਲਾਪਣ solitariness
ikkadukka *adj.* ਇਕੱਦੁੱਕਾ sporadic
ikkagarta *n.* ਇਕਾਗਰਤਾ concentration

ikkala *adj.* ਇਕੱਲਾ lonely
ikkalapanh *adj.* ਇਕੱਲਪਣ lonesome
ikkaleyaan *adv.* ਇਕੱਲਿਆਂ solely
ikkalla *n.* ਇਕੱਲਾ sole
ikkalla *adj.* ਇਕੱਲਾ unaccompanied
ikkallaa *adj.* ਇਕੱਲਾ single
ikkallapanh *adv.* ਇਕੱਲਾਪਣ singly
ikkatar karnaa *v.t.* ਇਕੱਤਰ ਕਰਨਾ gather
ikkathh *n.* ਇਕੱਠ gathering
ikkathha karnaa *v.t.* ਇਕੱਠਾ ਕਰਨਾ collect
ikkathha karnaa *n.* ਇਕੱਠਾ ਕਰਨਾ collector
ikkathha karnaa *v.t.* ਇਕੱਠਾ ਕਰਨਾ collocate
ikkathha karnaa *v.t.* ਇਕੱਠਾ ਕਰਨਾ convoke
ikkathhe *adv.* ਇਕੱਠੇ together
ikkathhe gaan *adj.* ਇੱਕਠੇ ਗਾਣ choral
ikkathhe honhaa *v.t.* ਇਕੱਠੇ ਹੋਣਾ join
ikkathhe honhaa *v.t.* ਇਕੱਠੇ ਹੋਣਾ rally
ikkattar hona *v.i.* ਇਕੱਤਰ ਹੋਣਾ concur
ikkatth *n.* ਇਕੱਠ congregation
ikkatthaa karnaa *v.t.* ਇਕੱਠਾ ਕਰਨਾ congregate
ikkatthha karna *v.t.* ਇਕੱਠਾ ਕਰਨਾ assemble
ikkdam parivartan *n.* ਇਕਦਮ ਪਰਿਵਰਤਨ salts
ikkdamm *adv.* ਇੱਕਦਮ extempore
ikkdamm *n.* ਇਕਦਮ suddenness
ikkdamm bolnhaa *v.t.* ਇੱਕਦਮ ਬੋਲਣਾ ejaculate
ikk-ikk karke *adv.* ਇੱਕ ਇੱਕ ਕਰਕੇ apiece
ikkmat *n.* ਇਕਮਤ physic
ikkmatt *n.* ਇੱਕਮਤ concensus
ikkmatt *adj.* ਇੱਕਮਤ consentient
ikko sur vich *n.* ਇਕੋ ਸੁਰ ਵਿੱਚ singsong
ikkras *adj.* ਇਕਰਸ monotonous
ikkroopta denhaa *n.* ਇਕਰੂਪਤਾ ਦੇਣਾ stereotype
ikkrooptaa *n.* ਇਕਰੂਪਤਾ sameness
ikksur *adj.* ਇਕਸੁਰ harmonious
ikksurta *n.* ਇਕਸੁਰਤਾ harmony
ikksurtaa *n.* ਇਕਸੁਰਤਾ monotony
ikraarnaama *n.* ਇਕਰਾਰਨਾਮਾ indenture
ikrarnama *n.* ਇਕਰਾਰਨਾਮਾ agreement
ikroop karna *v.t.* ਇਕਰੂਪ ਕਰਨਾ unify
iksaar *adj.* ਇਕਸਾਰ uniform
ilaaechee *n.* ਇਲਾਇਚੀ cardamom
ilaaj *n.* ਇਲਾਜ remedy
ilaaj *n.* ਇਲਾਜ therapy
ilaaj *n.* ਇਲਾਜ treatment
ilaaj karnaa *v.t.* ਇਲਾਜ ਕਰਨਾ redress
ilaaka *n.* ਇਲਾਕਾ locality
ilaake dee banaspati *n.* ਇਲਾਕੇ ਦੀ ਬਨਸਪਤੀ flora
ilaiktron *n.* ਇਲੈਕਟ੍ਰੋਨ electron
ilzaam ਇਲਜ਼ਾਮ allegation
ilzaam lagaunaa *v.t.* ਇਲਜ਼ਾਮ ਲਗਾਉਣਾ blame
imaarat *n.* ਇਮਾਰਤ building
imaarat dhaahunhaa *v.t.* ਇਮਾਰਤ ਢਾਹੁਣਾ pulldown
imlee *n.* ਇਮਲੀ tamarind
imtehaan lainaa *v.t.* ਇਮਤਿਹਾਨ ਲੈਣਾ canvass
inaam *n.* ਇਨਾਮ meed
inaam *n.* ਇਨਾਮ prize
inddar dhanush *n.* ਇੰਦਰ ਧਨੁੱਸ਼ rainbow
indraaj *n.* ਇੰਦਰਾਜ registration
indree sukh *n.* ਇੰਦਰੀ ਸੁਖ sensuality
ingglaind da *adj.* ਇੰਗਲੈਂਡ ਦਾ english
inglaind da nawaab *n.* ਇੰਗਲੈਂਡ ਦਾ ਨਵਾਬ duke
injeel *n.* ਇੰਜੀਲ gospel
injeeneear *n.* ਇੰਜੀਨੀਅਰ engineer
injj karke *adv.* ਇੰਜ ਕਰਕੇ thereby
injjanh *n.* ਇੰਜਨ engine
inkaar *adj.* ਇਨਕਾਰ nay
inkaar *n.* ਇਨਕਾਰ refusal
inkaar karnaa *v.t.* ਇਨਕਾਰ ਕਰਨਾ deny
inkaar karnaa *v.t.* ਇਨਕਾਰ ਕਰਨਾ refuse
inkaar karnaa *v.t.* ਇਨਕਾਰ ਕਰਨਾ reject
inklaab liaaunhaa ਇਨਕਲਾਬ ਲਿਆਉਣਾ revolutionize
inne vich *adv.* ਇੰਨੇ ਵਿੱਚ meantime
intzaam karnaa *v.i.* ਇੰਤਜ਼ਾਮ ਕਰਨਾ govern
intzar krna *v.t.* ਇੰਤਜ਼ਾਰ ਕਰਨਾ await
inyantaran *n.* ਨਿਇੰਤਰਣ control

iraada karnaa *v.t.* ਇਰਾਦਾ ਕਰਨਾ intend
is de ult *adv.* ਇਸ ਦੇ ਉਲਟ viceversa
is tarahn *adj.* ਇਸ ਤਰ੍ਹਾਂ so
isda *pro.* ਇਸਦਾ its
ishnaan *n.* ਇਸ਼ਨਾਨ bath
ishnaan karna *v.t.* ਇਸ਼ਨਾਨ ਕਰਨਾ bathe
ishtehaar *n.* ਇਸ਼ਤਿਹਾਰ poster
ishtehar dena *v.* ਇਸ਼ਤਿਹਾਰ ਦੇਣਾ advertise
ishteharbazi *n.* ਇਸ਼ਤਿਹਾਰਬਾਜ਼ੀ advertisement
ishtihaar *n.* ਇਸ਼ਤਿਹਾਰ handbill
ispaat *n.* ਇਸਪਾਤ steel
iss de naal *adv.* ਇਸ ਦੇ ਨਾਲ herewith
iss layee *adv.* ਇਸ ਲਈ hence
iss layee *adv.* ਇਸ ਲਈ therefore
iss parkaar *adv.* ਇਸ ਪ੍ਰਕਾਰ thus
iss ton chhutt ਇਸ ਤੋਂ ਛੁੱਟ moreover
iss ton ilaava *adv.* ਇਸ ਤੋਂ ਇਲਾਵਾ therewithal
issayian da teohar *n.* ਈਸਾਈਆਂ ਦਾ ਤਿਓਹਾਰ easter
istree *n.* ਇਸਤਰੀ dame
istree sabhaa ਇਸਤਰੀ ਸਭਾ sorority
istri jaati da *adj.* ਇਸਤਰੀ ਜਾਤੀ ਦਾ feminine
istri yodha *n.* ਇਸਤਰੀ ਯੋਧਾ amazon
itehaas *n.* ਇਤਿਹਾਸ chronicle
itehaas *n.* ਇਤਿਹਾਸ history
itehaasak *adj.* ਇਤਿਹਾਸਿਕ historic
ithe *adv.* ਇੱਥੇ here
itihaas lekhak *n.* ਇਤਿਹਾਸ ਲੇਖਕ annalist
itlee sambandhi *n.pl.* ਇਟਲੀ ਸੰਬੰਧੀ italics
itraaz *n.* ਇਤਰਾਜ਼ objection
itraazyog *adj.* ਇਤਰਾਜ਼ਯੋਗ objectionable
itt *n.* ਇੱਟ brick
itt da tukdaa *n.* ਇੱਟ ਦਾ ਟੁਕੜਾ brick-bat
ittaan daa bhathhaa *n.* ਇੱਟਾਂ ਦਾ ਭੱਠਾ brick-kiln
izhaar *n.* ਇਜ਼ਹਾਰ revelation
izzat karnaa *v.t.* ਇੱਜ਼ਤ ਕਰਨਾ revere
izzatt *n.* ਇੱਜ਼ਤ prestige

J

jaa ghernaa ਜਾ ਘੇਰਨਾ overtake
jaa ke liauna *v.t.* ਜਾ ਕੇ ਲਿਆਉਣਾ fetch
jaaanch karnaa *v.t.* ਜਾਂਚ ਕਰਨਾ check
jaach *n.* ਜਾਚ knack
jaach *adj.* ਜਾਚ tact
jaachak *n.* ਜਾਚਕ petitioner
jaachak *n.* ਜਾਚਕ solicitor
jaado *n.* ਜਾਦੂ sorcery
jaadoogar *n.* ਜਾਦੂਗਰ sorcerer
jaadoogarni *n.* ਜਾਦੂਗਰਨੀ sorceress
jaadu karnaa *v.t.* ਜਾਦੂ ਕਰਨਾ conjure
jaadu toona *n.* ਜਾਦੂ-ਟੂਣਾ witchery
jaadugar *n.* ਜਾਦੂਗਰ charmer
jaadugar *n.* ਜਾਦੂਗਰ conjurer
jaadugar *n.* ਜਾਦੂਗਰ wizard
jaadugari ਜਾਦੂਗਰੀ witchcraft
jaadugarni *n.* ਜਾਦੂਗਰਨੀ witch
jaagna *v.t.* ਜਾਗਣਾ wake
jaakat *n.* ਜਾਕਟ spencer
jaal *v.t.* ਜਾਲ਼ gin
jaal *n.* ਜਾਲ web
jaal ch fasaunhaa *n.* ਜਾਲ 'ਚ ਫਸਾਉਣਾ ensare
jaal ch fasaunhaa *v.t.* ਜਾਲ਼ 'ਚ ਫਸਾਉਣਾ entrap
jaalam *n.* ਜਾਲਮ tyrant
jaalhi *n.* ਜਾਲ੍ਹੀ forge
jaalhi *n.* ਜਾਲੀ net
jaalhsaazi *n.* ਜਾਲ੍ਹਸਾਜ਼ੀ forgery
jaali *n.* ਜਾਲੀ lattice
jaalidaar *adj.* ਜਾਲੀਦਾਰ cellular
jaaman *n.* ਜਾਮਨ guarantee
jaamni *adj.* ਜਾਮਨੀ purple
jaan *conj.* ਜਾਂ or
jaan *n.* ਜਾਨ sinew
jaan levaa *adj.* ਜਾਨਲੇਵਾ lethal
jaan paunhaa *v.t.* ਜਾਨ ਪਾਉਣਾ invigorate
Jaananha *v.t.* ਜਾਨਣਾ acquaint
jaananhaa *v.t.* ਜਾਨਣਾ know
jaanch *n.* ਜਾਂਚ inspection
jaanch *n.* ਜਾਂਚ quest
jaanch karni *v.t.* ਜਾਂਚ ਕਰਨੀ inspect
jaanch kartaa *n.* ਜਾਂਚ-ਕਰਤਾ inspector

jaanchnhaa *v.i.* ਜਾਂਚਣਾ inquire
jaanh bujh ke *adv.* ਜਾਣ ਬੁੱਝ ਕੇ knowingly
jaanh bujh ke *adj.* ਜਾਣ ਬੁੱਝ ਕੇ purposely
jaanh pachhanh *n.* ਜਾਣ-ਪਛਾਣ introduction
jaanhaa *v.i.* ਜਾਣਾ go
jaanhch ਜਾਂਚ inquiry
jaanhu *adj.* ਜਾਣੂ familiar
jaanhu karaunhaa *v.t.* ਜਾਣੂ ਕਰਾਉਣਾ familiarize
jaani *n.* ਜਾਨੀ sweetheart
jaanshnhaa *n.* ਜਾਂਚਣਾ petition
jaanwar *n.* ਜਾਨਵਰ animal
jaari karnaa *v.t.* ਜਾਰੀ ਕਰਨਾ launch
jaatee *n.* ਜਾਤੀ caste
jaatee *n.* ਜਾਤੀ clan
jaati *n.* ਜਾਤੀ species
jabadaa *n.* ਜਬਾੜਾ mandible
jabar *n.* ਜਬਰ tyranny
jabar karnaa *v.t.* ਜਬਰ ਕਰਨਾ tyrannize
jabarhaa *n.* ਜਬਾੜਾ jaw
jad kade *adj.* ਜਦ ਕਦੇ whenever
jaddi vair *n.* ਜੱਦੀ ਵੈਰ vedetta
jadke ਜਦਕਿ whereas
jadnaa *v.t.* ਜੜਨਾ inlay
jadon tak *adv.* ਜਦੋਂ ਤੱਕ while
jadon ukhaadnaa *v.t.* ਜੜ੍ਹੋਂ ਉਖਾੜਨਾ exterminate
jadoo *n.* ਜਾਦੂ enchantment
jadoo *n.* ਜਾਦੂ magic
jadoo *n.* ਜਾਦੂ theurgy
jadoo karnaa *v.t.* ਜਾਦੂ ਕਰਨਾ bewitch
jadoo karnaa *v.t.* ਜਾਦੂ ਕਰਨਾ enchant
jadoogar *n.* ਜਾਦੂਗਰ magician
jaffi paunhaa *v.t.* ਜੱਫੀ ਪਾਉਣਾ hug
jagana *v.t.* ਜਗਾਣਾ awake
jagaona *v.t.* ਜਗਾਉਣਾ waken
jagat sambandhi *adj.* ਜਗਤ ਸੰਬੰਧੀ cosmic
jagaunhaa *v.t.* ਜਗਾਉਣਾ rouse
jageer *n.* ਜਾਗੀਰ manor
jageerdaar *n.* ਜਗੀਰਦਾਰ seigneur
jageerdaari da *adj.* ਜਾਗੀਰਦਾਰੀ ਦਾ feudal
jagg *n.* ਜੱਗ jug
jagirdaar *n.* ਜਗੀਰਦਾਰ squire
jagran karn wala *adj.* ਜਾਗਰਣ ਕਰਨ ਵਾਲਾ wakeful
jagrook *adj.* ਜਾਗਰੁਕ aware
jahaaz *n.* ਜਹਾਜ਼ ship
jahaaz chalaaunhaa *v.t.* ਜਹਾਜ਼ ਚਲਾਉਣਾ sail
jahaaz chalaunhaa *v.t.* ਜਹਾਜ਼ ਚਲਾਉਣਾ navigate
jahaaz dee chhatt *n.* ਜਹਾਜ਼ ਦੀ ਛੱਤ deck
jahaaz diyaan kishteeyaan *n.* ਜਹਾਜ਼ ਦੀਆਂ ਕਿਸ਼ਤੀਆਂ boatswain
jahaaz ghummanhaa *n.* ਜਹਾਜ਼ ਘੁੰਮਾਉਣਾ kedge
jahaaz te charhauna *v.t.* ਜਹਾਜ਼ ਤੇ ਚੜ੍ਹਾਉਣਾ embark
jahaaz ton utaarnaa *v.i.* ਜਹਾਜ਼ ਤੋਂ ਉਤਰਨਾ disembark
jahaazi *n.* ਜਹਾਜ਼ੀ seaman
jahaazraan *n.* ਜਹਾਜ਼ਰਾਨ mariner
jahaazraani *n.* ਜਹਾਜ਼ਰਾਨੀ navigation
jahaazrani *n.* ਜਹਾਜ਼ਰਾਨੀ shipping
jahaz dee jagah *n.* ਜਹਾਜ਼ ਦੀ ਜਗ੍ਹਾ dock
jahazraani *adj.* ਜਹਾਜ਼ਰਾਨੀਯੋਗ navigable
jai jai kaar *n.* ਜੈ ਜੈ ਕਾਰ ovation
jail *n.* ਜੇਲ੍ਹ captivity
jail *n.* ਜੇਲ੍ਹ gaol
jail da daroga *n.* ਜੇਲ੍ਹ ਦਾ ਦਰੋਗਾ warder
jailer *n.* ਜੇਲ੍ਹਰ gaoler
jaitoon *n.* ਜੈਤੂਨ olive
Jaitoon da fal *n.* ਜੈਤੂਨ ਦਾ ਫਲ acorn
jaitu *n.* ਜੇਤੂ victor
jajj da sahayik *n.* ਜੱਜ ਦਾ ਸਹਾਇਕ assessor
jal parvaah *n.* ਜਲ ਪ੍ਰਵਾਹ submersion
jal parvah karnaa *v.t.* ਜਲ ਪ੍ਰਵਾਹ ਕਰਨਾ submerse
jal sainaa *n.* ਜਲ ਸੈਨਾ navy
jal sanchalit *adj.* ਜਲ ਸੰਚਾਲਿਤ hydraulic
jal sena da afsar *n.* ਜਲ ਸੈਨਾ ਦਾ ਅਫਸਰ commodore
jal sena da nayek *n.* ਜਲ ਸੇਨਾ ਦਾ ਨਾਇਕ admiral
jal taraah *n.* ਜਲ ਤਰਾਹ hydrophobia
jal thal karnaa *v.* ਜਲ ਥਲ ਕਰ ਦੇਣਾ inundate

jal yatra *n.* ਜਲ ਯਾਤਰਾ voyage
jalanh *n.* ਜਲਣ scald
jalanhsheel *adj.* ਜਲਣਸ਼ੀਲ flameable
jalanhsheel *adj.* ਜਲਣਸ਼ੀਲ inflammable
jalanhwala *adj.* ਜਲਣਵਾਲਾ smouldering
jalansheel *adj.* ਜਲਣਸ਼ੀਲ combustible
jalaudar *n.* ਜਲੋਦਰ dropsy
jalaun walee *adj.* ਜਲਾਉਣ ਵਾਲੀ caustic
jalaunhaa *v.t.* ਜਲਾਉਣਾ enkindle
jalavatan *n.* ਜਲਾਵਤਨ outlaw
jalchar *adj.* ਜਲਚਰ aquatic
jalda hoya *adv.* ਜਲਦਾ ਹੋਇਆ aflame
jaldee hee *adv.* ਜਲਦੀ ਹੀ shortly
jaldi *adj.* ਜਲਦੀ early
jaldi bhejnhaa *v.t.* ਜਲਦੀ ਭੇਜਣਾ expedite
jaldi naal *adv.* ਜਲਦੀ ਨਾਲ apace
jalidaar kapda *n.* ਜਾਲੀਦਾਰ ਕੱਪੜਾ zephyr
jaloos *n.* ਜਲੂਸ procession
jalpaatar *n.* ਜਲਪਾਤਰ mug
jalpari *n.* ਜਲਪਰੀ mermaid
jal-parnaali *n.* ਜਲ-ਪ੍ਰਣਾਲੀ conduit
jalvarti *adj.* ਜਲਵਰਤੀ submarine
jalvayu *n.* ਜਲਵਾਯੂ climate
jalvayu bare *adj.* ਜਲਵਾਯੂ ਬਾਰੇ climatic
jamaandaroo *adj.* ਜਮਾਂਦਰੂ inborn
jamaandru-hakk *n.* ਜਮਾਂਦਰੂ-ਹੱਕ birth-right
jamahn karan wala *n.* ਜਮ੍ਹਾਂ ਕਰਨ ਵਾਲਾ depositer
jamanh peerhaan *n.* ਜੰਮਣ ਪੀੜਾਂ throe
jamanhaa *v.t.* ਜੰਮਣਾ hatch
jamatee *n.* ਜਮਾਤੀ class-mate
jamaunaa *v.i.* ਜਮਾਉਣਾ coagulate
jamaunaa *v.t.* ਜਮਾਉਣਾ congeal
jamaunhaa ਜਮਾਉਣਾ implant
jameyaa hoyeyaa *p.p.* ਜੰਮਿਆ ਹੋਇਆ born
jamm ke barf banhnaa *v.i.* ਜੰਮ ਕੇ ਬਰਫ ਬਣਨਾ freeze
jan sathaan *n.* ਜਨ ਸਥਾਨ plaza
janaankhaana *n.* ਜਨਾਨਖ਼ਾਨਾ harem
janam *n.* ਜਨਮ birth
janam sambandhi *adj.* ਜਨਮ ਸੰਬੰਧੀ natal
janam ton pehlaan da *adj.* ਜਨਮ ਤੋਂ ਪਹਿਲਾਂ ਦਾ antenatal
janam-din *n.* ਜਨਮ-ਦਿਨ birthday
janamjaat *adj.* ਜਨਮਜਾਤ congenital
janam-sathaan *n.* ਜਨਮ-ਸਥਾਨ birth-place
jananh *n.* ਜਣਨ genesis
jananh sambandhi *adj.* ਜਣਨ ਸੰਬੰਧੀ genital
jananyog *adj.* ਜਾਨਣਯੋਗ cognizable
janddraa *n.* ਜੰਦਰਾ padlock
jangaal *n.* ਜੰਗਾਲ rust
jangaaleyaa *adj.* ਜੰਗਾਲਿਆ rusty
jangal dee pari *n.* ਜੰਗਲ ਦੀ ਪਰੀ dryad
jangal lagauna *v.* ਜੰਗਲ ਲਗਾਉਣਾ afforest
jangalli baaj *adj.* ਜੰਗਲੀ ਬਾਜ਼ haggard
jangananha *n.* ਜਨਗਣਨਾ census
janggal *n.* ਜੰਗਲ forest
janggal da *adj.* ਜੰਗਲ ਦਾ sylvan
janggi *adj.* ਜੰਗੀ martial
janggi ghorhaa *n.* ਜੰਗੀ ਘੋੜਾ sead
janggi jahaaz *n.* ਜੰਗੀ ਜਹਾਜ਼ frigate
jangglaa *n.* ਜੰਗਲਾ paling
jangglaa *n.* ਜੰਗਲਾ railing
janggle *n.* ਜੰਗਲ coppice
janggli *adj.* ਜੰਗਲੀ feral
jangh *n.* ਜੰਘ shank
jangh sambandhi *adj.* ਜੰਘ ਸੰਬੰਧੀ femoral
jangla *n.* ਜੰਗਲਾ balustrade
janglee *adj.* ਜੰਗਲੀ bestial
janglee rukkh *n.* ਜੰਗਲੀ ਰੁੱਖ beech
janglee saandh *n.* ਜੰਗਲੀ ਸਾਂਢ bison
jangli *adj.* ਜੰਗਲੀ uncivilized
jangli *adj.* ਜੰਗਲੀ wild
jangli jaatiyaan *n.* ਜੰਗਲੀ ਜਾਤੀਆਂ fetish
janhan sambandhee *adj.* ਜਣਨ ਸੰਬੰਧੀ seminal
janheppa *n.* ਜਣੇਪਾ maternity
jan-sankhya ghatauna *v.t.* ਜਨ-ਸੰਖਿਆ ਘਟਾਉਣਾ depopulate
jantaa *adj.* ਜਨਤਾ public
jantar mantar *n.* ਜੰਤਰ-ਮੰਤਰ observatory
jantri *n.* ਜੰਤਰੀ almanac
jantu vigyan *n.* ਜੰਤੂ ਵਿਗਿਆਨ zoography
jantu vigyan *n.* ਜੰਤੂ ਵਿਗਿਆਨ zoology
jantu vigyani *n.* ਜੰਤੂ ਵਿਗਿਆਨੀ zoographer
jantu vigyani *n.* ਜੰਤੂ ਵਿਗਿਆਨੀ zoologist

janvari *n.* ਜਨਵਰੀ january
japan da samrat *n.* ਜਪਾਨ ਦਾ ਸਮਰਾਟ mikado
japani sikka *n.* ਜਪਾਨੀ ਸਿੱਕਾ yen
jarad *adj.* ਜਰਦ pallid
jardi *n.* ਜਰਦੀ yolk
jarh *n.* ਜੜ੍ਹ root
jarhee booti *n.* ਜੜ੍ਹੀ ਬੂਟੀ herb
jarjar *adj.* ਜਰਜਰ threadbare
jas tak *prep.* ਜਸ ਤੱਕ until
jasoos *n.* ਜਸੂਸ spy
jasoosi ਜਸੂਸੀ reconnaissance
jatan karnaa *v.t.* ਜਤਨ ਕਰਨਾ strive
jathaa *n.* ਜਥਾ horde
jathaa *n.* ਜੱਥਾ phalanx
jatil *adj.* ਜਟਿਲ ticklish
jatiltaa *n.* ਜਟਿਲਤਾ complexity
javaani *adj.* ਜਵਾਨੀ oral
javi *n.* ਜਵੀ oat
javi *n.* ਜਵੀ porridge
jaw di sharaab *n.* ਜਵ ਦੀ ਸ਼ਰਾਬ ale
jawaaee *n.* ਜਵਾਈ son-in-law
jawaan *adj.* ਜਵਾਨ young
jawaani *n.* ਜਵਾਨੀ youth
Jawabdeh *adj.* ਜਵਾਬਦੇਹ accountable
jawabdeh *adj.* ਜਵਾਬਦੇਹ amenable
jawabdeh *adj.* ਜਵਾਬਦੇਹ answerable
jawahar *n.* ਜਵਾਹਰ jewellery
jawainh da sat *n.* ਜਵੈਣ ਦਾ ਸਤ thymol
jawani *n.* ਜਵਾਨੀ adolescence
jawani *adj.* ਜਵਾਨੀ adolescent
jayedaad harapan *n.* ਜਾਇਦਾਦ ਹੜੱਪਣ usurpation
jayez *adj.* ਜਾਇਜ਼ rightful
jayez thhehraaunhaa *v.t.* ਜਾਇਜ਼ ਠਹਿਰਾਉਣਾ legalize
je koyi vi *pro.* ਜੋ ਕੋਈ ਵੀ whoever
jeb *n.* ਜੇਬ pocket
jeb katraa *n.* ਜੇਬ ਕਤਰਾ pickpocket
jee churaunhaa *v.t.* ਜੀ ਚੁਰਾਉਣਾ shirk
jee parchaunhaa *v.t.* ਜੀਅਪਰਚਾਉਣਾ recreate
jee prati tax *n.* ਜੀਅਪ੍ਰਤੀ ਟੈਕਸ poll-tax
jeebh *n.* ਜੀਭ tongue
jeev *n.* ਜੀਵ creature
jeev drav *n.* ਜੀਵ-ਦ੍ਰਵ protoplasm
jeev pardaan *n.* ਜੀਵ ਪ੍ਦਾਨ animation
jeevaanhu *n.* ਜੀਵਾਣੂ microbe
jeevaanuaan vigyan *n.* ਜੀਵਾਣੂਆਂ ਵਿਗਿਆਂਨ bacteriology
jeevaanuaan wala *adj.* ਜੀਵਾਣੂਆਂ ਵਾਲਾ bacterial
jeevan ang *adj.* ਜੀਵਨ ਅੰਗ vital
jeevan dena *v.t.* ਜੀਵਨ ਦੇਣਾ vivify
jeevane ਜੀਵਨੀ biography
jeevangati *n.* ਜੀਵਨਗਤੀ tenor
jeevanikaar *n.* ਜੀਵਨੀਕਾਰ biographer
jeevikaa *n.* ਜੀਵਿਕਾ calling
jeevikaa *n.* ਜੀਵਿਕਾ career
jeev-vigeyaan *n.* ਜੀਵ-ਵਿਗਿਆਨ biology
jeev-vigeyaani ਜੀਵ-ਵਿਗਿਆਨੀ biologist
jekar *conj.* ਜੇਕਰ if
jethha *adj.* ਜੇਠਾ eldest
jetoo *adj.* ਜੇਤੂ triumphant
jhaadfook *v.t.* ਝਾੜਫੂਕ exorcize
jhaakanhaa *v.i.* ਝਾਕਣਾ peep
jhaalar *n.* ਝਾਲਰ flounce
jhaalar *n.* ਝਾਲਰ thrum
jhaansaa *n.* ਝਾਂਸਾ seduction
jhaansevala *adj.* ਝਾਂਸੇਵਾਲਾ seductive
jhaaran *n.* ਝਾੜਨ duster
jhaarh denhaa *v.* ਝਾੜ ਦੇਣਾ snub
jhaarhee *n.* ਝਾੜੀ shrub
jhaarhoo maarnaa *v.i.* ਝਾੜੂ ਮਾਰਨਾ sweep
jhaat *n.* ਝਾਤ glance
jhaataa *n.* ਝਾਟਾ shag
jhagaranaa *v.t.* ਝਗੜਨਾ contravene
jhagarhanaa *adj.* ਝਗੜਨਯੋਗ disputeble
jhagda *n.* ਝਗੜਾ wrangle
jhagdaaloo *adj.* ਝਗੜਾਲੂ peevish
jhagdaloo *n.* ਝਗੜਾਲੂ wrangler
jhagdanhaa *v.i.* ਝਗੜਨਾ haggle
jhagg *n.* ਝੱਗ foam
jhagg *n.* ਝੱਗ froth
jhagg *n.* ਝੱਗ lather
jhagg *n.* ਝੱਗ scum
jhagg ਝੱਗ skim
jhagg *n.* ਝੱਗ spume

jhaggdaar *adj.* ਝੱਗਦਾਰ spumy
jhagraa *n.* ਝਗੜਾ broil
jhagraa *v.t.* ਝਗੜਾ conflict
jhagraa *n.* ਝਗੜਾ fray
jhagrana *v.t.* ਝਗੜਨਾ clash
jhagrha *n.* ਝਗੜਾ affray
jhagrhaa *n.* ਝਗੜਾ squabble
jhagrhaa karnaa *v.t.* ਝਗੜਾ ਕਰਨਾ dispute
jhajjar *n.* ਝੱਜਰ flask
jhakhaad *n.* ਝੱਖੜ gust
jhakharh *n.* ਝੱਖੜ tempest
jhakharh *n.* ਝੱਖੜ tornado
jhakharhaali *n.* ਝੱਖੜਾਲੀ tempestuous
jhakkharh *n.* ਝੱਖੜ gale
jhalak *n.* ਝਲਕ glimpse
jhandaa *n.* ਝੰਡਾ banner
jhandda *n.* ਝੰਡਾ flag
jhandda *n.* ਝੰਡਾ streamer
jhanhkaar karnaa *v.t.* ਝਣਕਾਰ ਕਰਨਾ tweedle
jhanjatt *n.* ਝੰਜਟ implication
jhapki lainhaa *v.t.* ਝਪਕੀ ਲੈਣਾ doze
jhaptaa maarnaa *v.t.* ਝਪਟਾ ਮਾਰਨਾ swoop
jhaptanhaa *n.* ਝਪਟਣਾ grasp
jhaptanhaa *v.t.* ਝਪਟਣਾ pounce
jharee *n.* ਝਾੜੀ bush
jharee ਝਾੜੀ caper
jhareedaar *adj.* ਝਾਂੜੀਦਾਰ bushy
jhareet *n.* ਝਰੀਟ scratch
jhareeyaan wala *adj.* ਝਾੜੀਆਂ ਵਾਲਾ brushy
jhargraa *n.* ਝਗੜਾ contention
jharhee *n.* ਝਾੜੀ thicket
jhari *n.* ਝਰੀ groove
jharna *n.* ਝਰਨਾ waterfall
jharnaa *v.i.* ਝਰਨਾ percolate
jharokhaa *n.* ਝਰੋਖਾ skylight
jharoo *n.* ਝਾੜੂ besom
jharoo *n.* ਝਾੜੂ broom
jhatkaa *n.* ਝਟਕਾ flick
jhatkaa maarnaa *v.t.* ਝਟਕਾ ਮਾਰਨਾ twitch
jhatpat *adv.* ਝਟਪਟ instantly
jhaumpadee *n.* ਝੌਂਪੜੀ cote
jhaunpdi *n.* ਝੌਂਪੜੀ hut
jhayeeyaan lainhaa *v.i.* ਝਈਆਂ ਲੈਣਾ snarl
jheel *n.* ਝੀਲ lake
jheel *n.* ਝੀਲ loch
jheengaa machhi *n.* ਝੀਂਗਾ ਮੱਛੀ lobster
jhidkanhaa *v.i.* ਝਿੜਕਣਾ expostulate
jhijak *n.* ਝਿਜਕ diffidence
jhilli dee patlee thailee *n.* ਝਿੱਲੀ ਦੀ ਪਤਲੀ ਥੈਲੀ capsule
jhilmil *n.* ਝਿਲਮਿਲ shimmer
jhilmilaunhaa *v.i* ਝਿਲਮਿਲਾਉਣਾ glimmer
jhiraknaa *v.* ਝਿੜਕਣਾ browbeat
jhiraknhaa ਝਿੜਕਣਾ reprove
jhirhak *n.* ਝਿੜਕ rebuff
jhirhak *v.t.* ਝਿੜਕ rebuke
jhirhak *n.* ਝਿੜਕ reprehension
jhirhak *n.* ਝਿੜਕ reproval
jhirhaknhaa *v.t.* ਝਿੜਕਣਾ retrench
jhirhi *n.* ਝਿੜੀ shaw
jhirhkanhaa *v.t.* ਝਿੜਕਣਾ reprehend
jhirkna *v.t.* ਝਿੜਕਣਾ upbraid
jhoolaa *n.* ਝੂਲਾ cradle
jhooth *n.* ਝੂਠ untruth
jhootha *adj.* ਝੂਠਾ unreal
jhootha *adj.* ਝੂਠਾ untrue
jhoothee parshansaa karnee *v.t.* ਝੂਠੀ ਪ੍ਰਸ਼ੰਸਾ ਕਰਨੀ blandish
jhoothee sohn *v.t.* ਝੂਠੀ ਸਹੁੰ belie
jhoothh *n.* ਝੂਠ lie
jhoothh bolnhaa *n.* ਝੂਠ ਬੋਲਣਾ fib
jhoothhaa *adj.* ਝੂਠਾ FALSE
jhoothhaa *n.* ਝੂਠਾ liar
jhoothhaa *adj.* ਝੂਠਾ mendacious
jhoothhaa siddh karnaa *v.t.* ਝੂਠਾ ਸਿੱਧ ਕਰਨਾ confute
jhoothhee kahanee *n.* ਝੂਠੀ ਕਹਾਣੀ canard
jhoothhee sohn ਝੂਠੀ ਸਹੁੰ perjury
jhoothhi daleel *n.* ਝੂਠੀ ਦਲੀਲ sophism
jhukaa *n.* ਝੁਕਾਅ bent
jhukaa *v.i.* ਝੁਕਾਅ crook
jhukaa *n.* ਝੁਕਾਅ leaning
jhukaa *n.* ਝੁਕਾਅ proclivity
jhukaa *v.i.* ਝੁਕਾਅ ramp
jhukaa *n.* ਝੁਕਾਅ tendency
jhukaanhaa *v.t.* ਝੁਕਾਣਾ incline
jhukaaunaa *v.t.* ਝੁਕਾਉਣਾ curve

jhukaav *n.* ਝੁਕਾਵ inclination
jhukaunhaa *v.t.* ਝੁਕਾਉਣਾ deflect
jhukaunhaa *v.t.* ਝੁਕਾਉਣਾ recline
jhukeyaa ਝੁਕਿਆ recumbent
jhulsanhaa *v.t.* ਝੁਲਸਣਾ scorch
jhulsaunaa *v.t.* ਝੁਲਸਾਉਣਾ char
jhumke *adj.* ਝੁਮਕੇ pendant
jhundd *v.t.* ਝੁੰਡ drove
jhunhkaar *n.* ਝੁਣਕਾਰ jingle
jhunjhunaunaa *v.t.* ਝੁਨਝੁਨਾਉਣਾ clink
jhunjlahat *n.* ਝੁੰਜਲਾਹਟ acrimony
jhunnjhunahat *v.t.* ਝੁਨਝੁਨਾਹਟ clang
jhurdi *n.* ਝੁਰੜੀ wrinkle
jhurmat *n.* ਝੁਰਮਟ swarm
jhuthhaunhaa *v.t.* ਝੁਠਲਾਉਣਾ stultify
jidd *n.* ਜਿੱਦ obduracy
jiddee *adj.* ਜਿੱਦੀ obdurate
jigar *n.* ਜਿਗਰ liver
jigeyaasaa ਜਿਗਿਆਸਾ exploration
jigeyaasoo *adj.* ਜਿਗਿਆਸੂ inquisitive
jilad *adj.* ਜਿਲਦ binding
jionda jaagdaa *adj.* ਜਿਉਂਦਾ ਜਾਗਦਾ lively
jionde rehnhaa *v.t.* ਜਿਉਂਦੇ ਰਹਿਣਾ subsist
jionhaa *adj.* ਜਿਉਣਾ live
jioondaa-jaagda *adj.* ਜਿਉਂਦਾ-ਜਾਗਦਾ lifelike
jiraaf *n.* ਜਿਰਾਫ giraffe
jiraah karnaa *n.* ਜਿਰਾਹ ਕਰਨਾ cross-examin
jisat *n.* ਜਿਸਤ spelter
jisat *n.* ਜਿਸਤ zinc
jisnu daan ditta hove *n.* ਜਿਸਨੂੰ ਦਾਨ ਹੋਵੇ donee
jithe kite vi *adv.* ਜਿੱਥੇ ਕਿਤੇ ਵੀ wherever
jitt *n.* ਜਿੱਤ conquest
jitt *n.* ਜਿੱਤ triumph
jitt *n.* ਜਿੱਤ victory
jitt dee dhoonee *n.* ਜਿੱਤ ਦੀ ਧੂਣੀ bonfire
jitt lainhaa ਜਿੱਤ ਲੈਣਾ surmount
jittanhyog *adj.* ਜਿੱਤਣਯੋਗ superable
jittna *v.t.* ਜਿੱਤਣਾ win
jittnaa *v.t.* ਜਿੱਤਣਾ conquer
jiwat karna *v.* ਜੀਵਤ ਕਰਨਾ animate
jlaapaan *n.* ਜਲਾਪਾਨ refreshment
jnanda *adj.* ਜਨਾਨੜਾ unmanly
jo kujh *adj.* ਜੋ ਕੁਝ whatever
jo vistar kare *n.* ਜੋ ਵਿਸਤਾਰ ਕਰੇ amplifier
jod *n.* ਜੋੜ connection
jod *n.* ਜੋੜ joint
jod *n.* ਜੋੜ plus
jod lagaunhaa *n.* ਜੋੜ ਲਗਾਉਣਾ rabber
jod tod karnaa *v.t.* ਜੋੜ ਤੋੜ ਕਰਨਾ manipulate
jod ton vakkhra karnaa *v.t.* ਜੋੜ ਤੋਂ ਵੱਖਰਾ ਕਰਨਾ disjoint
joda *n.* ਜੋੜਾ couple
joda *n.* ਜੋੜਾ dyad
jodaa *n.* ਜੋੜਾ brace
jodaa *n.* ਜੋੜਾ pair
jodan da kaaraj *n.* ਜੋੜਨ ਦਾ ਕਾਰਜ integration
jodan wala *n.* ਜੋੜਨ ਵਾਲਾ alligator
jodan wala *n.* ਜੋੜਨ ਵਾਲਾ jointer
jodan wala hissa *n.* ਜੋੜਨ ਵਾਲਾ ਹਿੱਸਾ copula
jodanwaalaa *adj.* ਜੋੜਨਵਾਲਾ cumulative
jodee daar *n.* ਜੋੜੀਦਾਰ playmate
jodeya hoya padaarath *n.* ਜੋੜਿਆ ਹੋਇਆ ਪਦਾਰਥ appendage
jodna *v.t.* ਜੋੜਨਾ add
jodna *v.t.* ਜੋੜਨਾ adjoin
jodna *v.* ਜੋੜਨਾ affix
jodna *v.* ਜੋੜਨਾ alligate
jodna *v.* ਜੋੜਨਾ ally
jodna *v.* ਜੋੜਨਾ append
jodnaa *v.t.* ਜੋੜਨਾ connect
jodnaa *v.t.* ਜੋੜਨਾ eke
jodnaa *v.t.* ਜੋੜਨਾ fix
jodnee *n.* ਜੋੜਨੀ hyphen
joganh *n.* ਜੋਗਣ nun
johari *n.* ਜੌਹਰੀ jeweller
jooa khedanhaa *v.i.* ਜੂਆ ਖੇਡਣਾ gamble
jooh *n.* ਜੂਹ meadow
joon *n.* ਜੂੰ louse
jor *n.* ਜੋਰ thew
jor paunhaa *v.t.* ਜੋਰ ਪਾਉਣਾ strain
jordaar *adj.* ਜੋਰਦਾਰ spirited
jorh *n.* ਜੋੜ sum

jorh launhaa *v.t.* ਜੋੜ ਲਾਉਣਾ splice
jorhaa *n.* ਜੋੜਾ twain
jorhe *n.* ਜੋੜੇ twin
josh *v.t.* ਜੋਸ਼ gush
josh *n.* ਜੋਸ਼ seethe
josh *n.* ਜੋਸ਼ vehemence
josh divaaunhaa ਜੋਸ਼ ਦਵਾਉਣਾ impassioned
josheelaa *adj.* ਜੋਸ਼ੀਲਾ sonorous
joshila *adj.* ਜੋਸ਼ੀਲਾ vehement
jotish *n.* ਜੋਤਿਸ਼ astrology
jotshi *n.* ਜੋਤਸ਼ੀ astrologer
jotshi *n.* ਜੋਤਸ਼ੀ fortune-teller
juaakhaanaa *n.* ਜੂਆਖਾਨਾ casino
juaalamukhi *n.* ਜੁਆਲਾਮੁਖੀ tufa
jualamukhi pahad *n.* ਜੁਆਲਾਮੁਖੀ ਪਹਾੜ volcano
judaa karnaa *v.t.* ਜੁਦਾ ਕਰਨਾ disconnect
judeya hoya *n.* ਜੁੜਿਆ ਹੋਇਆ adjunct
judh *n.* ਜੁੱਧ war
judh ladna *n.* ਜੁੱਧ ਲੜਨਾ warfare
judhneetak *adj.* ਜੁਧਨੀਤਕ strategical
jugaali *n.* ਜੁਗਾਲੀ cud
jugnu *n.* ਜੁਗਨੂੰ glow-worm
julaabi *adj.* ਜੁਲਾਬੀ laxative
julaabi *adj.* ਜੁਲਾਬੀ purgative
julaha *n.* ਜੁਲਾਹਾ weaver
jumma laina *v.t.* ਜੁੰਮਾ ਲੈਣਾ warrant
juraab *n.* ਜੁਰਾਬ sock
jurhvaan bachaa ਜੁੜਵਾਂ ਬੱਚਾ twinkling
jurmaanaa *n.* ਜੁਰਮਾਨਾ penalty
jurmanaa *n.* ਜੁਰਮਾਨਾ charge
jusheelaa *adj.* ਜੁਸ਼ੀਲਾ spirited
jutta *n.* ਜੁੱਤਾ boot
jutti *n.* ਜੁੱਤੀ footwear
jutti *n.* ਜੁੱਤੀ shoe

K

kaabal *adj.* ਕਾਬਲ meritorious
kaabal honhaa *v.t.* ਕਾਬਲ ਹੋਣਾ qualify
kaabaz ਕਾਬਜ਼ occupant
kaabu ch rakhna *v.t.* ਕਾਬੂ ਚ ਰੱਖਣਾ wield
kaadh kadhanhaa *v.t.* ਕਾਢ ਕੱਢਣਾ invent
kaafar *n.* ਕਾਫਰ pagan
kaafi *adj.* ਕਾਫੀ enogh
kaafila *n.* ਕਾਫਿਲਾ caravan
kaagaz daa naap *n.* ਕਾਗਜ਼ ਦਾ ਨਾਪ demy
kaahal *n.* ਕਾਹਲ਼ haste
kaahalaa *adj.* ਕਾਹਲ਼ਾ hasty
kaahalpunhaa *n.* ਕਾਹਲਪੁਣਾ eagerness
kaahi *n.* ਕਾਹੀ sedge
kaahli *v.t.* ਕਾਹਲੀ hurry
kaahli kaahli khaanhaa *v.t.* ਕਾਹਲੀ ਕਾਹਲੀ ਖਾਣਾ gobble
kaahli naal *adv.* ਕਾਹਲੀ ਨਾਲ eagerly
kaal *n.* ਕਾਲ epoch
kaal anusaar *adj.* ਕਾਲ ਅਨੁਸਾਰ seasoned
kaala *adj.* ਕਾਲਾ swarthy
kaala pathar *n.* ਕਾਲਾ ਪੱਥਰ jet
kaala shaah *n.* ਕਾਲਾ ਸ਼ਾਹ jetty
kaalaa hoyeyaa *n.* ਕਾਲਾ ਹੋਇਆ sooty
kaalaa ilam *n.* ਕਾਲਾ ਇਲਮ necromancy
kaalakh *n.* ਕਾਲਖ smut
kaalakh *n.* ਕਾਲਖ soot
kaali khaansi *n.* ਕਾਲੀ ਖਾਂਸੀ diphtheria
kaali mirach *n.* ਕਾਲੀ ਮਿਰਚ pepper
kaal-kothdi *n.* ਕਾਲ-ਕੋਠੜੀ dungeon
kaalkram *n.* ਕਾਲਕ੍ਰਮ chronology
kaalkramik *adj.* ਕਾਲਕ੍ਰਮਿਕ chronological
kaalpnik ਕਾਲਪਨਿਕ fanciful
kaalpnik *adj.* ਕਾਲਪਨਿਕ hypothetical
kaalpnik *n.* ਕਾਲਪਨਿਕ imaginary
kaalpnik *adj.* ਕਾਲਪਨਿਕ phantastic
kaalpnik *adj.* ਕਾਲਪਨਿਕ utopian
kaalpnikk *adj.* ਕਾਲਪਨਿਕ fictious
kaalpnikk kathan *n.* ਕਾਲਪਨਿਕ ਕਥਨ figment
kaalpoorav *n.* ਕਾਲਪੂਰਵ precocious
kaam *n.* ਕਾਮ sex
kaam vaashnaa *n.* ਕਾਮ ਵਾਸਨਾ lust
kaama *n.* ਕਾਮਾ worker
kaambaa *v.i.* ਕਾਂਬਾ quake
kaambe wala bukhar *n.* ਕਾਂਬੇ ਵਾਲਾ ਬੁਖਾਰ ague
kaami *adj.* ਕਾਮੀ amorous
kaami *adj.* ਕਾਮੀ prurient

kaamuk *adj.* ਕਾਮੁਕ dissoute
kaan *n.* ਕਾਂ crow
kaanaafoosi *n.* ਕਾਨਾਫੂਸੀ murmur
kaanafoosi *v.i.* ਕਾਨਾਫੂਸੀ ਕਰਨਾ whisper
kaan-kaan *n.* ਕਾਂ-ਕਾਂ caw
kaansaa *n.* ਕਾਂਸਾ bronze
kaansi *n.* ਕਾਂਸੀ pewter
kaanta *n.* ਕਾਂਟਾ fork
kaantaa *n.* ਕਾਂਟਾ hook
kaantaa *n.* ਕਾਂਟਾ tang
kaantchhnt *v.t.* ਕਾਂਟਛਾਂਟ ਕਰਨਾ prune
kaar *n.* ਕਾਰ car
kaaraj *n.* ਕਾਰਜ deed
kaaraj tyaag *n.* ਕਾਰਜ ਤਿਆਗ retirement
kaarajkram *n.* ਕਾਰਜਕ੍ਰਮ programme
kaarajkramm *n.* ਕਾਰਜਕ੍ਰਮ domain
kaarajsheel *adj.* ਕਾਰਜਸ਼ੀਲ operative
kaarak *n.* ਕਾਰਕ cork
kaaran darsaun wala *adj.* ਕਾਰਣ ਦਰਸਾਉਣ ਵਾਲਾ causal
kaaran dasna *v.t.* ਕਾਰਨ ਦੱਸਣਾ ascribe
kaarigar *n.* ਕਾਰੀਗਰ fitter
kaarigar *n.* ਕਾਰੀਗਰ wright
kaarj *n.* ਕਾਰਜ act
kaarj karta *n.* ਕਾਰਜ ਕਰਤਾ agent
kaarj karwauna *n.* ਕਾਰਜ ਕਰਵਾਉਣਾ actuate
kaarj kram *n.* ਕਾਰਜਕ੍ਰਮ agenda
kaarj sthaan *n.* ਕਾਰਜ ਸਥਾਨ agency
kaarjkaari banhanaa *v.t.* ਕਾਰਜਕਾਰੀ ਬਣਨਾ officiate
kaarjkari *adj.* ਕਾਰਜਕਾਰੀ acting
kaarkhaana *n.* ਕਾਰਖਾਨਾ manufactory
kaarvaayee *n.* ਕਾਰਵਾਈ operation
kaasad *n.* ਕਾਸਦ emissary
kaathhi *n.* ਕਾਠੀ saddle
kaatlaanaa *adj.* ਕਾਤਲਾਨਾ murderous
kaatraan *n.pl.* ਕਾਤਰਾਂ shears
kaatvaan patta *n.* ਕਾਟਵਾਂ ਪੱਤਾ trump card
kaav *n.* ਕਾਵਿ poetry
kaav rachnaa *n.* ਕਾਵਿ ਰਚਨਾ poesy
kaavik *adj.* ਕਾਵਿਕ poetic
kaavmayee *adj.* ਕਾਵਿਮਈ poetical
kaayedaa *n.* ਕਾਇਦਾ primer
kaayertaa *n.* ਕਾਇਰਤਾ timidity
kabar *n.* ਕਬਰ grave
kabar ch dabna *v.t.* ਕਬਰ 'ਚ ਦੱਬਣਾ entomb
kabaristaan ਕਬਰਿਸਤਾਨ necropolis
kabaz *n.* ਕਬਜ਼ constipation
kabazaa karnaa *v.t.* ਕਬਜ਼ਾ ਕਰਨਾ occupy
kabeelaa *n.* ਕਬੀਲਾ tribe
kaboo karnaa *v.t.* ਕਾਬੂ ਕਰਨਾ overpower
kaboo paunhaa *v.t.* ਕਾਬੂ ਪਾਉਣਾ overcome
kabootar *n.* ਕਬੂਤਰ pigeon
kabristaan *n.* ਕਬਰਿਸਤਾਨ cemetery
kabzaa *n.* ਕਬਜ਼ਾ possession
kabzaa *n.* ਕਬਜ਼ਾ seizure
kacchhi *n.* ਕੱਛੀ underwear
kacchi dhaat *n.* ਕੱਚੀ ਧਾਤ alloy
kach *n.* ਕੱਚ glass
kach banaona *v.t.* ਕੱਚ ਬਣਾਉਣਾ vitrify
kach da *adj.* ਕੱਚ ਦਾ vitreous
kach da bartan *n.* ਕੱਚ ਦਾ ਬਰਤਨ beaker
kach di shishi *n.* ਕੱਚ ਦੀ ਸ਼ੀਸ਼ੀ vial
kacha *adj.* ਕੱਚਾ unripe
kachaa *adj.* ਕੱਚਾ immature
kachaa maal *n.* ਕੱਚਾ ਮਾਲ staple
kachaa tel *adj.* ਕੱਚਾ ਤੇਲ crude
kachaa zakham *adj.* ਕੱਚਾ ਜ਼ਖਮ raw
kachaloo *n.* ਕਚਾਲੂ yam
kacheaayee *n.* ਕਚਿਆਈ crudity
kachee dhaat *n.* ਕੱਚੀ ਧਾਤ ore
kachehari *n.* ਕਚਹਿਰੀ assize
kacheyaaee ਕਚਿਆਈ immaturity
kacheyaanh *n.* ਕਚਿਆਂਣ nausea
kacheyaanh vala *adj.* ਕਚਿਆਣ ਵਾਲਾ nauseous
kachhookamma *n.* ਕੱਛੂਕੰਮਾ tortoise
kachkadaa *n.* ਕਚਕੜਾ ebonite
kadaahee *n.* ਕੜਾਹੀ frying-pan
kadahee *n.* ਕੜਾਹੀ pan
kadam *n.* ਕਦਮ footstep
kadam *n.* ਕਦਮ pace
kadam chaal *n.* ਕਦਮ ਚਾਲ canter
kadam puttnhaa *v.i.* ਕਦਮ ਪੁੱਟਣਾ step
kadar *n.* ਕਦਰ worth
kadchhi *n.* ਕੜਛੀ ladle

kadd *n.* ਕੱਦ stature
kaddh lainhaa *v.t.* ਕੱਢ ਦੇਣਾ discharge
kaddoo *n.* ਕੱਦੂ pumpkin
kade *adj.* ਕਦੇ sometime
kade kade *adv.* ਕਦੇ ਕਦੇ rarely
kade kade *adj.* ਕਦੇ ਕਦੇ seldom
kade nahain *adv.* ਕਦੇ ਨਹੀਂ never
kade ton *adv.* ਕਦੋਂਤੋਂ whence
kadh denhaa *n.* ਕੱਢ ਦੇਣਾ turnout
kadh lainhaa *v.t.* ਕੱਢ ਲੈਣਾ pick
kadhaai wala kappda *n.* ਕਢਾਈ ਵਾਲਾ ਕੱਪੜਾ diaper
kadhaayee *v.t.* ਕਢਾਈ emboss
kadhanhaa *v.t.* ਕੱਢਣਾ eject
kadhanhaa *v.t.* ਕੱਢਣਾ elicit
kadhanhaa *v.t.* ਕੱਢਣਾ evacuate
kadhee *v.t.* ਕੜ੍ਹੀ curry
kadkeelaa *adj.* ਕੜਕੀਲਾ crisp
kafan *n.* ਕਫਨ pall
kafan *n.* ਕਫਨ shroud
kafan paunhaa *v.t.* ਕਫਨ ਪਾਉਣਾ enshrond
kafee-ghar *n.* ਕਾਫੀ-ਘਰ cafe
kahaavat *n.* ਕਹਾਵਤ dictum
kahaavat *n.* ਕਹਾਵਤ proverb
kahaavat *n.* ਕਹਾਵਤ saying
kahanhee *n.* ਕਹਾਣੀ story
kahavat *n.* ਕਹਾਵਤ by-word
kahawat *n.* ਕਹਾਵਤ adage
kahawat *n.* ਕਹਾਵਤ aphorism
kahawat wala *adj.* ਕਹਾਵਤ ਵਾਲਾ aphoristic
kaid *n.* ਕੈਦ durance
kaid *n.* ਕੈਦ prison
kaid karnaa *v.t.* ਕੈਦ ਕਰਨਾ imprison
kaid karnaa *v.t.* ਕੈਦ ਕਰਨਾ incarcerate
kaid karnaa *v.i.* ਕੈਦ ਕਰਨਾ mew
kaidee *n.* ਕੈਦੀ prisoner
kaidiyaan nu fadan wala *n.* ਕੈਦੀਆਂ ਨੂੰ ਫੜਨ ਵਾਲਾ captor
kaimraa *n.* ਕੈਮਰਾ camera
kainchee *n.* ਕੈਂਚੀ scissors
kainsar *n.* ਕੈਂਸਰ cancer
kakkar vala *adj* ਕੱਕਰ ਵਾਲਾ rimy
kala kaan *n.* ਕਾਲਾ ਕਾਂ jackdaw
kala karna *n.* ਕਾਲਾ-ਕਰਨਾ blacking
kalaa *adj.* ਕਾਲਾ black
kalaa *adj.* ਕਾਲਾ blackish
kalaa *n.* ਕਲਾ craft
kalaa kaan *n.* ਕਾਲਾ ਕਾਂ daw
kalaa karnaa *v.t.* ਕਾਲਾ-ਕਰਨਾ blacken
kalaj daa videyaarathee *n.* ਕਾਲਜ ਦਾ ਵਿਦਿਆਰਥੀ collegian
kalaj pardhaan *n.* ਕਾਲਜ ਪ੍ਰਧਾਨ dean
kalaj sambandhee *n.* ਕਾਲਜ ਸੰਬੰਧੀ collegiate
kalakaar *n.* ਕਲਾਕਾਰ actor
kalakaar *n.* ਕਲਾਕਾਰ artist
kalakaari *n.* ਕਲਾਕਾਰੀ artistry
kalam *n.* ਕਲਮ graft
kalam *n.* ਕਲਮ pen
kalam *n.* ਕਲਮ scion
kalam karnaa *v.t.* ਕਲਮ ਕਰਨਾ hew
kalamkalla *n.* ਕੱਲਮਕੱਲਾ solo
kalankitt karnaa *v.t.* ਕਲੰਕਿਤ ਕਰਨਾ blot
kalankk *n.* ਕਲੰਕ blur
kalankk *n.* ਕਲੰਕ infamy
kalankk *n.* ਕਲੰਕ taint
kalankk launh vala *adj.* ਕਲੰਕ ਲਾਉਣ ਵਾਲਾ scandalous
kalashaala *n.* ਕਲਾਸ਼ਾਲਾ studio
kalee *n.* ਕਲੀ bloom
kalee *n.* ਕਲੀ bud
kalee *n.* ਕਲੀ tin
kalesh *n.* ਕਲੇਸ਼ affliction
kalesh *n.* ਕਲੇਸ਼ chagrin
kalesh *n.* ਕਲੇਸ਼ commotion
kalesh *n.* ਕਲੇਸ਼ bickering
kalesh karan wala *adj.* ਕਲੇਸ਼ ਕਰਨ ਵਾਲਾ afflictive
kalesh karna *v.t.* ਕਲੇਸ਼ ਕਰਨਾ altercate
kalesh karna *v.i.* ਕਲੇਸ਼ ਕਰਨਾ bicker
kalesh karnaa *n.* ਕਲੇਸ਼ ਕਰਨਾ brawl
kalgee wala totaa *n.* ਕਲਗੀ ਵਾਲਾ ਤੋਤਾ cockatoo
kalh din *n.* ਕੱਲ੍ਹ ਦਿਨ yesterday
kaliyaan *n.* ਕਲਿਆਣ welfare
kalj dee jagah *n.* ਕਾਲਜ ਦੀ ਜਗ੍ਹਾ campus
kalkal *n.* ਕਲਕਲ din
kallank *n.* ਕਲੰਕ detraction

kallundar *n.* ਕਲੰਡਰ calendar
kalolaan karnaa *v.i.* ਕਲੋਲਾਂ ਕਰਨਾ frisk
kalpit kathaa *n.* ਕਲਪਿਤ ਕਥਾ fable
kalpna *n.* ਕਲਪਨਾ assumption
kalpnaa *adj.* ਕਲਪਨਾ fancy
kalpnaa *n.* ਕਲਪਨਾ fantasy
kalpnaa *n.* ਕਲਪਨਾ fiction
kalpnaa *n.* ਕਲਪਨਾ hypothesis
kalpnaa *n.* ਕਲਪਨਾ imagination
kalpnaa *n.* ਕਲਪਨਾ phantasy
kalpnaasheel *adj.* ਕਲਪਨਾਸ਼ੀਲ imaginative
kalshium *n.* ਕੈਲਸ਼ੀਅਮ calcium
kamaal *n.* ਕਮਾਲ marvel
kamaal da *adj.* ਕਮਾਲ ਦਾ transcendent
kamaan *n.* ਕਮਾਨ bow
kamaee *n.* ਕਮਾਈ earnings
kamal *n.* ਕਮਲ frenzy
kamal da ful *n.* ਕਮਲ ਦਾ ਫੁੱਲ lotus
kamar *n.* ਕਮਰ waist
kamar darad *n.* ਕਮਰ ਦਰਦ lumbago
kamar karnhaa *v.t.* ਕਮਰ ਕਸਣਾ gird
kamarband. *n.* ਕਮਰਬੰਦ wais¶band
kamarbandd *jn.* ਕਮਰਬੰਦ sash
kamaunhaa *v.t.* ਕਮਾਉਣਾ earn
kamball *n.* ਕੰਬਲ blanket
kambanhaa *v.i.* ਕੰਬਣਾ tremble
kambanhee *n.* ਕੰਬਣੀ tremor
kambaunhaa *v.t.* ਕੰਬਾਉਣਾ shake
kambdda hoyeaa *n.* ਕੰਬਦਾ ਹੋਇਆ tremulous
kambddi hoee avaaz *n.* ਕੰਬਦੀ ਹੋਈ ਅਵਾਜ਼ tremolo
kambna *v.t.* ਕੰਬਣਾ vibrate
kambnhaa *v.t.* ਕੰਬਣਾ shiver
kambni *n.* ਕੰਬਣੀ vibration
kambveen avaaz *n.* ਕੰਬਵੀਂ ਅਵਾਜ਼ trill
kamee *n.* ਕਮੀ deficiency
kamee *n.* ਕਮੀ lack
kameenapanh *n.* ਕਮੀਨਾਪਣ meanness
kameez *n.* ਕਮੀਜ਼ shirt
kameez da *adj.* ਕਮੀਜ਼ ਦਾ shirty
kami *n.* ਕਮੀ diminution
kami *n.* ਕਮੀ drawback
kami *n.* ਕਮੀ reduction
kami *adj.* ਕਮੀ wanting
kami hona *v.t.* ਕਮੀ ਹੋਣਾ want
kamm *n.* ਕੰਮ task
kamm *n.* ਕੰਮ work
kamm ch laggeyaa *n.* ਕੰਮ ਚ ਲੱਗਿਆ busy
kamm ch laggnaa *v.t.* ਕੰਮ ਚ ਲੱਗਣਾ bustle
kamm chor *n.* ਕੰਮ ਚੋਰ truant
kamm karnaa *v.t.* ਕੰਮ ਕਰਨਾ serve
kammi *adj.* ਕੰਮੀ menial
kamp *n.* ਕੈਂਪ camp
kampany *n.* ਕੰਪਨੀ company
kamraa *n.* ਕਮਰਾ chamber
kamraa *n.* ਕਮਰਾ room
kamuk *adj.* ਕਾਮੁਕ erotic
kamuk *adj.* ਕਾਮੁਕ voluptuarious
kamukataa *n.* ਕਾਮੁਕਤਾ cupidity
kamzor *adj.* ਕਮਜ਼ੋਰ effete
kamzor *adj.* ਕਮਜ਼ੋਰ frail
kamzor *adj.* ਕਮਜ਼ੋਰ puny
kamzor *adj.* ਕਮਜ਼ੋਰ spineless
kamzor *adv.* ਕਮਜ਼ੋਰ weak
kamzor *adj.* ਕਮਜ਼ੋਰ feeble
kamzor banaona *v.t.* ਕਮਜ਼ੋਰ ਬਣਾਉਣਾ weaken
kamzor banhaunhaa *v.t.* ਕਮਜ਼ੋਰ ਬਣਾਉਣਾ enfeeble
kamzor kar dena *v.t.* ਕਮਜ਼ੋਰ ਕਰ ਦੇਣਾ unman
kamzor kar dena *v.t.* ਕਮਜ਼ੋਰ ਕਰ ਦੇਣਾ unnerve
kamzor karnaa *v.t.* ਕਮਜ਼ੋਰ ਕਰਨਾ debilitate
kamzor karnaa *v.t.* ਕਮਜ਼ੋਰ ਕਰਨਾ emaciate
kamzor karnaa *v.t.* ਕਮਜ਼ੋਰ ਕਰਨਾ enervate
kamzoree *n.* ਕਮਜ਼ੋਰੀ emaciation
kamzori *n.* ਕਮਜ਼ੋਰੀ frailty
kamzori *n.* ਕਮਜ਼ੋਰੀ languor
kamzori *n.* ਕਮਜ਼ੋਰੀ senility
kamzori *n.* ਕਮਜ਼ੋਰੀ weakness
kanak *n.* ਕਣਕ wheat
kanda htaaona *v.t.* ਕੰਡਾ ਹਟਾਉਣਾ unbolt
kandaa *n.* ਕੰਡਾ thorn
kanddedaar *adj.* ਕੰਡੇਦਾਰ prickly

kanddh banaun wala *n.* ਕੰਧ ਬਣਾਉਣ ਵਾਲਾ bricklayer
kandeaalaa *n.* ਕੰਡਿਆਲਾ hedge bog
kandeyaalaa bootaa *n.* ਕੰਡਿਆਲਾ ਬੂਟਾ bramble
kandh *n.* ਕੰਧ wall
kandh dee kursi *n.* ਕੰਧ ਦੀ ਕੁਰਸੀ plinth
kandh dee mori *n.* ਕੰਧ ਦੀ ਮੋਰੀ pigeon-hole
kandh wichli mehrab *n.* ਕੰਧ ਵਿਚਲੀ ਮਿਹਰਾਬ alcove
kandha *n.* ਕੰਢਾ verge
kandiaala *adj.* ਕੰਡਿਆਲਾ thorny
kanedoo *n.* ਕਨੇਡੂ mumps
kangaal *adj.* ਕੰਗਾਲ penurious
kangaaroo *n.* ਕੰਗਾਰੂ kangaroo
kanghaa maarnaa *v.t.* ਕੰਘਾ ਮਾਰਨਾ comb
kangrorh *n.* ਕੰਗਰੋੜ spine
kanh *n.* ਕਣ fleck
kanjak *n.* ਕੰਜਕ virgin
kanjoos *n.* ਕੰਜੂਸ miser
kanjoos *n.* ਕੰਜੂਸ niggard
kanjoos *adj.* ਕੰਜੂਸ stingy
kann *n.* ਕੰਨ ear
kann da pardaa *n.* ਕੰਨ ਦਾ ਪਰਦਾ tympanum
kann de vaal *n.* ਕੰਨ ਦੇ ਵਾਲ whisker
kann dee laul *n.* ਕੰਨ ਦੀ ਲੌਲ lobe
kann kutrnaa *v.t.* ਕੰਨ ਕੁਤਰਨਾ outbid
kann kutrnaa *v.t.* ਕੰਨ ਕੁਤਰਨਾ outwit
kann sambandhi *adj.* ਕੰਨ ਸੰਬੰਧੀ aural
kanni *n.* ਕੰਨੀ fringe
kannkhanjooraa *n.* ਕੰਨਖੰਜੂਰਾ centipede
kanntop *n.* ਕਨਟੋਪ hood
kanoon *n.* ਕਨੂੰਨ law
kanoon banaunaa *v.t.* ਕਾਨੂੰਨ ਬਣਾਉਣਾ codify
kanoon banhaunhaa *v.t.* ਕਨੂੰਨ ਬਣਾਉਣਾ legistate
kanoondaar *n.* ਕਾਨੂੰਨਦਾਰ jurist
kanooni *n.* ਕਾਨੂੰਨੀ kosher
kanooni *adj.* ਕਨੂੰਨੀ lawful
kanooni *adj.* ਕਨੂੰਨੀ legal
kanooni *n.* ਕਨੂੰਨੀ legislature
kanooni *adj.* ਕਨੂੰਨੀ statutory
kanooni girftaari *n.* ਕਾਨੂੰਨੀ ਗਿਰਫਤਾਰੀ caption
kanteen *n.* ਕੰਟੀਨ canteen
kanthee *n.* ਕੰਠੀ guttural
kanya raashi *n.* ਕੰਨਿਆ ਰਾਸ਼ੀ virgo
kapaah *n.* ਕਪਾਹ cotton
kapaal vigeyaan *n.* ਕਪਾਲ ਵਿਗਿਆਨ phrenology
kapat *n.* ਕਪਟ collusion
kapat *n.* ਕਪਟ deception
kapat *n.* ਕਪਟ duplicity
kapat *n.* ਕਪਟ perfidy
kapat *n.* ਕਪਟ pretext
kapat ਕਪਟ subterfuge
kapat karnaa *v.t.* ਕਪਟ ਕਰਨਾ falsify
kapat karnaa *v.t.* ਕਪਟ ਕਰਨਾ swindle
kapatataa *adj.* ਕਪਟਤਾ cunning
kapat-vihaar *n.* ਕਪਟ-ਵਿਹਾਰ double-dealer
kapat-yojnaa *n.* ਕਪਟ-ਯੋਜਨਾ contrivance
kapda utarna *v.t.* ਕੱਪੜਾ ਉਤਾਰਨਾ undress
kapoor *n.* ਕਪੂਰ camphor
kapp *n.* ਕੱਪ cup
kappda *n.* ਕੱਪੜਾ fabric
kappda *n.* ਕੱਪੜਾ garment
kappde vechanh wala *n.* ਕੱਪੜੇ ਵੇਚਣ ਵਾਲਾ draper
kappra *n.* ਕੱਪੜਾ cloth
kappre pehananaa *v.t.* ਕੱਪੜੇ ਪਹਿਨਣਾ clothe
kapprhe te laggi les *n.* ਕੱਪੜੇ ਤੇ ਲੱਗੀ ਲੇਸ trimming
kapre paye hoye *p.p.* ਕੱਪੜੇ ਪਾਏ ਹੋਏ clad
kaptaan *n.* ਕਪਤਾਨ skipper
kaptee *adj.* ਕਪਟੀ crafty
kaptee *n.* ਕਪਟੀ gulle
kaptee *adj.* ਕਪਟੀ perfidious
kaptee *n.* ਕਪਟੀ swindler
kapti *adj.* ਕਪਟੀ deceitful
kapti *adj.* ਕਪਟੀ designing
kapti *adj.* ਕਪਟੀ disingenuous
kapti *adj.* ਕਪਟੀ evasive
kar ਕਰ imposition

kar *n.* ਕਰ tax
kar daataa *adj.* ਕਰ ਦਾਤਾ tributary
kar nirdharit krna *v.t.* ਕਰ ਨਿਰਧਾਰਿਤ ਕਰਨਾ assess
kara *n.* ਕੜਾ wristlet
karaaraa *adj.* ਕਰਾਰਾ piquant
karahee *n.* ਕੜਾਹੀ cauldron
karahunhaa *v.i.* ਕਰਾਹੁਣਾ groan
karamaati *adv.* ਕਰਾਮਾਤੀ miraculous
karambadh sansaar *n.* ਕ੍ਰਮਬੱਧ ਸੰਸਾਰ cosmos
karamchaari *n.* ਕਰਮਚਾਰੀ employee
karamchaari varag *n.* ਕਰਮਚਾਰੀ ਵਰਗ personnel
karamvaar ਕਰਮਵਾਰ respetively
karamyog *adj.* ਕਰਮਯੋਗ workable
karanddi *n.* ਕਰੰਡੀ trowel
karanh *adj.* ਕਰਣ diagonal
karanh *n.* ਕਰਣ hypotenuse
kararhaa *adj.* ਕਰੜਾ stringent
kararhee *n.* ਕਰੜੀ stern
karaz *v.t.* ਕਰਜ਼ loan
karazdaar *adj.* ਕਰਜ਼ਦਾਰ indebted
karban *n.* ਕਾਰਬਨ carbon
kardaa *adj.* ਕਰੜਾ rigid
kardaa *adj.* ਕਰੜਾ rigorous
kardhaaran *adj.* ਕਰਧਾਰਨ ratable
kareeb kareeb *adj.* ਕਰੀਬ ਕਰੀਬ rounabout
kareegar *n.* ਕਾਰੀਗਰ craftsman
karhaake da shabad *v.t.* ਕੜਾਕੇ ਦਾ ਸ਼ਬਦ crackle
karhak *v.t.* ਕੜਕ crack
karhchhee *n.* ਕੜਛੀ scoop
karigaree *n.* ਕਾਰੀਗਰੀ craftiness
karigaree *v.t.* ਕਾਰੀਗਰੀ manufacture
karigari *n.* ਕਾਰੀਗਰੀ mechanic
karigiri wala *adj.* ਕਾਰੀਗਿਰੀ ਵਾਲ਼ਾ artistic
karishmaa *n.* ਕਰਿਸ਼ਮਾ miracle
karnaa *v.t.* ਕਰਨਾ do
karnaa *v.t.* ਕਰਨਾ dost
karnee *n.* ਕਰਨੀ doings
karodhi *adj.* ਕਰੋਧੀ impetuous
karoop *adj.* ਕਰੂਪ unsightly
karor *n.* ਕਰੋੜ crore
karorpati *n.* ਕਰੋੜਪਤੀ millionaire
kartaa kaarak *n.* ਕਰਤਾ ਕਾਰਕ nominative
kartab *v.t.* ਕਰਤਬ stunt
kartav *n.* ਕਰਤੱਵ duty
kartav-adheen *adj.* ਕਰਤੱਵ-ਅਧੀਨ bounden
kartoos *n.* ਕਾਰਤੂਸ cartridge
kartusaan vali peti *n.* ਕਾਰਤੂਸਾਂ ਵਾਲੀ ਪੇਟੀ bandolier
karvaayee *n.* ਕਾਰਵਾਈ proceeding
karwayee *n.* ਕਾਰਵਾਈ action
karyog *adj.* ਕਰਯੋਗ taxable
karza chukaunhaa *n.* ਕਰਜ਼ਾ ਚੁਕਾਉਣਾ liquidate
kasar rakhnhee *v.t.* ਕਸਰ ਰੱਖਣੀ stint
kasayee *n.* ਕਸਾਈ butcher
kaseedaakaar *v.t.* ਕਸੀਦਾਕਾਰ embroider
kaseedaakaari *n.* ਕਸੀਦਾਕਾਰੀ embroidery
kashat *n.* ਕਸ਼ਟ fatality
kashat *n.* ਕਸ਼ਟ tribulation
kashat dena *v.* ਕਸ਼ਟ ਦੇਣਾ afflict
kashat uthaaunhaa *v.t.* ਕਸ਼ਟ ਉਠਾਉਣਾ incur
kashatdaayee *n.* ਕਸ਼ਟਦਾਈ inconvenlent
kashatdaayee *adj.* ਕਸ਼ਟਦਾਈ sultry
kashatkarak *n.* ਕਸ਼ਟਕਾਰਕ cumbrous
kasht wich hona *v.* ਕਸ਼ਟ ਵਿੱਚ ਹੋਣਾ ail
kasrat *n.* ਕਸਰਤ exercise
kasrat da dhangg *adj.* ਕਸਰਤ ਦਾ ਢੰਗ athletic
kasrat ghar *n.* ਕਸਰਤ ਘਰ gymnasium
kasrat karan wala *n.* ਕਸਰਤ ਕਰਨ ਵਾਲਾ athlete
kasrat vaali peengh *n.* ਕਸਰਤ ਵਾਲੀ ਪੀਂਘ trapeze
kass *n.* ਕਸ tension
kass ke fadnaa *v.t.* ਕੱਸ ਕੇ ਫੜਨਾ clench
kass ke fadnaa *v.i.* ਕੱਸ ਕੇ ਫੜਨਾ clip
kassi *n.* ਕੱਸੀ streamlet
kastoori *n.* ਕਸਤੂਰੀ musk
kataa *n.* ਕਟਾਅ scission
kataar *n.* ਕਟਾਰ dirk
kataar *n.* ਕਟਾਰ dagger

kataar *n.* ਕਟਾਰ poniard
kataar *n.* ਕਤਾਰ queue
kataar *n.* ਕਟਾਰ rapier
kataar *n.* ਕਟਾਰ sabre
kataar ch rakhna *v.t.* ਕਤਾਰ ਚ ਰੱਖਣਾ align
Kataar wich *adv.* ਕਤਾਰ ਵਿੱਚ abreast
kataee *v.t.* ਕਟਾਈ lop
katal *n.* ਕਤਲ murder
katal karan vala *n.* ਕਤਲ ਕਰਨ ਵਾਲਾ slayer
katal karnaa *v.t.* ਕਤਲ ਕਰਨਾ slay
katarnaa *v.t.* ਕਤਰਨਾ snip
katautee *v.t.* ਕਟੌਤੀ rebate
katha *n.* ਕਥਾ anecdote
kathan *adj.* ਕਠਨ strenuous
kathhan *adj.* ਕਠਨ trying
kathhin *adj.* ਕਠਿਨ difficult
kathhintaa *n.* ਕਠਿਨਤਾ difficulty
kathhor *adj.* ਕਠੋਰ strict
kathhor karnaa *v.t.* ਕਠੋਰ ਕਰਨਾ sear
kathhortaa *n.* ਕਠੋਰਤਾ rigidity
kathhortaa *n.* ਕਠੋਰਤਾ strictness
kathhortaa naal *adj.* ਕਠੋਰਤਾ ਨਾਲ fiercely
kathhputli *n.* ਕਠਪੁਤਲੀ culprit
kathhputli *n.* ਕਠਪੁਤਲੀ puppet
katholik dharam mukhi *adj.* ਕੈਥੋਲਿਕ ਧਾਰਮਿਕ ਮੁਖੀ cardinal
kathor *adj.* ਕਠੋਰ horrid
kathor *adj.* ਕਠੋਰ uncharitable
kathor chitt *adj.* ਕਠੋਰ ਚਿੱਤ inexorable
kathora nal *adv.* ਕਠੋਰਤਾ ਨਾਲ austerely
kathor-chit *n.* ਕਠੋਰ-ਚਿੱਤ inhuman
kathorta *adj.* ਕਠੋਰਤਾ austerity
katoora *n.* ਕਤੂਰਾ puppy
katoraa *n.* ਕਟੋਰਾ goblet
katran *n.* ਕਤਰਨ clipping
kattad *adj.* ਕੱਟੜ orthodox
kattadaa hoyeyaa *adj.* ਕੱਟਦਾ ਹੋਇਆ biting
kattanaa *v.t.* ਕੱਟਣਾ cut
kattanhaa *v.t.* ਕੱਟਣਾ intersect
kattanhaa *v.i.* ਕੱਟਣਾ reap
kattar *n.* ਕੱਟੜ bigot
kattarh *adj.* ਕੱਟੜ pragmatic
kattarh neeti *adj.* ਕੱਟੜ ਨੀਤੀ thorough
kattarhpunhaa *n.* ਕੱਟੜਪੁਣਾ stickiness
kattarhvaadi *n.* ਕੱਟੜਵਾਦੀ puritan
katthaa *n.* ਕੱਥਾ catechu
kattna *v.t.* ਕੱਟਣਾ bite
kattna *v.t.* ਕੱਟਣਾ chop
kattnhaa ਕੱਟਣਾ trim
kaude bol bolnhaa *v.i.* ਕੌੜੇ ਬੋਲ ਬੋਲਣਾ fulminate
kaufee *n.* ਕੌਫੀ coffee
kauli *n.* ਕੌਲੀ basin
kaun *n.* ਕੋਣ angle
kauraa *adj.* ਕੌੜਾ bitter
kaurhe bol *v.i.* ਕੌੜੇ ਬੋਲ creak
kaushal *n.* ਕੌਸ਼ਲ ingenuity
kautak *n.* ਕੌਤਕ thaumaturgy
kavach *n.* ਕਵਚ breastplate
kavee *n.* ਕਵੀ bard
kavi *n.* ਕਵੀ poet
kavi *n.* ਕਵੀ versifier
kavita *n.* ਕਵਿਤਾ verse
kavita da bandd *n.* ਕਵਿਤਾ ਦਾ ਬੰਦ stanza
kavita daa khandd *n.* ਕਵਿਤਾ ਦਾ ਖੰਡ canto
kavitaa *n.* ਕਵਿਤਾ poem
kavitaona *v.t.* ਕਵਿਤਾਉਣਾ versify
kawach *n.* ਕਵਚ armour
kawach banaun wala *n.* ਕਵਚ ਬਣਾਉਣ ਵਾਲਾ armourer
kaya kalap ਕਾਇਆ ਕਲਪ rejuvenation
kaya kalap *n.* ਕਾਇਆ ਕਲਪ transmutation
kaya kalap karnaa *v.t.* ਕਾਇਆ ਕਲਪ ਕਰਨਾ transmute
kaya palat *n.* ਕਾਇਆ ਪਲਟਾ transformation
kaya palat denhee *v.t.* ਕਾਇਆ ਪਲਟ ਦੇਣੀ transform
kayam rakhnhaa *v.t.* ਕਾਇਮ ਰੱਖਣਾ maintain
kayar *adj.* ਕਾਇਰ recreant
kayer *n.* ਕਾਇਰ poltroon
keema banhaaunhaa *v.t.* ਕੀਮਾ ਬਣਾਉਣਾ mince
keemat *n.* ਕੀਮਤ price
keemat ਕੀਮਤ rate
keemat *v.* ਕੀਮਤ value
keemat paona ਕੀਮਤ ਪਾਉਣਾ valuation
keemati *adj.* ਕੀਮਤੀ priceless

keemkhaab *n.* ਕੀਮਖਾਬ brocade
keemtaan dee dar *n.* ਕੀਮਤਾਂ ਦੀ ਦਰ quotation
keemtee dhaat *n.* ਕੀਮਤੀ ਧਾਤ platinum
keemti *adj.* ਕੀਮਤੀ valuable
keep *n.* ਕੀਪ funnel
keerhi *n.* ਕੀੜੀ ant
keerti *n.* ਕੀਰਤੀ reputation
keeta hoyeyaa *n.* ਕੀਤਾ ਹੋਇਆ done
kehaa *p.i.* ਕਿਹਾ said
kehaa *n.* ਕਿਹਾ tola
kehanh vala *n.* ਕਹਿਣ ਵਾਲਾ teller
kehda *pro.* ਕਿਹੜਾ which
kehnhaa *n.* ਸੁਧਾਈ revision
kek *n.* ਕੇਕ cake
kekrhaa *n.* ਕੇਕੜਾ crab
kela *n.* ਕੇਲਾ banana
kelaa *n.* ਕੇਲਾ plantain
kendar *n.* ਕੇਂਦਰ centre
kendar bindoo *adj.* ਕੇਂਦਰ ਬਿੰਦੂ focal
kendree *v.t.* ਕੇਂਦਰੀ central
kendree *adj.* ਕੇਂਦਰੀ nuclear
kendreekaran *v.t.* ਕੇਂਦਰੀਕਰਨ centralize
kesar *n.* ਕੇਸਰ saffron
ketlee *n.* ਕੇਤਲੀ kettle
keval *adj.* ਕੇਵਲ only
khaad *n.* ਖਾਦ muck
khaadi *n.* ਖਾੜੀ gulf
khaaj *n.* ਖਾਜ itch
khaaka *n.* ਖਾਕਾ syllabus
khaakaa *n.* ਖਾਕਾ graph
khaaki *adj.* ਖਾਕੀ tawny
khaalee *adj.* ਖਾਲੀ blank
khaali *n.* ਖਾਲੀ devoid
khaali *adj.* ਖਾਲੀ empty
khaali asaami *n.* ਖਾਲੀ ਅਸਾਮੀ vacancy
khaali karna *v.* ਖਾਲੀ ਕਰਨਾ vacate
khaali karnaa *v.t.* ਖਾਲੀ ਕਰਨਾ deplete
khaali karnaa *v.i.* ਖਾਲੀ ਕਰਨਾ quaff
khaali. *adj.* ਖਾਲੀ vacant
khaalipanh ਖਾਲੀਪਣ emptiness
khaamosh *adj.* ਖਾਮੋਸ਼ speechless
khaana badosh *n.* ਖਾਨਾਬਦੋਸ਼ gypsy
khaanaa badosh *n.* ਖਾਨਾਬਦੋਸ਼ nomad
khaanabadosh *n.* ਖਾਨਾਬਦੋਸ਼ gipsy
khaandaani *n.* ਖਾਨਦਾਨੀ patrician
khaangaah *n.* ਖਾਨਗਾਹ monastery
khaanh *n.* ਖਾਣ mine
khaanh mazdoor *n.* ਖਾਣ ਮਜ਼ਦੂਰ miner
khaanh yog *adj.* ਖਾਣ ਯੋਗ edible
khaanhaa *n.* ਖਾਣਾ repast
khaanhyog *adj.* ਖਾਣਯੋਗ eatable
khaansi *n.* ਖਾਂਸੀ tussie
khaanyog annnh *n.* ਖਾਣਯੋਗ ਅੰਨ cereal
khaar *adj.* ਖਾਰ saline
khaaraa *adj.* ਖਾਰਾ brackish
khaaraa *n.* ਖਾਰਾ salina
khaari jheel *n.* ਖਾਰੀ ਝੀਲ lagoon
khaas *adj.* ਖਾਸ proper
khaas *adj.* ਖਾਸ special
khaas *adj.* ਖਾਸ unwonted
khaas asafaltaa *n.* ਖਾਸ ਅਸਫਲਤਾ fiasco
khaas ruchi *n.* ਖਾਸ ਰੁਚੀ predilection
khaas taur te ਖਾਸ ਤੌਰ ਤੇ specially
khaataa *n.* ਖਾਤਾ moat
khaatardaar *adj.* ਖਾਤਰਦਾਰ hospitable
khaatma *n.* ਖਾਤਮਾ corrosion
khabardaar *adj.* ਖਬਰਦਾਰ mindful
khabardaar *adj.* ਖਬਰਦਾਰ watchful
khabat *n.* ਖਬਤ mania
khabba *adj.* ਖੱਬਾ left
khabraan *n.* ਖਬਰਾਂ news
khacharr *n.* ਖੱਚਰ mule
khadaak *n.* ਖੜਾਕ rap
khadaapanh *n.* ਖੜ੍ਹਾਪਣ erection
khadd *n.* ਖੱਡ dike
khadd *n.* ਖੱਡ gorge
khadd *n.* ਖੱਡ hollow
khadd *n.* ਖੱਡ ravine
khadd naal ghernaa *v.t.* ਖੱਡ ਨਾਲ ਘੇਰਨਾ entrench
khadhaa *v.t.* ਖਾਧਾ eaten
khadkaaunhaa *v.t.* ਖੜਕਾਉਣਾ knock
khagol vigiyan *n.* ਖਗੋਲ ਵਿਗਿਆਨੀ astronomer
khagol vigiyan *n.* ਖਗੋਲ ਵਿਗਿਆਨ astronomy
khalat-malat *v.t.* ਖਲਤ ਮਲਤ jumble

khalaunhaa *v.i.* ਖਲੋਣਾ stand
khalbali *n.* ਖਲਬਲੀ hubbub
khalbali *n.* ਖਲਬਲੀ racket
khall *n.* ਖੱਲ bark
khall *n.* ਖੱਲ fur
khall *n.* ਖਲ oil-cake
khall kahunhaa *v.t.* ਖੱਲ ਲਾਹੁਣਾ flay
khall utaarnaa *v.t.* ਖੱਲ ਉਤਾਰਨਾ excoriate
khalotaa *adj.* ਖਲੋਤਾ stagnant
khalvaarhaa *n.* ਖਲਵਾੜਾ stack
khalwarhaa *v.t.* ਖਲਵਾੜਾ mow
khambh *n.* ਖੰਭ plume
khambh *n.* ਖੰਭ wing
khambh launhaa *v.t.* ਖੰਭ ਲਾਉਣਾ fledge
khambh maarnaa *n.* ਖੰਭ ਮਾਰਨਾ flutter
khameer *n.* ਖਮੀਰ barm
khameer *n.* ਖਮੀਰ leaven
khameer *n.* ਖਮੀਰ yeast
khameer *n.* ਖਮੀਰ zymosis
khameeri *adj.* ਖਮੀਰੀ zymotic
khamosh *adj.* ਖਮੋਸ਼ mute
khana-janggi *n.* ਖਾਨਾ-ਜੰਗੀ civil war
khandd *n.* ਖੰਡ bit
khandd *n.* ਖੰਡ fraction
khandd *n.* ਖੰਡ sugar
khanddan *n.* ਖੰਡਨ recantation
khanddan *n.* ਖੰਡਨ refutation
khanddan *n.* ਖੰਡਨ revocation
khanddan karnaa *v.* ਖੰਡਨ ਕਰਨਾ disprove
khanddan karnaa *v.t.* ਖੰਡਨ ਕਰਨਾ gainsay
khanddan karnaa *v.t.* ਖੰਡਨ ਕਰਨਾ rebut
khanddan karnaa *v.t.* ਖੰਡਨ ਕਰਨਾ refute
khanddan karnaa *v.t.* ਖੰਡਨ ਕਰਨਾ revoke
khandd-khandd karnaa *v.t.* ਖੰਡ-ਖੰਡ ਕਰਨਾ dismember
khandd-khandd karnaa *v.t.* ਖੰਡ-ਖੰਡ ਕਰਨਾ dissect
khanditt karnaa *v.t.* ਖੰਡਿਤ ਕਰਨਾ repeal
khanggh *n.* ਖੰਘ cough
khanhaa *v.t.* ਖਾਣਾ eat
khanhak *n.* ਖਣਕ trencher
khanhij padarath *n.* ਖਣਿਜ ਪਦਾਰਥ mineral
khanhij vigyaan *n.* ਖਣਿਜ ਵਿਗਿਆਨ mineralogy
khaprail *n.* ਖਪਰੈਲ tile
kharaa *adj.* ਖਰਾ frank
kharaa paani *n.* ਖਾਰਾ-ਪਾਣੀ brine
kharaab honhaa *v.t.* ਖਰਾਬ ਹੋਣ ਤੋਂ ਬਚਾਉਣਾ preserve
kharaad *n.* ਖਰਾਦ lathe
kharaadiaa *n.* ਖਰਾਦੀਆ turner
kharaapanh *n.* ਖਰਾਪਣ frankness
kharach ਖਰਚ expenditure
kharach karnaa *v.t.* ਖਰਚ ਕਰਨਾ consume
kharach karnaa *v.t.* ਖਰਚ ਕਰਨਾ expend
kharboozaa *n.* ਖਰਬੂਜ਼ਾ melon
kharch dee madd *v.t.* ਖਰਚ ਦੀ ਮਦ debit
kharchanhaa *v.t.* ਖਰਚਣਾ spend
kharcheela *adj.* ਖਰਚੀਲਾ expensive
kharcheela *n.* ਖਰਚੀਲਾ extravagant
kharcheela *adj.* ਖਰਚੀਲਾ unsparing
kharcheelaa *adj.* ਖਰਚੀਲਾ costly
khardaa *n.* ਖਰੜਾ manuscript
kharee *adj.* ਖਾੜੀ bay
khareed daari *n.* ਖਰੀਦਦਾਰੀ shopping
khareedadaar *n.* ਖਰੀਦਦਾਰ buyer
khareedanhaa *v.t.* ਖਰੀਦਣਾ purchase
khareednaa *v.t.* ਖਰੀਦਣਾ buy
khargosh *n.* ਖਰਗੋਸ਼ rabbit
kharhaak *n.* ਖੜਾਕ snap
kharhee chattan *n.* ਖੜੀ ਚੱਟਾਨ precipice
kharhkharh karnaa *v.i.* ਖੜਖੜ ਕਰਨਾ rustle
kharho jaanhaa *v.i.* ਖੜੋ ਜਾਣਾ stagnate
kharidanhyog *adj.* ਖਰੀਦਣਯੋਗ marketable
kharkharahat *v.t.* ਖੜਖੜਾਹਟ clack
kharood ਖਰੂਦ romp
khasraa *n.pl.* ਖਸਰਾ measless
khassi karnaa *v.t.* ਖੱਸੀ ਕਰਨਾ castrate
khassi karnaa *n.* ਖੱਸੀ ਕਰਨਾ geld
khassi karnaa *v.t.* ਖੱਸੀ ਕਰਨਾ spay
Khatam karna *v.t.* ਖਤਮ ਕਰਨਾ abolish
khatarnaak *adj.* ਖਤਰਨਾਕ dangerous
khatarnaak *adj.* ਖਤਰਨਾਕ unsafe
khatarnaak apraadhi *adj.* ਖਤਰਨਾਕ ਅਪਰਾਧੀ arrant

Khatma *n.* ਖਾਤਮਾ abolition
khatmal *n.* ਖਟਮਲ bug
khatraa *n.* ਖਤਰਾ danger
khatraa *n.* ਖਤਰਾ risk
khatre ch paunhaa *v.t.* ਖਤਰੇ 'ਚ ਪਾਉਣਾ imperil
khatre vala *adj.* ਖਤਰੇ ਵਾਲਾ risky
khatta *adj.* ਖੱਟਾ sour
khatta *adj.* ਖੱਟਾ tart
Khattapan *n.* ਖੱਟਾਪਣ acidity
khattapanh *n.* ਖੱਟਾਪਣ sourness
khauslaa guaach jaanaa *v.t.* ਹੌਸਲਾ ਗੁਆਚ ਜਾਣਾ collapse
khazaana *n.* ਖਜ਼ਾਨਾ fund
khazaanaa *n.* ਖਜ਼ਾਨਾ hoard
khazaanaa *n.* ਖਜ਼ਾਨਾ repertory
khazaanaa *n.* ਖਜ਼ਾਨਾ treasure
khazaanchee *n.* ਖਜ਼ਾਨਚੀ cashier
khazaanchi *n.* ਖਜ਼ਾਨਚੀ treasurer
khed *n.* ਖੇਡ game
khed *n.* ਖੇਡ play
khed *n.* ਖੇਡ sport
khed bhaavnaa *n.* ਖੇਡ ਭਾਵਨਾ sportsmanship
khed daa maidaan *n.* ਖੇਡ ਦਾ ਮੈਦਾਨ playground
khed ghar *n.* ਖੇਡ ਘਰ gymkhana
khed maidaan *n.* ਖੇਡ ਮੈਦਾਨ stadium
khed mukaablaa *n.* ਖੇਡ ਮੁਕਾਬਲਾ tournament
kheeraa *n.* ਖੀਰਾ cucumber
kherhaa *n.* ਖੇੜਾ efflorescence
khet *n.* ਖੇਤ farm
khet wich *adv.* ਖੇਤ ਵਿੱਚ afield
khetar *n.* ਖੇਤਰ area
khetar *n.* ਖੇਤਰ region
kheti karnaa *v.t.* ਖੇਤੀ ਕਰਨਾ till
khetibadi *n.* ਖੇਤੀਬਾੜੀ agriculture
khetibadi wala ਖੇਤੀਬਾੜੀ ਵਾਲਾ agricultural
khetibari sabandhi *adj.* ਖੇਤੀਬਾੜੀ ਸੰਬੰਧੀ agrarian
khetiyog bhoomi *adj.* ਖੇਤੀਯੋਗ ਭੂਮੀ arable
khhichana *v.t.* ਖਿਚਣਾ balk
khhooh *n.* ਖੂਹ well
khich *n.* ਖਿੱਚ traction
khichaanhaa *v.t.* ਖਿੱਚਣਾ drag
khichanhaa *v.t.* ਖਿੱਚਣਾ draw
khichanhaa *v.t.* ਖਿੱਚਣਾ haul
khichanhyog *adj.* ਖਿੱਚਣਯੋਗ tractile
khicheaa ਖਿੱਚਿਆ drew
khidaari *n.* ਖਿਡਾਰੀ gamester
khidaari *n.* ਖਿਡਾਰੀ player
khidaari *n.* ਖਿਡਾਰੀ sportsman
khidaaroo *adj.* ਖਿਡਾਰੂ playful
khidaunhaa *n.* ਖਿਡਾਉਣਾ plaything
khidaunhaa *n.* ਖਿਡੌਣਾ toy
khidki *n.* ਖਿੜਕੀ window
khijhaunhaa *v.t.* ਖਿਝਾਉਣਾ pique
khilaarnaa *v.t.* ਖਿਲਾਰਨਾ ramify
khilaarnaa *v.t.* ਖਿਲਾਰਨਾ strew
khilaarnaa *v.t.* ਖਿਲਾਰਨਾ ted
khilli *n.* ਖਿੱਲੀ waggery
khilli udaunhaa *v.t.* ਖਿਲੀ ਉਡਾਉਣਾ scoff
khimayog *adj.* ਖਿਮਾਯੋਗ venial
khindaunhaa *v.t.* ਖਿੰਡਾਉਣਾ scatter
khinh *n.* ਖਿਣ instant
khinh bhanggar *adj.* ਖਿਣ ਭੰਗਰ ephemeral
khinn *adj.* ਖਿੰਨ downcast
khirkee da palla *n.* ਖਿੜਕੀ ਪੱਲਾ casement
khiseyaanhaa haasa *v.t.* ਖਿਸਿਆਣਾ ਹਾਸਾ grin
khiskanaa *v.t.* ਖਿਸਕਣਾ budge
khiyali *adj.* ਖਿਆਲੀ visionary
khjhaunhaa *v.t.* ਖਿਝਾਉਣਾ tease
khlaa *n.* ਖਲਾਅ vacuity
khlaa *n.* ਖਲਾਅ vacuum
khobhanhaa *v.t.* ਖੋਭਣਾ jab
khobhnhaa *n.* ਖੋਭਣਾ poke
khodnhaa ਖੋਦਣਾ excavate
khoh lainhaa *v.* ਖੋਹ ਲੈਣਾ deprive
khoh lainhaa *v.t.* ਖੋਹ ਲੈਣਾ reave
khoh lena *n.* ਖੋਹ ਲੈਣਾ usurper
khohnhaa *v.t.* ਖੋਹਣਾ extort
khohnhaa *v.t.* ਖੋਹਣਾ grab
khohnhaa *n.* ਖੋਹਣਾ snatch
khoj *n.* ਖੋਜ inquisition
khoj *n.* ਖੋਜ research
khoj *adj.* ਖੋਜ searching

khoj karnaa *n.* ਖੋਜ ਕਰਨਾ investigate
khoj karnaa *v.t.* ਖੋਜ ਕਰਨਾ search
khoj karni *v.t.* ਖੋਜ ਕਰਨੀ explore
khoj parbandh *n.* ਖੋਜ ਪ੍ਰਬੰਧ thesis
khojee *n.* ਖੋਜੀ explorer
khokhlapan *n.* ਖੋਖਲਾਪਣ vanity
khokhri *n.* ਖੋਖਰੀ kukri
khol *n.* ਖੋਲ shell
kholhna *v.t.* ਖੋਲ੍ਹਣਾ unbar
kholhna ਖੋਲ੍ਹਣਾ unfasten
kholhnhaa *v.t.* ਖੋਲ੍ਹਣਾ evolve
khoon *n.* ਖੂਨ blood
khoon dee badlee *n.* ਖੂਨ ਦੀ ਬਦਲੀ transfusion
khoon dee nadee *n.* ਖੂਨ ਦੀ ਨਾੜੀ blood-vessel
khoon kharaaba *n.* ਖੂਨ ਖਰਾਬਾ massacre
khoon wagnaa *v.i.* ਖੂਨ ਵਗਣਾ bleed
khoondaa *adj.* ਖੁੰਡਾ blunt
khoprhee *n.* ਖੋਪੜੀ scalp
khoprhee *n.* ਖੋਪੜੀ skull
khud *adj.* ਖੁਦ personally
khud *n.* ਖੁਦ self
khujlee *n.* ਖੁਜਲੀ eczema
khulaa *adj.* ਖੁਲ੍ਹਾ roomy
khulaasaa *n.* ਖੁਲਾਸਾ epitome
khulla *adj.* ਖੁੱਲ੍ਹਾ baggy
khulla *adj.* ਖੁੱਲ੍ਹਾ wide
khulla maidan *n.* ਖੁਲ੍ਹਾ ਮੈਦਾਨ esplanade
khullaah *adj.* ਖੁਲ੍ਹਾ open
khullah *adj.* ਖੁਲ੍ਹਾ spacious
khullah dilaa *adj.* ਖੁਲ੍ਹ-ਦਿਲਾ open-hearted
khullah maidaan *n.* ਖੁੱਲ੍ਹਾ ਮੈਦਾਨ lawn
khullha vapaar *n.* ਖੁਲ੍ਹਾ ਵਪਾਰ free trade
khulya hoya *adj.* ਖੁਲ੍ਹਿਆ ਹੋਇਆ bleak
khummb *n.* ਖੁੰਭ mushroom
khunhsee *adj.* ਖੁਣਸੀ spiteful
khura khoj *n.* ਖੁਰਾ ਖੋਜ trace
khuraak *n.* ਖੁਰਾਕ diet
khuraak *n.* ਖੁਰਾਕ dose
khuraak *n.* ਖੁਰਾਕ prog
khurchanh *n.* ਖੁਰਚਣ erasure
khurchanh *v.t.* ਖੁਰਚਣ raze
khurdaraa *adj.* ਖੁਰਦਰਾ shaggy
Khurdra *adj.* ਖੁਰਦਰਾ abrupt
khurdraa *adj.* ਖੁਰਦਰਾ boisterous
Khurdrapan *n.* ਖੁਰਦਰਾਪਣ abruptness
khurlee *n.* ਖੁਰਲੀ manger
khurmani *n.* ਖੁਰਮਾਨੀ apricot
khurr ਖੁਰ hoof
khush *adj.* ਖੁਸ਼ festal
khush *adj.* ਖੁਸ਼ joyful
khush *adj.* ਖੁਸ਼ jubilant
khush *adj.* ਖੁਸ਼ merry
khush *adj.* ਖੁਸ਼ glad
khush beyaan *adj.* ਖੁਸ਼ਬਿਆਨ eloquent
khush beyaani *n.* ਖੁਸ਼ਬਿਆਨੀ eloquence
khush dil *adj.* ਖੁਸ਼ਦਿਲ hearty
khush karnaa *v.t.* ਖੁਸ਼ ਕਰਨਾ gladden
khush karnaa *v.t.* ਖੁਸ਼ ਕਰਨਾ rejoice
khush na karan yog *adj.* ਖੁਸ਼ ਨਾ ਕਰਨ ਯੋਗ fastidious
khush rehna *adj.* ਖੁਸ਼ ਰਹਿਣਾ vivacious
khushaamad *n.* ਖੁਸ਼ਾਮਦ sycophancy
khushahaal *adj.* ਖੁਸ਼ਹਾਲ palmy
khushahaal *adj.* ਖੁਸ਼ਹਾਲ prosperous
khushahaal honhaa *v.t.* ਖੁਸ਼ਹਾਲ ਹੋਣਾ prosper
khushahaali *n.* ਖੁਸ਼ਹਾਲੀ prosperity
khushakee *n.* ਖੁਸ਼ਕੀ terrafirma
khushboo *n.* ਖੁਸ਼ਬੂ odour
khushboo *n.* ਖੁਸ਼ਬੂ perfume
khushboodaar *n.* ਖੁਸ਼ਬੂਦਾਰ perfumer
khushbudaar *adj.* ਖੁਸ਼ਬੂਦਾਰ fragrant
khushbudaar *adj.* ਖੁਸ਼ਬੂਦਾਰ redolent
khushhaali *n.* ਖੁਸ਼ਹਾਲੀ weal
khushi *n.* ਖੁਸ਼ੀ cheer
khushi *n.* ਖੁਸ਼ੀ glee
khushi *n.* ਖੁਸ਼ੀ happiness
khushi *n.* ਖੁਸ਼ happy
khushi *n.* ਖੁਸ਼ੀ joy
khushi da geet *v.t.* ਖੁਸ਼ੀ ਦਾ ਗੀਤ carol
khushi da smaan *n.* ਖੁਸ਼ੀ ਦਾ ਸਮਾਨ jubilee
khushi naal *adv.* ਖੁਸ਼ੀ ਨਾਲ happily
khushiaan manaaunhaa *n.* ਖੁਸ਼ੀਆਂ ਮਨਾਉਣਾ jollity
khutharh *n.* ਖੁਥੜ sloven
khyali pulaa *n.* ਖਿਆਲੀ ਪੁਲਾਅ reverie

ki *pro.* ਕੀ what
kiaas *v.t.* ਕਿਆਸ surmise
kidhar *adv.* ਕਿੱਧਰ whither
kifaayetee *adj.* ਕਿਫਾਇਤੀ thrifty
Kikkar *n.* ਕਿੱਕਰ acacia
kila *n.* ਕਿਲਾ castle
kila *n.* ਕਿਲਾ citadel
kila *n.* ਕਿਲਾ fort
kilaa *n.* ਕਿਲਾ redoubt
kilabanddi *n.* ਕਿਲਾਬੰਦੀ siege
kile da adhikaaree *n.* ਕਿਲੇ ਦਾ ਅਧਿਕਾਰੀ commandant
kile da kaidkhanaa *n.* ਕਿਲੇ ਦਾ ਕੈਦਖਾਨਾ bastille
kile dee diwaar *n.* ਕਿਲੇ ਦੀ ਦੀਵਾਰ bulwark
kill *n.* ਕਿੱਲ stake
kill *n.* ਕਿੱਲ tack
killa *n.* ਕਿੱਲਾ peg
killi *n.* ਕਿੱਲੀ hanger
kinaaraa *n.* ਕਿਨਾਰਾ brow
kinaaraa *n.* ਕਿਨਾਰਾ edge
kinhkaa *n.* ਕਿਣਕਾ jot
kiraaye te lainhaa *v.t.* ਕਿਰਾਏ ਤੇ ਲੈਣਾ engage
kiraayeaa *n.* ਕਿਰਾਇਆ fare
kirak *n.* ਕਿਰਕ grit
kiram *n.* ਕਿਰਮ germ
kiram *n.* ਕਿਰਮ insect
kiram *n.* ਕਿਰਮ maggot
kiram ਕਿਰਮ pest
kiram *n.* ਕਿਰਮ worm
kiram adhyan shaastar *adj.* ਕਿਰਮ ਅਧਿਐਨ ਸ਼ਾਸ਼ਤਰ entomology
kiram upjaaunhaa *v.i.* ਕਿਰਮ ਉਪਜਾਉਣਾ germinate
kiramnaashak *n.* ਕਿਰਮਨਾਸ਼ਕ germicide
kiran *n.* ਕਿਰਣ beam
kiran *n.* ਕਿਰਨ ray
kiran grahi kach *n.* ਕਿਰਨ ਗਰਾਹੀ ਕੱਚ vitaglass
kiran parchhaayee *n.* ਕਿਰਨ ਪਰਛਾਈ spectrum
kiraye da aadmi *n.* ਕਿਰਾਏ ਦਾ ਆਦਮੀ hireling
kiraye dee gaddi *n.* ਕਿਰਾਏ ਦੀ ਗੱਡੀ cab
kiraye te lainhaa *v.t.* ਕਿਰਾਏ ਤੇ ਲੈਣਾ hire
kirayeaa bhaandaa *n.* ਕਿਰਾਇਆ-ਭਾੜਾ cartage
kirayedaar *n.* ਕਿਰਾਏਦਾਰ tenant
kirayedaari *n.* ਕਿਰਾਏਦਾਰੀ tenancy
kirayeyaa *n.* ਕਿਰਾਇਆ rent
kireyaa *n.* ਕਿਰਿਆ process
kirigari *n.* ਕਿਰੀਗਰੀ workmanship
kiriya *n.* ਕਿਰਿਆ verb
kiriya visheshan *n.* ਕਿਰਿਆ ਵਿਸ਼ੇਸ਼ਣ adverb
kirli *n.* ਕਿਰਲੀ lizard
kirnaa *n.* ਕਿਰਨਾਂ radiation
kirnaa suttnhaa *v.t.* ਕਿਰਨਾਂ ਸੁੱਟਣਾ eradicate
kirnaan suttnhaa *v.t.* ਕਿਰਨਾਂ ਸੁੱਟਣਾ emit
kirpa karna *v.t.* ਕਿਰਪਾ ਕਰਨਾ vouchsafe
kirpaa karnee ਕਿਰਪਾ ਕਰਨੀ condescend
kirti *n.* ਕਿਰਤੀ workman
kis nuu *pro.* ਕਿਸ ਨੂੰ whom
kisaan *n.* ਕਿਸਾਨ boor
kisaan *n.* ਕਿਸਾਨ cultivator
kisaan *n.* ਕਿਸਾਨ farmer
kisaan *n.* ਕਿਸਾਨੀ husbandry
kisaan *n.* ਕਿਸਾਨ peasant
kisaan *n.* ਕਿਸਾਨ ryot
kisaan *n.* ਕਿਸਾਨ tiller
kisaani *n.* ਕਿਸਾਨੀ farming
kisaani *n.* ਕਿਸਾਨੀ peasantry
kisaani *n.* ਕਿਸਾਨੀ tillage
kisam *n.* ਕਿਸਮ sort
kisam *n.* ਕਿਸਮ type
kisda *pro.* ਕਿਸਦਾ whose
kise cheez dee kamee *n.* ਕਿਸੇ ਚੀਜ਼ ਦੀ ਕਮੀ desideratum
kise da koee khaas gunh *n.* ਕਿਸੇ ਦਾ ਕੋਈ ਖਾਸ ਗੁਣ forte
kise de sir madnaa *v.t.* ਕਿਸੇ ਦੇ ਸਿਰ ਮੜ੍ਹਨਾ foist
kise dhangg naal *adv.* ਕਿਸੇ ਢੰਗ ਨਾਲ anyhow
kise khaas vishe te pustak *n.* ਕਿਸੇ ਖਾਸ ਵਿਸ਼ੇ ਤੇ ਪੁਸਤਕ treatise

kise naa kise tarahn *adv.* ਕਿਸੇ ਨਾ ਕਿਸੇ ਤਰ੍ਹਾਂ anyway
kishat *n.* ਕਿਸ਼ਤ instalment
kishtee *n.* ਕਿਸ਼ਤੀ boat
kishti *n.* ਕਿਸ਼ਤੀ ferry
kismat *n.* ਕਿਸਮਤ destiny
kismat *n.* ਕਿਸਮਤ fate
kismat *n.* ਕਿਸਮਤ fortune
kismat *n.* ਕਿਸਮਤ luck
kismat naal *adv.* ਕਿਸਮਤ ਨਾਲ luckily
kismatvaad *n.* ਕਿਸਮਤਵਾਦ fatalism
kismatvaadi *n.* ਕਿਸਮਤਵਾਦੀ fatalist
kitaabchaa *n.* ਕਿਤਾਬਚਾ tract
kitaabkhaana *n.* ਕਿਤਾਬਖਾਨਾ shelf
kitabaan vechan wala *n.* ਕਿਤਾਬਾਂ ਵੇਚਣ ਵਾਲਾ bookseller
kitaban da shaukeen *adj.* ਕਿਤਾਬਾਂ ਦਾ ਸ਼ੌਕੀਨ bookish
kitabi keeraa *n.* ਕਿਤਾਬੀ ਕੀੜਾ bookworm
kite *adv.* ਕਿਤੇ somewhere
kite naheen *adv.* ਕਿਤੇ ਨਹੀਂ nowhere
kite vi *adv.* ਕਿਤੇ ਵੀ anywhere
kithe *adv.* ਕਿੱਥੇ where
kitta *n.* ਕਿੱਤਾ profession
kittamayee *adj.* ਕਿੱਤਾਮਈ professional
kiven *adv.* ਕਿਵੇਂ how
kiven vee *adv.* ਕਿਵੇਂ ਵੀ however
kla *n.* ਕਲਾ art
klaihnhee istree *adj.* ਕਲਹਿਣੀ ਇਸਤਰੀ termagant
klpna karna *v.t.* ਕਲਪਨਾ ਕਰਨਾ assume
koee *n.* ਕੋਈ somebody
koee *n.* ਕੋਈ someone
koee kaaraj karnaa *v.t.* ਕੋਈ ਕਾਰਜ ਕਰਨਾ cause
koee naheen *n.* ਕੋਈ ਨਹੀਂ nobody
koee naheen *adj.* ਕੋਈ ਨਹੀਂ none
koel *n.* ਕੋਇਲ cuckoo
kohre naal bhareyaa hoyeyaa *adj.* ਕੋਹਰੇ ਨਾਲ ਭਰਿਆ ਹੋਇਆ brumous
kohrh *n.* ਕੋੜ੍ਹ leprosy
kohrhee *n.* ਕੋੜ੍ਹੀ leper
koi *adj.* ਕੋਈ any
koi cheez *pron.* ਕੋਈ ਚੀਜ਼ anything

koi ikk *pron.* ਕੋਈ ਇੱਕ anyone
koi vi viakati *pron.* ਕੋਈ ਵੀ ਵਿਅਕਤੀ anybody
kojha *adj.* ਕੋਝਾ ungainly
kokeen *n.* ਕੋਕੀਨ cocaine
kol *prep.* ਕੋਲ at
kol rakhnhaa *v.i.* ਕੋਲ ਰੱਖਣਾ has
kol rakhnhaa *v.t.* ਕੋਲ ਰੱਖਣਾ have
kolaa *n.* ਕੋਲਾ coal
kole dee khaan *n.* ਕੋਲੇ ਦੀ ਖਾਣ coal-mine
kole dee khaan *n.* ਕੋਲੇ ਦੀ ਖਾਨ colliery
kole nu thos banauna *n.* ਕੋਲੇ ਨੂੰ ਠੋਸ ਬਣਾਉਣਾ coke
komal *adj.* ਕੋਮਲ delicate
komal *adj.* ਕੋਮਲ downy
komal *adj.* ਕੋਮਲ ductile
komal *adj.* ਕੋਮਲ indulgent
komal *adj.* ਕੋਮਲ sleek
komal banhaunhaa *adj.* ਕੋਮਲ ਬਣਾਉਣਾ mellow
komaltaa *adj.* ਕੋਮਲਤਾ ਨਾਲ softly
komaltaa *n.* ਕੋਮਲਤਾ tenderness
konh maapak *n.* ਕੋਣ ਮਾਪਕ theodolite
konh wala *adj.* ਕੋਣ ਵਾਲਾ angular
konne dee itt *n.* ਕੋਨੇ ਦੀ ਇੱਟ quoin
kooch karnaa *v.t.* ਕੂਚ ਕਰਨਾ march
koochee *n.* ਕੂਚੀ pencil
koochee *n.* ਕੂਚੀ swab
koochi *n.* ਕੂਚੀ brush
kooda *n.* ਕੂੜਾ garbage
koohnhi *n.* ਕੂਹਣੀ elbow
kook *n.* ਕੂਕ screech
kookna *v.t.* ਕੂਕਣਾ vociferate
koorhaa *n.* ਕੂੜਾ rubbish
koorhaa karkat *n.* ਕੂੜਾ ਕਰਕਟ raffle
kootneeteewaan *adj.* ਕੂਟਨੀਤੀਵਾਨ diplmatic
kootneeti *n.* ਕੂਟਨੀਤੀ diplomacy
kootneetik *n.* ਕੂਟਨੀਤਿਕ diplmat
koot-yudh *n.* ਕੂਟ-ਯੁੱਧ guerrila
kora *n.* ਕੋਰਾ frost
koraa lathhaa *n.* ਕੋਰਾ ਲੱਠਾ calico
korda maarna *v.t.* ਕੋਰੜਾ ਮਾਰਨਾ whip
kosaa *adj.* ਕੋਸਾ lukewarm

kosh *n.* ਕੋਸ਼ lexicon
kosh *n.* ਕੋਸ਼ treasury
koshaakaari *n.* ਕੋਸ਼ਾਕਾਰੀ lexicographer
koshikaa *n.* ਕੋਸ਼ਿਕਾ cell
koshish *n.* ਕੋਸ਼ਿਸ਼ attempt
koshish karnaa *v.t.* ਕੋਸ਼ਿਸ਼ ਕਰਨਾ exert
koshish karnaa *v.t.* ਕੋਸ਼ਿਸ਼ ਕਰਨਾ try
kosmatik *n.* ਕੌਸਮੈਟਿਕ cosmetic
koun *pro.* ਕੌਣ who
kr nirdharn *n.* ਕਰ ਨਿਰਧਾਰਣ assessment
kraanti *n.* ਕ੍ਰਾਂਤੀ revolution
kraantikaari *adj.* ਕ੍ਰਾਂਤੀਕਾਰੀ revolutionary
kraantivaadi *n.* ਕ੍ਰਾਂਤੀਵਾਦੀ revolutionist
kramm bhangg karnaa *v.t.* ਕ੍ਰਮ ਭੰਗ ਕਰਨਾ derange
krantikari viaktee *n.* ਕ੍ਰਾਂਤੀਕਾਰੀ ਵਿਅਕਤੀ bolshevik
krikat da khiladi *n.* ਕ੍ਰਿਕਟ ਦਾ ਖਿਲਾੜੀ cricketer
krismis *n.* ਕਰਿਸਮਿਸ xmas
kritghan *adj.* ਕ੍ਰਿਤਘਣ unthankful
krodh *n.* ਕ੍ਰੋਧ dudgeon
krodh *n.* ਕ੍ਰੋਧ indignation
krodh karnaa *adj.* ਕ੍ਰੋਧ ਕਰਨਾ sulky
krodhee *n.* ਕ੍ਰੋਧੀ testy
kuaaraa *adj.* ਕੁਆਰਾ celibate
kuaaraapan *n.* ਕੁਆਰਾਪਣ celibacy
kuaari *n.* ਕੁਆਰੀ damsel
kuaari *adj.* ਕੁਆਰੀ lone
kuaari *n.* ਕੁਆਰੀ miss
kuarapan *n.* ਕੁਆਰਾਪਣ virginity
kuber *n.* ਕੁਬੇਰ mammon
kucalnhaa *v.t.* ਕੁਚਲਨਾ stifle
kuchajja *adj.* ਕੁਚੱਜਾ unmannerly
kuchal denhaa ਕੁਚਲ ਦੇਣਾ suppress
kuchlaa *n.* ਕੁਚਲਾ strychnine
kuchliya hoya *adj.* ਕੁਚਲਿਆ ਹੋਇਆ downtrodden
kudrat *n.* ਕੁਦਰਤ nature
kudrati *adj.* ਕੁਦਰਤੀ natural
kudrati taur te ਕੁਦਰਤੀ ਤੌਰ ਤੇ naturally
kudtee *n.* ਕੁੜਤੀ jacket
kuhaadi *n.* ਕੁਹਾੜੀ hatchet
kuhaar *n.* ਕੁਹਾਰ wate¤bearer
kuhadi *n.* ਕੁਹਾੜੀ adze
kuhadi *n.* ਕੁਹਾੜੀ axe
kujh *n.* ਕੁਝ aught
kujh *adj.* ਕੁਝ some
kujh *n.* ਕੁਝ something
kujh naheen *n.* ਕੁਝ ਨਹੀਂ nothing
kujheyaat *adj.* ਕੁਖਿਆਤ infamous
kukaram *n.* ਕੁਕਰਮ misdeed
kukh *n.* ਕੁਖ matrix
kukh *n.* ਕੁੱਖ womb
kukkre *n.* ਕੁਕਰੇ trachoma
kuknas panchhi *n.* ਕੁਕਨਸ ਪੰਛੀ phoenix
kulee *n.* ਕੁਲੀ coolie
kuleen *adj.* ਕੁਲੀਨ aristocratic
kuleen *v.t.* ਕੁਲੀਨ ennoble
kuleen *adj.* ਕੁਲੀਨ noble
kuleen *adj.* ਕੁਲੀਨ well-bred
kuleen manukh *n.* ਕੁਲੀਨ ਮਨੁੱਖ aristocrat
kuleentaa *n.* ਕੁਲੀਨਤਾ nobility
kuleentantar *n.* ਕੁਲੀਨਤੰਤਰ aristocracy
kull *n.* ਕੁਲ extraction
kull *adj.* ਕੁੱਲ total
kulla *n.* ਕੁੱਲਾ hip
kullah *n.* ਕੁਲ੍ਹਾ loin
kulle sambandhi *n.* ਕੁੱਲੇ ਸੰਬੰਧੀ sciatica
kumbhkaari *n.* ਕੁੰਭਕਾਰੀ pottery
kumla jaana *v.t.* ਕੁਮਲਾ ਜਾਣਾ wither
kumlaayeyaa *adj.* ਕੁਮਲਾਇਆ sere
kumudni ful *n.* ਕੁਮੁਦਨੀ ਫੁੱਲ lily
kundda *n.* ਕੁੰਡਾ goad
kunddi *n.* ਕੁੰਡੀ crow-bar
kundli *n.* ਕੁੰਡਲੀ horoscope
kuneen *n.* ਕੁਨੀਨ quinine
kuneen da rukkh *n.* ਕੁਨੀਨ ਦਾ ਰੁੱਖ cinchona
kupatta *n.* ਕੁਪੱਤਾ rough
kuppatta *adj.* ਕੁਪੱਤਾ rowdy
kuraahe paunhaa *v.t.* ਕੁਰਾਹੇ ਪਾਉਣਾ mislead
kuraan *n.* ਕੁਰਾਨ koran
kurahe paunhaa *v.t.* ਕੁਰਾਹੇ ਪਾਉਣਾ misdirect
kurak karnaa *v.t.* ਕੁਰਕ ਕਰਨਾ distrain
kurattan *n.* ਕੁੜੱਤਣ bitterness

kurhikki *n.* ਕੁੜਿੱਕੀ trap
kurhnaa *v.i.* ਕੁੜ੍ਹਨਾ sulk
kurkee *n.* ਕੁਰਕੀ distraint
kurkura *adj.* ਕੁਰਕੁਰਾ brittle
kuroop banaunaa *v.t.* ਕੁਰੂਪ ਬਣਾਉਣਾ deface
kuroop banunha *v.t.* ਕੁਰੂਪ ਬਣਾਉਣਾ disfigure
kuroopataa *n.* ਕੁਰੂਪਤਾ distortion
kurooptaa *n.* ਕੁਰੂਪਤਾ deformation
kursee *n.* ਕੁਰਸੀ chair
kushaashan *n.* ਕੁਸ਼ਾਸ਼ਨ misrule
kushagnaa *adj.* ਕੁਸ਼ਗਨਾ ominous
kushal *adj.* ਕੁਸ਼ਲ deft
kushal *n.* ਕੁਸ਼ਲ efficient
kushti *v.i.* ਕੁਸ਼ਤੀ wrestle
kutarnaa *v.t.* ਕੁਤਰਨਾ nibble
kuteenhyog *adj.* ਕੁਟੀਣਯੋਗ malleable
kuthaaven rakhnhaa *v.t.* ਕੁਥਾਂਵੇਂ ਰੱਖਣਾ misplace
kutia *n.* ਕੁਟੀਆ cottage
kutiaa *n.* ਕੁਟੀਆ hermitage
kutkutaarhi ਕੁਤਕੁਤਾੜੀ titilation
kutkutaarhi kadhanhaa ਕੁਤਕੁਤਾੜੀ ਕੱਢਣਾ titillate
kutkutaari *v.t.* ਕੁਤਕੁਤਾਰੀ tickle
kutran vala *adj.* ਕੁਤਰਨ ਵਾਲਾ rodent
kutran wala jaanvar *n.* ਕੁਤਰਨ ਵਾਲਾ ਜਾਨਵਰ dormouse
kutrnaa *v.t.* ਕੁਤਰਨਾ shear
kutta *n.* ਕੁੱਤਾ dog
kuttana *v.t.* ਕੁੱਟਣਾ bang
kutte vargaa *adj.* ਕੁੱਤੇ ਵਰਗਾ canine
kutteyaa *p.p.* ਕੁੱਟਿਆ beaten
kutteyaan da niwas *n.* ਕੁੱਤਿਆਂ ਦਾ ਨਿਵਾਸ kennel
kuttna *v.t.* ਕੁੱਟਣਾ beat
kyon *adv.* ਕਿਉਂ why
kyonke *conj.* ਕਿਉਂਕਿ because

L

laabh *n.* ਲਾਭ advantage
laabh ਲਾਭ interest
laabh *v.t.* ਲਾਭ profit
laabh *n.* ਲਾਭ revenue
laabh *n.* ਲਾਭ vantage
laabh honhaa *v.t.* ਲਾਭ ਹੋਣਾ gain
laabhdayak *adj.* ਲਾਭਦਾਇਕ useful
laabhdayik *adj.* ਲਾਭਦਾਇਕ advantageous
laabhkaari *adj.* ਲਾਭਕਾਰੀ profitable
laabhkaari *adj.* ਲਾਭਕਾਰੀ wholesome
laad karnaa *v.t.* ਲਾਡ ਕਰਨਾ caress
laad karnaa *v.t.* ਲਾਡ ਕਰਨਾ cuddle
laad karnaa *v.t.* ਲਾਡ ਕਰਨਾ fondle
laada *n.* ਲਾੜਾ groom
laaeen badlanhaa *v.t.* ਲਾਈਨ ਬਦਲਣਾ shunt
laag daat *n.* ਲਾਗ ਡਾਟ spite
laagat *n.* ਲਾਗਤ cost
laagat *n.* ਲਾਗਤ outlay
laahevandda *adj.* ਲਾਹੇਵੰਦਾ remunerative
laal *adj.* ਲਾਲ red
laal *n.* ਲਾਲ ruby
laal chirhee *n.* ਲਾਲ ਚਿੜੀ robin
laal laal *adj.* ਲਾਲ ਲਾਲ ruddy
laal rangg *n.* ਲਾਲ ਰੰਗ keel
laal rangg *adj.* ਲਾਲ ਰੰਗ sanguine
laal surakh *adj.* ਲਾਲ ਸੁਰਖ re·hot
laalach *n.* ਲਾਲਚ avarice
laalach *n.* ਲਾਲਚ rapacity
laalach *n.* ਲਾਲਚ temptation
laalach karna *v.t.* ਲਾਲਚ ਕਰਨਾ covet
laalach vich khaanhaa *v.t.* ਲਾਲਚ ਵਿੱਚ ਖਾਣਾ guzzle
laalachee *adj.* ਲਾਲਚੀ covetous
laalachi *adj.* ਲਾਲਚੀ greedy
laalachipunha *n.* ਲਾਲਚੀਪੁਣਾ greediness
laalch *n.* ਲਾਲਚ greed
laalch *n.* ਲਾਲਚ inducement
laalchi *adj.* ਲਾਲਚੀ avaricious
laali *adj.* ਲਾਲੀ reddish
laali *n.* ਲਾਲੀ redness
laalsa *n.* ਲਾਲਸਾ aspiration
laalsaa *n.* ਲਾਲਸਾ craving
laanghaa *n.* ਲਾਂਘਾਂ transmission

laanghe da pathar *n.* ਲਾਂਘੇ ਦਾ ਪੱਥਰ stepping-stone
laaparvaah *adj.* ਲਾਪਰਵਾਹ cursory
laaparvaah *adj.* ਲਾਪਰਵਾਹ negligent
laaparvaah *adj.* ਲਾਪਰਵਾਹ reckless
laaparvaahi *n.* ਲਾਪਰਵਾਹੀ negligence
laapravaah *adj.* ਲਾਪਰਵਾਹ remiss
laar *n.* ਲਾਰ drivel
laar *n.* ਲਾਰ saliva
laarvaa *n.* ਲਾਰਵਾ larva
laas *n.* ਲਾਸ wale
laash *n.* ਲਾਸ਼ corpse
laataan *adj.* ਲਾਟਾਂ blazing
laatainh *n.* ਲਾਲਟੈਣ lantern
laatoo *n.* ਲਾਟੂ knob
laatri *n.* ਲਾਟਰੀ lottery
laavaa *n.* ਲਾਵਾ lava
laazmee *adj.* ਲਾਜ਼ਮੀ coercive
laazmi *adj.* ਲਾਜ਼ਮੀ compulsory
laazmi *v.* ਲਾਜ਼ਮੀ must
labh *n.* ਲਾਭ acquisition
labh *n.* ਲਾਭ behoof
labh *n.* ਲਾਭ benefit
labh *n.* ਲਾਭ proceeds
labhanhaa *v.t.* ਲੱਭਣਾ rummage
labhdayak *adj.* ਲਾਭਦਾਇਕ beneficial
lacchhan *n.* ਲੱਛਣ vestige
lachak *n.* ਲਚਕ resilience
lachakdaar *adj.* ਲਚਕਦਾਰ plastic
lachaktaa *n.* ਲਚਕਤਾ flexibility
lachhan wala *adj.* ਲੱਛਣ ਵਾਲਾ allegorical
lachhanh *n.pl.* ਲੱਛਣ feature
lachhanh *n.* ਲੱਛਣ symptom
lachkeelaa *adj.* ਲਚਕੀਲਾ elastic
lachkeelaa *adj.* ਲਚਕੀਲਾ flexible
lachkeelapanh *n.* ਲਚਕੀਲਾਪਣ elasicity
lachkeelee haddee *n.* ਲਚਕੀਲੀ ਹੱਡੀ cartilage
lacjak *n.* ਲਚਕ pliability
lacjakdaar *adj.* ਲਚਕਦਾਰ pliable
ladaa *n.* ਲਾੜਾ bridegroom
ladaakaa *n.* ਲੜਾਕਾ pugilist
ladaakaa *adj.* ਲੜਾਕਾ pugnacious
ladaakaa *adj.* ਲੜਾਕਾ quarrelsome
ladaakaa *adj.* ਲੜਾਕਾ truculent
ladaakaapunhaa ਲੜਾਕਾਪੁਣਾ pugnacity
ladaaki teenvi *n.* ਲੜਾਕੀ ਤੀਂਵੀਂ shrew
ladaayee *n.* ਲੜਾਈ ਕਰਨਾ combat
ladakaa *adj.* ਲੜਾਕਾ bellicose
laddeyaa hoyeaa *p.p.* ਲੱਦਿਆ ਹੋਇਆ lade
laddikee *n.* ਲਡਿੱਕੀ minikin
ladee *n.* ਲਾੜੀ bride
ladee *v.t.* ਲੜੀ link
ladee sambandhee *n.* ਲਾੜੀ ਸੰਬੰਧੀ bridal
ladhanhaa *v.t.* ਲੱਭਣਾ find
ladkaa *n.* ਲੜਕਾ boy
ladkee *n.* ਲੜਕੀ girl
ladkhadaunhaa *v.i.* ਲੜਖੜਾਉਣਾ falter
ladnaa *v.t.* ਲੜਨਾ fight
ladoo ghorhaa *n.* ਲੱਦੂ ਘੋੜਾ sumpter
lagaa *n.* ਲਗਾਅ adhesion
lagaam *n.* ਲਗਾਮ bridle
lagaan *v.t.* ਲਗਾਨ levy
lagaan *n.* ਲਗਾਨ scot
lagaan mukat *adj.* ਲਗਾਨ ਮੁਕਤ scotfree
lagaanbanddi *n.* ਲਗਾਨਬੰਦੀ taxation
lagaataar *adj.* ਲਗਾਤਾਰ successive
lagar *n.* ਲਗਰ sprig
lagataar *adj.* ਲਗਾਤਾਰ ceaseless
lagbhag *adj.* ਲਗਭਗ almost
lagbhag *n.* ਲਗਭਗ ਗੋਲ spheroid
lagbhagh *adj.* ਲਗਭਗ approximate
lagganhaa *v.t.* ਲੱਗਣਾ indulge
laggbhagg *adv.* ਲੱਗਭੱਗ nearly
laghoo chitar *n.* ਲਘੂ ਚਿਤਰ miniature
laghu jagat *n.* ਲਘੂ ਜਗਤ microcosm
lagoo karnaa *v.t.* ਲਾਗੂ ਕਰਨਾ enforce
lahevandaa *adj.* ਲਾਹੇਵੰਦਾ lucrative
lahoo *n.* ਲਹੂ gore
lahoo bhijjeyaa *adj.* ਲਹੂ ਭਿੱਜਿਆ ensanguised
lahoo daa rass *n.* ਲਹੂ ਦਾ ਰਸ serum
lahoo-luhaan *adj.* ਲਹੂ-ਲੁਹਾਨ gory
lai vala ਲੈਅਵਾਲਾ rhythmic
laila *n.* ਲੇਲਾ yeanling
laimp *n.* ਲੈਂਪ lamp
lainhaa *v.t.* ਲੈਣਾ get
lainhaa *v.t.* ਲੈਣਾ receive

laisdaar *adj.* ਲੇਸਦਾਰ viscid
lakad da tail *n.* ਲੱਕੜ ਦਾ ਤੇਲ xylol
lakeer *n.* ਲਕੀਰ line
lakeer *n.* ਲਕੀਰ lineament
lakhaaun dee vidhi *n.* ਲਿਖਾਉਣ ਦੀ ਵਿਧੀ dictation
lakkad *n.* ਲੱਕੜ wood
lakkad-bagga *n.* ਲੱਕੜ-ਬੱਗਾ hyena
lakkadi da *n.* ਲੱਕੜੀ ਦਾ woody
lakkadi da kamm *n.* ਲੱਕੜੀ ਦਾ ਕੰਮ woodwork
lakkar da *adj.* ਲੱਕੜ ਦਾ wooden
lakkar daa tukraa *n.* ਲੱਕੜ ਦਾ ਟੁਕੜਾ chip
lakkarh *n.* ਲੱਕੜ timber
lakkarh daa farem *n.* ਲੱਕੜ ਦਾ ਫਰੇਮ rack
lakkrhee dee fatti *n.* ਲੱਕੜੀ ਦੀ ਫੱਟੀ slat
lakokatee *n.* ਲਕੋਕਤੀ maxim
lakree da thappaa *n.* ਲੱਕੜੀ ਦਾ ਠੱਪਾ block
lakri da kola *n.* ਲੱਕੜੀ ਦਾ ਕੋਲਾ charcoal
lakri kattan wala *n.* ਲੱਕੜੀ ਕੱਟਣ ਵਾਲਾ wood·cutter
lakvaa maarnaa *n.* ਲਕਵਾ ਮਾਰਨਾ palsy
lalaari *n.* ਲਲਾਰੀ dyer
lalach *n.* ਲਾਲਚ avidity
lalchi *adj.* ਲਾਲਚੀ avid
lalkaar *n.* ਲਲਕਾਰ challenge
lalkaaranaa *v.i.* ਲਲਕਾਰਨਾ defy
lamba karnaa *v.t.* ਲੰਬਾ ਕਰਨਾ lengthen
lambaaee *n.* ਲੰਬਾਈ length
lambardaar *n.* ਲੰਬੜਦਾਰ headman
lambb *adj.* ਲੰਬ perpendicular
lambba *adj.* ਲੰਬਾ tall
lambbi daraar *n.* ਲੰਬੀ ਦਰਾਰ slitcut
lambbi kataar *v.t.* ਲੰਬੀ ਕਾਤਰ sliver
lambkaar *n.* ਲੰਬਕਾਰ longitude
lamkaa *n.* ਲਮਕਾਅ prolixity
lamkaa *n.* ਲਮਕਾਅ protraction
lamkaa *n.* ਲਮਕਾਅ suspension
lamkaaunh *v.t.* ਲਮਕਾਉਣ prolong
lamkaaunhaa *v.t.* ਲਮਕਾਉਣਾ protrude
lamkaunhaa *v.t.* ਲਮਕਾਉਣਾ protract
lamma arsaa pehlaan *adj.* ਲੰਮਾ ਅਰਸਾ ਪਹਿਲਾਂ by-gone
lamma bhaashanh *n.* ਲੰਮਾ ਭਾਸ਼ਣ tirade
lamma chaurhaa *adj.* ਲੰਮਾ ਚੌੜਾ prolix
lamma chhurra *n.* ਲੰਮਾ ਛੁਰਾ whittle
lammba *adj.* ਲੰਬਾ long
lammi chhutti *n.* ਲੰਮੀ ਛੁੱਟੀ furlough
lammi maar vali top ਲੰਮੀ ਮਾਰ ਵਾਲੀ ਤੋਪ howitzer
lammi umar *n.* ਲੰਮੀ ਉਮਰ longevity
lammiaan juraabaan *n.* ਲੰਮੀਆਂ ਜੁਰਾਬਾਂ hose
langar *n.* ਲੰਗਰ anchor
langdaunhaa *v.i.* ਲੰਗੜਾਉਣਾ limp
langgarkhaanaa *n.* ਲੰਗਰਖਾਨਾ refectory
langgra ਲੰਗੜਾ lame
langgrha viakati *n.* ਲੰਗੜਾ ਵਿਅਕਤੀ cripple
langhanhyog *adj.* ਲੰਘਣਯੋਗ passable
langotiaa yaar *n.* ਲੰਗੋਟੀਆ ਯਾਰ chum
laood speekar *n.* ਲਾਊਡ ਸਪੀਕਰ megaphone
laparvaah *adj.* ਲਾਪਰਵਾਹ irresponsible
laparwaah *adj.* ਲਾਪਰਵਾਹ careless
lapet vich lainhaa *v.t.* ਲਪੇਟ ਵਿੱਚ ਲੈਣਾ involve
lapetanhaa *v.t.* ਲਪੇਟਣਾ entwine
lapetanhaa *v.t.* ਲਪੇਟਣਾ envelop
lapetanhaa *v.t.* ਲਪੇਟਣਾ enwrap
larai *n.* ਲੜਾਈ battle
laraki aurat *n.* ਲੜਾਕੀ ਔਰਤ xanthippe
larhee *n.* ਲੜੀ series
larhee *n.* ਲੜੀ strand
larheevaar *adj.* ਲੜੀਵਾਰ serial
lasanh *n.* ਲਸਣ garlic
lashkanhaa *v.* ਲਿਸ਼ਕਣਾ glitter
lashkar *n.* ਲਸ਼ਕਰ legion
latkaaunhaa *v.t.* ਲਟਕਾਉਣਾ impend
latkaunaa *v.i.* ਲਟਕਾਉਣਾ dangle
latkaunhaa *v.i.* ਲਟਕਣਾ droop
latkaunhaa *v.t.* ਲਟਕਾਉਣਾ linger
latkeyaa kaaraj *adj.* ਲਟਕਿਆ ਕਾਰਜ pending
latt *n.* ਲੱਤ leg
latt marnaa *v.t.* ਲੱਤ ਮਾਰਨਾ spurn
laukikk *adj.* ਲੌਕਿਕ mundane
laukikk *adj.* ਲੌਕਿਕ proverbial
·laung *n.* ਲੌਂਗ clove

lawaris cheez *n.* ਲਾਵਾਰਸ ਚੀਜ਼ walf
leekh *n.* ਲੀਖ nit
leer *n.* ਲੀਰ shred
lehar *n.* ਲਹਿਰ surge
lehar *n.* ਲਹਿਰ wave
lehar aaunhaa *v.i.* ਲਹਿਰ ਆਉਣਾ purl
lehardaar *adj.* ਲਹਿਰਦਾਰ sinuous
lehardaar kapprhaa *n.* ਲਹਰਦਾਰ ਕੱਪੜਾ tabby
leharidaar *adj.* ਲਹਿਰੀਦਾਰ wavy
lehraaunhaa *v.t.* ਲਹਿਰਾਉਣਾ hoist
lehraona *v.i.* ਲਹਿਰਾਉਣਾ undulate
lehrna *v.i.* ਲਹਿਰਨਾ waver
lekh *v.t.* ਲੇਖ essay
lekh *n.* ਲੇਖ inscription
lekh da anubandh *n.* ਲੇਖ ਦਾ ਅਨੁਬੰਧ annexe
lekh sambandhi *aj.* ਲੇਖ ਸੰਬੰਧੀ documentary
Lekha *v.t.* ਲੇਖਾ account
lekha padtal *n.* ਲੇਖਾ ਪੜਤਾਲ aud'it
lekha padtal karta *n.* ਲੇਖਾ ਪੜਤਾਲ ਕਰਤਾ auditor
lekha patti *v.t.* ਲੇਖਾ ਪੱਟੀ tally
lekhaa *n.* ਲੇਖਾ reckoning
lekhak *n.* ਲੇਖਕ author
Lekhakar *n.* ਲੇਖਾਕਾਰ accountant
Lekhakari *n.* ਲੇਖਾਕਾਰੀ accountancy
lep *n.* ਲੇਪ salve
ler maarnaa *v.t.* ਲੇਰ ਮਾਰਨਾ squeal
leslaa *adj.* ਲੇਸਲਾ sticky
liabreri *n.* ਲਾਇਬ੍ਰੇਰੀ library
liaunaa *v.t.* ਲਿਆਉਣਾ bring
libaas *n.* ਲਿਬਾਸ guise
libaas *n.* ਲਿਬਾਸ raiment
libbarna *v.i.* ਲਿੱਬੜਨਾ welter
liberhnaa *v.t.* ਲਿਬੇੜਨਾ smear
lifaafaa *n.* ਲਿਫਾਫਾ envelope
likhaan wala *n.* ਲਿਖਾਣ ਵਾਲਾ dictator
likhaari *n.* ਲਿਖਾਰੀ scribe
likhaauna *v.t.* ਲਿਖਾਉਣਾ dictate
likhan wala *n.* ਲਿਖਣ ਵਾਲਾ writer
likhanh kala *n.* ਲਿਖਣਕਲਾ penmanship
likhanh samagri *n.* ਲਿਖਣ ਸਮੱਗਰੀ stationery
likhat-pattar *n.* ਲਿਖਤ-ਪੱਤਰ file
likhayi *n.* ਲਿਖਾਈ writing
likhna *v.t.* ਲਿਖਣਾ write
likhnhaa *v.t.* ਲਿਖਣਾ inscribe
likhtaan da sangreh *n.* ਲਿਖਤਾਂ ਦਾ ਸੰਗ੍ਰਹਿ corpus
likti bhull *n.* ਲਿਖਤੀ ਭੁੱਲ erratum
linan *n.* ਲਿਨਨ linen
lingg *n.* ਲਿੰਗ gender
linggi *adj.* ਲਿੰਗੀ sexual
lippi *n.* ਲਿਪੀ script
lishkara *n.* ਲਿਸ਼ਕਾਰਾ gleam
lishkor *n.* ਲਿਸ਼ਕੋਰ lightning
lisknhaa *v.i.* ਲਿਸ਼ਕਣਾ sparkle
lkarerhaa *n.* ਕਰੇੜਾ tartar
lkitaabchaa *n.* ਕਿਤਾਬਚਾ pamphlet
loha *n.* ਲੋਹਾ iron
lohaar *n.* ਲੋਹਾਰ blacksmith
lohbaan *n.* ਲੋਹਬਾਨ benzoin
lohe da dastaana *n.* ਲੋਹੇ ਦਾ ਦਸਤਾਨਾ gauntlet
lohe de takkrhee ਲੋਹੇ ਦੀ ਤੱਕੜੀ steelyard
lohe dee topi *n.* ਲੋਹੇ ਦੀ ਟੋਪੀ helmet
lok *n.* ਲੋਕ folk
lok *n.* ਲੋਕ messieurs
lok *n.* ਲੋਕ people
lok geet *n.* ਲੋਕ-ਗੀਤ folksong
lok kathaa *n.* ਲੋਕ ਕਥਾ legend
lok piaaraa *n.* ਲੋਕ ਪਿਆਰਾ popular
lok priyataa *n.* ਲੋਕਪ੍ਰੀਅਤਾ popularity
lok samooh *n.* ਲੋਕ ਸਮੂਹ elite
lokan layi benti *n.* ਲੋਕਾਂ ਲਈ ਬੇਨਤੀ clarion call
lokmatt *n.* ਲੋਕਮੱਤ plebiscite
lokmatt *n.* ਲੋਕਮਤ referendum
loknetaa *n.* ਲੋਕਨੇਤਾ tribune
loktanttar *n.* ਲੋਕਤੰਤਰ democracy
loktanttarvaadi *n.* ਲੋਕਤੰਤਰਵਾਦੀ democrat
loo *n.* ਲੂ sunstroke
loombad *n.* ਲੂੰਬੜ fox
loonh *n.* ਲੂਣ salt
loonhaa *adj.* ਲੂਣਾ saltish

loonhaa *v.t.* ਲੂਣਾ souse
lop *n.* ਲੋਪ elimination
lorh samjhanhaa *v.t.* ਲੋੜ ਸਮਝਣਾ require
lorhaan *n.pl.* ਲੋੜਾਂ needs
lorheendaa *adj.* ਲੋੜੀਂਦਾ needful
lorhvandd *adj.* ਲੋੜਵੰਦ needy
lori *n.* ਲੋਰੀ lullaby
lori denhaa *v.t.* ਲੋਰੀ ਦੇਣਾ lull
lorvandi *n.* ਲੋੜਵੰਦੀ urgency
lotaa *n.* ਲੋਟਾ ewer
lubhaunaa *v.* ਲੁਭਾਉਣਾ captivate
lubhayeyaa geyaa *n.* ਲੁਭਾਇਆ ਗਿਆ captive
luchaa *n.* ਲੁੱਚਾ scamp
luchaa *n.* ਲੁੱਚਾ scapegrace
luchaa *n.* ਲੁੱਚਾ scoundral
luchpuna *n.* ਲੁੱਚਪੁਣਾ villainy
Luk ke bhajjna *v.* ਲੁਕ ਕੇ ਭੱਜਣਾ abscond
luk ke katal krna *v.t.* ਲੁਕ ਕੇ ਕਤਲ ਕਰਨਾ assassinate
luk ke kita katal *n.* ਲੁਕ ਕੇ ਕੀਤਾ ਕਤਲ assassination
lukiaa *p.p.* ਲੁਕਿਆ hidden
lukk *n.* ਲੁੱਕ bitumen
lukk *n.* ਲੁੱਕ coal-tar
lukk *n.* ਲੁੱਕ pitch
lukk *n.* ਲੁੱਕ tar
luknhaa *v.t.* ਲੁਕਣਾ hide
luknhaa *v.i.* ਲੁਕਣਾ lurk
lukvaan *adj.* ਲੁਕਵਾਂ furtive
lukveen *adj.* ਲੁਕਵੀਂ privy
luteraa *n.* ਲੁਟੇਰਾ brigand
luteraa *n.* ਲੁਟੇਰਾ robber
lutt *v.t.* ਲੁੱਟ plunder
lutt da maal *n.* ਲੁੱਟ ਦਾ ਮਾਲ booty
lutt daa maal *n.* ਲੁੱਟ ਦਾ ਮਾਲ spoil
luttanhaa *v.t.* ਲੁੱਟਣਾ despoil
luttanhaa *v.t.* ਲੁੱਟਣਾ rob
luttmaar *n.* ਲੁੱਟਮਾਰ rapine
luttmaar *n.* ਲੁੱਟਮਾਰ spoliation
luttmaar karnaa *v.t.* ਲੁੱਟਮਾਰ ਕਰਨਾ maraud
luttmaar karnaa *v.t.* ਲੁਟਮਾਰ ਕਰਨਾ spoliate

M

maa *n.* ਮਾਂ mother
maa daa *adj.* ਮਾਂ ਦਾ maternal
maachis *n.* ਮਾਚਿਸ match
maadhiam *n.* ਮਾਧਿਅਮ medium
maaf karnaa *n.* ਮਾਫ਼ ਕਰਨਾ excuse
maaf karnaa *v.t.* ਮਾਫ਼ ਕਰਨਾ forgive
maafi *n.* ਮਾਫ਼ੀ forgiveness
maahar *n.* ਮਾਹਰ specialist
maahir *adj.* ਮਾਹਿਰ expert
maahir *adj.* ਮਾਹਿਰ skilful
maal gaddi *n.* ਮਾਲ ਗੱਡੀ van
maala *n.* ਮਾਲਾ festoon
maalaa *n.* ਮਾਲਾ rosary
maalak *n.* ਮਾਲਕ possessor
maalak *n.* ਮਾਲਕ proprietor
maal-dhuaayee *n.* ਮਾਲ-ਢੁਆਈ freight
maalgudaam *n.* ਮਾਲਗੁਦਾਮ warehouse
maali *adj.* ਮਾਲੀ fiscal
maali *n.* ਮਾਲੀ gardener
maali *adj.* ਮਾਲੀ monetary
maali *n.* ਮਾਲੀ peculiarity
maali madad *n.* ਮਾਲੀ ਮਦਦ subsidy
maali sahayetaa *v.t.* ਮਾਲੀ ਸਹਾਇਤਾ ਕਰਨਾ subsidize
maalik *n.* ਮਾਲਿਕ boss
maalik *n.* ਮਾਲਿਕ employer
maalik *n.* ਮਾਲਕ master
maalish *n.* ਮਾਲਿਸ਼ massage
maalk *n.* ਮਾਲਕ owner
maalki daa *adj.* ਮਾਲਕੀ ਦਾ proprietary
maalvahak kishti *n.* ਮਾਲਵਾਹਕ ਕਿਸ਼ਤੀ barge
maamla *n.* ਮਾਮਲਾ affair
maamlaa *n.* ਮਾਮਲਾ case
maanbhangg *n.* ਮਾਣਭੰਗ degradation
maanh *n.* ਮਾਣ pride
maanh *adj.* ਮਾਣ proud
maanh bhatta *n.* ਮਾਣ ਭੱਤਾ honorarium
maansik *adj.* ਮਾਨਸਿਕ mental

maansik *adj.* ਮਾਨਸਿਕ psychic
maansik gathhan *n.* ਮਾਨਸਿਕ ਗਠਨ idiosyncracy
maansikataa *n.* ਮਾਨਸਿਕਤਾ mentality
maansoon *n.* ਮਾਨਸੂਨ monsoon
maantaa *n.* ਮਾਨਤਾ recognition
maanvataa *n.* ਮਾਨਵਤਾ humanity
maanvikaran *n.* ਮਾਨਵੀਕਰਨ personification
maar denhaa *v.t.* ਮਾਰ ਦੇਣਾ kill
maar karnaa *v.t.* ਮਾਰ ਕਰਨਾ range
maara ਮਾੜਾ worse
maarag darshan *n.* ਮਾਰਗ-ਦਰਸ਼ਨ guidance
maareyaa *adj.* ਮਾਰਿਆ stricken
maarfiaa *n.* ਮਾਰਫੀਆ morphia
maarkaa *n.* ਮਾਰਕਾ trade mark
maarna *v.i.* ਮਾਰਨਾ smite
maas *n.* ਮਾਸ flesh
maas *n.* ਮਾਸ meat
maat hatyaa *n.* ਮਾਤ ਹੱਤਿਆ matricide
maatmi ghantti *n.* ਮਾਤਮੀ ਘੰਟੀ knell
maatraa *n.* ਮਾਤਰਾ quantum
machaan *n.* ਮਚਾਨ scaffolding
machhar *n.* ਮੱਛਰ mosquito
machheeyaan da vapaar *n.* ਮੱਛੀਆਂ ਦਾ ਵਪਾਰ fishery
machhera *n.* ਮਛੇਰਾ fisherman
machhi *n.* ਮੱਛੀ fish
machhi de khambh *n.* ਮੱਛੀ ਦੇ ਖੰਭ fin
machine da patta *adj.* ਮਸ਼ੀਨ ਦਾ ਪੱਟਾ belted
madaari *n.* ਮਦਾਰੀ juggler
madad *v.* ਮਦਦ aid
madad *n.* ਮਦਦ help
madad karnaa *v.t.* ਮਦਦ ਕਰਨਾ succour
madadgaar *adj.* ਮਦਦਗਾਰ helpful
madh maarg *n.* ਮੱਧ ਮਾਰਗ viamedia
madh marag *adv.* ਮੱਧ ਮਾਰਗ midway
madhosh *adj.* ਮਦਹੋਸ਼ maudlin
madhosh karnaa *v.t.* ਮਦਹੋਸ਼ ਕਰਨਾ intoxicate
madhree istree *adj.* ਮਧਰੀ ਇਸਤਰੀ petite
madhvargee lok *n.* ਮੱਧਵਰਗੀ ਲੋਕ bourgeoisie
madhvarti *n.* ਮੱਧ ਵਰਤੀ median
madirapaan *n.* ਮਦਿਰਾਪਾਨ drunkenness
magar launhaa *v.* ਮਗਰ ਲਾਉਣਾ persuade
magarmachh *n.* ਮਗਰਮੱਛ crocodile
magaz *n.* ਮਗਜ਼ kernel
magneeshiam *n.* ਮੈਗਨੀਸ਼ੀਅਮ magnesium
mahaan *adj.* ਮਹਾਨ dignified
mahaan *adj.* ਮਹਾਨ eminent
mahaan *adj.* ਮਹਾਨ great
mahaan apraadh *n.* ਮਹਾਂ ਅਪਰਾਧ felony
mahaan kaav *n.* ਮਹਾਂਕਾਵਿ epic
mahaandeep *n.* ਮਹਾਂਦੀਪ confinent
mahaandeep *n.* ਮਹਾਂਦੀਪ mainland
mahaanmoorakh *n.* ਮਹਾਂਮੂਰਖ tomfool
mahaanmoorakhta *n.* ਮਹਾਂਮੂਰਖਤਾ tomfoolery
mahaanta *n.* ਮਹਾਨਤਾ greatness
mahaantaa *adj.* ਮਹਾਨਤਾ eminence
mahaantaa *n.* ਮਹਾਨਤਾ sublimity
mahaanvaari *n.pl.* ਮਹਾਵਾਰੀ menses
mahaanvaari *n.* ਮਹਾਵਾਰੀ menstruation
mahaaraanhi *n.* ਮਹਾਰਾਣੀ empress
mahaaraj *adj.* ਮਹਾਰਾਜ excellency
mahan maanav *n.* ਮਹਾਂ ਮਾਨਵ superman
mahanagar *n.* ਮਹਾਂਨਗਰ cosmopolitan
mahanagar *n.* ਮਹਾਂਨਗਰ metropolis
mahanapraadh *n.* ਮਹਾਂ ਅਪਰਾਧ enormity
mahanmaari *n.* ਮਹਾਂਮਾਰੀ pestilence
mahantt *n.* ਮਹੰਤ prelate
mahatatta *n.* ਮਹੱਤਤਾ importance
mahattata *n.* ਮਹੱਤਤਾ significance
mahattav *n.* ਮਹੱਤਵ emphasis
mahattav denhaa *v.t.* ਮਹੱਤਵ ਦੇਣਾ emphasize
mahattavheenh *adj.* ਮਹੱਤਵਹੀਣ insignificant
mahattavpooran *adj.* ਮਹੱਤਵਪੂਰਨ momentous
mahattavpooran *adj.* ਮਹੱਤਵਪੂਰਨ significant
mahattavpooran *adj.* ਮਹੱਤਵਪੂਰਨ substantial

mahattavpooran *n.* ਮਹੱਤਵਪੂਰਨ sweeping
mahattavpooranh *n.* ਮਹਤਵਪੂਰਣ important
mahatvheen *adj.* ਮਹੱਤਵਹੀਣ undignified
maheen *adj.* ਮਹੀਨ tenuous
maheena *n.* ਮਹੀਨਾ month
maheenavaar *adj.* ਮਹੀਨਾਵਾਰ monthly
maidaan *n.* ਮੈਦਾਨ field
mail *n.* ਮੈਲ dross
mail *n.* ਮੇਲ unity
mail kuchail *n.* ਮੈਲ ਕੁਚੈਲ scurf
mail lahunhaa *v.t.* ਮੈਲ ਲਹੁਣਾ defecate
maila *adj.* ਮੈਲਾ unclean
mailaa *adj.* ਮੈਲਾ slovenly
maimber *n.* ਮੈਂਬਰ member
main *pro.* ਮੈਂ i
main khoj leyaa hai *n.* ਮੈਂ ਖੋਜ ਲਿਆ ਹੈ eureka
maingneez *n.* ਮੈਂਗਨੀਜ਼ manganese
mainoo *pro.* ਮੈਨੂੰ me
mainu aap *pro.* ਮੈਨੂੰ ਆਪ myself
majboor karnaa *v.t.* ਮਜਬੂਰ ਕਰਨਾ constrain
majjh *n.* ਮੱਝ buffalo
majjh da chamra *n.* ਮੱਝ ਦਾ ਚਮੜਾ buff
makaan *pl.* ਮਕਾਨ apartments
makaan *n.* ਮਕਾਨ house
makaan *n.* ਮਕਾਨ tenement
makaan da ik kamra *n.* ਮਕਾਨ ਦਾ ਇੱਕ ਕਮਰਾ apartment
makaan da mathaa ਮਕਾਨ ਦਾ ਮੱਥਾ frontispiece
makaan maalik *n.* ਮਕਾਨਮਾਲਿਕ household
makaar *adj.* ਮੱਕਾਰ vulpine
makar *n.* ਮਕਰ wile
makar raashi *n.* ਮਕਰ ਰਾਸ਼ੀ capricorn
makbraa *n.* ਮਕਬਰਾ sepulchre
makhaliaa *adj.* ਮਖੌਲੀਆ jocular
makhaul udaaunhaa *v.i.* ਮਖੌਲ ਉਡਾਉਣਾ fleer
makhaul udaaunhaa *v.t.* ਮਖੌਲ ਉਡਾਉਣਾ jeer
makhaul udaunaa *v.t.* ਮਖੌਲ ਉਡਾਉਣਾ deride
makhauliaa *n.* ਮਖੌਲੀਆ jester
makhauliaa *adj* ਮਖੌਲੀਆ ridiculous
makhiaal *n.* ਮਖਿਆਲ਼ hive
makhiyan da chhatta *n.* ਮੱਖੀਆਂ ਦਾ ਛੱਤਾ bee-hive
makhiyan de dang *n.* ਮੱਖੀਆਂ ਦੇ ਡੰਗ beestings
makhmal *n.* ਮਖਮਲ velvet
makkdi da jaal *n.* ਮੱਕੜੀ ਦਾ ਜਾਲ਼ gossamer
makkhann *n.* ਮੱਖਣ butter
makkhee *n.* ਮੱਖੀ bee
makkhee dee bhinnbhinahat *v.t.* ਮੱਖੀ ਦੀ ਭਿਨਭਿਨਾਹਟ buzz
makkhi *n.* ਮੱਖੀ fly
makki *n.* ਮੱਕੀ maize
makree da jaal *n.* ਮੱਕੜੀ ਦਾ ਜਾਲਾ cobweb
malaa *n.* ਮਾਲਾ collar
malaaee *n.* ਮਲਾਈ cream
malaaee dee kulfi *n.* ਮਲਾਈ ਦੀ ਕੁਲਫੀ cornet
malaah *n.* ਮਲਾਹ ferryman
malaah *n.* ਮੱਲਾਹ oarsman
malaah *n.* ਮਲਾਹ sailor
malai-baraf *n.* ਮਲਾਈ-ਬਰਫ ice-cream
malba *n.* ਮਲਬਾ wreckage
malbaa *n.* ਮਲਬਾ debris
maleeda banhaunhaa ਮਲੀਦਾ ਬਣਾਉਣਾ masticate
maleriaa *n.* ਮਲੇਰੀਆ malaria
malhamm *n.* ਮੱਲ੍ਹਮ ointment
mallah *n.* ਮਲਾਹ helmsman
mallam *n.* ਮੱਲ੍ਹਮ balm
mallham *n.* ਮੱਲ੍ਹਮ lotion
malmal *n.* ਮਲਮਲ muslin
mal-mootar *n.* ਮਲ-ਮੂਤਰ excrement
mameyaunaa *v.t.* ਮਮਿਆਉਣਾ bleat
mammi *n.* ਮੰਮੀ ma
mamooli chhirkaa *n.* ਮਾਮੂਲੀ ਛਿੜਕਾਅ sprinkling
mamooli vastoo *adj.* ਮਾਮੂਲੀ ਵਸਤੂ nominal
mamooli vastu *n.* ਮਾਮੂਲੀ ਵਸਤੂ mediocrity
man *n.* ਮਨ mind
man behlauna *v.* ਮਨ ਬਹਿਲਾਉਣਾ amuse

man ch bithhaunhaa *v.t.* ਮਨ 'ਚ ਬਿਠਾਉਣਾ infuse
man dee gandh ਮਨ ਦੀ ਗੰਢ preconception
man di lehar *n.* ਮਨ ਦੀ ਲਹਿਰ whim
man ikaagar karnaa *v.* ਮਨ ਇਕਾਗਰ ਕਰਨਾ concentrate
man mailaa karnaa *v.t.* ਮਨ ਮੈਲਾ ਕਰਨਾ envenom
man mouji ਮਨਮੌਜੀ whimsical
manaahi *n.* ਮਨਾਹੀ taboo
manaahi karnaa *v.t.* ਮਨਾਹੀ ਕਰਨਾ proscribe
manahee *n.* ਮਨਾਹੀ proscription
mananhaa *v.t.* ਮੰਨਣਾ comply
manaunaa *v.t.* ਮਨਾਉਣਾ celebrate
manaunhaa *v.t.* ਮਨਾਉਣਾ induce
manaunhaa *v.t.* ਮਨਾਉਣਾ solemnize
manbachnee *n.* ਮਨਬਚਨੀ soliloquy
mandal *n.* ਮੰਡਲ ambit
mandali *n.* ਮੰਡਲੀ gang
mandall *n.* ਮੰਡਲ circumference
mandall ਮੰਡਲ confederation
mandd *adj.* ਮੰਦ obtuse
manddap *n.* ਮੰਡਪ pavillion
manddbudhee *n.* ਮੰਦਬੁੱਧੀ booby
manddbudhi *n.* ਮੰਦਬੁੱਧੀ doit
manddbudhi *n.* ਮੰਦਬੁੱਧੀ dullard
manddi *n.* ਮੰਡੀ mart
mandir *n.* ਮੰਦਿਰ shrine
mandir *n.* ਮੰਦਰ temple
mandir ch rakhnhaa *v.t.* ਮੰਦਰ 'ਚ ਰੱਖਣਾ enshrine
mandtta naal *n.* ਮੰਦਤਾ ਨਾਲ torpidity
manfee *n.* ਮਨਫੀ minus
mangalvaar *n.* ਮੰਗਲਵਾਰ tuesday
mangg *n.* ਮੰਗ requirement
mangg karnaa *v.t.* ਮੰਗ ਕਰਨਾ indent
manggal greh *n.* ਮੰਗਲ ਗ੍ਰਹਿ mars
manggetar *n.* ਮੰਗੇਤਰ fiance
manggna *v.t.* ਮੰਗਣਾ crave
manggnhaa *v.t.* ਮੰਗਣਾ demand
manggta *n.* ਮੰਗਤਾ mendicant
mangharhat *adj.* ਮਨਘੜਤ subjective
mangnaa *v.t.* ਮੰਗਣਾ beg
mangtaa *n.* ਮੰਗਤਾ beggar
manik *n.* ਮਾਣਿਕ carbuncle
manje dee chaadar *n.* ਮੰਜੇ ਦੀ ਚਾਦਰ bed-spread
manjeeraa *n.* ਮੰਜੀਰਾ cymbal
manjja *n.* ਮੰਜਾ bedsheet
manjja *n.* ਮੰਜਾ cot
manjje da gadda *n.* ਮੰਜੇ ਦਾ ਗੱਦਾ bed-quilt
manmarzi da *adj.* ਮਨਮਰਜ਼ੀ ਦਾ wilful
manmatia *adj.* ਮਨਮਤੀਆ heterodox
manmauji *adj.* ਮਨਮੌਜੀ fantastic
mann lainhaa *v.t.* ਮੰਨ ਲੈਣਾ suppose
Mannanha *v.* ਮੰਨਣਾ accede
Mannanha *v.* ਮੰਨਣਾ acknowledge
mano vigeyaan *adj.* ਮਨੋ ਵਿਗਿਆਨ psychology
mano-avasthaa *n.* ਮਨੋ-ਆਵਸਥਾ compunction
manohar *n.* ਮਨੋਹਰ captivating
manoranjak *adj.* ਮਨੋਰੰਜਕ amusing
manoranjakk *adj.* ਮਨੋਰੰਜਕ droll
manoranjan *n.* ਮਨੋਰੰਜਨ entertainment
manoranjan karnaa *v.t.* ਮਨੋਰੰਜਨ ਕਰਨਾ entertain
manoranjann *n.* ਮਨੋਰੰਜਨ recreation
manoranjjan *n.* ਮਨੋਰੰਜਨ pastime
manovigeyaanik *adj.* ਮਨੋਵਿਗਿਆਨਿਕ psychological
mansookh karnaa *v.t.* ਮਨਸੂਖ ਕਰਨਾ rescind
mansookh karnaa *v.t.* ਮਨਸੂਖ ਕਰਨਾ supersede
mansookhi *n.* ਮਨਸੂਖੀ rescission
mantar ਮੰਤਰ incantation
mantav *n.* ਮੰਤਵ puopose
mantraalaa *n.* ਮੰਤਰਾਲਾ ministry
mantree *n.* ਮੰਤਰੀ minister
manukh *n.* ਮਨੁੱਖ mankind
manukkhi *adj.* ਮਨੁੱਖੀ human
manzil *n.* ਮੰਜ਼ਿਲ destination
manzil *n.* ਮੰਜ਼ਿਲ storey
manzoori *n.* ਮਨਜ਼ੂਰੀ approbation
manzoori *n.* ਮਨਜ਼ੂਰੀ avowal
manzoori *n.* ਮਨਜ਼ੂਰੀ sanction

marag *n.* ਮਾਰਗ transit
maran *adj.* ਮਰਨ dying
maratbaan *n.* ਮਰਤਬਾਨ jar
mardaanaa-kot *n.* ਮਰਦਾਨਾ-ਕੋਟ coat
mardaavaan *adj.* ਮਰਦਾਂਵਾਂ masculine
mardaawan *adj.* ਮਰਦਾਵਾਂ virile
mareez *adj.* ਮਰੀਜ਼ patient
mareyaada *n.* ਮਰਿਆਦਾ decorum
marhak chaal *n.* ਮੜਕਚਾਲ saunter
marial ghodaa *n.* ਮਰੀਅਲ ਘੋੜਾ jade
mariyaada *n.* ਮਰਿਆਦਾ deceny
mariyaadaa *n.* ਮਰਿਆਦਾ propriety
marmasthaan *n.* ਮਰਮਸਥਾਨ vitals
marnaa *v.t.* ਮਰਨਾ die
marora dena *v.t.* ਮਰੋੜਾ ਦੇਣਾ wrench
marorhaa *n.* ਮਰੋੜਾ sprain
marorhnaa *v.t.* ਮਰੋੜਨਾ twist
marorna *v.t.* ਮਰੋੜਨਾ wring
marunddnhaa *n.* ਮਰੁੰਡਣਾ nip
masaalaa *n.* ਮਸਾਲਾ mortar
masaalaa *n.* ਮਸਾਲਾ puddle
masaalaa *n.* ਮਸਾਲਾ spice
masaale vala *n.* ਮਸਾਲੇ ਵਾਲਾ spicer
masaaledaar *adj.* ਮਸਾਲੇਦਾਰ spicy
masahaari *adj.* ਮਾਸਾਹਾਰੀ carnivorous
masalaa *n.* ਮਸਾਲਾ condiment
masat *adj.* ਮਸਤ rapt
masati *n.* ਮਸਤੀ rapture
maseet *n.* ਮਸੀਤ mosque
mashaal *n.* ਮਸ਼ਾਲ flambeau
mashaal *n.* ਮਸ਼ਾਲ torch
mashahoori *n.* ਮਸ਼ਹੂਰੀ lime-light
mashahor hasti ਮਸ਼ਹੂਰ ਹਸਤੀ personage
masheen *n.* ਮਸ਼ੀਨ machine
masheen *n.* ਮਸ਼ੀਨ machinery
masheen shaashtar *n.pl.* ਮਸ਼ੀਨ ਸ਼ਾਸ਼ਤਰ mechanics
masheenee *adj.* ਮਸ਼ੀਨੀ mechanical
masheenee manukh *n.* ਮਸ਼ੀਨੀ ਮਨੁੱਖ robot
masheengan *n.* ਮਸ਼ੀਨਗਨ fire-arm
mashkari *n.* ਮਸ਼ਕਰੀ mock
mashkari karnaa *v.i.* ਮਸ਼ਕਰੀ ਕਰਨਾ gibe
mask vajaa *n.* ਮਸਕ ਵਾਜਾ bagpipe
maskeen *adj.* ਮਸਕੀਨ meek
maskharaa *adj.* ਮਸਖਰਾ facetious
masooda *n.* ਮਸੂੜਾ gum
masool *n.* ਮਸੂਲ rick
masool *n.* ਮਸੂਲ tariff
masraan dee daal *n.* ਮਸਰਾਂ ਦੀ ਦਾਲ lentil
mastaanaa *n.* ਮਸਤਾਨਾ madcap
mastik *n.* ਮਸਤਿਕ cranium
mastool *n.* ਮਸਤੂਲ mast
mat *n.* ਮਤ ballot
mat adhikaar *n.* ਮਤ ਅਧਿਕਾਰ suffrage
mat peti *n.* ਮਤ ਪੇਟੀ ballo¶box
mata1 *n.* ਮਤਾ resolution
mataan *conj.* ਮਤਾ lest
matak *v.i.* ਮਟਕ strut
matar *n.* ਮਟਰ pea
matdaata *n.* ਮਤਦਾਤਾ voter
mateaa bhraa *n.* ਮਤੇਆ ਭਰਾ step-brother
mateaa pitaa *n.* ਮਤੇਆ ਪਿਤਾ step-father
mateaa puttar *n.* ਮਤੇਆ ਪੁੱਤਰ step-son
mathaa *n.* ਮੱਥਾ forehead
mathaa thhanhkanhaa *v.t.* ਮੱਥਾ ਠਣਕਣਾ forebode
mathh *n.* ਮੱਠ cloister
mathh *n.* ਮੱਠ convent
mathh nivasi *n.* ਮੁਠ ਨਿਵਾਸੀ monk
mathheyaaee *n.* ਮਠਿਆਈ sweetmeat
matlabi *adj.* ਮਤਲਬੀ egocentric
matreyaa bhraa *n.* ਮਤਰੇਇਆ ਭਰਾ half-brother
matt *n.* ਮੱਟ vat
mattbhed *v.t.* ਮੱਤਭੇਦ dissent
mattdata *adj.* ਮਤਦਾਤਾ constituent
matthh *n.* ਮੱਠ nunnery
mauj naal gaaunhaa *v.t.* ਮੌਜ ਨਾਲ ਗਾਉਣਾ troll
maujood *adj.* ਮੌਜੂਦ handy
maukaa *n.* ਮੌਕਾ chance
maukaa *n.* ਮੌਕਾ locus
maukaa *n.* ਮੌਕਾ opportunity
maukka *n.* ਮੌਕਾ occasion
maulik *adj.* ਮੌਲਿਕ basal
maulik *adj.* ਮੌਲਿਕ creative
maulik *adj.* ਮੌਲਿਕ primordial
maun *adj.* ਮੌਨ reticent

mausam *n.* ਮੌਸਮ weather
mausam anusaar *adj.* ਮੌਸਮ ਅਨੁਸਾਰ seasonable
mausam vigyaan *n.* ਮੌਸਮ ਵਿਗਿਆਨ meteorology
maut *n.* ਮੌਤ death
maut *n.* ਮੌਤ decease
maut dar *n.* ਮੌਤ ਦਰ mortality
maya *n.* ਮਾਇਆ dissimulation
maya jaal *n.* ਮਾਇਆ ਜਾਲ illusion
mayajaal *n.* ਮਾਇਆਜਾਲ delusion
mayajaal ton mukti *v.t.* ਮਾਇਆਜਾਲ ਤੋਂ ਮੁਕਤੀ disillusion
mayoos karnaa *v.t.* ਮਾਯੂਸ ਕਰਨਾ frustrate
mayoosi *n.* ਮਾਯੂਸੀ frustration
mazaak *n.* ਮਜ਼ਾਕ drollery
mazaak *n.* ਮਜ਼ਾਕ joke
mazaak *n.* ਮਜ਼ਾਕ raillery
mazaakiaa ਮਜ਼ਾਕੀਆ humorist
mazaar *n.* ਮਜ਼ਾਰ mockery
mazak karna *n.* ਮਜ਼ਾਕ ਕਰਨਾ banter
mazboot *adj.* ਮਜਬੂਤ impregnable
mazboot ਮਜ਼ਬੂਤ sturdy
mazboot *adj.* ਮਜ਼ਬੂਤ tenacious
mazboot karnaa *v.t.* ਮਜ਼ਬੂਤ ਕਰਨਾ fortify
mazbooti *n.* ਮਜ਼ਬੂਤੀ fortification
mazbooti *n.* ਮਜ਼ਬੂਤੀ tenacity
mazdoor *n.* ਮਜ਼ਦੂਰ jack
mazedaar *adj.* ਮਜ਼ੇਦਾਰ palatable
meaad *n.* ਮਿਆਦ duration
meel *n.* ਮੀਲ mile
meel doori *n.* ਮੀਲ ਦੂਰੀ milage
meel pathar *n.* ਮੀਲ-ਪੱਥਰ milestone
meenaakaari *n.* ਮੀਨਾਕਾਰੀ enamel
meesnhaa *n.* ਮੀਸਣਾ prude
meetar *n.* ਮੀਟਰ meter
mehal *n.* ਮਹਿਲ edifice
mehal *n.* ਮਹਿਲ palace
mehal da baahri hissa *n.* ਮਹਿਲ ਦਾ ਬਾਹਰੀ ਹਿੱਸਾ facade
mehanati *adj.* ਮਿਹਨਤੀ arduous
mehanati *adj.* ਮਿਹਨਤੀ assiduous
mehantee *adj.* ਮਿਹਨਤੀ studious
meharbaan *adj.* ਮਿਹਰਬਾਨ gracious
meharbaani karke *int.* ਮਿਹਰਬਾਨੀ ਕਰਕੇ prithee
mehde da *adj.* ਮਿਹਦੇ ਦਾ gastric
mehmaal *n.* ਮਹਿਮਾਨ guest
mehmaan niwaazi *n.* ਮਹਿਮਾਨ ਨਿਵਾਜ਼ੀ hospitality
mehnat *n.* ਮਿਹਨਤ exertion
mehnat *n.* ਮਿਹਨਤ labour
mehnat karnaa *v.i.* ਮਿਹਨਤ ਕਰਨਾ plod
mehnati *adj.* ਮਿਹਨਤੀ laborious
mehnhaa *n.* ਮੇਹਣਾ taunt
mehntee *adj.* ਮਿਹਨਤੀ toilsome
mehsoos karnaa *v.t.* ਮਹਿਸੂਸ ਕਰਨਾ feel
mel *n.* ਮੇਲ coalition
mel *n.* ਮੇਲ concurrence
mel *n.* ਮੇਲ league
mel *v.t.* ਮੇਲ meet
mel khaanhaaa *v.t.* ਮੇਲ ਖਾਣਾ resemble
meljol ਮੇਲਜੋਲ familliarity
mem sahib *n.* ਮੇਮ ਸਾਹਿਬ ma'am
memnhaa *n.* ਮੇਮਣਾ lamb
meraa *pro.* ਮੇਰਾ my
mevaa *n.* ਮੇਵਾ raisin
meyar *n.* ਮੇਅਰ mayor
mez *n.* ਮੇਜ਼ table
mezbaan *n.* ਮੇਜ਼ਬਾਨ host
miaan *n.* ਮਿਆਨ scabbard
miaan *n.* ਮਿਆਨ sheath
midhanhaa *v.t.* ਮਿੱਧਣਾ trample
midhnhaa *v.t.* ਮਿੱਧਣਾ squash
mihtehaas *n.* ਮਿਥਿਹਾਸ mythology
mijaaz *n.* ਮਿਜਾਜ਼ mood
mijh *n.* ਮਿੱਝ marrow
milaap *n.* ਮਿਲਾਪ meeting
milaaprhaa *adj.* ਮਿਲਾਪੜਾ obliging
milaaprhaa *adj.* ਮਿਲਾਪੜਾ social
milaavat *n.* ਮਿਲਾਵਟ medley
milana *v.t.* ਮਿਲਾਣਾ admix
milanhsaar *adj.* ਮਿਲਣਸਾਰ sociable
milansar *adj.* ਮਿਲਣਸਾਰ affable
milaun da kaarj *n.* ਮਿਲਾਉਣ ਦਾ ਕਾਰਜ affilliation
milauna *v.* ਮਿਲਉਣਾ affilliate
milauna *v.t.* ਮਿਲਾਉਣਾ comprise

milaunaa *v.t.* ਮਿਲਾਉਣਾ blend
milaunhaa *v.t.* ਮਿਲਾਉਣਾ mingle
milaunhaa *v.t.* ਮਿਲਾਉਣਾ shackle
milawat *v.t.* ਮਿਲਾਵਟ admixiture
milawat karni *v.t.* ਮਿਲਾਵਟ ਕਰਨੀ adulterate
milke kamm karna *v.t.* ਮਿਲ ਕੇ ਕੰਮ ਕਰਨਾ unite
milvartan *n.* ਮਿਲਵਰਤਨ co-operation
minaar *n.* ਮੀਨਾਰ pyramid
mint *n.* ਮਿੰਟ minute
mirdangg *n.* ਮਿਰਦੰਗ timbrel
mirg trishnaa *n.* ਮਿਰਗ ਤਰਿਸ਼ਨਾ mirage
mirgi da rog *n.* ਮਿਰਗੀ ਦਾ ਰੋਗ epilepsy
mirgi sambandhi *adj.* ਮਿਰਗੀ ਸੰਬੰਧੀ epileptic
mirtoo soochnaa *n.* ਮਿਰਤੂ ਸੂਚਨਾ obit
misaal yog *adj.* ਮਿਸਾਲ ਯੋਗ exemplary
mishan *n.* ਮਿਸ਼ਨ mission
mishanri *n.* ਮਿਸ਼ਨਰੀ missionary
mishran *n.* ਮਿਸ਼ਰਣ amalgamation
mishran *n.* ਮਿਸ਼ਰਣ batter
mishran *n.* ਮਿਸ਼ਰਨ fusion
mishranh *n.* ਮਿਸ਼ਰਣ farrago
mishranh *n.* ਮਿਸ਼ਰਣ miscellany
mishranh *v.t.* ਮਿਸ਼ਰਨ mix
mishranh *n.* ਮਿਸ਼ਰਨ mixture
mishrat *adj.* ਮਿਸ਼ਰਤ promiscuous
mishrat karnaa *v.t.* ਮਿਸ਼ਰਿਤ ਕਰਨਾ commingle
mishree *n.* ਮਿਸ਼ਰੀ candy
mit jana *v.* ਮਿਟ ਜਾਣਾ vanish
mita dena *v.t.* ਮਿਟਾ ਦੇਣਾ annihilate
mitaaunh vala *n.* ਮਿਟਾਉਣ ਵਾਲਾ eraser
mitaaunhaa *v.t.* ਮਿਟਾਉਣਾ erase
mitaaunhaa *v.t.* ਮਿਟਾਉਣਾ expunge
mitartana *adj.* ਮਿਤਰਤਾਨਾ amicable
mitartta *n.* ਮਿਤਰਤਾ amity
mitartta nal *adv.* ਮਿਤਰਤਾ ਨਾਲ amiably
mitarttana *adv.* ਮਿਤਰਤਾਨਾ amicably
mitaunhaa *v.t.* ਮਿਟਾਉਣਾ delete
mitaunhaa *n.* ਮਿਟਾਉਣਾ obilteration
mitaunhaa *v.t.* ਮਿਟਾਉਣਾ perish
mith lainhaa *v.t.* ਮਿੱਥ ਲੈਣਾ presume
mithaa *adj.* ਮਿੱਠਾ sweet
mithaas *n.* ਮਿਠਾਸ suavity
mithaas vala *n.* ਮਿਠਾਸ ਵਾਲਾ suaviter
mithehaasik *adj.* ਮਿਥਿਹਾਸਿਕ mythological
mitheyaa *v.t.* ਮਿਥਿਆ misapply
mitheyaa *n.* ਮਿਥਿਆ myth
mithha karnaa *v.t.* ਮਿੱਠਾ ਕਰਨਾ sweeten
mithhaa *adj.* ਮਿੱਠਾ dulcet
mithhaa *adj.* ਮਿੱਠਾ tasteful
mithhapanh *n.* ਮਿੱਠਾਪਣ sweetness
mithhi goli *n.* ਮਿੱਠੀ ਗੋਲੀ toffee
mittar *n.* ਮਿੱਤਰ comrade
mittar *adj.* ਮਿੱਤਰ confederate
mittar *n.* ਮਿੱਤਰ fellow
mittar *n.* ਮਿੱਤਰ mate
mittar banauna *v.t.* ਮਿੱਤਰ ਬਣਾਉਣਾ befriend
mittar bhaav *n.* ਮਿੱਤਰ ਭਾਵ entente
mitti *n.* ਮਿੱਟੀ clay
mitti *n.* ਮਿੱਟੀ dirt
mitti *n.* ਮਿੱਟੀ soil
mitti da *adj.* ਮਿੱਟੀ ਦਾ earthen
mitti da *adj.* ਮਿੱਟੀ ਦਾ earthy
mitti da tel *n.* ਮਿੱਟੀ ਦਾ ਤੇਲ kerosene
mitti da tel *n.* ਮਿੱਟੀ ਦਾ ਤੇਲ rock-oil
mitti de bartan *n.* ਮਿੱਟੀ ਦੇ ਬਰਤਨ crockery
mitti de bhaande *n.* ਮਿੱਟੀ ਦੇ ਭਾਂਡੇ earthenware
mitti ranga *adj.* ਮਿੱਟੀ ਰੰਗਾ wan
miyaad *n.* ਮਿਆਦ term
mizaail *n.* ਮਿਜ਼ਾਈਲ missile
mizaaz *n.* ਮਿਜਾਜ਼ squeamish
mkholiya *adj.* ਮਖੌਲੀਆ witty
mochi *n.* ਮੋਚੀ cobbler
mochi da suaa *n.* ਮੋਚੀ ਦਾ ਸੂਆ awl
mod *n.* ਮੋੜ bend
modhaa *n.* ਮੋਢਾ shoulder
modhe maarnaa *v.t.* ਮੋਢੇ ਮਾਰਨਾ shrug
modhee *n.* ਮੋਢੀ pioneer
modraa *n.* ਮੁਦਰਾ coinage
moh jaal *n.* ਮੋਹਜਾਲ fascination
moh lainhaa *v.t.* ਮੋਹ ਲੈਣਾ enamour
moh lainhaa *v.t.* ਮੋਹ ਲੈਣਾ mash

mohak *n.* ਮੋਹਕ enchanter
mohaledhaar meehn *n.* ਮੋਹਲੇਧਾਰ ਮੀਂਹ downpour
mohar laaunhaa ਮੋਹਰ ਲਾਉਣਾ impress
mohar launhaa *v.t.* ਮੋਹਰ ਲਾਉਣਾ stamp
mohit karnaa *v.t.* ਮੋਹਿਤ ਕਰਨਾ delude
mohit karnaa *v.t.* ਮੋਹਿਤ ਕਰਨਾ entice
mohit karnaa *v.t.* ਮੋਹਿਤ ਕਰਨਾ fascinate
mohlat *n.* ਮੋਹਲਤ respite
mohlat denhaa *n.* ਮੋਹਲਤ ਦੇਣਾ reprieve
mohledhaar meehn *n.* ਮੋਹਲੇਧਾਰ ਮੀਂਹ deluge
mohraa ਮੋਹਰਾ pawn
mohraakashee *n.* ਮੋਹਰਾਕਸ਼ੀ fresco
mohri *n.* ਮੋਹਰੀ precursor
mokash *n.* ਮੋਕਸ਼ beatitude
mom *n.* ਮੋਮ bees-wax
mom *n.* ਮੋਮ wax
mom da *adj.* ਮੋਮ ਦਾ waxen
mombatti *n.* ਮੋਮਬੱਤੀ candle
mombatti *n.* ਮੋਮਬੱਤੀ taper
momjaama *n.* ਮੋਮਜਾਮਾ oil-cloth
moodhaa *adj.* ਮੂਧਾ prone
moodhaa *v.t.* ਮੂਧਾ prostrate
moohfatt *adj.* ਮੂੰਹਫੱਟ outspoken
moohn *n.* ਮੂੰਹ brim
moohn *n.* ਮੂੰਹ mouth
moohn bandd karnaa *v.t.* ਮੂੰਹ ਬੰਦ ਕਰਨਾ gag
moohn bhar *n.* ਮੂੰਹ ਭਰ mouthful
moohn dee bimaree *n.* ਮੂੰਹ ਦੀ ਬੀਮਾਰੀ canker
mool *adj.* ਮੂਲ radical
mool khardaa *n.* ਮੂਲ ਖਰੜਾ protocol
mool paathh *n.* ਮੂਲਪਾਠ text
mool roop *n.* ਮੂਲ ਰੂਪ prototype
mool shabad dee viontpatti *n.* ਮੂਲ ਸ਼ਬਦ ਦੀ ਵਿਉਂਤਪੱਤੀ derivation
mooli *n.* ਮੂਲੀ radish
moolvaasi *n.* ਮੂਲਵਾਸੀ native
moongaa *n.* ਮੂੰਗਾ coral
moongfali *n.* ਮੂੰਗਫਲੀ groun·nut
moongli *n.* ਮੂੰਗਲੀ mallet
moor *n.* ਮੂਰ moor
moorakh *n.* ਮੂਰਖ blockhead
moorakh *n.* ਮੂਰਖ clod
moorakh *adj.* ਮੂਰਖ crass
moorakh *adj.* ਮੂਰਖ daft
moorakh *n.* ਮੂਰਖ duffer
moorakh *adj.* ਮੂਰਖ fatuous
moorakh *n.* ਮੂਰਖ fool
moorakh *n.* ਮੂਰਖ idiot
moorakh *adj.* ਮੂਰਖ imbecile
moorakh *adj.* ਮੂਰਖ inane
moorakh *adj.* ਮੂਰਖ silly
moorakh *n.* ਮੂਰਖ simpleton
moorakh *adj.* ਮੂਰਖ stupid
moorakh banauna *v.t.* ਮੂਰਖ ਬਣਾਉਣਾ befool
moorakh banhaunhaa *v.t.* ਮੂਰਖ ਬਣਾਉਣਾ infatuate
moorakh viakti *n.* ਮੂਰਖ ਵਿਅਕਤੀ dunce
moorakhtaa *n.* ਮੂਰਖਤਾ folly
moorakhtaa *adj.* ਮੂਰਖਤਾ foolish
moorakhtaa *n.* ਮੂਰਖਤਾ nonsense
moorakhtaa *n.* ਮੂਰਖਤਾ silliness
moorakhtaa *n.* ਮੂਰਖਤਾ stupidity
moorchhataa *n.* ਮੂਰਛਤਾ delirium
moorkh *adj.* ਮੂਰਖ witless
moorkhtaapooran vaartaa *n.* ਮੂਰਖਤਾਪੂਰਣ ਵਾਰਤਾ bosh
moorti *n.* ਮੂਰਤੀ effigy
moorti *n.* ਮੂਰਤੀ icon
moorti *n.* ਮੂਰਤੀ idol
moorti *n.* ਮੂਰਤੀ statue
moorti banhaunhaa *v.t.* ਮੂਰਤੀ ਬਣਾਉਣਾ idolize
moorti kalaa *n.* ਮੂਰਤੀਕਲਾ statuary
moorti karnaa *v.t.* ਮੁਕਤ ਕਰਨਾ liberate
moorti todan vala *n.* ਮੂਰਤੀ ਤੋੜਨ ਵਾਲਾ iconoclast
moortimaan *n.* ਮੂਰਤੀਮਾਨ embodiment
moorti-pooja *n.* ਮੂਰਤੀ ਪੂਜਾ idolatry
moorti-poojak *n.* ਮੂਰਤੀ ਪੂਜਕ idolater
mootar thailee *n.* ਮੂਤਰ-ਥੈਲੀ bladder
morar varkshaap *n.* ਮੋਟਰ ਵਰਕਸ਼ਾਪ garage
morchaabanddi *n.* ਮੋਰਚਾਬੰਦੀ rampart

morh denhaa *v.t.* ਮੋੜ ਦੇਣਾ restore
morhan *n.* ਮੋੜਨ turning
morhnaa *n.* ਮੋੜਨਾ recall
morhnaa *v.t.* ਮੋੜਨਾ turn
morhvaan javaab *n.* ਮੋੜਵਾਂ ਜਵਾਬ rejoinder
mori *n.* ਮੋਰੀ slot
morni *n.* ਮੋਰਨੀ peahen
mota *adj.* ਮੋਟਾ fat
mota honhaa *v.t.* ਮੋਟਾ ਹੋਣਾ fatten
mota kamball *n.* ਮੋਟਾ ਕੰਬਲ rug
mota rassa *n.* ਮੋਟਾ ਰੱਸ਼ਾ cabie
mota unni vastar *n.* ਮੋਟਾ ਉੱਨੀ ਵਸਤਰ baize
motaa *adj.* ਮੋਟਾ thick
motaa karnaa *v.t.* ਮੋਟਾ ਕਰਨਾ thicken
motaa taaza *adj.* ਮੋਟਾ ਤਾਜ਼ਾ plump
motaaee *n.* ਮੋਟਾਈ thickness
motaapaa *n.* ਮੋਟਾਪਾ fatness
motaapaa *n.* ਮੋਟਾਪਾ obesity
motaa-taaza *adj.* ਮੋਟਾ-ਤਾਜ਼ਾ fleshy
motar *n.* ਮੋਟਰ motor
motar gaddi *n.* ਮੋਟਰ ਗੱਡੀ automobile
mota-taaza *adj.* ਮੋਟਾ-ਤਾਜ਼ਾ burly
mote akkhraan vich likhnhaa *v.t.* ਮੋਟੇ ਅੱਖਰਾਂ 'ਚ ਲਿਖਣਾ engross
mote chehre wala *adj.* ਮੋਟੇ ਚਿਹਰੇ ਵਾਲਾ chubby
moti *n.* ਮੋਤੀ bead
moti *n.* ਮੋਤੀ pearl
moti chhananhee *n.* ਮੋਟੀ ਛਾਨਣੀ riddle
motiaa bindd *n.* ਮੋਤੀਆ-ਬਿੰਦ cataract
motia-bindd *n.* ਮੋਤੀਆ-ਬਿੰਦ glaucoma
motor-chalak *n.* ਮੋਟਰ-ਚਾਲਕ chauffeur
mrit *adj.* ਮ੍ਰਿਤ deceased
mritik vaang *adj.* ਮ੍ਰਿਤਕ ਵਾਂਗ deadly
mrittak *n.* ਮ੍ਰਿਤਕ dead
mtheyaaeeaan *n.* ਮਠਿਆਈਆਂ sweets
muaavza denhaa ਮੁਆਵਜ਼ਾ ਦੇਣਾ remunerate
muaavzaa *n.* ਮੁਆਵਜ਼ਾ compensation
muafi *n.* ਮੁਆਫ਼ੀ apology
muafi manggna ਮੁਆਫ਼ੀ ਮੰਗਣਾ apologize
muafiyog *adj.* ਮੁਆਫ਼ੀਯੋਗ apologetic
muattal karnaa ਮੁਅੱਤਲ ਕਰਨਾ suspend
muchh *n.* ਮੁੱਛ moustache
mud *adv.* ਮੁੜ henceforth
muddh *n.* ਮੁੱਢ origin
mude fal wali talwar *n.* ਮੁੜੇ ਫਲ ਵਾਲੀ ਤਲਵਾਰ cutlass
mudeya hoya *adj.* ਮੁੜਿਆ ਹੋਇਆ aquiline
mudhee *n.* ਮੁੱਢੀ stubble
mudhhla *adj.* ਮੁਢਲਾ basic
mudhlaa *n.* ਮੁਢਲਾ initial
mudhlaa ਮੁਢਲਾ primary
mudhlee *adj.* ਮੁਢਲੀ pristine
mudhlee sahayetaa *n.* ਮੁਢਲੀ ਸਹਾਇਤਾ first aid
mufatkhoraa *n.* ਮੁਫਤਖੋਰਾ sponger
muhaarat *n.* ਮੁਹਾਰਤ mastery
muhaarat *n.* ਮੁਹਾਰਤ skill
muhaarat *n.* ਮੁਹਾਰਤ speciality
muhaavraa *n.* ਮੁਹਾਵਰਾ diction
muhaavraa *n.* ਮੁਹਾਵਰਾ idiom
muhaavredaar *adj.* ਮੁਹਾਵਰੇਦਾਰ idiomatic
mujrim *adj.* ਮੁਜਰਿਮ criminal
mukaablaa *n.* ਮੁਕਾਬਲਾ emulation
mukaablaa karan vala *adj.* ਮੁਕਾਬਲਾ ਕਰਨ ਵਾਲਾ emulous
mukaaunhaa *v.t.* ਮੁਕਾਉਣਾ finish
mukablaa *n.* ਮੁਕਾਬਲਾ competition
mukabledayak *adj.* ਮੁਕਾਬਲੇਦਾਇਕ competitive
mukat *n.* ਮੁਕਟ crown
mukat *n.* ਮੁਕਟ diadem
mukat *adj.* ਮੁਕਤ free
mukat karnaa *v.t.* ਮੁਕਤ ਕਰਨਾ emancipate
mukat karnaa *v.t.* ਮੁਕਤ ਕਰਨਾ exempt
mukh *adj.* ਮੁਖ main
mukh *n.* ਮੁਖ major
mukh *adj.* ਮੁੱਖ salient
mukh aasraa *n.* ਮੁਖ ਆਸਰਾ mainstay
mukh daftar ਮੁੱਖ ਦਫਤਰ headquarters
mukh roop vich *adv.* ਮੁੱਖ ਰੂਪ ਵਿੱਚ primarily
mukh takhtaa *n.* ਮੁੱਖ ਤਖਤਾ signboard
mukhbandh *n.* ਮੁੱਖਬੰਧ foreword
mukhee *adj.* ਮੁਖੀ chief
mukhee darvaaza *n.* ਮੁੱਖੀ ਦਰਵਾਜ਼ਾ portal
mukhi *adj.* ਮੁਖੀ principal

mukhtaarnaamaa *n.* ਮੁਖਤਾਰਨਾਮਾ proxy
mukka *n.* ਮੁੱਕਾ punch
mukka maarnaa *v.t.* ਮੁੱਕਾ ਮਾਰਨਾ thump
mukkadmaa ladnaa *v.t.* ਮੁਕੱਦਮਾ ਲੜਨਾ litigate
mukkadmebaazi *n.* ਮੁਕੱਦਮੇਬਾਜ਼ੀ litigation
mukkarnaa *v.t.* ਮੁੱਕਰਨਾ recant
mukkdma karnaa *v.i.* ਮੁਕੱਦਮਾ ਕਰਨਾ suit
mukkebazee *n.* ਮੁਕੇਬਾਜ਼ੀ boxing
mukki *n.* ਮੁਕੀ fist
mukt karna *adj.* ਮੁਕਤ ਕਰਨਾ unbridled
mukt kiarna *v.t.* ਮੁਕਤ ਕਰਨਾ unloose
muktee *n.* ਮੁਕਤੀ exemption
mukti *n.* ਮੁਕਤੀ emancipation
mukti *n.* ਮੁਕਤੀ salvation
muktidaata *n.* ਮੁਕਤੀਦਾਤਾ messiah
Mukt-karna *v.t.* ਮੁਕਤ ਕਰਨਾ absolve
mulaakaat *n.* ਮੁਲਾਕਾਤ interview
mull *n.* ਮੁੱਲ appraisal
mull ghataunaa *v.t.* ਮੁੱਲ ਘਟਾਉਣਾ debase
mull ghataunaa *v.i.* ਮੁੱਲ ਘਟਾਉਣਾ depreciate
mull paun wala *n.* ਮੁੱਲ ਪਾਉਣ ਵਾਲਾ appraiser
mull pauna *v.i.* ਮੁੱਲ ਪਾਉਣਾ appraise
mullankanh karnaa *v.t.* ਮੁਲਾਂਕਣ ਕਰਨਾ evaluate
mull-ghataayee *n.* ਮੁੱਲ-ਘਟਾਈ depreciation
munaara *n.* ਮੁਨਾਰਾ obelisk
munaaraa *n.* ਮੁਨਾਰਾ steeple
munaaraa *n.* ਮੁਨਾਰਾ tower
munda *n.* ਮੁੰਡਾ urchin
munddan sanskaar *n.* ਮੁੰਡਨ ਸੰਸਕਾਰ tonsure
munddpunaa *n.* ਮੁੰਡਪੁਣਾ boyhood
munddpunhaa *n.* ਮੁੰਡਪੁਣਾ puerility
mundeyaan vaang *adj.* ਮੁੰਡਿਆ ਵਾਂਗ boyish
muneem *n.* ਮੁਨੀਮ book-keeper
murabba *n.* ਮੁਰੱਬਾ confection
Murakhtaa *n.* ਮੂਰਖਤਾ absurdity
Murakhtaapooran *adj.* ਮੂਰਖਤਾਪੂਰਣ absurd
murammat *n.* ਮੁਰੰਮਤ reparation
murammat karan wala *n.* ਮੁਰੰਮਤ ਕਰਨ ਵਾਲਾ cooper
murammat karan yog *adj.* ਮੁਰੰਮਤ ਕਰਨ ਯੋਗ retrievable
murammat karnaa *v.t.* ਮੁਰੰਮਤ ਕਰਨਾ repair
murammat yog *adj.* ਮੁਰੰਮਤ ਯੋਗ repairable
murdaa *n.* ਮੁਰਦਾ carcass
murde wala baksa *n.* ਮੁਰਦੇ ਵਾਲਾ ਬਕਸਾ coffin
murde wali topi *n.* ਮੁਰਦੇ ਵਾਲੀ ਪੇਟੀ casket
murgaa *n.* ਮੁਰਗਾ cock
murgaabi *n.* ਮੁਰਗਾਬੀ loom
murge dee bolee *n.* ਮੁਰਗੇ ਦੀ ਬੋਲੀ chuck
murge dee kalgee *n.* ਮੁਰਗੇ ਦੀ ਕਲਗੀ cockscomb
murgee khaanaa *n.* ਮੁਰਗੀਖਾਨਾ poultry
murgi *n.* ਮੁਰਗੀ hen
murh basaunhaa *v.t.* ਮੁੜ ਬਸਾਉਣਾ repeople
murh chhooheyaa *n.* ਮੁੜ ਛੂਹਿਆ retouch
murh prapat karnaa *v.t.* ਮੁੜ ਪ੍ਰਾਪਤ ਕਰਨਾ regain
murh prapati *n.* ਮੁੜ ਪ੍ਰਾਪਤੀ reclamation
murh taaza karnaa *v.t.* ਮੁੜ ਤਾਜ਼ਾ ਕਰਨਾ refresh
murh utpaadan *v.t.* ਮੁੜ ਉਤਪਾਦਨ reproduction
murjhaaunhaa *v.i.* ਮੁਰਝਾਉਣਾ fade
murjhayeaa hoyeyaa *adj.* ਮੁਰਝਾਇਆ ਹੋਇਆ faint
murrabba *n.* ਮੁਰੱਬਾ jelly
musaam *n.* ਮੁਸਾਮ pore
musaam daar *adj.* ਮੁਸਾਮਦਾਰ porous
musabbar *n.* ਮੁਸੱਬਰ aloe
mushkal *n.* ਮੁਸ਼ਕਲ trouble
mushkal naa; *adv.* ਮੁਸ਼ਕਲ ਨਾਲ hardly
mushkal naal *adv.* ਮੁਸ਼ਕਲ ਨਾਲ narrowly
mushkal naal *adv.* ਮੁਸ਼ਕਿਲ ਨਾਲ scarcely
mushkil *n.* ਮੁਸ਼ਕਿਲ intricacy
mushkil naal *adv.* ਮੁਸ਼ਕਿਲ ਨਾਲ barely
muskraundaa *adj.* ਮੁਸਕਾਰਉਂਦਾ smiling
muskraunhaa *v.i.* ਮੁਸਕਰਾਉਣਾ smile
muteyaar *n.* ਮੁਟਿਆਰ lass

muthaaj *n.* ਮੁਥਾਜ pauper
muthaaj *adj.* ਮੁਥਾਜ penniless
muthhbhed *v.t.* ਮੁੱਠਭੇੜ encounter
muutar sambhandhi *adj.* ਮੂਤਰ ਸੰਬੰਧੀ urinary

N

na bachaunh yog *adj.* ਨਾ ਬਚਾਉਣ ਯੋਗ indefensible
na badlan wala *adj.* ਨਾ ਬਦਲਣ ਵਾਲਾ unwavering
na chhoohanyog *adj.* ਨਾਛੂਹਣਯੋਗ untouchable
na chhooya hoya *adj.* ਨਾ ਛੂਹਿਆਂ ਹੋਇਆ untouched
na jayez *adj.* ਨਾਜਾਇਜ਼ illegitimate
na keha hoya *adj.* ਨਾ ਕਿਹਾ ਹੋਇਆ untold
na khaanh yog *adj.* ਨਾ ਖਾਣ ਯੋਗ inedible
na kuchleya hoya *adj.* ਨਾ ਕੁਚਲਿਆ ਹੋਇਆ untrodden
na maafi yog *adj.* ਨਾ ਮਾਫੀ ਯੋਗ inexcusable
na padeyaa ja sakanh vala *adj.* ਨਾ ਪੜ੍ਹਿਆ ਜਾ ਸਕਣ ਵਾਲਾ illegible
na pehchaananhaa *v.t.* ਨਾ ਪਹਿਚਾਨਣਾ disown
na samjhanh yog *adj.* ਨਾ ਸਮਝਣ ਯੋਗ s
na sehanyog ਨਾ ਸਹਿਣਯੋਗ untolerable
naa hee *adv.* ਨਾ ਹੀ neither
naa jurya hoya *adj.* ਨਾ ਜੁੜਿਆ ਹੋਇਆ unconnected
naa kaafi *adj.* ਨਾਕਾਫੀ inadequate
naa karnaa *v.t.* ਨਾ ਕਰਨਾ disavow
naabaalag *adj.* ਨਾਬਾਲਗ minor
naach *n.* ਨਾਚ nautch
naadi *n.* ਨਾੜੀ vein
naaee *n.* ਨਾਈ barber
naagrik *n.* ਨਾਗਰਿਕ citizen
naagrik *n.* ਨਾਗਰਿਕ denizen
naagrik sainaa *n.* ਨਾਗਰਿਕ ਸੈਨਾ militia
naagrikta *n.* ਨਾਗਰਿਕਤਾ citizenship
naakaafi *adj.* ਨਾ ਕਾਫੀ insufficient
naal *n.* ਨਾਲ਼ pipe
naal *prep.* ਨਾਲ with
naali *n.* ਨਾਲੀ shin
naalon *conj.* ਨਾਲੋਂ than
naam ਨਾਮ name
naam dhareek *adj.* ਨਾਮ ਧਰੀਕ tituler
naam rakhnhaa *v.t.* ਨਾਮ ਰੱਖਣਾ entitle
naam soochak pustak *n.* ਨਾਮ ਸੂਚਕ ਪੁਸਤਕ directory
naamaatar *adj.* ਨਾਮਾਤਰ scarce
naamaavali *n.* ਨਾਮਾਵਲੀ nomenclature
naamarad *adj.* ਨਾਮਰਦ pusillanimous
naami *n.* ਨਮੀ moisture
naamkaran *v.t.* ਨਾਮਕਰਣ ਕਰਨਾ christen
naamzad karnaa ਨਾਮਜ਼ਦ ਕਰਨਾ nominate
naamzadd viaktee *n.* ਨਾਮਜ਼ਦ ਵਿਅਕਤੀ nominee
naamzadgi *n.* ਨਾਮਜ਼ਦਗੀ nomination
naanv *n.* ਨਾਂਵ noun
naapanh yanttar *n.* ਨਾਪਣ ਯੰਤਰ divider
naapasandd karnaa *v.t.* ਨਾਪਸੰਦ ਕਰਨਾ dislike
naapasanddagi *n.* ਨਾਪਸੰਦਗੀ disrelish
naaraa *n.* ਨਾਅਰਾ slogan
naarhee *n.* ਨਾੜੀ sinus
naas *n.* ਨਾਸ nostril
naas karnaa *n.* ਨਾਸ ਕਰਨਾ break-down
naasaan *adj.* ਨਾਸਾਂ olfactory
naash *n.* ਨਾਸ਼ decadence
naash *n.* ਨਾਸ਼ declension
naash *n.* ਨਾਸ਼ dilapidation
naash ਨਾਸ਼ downfall
naash *n.* ਨਾਸ਼ erosion
naash ਨਾਸ਼ extirpation
naash *n.* ਨਾਸ਼ ravage
naash *n.* ਨਾਸ਼ undoing
naash karna *v.t.* ਨਾਸ਼ ਕਰਨਾ undo
naash karnaa *v.t.* ਨਾਸ਼ ਕਰਨਾ dilapidate
naash karnaa *v.t.* ਨਾਸ਼ ਕਰਨਾ extirpate
naash yog *adj.* ਨਾਸ਼ ਯੋਗ destructible
naashak *n.* ਨਾਸ਼ਕ destroyer
naashak *adj.* ਨਾਸ਼ਕ fatal
naashkaar *n.* ਨਾਸ਼ਕਾਰ vandal
naashtaa *n.* ਨਾਸ਼ਤਾ breakfast

naashukraa *adj.* ਨਾਸ਼ੁਕਰਾ thankless
naashvaan ਨਾਸ਼ਵਾਨ perishable
naaski *adj.* ਨਾਸਕੀ nasal
naastak *v.t.* ਨਾਸਤਕ profane
naastikk *n.* ਨਾਸਤਿਕ skeptic
naastikktaa *n.* ਨਾਸਤਿਕਤਾ paganism
naastikta *n.* ਨਾਸਤਿਕਤਾ unbelief
naastikta *n.* ਨਾਸਤਿਕ unbeliever
naat mandlee *n.* ਨਾਟ ਮੰਡਲੀ troup
naatak *n.* ਨਾਟਕ drama
naatak de paatar *n.* ਨਾਟਕ ਦੇ ਪਾਤਰ dramatis personae
naatak sambandhi *adj.* ਨਾਟਕ ਸੰਬੰਧੀ dramatic
naatakakaar *n.* ਨਾਟਕਕਾਰ dramatist
naatki roop denha *v.t.* ਨਾਟਕੀ ਰੂਪ ਦੇਣਾ dramatize
naavalkaar *n.* ਨਾਵਲਕਾਰ novelist
nabaz *n.* ਨਬਜ਼ pulse
nabbe *n.* ਨੱਬੇ ninety
nabbevaan *adj.* ਨੱਬੇਵ੍ਹਾਂ ninetieth
nachanhaa *v.t.* ਨੱਚਣਾ dance
nachhatar *n.* ਨਛੱਤਰ constellation
nachhattar *n.* ਨਛੱਤਰ luminary
nachod *n.* ਨਚੋੜ gist
nachorhnaa *v.t.* ਨਚੋੜਨਾ squeeze
nadee daa sanggam *n.* ਨਦੀ ਦਾ ਸੰਗਮ confluence
nadeen *n.* ਨਦੀਨ weed
nadi *n.* ਨਦੀ stream
nadi vale paase *n.* ਨਦੀ ਵਾਲੇ ਪਾਸੇ riverside
naeetret *n.* ਨਾਈਟਰੇਟ nitrate
nafarat karnaa *v.t.* ਨਫਰਤ ਕਰਨਾ loathe
nafrat *n.* ਨਫਰਤ hatred
nafrat karnaa *v.* ਨਫਰਤ ਕਰਨਾ hate
nafrat karnaa *v.t.* ਨਫਰਤ ਕਰਨਾ scorn
Nafrat karni *v.t.* ਨਫਰਤ ਕਰਨੀ abhor
nafratyog *adj.* ਨਫਰਤਯੋਗ odious
nag *n.* ਨਗ item
nagaapann *n.* ਨੰਗਾਪਣ bareness
nagan *adj.* ਨਗਨ nude
naganeekaran *n.* ਨਗਨੀਕਰਣ denudation
nagar sambandhee *adj.* ਨਗਰ ਸੰਬੰਧੀ civic
nagarpaalika *n.* ਨਗਰ ਪਾਲਿਕਾ municipality
nageene da paihloo *n.* ਨਗੀਨੇ ਦਾ ਪਹਿਲੂ facet
nagga karnaa *v.t.* ਨੰਗਾ ਕਰਨਾ dismantle
nagga karnaa *v.t.* ਨੰਗਾ ਕਰਨਾ disrobe
naggaa *adj.* ਨੰਗਾ naked
naghochee ਨਘੋਚੀ captious
naghochi *adj.* ਨਘੋਚੀ punctilious
nagma gaona *v.t.* ਨਗਮਾ ਗਾਉਣਾ warble
nagrik shaashtar *n.* ਨਾਗਰਿਕ ਸ਼ਾਸ਼ਤਰ civics
naheen *adj.* ਨਹੀਂ no
naheen *adv.* ਨਹੀਂ not
naheen taan *adv.* ਨਹੀਂ ਤਾਂ otherwise
naitik mull *adj.* ਨੈਤਿਕ ਮੁੱਲ ethic
najayez dhandda *n.* ਨਾਜਾਇਜ਼ ਧੰਦਾ racketeering
najayez ulaad *n.* ਨਾਜਾਇਜ਼ ਔਲਾਦ bastard
nakaab lahuna *v.t.* ਨਕਾਬ ਲਾਹੁਣਾ unmask
nakaaraa *adj.* ਨਕਾਰਾ invalid
nakad *n.* ਨਕਦ cash
nakad bhugtaan *n.* ਨਕਦ ਭੁਗਤਾਨ encashment
nakal *n.* ਨਕਲ imitation
nakal *n.* ਨਕਲ replica
nakal karan yog *adj.* ਨਕਲ ਕਰਨ ਯੋਗ imitable
nakal karnaa *v.t.* ਨਕਲ ਕਰਨਾ imitate
nakal karnaa *v.t.* ਨਕਲ ਕਰਨਾ transcribe
nakat drishti *n.* ਨਿਕਟ ਦਰਿਸ਼ਟੀ myopia
nakhalistaan *n.* ਨਖਲਸਤਾਨ oasis
nakhrebaazi *n.* ਨਖਰੇਬਾਜ਼ੀ prudery
nakk *n.* ਨੱਕ nose
nakk dee mail *n.* ਨੱਕ ਦੀ ਮੈਲ snot
nakk vagnhaa *n.* ਨੱਕ ਵਗਣਾ snivel
nakkaashi *n.* ਨੱਕਾਸ਼ੀ engraving
nakkaashi karnaa *v.t.* ਨੱਕਾਸ਼ੀ ਕਰਨਾ engrave
nakkashi da kamm *n.* ਨੱਕਾਸ਼ੀ ਦਾ ਕੰਮ fretwork
nakkashi karnaa *v.t.* ਨੱਕਾਸ਼ੀ ਕਰਨਾ fret
naklee *n.* ਨਕਲੀ celluloid
naklee *adj.* ਨਕਲੀ spurious

naklee ਨਕਲੀ strained
naklee dand *n.* ਨਕਲੀ ਦੰਦ denture
naklee resham *n.* ਨਕਲੀ ਰੇਸ਼ਮ rayon
nakleeaa *n.* ਨਕਲੀਆ mimic
nakli *adj.* ਨਕਲੀ artificial
nakli *n.* ਨਕਲੀ pseudo
nakli jalmarag *n.* ਨਕਲੀ ਜਲਮਾਰਗ aqueduct
nakli vastu *v.t.* ਨਕਲੀ ਵਸਤੂ counterfeit
nakshaa *n.* ਨਕਸ਼ਾ chart
nakshaa *n.* ਨਕਸ਼ਾ map
nakshaa banaun wala *n.* ਨਕਸ਼ਾ ਬਣਾਉਣ ਵਾਲਾ draftsman
naksheyan di pustak *n.* ਨਕਸ਼ਿਆਂ ਦੀ ਪੁਸਤਕ atlas
nal lagda *adj.* ਨਾਲ ਲੱਗਦਾ adjacent
nal nal *adv.* ਨਾਲ-ਨਾਲ along
nalbandi *n.* ਨਲਬੰਦੀ vasectomy
nali daa chhek *n.* ਨਲੀ ਦਾ ਛੇਕ orifice
nalke laaunh vala *n.* ਨਲਕੇ ਲਾਉਣ ਵਾਲਾ plumber
nalkee *n.* ਨਲਕੀ tube
nam na dassdyan *adj.* ਨਾਮ ਨਾ ਦਸਦਿਆਂ anonymously
nam rehat *adj.* ਨੇਮ ਰਹਿਤ unruly
namaskaar ਨਮਸਕਾਰ obeisance
namaskaar karnaa *n.* ਨਮਸਕਾਰ greeting
namaskar *n.* ਨਮਸਕਾਰ adieu
namdaa *n.* ਨਮਦਾ felt
namkeen *adj.* ਨਮਕੀਨ briny
namkeen machhi *n.* ਨਮਕੀਨ ਮੱਛੀ anchovy
namoona *n.* ਨਮੂਨਾ model
namoona ਨਮੂਨਾ specimen
namoonaa *n.* ਨਮੂਨਾ pattern
namoonaa *n.* ਨਮੂਨਾ sample
nanga karna *v.t.* ਨੰਗਾ ਕਰਨਾ unclothe
nanga karna ਨੰਗਾ ਕਰਨਾ uncover
nange pair *anj.* ਨੰਗੇ ਪੈਰ bootless
nange pair *adj.* ਨੰਗੇ ਪੈਰ unshod
nangga *adj.* ਨੰਗਾ bare
nangga karnaa *v.* ਨੰਗਾ ਕਰਨਾ denude
nangga karnaa *v.t.* ਨੰਗਾ ਕਰਨਾ strip
nanggaa karnaa *v.t.* ਨੰਗਾ ਕਰਨਾ expose
nar gadhaa *n.* ਨਰ ਗਧਾ jackass
naraaz karnaa *v.i.* ਨਰਾਜ਼ ਕਰਨਾ offend
narak *n.* ਨਰਕ hell
narak da *adj.* ਨਰਕ ਦਾ damned
narak sambandhi *adj.* ਨਰਕ ਸੰਬੰਧੀ infernal
narak sambandhi *adj.* ਨਰਕ ਸੰਬੰਧੀ stygian
narak-dandd *n.* ਨਰਕ-ਦੰਡ damnation
naram *adj.* ਨਰਮ soft
naram karnaa *v.i.* ਨਰਮ ਕਰਨਾ soften
naram sfaid dhaat *n.* ਨਰਮ ਸਫੈਦ ਧਾਤ alabaster
naraz *adj.* ਨਰਾਜ਼ wroth
nar-bhakashee *n.* ਨਰ-ਭਕਸ਼ੀ cannibal
nargis *n.* ਨਰਗਿਸ daffodil
narhaa *n.* ਨੜਾ reed
narial *n.* ਨਾਰੀਅਲ coconut
narial da rukh *n.* ਨਾਰੀਅਲ ਦਾ ਰੁੱਖ cocoa
narial dee rassi *n.* ਨਾਰੀਅਲ ਦੀ ਰੱਸੀ coir
narmi *n.* ਨਰਮੀ moderation
naseehat *n.* ਨਸੀਹਤ advice
naseehat denaa *n.* ਨਸੀਹਤ ਦੇਣਾ counsel
nash ਨਾਸ bale
nashaashta *n.* ਨਸ਼ਾਸ਼ਤਾ starch
nashat honaa *v.i.* ਨਸ਼ਟ ਹੋਣਾ decay
nashat karnaa *v.t.* ਨਸ਼ਟ ਕਰਨਾ destroy
nashat karnaa *v.t.* ਨਸ਼ਟ ਕਰਨਾ efface
nashat karnaa *v.t.* ਨਸ਼ਟ ਕਰਨਾ erode
nashat karnaa *adj.* ਨਸ਼ਟ ਕਰਨਾ queer
nashat karnaa *v.t.* ਨਸ਼ਟ ਕਰਨਾ suvert
nashe ch choor *adj.* ਨਸ਼ੇ ਚ ਚੂਰ sottish
nashe virodhee *n.* ਨਸ਼ੇ ਵਿਰੋਧੀ teetotaller
nasheelaa *adj.* ਨਸ਼ੀਲਾ intoxicant
nasheyaayeaa *adj.* ਨਸ਼ਿਆਇਆ tipsy
nashili *adj.* ਨਸ਼ੀਲੀ narcotic
nashtar *n.* ਨਸ਼ਤਰ lancet
naslee *adj.* ਨਸਲੀ racial
nass *n.* ਨਸ nerve
nastik *n.* ਨਾਸਤ਼ਿਕ atheist
nastikta *n.* ਨਾਸਤਿਕਤਾ atheism
nasvaar *n.* ਨਸਵਾਰ snuff
nateejaa *n.* ਨਤੀਜਾ outcome
nathee *n.* ਨੱਥੀ tag
natt *n.* ਨਟ acrobat
naujvaan *adj.* ਨੌਜਵਾਨ juvenile

naukar *n.* ਨੌਕਰ attendant
naukar *n.* ਨੌਕਰ servant
naukar chaakar *n.* ਨੌਕਰ ਚਾਕਰ retinue
naukarshaah *n.* ਨੌਕਰਸ਼ਾਹ bureaucrat
naukarshahee *n.* ਨੌਕਰਸ਼ਾਹੀ bueaucracy
naukraanhi *n.* ਨੌਕਰਾਣੀ housemaid
naukraanhi *n.* ਨੌਕਰਾਣੀ maid
naukri denhaa *v.t.* ਨੌਕਰੀ ਦੇਣਾ employ
naukri vala *n.* ਨੌਕਰੀਵਾਲਾ employed
naun *adj.* ਨੌਂ nine
naun gunhaa *adj.* ਨੌਂ ਗੁਣਾ ninefold
nausikheeya *n.* ਨੌਸਿਖੀਆ dilettante
nava dhani *n.* ਨਵਾਂ ਧਨੀ upstart
navaabi *n.* ਨਵਾਬੀ dukedom
navaan *n.* ਨਵਾਂ novel
navaan chella *n.* ਨਵਾਂ ਚੇਲਾ novice
navaan hissa *adj.* ਨੌਂਵਾਂ ਹਿੱਸਾ ninth
navaan karnaa *v.t.* ਨਵਾਂ ਕਰਨਾ renovate
navaan nakor *adj.* ਨਵਾਂ-ਨਕੋਰ brand-new
navaan paudaa *n.* ਨਵਾਂ ਪੌਦਾ sapling
navaan roop *v.t.* ਨਵਾਂ ਰੂਪ recast
navabshaahee *n.* ਨਵਾਬਸ਼ਾਹੀ regency
navan *adj.* ਨਵਾਂ new
navan viaaheyaa *n.* ਨਵਾਂ ਵਿਆਹਿਆ benedick
naveaaunhaa *v.t.* ਨਵਿਆਉਣਾ renew
naveaaunhyog *adj.* ਨਵਿਆਉਣਯੋਗ renewable
naveen bastee *n.* ਨਵੀਂ ਬਸਤੀ colony
naveen bastee da *adj.* ਨਵੀਂ ਬਸਤੀ ਦਾ colonial
naveen bastee vasaunaa *v.* ਨਵੀਂ ਬਸਤੀ ਵਸਾਉਣਾ colonize
naveen bhartee *adj.* ਨਵੀਂ ਭਰਤੀ conscript
naveenikaran *n.* ਨਵੀਨੀਕਰਣ renewal
naveentaa *n.* ਨਵੀਨਤਾ novelty
navjaat *adj.* ਨਵਜਾਤ nascent
nawaab *n.* ਨਵਾਬ nabob
nawaan *adv.* ਨਵਾਂ afresh
nayab *n.* ਨਾਇਬ lieutenant
nayak *n.* ਨਾਇਕ captain
nayak *n.* ਨਾਇਕ commander
nayak *n.* ਨਾਇਕ hero
nayak *n.* ਨਾਇਕ knight
nayak *n.* ਨਾਇਕ protagonist
nayekaa *n.* ਨਾਇਕਾ heroin
nazaaraa *n.* ਨਜ਼ਾਰਾ outlook
nazar *n.* ਨਜ਼ਰ sight
nazar andaaz karnaa *v.t.* ਨਜ਼ਰਅੰਦਾਜ਼ ਕਰਨਾ ignore
nazarandaaz karnaa ਨਜ਼ਰਅੰਦਾਜ਼ ਕਰਨਾ overlook
nazdeek *adj.* ਨਜ਼ਦੀਕ imminent
nazuk *adj.* ਨਾਜ਼ੁਕ fragile
nede *adv.* ਨੇੜੇ hither
nede jaana *v.i.* ਨੇੜੇ ਜਾਣਾ approach
Nede pahunchna *n.* ਨੇੜੇ ਪਹੁੰਚਣਾ access
nedle roop wich *adv.* ਨੇੜਲੇ ਰੂਪ ਵਿਚ approximately
nedta *n.* ਨੇੜਤਾ approximation
nedta *n.* ਨੇੜਤਾ vicinity
nedtaa *n.* ਨੇੜਤਾ intimacy
nedtaa *n.* ਨੇੜਤਾ juxtaposition
neech *adj.* ਨੀਚ beggarly
neech *n.* ਨੀਚ despicable
neech *adj.* ਨੀਚ ignoble
neech *adj.* ਨੀਚ putid
neech *adj.* ਨੀਚ servile
neechta *n.* ਨੀਚਤਾ baseness
neechtaa *n.* ਨੀਚਤਾ improbity
neechtaa *n.* ਨੀਚਤਾ rascality
neechtaa *n.* ਨੀਚਤਾ servility
neechtaa *n.* ਨੀਚਤਾ turpitude
neehn *n.* ਨੀਂਹ groundwork
neehn rakhanhaa *v.t.* ਨੀਂਹ ਰੱਖਣਾ found
neel da paudaa *n.* ਨੀਲ ਦਾ ਪੌਦਾ indigo
neel- mani *n.* ਨੀਲ-ਮਣੀ amethyst
neel- mani wala *adj.* ਨੀਲ-ਮਣੀ ਵਾਲਾ amethystic
neelaa rangg *n.* ਨੀਲਾ ਰੰਗ blue
neelam *n.* ਨੀਲਮ sapphire
neelkanthh panchhi *n.* ਨੀਲਕੰਠ ਪੰਛੀ jay
neem hakeemee *n.* ਨੀਮ ਹਕੀਮੀ quackery
neend *n.* ਨੀਂਦ sleep
neend *n.* ਨੀਂਦ slumber
neend janak *adj.* ਨੀਂਦਜਨਕ somniferous
neend vich *adj.* ਨੀਂਦ ਵਿੱਚ dormant
neeras ਨੀਰਸ uninteresting

neeti *n.* ਨੀਤੀ policy
neeti kathaa *n.* ਨੀਤੀ ਕਥਾ parable
neeti shaashtar *n.* ਨੀਤੀ ਸ਼ਾਸ਼ਤਰ ethics
neetivaan *n.* ਨੀਤੀਵਾਨ statesman
neevaan karnaa *v.* ਨੀਂਵਾਂ ਕਰਨਾ humiliate
neevan *adj.* ਨੀਵਾਂ low
neevan karnaa *v.t.* ਨੀਵਾਂ ਕਰਨਾ lower
neeyat kaal daa *adj.* ਨੀਯਤ ਕਾਲ ਦਾ periodic
nehar *n.* ਨਹਿਰ canal
nek *adj.* ਨੇਕ righteous
nek *n.* ਨੇਕ tine
nekneeti *n.* ਨੇਕਨੀਤੀ probity
nem *n.* ਨੇਮ lore
nembadh karnaa *v.t.* ਨੇਮਬੱਧ ਕਰਨਾ regularize
nembadhttaa *n.* ਨੇਮਬੱਧਤਾ regularity
nemi *n.* ਨੇਮੀ stickler
neolaa *n.* ਨਿਓਲਾ mungoose
neole varga jeev *n.* ਨਿਓਲੇ ਵਰਗਾ ਜੀਵ weasel
neolhaa *n.* ਨਿਓਲਾ mongoose
nere *prep.* ਨੇੜੇ beside
nere honaa *v.t.* ਨੇੜੇ ਹੋਣਾ close
nerhe *adv.* ਨੇੜੇ near
nerhe *adj.* ਨੇੜੇ nigh
nerhe daa *adj.* ਨੇੜੇ ਦਾ oncoming
nerhe daa *adj.* ਨੇੜੇ ਦਾ proximate
nerhtaa *n.* ਨੇੜਤਾ proximity
nertaa *n.* ਨੇੜਤਾ contiguity
netar *n.* ਨੇਤਰ orb
nezaa *n.* ਨੇਜ਼ਾ lance
nezaabaaz *n.* ਨੇਜ਼ਾਬਾਜ਼ lancer
niaan *n.* ਨਿਆਂ dialectic
niaan *n.* ਨਿਆਂ equity
niaan *n.* ਨਿਆਂ justice
niaan adhikaari *n.* ਨਿਆਂ ਅਧਿਕਾਰੀ judge
niaan adhikaari *n.* ਨਿਆਂ ਅਧਿਕਾਰੀ magistrate
niaan shaashtar *n.* ਨਿਆਂ ਸ਼ਾਸ਼ਤਰ jurisprudence
niaasi *n.* ਨਿਆਸੀ trustee
nibb *n.* ਨਿੱਬ nib
nichodanaa *v.* ਨਿਚੋੜਨਾ crush
nichorhnaa *n.* ਨਿਚੋੜਨਾ ringworm
nidar *adj.* ਨਿਡਰ defiant
nidar *adj.* ਨਿਡਰ fearless
nidarataa *n.* ਨਿਡਰਤਾ fearlessness
niddar *adj.* ਨਿਡਰ intrepid
nidhaal honhaa *v.i.* ਨਿਢਾਲ ਹੋਣਾ languish
nidra bhramanh *n.* ਨਿਦਰਾ ਭਰਮਣ somnambulism
nigalnaa *n.* ਨਿਗਲਨਾ swallow
nigam *n.* ਨਿਗਮ corporation
nigaman tarak *n.* ਨਿਗਮਨ ਤਰਕ syllogism
nigha *adj.* ਨਿੱਘਾ warm
niglanaa *v.t.* ਨਿਗਲਨਾ gulp
nigoonhaa *adj.* ਨਿਗੂਣਾ negligible
nigraan *n.* ਨਿਗਰਾਨ overseer
nigraan *n.* ਨਿਗਰਾਨ supervisor
nigraani *n.* ਨਿਗਰਾਨੀ surveillance
nigraani karnaa *v.t.* ਨਿਗਰਾਨੀ ਕਰਨਾ monitor
nigraani karnaa *v.t.* ਨਿਗਰਾਨੀ ਕਰਨਾ oversee
nigraani karnaa *v.t.* ਨਿਗਰਾਨੀ ਕਰਨਾ supervise
nihit *adj.* ਨਿਹਿਤ vested
niji sikheyak *n.* ਨਿਜੀ ਸਿੱਖਿਅਕ tutor
nijj *n.* ਨਿਜ private
nijji jayedaad *adj.* ਨਿੱਜੀ ਜਾਇਦਾਦ peculiar
nijjvaad *n.* ਨਿੱਜਵਾਦ egotism
nikaalaa *n.* ਨਿਕਾਲਾ removal
nikaas *n.* ਨਿਕਾਸ egress
nikaas *n.* ਨਿਕਾਸ emergence
nikaas *n.* ਨਿਕਾਸ exit
nikaas *n.* ਨਿਕਾਸ outlet
nikamma *adj.* ਨਿਕੰਮਾ worst
nikhedhee vala *adj.* ਨਿਖੇਧੀ ਵਾਲਾ negative
nikhrhvaan *adj.* ਨਿੱਖੜਵਾਂ separable
nikka *adj.* ਨਿੱਕਾ petty
nikka *n.* ਨਿੱਕਾ short
nikka *adj.* ਨਿੱਕਾ wee
nikka jahaaz *n.* ਨਿੱਕਾ ਜਹਾਜ਼ xebec
nikka motta *n.* ਨਿੱਕਾ ਮੋਟਾ tiff
nikkamma aadmi *n.* ਨਿਕੰਮਾ ਆਦਮੀ runagate
nikkar *n.* ਨਿੱਕਰ knickers

nikki kavitaa *n.* ਨਿੱਕੀ ਕਵਿਤਾ epigram
nikki moti chori *n.* ਨਿੱਕੀ ਮੋਟੀ ਚੋਰੀ pilferage
nikkraan *n.* ਨਿੱਕਰਾਂ shorts
nilaami *n.* ਨੀਲਾਮੀ auction
nimanlikhat *adj.* ਨਿਮਨਲਿਖਤ subscript
nimar *adj.* ਨਿਮਰ bland
nimar *adj.* ਨਿਮਰ humble
nimar *adj.* ਨਿਮਰ polite
nimartaa *n.* ਨਿਮਰਤਾ humility
nimartaa *n.* ਨਿਮਰਤਾ mansuetude
nimartaa *n.* ਨਿਮਰਤਾ politeness
nimboo *n.* ਨਿੰਬੂ lemon
nimooniaa *n.* ਨਿਮੂਨੀਆਂ pneumonia
ninda karnaa *adj.* ਨਿੰਦਾ ਕਰਨਾ malign
ninda krna *v.t.* ਨਿੰਦਾ ਕਰਨਾ asperse
nindaa *n.* ਨਿੰਦਾ carping
nindaa *v.t.* ਨਿੰਦਾ censure
nindaa *n.* ਨਿੰਦਾ odium
nindaa *n.* ਨਿੰਦਾ reproof
nindaa *n.* ਨਿੰਦਾ scolding
nindaa janak *adj.* ਨਿੰਦਾਜਨਕ reproachful
nindaa karnaa *v.t.* ਨਿੰਦਾ ਕਰਨਾ condemn
nindaa karnaa *v.t.* ਨਿੰਦਾ ਕਰਨਾ explode
nindaa karnaa *n.* ਨਿੰਦਾ ਕਰਨਾ reproach
nindanhyog *adj.* ਨਿੰਦਣਯੋਗ damnable
nindanhyog *adj.* ਨਿੰਦਣਯੋਗ reprehensible
nindanyog *adj.* ਨਿੰਦਣਯੋਗ censurable
nindda *n.* ਨਿੰਦਾ calumny
nindda karnaa *v.t.* ਨਿੰਦਾ ਕਰਨਾ calumniate
nindda karnaa *v.t.* ਨਿੰਦਾ ਕਰਨਾ decry
nindda karnaa *v.t.* ਨਿੰਦਾ ਕਰਨਾ denunciate
nioon karnaa *v.t.* ਨਿਊਨ ਕਰਨਾ diminish
nioontaa *n.* ਨਿਊਨਤਾ depression
nioontam *n.* ਨਿਊਨਤਮ minimum
nippal *n.* ਨਿੱਪਲ nipple
nippun *adj.* ਨਿਪੁੰਨ adroit
nippunataa *n.* ਨਿਪੁੰਨਤਾ dexterity
niptaaraa *n.* ਨਿਪਟਾਰਾ settlement
nipun *adj.* ਨਿਪੁੰਨ versed
nipunn *adj.* ਨਿਪੁੰਨ conversant
nipunn *adj.* ਨਿਪੁੰਨ dexterous
nipunn *adj.* ਨਿਪੁੰਨ proficient
nipunn viakti *n.* ਨਿਪੁੰਨ ਵਿਅਕਤੀ genius
nipunnsakk *n.* ਨਿਪੁੰਸਕ eunuch
nipunnta *n.* ਨਿਪੁੰਨਤਾ proficiency
nipunsakk *adj.* ਨਿਪੁੰਸਕ impotent
nipunsakk banhaaunhaa *v.t.* ਨਿਪੁੰਸਕ ਬਣਾਉਣਾ emasculate
nipunsakk lingg *adj.* ਨਿਪੁੰਸਕ ਲਿੰਗ neuter
nir shstar *n.* ਨਿਰਸ਼ਸ਼ਤਰ unarmed
nir utshaah karnaa *v.t.* ਨਿਰਉਤਸ਼ਾਹ ਕਰਨਾ dishearten
nir utshaahit karan wala *adj.* ਨਿਰਉਤਸ਼ਾਹਿਤ ਕਰਨ ਵਾਲਾ discouraging
nir utshaahit karnaa *v.t.* ਨਿਰਉਤਸ਼ਾਹਿਤ ਕਰਨਾ discourage
niraasartaa *n.* ਨਿਰਾਸਰਤਾ destitution
niraash *adj.* ਨਿਰਾਸ਼ disconsolate
niraash honhaa *v.t.* ਨਿਰਾਸ਼ ਹੋਣਾ despair
niraash honhaa *v.t.* ਨਿਰਾਸ਼ ਹੋਣਾ despond
niraash karnaa *v.t.* ਨਿਰਾਸ਼ ਕਰਨਾ disappoint
niraashaa *n.* ਨਿਰਾਸ਼ਾ despondency
niraashaa *n.* ਨਿਰਾਸ਼ਾ disappointment
niraashaavaad *n.* ਨਿਰਾਸ਼ਾਵਾਦ pessimism
niraashaavaadi *n.* ਨਿਰਾਸ਼ਾਵਾਦੀ pessimist
niraasraa *adj.* ਨਿਰਾਸਰਾ destitute
niradhaar *n.* ਨਿਰਾਧਾਰ groundless
niradhaar *adj.* ਨਿਰਾਧਾਰ unsubstantial
nirankush shasan *n.* ਨਿਰੰਕੁਸ਼ ਸ਼ਾਸਨ autocrat
nirankushta *adj.* ਨਿਰੰਕੁਸ਼ਤਾ autocratic
nirantar *adj.* ਨਿਰੰਤਰ consecutive
nirantar *n.* ਨਿਰੰਤਰ incessant
nirantar *adj.* ਨਿਰੰਤਰ unceasing
nirantar golibari *v.t.* ਨਿਰੰਤਰ ਗੋਲੀਬਾਰੀ cannonade
nirantar hona *v.t.* ਨਿਰੰਤਰ ਹੋਣਾ continue
nirantar parivartansheel *adj.* ਨਿਰੰਤਰ ਪਰਿਵਰਤਨਸ਼ੀਲ kaleidoscopic
niranttarta *n.* ਨਿਰੰਤਰਤਾ continuation
nirbal *adj.* ਨਿਰਬਲ powerless
nirball *adj.* ਨਿਰਬਲ decrepit
nirbhai *adj.* ਨਿਰਭੈਅ dauntless
nirbhar honhaa *v.i.* ਨਿਰਭਰ ਹੋਣਾ rely
nirdayee *adj.* ਨਿਰਦਈ barbarous
nirdayee *adj.* ਨਿਰਦਈ bloody

nirdayee *adj.* ਨਿਰਦਈ brute
nirdayee *n.* ਨਿਰਦਈ despot
nirdayee *adj.* ਨਿਰਦਈ implacable
nirdayee ਨਿਰਦਈ outrageous
nirdayee *adj.* ਨਿਰਦਈ pitiless
nirdayee *n.* ਨਿਰਦਈ ruthless
nirdayee purash *v.t.* ਨਿਰਦਈ ਪੁਰਸ਼ bully
nirdesh karnaa *v.t.* ਨਿਰਦੇਸ਼ ਕਰਨਾ destine
nirdesh karnaa *v.t.* ਨਿਰਦੇਸ਼ ਕਰਨਾ prescribe
nirdeshak *adj.* ਨਿਰਦੇਸ਼ਕ descriptive
nirdeshak *n.* ਨਿਰਦੇਸ਼ਕ director
nirdeshak *adj.* ਨਿਰਦੇਸ਼ਕ dogmatic
nirdeshan *n.* ਨਿਰਦੇਸ਼ਨ prescription
nirdeshit *adj.* ਨਿਰਦੇਸ਼ਿਤ destined
nirdhannvaad *n.* ਨਿਰਧਨਵਾਦ pauperism
nirdharat *n.* ਨਿਰਧਾਰਿਤ determinate
nirdharat maatraa *n.* ਨਿਰਧਾਰਤ ਮਾਤਰਾ quota
nirdosh *adj.* ਨਿਰਦੋਸ਼ faultless
nirdosh *adj.* ਨਿਰਦੋਸ਼ indefatigable
nirdosh *adj.* ਨਿਰਦੋਸ਼ innocent
nirdosh *adj.* ਨਿਰਦੋਸ਼ taintless
nirdosh karnaa *v.t.* ਨਿਰਦੋਸ਼ ਕਰਨਾ exculpate
nirdosh thehrauna *v.t.* ਨਿਰਦੋਸ਼ ਠਹਿਰਾਉਣਾ acquit
nireekhak *n.* ਨਿਰੀਖਕ surveyor
nireekhanh karnaa *v.t.* ਨਿਰੀਖਣ ਕਰਨਾ survey
nirikhan karna *v.t.* ਨਿਰੀਖਣ ਕਰਨਾ view
nirikhanh *n.* ਨਿਰੀਖਣ insight
nirikhanh *n.* ਨਿਰੀਖਣ oversight
nirjeevikaran karnaa *v.t.* ਨਿਰਜੀਵੀਕਰਨ ਕਰਨਾ pasteurize
nirlajj *adj.* ਨਿਰਲੱਜ immodest
nirmaan *n.* ਨਿਰਮਾਣ fabrication
nirmaan karnaa *v.t.* ਨਿਰਮਾਣ ਕਰਨਾ compose
nirmaan karnaa ਨਿਰਮਾਣ ਕਰਨਾ fabircate
nirmaanh karnaa *v.t.* ਨਿਰਮਾਣ ਕਰਨਾ edify
nirmal *adj.* ਨਿਰਮਲ immaculate
nirmal *adj.* ਨਿਰਮਲ refined
nirmal *adj.* ਨਿਰਮਲ serene
nirmal *adj.* ਨਿਰਮਲ unclouded
nirmal karnaa *v.t.* ਨਿਰਮਲ ਕਰਨਾ sublimate
nirnayak *n.* ਨਿਰਣਾਇਕ connoisseur
nirnhayak *n.* ਨਿਰਣਾਇਕ referee
niroopan karna *v.t.* ਨਿਰੂਪਣ ਕਰਨਾ assign
nirpakh *adj.* ਨਿਰਪੱਖ equitable
nirpakh *adj.* ਨਿਰਪੱਖ impartial
nirpakh *adj.* ਨਿਰਪੱਖ neutral
nirpakh ਨਿਰਪੱਖ unbiased
nirsandeh *adv.* ਨਿਰਸੰਦੇਹ forsooth
nirsandeh *adv.* ਨਿਰਸੰਦੇਹ undoubtedly
nirsandeh *adj.* ਨਿਰਸੰਦੇਹ unquestionable
nirvivad *adj.* ਨਿਰਵਿਵਾਦ undeniable
niryaat karnaa *v.t.* ਨਿਰਯਾਤ ਕਰਨਾ export
nischit karna *v.t.* ਨਿਸ਼ਚਿਤ ਕਰਨਾ determine
nishaan *n.* ਨਿਸ਼ਾਨ mark
nishaan *n.* ਨਿਸ਼ਾਨ marking
nishaan *n.* ਨਿਸ਼ਾਨ sign
nishaan vala *adj.* ਨਿਸ਼ਾਨ ਵਾਲਾ marked
nishaana *n.* ਨਿਸ਼ਾਨਾ shot
nishaanaa *n.* ਨਿਸ਼ਾਨਾ target
nishaani *n.* ਨਿਸ਼ਾਨੀ relic
nishaani *n.* ਨਿਸ਼ਾਨੀ token
nishcha *n.* ਨਿਸ਼ਚਾ assurance
nishchaa *n.* ਨਿਸ਼ਚਾ ratification
nishchaa karna *v.* ਨਿਸ਼ਚਾ ਕਰਨਾ affirm
nishchaa karnaa *v.t.* ਨਿਸ਼ਚਾ ਕਰਨਾ convince
nishchall *adj.* ਨਿਸ਼ਚਲ inert
nishchalta *n.* ਨਿਸ਼ਚਲਤਾ inertia
nishche naal *adj.* ਨਿਸ਼ਚੇ ਨਾਲ assuredly
nishchintt *adj.* ਨਿਸ਼ਚਿੰਤ secure
nishchit *adj.* ਨਿਸ਼ਚਿਤ assured
nishchit *adj.* ਨਿਸ਼ਚਿਤ certain
nishchit *adj.* ਨਿਸ਼ਚਿਤ peremptory
nishchit aas krni *v.i.* ਨਿਸ਼ਚਿਤ ਆਸ ਕਰਨੀ aspire
nishchit ghoshna *n.* ਨਿਸ਼ਚਿਤ ਘੋਸ਼ਣਾ assertion
nishchit karna *v.t.* ਨਿਸ਼ਚਿਤ ਕਰਨਾ ascertain
nishchit karna *v.t.* ਨਿਸ਼ਚਿਤ ਕਰਨਾ avouch

nishchit karnaa *v.t.* ਨਿਸ਼ਚਿਤ ਕਰਨਾ specify
nishchitataa *n.* ਨਿਸ਼ਚਿਤਤਾ assertiveness
nishchitataa *adv.* ਨਿਸ਼ਚਿਤਤਾ ਨਾਲ certainly
nishchitt *adj.* ਨਿਸ਼ਚਿਤ decided
nishchitt *adj.* ਨਿਸ਼ਚਿਤ definite
nishchitt *n.* ਨਿਸ਼ਚਿਤ precise
nishedhak *adj.* ਨਿਸ਼ੇਧਕ repulsive
nishfal *adj.* ਨਿਸ਼ਫਲ unavailing
nishkaasan *n.* ਨਿਸ਼ਕਾਸਨ expulsion
nishkapatataa *n.* ਨਿਸ਼ਕਪਟਤਾ candour
nishkpat *adj.* ਨਿਸ਼ਕਪਟ artless
nivaarak *adj.* ਨਿਵਾਰਕ exclusive
nivaarak *adj.* ਨਿਵਾਰਕ preventive
nivaarnaa *v.t.* ਨਿਵਾਰਨਾ obviate
nivaas karnaa *v.i.* ਨਿਵਾਸ ਕਰਨਾ dwell
nivaas sambandhi *adj.* ਨਿਵਾਸ ਸੰਬੰਧੀ residential
nivaasi *n.* ਨਿਵਾਸੀ inhabitant
nivasi *n.* ਨਿਵਾਸੀ inmate
nivedak *adj.* ਨਿਵੇਦਕ suppliant
nivesh *n.* ਨਿਵੇਸ਼ investment
nivesh karnaa ਨਿਵੇਸ਼ ਕਰਨਾ invest
Niwas *n.* ਨਿਵਾਸ abode
niyam *n.* ਨਿਯਮ regulation
niyam banhaunha *n.* ਨਿਯਮ ਬਣਾਉਣ ਵਾਲਾ disciplinarian
niyam todn yog *adj.* ਨਿਯਮ ਤੋੜਨ ਯੋਗ violable
niyam viruddh *adj.* ਨਿਯਮਵਿਰੁੱਧ disorderly
niyam virudh *adj.* ਨਿਯਮ-ਵਿਰੁੱਧ illicit
niyanheen *adj.* ਨਿਆਂਹੀਣ unjust
niyantarak *n.* ਨਿਯੰਤਰਕ controller
niyataranhheen raaj *n.* ਨਿਯੰਤਰਣਹੀਣ ਰਾਜ despotism
niyukat karna *v.t.* ਨਿਯੁਕਤ ਕਰਨਾ appoint
niyukat karnaa *v.t.* ਨਿਯੁਕਤ ਕਰਨਾ constitute
niyukatee *n.* ਨਿਯੁਕਤੀ deputation
niyukati *n.* ਨਿਯੁਕਤੀ appointment
njudhneeti *n.* ਜੁੱਧ ਨੀਤੀ strategy
nohn *n.* ਨੌਂਹ nail
nokdaar *adj.* ਨੋਕਦਾਰ pointed
nokdaar *n.* ਨੋਕਦਾਰ ਕੰਡਾ prickle
noohn *n.* ਨੂੰਹ daughter-in-law
nor *n.* ਮੋਰ peacock
norbhar *n.* ਨਿਰਭਰ dependant
notri *n.* ਨੋਟਰੀ notary
noujwaan *n.* ਨੌਜਵਾਨ youngster
noujwaan *adj.* ਨੌਜਵਾਨ youthful
nrit karan yog *adj.* ਨ੍ਰਿਤ ਕਰਨ ਯੋਗ exceptionable
nrit vala kamra *n.* ਨ੍ਰਿਤ ਵਾਲਾ ਕਮਰਾ ballroom
nrittkaar *n.* ਨ੍ਰਿਤਕਾਰ dancer
nuhar *n.* ਨੁਹਾਰ visage
nukas *n.* ਨੁਕਸ fault
nukkar *n.* ਨੁੱਕਰ corner
nukkar *n.* ਨੁੱਕਰ nook
nuksaan *n.* ਨੁਕਸਾਨ damage
nuksaan *n.* ਨੁਕਸਾਨ wastage
nuksaan dee poorti *n.* ਨੁਕਸਾਨ ਦੀ ਪੂਰਤੀ indemnity
numaaendagi *n.* ਨੁਮਾਇੰਦਗੀ legation
numaaeshee *adj.* ਨੁਮਾਇਸ਼ੀ gaudy
numaayendaa *adj.* ਨੁਮਾਇੰਦਾ secondary
nuskhaa *n.* ਨੁਸਖਾ recipe

O

obtan *n.* ਉਬਟਨ unction
oh ਉਹ he
oh *int.* ਓਹ oh
oh *pro.* ਉਹ that
oh *pro.* ਉਹ themselves
oh *pro.* ਉਹ they
oh *pro.* ਉਹ those
oh(istree) *pr.n.* ਉਹ(ਇਸਤਰੀ) she
ohee *adv.* ਓਹੀ even
ohee *n.* ਓਹੀ selfsame
ohlaa *n.* ਉਹਲਾ lee
ohna daa ਉਹਨਾਂ ਦਾ their
olangna *n.* ਉਲੰਘਣਾ violation
olangna karna *v.t.* ਉਲੰਘਣਾ ਕਰਨਾ violate
onhnaa noo ਉਹਨਾਂ ਨੂੰ them

ood bilaav *n.* ਊਦ ਬਿਲਾਵ otter
oonthh *n.* ਊਠ camel
oot-pataang *adj.* ਊਟ-ਪਟਾਂਗ preposterous
oot-pataang *adj.* ਊਟ-ਪਟਾਂਗ random
op *n.* ਉਪ vice
op chanslar *n.* ਉਪ-ਚਾਂਸਲਰ vice-chancellor
op rashtarpati *n.* ਉਪ-ਰਾਸ਼ਟਰਪਤੀ vice-president
op-dravi *adj.* ਉਪਦ੍ਰਵੀ vociferous
opyogta *n.* ਉਪਯੋਗਤਾ utility
othe *adv,* ਉੱਥੇ there
ozon *n.* ਓਜ਼ੋਨ ozone

P

paabandee *n.* ਪਾਬੰਦੀ observance
paabandee *n.* ਪਾਬੰਦੀ restriction
paabandee vala *adj.* ਪਾਬੰਦੀ ਵਾਲਾ restrictive
paachak *adj.* ਪਾਚਕ digestive
paachan kireyaa *n.* ਪਾਚਨ ਕਿਰਿਆ digestion
paadree *n.* ਪਾਦਰੀ chaplain
paadri *n.* ਪਾਦਰੀ ecclesiastic
paadri *n.* ਪਾਦਰੀ priest
paadri bare *adj.* ਪਾਦਰੀ ਬਾਰੇ ecciesiastical
paadriyaan da choga *v.i.* ਪਾਦਰੀਆਂ ਦਾ ਲੰਬਾ ਚੋਗਾ cope
paagal *adj.* ਪਾਗਲ crazy
paagal *adj.* ਪਾਗਲ insane
paagal *adj.* ਪਾਗਲ lunatic
paagal *adj.* ਪਾਗਲ mad
paagal *adj.* ਪਾਗਲ moonstruck
paagal banauna *v.t.* ਪਾਗਲ ਬਣਾਉਣਾ craze
paagal karnaa *v.t.* ਪਾਗਲ ਕਰਨਾ dement
paagal karnaa *v.t.* ਪਾਗਲ ਕਰਨਾ distract
paagalkhaana *n.* ਪਾਗਲਖਾਨਾ madhouse
paagalpanh *n.* ਪਾਗਲਪਣ ideocy
paagalpanh *n.* ਪਾਗਲਪਣ lunacy
paagalpanh *n.* ਪਾਗਲਪਣ madness
paak-kalaa *n.* ਪਾਕ-ਕਲਾ cookery
paakshaaalaa sambandhi *adj.* ਪਾਕਸ਼ਾਲਾ ਸੰਬੰਧੀ culinary
paalan *n.* ਪਾਲਣ breeding
paalanh poshanh *n.* ਪਾਲਣ ਪੋਸ਼ਣ nurture
paalanh poshanh *adj.* ਪਾਲਣ ਪੋਸ਼ਣ nourishing
paalanhaa karnaa *v.t.* ਪਾਲਣਾ ਕਰਨਾ observe
paaleen *n.* ਪਾਪਲੀਨ poplin
paalish karnaa *v.t.* ਪਾਲਿਸ਼ ਕਰਨਾ polish
paalishdaar *adj.* ਪਾਲਿਸ਼ਦਾਰ polished
paalkee *n.* ਪਾਲਕੀ buggy
paalki *n.* ਪਾਲਕੀ sedan
paalki *n.* ਪਾਲਕੀ tabernacle
paalnhaa karnaa *v.t.* ਪਾਲਣਾ ਕਰਨਾ foster
paaltoo *adj.* ਪਾਲਤੂ tame
paaltoo pashoo *adj.* ਪਾਲਤੂ ਪਸ਼ੂ pet
paaltu banhaunhaa ਪਾਲਤੂ ਬਣਾਉਣਾ domesticate
paan *n.* ਪਾਨ betel
paandaa *n.* ਪਾਂਡਾ palmist
paanhi ch dobnhaa *v.t.* ਪਾਣੀ ਚ ਡੋਬਣਾ submerge
paani *n.* ਪਾਣੀ water
paani vargaa banaunhaa ਪਾਣੀ ਵਰਗਾ ਬਣਾਉਣਾ flux
paap *n.* ਪਾਪ sin
paap savikaar karnaa *v.t.* ਪਾਪ ਸਵੀਕਾਰ ਕਰਨਾ confess
paapad *n.* ਪਾਪੜ wafer
paapi *adj.* ਪਾਪੀ iniquitous
paapi *adj.* ਪਾਪੀ peccable
paapi *adj.* ਪਾਪੀ sinful
paapi *adj.* ਪਾਪੀ ungodly
paapmukat *adj.* ਪਾਪਮੁਕਤ sinless
paar *prep.* ਪਾਰ trans
paara *n.* ਪਾਰਾ mercury
paaraa *n.* ਪਾਰਾ quicksilver
paardarshi *adj.* ਪਾਰਦਰਸ਼ੀ diaphanous
paardarshi *adj.* ਪਾਰਦਰਸ਼ੀ pellucid
paardarshi *n.* ਪਾਰਦਰਸ਼ੀ transparent
paardarshtaa *n.* ਪਾਰਦਰਸ਼ਤਾ transparence
paarh denhaa *v.t.* ਪਾੜ ਦੇਣਾ rend
paarhnaa *v.t.* ਪਾੜਨਾ rip

paari *n.* ਪਾਰੀ innings
paarsi *adj.* ਪਾਰਸੀ zoroastrian
paasa *n.* ਪਾਸਾ side
paasport *n.* ਪਾਸਪੋਰਟ passport
paasseyaan da *adj.* ਪਾਸਿਆਂ ਦਾ lateral
Paataal *n.* ਪਾਤਾਲ abyss
paateyaa hoyeaa *adj.* ਪਾਟਿਆ ਹੋਇਆ ragged
paathh *n.* ਪਾਠ chapter
paathh *n.* ਪਾਠ reading
paathh ਪਾਠ recitation
paathh karnaa *v.t.* ਪਾਠ ਕਰਨਾ recite
paathh pustak *n.* ਪਾਠ ਪੁਸਤਕ tex¶book
paathh sambandhee *adj.* ਪਾਠ ਸੰਬੰਧੀ textual
paathhak *n.* ਪਾਠਕ reader
paathhshaalaa *n.* ਪਾਠਸ਼ਾਲਾ seminary
paathkaram *n.* ਪਾਠਕ੍ਰਮ curriculum
pabbaan bhaar *n.* ਪੱਬਾਂ ਭਾਰ tiptoe
pachaaunhyog *adj.* ਪਚਾਉਣਯੋਗ digestible
pachaunhaa *v.t.* ਪਚਾਉਣਾ digest
pacheekaari *n.* ਪੱਚੀਕਾਰੀ mosaic
pachham *n.* ਪੱਛਮ west
pachham val *adj.* ਪੱਛਮ ਵੱਲ westerly
pachhami *adj.* ਪੱਛਮੀ western
pachhamm *n.* ਪੱਛਮ occident
pachhammi *adj.* ਪੱਛਮੀ occidental
pachhanh *v.t.* ਪਛਾਣ recognizance
pachharhnaa *v.t.* ਪਛਾੜਨਾ repel
pachhreyaa *adv.* ਪਛੜਿਆ late
pachhtaaunhaa *v.t.* ਪਛਤਾਉਣਾ repent
pachhtaava *n.* ਪਛਤਾਵਾ remorse
pachhtaava *n.* ਪਛਤਾਵਾ repentance
pachhtaava karnaa *v.t.* ਪਛਤਾਵਾ ਕਰਨਾ rue
pachhtaavaa *n.* ਪਛਤਾਵਾ penance
pachhtaavaa *n.* ਪਛਤਾਵਾ penitence
pachhtava *n.* ਪਛਤਾਵਾ atonement
pachhtava *n.* ਪਛਤਾਵਾ contrition
pachhtava karna *v.t.* ਪਛਤਾਵਾ ਕਰਨਾ atone
pad *n.* ਪਦ designation
pad lop *n.* ਪਦ ਲੋਪ ellipsis
pad te niyukat karnaa *v.t.* ਪਦ ਤੇ ਨਿਯੁਕਤ ਕਰਨਾ designate
padaa *n.* ਪੜਾਅ encampment
padaa *v.i.* ਪੜਾਅ halt
padaaee *n.* ਪੜ੍ਹਾਈ education
padaarath *n.* ਪਦਾਰਥ matter
padaawali *n.* ਪਦਾਵਲੀ anthology
padarath *n.* ਪਦਾਰਥ material
padarath *n.* ਪਦਾਰਥ stuff
padarathvaad *n.* ਪਦਾਰਥਵਾਦ materialism
padeya likheyaa *adj.* ਪੜ੍ਹਿਆ ਲਿਖਿਆ educated
padeyaa likhyaa *adj.* ਪੜ੍ਹਿਆ ਲਿਖਿਆ literate
padhar *adj.* ਪੱਧਰ flat
padhar *n.* ਪੱਧਰ level
padhar *n.* ਪੱਧਰ standard
padhraa *adj.* ਪੱਧਰਾ plane
padhraa *adj.* ਪੱਧਰਾ smooth
padhraa karnaa *v.t.* ਪੱਧਰਾ ਕਰਨਾ flattern
padhraapanh *n.* ਪੱਧਰਾਪਣ smoothness
padjanttar *adj.* ਪਦਜੰਤਰ pedal
padnaa *v.t.* ਪੜ੍ਹਨਾ peruse
padnaav *n.* ਪੜਨਾਂਵ pronoun
padree *n.* ਪਾਦਰੀ clergyman
padree dee zindagi *n.* ਪਾਦਰੀ ਦੀ ਜ਼ਿੰਦਗੀ benefice
padree lok *n.* ਪਾਦਰੀ ਲੋਕ clergy
padreeyaan da *adj.* ਪਾਦਰੀਆਂ ਦਾ clerical
padtaal ਪੜਤਾਲ verification
padtaal karna *v.* ਪੜਤਾਲ ਕਰਨਾ verify
padvi ton hataunha *v.t.* ਪਦਵੀ ਤੋਂ ਹਟਾਉਣਾ dismiss
padwi *n.* ਪਦਵੀ appellation
paeethagoras *adj.* ਪਾਈਥਾਗੋਰਸ pythagorean
pagal *adj.* ਪਾਗਲ bizarre
pagal vaang *adv.* ਪਾਗਲ ਵਾਂਗ amuck
pagalkhanaa *n.* ਪਾਗਲਖਾਨਾ bedlam
pagdanddi *n.* ਪਗਡੰਡੀ by-path
pagdanddi *n.* ਪਗਡੰਡੀ pavement
pag-danddi *n.* ਪਗਡੰਡੀ foo¶path
pagrhee *n.* ਪਗੜੀ turban
pag-tippanhi *n.* ਪਗ-ਟਿੱਪਣੀ footnote
pahaad dee chotti *n.* ਪਹਾੜ ਦੀ ਚੋਟੀ crest
pahadi *n.* ਪਹਾੜੀ berg
pahadi *n.* ਪਹਾੜੀ hill

pahadi kaan *n.* ਪਹਾੜੀ ਕਾਂ raven
pahar te charan wala *n.* ਪਹਾੜ ਤੇ ਚੜ੍ਹਨ ਵਾਲਾ cliff
pahari nadi *n.* ਪਹਾੜੀ ਨਦੀ beck
pahari rukh da fal *n.* ਪਹਾੜੀ ਰੁੱਖ ਦਾ ਫਲ cherry
paheeye da dandda *v.t.* ਪਹੀਏ ਦਾ ਦੰਦਾ cog
paheli *n.* ਪਹੇਲੀ enigma
pahiya *n.* ਪਹੀਆ wheel
pahu futaala *n.* ਪਹੁਫੁਟਾਲਾ sunrise
pahu-futaalaa *n.* ਪਹੁ-ਫੁਟਾਲਾ day-break
pahunch *n.* ਪਹੁੰਚ arrival
pahunch kirayeyaa *n.* ਪਹੁੰਚ ਕਿਰਾਇਆ carriage
Pahunch raseed *n.* ਪਹੁੰਚ ਰਸੀਦ acknowledgement
Pahunch yog *adj.* ਪਹੁੰਚ ਯੋਗ accessible
pahunchanhaa *v.t.* ਪਹੁੰਚਣਾ reach
pahunchee *n.* ਪਹੁੰਚੀ bracelet
pahunchna *v.i.* ਪਹੁੰਚਣਾ arrive
paida karna *v.t.* ਪੈਦਾ ਕਰਨਾ yield
paidaa karnaa *adj.* ਪੈਦਾ ਕਰਨਾ bred
paidaa karnaa *v.t.* ਪੈਦਾ ਕਰਨਾ breed
paidaa karnaa *v.t.* ਪੈਦਾ ਕਰਨਾ cultivate
paidaa karnaa *v.t.* ਪੈਦਾ ਕਰਨਾ generate
paidaa karnaa *v.t.* ਪੈਦਾ ਕਰਨਾ procreate
paidaa karnaa *v.t.* ਪੈਦਾ ਕਰਨਾ produce
paidaaesh *n.* ਪੈਦਾਇਸ਼ nativity
paidaavaar *n.* ਪੈਦਾਵਾਰ cultivation
paidal langhna *v.t.* ਪੈਦਲ ਲੰਘਣਾ wade
paidal sainaa ਪੈਦਲ-ਸੈਨਾ infantry
paidal sainaa *adj.* ਪੈਦਲ ਸੈਨਾ military
paigamber *n.* ਪੈਗੰਬਰ apostle
paigammbar *n.* ਪੈਗੰਬਰ prophet
paimaana *n.* ਪੈਮਾਨਾ measure
paimaanaa *v.t.* ਪੈਮਾਨਾ gauge
paimaayesh *n.* ਪੈਮਾਇਸ਼ measurement
paimaayish *n.* ਪੈਮਾਇਸ਼ mensuration
paindoo *n.* ਪੇਂਡੂ churl
paintraa *n.* ਪੈਂਤੜਾ posture
pair *n.* ਪੈਰ foot
pair *n.* ਪੈੜ footprint
pair dee unggli *n.* ਪੈਰ ਦੀ ਉਂਗਲੀ toe
pair faila ke *adv.* ਪੈਰ ਫੈਲਾ ਕੇ astride
pair rakhanh da sahaara ਪੈਰ ਰੱਖਣ ਦਾ ਸਹਾਰਾ foothold
paireen hathh launa *v.t.* ਪੈਰੀ ਹੱਥ ਲਾਉਣਾ crouch
pairh *n.* ਪੈੜ track
pairvee *n.* ਪੈਰਵੀ prosecution
pairvee *n.* ਪੈਰਵੀ pursuit
pairvi karnaa *v.t.* ਪੈਰਵੀ ਕਰਨਾ prosecute
paisaa *n.* ਪੈਸਾ pice
paitdebaaj *n.* ਪੈਂਤੜੇਬਾਜ਼ manoeuvre
pakad *n.* ਪਕੜ apprehension
pakad ਪਕੜ footing
pakad *n.* ਪਕੜ grip
pakaun vala *n.* ਪਕਾਉਣ ਵਾਲਾ baker
pakauna *v.t.* ਪਕਾਉਣਾ bake
pakeyaaee *n.* ਪਕਿਆਈ maturation
pakeyaayee *n.* ਪਕਿਆਈ stability
pakhaanaa *n.* ਪਖਾਨਾ nigh¶soil
pakhanaa *n.* ਪਖਾਨਾ stool
pakhandd *n.* ਪਖੰਡ hypocrisy
pakhandd ਪਖੰਡ impostor
pakhandd *n.* ਪਖੰਡ sham
pakhanddi *adj.* ਪਖੰਡੀ heretic
pakhanddi *adj.* ਪਖੰਡੀ hypocrite
pakhpaat *n.* ਪੱਖਪਾਤ prejudice
pakhpaati *adj.* ਪੱਖਪਾਤੀ prejudicial
pakk jaanhaa *v.i.* ਪੱਕ ਜਾਣਾ suppurate
pakka *adj.* ਪੱਕਾ firm
pakka *adj.* ਪੱਕਾ mature
pakka *adj.* ਪੱਕਾ ripe
pakka *n.* ਪੱਕਾ stable
pakka *adj.* ਪੱਕਾ stalwart
pakka *adj.* ਪੱਕਾ staunch
pakka *adj.* ਪੱਕਾ sure
pakke roop vich *adv.* ਪਕੇ ਰੂਪ ਵਿੱਚ surely
pakkhaa *n.* ਪੱਖਾ fan
pakkhpaat *n.* ਪੱਖਪਾਤ bias
pakkhpaat *n.* ਪੱਖਪਾਤ favouritism
pakki fasal *n.* ਪੱਕੀ ਫਸਲ harvest
pakknhaa *v.t.* ਪੱਕਣਾ ripen
pakvaan *n.* ਪਕਵਾਨ pudding
pal bhar layi *adv.* ਪਲ ਭਰ ਲਈ awhile
palak *n.* ਪਲਕ eyelid
palanggh *n.* ਪਲੰਘ couch

palanhaa *n.* ਪਲਾਣਾ pannier
palan-poshan *v.t.* ਪਾਲਣ-ਪੋਸ਼ਣ ਕਰਨਾ cherish
paleg *n.* ਪਲੇਗ plague
palet *n.* ਪਲੇਟ plait
palet *n.* ਪਲੇਟ saucer
palet ਪਲੇਟ tuck
paletfaarm *n.* ਪਲੇਟਫਾਰਮ platform
pall *n.* ਪਲ moment
palla *n.* ਪੱਲਾ hem
palta *n.* ਪਲਟਾ vicissitude
paltan *n.* ਪਲਟਨ battalion
paltan *n.pl.* ਪਲਟਨ corps
paltan *n.* ਪਲਟਨ platoon
paltan *n.* ਪਲਟਨ regiment
pampoorti *n.* ਸੰਪੂਰਤੀ saturation
pampp *n.* ਪੰਪ pump
panaahgaah *n.* ਪਨਾਹਗਾਹ sanctuary
panchakk *adj.* ਪੰਚਕ quinary
panchar ਪੰਚਰ punctur
panchhee *n.* ਪੰਛੀ bird
panchhi *n.* ਪੰਛੀ fowl
panchikhana *n.* ਪੰਛੀਖਾਨਾ aviary
panchkonh *n.* ਪੰਚਕੋਣ pentagon
pandarvarha *n.* ਪੰਦਰਵਾੜਾ fortnight
pandataayee *n.* ਪੰਡਿਤਾਈ erudition
panddh *n.* ਪੰਧ path
pandditt *adj.* ਪੰਡਿਤ eruidite
pandraan *adj.* ਪੰਦਰਾਂ fifteen
panee dee hond *n.* ਪਾਣੀ ਦੀ ਹੌਦੀ cistern
paneer *n.* ਪਨੀਰ cheese
panggat *n.* ਪੰਗਤ row
panghaar *v.t.* ਪੰਘਾਰ thaw
panghoodaa *n.* ਪੰਘੂੜਾ hammock
panghraunhaa *v.t.* ਪੰਘਰਾਉਣਾ liquefy
panghraunhaa *v.t.* ਪੰਘਰਾਉਣਾ melt
pangtikaran *n.* ਪੰਗਤੀਕਰਨ lineage
panhi vagaunhaa *n.* ਪਾਣੀ ਵਗਾਉਣਾ flush
panhi vali bambi *n.* ਪਾਣੀ ਵਾਲੀ ਬੰਬੀ hydrant
pani da chhittaa *v.t.* ਪਾਣੀ ਦਾ ਛਿੱਟਾ dash
pani da nikaas *n.* ਪਾਣੀ ਦਾ ਨਿਕਾਸ drainage
pani da tod *n.* ਪਾਣੀ ਦਾ ਤੋੜ debacle
panjaah *adj.* ਪੰਜਾਹ fifty
panjaahvaan *adj.* ਪੰਜਾਹਵਾਂ fiftieth
panjaali *n.* ਪੰਜਾਲੀ yoke
panjj *adj.* ਪੰਜ five
panjja *n.* ਪੰਜਾ claw
panjja *n.* ਪੰਜਾ paw
panjvaan *adj.* ਪੰਜਵਾਂ fifth
panjvaan tatt *n.* ਪੰਜਵਾਂ ਤੱਤ quintessence
panna *n.* ਪੰਨਾ emerald
panna *n.* ਪੰਨਾ folio
panna *n.* ਪੰਨਾ page
pansaari *n.* ਪੰਸਾਰੀ grocer
panth *n.* ਪੰਥ sect
par *n.* ਪਰ feather
par ukhaadnaa *v.t.* ਪਰ ਉਖਾੜਨਾ deplume
para sareerak *adj.* ਪਰਾ ਸਰੀਰਕ supernatural
paraayeyaa samjhanhaa *v.t.* ਪਰਾਇਆ ਸਮਝਣਾ estrange
param sukhi *adj.* ਪਰਮ ਸੁਖੀ felicitous
param-mittar *n.* ਪਰਮ-ਮਿੱਤਰ crony
param-sukh *n.* ਪਰਮ-ਸੁੱਖ bliss
paraspar *adj.* ਪਰਸਪਰ correlative
paraspar badalnhaa *v.t.* ਪਰਸਪਰ ਬਦਲਣਾ interchange
parat *n.* ਪਰਤ layer
parat *n.* ਪਰਤ swath
paratibandhitt *adj.* ਪ੍ਰਤੀਬੰਧਿਤ contraband
paratilippi *n.* ਪ੍ਰਤੀਲਿਪੀ facsimile
paratipadan karnaa *v.t.* ਪ੍ਰਤੀਪਾਦਿਤ ਕਰਨਾ convey
paravaingni *n.* ਪਰਾਵੈਂਗਣੀ ultraviolet
parbandh *n.* ਪ੍ਰਬੰਧ arrangement
parbandh *n.* ਪ੍ਰਬੰਧ disposal
parbandh *n.* ਪ੍ਰਬੰਧ disposition
parbandh ਪ੍ਰਬੰਧ superintendence
parbandh karna *v.t.* ਪ੍ਰਬੰਧ ਕਰਨਾ administer
parbandh karna *v.t.* ਪ੍ਰਬੰਧ ਕਰਨਾ arrange
parbandh karnaa *v.t.* ਪ੍ਰਬੰਧ ਕਰਨਾ manage
parbandh karnaa *v.t.* ਪ੍ਰਬੰਧ ਕਰਨਾ provide
parbandh karnaa ਪ੍ਰਬੰਧ ਕਰਨਾ superintend
parbandhak *n.* ਪ੍ਰਬੰਧਕ ranger
parbandhak *n.* ਪ੍ਰਬੰਧਕ superintendent
parbandhan *n.* ਪ੍ਰਬੰਧਨ management

parbandhyog *adj.* ਪ੍ਰਬੰਧਯੋਗ manageable
parbanshakk *n.* ਪ੍ਰਬੰਧਕ executive
parbat *n.* ਪਰਬਤ contour
parbat *n.* ਪਰਬਤ mountain
parbat aarohi *n.* ਪਰਬਤ ਆਰੋਹੀ mountaineer
parbeen *n.* ਪ੍ਰਬੀਨ adept
parbeen *adj.* ਪ੍ਰਬੀਨ ingenious
parbhaav ਪ੍ਰਭਾਵ affect
parbhaav *n.* ਪ੍ਰਭਾਵ consequence
parbhaav *n.* ਪ੍ਰਭਾਵ effect
parbhaav *n.* ਪ੍ਰਭਾਵ impact
parbhaav ਪ੍ਰਭਾਵ impulse
parbhaav *n.* ਪ੍ਰਭਾਵ influence
parbhaavak *adj.* ਪ੍ਰਭਾਵਕ susceptible
parbhaavshaali *adj.* ਪ੍ਰਭਾਵਸ਼ਾਲੀ effective
parbhaavshaali *adj.* ਪ੍ਰਭਾਵਸ਼ਾਲੀ imposing
parbhaavshaali *adj.* ਪ੍ਰਭਾਵਸ਼ਾਲੀ impressive
parbhaavshaali *adj.* ਪ੍ਰਭਾਵਸ਼ਾਲੀ influential
parbhaavsheel *adj.* ਪ੍ਰਭਾਵਸ਼ੀਲ exorable
parchaar *n.* ਪ੍ਰਚਾਰ propaganda
parchaar *n.* ਪ੍ਰਚਾਰ publicity
parchaayee *n.* ਪਰਛਾਈਂ shade
parchalan *n.* ਪ੍ਰਚਲਨ prevalence
Parchalit *adj.* ਪ੍ਰਚਲਿਤ accustomed
parchallit *adj.* ਪ੍ਰਚਲਿਤ prevailing
parchallit *n.* ਪ੍ਰਚਲਿਤ prevalent
parchandd *adj.* ਪਰਚੰਡ furious
parchandd *n.* ਪ੍ਰਚੰਡ onslaught
parchar *n.* ਪ੍ਰਚਾਰ circulation
parcharak *n.* ਪ੍ਰਚਾਰਕ propagandist
parchee *n.* ਪਰਚੀ chit
parchhaayee *n.* ਪਰਛਾਈ spectre
parchhaee *n.* ਪਰਛਾਈ reflex
parchhavaan *n.* ਪਰਛਾਂਵਾਂ umbra
parchoon *v.i.* ਪ੍ਰਚੂਨ retail
parchoon vikreta *n.* ਪ੍ਰਚੂਨ ਵਿਕ੍ਰੇਤਾ retailer
pardaa *n.* ਪਰਦਾ curtain
pardaa *n.* ਪਰਦਾ film
pardaa *n.* ਪਰਦਾ mask/masque
pardaa *n.* ਪਰਦਾ membrane
pardaa *n.* ਪਰਦਾ privacy
pardaa *n.* ਪਰਦਾ screen
pardaan karnaa *v.t.* ਪ੍ਰਦਾਨ ਕਰਨਾ purvey
pardarshan *n.* ਪ੍ਰਦਰਸ਼ਨ demonstration
pardarshan *v.t.* ਪ੍ਰਦਰਸ਼ਨ display
pardarshan *n.* ਪਰਦਰਸ਼ਨ parade
pardarshnee *n.* ਪ੍ਰਦਰਸ਼ਨੀ exhibition
Pardes wich *adv.* ਪਰਦੇਸ ਵਿੱਚ abroad
pardesh *n.* ਪ੍ਰਦੇਸ਼ territory
pardeshak *adj.* ਪ੍ਰਦੇਸ਼ਕ territorial
pardesi *adj.* ਪਰਦੇਸੀ alien
pardesi *n.* ਪਰਦੇਸੀ foreigner
pardesi *n.* ਪਰਦੇਸੀ outsider
pardeyaan da kapprhaa *n.* ਪਰਦਿਆਂ ਦਾ ਕੱਪੜਾ tapis
pardhaan *adj.* ਪ੍ਰਧਾਨ ascendant
pardhaan sainaapati *n.* ਪ੍ਰਧਾਨ ਸੈਨਾਪਤੀ generalissimo
pardhaangi ਪ੍ਰਧਾਨਗੀ presidency
pardhaangi *adj.* ਪ੍ਰਧਾਨਗੀ presidential
pardhaanta *n.* ਪ੍ਰਧਾਨਤਾ ascendancy
pardooshanh *n.* ਪ੍ਰਦੂਸ਼ਣ pollution
parede *adv.* ਪਰੇਡੇ yonder
pareekheyaa *n.* ਪ੍ਰੀਖਿਆ examination
pareekheyaa *n.* ਪਰੀਖਿਆ ordeal
pareekheyaa lainhee *v.t.* ਪ੍ਰੀਖਿਆ ਲੈਣੀ examine
pareekheyak *n.* ਪ੍ਰੀਖਿਅਕ examiner
parerit karnaa *v.t.* ਪ੍ਰੇਰਿਤ ਕਰਨਾ encourage
parernhaa *n.* ਪ੍ਰੇਰਣਾ fillip
pareshaan *adj.* ਪਰੇਸ਼ਾਨ worried
pareshaan karna *v.t.* ਪਰੇਸ਼ਾਨ ਕਰਨਾ upset
pareshaani *n.* ਪਰੇਸ਼ਾਨੀ vexation
pareshaani *v.t.* ਪਰੇਸ਼ਾਨੀ worry
paret *n.* ਪਰੇਤ spook
paret *n.* ਪਰੇਤ sprite
parfullat honhaa *v.i.* ਪਰਫੁੱਲਤ ਹੋਣਾ thrive
pargat karna *v.t.* ਪ੍ਰਗਟ ਕਰਨਾ discover
pargat karnaa *v.t.* ਪ੍ਰਗਟ ਕਰਨਾ profess
pargati *n.* ਪਰਗਤੀ headway
pargatt karnaa *v.t.* ਪ੍ਰਗਟ ਕਰਨਾ disclose
pargtaava *n.* ਪ੍ਰਗਟਾਵਾ disclosure
pargtaavaa *n.* ਪ੍ਰਗਟਾਵਾ expression
parhaaee *n.* ਪੜ੍ਹਾਈ study
parhaaunhaa *v.t.* ਪੜ੍ਹਾਉਣਾ teach
parhasan *n.* ਪਰਹਸਨ farce
parhasan *n.* ਪਰਹਸਨ travesty

parheen *adj.* ਪਰਹੀਣ callow
parhnhaa *v.t.* ਪੜ੍ਹਨਾ read
parhnyog *adj.* ਪੜ੍ਹਨਯੋਗ readable
parhtaal *n.* ਪੜਤਾਲ scruitny
parhtaalnhaa *v.t.* ਪੜਤਾਲਣਾ scrutinize
pari *n.* ਪਰੀ fairy
pari *n.* ਪਰੀ nymph
pari *n.* ਪਰੀ peri
paribhaashaa *n.* ਪਰਿਭਾਸ਼ਾ definition
paribhaashaa karna *n.* ਪ੍ਰੀਭਾਸ਼ਾ ਵਿਗਿਆਨ terminology
paribhaashak shabdaavli *n.* ਪਰਿਭਾਸ਼ਕ ਸ਼ਬਦਾਵਲੀ glossary
paribhaashitt karnaa *v.t.* ਪਰਿਭਾਸ਼ਿਤ ਕਰਨਾ define
parikalpnaa *n.* ਪਰਿਕਲਪਨਾ presumption
parikheyaa *n.* ਪ੍ਰੀਖਿਆ test
paripakktaa *n.* ਪਰਿਪੱਕਤਾ maturity
paripekh *adj.* ਪਰਿਪੇਖ perspective
paritiyaag karna *adj.* ਪਰਿਤਿਆਗ ਕਰਨਯੋਗ voidable
parityaag *n.* ਪਰਿਤਿਆਗ desertion
parityaag *n.* ਪਰਿਤਿਆਗ disclaimer
parivaar *n.* ਪਰਿਵਾਰ family
parivartan *n.* ਪਰਿਵਰਤਨ modification
parivartan *n.* ਪਰਿਵਰਤਨ transition
parjaa-nayak *n.* ਪਰਜਾ-ਨਾਇਕ demagogue
parjalhanh *n.* ਪ੍ਰਜਲਣ ignition
parkaash ਪਰਕਾਸ਼ manisfestation
parkaash suttanhaa *v.t.* ਪਰਕਾਸ਼ ਸੁੱਟਣਾ radiate
parkaashak *n.* ਪ੍ਰਕਾਸ਼ਕ publisher
parkaashan *n.* ਪ੍ਰਕਾਸ਼ਨ publication
parkaashit karnaa *v.t.* ਪ੍ਰਕਾਸ਼ਿਤ ਕਰਨਾ develop
parkaashit karnaa *v.t.* ਪ੍ਰਕਾਸ਼ਿਤ ਕਰਨਾ divulge
parkaashit karnaa ਪ੍ਰਕਾਸ਼ਿਤ ਕਰਨਾ illumine
parkaashit karnaa *v.t.* ਪ੍ਰਕਾਸ਼ਿਤ ਕਰਨਾ publish
parkaashkaranh *n.* ਪ੍ਰਕਾਸ਼ਕਰਣ exposure
parkaranh sambandhi *adj.* ਪ੍ਰਕਰਣ ਸੰਬੰਧੀ topical
parkashvaan *adj.* ਪਰਕਾਸ਼ਵਾਨ luminous
parkop *n.* ਪ੍ਰਕੋਪ curse
parlo *n.* ਪਰਲੋ cataclysm
parlo da dinn *n.* ਪਰਲੋ ਦਾ ਦਿਨ doomsday
parmaan *n.* ਪ੍ਰਮਾਣ credibility
parmaan pattar *n.pl.* ਪ੍ਰਮਾਣਪੱਤਰ credentials
parmaaneekaran *n.* ਪ੍ਰਮਾਣੀਕਰਨ confirmation
parmaanh *n.* ਪ੍ਰਮਾਣ docket
parmaanhit karnaa *v.t.* ਪ੍ਰਮਾਣਿਤ ਕਰਨਾ demonstrate
parmaanik *adj.* ਪ੍ਰਮਾਣਿਕ credible
parmaanit *n.* ਪਰਮਾਣਿਤ ਵਿਅਕਤੀ licentiate
parmaanit karna *v.t.* ਪ੍ਰਮਾਣਿਤ ਕਰਨਾ certify
parmaan-pattar *n.* ਪ੍ਰਮਾਣ-ਪੱਤਰ certificate
parmaatma *n.* ਪਰਮਾਤਮਾ god
parman dena *v.t.* ਪ੍ਰਮਾਣ ਦੇਣਾ cite
parman patar *n.* ਪ੍ਰਮਾਣ-ਪੱਤਰ bonafides
parmanit karnaa *v.t.* ਪ੍ਰਮਾਣਿਤ ਕਰਨਾ corroborate
parmanu *n.* ਪ੍ਰਮਾਣੂ atom
parmanu sambandhi *adj.* ਪ੍ਰਮਾਣੂ ਸੰਬੰਧੀ atomic
parme sootar *n.* ਪ੍ਰਮੇਯ ਸੂਤਰ theorem
parmukh *adj.* ਪ੍ਰਮੁੱਖ outstanding
parmukh *adj.* ਪ੍ਰਮੁੱਖ prime
parmukkh *adj.* ਪ੍ਰਮੁੱਖ foremost
parnaalaa *n.* ਪਰਨਾਲ਼ਾ gutter
parnhaali *n.* ਪ੍ਰਣਾਲੀ system
parnhaam *n.* ਪ੍ਰਣਾਮ illation
parsann *adj.* ਪ੍ਰਸੰਨ cheerful
parsann *adj.* ਪ੍ਰਸੰਨ cheery
parsann honhaa *v.t.* ਪ੍ਰਸੰਨ ਹੋਣਾ exhilarate
parsann karna *v.t.* ਪ੍ਰਸੰਨ ਕਰਨਾ beatify
parsann karnaa *v.t.* ਪ੍ਰਸੰਨ ਕਰਨਾ enliven
parsann karnaa *v.t.* ਪ੍ਰਸੰਨ ਕਰਨਾ enrapture
parsannchitt *adj.* ਪ੍ਰਸੰਨ-ਚਿਤ blithe
parshaant *adj.* ਪਰਸ਼ਾਂਤ pacific
parshansaa *n.* ਪ੍ਰਸ਼ੰਸਾ commendation
parshansaayog *adj.* ਪ੍ਰਸ਼ੰਸਾਯੋਗ praiseworthy
parshanshaa *n.* ਪ੍ਰਸ਼ੰਸਾ complement

parshanshaa *n.* ਪ੍ਰਸ਼ੰਸਾ compliment
parshanshaa *n.* ਪ੍ਰਸ਼ੰਸ਼ਾ encomium
parshanshaa *n.* ਪ੍ਰਸ਼ੰਸ਼ਾ eulogy
parshanshaa karnee *v.t.* ਪ੍ਰਸ਼ੰਸ਼ਾ ਕਰਨੀ exalt
parshanshaayog *n.* ਪ੍ਰਸ਼ੰਸਾਯੋਗ complimentary
parshanshaayog *adj.* ਪ੍ਰਸ਼ੰਸਾਯੋਗ creditable
parshashkee *adj.* ਪ੍ਰਸ਼ਾਸਕੀ regnal
parsiddh *adj.* ਪ੍ਰਸਿੱਧ celebrated
parsiddh *adj.* ਪ੍ਰਸਿੱਧ well-known
parsiddhee *n.* ਪ੍ਰਸਿੱਧੀ celebrity
parsidh *adj.* ਪ੍ਰਸਿੱਧ distinguished
parsidh *adj.* ਪ੍ਰਸਿੱਧ famous
parsidh *adj.* ਪ੍ਰਸਿੱਧ illustrious
parsidh *adj.* ਪ੍ਰਸਿਧ prominent
parsidh *adj.* ਪ੍ਰਸਿੱਧ renowned
parsidh *adj.* ਪ੍ਰਸਿੱਧ reputed
parsidh karnaa *v.* ਪ੍ਰਸਿੱਧ ਕਰਨਾ popularize
parsidhi *n.* ਪ੍ਰਸਿੱਧੀ fame
parsidhi *n.* ਪ੍ਰਸਿੱਧੀ renown
parspar *adj.* ਪਰਸਪਰ mutual
parspar *adj.* ਪਰਸਪਰ reciprocal
parsthaan *n.* ਪ੍ਰਸਥਾਨ expedition
partaap *n.* ਪਰਤਾਪ radiance
partaaunhyog *adj.* ਪਰਤਾਉਣਯੋਗ revocable
partaavi *adj.* ਪਰਤਾਵੀਂ tentative
partakh gyaan *n.* ਪ੍ਰਤੱਖ ਗਿਆਨ perception
partakhikaran *n.* ਪ੍ਰਤੱਖੀਕਰਨ realization
partakkh ਪ੍ਰਤੱਖ conspicuous
partakkh *adj.* ਪ੍ਰਤੱਖ evident
partakkh taur te *adv.* ਪ੍ਰਤੱਖ ਤੌਰ ਤੇ directly
parteet honhaa *v.i.* ਪ੍ਰਤੀਤ ਹੋਣਾ seem
partvaan javab *n.* ਪਰਤਵਾਂ ਜਵਾਬ repartee
partyaag *n.* ਪਰਿਤਿਆਗ cession
parupkaar *n.* ਪਰਉਪਕਾਰ beneficence
parupkaar *n.* ਪਰਉਪਕਾਰ benevolence
parupkaaree *adj.* ਪਰਉਪਕਾਰੀ beneficent
parupkaaree *adj.* ਪਰਉਪਕਾਰੀ benevolent
parvaah *n.* ਪ੍ਰਵਾਹ emission
parvaah *n.* ਪ੍ਰਵਾਹ influx
parvaanit *v.t.* ਪ੍ਰਵਾਨਿਤ approve
parvaas *n.* ਪਰਵਾਸ emigration
parvaas *n.* ਪਰਵਾਸ migration
parvaas *adj.* ਪਰਵਾਸ migratory
parvaas karnaa *v.t.* ਪਰਵਾਸ ਕਰਨਾ emigrate
parvaas karnaa *v.t.* ਪਰਵਾਸ ਕਰਨਾ migrate
parvaasi *adj.* ਪਰਵਾਸੀ emigrant
parvan karan wala *n.* ਪ੍ਰਵਾਨ ਕਰਨ ਵਾਲਾ approver
parvan kardeyan *adv.* ਪ੍ਰਵਾਨ ਕਰਦਿਆਂ approvingly
parvangi *n.* ਪ੍ਰਵਾਨਗੀ approval
parvarti ਪ੍ਰਵਰਤੀ propensity
parvesh *n.* ਪ੍ਰਵੇਸ਼ entry
parvesh *n.* ਪ੍ਰਵੇਸ਼ penetration
parvesh karnaa *n.* ਪ੍ਰਵੇਸ਼ induction
parvesh karnaa *v.t.* ਪ੍ਰਵੇਸ਼ ਕਰਨਾ permeate
parvesh maarag *n.* ਪ੍ਰਵੇਸ਼-ਮਾਰਗ inlet
parvesh yog *adj.* ਪ੍ਰਵੇਸ਼-ਯੋਗ approachable
parvirti ਪ੍ਰਵਿਰਤੀ aptness
Parwaan karan yog *adj.* ਪ੍ਰਵਾਨ ਕਰਨ ਯੋਗ acceptable
Parwaan karna *v.* ਪ੍ਰਵਾਨ ਕਰਨਾ accept
Parwaanagi *n.* ਪ੍ਰਵਾਨਗੀ acceptance
paryog *n.* ਪ੍ਰਯੋਗ device
paryog *v.* ਪ੍ਰਯੋਗ experiment
paryogshaalaa *n.* ਪ੍ਰਯੋਗਸ਼ਾਲਾ laboratory
paryogsiddh *adj.* ਪਰਯੋਗਸਿੱਧ empirical
pasaaran vala *n.* ਪਸਾਰਨ ਵਾਲਾ stretcher
pasaarnaa *v.t.* ਪਸਾਰਨਾ stretch
pasand *n.* ਪਸੰਦ choice
pasand *n.* ਪਸੰਦ liking
pasand karnaa *v.t.* ਪਸੰਦ ਕਰਨਾ like
pasanddeeda *n.* ਪਸੰਦੀਦਾ favourite
paseejnhaa *v.t.* ਪਸੀਜਣਾ relent
paseena divaanh wala *adj.* ਪਸੀਨਾ ਦਿਵਾਉਣ ਵਾਲਾ diaphoretic
paseenaa *n.* ਪਸੀਨਾ perspiration
paseenaa *adj.* ਪਸੀਨਾ sudorific
paseenaa *n.* ਪਸੀਨਾ sweat
paseenaa aunhaa *v.i.* ਪਸੀਨਾ ਆਉਣਾ perspire
paseene vaang vehnhaa *v.t.* ਪਸੀਨੇ ਵਾਂਗ ਵਹਿਣਾ exude
paseenon paseenee *adj.* ਪਸੀਨੋ-ਪਸੀਨੀ sweaty

pasham *n.* ਪਸ਼ਮ fleece
pasham naal dhakeyaa *adj.* ਪਸ਼ਮ ਨਾਲ ਢਕਿਆ fleecy
pashchaataapi *adj.* ਪਸ਼ਚਾਤਾਪੀ penitent
pashchataapi *adj.* ਪਸ਼ਚਾਤਾਪੀ contrite
pashemaan *adj.* ਪਸ਼ੇਮਾਨ repentant
pashoo *n.* ਪਸ਼ੂ cattle
pashooaan da thanh *n.* ਪਸ਼ੂਆਂ ਦਾ ਥਣ teat
pashu *n.* ਪਸ਼ੂ beast
pashu sambhandhi *adj.* ਪਸ਼ੂ ਸੰਬੰਧੀ veterinary
pashu sambhandi *adj.* ਪਸ਼ੂ ਸੰਬੰਧੀ zoic
pashu warga *adj.* ਪਸ਼ੂ ਵਰਗਾ beastly
pashuaan da chaara *n.* ਪਸ਼ੂਆਂ ਦਾ ਚਾਰਾ fodder
pashu-chikitsak *n.* ਪਸ਼ੂ-ਚਿਕਿਤਸਕ farrier
pashu-dhann *n.* ਪਸ਼ੂ-ਧਨ live-stock
pashu-panchhiyaan de bachche *v.t* ਪਸ਼ੂ-ਪੰਛੀਆਂ ਦੇ ਬੱਚੇ brood
pashu-subhaa *n.* ਪਸ਼ੂ-ਸੁਭਾਅ beastliness
paslee *n.* ਪਸਲੀ rib
passe- passe *adv.* ਪਾਸੇ-ਪਾਸੇ alongside
pata *n.* ਪਤਾ whereabouts
pataa *n.* ਪਟਾ strap
pataa *n.* ਪਟਾ strop
pataa denhaa *v.t.* ਪਤਾ ਦੇਣਾ intimate
pataa lagaunaa *v.t.* ਪਤਾ ਲਗਾਉਣਾ detect
pataakaa *n.* ਪਟਾਕਾ cracker
pataal *n.* ਪਤਾਲ਼ hades
pataal *n.* ਪਤਾਲ nadir
pataal daa *adj.* ਪਤਾਲ ਦਾ nether
pataari *n.* ਪਟਾਰੀ hamper
patangg *n.* ਪਤੰਗ kite
patangga *n.* ਪਤੰਗਾ moth
patansheel *adj.* ਪਤਨਸ਼ੀਲ deciduous
pate te denhaa *v.t.* ਪਟੇ ਤੇ ਦੇਣਾ sublet
pateaaunhaa *n.* ਪਤਿਆਉਣਾ suasion
pateyaa *adj.* ਪਾਟਿਆ shabby
pathanatr ਪਾਠਾਂਤਰ version
pathar *n.* ਪੱਥਰ stone
pathar nakkashi *adj.* ਪੱਥਰ ਨੱਕਾਸ਼ੀ grotesque
pathhaa *n.* ਪੱਠਾ muscle
pathhaa *n.* ਪੱਠਾ tendon
pathhaar *n.* ਪਠਾਰ plateau
pathhedaar *adj.* ਪੱਠੇਦਾਰ muscular
path-pardarshak *n.* ਪਥ ਪਰਦਰਸ਼ਕ loa·star
pathraahat *n.* ਪਥਰਾਹਟ fossil
pathraan sambandhee *n.* ਪੱਥਰਾਂ ਸੰਬੰਧੀ lapidary
pathraaunhaa *v.t.* ਪਥਰਾਉਣਾ petrify
pathreela *adj.* ਪਥਰੀਲਾ stony
pati *n.* ਪਤੀ husband
pati jaan patnee *n.* ਪਤੀ ਜਾਂ ਪਤਨੀ consort
Patit *adj.* ਪਤਿਤ abject
Patit *adj.* ਪਤਿਤ accursed
patit hona *v.i.* ਪਤਿਤ ਹੋਣਾ backslide
patit honaa *v.i.* ਪਤਿਤ ਹੋਣਾ degenerate
Patitpuna *n.* ਪਤਿਤਪੁਣਾ abjectness
patjhadd *n.* ਪਤਝੜ autumn
patjhadd da *adj.* ਪਤਝੜ ਦਾ autumnal
patlaa *adj.* ਪਤਲਾ gaunt
patlaa *adj.* ਪਤਲਾ lank
patlaa *v.t.* ਪਤਲਾ lean
patlaa *adj.* ਪਤਲਾ slender
patlaa *adj.* ਪਤਲਾ slim
patlaa *n.* ਪਤਲਾ slime
patlaa *adj.* ਪਤਲਾ thin
patlaa kagaz *adj.* ਪਤਲਾ ਕਾਗਜ਼ flimsy
patlaa karnaa *v.t.* ਪਤਲਾ ਕਰਨਾ dilute
patlaapanh *n.* ਪਤਲਾਪਣ thinness
patlepanh naal *adv.* ਪਤਲੇਪਣ ਨਾਲ thinly
patli naali *n.* ਪਤਲੀ ਨਾਲੀ pipette
patloon *n.* ਪਤਲੂਨ pantaloon
patloon *n.* ਪਤਲੂਨ pants
patloon *n.pl.* ਪਤਲੂਨ trousers
patni *n.* ਪਤਨੀ wife
patrhee *n.* ਪਟੜੀ rail
patrhee ton lahuna *v.t.* ਪਟੜੀ ਤੋਂ ਲਾਹੁਣਾ derail
patrol *n.* ਪੈਟਰੋਲ petrol
patsan *n.* ਪਟਸਨ jute
patt *n.* ਪੱਟ thigh
patta *n.* ਪੱਟਾ contract
patta *n.* ਪੱਤਾ leaf
patta *n.* ਪੱਟਾ lease
pattanh *n.* ਪੱਤਣ ford
pattar *n.* ਪੱਤਰ letter

pattar *n.* ਪੱਤਰ paper
pattarkaar *n.* ਪੱਤਰਕਾਰ journalist
pattarkaari *n.* ਪੱਤਰਕਾਰੀ journalism
pattar-vihar *n.* ਪੱਤਰ-ਵਿਹਾਰ correspondence
pattar-vihar karna *v.i.* ਪੱਤਰ-ਵਿਹਾਰ ਕਰਨਾ correspond
patthar *n.* ਪੱਥਰ slate
patthar da chhaapa *n.* ਪੱਥਰ ਦਾ ਛਾਪਾ lithograph
pattharr *n.* ਪੱਥਰ marble
patti *n.* ਪੱਟੀ dressing
patti *n.* ਪੱਟੀ stupe
patti *n.* ਪੱਟੀ tablet
pattiaan banhanhaa ਪੱਟੀਆਂ ਬੰਨ੍ਹਣਾ swathe
pattoo *n.* ਪੱਟੂ plaid
pattra *v.t.* ਪੱਤਰਾ foil
patvaar *n.* ਪਤਵਾਰ rudder
patvantaa *adj.* ਪਤਵੰਤਾ reputable
patvantta *adj.* ਪਤਵੰਤਾ notable
paudaa *n.* ਪੌਦਾ plant
paudarr *n.* ਪਾਊਡਰ powder
paudee de hethhaan *adv.* ਪੌੜੀ ਦੇ ਹੇਠਾਂ downstairs
paudi *n.* ਪੌੜੀ ladder
pauraanhik *adj.* ਪੌਰਾਣਿਕ legendary
paurhee *n.* ਪੌੜੀ stair
paurheeyaan *n.* ਪੌੜੀਆਂ staircase
paushaak *n.* ਪੌਸ਼ਾਕ clothes
paushaak *v.t.* ਪੌਸ਼ਾਕ dress
paushtik *adj.* ਪੌਸ਼ਟਿਕ astringent
pavitar *adj.* ਪਵਿੱਤਰ vestal
pavittar *adj.* ਪਵਿੱਤਰ chaste
pavittar *adj.* ਪਵਿੱਤਰ divine
pavittar *adj.* ਪਵਿੱਤਰ godly
pavittar *adj.* ਪਵਿੱਤਰ holy
pavittar *adj.* ਪਵਿੱਤਰ sacred
pavittar *adj.* ਪਵਿੱਤਰ saintly
pavittar karna *v.t.* ਪਵਿੱਤਰ ਕਰਨਾ consecrate
pavittar karnaa *v.t.* ਪਵਿੱਤਰ ਕਰਨਾ chasten
pavittarata *n.* ਪਵਿੱਤਰਤਾ holiness
pavittarikaran *n.* ਪਵਿੱਤਰੀਕਰਣ consecration
pavittarta *n.* ਪਵਿੱਤਰਤਾ sanctity
pavittartaa *n.* ਪਵਿੱਤਰਤਾ piety
pawan devi *n.* ਪਵਨ ਦੇਵੀ sylph
payereeyaa *n.* ਪਾਇਰੀਆ pyorrhoea
peaas *n.* ਪਿਆਸ drought
pechdaar *adj.* ਪੇਚਦਾਰ voluminous
pecheeda *n.* ਪੇਚੀਦਾ critical
peedaa *n.* ਪੀੜਾ soreness
peedadayak *adj.* ਪੀੜਾਦਾਇਕ distressful
peedat *adj.* ਪੀੜਤ miserable
peedeeh *n.* ਪੀੜ੍ਹੀ generation
peednashak *adj.* ਪੀੜਨਾਸ਼ਕ balmy
peehanhaa *v.t.* ਪੀਹਣਾ grind
peek *n.* ਪੀਕ pus
peek bhareyaa *adj.* ਪੀਕ ਭਰਿਆ purulent
peekdaan *n.* ਪੀਕਦਾਨ spittoon
peel palaanghaa *n.* ਪੀਲ ਪਲਾਂਘਾ seesaw
peela *adj.* ਪੀਲਾ yellow
peela *adj.* ਪੀਲਾ yellowish
peela patthar *n.* ਪੀਲਾ ਪੱਥਰ amber
peelaa *adj.* ਪੀਲਾ pale
peelaa *adj.* ਪੀਲਾ sallow
peelaapanh *n.* ਪੀਲਾਪਣ paleness
peelaapanh *n.* ਪੀਲਾਪਣ pallor
peeliaa *n.* ਪੀਲੀਆ jaundice
peenhaa *v.t.* ਪੀਣਾ drink
peenhyog *adj.* ਪੀਣਯੋਗ drinkable
peenhyog ਪੀਣਯੋਗ potable
peepaa *n.* ਪੀਪਾ canister
peepaa *n.* ਪੀਪਾ cask
peepaa *n.* ਪੀਪਾ keg
peerhaa *n.* ਪੀੜਾ pang
peesnhaa *v.t.* ਪੀਸਣਾ crumple
peesnhaa *adj.* ਪੀਸਣਾ prim
pehal ਪਹਿਲ precedence
pehal *n.* ਪਹਿਲ priority
pehalwan *n.* ਪਹਿਲਵਾਨ wrestler
pehchaananhaa *v.t.* ਪਹਿਚਾਨਣਾ identify
pehchaanh *n.* ਪਹਿਚਾਣ identity
pehchaanh chinh *n.* ਪਹਿਚਾਣ ਚਿੰਨ੍ਹ ensign
pehla hamlaa *n.* ਪਹਿਲਾ ਹਮਲਾ aggression
pehlaa *adj.* ਪਹਿਲਾ first
pehlaa *n.* ਪਹਿਲਾ maiden
pehlaa *n.* ਪਹਿਲਾ primus

pehlaa *adj.* ਪਹਿਲਾ prior
pehlaan da *adj.* ਪਹਿਲਾਂ ਦਾ antecedent
pehlaan da *adj.* ਪਹਿਲਾਂ ਦਾ before
pehlaan da *adv.* ਪਹਿਲਾਂ ਦਾ beforehand
pehlaan da *adv.* ਪਹਿਲਾਂ ere
pehlaan denhaa *v.t.* ਪਹਿਲਾਂ ਹੋਣਾ precede
pehlaan hee honhaa *v.t.* ਪਹਿਲਾਂ ਹੀ ਹੋਣਾ pre-exist
pehlaan honhaa *v.t.* ਪਹਿਲਾਂ ਹੋਣਾ forego
pehlaan ton graihanh karnaa *v.t.* ਪਹਿਲਾਂ ਤੋਂ ਗ੍ਰਹਿਣ ਕਰਨਾ forestall
pehlan da *adj.* ਪਹਿਲਾਂ ਦਾ ago
pehlan hi *adv.* ਪਹਿਲਾਂ ਹੀ already
pehnana *v.t.* ਪਹਿਨਣਾ wear
pehredaar *v.t.* ਪਹਿਰੇਦਾਰ guard
pehredaar *n.* ਪਹਿਰੇਦਾਰ janitor
pehredaar *n.* ਪਹਿਰੇਦਾਰ sentinel
pendoo *adj.* ਪੇਂਡੂ rural
pendoo *adj.* ਪੇਂਡੂ rustic
pendoo naujvaan ਪੇਂਡੂ ਨੌਜਵਾਨ swainn
pendu *adj.* ਪੇਂਡੂ agrestic
pendu *n.* ਪੇਂਡੂ lout
pendu *n.* ਪੇਂਡੂ villager
pendu jevan da geet ਪੇਂਡੂ ਜੀਵਨ ਦਾ ਗੀਤ idyllic
penshan *n.* ਪੈਨਸ਼ਨ pension
penshan lainh vala *n.* ਪੈਨਸ਼ਨ ਲੈਣ ਵਾਲਾ pensioner
pepdi *n.* ਪੇਪੜੀ flake
pesh karnaa *v.t.* ਪੇਸ਼ ਕਰਨਾ enounce
pesh karnaa *v.t.* ਪੇਸ਼ ਕਰਨਾ install
pesh karnaa *v.t.* ਪੇਸ਼ ਕਰਨਾ propound
peshaa *n.* ਪੇਸ਼ਾ occupation
peshaab *n.* ਪਿਸ਼ਾਬ urine
peshaab ghar *n.* ਪਿਸ਼ਾਬ ਘਰ urinal
peshagee denhaa *v.t.* ਪੇਸ਼ਗੀ ਦੇਣਾ prepay
peshgoyee *n.* ਪੇਸ਼ਗੋਈ prognosis
peshkaar *n.* ਪੇਸ਼ਕਾਰ sponsor
peshkaari *n.* ਪੇਸ਼ਕਾਰੀ installation
peshkaari *n.* ਪੇਸ਼ਕਾਰੀ representation
peshkaari karnaa ਪੇਸ਼ਕਾਰੀ ਕਰਨਾ represent
peshkash karnaa *v.t.* ਪੇਸ਼ਕਸ਼ ਕਰਨਾ offer
pestree *n.* ਪੇਸਟਰੀ pastry
Pet *n.* ਪੇਟ abdomen
pet *n.* ਪੇਟ belly
pet *n.* ਪੇਟ stomach
pet darad *n.* ਪੇਟ ਦਰਦ colic
pet dee jhilli *n.* ਪੇਟ ਦੀ ਝਿੱਲੀ rim
peti *n.* ਪੇਟੀ belt
peti *n.* ਪੇਟੀ coffer
petikot *n.* ਪੇਟੀਕੋਟ petticoat
petoo *adj.* ਪੇਟੂ edacious
petoo *n.* ਪੇਟੂ glutton
peyaada *n.* ਪਿਆਦਾ footman
peyaaz *n.* ਪਿਆਜ਼ onion
phalee *n.* ਫਲੀ bean
phasphoras *n.* ਫਾਸਫੋਰਸ phosphorus
phasphoras vala *adj.* ਫਾਸਫੋਰਸ ਵਾਲਾ phosphoric
phikka karnaa *adj.* ਫਿੱਕਾ ਕਰਨਾ blear
phir ton *adv.* ਫਿਰ ਤੋਂ anew
phodaa *n.* ਫੋੜਾ blain
phullan da guchha *n.* ਫੁਲਾਂ ਦਾ ਗੁੱਛਾ umbel
piaakarh *n.* ਪਿਆਕੜ sot
piaalaa *n.* ਪਿਆਲਾ bowl
piaano *n.* ਪਿਆਨੋ piano
piaano vaadak *n.* ਪਿਆਨੋ ਵਾਦਕ pianist
piaaraa banhnaa *v.t.* ਪਿਆਰਾ ਬਣਨਾ endear
piaas bujhaunhaa *v.t.* ਪਿਆਸ ਬੁਝਾਉਣਾ slake
piakkad *n.* ਪਿਅਕੜ drunkard
pichha karnaa *v.t.* ਪਿੱਛਾ ਕਰਨਾ follow
pichha karnaa *v.t.* ਪਿੱਛਾ ਕਰਨਾ pursue
pichhe *prep.* ਪਿੱਛੇ behind
pichhe da drish ਪਿੱਛੇ ਦਾ ਦ੍ਰਿਸ਼ profilen.
pichhe hatnhaa *v.i.* ਪਿੱਛੇ ਹਟਣਾ retire
pichhe hatnhaa *v.i.* ਪਿੱਛੇ ਹਟਣਾ retreat
pichhe hatnhaa *v.i.* ਪਿੱਛੇ ਹਟਣਾ retrogress
pichhe karnaa *v.t.* ਪਿੱਛਾ ਕਰਨਾ chase
pichhe karnaa *v.i.* ਪਿੱਛੇ ਕਰਨਾ revert
pichhetar *v.t.* ਪਿਛੇਤਰ suffix
pichhla bhaag *n.* ਪਿਛਲਾ ਭਾਗ sequel
pichhla hissa *n.* ਪਿਛਲਾ ਹਿਸਾ back
pichhlaa *adj.* ਪਿਛਲਾ latter
pichhlaa *adj.* ਪਿਛਲਾ previous
pichhlaa *n.* ਪਿਛਲਾ rear
pichhlaa boohaa *n.* ਪਿਛਲਾ ਬੂਹਾ posterr

pichhlagg *n.* ਪਿਛਲੱਗ lackey
pichhlagg *n.* ਪਿਛਲੱਗ protege
pichhlagg *adj.* ਪਿਛਲੱਗ sequacious
pichhle samen vich *adv.* ਪਿਛਲੇ ਸਮੇਂ ਵਿੱਚ formerly
pichhokarr *n.* ਪਿਛੋਕੜ background
pichhon *adv.* ਪਿੱਛੋਂ subsequently
pichhon aaunh vala *n.* ਪਿੱਛੋਂ ਆਉਣ ਵਾਲਾ following
pichhriya hoyeya *adj.* ਪਿਛੜਿਆ ਹੋਇਆ backward
pighleyaa *adj.* ਪਿਘਲਿਆ molten
pilla *adj.* ਪਿੱਲਾ flaccid
pind *n.* ਪਿੰਡ village
pind da bangla *n.* ਪਿੰਡ ਦਾ ਬੰਗਲਾ villa
pindd darshee *n.* ਪਿੰਡਦਰਸ਼ੀ stereoscope
pingall *n.* ਪਿੰਗਲ prosody
pinjjre ch dakknhaa *v.t.* ਪਿੰਜਰੇ ਚ ਡੱਕਣਾ encage
pinjraa *n.* ਪਿੰਜਰਾ cage
pinn *n.* ਪਿੰਨ pint
pisaul *n.* ਪਿਸਤੌਲ pistol
pishaab *n.* ਪਿਸ਼ਾਬ piss
pishaach *n.* ਪਿਸ਼ਾਚ deuce
pishaach *n.* ਪਿਸ਼ਾਚ elf
pishaach *n.* ਪਿਸ਼ਾਚ fiend
pishaach sambandhi *adj.* ਪਿਸ਼ਾਚ ਸੰਬੰਧੀ elfin
pishaachi *adj.* ਪਿਸ਼ਾਚੀ diabolical
pissu *n.* ਪਿੱਸੂ flea
pissu *n.* ਪਿੱਸੂ gnat
pistan *n.* ਪਿਸਟਨ piston
pita *n.* ਪਿਤਾ father
pita purkhee *adj.* ਪਿਤਾਪੁਰਖੀ hereditary
pita purkhee *v.t.* ਪਿਤਾ-ਪੁਰਖੀ inherit
pitaa *n.* ਪਿਤਾ dad
pitaa vaang *adj.* ਪਿਤਾ ਵਾਂਗ fatherly
pitaamaa *n.* ਪਿਤਾਮਾ patriarch
pitaamaa *n.* ਪਿਤਾਮਾ progenitor
pitapurkhi *adj.* ਪਿਤਾਪੁਰਖੀ ancestral
pithh da *adj.* ਪਿੱਠ ਦਾ tergal
pitt *n.* ਪਿੱਤ bile
pitt *n.* ਪਿੱਤ choler
pitt *heat* ਪਿੱਤ prickly

pittal *n.* ਪਿੱਤਲ brass
pittal rang denaa *v.t.* ਪਿੱਤਲ ਰੰਗ ਦੇਣਾ braze
pittal da baneyaa *n.* ਪਿੱਤਲ ਦਾ ਬਣਿਆ brazen
pittar *n.* ਪਿੱਤਰ forbear
pittar dharam *n.* ਪਿਤਰ ਧਰਮ paternity
pittar-bhoomi *n.* ਪਿੱਤਰ-ਭੂਮੀ fatherland
pittarghaat *n.* ਪਿੱਤਰਘਾਤ patricide
pittri *adj.* ਪਿੱਤਰੀ lineal
pittri *adj.* ਪਿਤਰੀ paternal
piyar jataona *v.t.* ਪਿਆਰ ਜਤਾਉਣਾ woo
plaas *n.* ਪਲਾਸ pliers
plasstar *n.* ਪਲੱਸਤਰ plaster
plastic masala *n.* ਪਲਾਸਟਿਕ ਮਸਾਲਾ xylonite
plate *adj.* ਪਲੇਟ winding
pokhaa *v.t.* ਪੋਖਾ presage
polaa *adj.* ਪੋਲਾ pervious
poochhal taraa *n.* ਪੂਛਲ ਤਾਰਾ comet
pooja *n.* ਪੂਜਾ adoration
pooja *n.* ਪੂਜਾ worship
pooja karan wala *n.* ਪੂਜਾ ਕਰਨ ਵਾਲਾ adorer
pooja karni *v.t.* ਪੂਜਾ ਕਰਨਾ adore
poonchh *n.* ਪੂੰਛ tail
poonchh heen baandar *n.* ਪੂੰਛਹੀਣ ਬਾਂਦਰ ape
poonjee *n.* ਪੂੰਜੀ capital
poonjeepati *n.* ਪੂੰਜੀਪਤੀ capitalist
poonjeevad *n.* ਪੂੰਜੀਵਾਦ capitalism
poonjhanhaa *n.* ਪੂੰਝਣਾ mop
poonji *n.* ਪੂੰਜੀ asset
poonjna *v.t.* ਪੂੰਝਣਾ wipe
poora *adj.* ਪੂਰਾ full
poora honhaa *v.t.* ਪੂਰਾ ਹੋਣਾ suffice
Poora karna *v.* ਪੂਰਾ ਕਰਨਾ accomplish
poora karnaa *v.t.* ਪੂਰਾ ਕਰਨਾ execute
poora karnaa *v.t.* ਪੂਰਾ ਕਰਨਾ fulfil
pooraa karnaa *v.t.* ਪੂਰਾ ਕਰਨਾ compensate
pooraa karnaa *v.t.* ਪੂਰਾ ਕਰਨਾ render
poorab *n.* ਪੂਰਬ east
poorab dishaa da *adj.* ਪੂਰਬ ਦਿਸ਼ਾ ਦਾ eastern

poorab vall *adj.* ਪੂਰਬਵੱਲ eastward
poorabvaasi *adj.* ਪੂਰਬਵਾਸੀ oriental
poorabvarti *adj.* ਪੂਰਬਵਰਤੀ easterly
poorak *adj.* ਪੂਰਕ complementary
poorak *adj.* ਪੂਰਕ supplementary
poorak pattar *n.* ਪੂਰਕ-ਪੱਤਰ supplement
Pooran *n.* ਪੂਰਣ absolute
pooran *adj.* ਪੂਰਨ perfect
pooran bhootkaal *adj.* ਪੂਰਨ ਭੂਤਕਾਲ pluperfect
pooran honaa *v.t.* ਪੂਰਨ ਹੋਣਾ complete
pooran taur te *v.t.* ਪੂਰਨ ਤੌਰ ਤੇ permanently
pooran-ankk *n.* ਪੂਰਨ-ਅੰਕ integer
pooranhtaa *n.* ਪੂਰਣਤਾ integrity
pooran-nishchitt *adj.* ਪੂਰਨ-ਨਿਸ਼ਚਿਤ cock-sure
poorantaa *n.* ਪੂਰਨਤਾ completion
poorantaa *n.* ਪੂਰਨਤਾ perfection
poorantaa *n.* ਪੂਰਨਤਾ totality
poorav adhikaari *n.* ਪੂਰਵ ਅਧਿਕਾਰੀ predecessor
poorav chintan *n.* ਪੂਰਵ ਚਿੰਤਨ premeditation
poorav gyan *n.* ਪੂਰਵ ਗਿਆਨ precognition
poorav kalpit *adj.* ਪੂਰਵ ਕਲਪਿਤ proleptic
poorav kalpnaa *v.t.* ਪੂਰਵ ਕਲਪਨਾ forecast
poorav parmaanh *n.* ਪੂਰਵ ਪ੍ਮਾਣ precedent
poorav sanket *adj.* ਪੂਰਵਸੰਕੇਤ prognostic
poorav soochak *adj.* ਪੂਰਵ ਸੂਚਕ premonitory
poorav soochna *n.* ਪੂਰਵ ਸੂਚਨਾ premonition
poorav soochna denhaa *v.t.* ਪੂਰਵ ਸੂਚਨਾ ਦੇਣਾ foresee
poorav vartee *adj.* ਪੂਰਵਵਰਤੀ preceding
poorav varti *adj.* ਪੂਰਵ ਵਰਤੀ precursory
poorav varti *adj.* ਪੂਰਵਵਰਤੀ prevenient
poorav varti *adj.* ਪੂਰਵ ਵਰਤੀ quondam
poorav-itehaasik *adj.* ਪੂਰਵ-ਇਤਿਹਾਸਿਕ prehistoric
poore da poora *adv.* ਪੂਰੇ ਦਾ ਪੂਰਾ wholly
poori maalki *n.* ਪੂਰੀ ਮਾਲਕੀ freehold
poori tarahn *adv.* ਪੂਰੀ ਤਰ੍ਹਾਂ thoroughly
poori tarahn *adv.* ਪੂਰੀ ਤਰ੍ਹਾਂ throughout
poori tarahn niglanhaa *v.t.* ਪੂਰੀ ਤਰ੍ਹਾਂ ਨਿਗਲਣਾ engulf
poorti *n.* ਪੂਰਤੀ stuffing
poorti karnaa *v.t.* ਪੂਰਤੀ ਕਰਨਾ replenish
poorti karnaa *v.t.* ਪੂਰਤੀ ਕਰਨਾ supply
poorvaj *n.* ਪੂਰਵਜ ancestor
poorvalaa *adj.* ਪੂਰਵਲਾ former
pop *n.* ਪੋਪ pope
pop daa *adj.* ਪੋਪ ਦਾ papal
porch *n.* ਪੋਰਚ porch
poshan *n.* ਪੋਸ਼ਣ aliment
poshanh *n.* ਪੋਸ਼ਣ sustenance
post *n.* ਪੋਸਤ poppy
potaa *n.* ਪੋਤਾ gran·child
potha *n.* ਪੋਥਾ tome
potlee *n.* ਪੋਟਲੀ pack
potnaa *v.t.* ਪੋਤਣਾ basmear
potnaa *v.t.* ਪੋਤਣਾ daub
poun chakki *n.* ਪੌਣ-ਚੱਕੀ windmill
praakkathan *n.* ਪ੍ਰਾਕਕਥਨ preamble
praant *n.* ਪ੍ਰਾਂਤ province
praant dee bhaasha *n.* ਪ੍ਰਾਂਤ ਦੀ ਭਾਸ਼ਾ dialect
praapat karnaa *v.t.* ਪ੍ਰਾਪਤ ਕਰਨਾ obtain
praarthanaa karnaa *v.t.* ਪ੍ਰਾਰਥਨਾ ਕਰਨਾ implore
praarthnaa *n.* ਪ੍ਰਾਰਥਨਾ prayer
praball *adj.* ਪ੍ਰਬਲ cogent
prabhautik *adj.* ਪਰਾਭੌਤਿਕ prete□natural
pracheen *adj.* ਪ੍ਰਾਚੀਨ antiquated
pragat *adj.* ਪ੍ਰਗਟ apparent
pragat karna *v.t.* ਪ੍ਰਗਟ ਕਰਨਾ unfold
pragat karna *v.t.* ਪ੍ਰਗਟ ਕਰਨਾ unroll
pragat karnaa *v.t.* ਪ੍ਰਗਟ ਕਰਨਾ signify
pragtisheel *adj.* ਪ੍ਰਗਤੀਸ਼ੀਲ progressive
prahusatta *n.* ਪ੍ਰਭੁਸੱਤਾ sovereignty
pranh *n.* ਪ੍ਰਣ pledge
pranh karan vala *n.* ਪ੍ਰਣ ਕਰਨ ਵਾਲਾ stipulator
prann karna *v.* ਪ੍ਰਣ ਕਰਨਾ allege
prantoo *adj.* ਪ੍ਰੰਤੂ but
Prapat karna *v.t.* ਪ੍ਰਾਪਤ ਕਰਨਾ achieve

prapat karna *v.t.* ਪ੍ਰਾਪਤ ਕਰਨਾ acquire
prapat karna *v.t.* ਪ੍ਰਾਪਤ ਕਰਨਾ attain
prapat karnaa *v.t.* ਪ੍ਰਾਪਤ ਕਰਨਾ take
prapat kartaa *n.* ਪ੍ਰਾਪਤ ਕਰਤਾ recipient
Prapati *n.* ਪ੍ਰਾਪਤੀ achievment
Prapti *n.* ਪ੍ਰਾਪਤੀ accomplishment
prapti *n.* ਪ੍ਰਾਪਤੀ attainment
prapti yog *adj.* ਪ੍ਰਾਪਤੀਯੋਗ attainable
prarambhikk *adj.* ਪ੍ਰਾਰੰਭਿਕ preliminary
prarthee *n.* ਪ੍ਰਾਰਥੀ claimant
prarthi *n.* ਪ੍ਰਾਰਥੀ applicant
prarthna karnaa *v.t.* ਪ੍ਰਾਰਥਨਾ ਕਰਨਾ beseech
prarthna- pattar *n.* ਪ੍ਰਾਰਥਨਾ-ਪੱਤਰ application
prarthna- pattar dena *v.i.* ਪ੍ਰਾਰਥਨਾ-ਪੱਤਰ ਦੇਣਾ apply
prarthnaa *n.* ਪ੍ਰਾਰਥਨਾ requisition
prasansha *n.* ਪ੍ਰਸ਼ੰਸਾ applause
prasansha karna *v.* ਪ੍ਰਸ਼ੰਸਾ ਕਰਨਾ applaud
prasanta nal sehmati ਪ੍ਰਸੰਨਤਾ ਨਾਲ ਸਹਿਮਤੀ acquiescence
prashan *n.* ਪ੍ਰਸ਼ਨ query
prashan *n.* ਪ੍ਰਸ਼ਨ question
prashan kartaa *n.* ਪ੍ਰਸ਼ਨ ਕਰਤਾ querist
prashansa *n.* ਪ੍ਰਸ਼ੰਸਾ admiration
prashansa karn wala *n.* ਪ੍ਰਸ਼ੰਸਾ ਕਰਨ ਵਾਲਾ admirer
prashansa karna *v.t.* ਪ੍ਰਸ਼ੰਸਾ ਕਰਨਾ admire
prashansa yog *adj.* ਪ੍ਰਸ਼ੰਸਾਯੋਗ admirable
prashasak ਪ੍ਰਸ਼ਾਸਕ administrator
prashasan *n.* ਪ੍ਰਸ਼ਾਸਨ administration
prashnaavli *n.* ਪ੍ਰਸ਼ਨਾਵਲੀ quiz
prastaav *n.* ਪ੍ਰਸਤਾਵ proposal
prastaav rakhanhaa *v.t.* ਪ੍ਰਸਤਾਵ ਰੱਖਣਾ propose
prastaavnaa *n.* ਪ੍ਰਸਤਾਵਨਾ prelude
prastaavnaa *n.* ਪ੍ਰਸਤਾਵਨਾ prologue
prasthaan *n.* ਪ੍ਰਸਥਾਨ departure
prastutikaran *n.* ਪਰਸਤੁਤੀਕਰਨ enunciation
pratakh roop wich *adv.* ਪ੍ਰਤੱਖ ਰੂਪ ਵਿਚ apparently
pratibimb *n.* ਪ੍ਰਤੀਬਿੰਬ image
pratibimb *adj.* ਪ੍ਰਤੀਬਿੰਬ reflection
pratibimbat *n.* ਪ੍ਰਤੀਬਿੰਬਿਤ reflective
pratibimbitt karnaa *v.t.* ਪ੍ਰਤੀਬਿੰਬਤ ਕਰਨਾ reflect
pratigaami *adj.* ਪ੍ਰਤੀਗਾਮੀ reactionary
prati-hastakhar karnaa *v.t.* ਪ੍ਰਤੀ-ਹਸਤਾਖਰ ਕਰਨਾ countersign
pratikaaratmak *adj.* ਪ੍ਰਤੀਕਾਰਾਤਮਕ retaliative
pratikireyaa *n.* ਪ੍ਰਤੀਕਿਰਿਆ reaction
pratikireyaa karnaa *v.i.* ਪ੍ਰਤੀਕਿਰਿਆ ਕਰਨਾ react
pratikool *adj.* ਪ੍ਰਤੀਕੂਲ averse
pratikool *adj.* ਪ੍ਰਤੀਕੂਲ unfavourable
pratikoolta *adj.* ਪ੍ਰਤੀਕੂਲਤਾ awry
pratilippi *n.* ਪ੍ਰਤੀਲਿੱਪੀ transcription
pratilippi da hakk *n.* ਪ੍ਰਤੀਲਿੱਪੀ ਦਾ ਹੱਕ copyright
pratilippi karan wala *n.* ਪ੍ਰਤੀਲਿੱਪੀ ਕਰਨ ਵਾਲਾ copyist
pratilippi karnaa *v.* ਪ੍ਰਤੀਲਿੱਪੀ ਕਰਨਾ copy
pratimaan *n.* ਪ੍ਰਤੀਮਾਨ norm
pratinidh *n.* ਪ੍ਰਤੀਨਿੱਧ representative
pratinidhee *n.* ਪ੍ਰਤੀਨਿਧੀ deputy
pratinidhee bhejnhaa *n.* ਪ੍ਰਤੀਨਿਧੀ ਭੇਜਣਾ delegate
pratinidhee niyukat karnaa *v.t.* ਪ੍ਰਤੀਨਿਧੀ ਨਿਯੁਕਤ ਕਰਨਾ depute
pratinidhi *n.* ਪ੍ਰਤੀਨਿਧੀ attorney
pratinidhi -mandall *n.* ਪ੍ਰਤੀਨਿਧੀ-ਮੰਡਲ delegation
pratishattataa *n.* ਪ੍ਰਤੀਸ਼ਤਤਾ percentage
prativaadi *n.* ਪ੍ਰਤੀਵਾਦੀ respondent
pratiyogee *n.* ਪ੍ਰਤੀਯੋਗੀ competitor
pravarat karnaa *v.t.* ਪਰਾਵਰਤ ਕਰਨਾ refract
pravartan *n.* ਪਰਾਵਰਤਨ refraction
pravesh layi aaggeya *n.* ਪ੍ਰਵੇਸ਼ ਲਈ ਆਗਿਆ admittance
prayedeep *n.* ਪ੍ਰਾਇਦੀਪ peninsula
preekheyaarthi *n.* ਪ੍ਰੀਖਿਆਰਥੀ examinee
prem bharpoor *adj.* ਪ੍ਰੇਮ-ਭਰਪੂਰ amative
prem naal *adv.* ਪਰੇਮ ਨਾਲ warmly
prem ras *n.* ਪ੍ਰੇਮ ਰਸ philter

prem- sambandh *n.* ਪ੍ਰੇਮ ਸੰਬੰਧ amour
prem upjau *adj.* ਪ੍ਰੇਮ ਉਪਜਾਊ amatory
premi *n.* ਪਰੇਮੀ leman
premi *n.* ਪ੍ਰੇਮੀ lover
premi *n.* ਪ੍ਰੇਮੀ suitor
premikaa *adj.* ਪ੍ਰੇਮਿਕਾ beloved
pren *n.* ਪ੍ਰੇਮ endearment
prerak *n.* ਪ੍ਰੇਰਕ propelier
preranhaa *n.* ਪ੍ਰੇਰਣਾ impetus
prerit karan vala *v.t.* ਪ੍ਰੇਰਿਤ ਕਰਨ ਵਾਲਾ propel
prerit karnaa *v.t.* ਪ੍ਰੇਰਿਤ ਕਰਨਾ inspire
prernaa *n.* ਪ੍ਰੇਰਨਾ persuation
prernaa denhaa *v.t.* ਪ੍ਰੇਰਨਾ ਦੇਣਾ prepossess
prernaamayee *adj.* ਪ੍ਰੇਰਨਾਮਈ persuasive
prernhaa *n.* ਪ੍ਰੇਰਣਾ impulsion
prernhaa *n.* ਪ੍ਰੇਰਣਾ inspiration
pret *n.* ਪ੍ਰੇਤ apparition
pripekhak *n.* ਪਰਿਪੇਖਕ projectile
pripooran karnaa ਪਰਿਪੂਰਨ ਕਰਨਾ saturate
prithvee *n.* ਪ੍ਰਿਥਵੀ terra
prizam *n.* ਪ੍ਰਿਜ਼ਮ prism
professar *n.* ਪ੍ਰੋਫੈਸਰ professor
projekt *n.* ਪ੍ਰੋਜੈਕਟ project
proltaari *n.* ਪਰੋਲਤਾਰੀ proletariat
prostiant *n.* ਪ੍ਰੋਸਟੈਟ protestant
puaarhaa *n.* ਪੁਆੜਾ mess
puaarhaa *n.* ਪੁਆੜਾ nuisance
puchh gichh *n.* ਪੁੱਛ-ਗਿੱਛ interrogation
puchh-gichh *v.t.* ਪੁੱਛਗਿੱਛ ਕਰਨੀ enquire
puchhna *v.t.* ਪੁੱਛਣਾ ask
pudeena *n.* ਪੁਦੀਨਾ mint
pudeena da sat *n.* ਪੁਦੀਨੇ ਦਾ ਸਤ menthol
pukaarnaa *v.t.* ਪੁਕਾਰਨਾ denominate
pukaarnaa *v.i.* ਪੁਕਾਰਨਾ exclaim
pukar *n.* ਪੁਕਾਰ vocation
pukarna *v.t.* ਪੁਕਾਰਨਾ beckon
pukhraaj *n.* ਪੁਖਰਾਜ topaz
pulaangh *n.* ਪੁਲਾਂਘ leap
puldaar langha *n.* ਪੁਲ਼ਦਾਰ ਲਾਂਘਾ viaduct
pulh *n.* ਪੁਲ gangway
pulis *n.* ਪੁਲਿਸ police
pulis da sipaahi *n.* ਪੁਲਿਸ ਦਾ ਸਿਪਾਹੀ policeman
pulis da sipahee *n.* ਪੁਲਿਸ ਦਾ ਸਿਪਾਹੀ constable
pulis thaanhaa *n.* ਪੁਲਿਸ ਥਾਣਾ police-station
pull *n.* ਪੁਲ bridge
pullandda *n.* ਪੁਲੰਦਾ packet
pulsiaa *n.pl.* ਪੁਲਸੀਆ slop
punar aagman *n.* ਪੁਨਰਆਗਮਨ recurrence
punar daakhlaa *n.* ਪੁਨਰ-ਦਾਖਲਾ readmission
punar ekikaranh *n.* ਪੁਨਰ ਏਕੀਕਰਣ reunion
punar ekta liaunhaa *v.t.* ਪੁਨਰ ਏਕਤਾ ਲਿਆਉਣਾ reunite
punar gathhan *n.* ਪੁਨਰ ਗਠਨ reformation
punar grehanh *n.* ਪੁਨਰ ਗ੍ਰਹਿਣ resumption
punar janam *n.* ਪੁਨਰ ਜਨਮ rebirth
punar janam *n.* ਪੁਨਰ-ਜਨਮ regeneration
punar jeevan *n.* ਪੁਨਰ ਜੀਵਨ resurrection
punar nivesh karnaa *v.t.* ਪੁਨਰ ਨਿਵੇਸ਼ ਕਰਨਾ reinvest
punar parkaashan *n.* ਪੁਨਰ ਪ੍ਰਕਾਸ਼ਨ republication
punar prapari *n.* ਪੁਨਰ ਪ੍ਰਾਪਤੀ recovery
punar uthaan *n.* ਪੁਨਰ ਉਥਾਨ revival
punar viaah *n.* ਪੁਨਰ ਵਿਆਹ remarriage
punar-chonh *v.t.* ਪੁਨਰ-ਚੋਣ re-elect
punarvaas *n.* ਪੁਨਰਵਾਸ rehabilitation
punarvachan ਪੁਨਰਵਚਨ reiteration
puneet *adj.* ਪੁਨੀਤ sacrosanct
punkesar *n.* ਪੁੰਕੇਸਰ stamen
puraatan bandook *n.* ਪੁਰਾਤਨ ਬੰਦੂਕ musket
purab *n.* ਪੁਰਬ gala
purakh *n.* ਪੁਰਖ person
purana zamana *n.* ਪੁਰਾਣਾ ਜ਼ਮਾਨਾ yore
purane dhangg da *adj.* ਪੁਰਾਣੇ ਢੰਗ ਦਾ antique
purani bimaree *adj.* ਪੁਰਾਣੀ ਬੀਮਾਰੀ chronic
purash *n.* ਪੁਰਸ਼ male
puratan *adj.* ਪੁਰਾਤਨ ancient

puratan *adj.* ਪੁਰਾਤਨ anterior
puratan reetan *n.* ਪੁਰਾਤਨ ਰੀਤਾਂ antiquities
puratanbad *n.* ਪੁਰਾਤਨਵਾਦ archaism
puratatav sambandhi *adj.* ਪੁਰਾਤਤਵ ਸੰਬੰਧੀ archaeological
puratatav veta *n.* ਪੁਰਾਤਤਵਵੇਤਾ archaeologist
puratatav vigyan *n.* ਪੁਰਾਤਤਵ ਵਿਗਿਆਨ archaeology
purjosh *adj.* ਪੁਰਜੋਸ਼ passionate
purohit *n.* ਪੁਰੋਹਿਤ vicar
purohit sambandhi *adj.* ਪੁਰੋਹਿਤ ਸੰਬੰਧੀ priestly
pushaak *n.* ਪੁਸ਼ਾਕ garb
pushaak *n.* ਪੁਸ਼ਾਕ robe
pushap kosh *n.* ਪੁਸ਼ਪਕੋਸ਼ calix
pushti *n.* ਪੁਸ਼ਟੀ vindication
pushti karn wala *adj.* ਪੁਸ਼ਟੀ ਕਰਨ ਵਾਲਾ vindicative
pushti karna *v.t.* ਪੁਸ਼ਟੀ ਕਰਨਾ uphold
pushti karna *v.t.* ਪੁਸ਼ਟੀ ਕਰਨਾ vindicate
pushti karna *v.t.* ਪੁਸ਼ਟੀ ਕਰਨਾ vouch
pustak *n.* ਪੁਸਤਕ book
pustak parhchol *n.* ਪੁਸਤਕ ਪੜਚੋਲ review
pustaksoochi *n.* ਪੁਸਤਕ-ਸੂਚੀ bibliography
puteen *n.* ਪੁਟੀਨ putty
puthhaa *adj.* ਪੁੱਠਾ perverse
putla *n.* ਪੁਤਲਾ dummy
puttanaa *v.t.* ਪੁੱਟਣਾ dig
puttanhaa *n.* ਪੁੱਟਣਾ dug
puttanhaa *v.t.* ਪੁੱਟਣਾ trench
puttar *n.* ਪੁੱਤਰ son
pyaar *n.* ਪਿਆਰ love
pyaas *n.* ਪਿਆਸ thirst
pyaasa *adj.* ਪਿਆਸਾ thirsty
pyala *n.* ਪਿਆਲਾ challce
pyar *n.* ਪਿਆਰ attachment
pyar da dikhaava *v.* ਪਿਆਰ ਦਾ ਦਿਖਾਵਾ flirtation
pyara *adj.* ਪਿਆਰਾ affectionate
pyara *adj.* ਪਿਆਰਾ lovely
pyaraa *n.* ਪਿਆਰਾ darling
pyaraa *adj.* ਪਿਆਰਾ dear

R

raah *n.* ਰਾਹ way
raah ch thehrnaa *n.* ਰਾਹ ਚ ਠਹਿਰਨਾ bivouac
raahi *n.* ਰਾਹੀ passer
raaj *v.t.* ਰਾਜ reign
raaj *n.* ਰਾਜ state
raaj *n.* ਰਾਜ kingdom
raaj chinh *n.* ਰਾਜ ਚਿੰਨ੍ਹ regalia
raaj dandd *n.* ਰਾਜ ਦੰਡ truncheon
raaj dharohi *n.* ਰਾਜਧ੍ਰੋਹੀ insurgent
raaj hatyaa *n.* ਰਾਜ ਹੱਤਿਆ regicide
raaj karnaa *v.t.* ਰਾਜ ਕਰਨਾ rule
raaj parbandh *n.* ਰਾਜ ਪ੍ਰਬੰਧ polity
raaj shakti *n.* ਰਾਜ ਸ਼ਕਤੀ sceptre
raaj vidroh *n.* ਰਾਜ ਵਿਦਰੋਹ insurrection
raaja *n.* ਰਾਜਾ king
raajdhroh karnaa *v.t.* ਰਾਜਧਰੋਹ ਕਰਨਾ revolt
raajdhrohi *adj.* ਰਾਜਧ੍ਰੋਹੀ seditious
raajgaddi te baithana *v.t.* ਰਾਜਗੱਦੀ ਤੇ ਬੈਠਣਾ enthrone
raajhans *n.* ਰਾਜਹੰਸ flamingo
raajkumaar *n.* ਰਾਜਕੁਮਾਰ prince
raajkumaari *n.* ਰਾਜਕੁਮਾਰੀ princess
raaj-mistri *n.* ਰਾਜ-ਮਿਸਤਰੀ mason
raajneetak *adj.* ਰਾਜਨੀਤਕ political
raajneeti shaashtar *n.* ਰਾਜਨੀਤੀ ਸ਼ਾਸ਼ਤਰ politics
raajnetaa *n.* ਰਾਜਨੇਤਾ politician
raajpaal *n.* ਰਾਜਪਾਲ governor
raajpaal *n.* ਰਾਜਪਾਲ satrap
raajpaltaa *n.* ਰਾਜ ਪਲਟਾ putsch
raaj-sambandhi *adj.* ਰਾਜ-ਸੰਬੰਧੀ imperial
raajtilak *n.* ਰਾਜਤਿਲਕ coronation
raajvansh *n.* ਰਾਜਵੰਸ਼ dynasty
raakat *n.* ਰਾਕਟ rocket
raakhaa *n.* ਰਾਖਾ protector
raakhash *n.* ਰਾਖਸ਼ monster
raakhshee *adj.* ਰਾਖਸ਼ੀ savage
raal chhaddnhaa *v.i.* ਰਾਲ ਛੱਡਣਾ slabber
raalaan *n.* ਰਾਲਾਂ slaver

raalaan *n.* ਰਾਲਾਂ slobber
raanhi *n.* ਰਾਣੀ queen
raanhi *n.* ਰਾਣੀ regina
raanhi vaang *adj.* ਰਾਣੀ ਵਾਂਗ queenly
raashi *n.* ਰਾਸ਼ੀ zodiac
raashtar *n.* ਰਾਸ਼ਟਰ mation
raashtareeataa *n.* ਰਾਸ਼ਟਰੀਅਤਾ nationality
raashtareekaran *v.t.* ਰਾਸ਼ਟਰੀਕਰਨ ਕਰਨਾ nationalize
raashtarmandall *n.* ਰਾਸ਼ਟਰਮੰਡਲ commonwealth
raashtarpati *n.* ਰਾਸ਼ਟਰਪਤੀ president
raashtarvaad *n.* ਰਾਸ਼ਟਰਵਾਦ nationalism
raashtarvaadi *adj.* ਰਾਸ਼ਟਰੀ national
raat *n.* ਰਾਤ night
raat da *adj.* ਰਾਤ ਦਾ nightly
raat da ਰਾਤ ਦਾ nocturnal
raat da bhojan *n.* ਰਾਤ ਦਾ ਭੋਜਨ dinner
raat da bigal *n.* ਰਾਤ ਦਾ ਬਿਗਲ tattoo
raat da khaana ਰਾਤ ਦਾ ਖਾਣਾ dine
raat daa khaanhaa *n.* ਰਾਤ ਦਾ ਖਾਣਾ supper
raat daa utsav *n.pl.* ਰਾਤ ਦਾ ਉਤਸਵ orgies
raayee *n.* ਰਾਈ rye
raazinaamaa *n.* ਰਾਜ਼ੀਨਾਮਾ rapprochement
rabbarh *n.* ਰਬੜ rubber
rabbi nindeyaa *n.* ਰੱਬੀ ਨਿੰਦਿਆ blasphemy
rabbi prerana *n.* ਰੱਬੀ ਪ੍ਰੇਰਣਾ afflatus
rabbi ustat *n.* ਰੱਬੀ ਉਸਤਤ ਦਾ ਗੀਤ hymn
rabbi ustatt *n.* ਰੱਬੀ ਉਸਤਤ anthem
rachna *n.* ਰਚਨਾ creation
rachnaa *n.* ਰਚਨਾ texture
rachnaa karnaa *v.t.* ਰਚਨਾ ਕਰਨਾ concoct
rachnhaa *v.t.* ਰਚਣਾ create
radak *n.* ਰੜਕ rancour
radaknhaa ਰੜਕਣਾ rankle
radd *adj.* ਰੱਦ null
radd karn di kirya *n.* ਰੱਦ ਕਰਨ ਦੀ ਕਿਰਿਆ veto
Radd karna *v.t.* ਰੱਦ ਕਰਨਾ abrogate
radd karnaa *v.* ਰੱਦ ਕਰਨਾ cancel
radd karnaa *v.t.* ਰੱਦ ਕਰਨਾ nullify
radd karnaa *v.t.* ਰੱਦ ਕਰਨਾ overrule
raddi maal *n.* ਰੱਦੀ ਮਾਲ scrap
rafoo karnaa *v.t.* ਰਫੂ ਕਰਨਾ darn
Raftaar vadhauna *v.* ਰਫਤਾਰ ਵਧਾਉਣਾ accelerate
ragad *n.* ਰਗੜ friction
ragad *n.* ਰਗੜ grating
ragar ke chamkaunaa *v.t.* ਰਗੜ ਕੇ ਚਮਕਾਉਣਾ burnish
ragarhnaa *v.t.* ਰਗੜਨਾ rub
ragarnaa *v.t.* ਰਗੜਨਾ chafe
rahasmayee *adj.* ਰਹੱਸਮਈ mysterious
rahaspooranh *adj.* ਰਹੱਸਪੂਰਨ secretive
rahassmayee *adj.* ਰਹੱਸਮਈ inscrutable
rahnh da sathaan *n.* ਰਹਿਣ ਦਾ ਸਥਾਨ domicile
rajaee *n.* ਰਜਾਈ quilt
rajdoot *n.* ਰਾਜਦੂਤ ambassador
raje da shaashan *n.* ਰਾਜੇ ਦਾ ਸ਼ਾਸਨ imperialism
raje dee aageyaa *n.* ਰਾਜੇ ਦੀ ਆਗਿਆ decree
rajhans *n.* ਰਾਜਹੰਸ swan
rajistrar *n.* ਰਜਿਸਟਰਾਰ registrar
rajistree *n.* ਰਜਿਸਟਰੀ registry
rajjvaan *adj.* ਰੱਜਵਾਂ sufficient
rajnitik muafi *n.* ਰਾਜਨੀਤਿਕ ਮੁਆਫੀ amnesty
raj-pattar *n.* ਰਾਜਪੱਤਰ charter
Rajtilak *n.* ਰਾਜਤਿਲਕ accession
rakat heenta *n.* ਰਕਤ-ਹੀਣਤਾ anaemia
rakat parvaah *n.* ਰਕਤ ਪਰਵਾਹ haemorrhage
rakat parvaah *n.* ਰਕਤ ਪਰਵਾਹ hemorrhage
rakhail *n.* ਰਖੈਲ concubine
rakhanhaa *v.* ਰੱਖਣਾ keep
rakhanhaa ਰੱਖਣਾ put
rakhanhaa *v.t.* ਰੱਖਣਾ retain
rakheya *n.* ਰੱਖਿਆ aegis
rakheya *n.* ਰੱਖਿਆ safety
rakheyaa *n.* ਰੱਖਿਆ costody
rakheyaa *n.* ਰੱਖਿਆ keeping
rakheyaa karnee *v.* ਰੱਖਿਆ ਕਰਨੀ defend
rakheyaa layee purakh *v.t.* ਰੱਖਿਆ ਲਈ ਪੁਰਖ escort
rakheyaa sainaa *n.* ਰੱਖਿਆ ਸੈਨਾ garrison

rakheyaaheenh *adj.* ਰੱਖਿਆਹੀਣ defenceless
rakheyak *n.* ਰੱਖਿਅਕ protective
rakheyak *n.* ਰੱਖਿਅਕ saviour
rakheyak shaasan *n.* ਰੱਖਿਅਕ ਸ਼ਾਸ਼ਨ protectorate
rakhnhaa *v.t.* ਰੱਖਣਾ dispose
rakhvaali *n.* ਰਖਵਾਲੀ protection
rakhwaala *n.* ਰਖਵਾਲਾ custodian
rakhwala *adj.* ਰਖਵਾਲਾ warden
rakhya karna *v.t.* ਰੱਖਿਆ ਕਰਨਾ ward
rakkhanaa *v.t.* ਰੱਖਣਾ contain
ramneek *adj.* ਰਮਣੀਕ beauteous
ramnheek *adv.* ਰਮਣੀਕ gaily
ramnheek *adj.* ਰਮਣੀਕ pleasant
randa *n.* ਰੰਡਾ widower
randepa *n.* ਰੰਡੇਪਾ widowhood
rangbhoomi *n.* ਰੰਗਭੂਮੀ arena
rang-biranga karna *n.* ਰੰਗ-ਬਿਰੰਗਾ ਕਰਨਾ dapple
rangeela *adj.* ਰੰਗੀਲਾ jolly
rangeen kaagaz *n.* ਰੰਗੀਨ ਕਾਗਜ਼ bunting
rangg *n.* ਰੰਗ colour
rangg *v.t.* ਰੰਗ paint
rangg bhoomi *n.* ਰੰਗ ਭੂਮੀ amphi theatre
rangg bhoomi *n.* ਰੰਗਭੂਮੀ theatre
rangg dee parat *n.* ਰੰਗ ਦੀ ਪਰਤ coating
rangg lagaunaa *v.t.* ਰੰਗ ਲਗਾਉਣਾ bedaub
rangg manch *n.* ਰੰਗਮੰਚ stage
ranggat *n.* ਰੰਗਤ tint
ranggat denhee *v.t.* ਰੰਗਤ ਦੇਣੀ tinge
rangg-birangga *adj.* ਰੰਗ-ਬਿਰੰਗਾ multifarious
ranggdar pensil *n.* ਰੰਗਦਾਰ ਪੈਂਸਿਲ crayon
rangge hatheen *adj.* ਰੰਗੇ ਹੱਥੀਂ re·handed
ranggnhaa *v.t.* ਰੰਗਣਾ dye
ranggnhaa *v.t.* ਰੰਗਣਾ imbue
rangg-roop *n.* ਰੰਗ-ਰੂਪ complexion
ranggroot ਰੰਗਰੂਟ tiro
ranggsaaz *n.* ਰੰਗਸਾਜ਼ painter
rann-murid *adj.* ਰੰਨ-ਮੁਰੀਦ hen-packed
rarhe maidaan *n.* ਰੜੇ ਮੈਦਾਨ steppe
ras *n.* ਰਸ juice
rasaalaa *n.* ਰਸਾਲਾ magazine
rasaalaa pattar *n.* ਰਸਾਲਾ ਪੱਤਰ journal
rasaayan banaun waala *n.* ਰਸਾਇਣ ਬਣਾਉਣ ਵਾਲਾ alchemist
rasaayan vidiya *n.* ਰਸਾਇਣ ਵਿੱਦਿਆ alchemy
rasaayenh *n.* ਰਸਾਇਣ elixir
rasad *n.* ਰਸਦ ration
rasad *n.* ਰਸਦ viands
rasadkhaana *n.* ਰਸਦਖਾਨਾ pantry
rasam *n.* ਰਸਮ rite
rasauli *n.* ਰਸੌਲੀ tumour
rasayen *adj.* ਰਸਾਇਣ chemical
rasayen de padarath *n.* ਰਸਾਇਣ ਦੇ ਪਦਾਰਥ chemicals
rasayen shaashtaree *n.* ਰਸਾਇਣ ਸ਼ਾਸ਼ਤਰੀ chemist
rasayen vigyaan *n.* ਰਸਾਇਣ ਵਿਗਿਆਨ chemistry
rasbhari *n.* ਰਸਭਰੀ raspberry
rasdaar *adj.* ਰਸਦਾਰ juicy
rasdaar *adj.* ਰਸਦਾਰ succulent
raseed *n.* ਰਸੀਦ coupon
raseed *n.* ਰਸੀਦ receipt
raseed dee nakal ਰਸੀਦ ਦੀ ਨਕਲ counterfoil
rasgandh *n.* ਰਸਗੰਧ myrrh
rasmi *adj.* ਰਸਮੀ formal
rasmi *adj.* ਰਸਮੀ rituals
rasoee *n.* ਰਸੋਈ kitchen
rasoeeyaa *n.* ਰਸੋਈਆ cook
rassa *n.* ਰੱਸਾ halter
rassa *n.* ਰੱਸਾ tether
rassi *n.* ਰੱਸੀ rope
rassi *n.* ਰੱਸੀ twine
rassi de totte *n.* ਰੱਸੀ ਦੇ ਟੋਟੇ oakum
rassi sambandhi *adj.* ਰੱਸੀ ਸੰਬੰਧੀ taut
rassi tappnhaa *n.* ਰੱਸੀ ਟੱਪਣਾ skipping
rastaa *n.* ਰਸਤਾ gateway
rastaa *n.* ਰਸਤਾ passage
rastaa *n.* ਰਸਤਾ stile
raste ch *adv.* ਰਸਤੇ 'ਚ enroute
ratan wala *n.* ਰਟਣ-ਵਾਲਾ crammer
rath *n.* ਰੱਥ chariot
ratta *n.* ਰੱਤਾ vermilion

ratta haran *n.* ਰੱਤਾ ਹਰਨ hart
ratta lagaunaa *v.t.* ਰੱਟਾ ਲਾਉਣਾ cram
raulhaa *n.* ਰੌਲਾ noise
raulhe vala *adj.* ਰੌਲੇ ਵਾਲਾ noisy
rauna *v.i.* ਰੋਣਾ weep
raushan *adj.* ਰੌਸ਼ਨ sunny
raushni denhee *v.t.* ਰੌਸ਼ਨੀ ਦੇਣੀ enlighten
ravaan boli *adj.* ਰਵਾਂ ਬੋਲੀ glib
ravaan rehnhaa *adj.* ਰਵਾਂ ਰਹਿਣ ਵਾਲਾ fluent
ravaani ਰਵਾਨੀ fluency
ravaayet *n.* ਰਵਾਇਤ tradition
ravaayetee *adj.* ਰਵਾਇਤੀ traditional
raye denhaa *v.t.* ਰਾਏ ਦੇਣਾ opine
rayees *n.* ਰਈਸ peer
razamand *adj.* ਰਜ਼ਾਮੰਦ willing
red kraas *n.* ਰੈੱਡ ਕਰਾਸ redcross
rediam dhaat *n.* ਰੇਡੀਅਮ ਧਾਤ radium
redio *n.* ਰੇਡੀਓ radio
ree ree karnaa *v.t.* ਰੀ ਰੀ ਕਰਨਾ pule
reed di haddi *n.* ਰੀੜ੍ਹ ਦੀ ਹੱਡੀ backbone
reejh poori karni ਰੀਝ ਪੂਰੀ ਕਰਨਾ gratify
reet *n.* ਰੀਤ custom
reet *n.* ਰੀਤ fashion
reet *n.* ਰੀਤ formality
reeti *n.* ਰੀਤੀ regimen
reeti *n.* ਰੀਤੀ style
regmaar *n.* ਰੇਗਮਾਰ san·paper
regtaa sambandhee *adj.* ਰੇਗਤਾ ਸੰਬੰਧੀ sanitary
rehaa karnaa *v.t.* ਰਿਹਾ ਕਰਨਾ manumit
rehanaa *v.t.* ਰਹਿਣਾ consist
rehand khoond *adj.* ਰਹਿੰਦ ਖੂੰਹਦ residual
rehnhaa *v.i.* ਰਹਿਣਾ nestle
rekha ganit *n.* ਰੇਖਾ-ਗਣਿਤ geometry
rekhaa bindoo *n.* ਰੇਖਾ ਬਿੰਦੂ noddle
rekha-baddh *adj.* ਰੇਖਾ-ਬੱਧ linear
rekhachitar *n.* ਰੇਖਾ-ਚਿਤਰ sketch
rekhakar *n.* ਰੇਖਾਕਾਰ liner
rekhankit karna *v.t.* ਰੇਖਾਂਕਿਤ ਕਰਨਾ underline
rel da dabba *n.* ਰੇਲ ਦਾ ਡੱਬਾ compartment
rel marag *n.* ਰੇਲ ਮਾਰਗ railway
rendiar *n.* ਰੇਂਡੀਅਰ reindeer
renganhaa *v.t.* ਰੇਂਗਣਾ crawl
renganhaa *v.i.* ਰੇਂਗਣਾ creep
resha *n.* ਰੇਸ਼ਾ tentacle
resham *n.* ਰੇਸ਼ਮ silk
resham utpaadan *n.* ਰੇਸ਼ਮ ਉਤਪਾਦਨ sericulture
reshami *n.* ਰੇਸ਼ਮੀ silken
reshedaar *adj.* ਰੇਸ਼ੇਦਾਰ stringy
restraan *n.* ਰੇਸਤਰਾਂ restaurant
ret *n.* ਰੇਤ rasp
ret *n.* ਰੇਤ sand
ret da tilla *n.* ਰੇਤ ਦਾ ਟਿੱਲਾ dune
retaayer hoyeaa *adj.* ਰੀਟਾਇਰ ਹੋਇਆ retired
ri ri karna *v.i.* ਰੀ ਰੀ ਕਰਨਾ whimper
riaasat *n.* ਰਿਆਸਤ principality
riaayeat *n.* ਰਿਆਇਤ concession
ribat *n.* ਰਿਬਟ rivet
rihaaesh *n.* ਰਿਹਾਇਸ਼ lodge
rihaaesh *n.* ਰਿਹਾਇਸ਼ lodging
rikshaaw *n.* ਰਿਕਸ਼ਾ ricksha
ringg mastar *n.* ਰਿੰਗ ਮਾਸਟਰ ringmaster
rinh *n.* ਰਿਣ debt
rinh lainaa *v.t.* ਰਿਣ ਲੈਣਾ borrow
rinhdaataa *n.* ਰਿਣਦਾਤਾ creditor
rinhee *n.* ਰਿਣੀ debtor
rinhee honhaa *v.t.* ਰਿਣੀ ਹੋਣਾ owe
risaale da ghorhaa *n.* ਰਿਸਾਲੇ ਦਾ ਘੋੜਾ trooper
risaunhaa *v.t.* ਰਿਸਾਉਣਾ trickle
rishat-pushat *adj.* ਰਿਸ਼ਟ-ਪੁਸ਼ਟ bonny
rishi *n.* ਰਿਸ਼ੀ seer
rishmaa vala *adj.* ਰਿਸ਼ਮਾਂ ਵਾਲਾ radial
rishta *n.* ਰਿਸ਼ਤਾ affinity
rishtaa *n.* ਰਿਸ਼ਤਾ relationship
rishtedaar *n.* ਰਿਸ਼ਤੇਦਾਰ relative
rishwat *n.* ਰਿਸ਼ਵਤ bribery
rishwat dena *v.t.* ਰਿਸ਼ਵਤ ਦੇਣਾ bribe
risnhaa ਰਿਸਣਾ secrete
risnhaa padarath *n.* ਰਿਸਣ ਪਦਾਰਥ secretion
rivaalvar *n.* ਰਿਵਾਲਵਰ revolver
roabdaar *adj.* ਰੋਅਬਦਾਰ commanding
rog *n.* ਰੋਗ ailment

rog nivaarak *adj.* ਰੋਗ ਨਿਵਾਰਕ prophylactic
rogan *n.* ਰੋਗਨ varnish
rogi *adj.* ਰੋਗੀ affected
rogi *adj.* ਰੋਗੀ morbid
rogi *adj.* ਰੋਗੀ unwell
rogi sevikaa *n.* ਰੋਗੀ ਸੇਵਿਕਾ nurse
rog-nidaan *n.* ਰੋਗ-ਨਿਦਾਨ diagnosis
rok *n.* ਰੋਕ confinement
rok *n.* ਰੋਕ disallowance
rok *n.* ਰੋਕ encumbrance
rok lena *v.t.* ਰੋਕ ਲੈਣਾ withhold
rok rakhnaa *v.t.* ਰੋਕ ਰੱਖਣਾ beleaguer
rokanh vala *n.* ਰੋਕਣ ਵਾਲਾ stopper
rokna *v.t.* ਰੋਕਣਾ ban
rokna *v.t.* ਰੋਕਣਾ bate
rokna *v.t.* ਰੋਕਣਾ coerce
roknaa *n.* ਰੋਕਣਾ blockade
roknaa *v.t.* ਰੋਕਣਾ constipate
roknaa *v.t.* ਰੋਕਣਾ counteract
roknaa *v.t.* ਰੋਕਣਾ debar
roknhaa *v.* ਰੋਕਣਾ detain
roknhaa *v.t.* ਰੋਕਣਾ disallow
roknhaa *v.t.* ਰੋਕਣਾ exclude
roknhaa *v.t.* ਰੋਕਣਾ fend
roknhaa *v.t.* ਰੋਕਣਾ forbid
roknhaa *v.t.* ਰੋਕਣਾ hinder
roknhaa *v.t.* ਰੋਕਣਾ impede
roknhaa *v.t.* ਰੋਕਣਾ intercept
roknhaa *v.t.* ਰੋਕਣਾ interrupt
roknhaa *v.i.* ਰੋਕਣਾ refrain
roknhaa *v.t.* ਰੋਕਣਾ restrain
rola *n.* ਰੌਲਾ uproar
rom khade honhaa ਰੋਮ ਖੜੇ ਹੋਣਾ horripilation
romaanch *v.t.* ਰੋਮਾਂਚ thrill
romaanchak kahaanhi *n.* ਰੋਮਾਂਚਕ ਕਹਾਣੀ romance
romaansak *adj.* ਰੋਮਾਂਸਕ romantic
roman devraaj *n.* ਰੋਮਨ ਦੇਵਰਾਜ jupitor
roohaaniat *n.* ਰੂਹਾਨੀਅਤ spirituality
roon dee batti *n.* ਰੂੰ ਦੀ ਬਤੀ lint
roop *n.* ਰੂਪ form
roop *n.* ਰੂਪ inflection
roop *n.* ਰੂਪ mien
roop vataa denhaa *v.t.* ਰੂਪ ਵਟਾ ਦੇਣਾ transfigure
roop vigaadnaa *v.t.* ਰੂਪ ਵਿਗਾੜਨਾ distort
roopaantar *n.* ਰੂਪਾਂਤਰ conversion
roopak *n.* ਰੂਪਕ allegory
roopak alankaar *n.* ਰੂਪਕ ਅਲੰਕਾਰ metaphor
roorhee *n.* ਰੂੜੀ manure
roorhibadh karnaa *adj.* ਰੂੜੀਬੱਧ stereotyped
rorhnaa *v.t.* ਰੋੜ੍ਹਨਾ trundle
ros ਰੋਸ remonstrance
ros karnaa *v.i.* ਰੋਸ ਕਰਨਾ remonstrate
roshan karnaa *v.t.* ਰੌਸ਼ਨ ਕਰਨਾ lighten
roshan munaara *n.* ਰੌਸ਼ਨ-ਮੁਨਾਰਾ ligh¶house
roshandaan *n.* ਰੌਸ਼ਨਦਾਨ ventilator
roshnee *n.* ਰੌਸ਼ਨੀ light
roti *n.* ਰੋਟੀ bread
roti da tukdaa *n.* ਰੋਟੀ ਦਾ ਟੁਕੜਾ crumb
rozi *n.* ਰੋਜ਼ੀ livelihood
roznaamchaa *n.* ਰੋਜ਼ਨਾਮਚਾ diary
rteebar *adj.* ਤੀਬਰ desperate
rujhaan *n.* ਰੁਝਾਨ trend
rukaavat *n.* ਰੁਕਾਵਟ cessation
rukaavat *n.* ਰੁਕਾਵਟ detention
rukaavat *n.* ਰੁਕਾਵਟ fetters
rukaavat *n.* ਰੁਕਾਵਟ hindrance
rukaavat *n.* ਰੁਕਾਵਟ hurdle
rukaavat *n.* ਰੁਕਾਵਟ impediment
rukaavat *n.* ਰੁਕਾਵਟ inhibition
rukaavat *v.t.* ਰੁਕਾਵਟ interdict
rukaavat *n.* ਰੁਕਾਵਟ interruption
rukaavat *n.* ਰੁਕਾਵਟ obstacle
rukaavat *n.* ਰੁਕਾਵਟ obstruction
rukaavat *v.t.* ਰੁਕਾਵਟ pause
rukaavat *n.* ਰੁਕਾਵਟ renitence
rukaavat *n.* ਰੁਕਾਵਟ retention
rukaavat *n.* ਰੁਕਾਵਟ trammel
rukanaa *v.t.* ਰੁਕਣਾ cease
rukavat *n.* ਰੁਕਾਵਟ ਹਟਾਉਣਾ clearance
rukavat *n.* ਰੁਕਾਵਟ constraint
rukh *n.* ਰੁੱਖ tree

rukh beejan wala *n.* ਰੁੱਖ ਬੀਜਣ ਵਾਲਾ arbour
rukh da mudh *n.* ਰੁੱਖ ਦਾ ਮੁਢ stub
rukh dee kalam *v.t.* ਰੁੱਖ ਦੀ ਕਲਮ engraft
rukha *adj.* ਰੁੱਖਾ harsh
rukhaa *adj.* ਰੁੱਖਾ surly
rukhaan sambandhi *adj.* ਰੁੱਖਾਂ ਸੰਬੰਧੀ arboreal
rukhaan wala marg *n.* ਰੁੱਖਾ ਵਾਲਾ ਮਾਰਗ avenue
rukkhapan *n.* ਰੁੱਖਾਪਣ asperity
ruknhaa *v.i.* ਰੁਕਣਾ desist
rumaal *n.* ਰੁਮਾਲ handkerchief
rumaal *n.* ਰੁਮਾਲ kerchief
rumaal *n.* ਰੁਮਾਲ napkin
run murid *adj.* ਰੰਨ ਮੁਰੀਦ uxorious
rupayeeaa *n.* ਰੁਪਈਆ rupee
russeyaa *adj.* ਰੁੱਸਿਆ glum
rutbaa *n.* ਰੁਤਬਾ rank
rutt *n.* ਰੁੱਤ season
ruzgaar *n.* ਰੁਜ਼ਗਾਰ employment
ruzgaar *n.* ਰੁਜ਼ਗਾਰ living

S

saaantvanaa ਸਾਂਤਵਨਾ conciliation
saabanh *n.* ਸਾਬਣ soap
saabanh vargaa *n.* ਸਾਬਣ ਵਰਗਾ soapy
saabit karnaa *v.t.* ਸਾਬਿਤ ਕਰਨਾ prove
saada *adj.* ਸਾਦਾ simple
saada banhaunhaa *v.t.* ਸਾਦਾ ਬਣਾਉਣਾ simplify
saadaa *adj.* ਸਾਡਾ our
saadaa *adj.* ਸਾਦਾ plain
saadan vala *adj.* ਸਾੜਨ ਵਾਲਾ mordant
saadgi *n.* ਸਾਦਗੀ simplicity
saadgi naal *adj.* ਸਾਦਗੀ ਨਾਲ simply
saadhan *n.* ਸਾਧਨ equipage
saadhan ਸਾਧਨ means
saadhan bharpoor *adj.* ਸਾਧਨ ਭਰਪੂਰ resourceful
saadhu *n.* ਸਾਧੂ friar
saaf *adj.* ਸਾਫ clean
saaf *adj.* ਸਾਫ neat
saaf dili *n.* ਸਾਫਦਿਲੀ sincerity
saaf karnaa *v.t.* ਸਾਫ ਕਰਨਾ cleanse
saaf karnaa *n.* ਸਾਫ ਕਰਨਾ purge
saaf suthraa *adj.* ਸਾਫ-ਸੁਥਰਾ natty
saaf suthraa *adj.* ਸਾਫ-ਸੁਥਰਾ terse
saaf-safaee *n.* ਸਾਫ-ਸਫਾਈ cleanliness
saagoodaanhaa *n.* ਸਾਗੂਦਾਣਾ sago
saagvaan dee lakkrhee *n.* ਸਾਗਵਾਨ ਦੀ ਲੱਕੜੀ teak
saah *n.* ਸਾਹ breath
saah *n.* ਸਾਹ breathing
saah heen *adj.* ਸਾਹਹੀਣ breathless
saah kadhnhaa *v.t.* ਸਾਹ ਕੱਢਣਾ exhale
saah khichanhaa *v.t.* ਸਾਹ ਖਿਚਣਾ inhale
saah kireyaa *n.* ਸਾਹ ਕਿਰਿਆ respiration
saah lainaa *v.t.* ਸਾਹ ਲੈਣਾ breathe
saah lainhaa *v.t.* ਸਾਹ ਲੈਣਾ respire
saah nalee *v.t.* ਸਾਹ ਨਲੀ throttle
saah roknhaa *v.t.* ਸਾਹ ਰੋਕਣਾ suffocate
saahal *n.* ਸਾਹਲ plumb
saahal *n.* ਸਾਹਲ plummet
saahas *n.* ਸਾਹਸ boldness
saahas *n.* ਸਾਹਸ courage
saahasee *adj.* ਸਾਹਸੀ bold
saahasee *adj.* ਸਾਹਸੀ courageous
saahit *n.* ਸਾਹਿਤ literature
saahitik *adj.* ਸਾਹਿਤਿਕ literary
saahitik rachnaa *n.* ਸਾਹਿਤਕ ਰਚਨਾ epistle
saahmanaa karnaa ਸਾਹਮਣਾ ਕਰਨਾ confront
saahmna karna *n.* ਸਾਹਮਣਾ ਕਰਨਾ affront
saahmne *prep.* ਸਾਹਮਣੇ afore
saahmnhe honhaa *v.t.* ਸਾਹਮਣੇ ਹੋਣਾ subtend
saahsi *adj.* ਸਾਹਸੀ daring
saahsi banauna *v.t.* ਸਾਹਸੀ ਬਣਾਉਣਾ embolden
saahtik chor *n.* ਸਾਹਿਤਿਕ ਚੋਰ pirate
saahtik chori *n.* ਸਾਹਿਤਿਕ ਚੋਰੀ piracy
saaikall *n.* ਸਾਈਕਲ bicycle
saak *adj.* ਸਾਕ kindred
saak sambandhi *n.* ਸਾਕ ਸੰਬੰਧੀ kin

saakaar karnaa *v.t.* ਸਾਕਾਰ ਕਰਨਾ realize
saakhrtaa *n.* ਸਾਖਰਤਾ literacy
saal *n.* ਸਾਲ year
saal vich do vaar ਸਾਲ ਵਿਚ ਦੋ ਵਾਰ bi-annual
saala *n.* ਸਾਲਾ brother-in-law
saali *n.* ਸਾਲੀ sister-in-law
saamant *n.* ਸਾਮੰਤ suzerain
saamnatee *n.* ਸਾਮੰਤੀ suzerainty
saamraaj *n.* ਸਾਮਰਾਜ empire
saamraaj *n.* ਸਾਮਰਾਜ monarch
saamvaad *n.* ਸਾਮਵਾਦ communism
saamvaadi *n.* ਸਾਮਵਾਦੀ communist
saan da pathar *n.* ਸਾਣ ਦਾ ਪੱਥਰ whetstone
saan di awaz *v.i.* ਸਾਂ ਦੀ ਅਵਾਜ਼ whiz
saan te chadna *v.t.* ਸਾਣ ਤੇ ਚੜ੍ਹਨਾ whet
saang karnaa *v.t.* ਸਾਂਗ ਕਰਨਾ simulate
saanh *n.* ਸਾਨ੍ਹ zebu
saanh ghorhaa *n.* ਸਾਨ੍ਹ ਘੋੜਾ stallion
saanjhee poonjee *n.* ਸਾਂਝੀ ਪੂੰਜੀ pool
saantvanaadayak ਸਾਂਤਵਨਾਦਾਇਕ concilliatory
saanu *pro.* ਸਾਨੂੰ us
saaoo *adj.* ਸਾਊ urbane
saar *n.* ਸਾਰ precis
saar kadhnhaa *v.t.* ਸਾਰ ਕੱਢਣਾ educe
saara *adj.* ਸਾਰਾ whole
saaranggi *n.* ਸਾਰੰਗੀ fiddle
saaranggivaadak *n.* ਸਾਰੰਗੀਵਾਦਕ fiddler
saaransh *n.* ਸਾਰਾਂਸ਼ substance
saaras *n.* ਸਾਰਸ crane
saaras *n.* ਸਾਰਸ stork
saarh *n.* ਸਾੜ combustion
saarhaa *n.* ਸਾੜਾ sepsis
saarooptaa *n.* ਸਾਰੂਪਤਾ similitude
saarthee *n.* ਸਾਰਥੀ charioteer
saata *adj.* ਸਾਤਾ septenary
saatan *n.* ਸਾਟਨ sateen
saatan *n.* ਸਾਟਨ satin
saath *n.* ਸਾਥ communion
saath *n.* ਸਾਥ companionship
Saath dena *v.t.* ਸਾਥ ਦੇਣਾ accompany
saathee *n.* ਸਾਥੀ companion
Saathi *n.* ਸਾਥੀ accomplice
saathi *n.* ਸਾਥੀ adherent
saavdhaan *adj.* ਸਾਵਧਾਨ chary
saavdhaan *adj.* ਸਾਵਧਾਨ heedful
saavdhaan karna *v.t.* ਸਾਵਧਾਨ ਕਰਨਾ warn
saavdhaan karnaa *v.t.* ਸਾਵਧਾਨ ਕਰਨਾ exhort
saavdhaani *v.t.* ਸਾਵਧਾਨੀ heed
saavdhaani *n.* ਸਾਵਧਾਨੀ precaution
saavdhaani *n.* ਸਾਵਧਾਨੀ wariness
saavdhan *adj.* ਸਾਵਧਾਨ vigilant
saavdhani *n.* ਸਾਵਧਾਨੀ vigilance
saawdhaan *adj.* ਸਾਵਧਾਨ alert
saawdhaani *n.* ਸਾਵਧਾਨੀ alertness
saaz dee taar *n.* ਸਾਜ਼ ਦੀ ਤਾਰ chord
saaz samaan *n.* ਸਾਜ਼-ਸਮਾਨ outfit
saazish *n.* ਸਾਜ਼ਿਸ਼ intrigue
saazish *n.* ਸਾਜ਼ਿਸ਼ machination
saazish rachnaa *v.t.* ਸਾਜ਼ਿਸ਼ ਰਚਣਾ conspire
saaz-samaan *n.* ਸਾਜ਼-ਸਮਾਨ kit
sab kujh sahi *adv.* ਸਭ ਕੁਝ ਸਹੀ all right
sab ton hethla *adj.* ਸਭ ਤੋਂ ਹੇਠਲਾ undermost
sab ton uparlaa *adj.* ਸਭ ਤੋਂ ਉਪਰਲਾ uppermost
sabak *v.i.* ਸਬਕ lesson
Sabandhi *adv.* ਸੰਬੰਧੀ about
sabbabee honh vala ਸਬੱਬੀ ਹੋਣ ਵਾਲਾ fortuitous
sabh ton ghatt *adj.* ਸਭ ਤੋਂ ਘੱਟ least
sabh ton pehlaa *adj.* ਸਭ ਤੋਂ ਪਹਿਲਾ premier
sabh ton vaddh *adj.* ਸਭ ਤੋਂ ਵੱਧ most
sabha *n.* ਸਭਾ assembly
sabha *n.* ਸਭਾ association
sabha mandap *n.* ਸਭਾ ਮੰਡਪ auditorium
sabhaa *n.* ਸਭਾ club
sabhaa ਸਭਾ congress
sabhaa *n.* ਸਭਾ council
sabhaa *n.* ਸਭਾ fellowship
sabhaa *n.* ਸਭਾ forum
sabhaa *v.t.* ਸਭਾ moot
sabhaa *n.* ਸਭਾ sitting
sabhaa *n.* ਸਭਾ convention
sabhaa bulaun wala *n.* ਸਭਾ ਬੁਲਾਉਣ ਵਾਲਾ convener

sabhaa manch *n.* ਸਭਾ ਮੰਚ rostrum
sabhaapati *n.* ਸਭਾਪਤੀ chairman
sabhaapati banhanaa *v.t.* ਸਭਾਪਤੀ ਬਣਨਾ preside
sabhaasad *n.* ਸਭਾਸਦ councillor
sabhda pyara *adj.* ਸਭਦਾ ਪਿਆਰਾ amiable
sabheyaa *adj.* ਸੱਭਿਆ decent
sabheyaachaar *n.* ਸੱਭਿਆਚਾਰ culture
sabheyak *v.t.* ਸੱਭਿਅਕ civilize
sabheyataa *n.* ਸੱਭਿਅਤਾ civilization
saboot *n.* ਸਬੂਤ evidence
saboot *n.* ਸਬੂਤ proof
saboot *n.* ਸਬੂਤ testimony
sabzi *n.* ਸਬਜ਼ੀ vegetable
saccha *adj.* ਸੱਚਾ authentic
sacha *adj.* ਸੱਚਾ veracious
sachaa *adj.* ਸੱਚਾ sincere
sachaa *adj.* ਸੱਚਾ stanch
sachaa *n.* ਸੱਚਾ sterling
sachaa ਸੱਚਾ TRUE
sachaa *adj.* ਸੱਚਾ truthful
sachaa niaankartaa *n.* ਸੱਚਾ ਨਿਆਂਕਰਤਾ daniel
sachaaee *adv.* ਸਚਾਈ ਨਾਲ soundly
sachaayee *n.* ਸੱਚਾਈ fact
sachaayee *n.* ਸੱਚਾਈ troth
sachaayi *n.* ਸਚਾਈ veracity
sachayee *n.* ਸੱਚਾਈ truth
sachayee naal *adv.* ਸੱਚਾਈ ਨਾਲ candidly
sache dilon *adv.* ਸੱਚੇ ਦਿਲੋਂ wholeheartedly
sachet *adj.* ਸਚੇਤ conscious
sachmuch *adj.* ਸਚਮੁੱਚ actually
sadaa-bahaar *adj.* ਸਦਾਬਹਾਰ coniferous
sadabahaar *adj.* ਸਦਾਬਹਾਰ perennial
sadachaar *n.* ਸਦਾਚਾਰ etiquette
sadachaar *n.* ਸਦਾਚਾਰ morality
sadachaar *adj.* ਸਦਾਚਾਰੀ pious
sadachaar *n.* ਸਦਾਚਾਰ rectitude
sadachaar *n.* ਸਦਾਚਾਰ virtue
sadachaari *n.* ਸਦਾਚਾਰੀ moralist
sadachaari *n.* ਸਦਾਚਾਰੀ virtuous
sadbhaav *n.* ਸਦਭਾਵ goodwill
sadda *n.* ਸੱਦਾ invitation
saddnhaa *v.t.* ਸੱਦਣਾ invite
sadhaaran aadmi *adj.* ਸਧਾਰਨ ਆਦਮੀ plebian
sadhaaran gall *n.* ਸਧਾਰਨ ਗੱਲ platitude
sadhaaran taur te *adv.* ਸਧਾਰਨ ਤੌਰ ਤੇ generally
sadhaaran viakti *n.* ਸਧਾਰਨ ਵਿਅਕਤੀ layman
sadhaaranikaran karnaa ਸਧਾਰਨੀਕਰਨ ਕਰਨਾ generalize
sadharan *adj.* ਸਧਾਰਨ normal
sadmaa *n.* ਸਦਮਾ setback
sadmaa *n.* ਸਦਮਾ shock
sadme bhareyaa *adj.* ਸਦਮੇਭਰਿਆ shocking
safaaee ਸਫਾਈ justification
safaaee *n.* ਸਫਾਈ neatness
safaaee *n.* ਸਫਾਈ sanitation
safaaee *n.* ਸਫਾਈ scour
safaaee sevak *n.* ਸਫਾਈ ਸੇਵਕ sweeper
safaayee naal *adv.* ਸਫਾਈ ਨਾਲ fairly
safaee *n.* ਸਫਾਈ cleanness
safaee da kamm *n.* ਸਫਾਈ ਦਾ ਕੰਮ cleaning
safaee karan wala *n.* ਸਫਾਈ ਕਰਨ ਵਾਲਾ cleaner
safal *adj.* ਸਫਲ successful
safal honhaa *v.t.* ਸਫਲ ਹੋਣਾ succeed
safaltaa *n.* ਸਫਲਤਾ success
safar *n.* ਸਫਰ promenade
safar *n.* ਸਫਰ travel
safar *n.* ਸਫਰ trek
safed *adj.* ਸਫੈਦ white
safedi *v.t.* ਸਫੈਦੀ white-wash
safri jhola *n.* ਸਫਰੀ ਝੋਲਾ wallet
safri thaila *n.* ਸਫਰੀ ਥੈਲਾ valise
sagaaee karnaa *v.t.* ਸਗਾਈ ਕਰਨਾ espouse
sagaayee *v.i.* ਸਗਾਈ betroth
sagaayee *n.* ਸਗਾਈ engagement
sah rok ke maarna *v.t.* ਸਾਹ ਰੋਕ ਕੇ ਮਾਰਨਾ asphyxlate
sahaara denhaa *v.t.* ਸਹਾਰਾ ਦੇਣਾ reinforce
sahaara denhaa *v.t.* ਸਹਾਰਾ ਦੇਣਾ sustain
sahaarnaa *v.t.* ਸਹਾਰਨਾ suffer
sahaayek *n.* ਸਹਾਇਕ reliever
sahara dena *v.t.* ਸਹਾਰਾ ਦੇਣਾ assist

sahara dinda hoyeya *n.* ਸਹਾਰਾ ਦਿੰਦਾ ਹੋਇਆ backing
sahas *n.* ਸਾਹਸ audacity
sahasi *adj.* ਸਾਹਸੀ audacious
sahayek *adj.* ਸਹਾਇਕ subservient
sahayeta *n.* ਸਹਾਇਤਾ assistance
sahayeta den wala *n.* ਸਹਾਇਤਾ ਦੇਣ ਵਾਲਾ contributor
sahayeta dena *v.i.* ਸਹਾਇਤਾ ਦੇਣਾ avail
Sahayik *n.* ਸਹਾਇਕ accessary
Sahayik *adj.* ਸਹਾਇਕ accessory
sahayik *n.* ਸਹਾਇਕ assistant
sahayik *adj.* ਸਹਾਇਕ auxiliary
sahee launhaa *v.t.* ਸਹੀ ਲਾਉਣਾ tick
saheyaa *n.* ਸਹਿਆ hare
sahmne aauana *v.* ਸਾਹਮਣੇ ਆਉਣਾ appear
saholat denhi *v.t.* ਸਹੂਲਤ ਦੇਣਾ facilitate
sahoola *n.* ਸਹੂਲਤ convenience
Sahoolat *n.* ਸਹੂਲਤ accommodation
sahoolat *n.* ਸਹੂਲਤ behalf
sahoolat *n.* ਸਹੂਲਤ facility
sahoolatyukat *adj.* ਸਹੂਲਤ-ਯੁਕਤ convenient
sahsik karj *v.* ਸਾਹਸਿਕ ਕਾਰਜ adventure
sahsik yatraa *n.* ਸਾਹਸਿਕ ਯਾਤਰਾ excursion
sahuraa *n.* ਸਹੁਰਾ father-in-law
sainaa *n.* ਸੈਨਾ soldiery
sainaa bhangg karnaa *v.t.* ਸੈਨਾ ਭੰਗ ਕਰਨਾ disband
sainaa da dall *n.* ਸੈਨਾ ਦਾ ਦਲ brigade
sainapati *n.* ਸੈਨਾਪਤੀ chieftain
sainapati *n.* ਸੈਨਾਪਤੀ marshal
sainat *n.* ਸੈਨਤ overture
sainet *n.* ਸੈਨੇਟ senate
sainik *n.* ਸੈਨਿਕ cadet
sainik *n.* ਸੈਨਕ sepoy
sainik *n.* ਸੈਨਿਕ soldier
sainik tukdee *n.* ਸੈਨਿਕ ਟੁਕੜੀ picket
sair sapaataa *n.* ਸੈਰ ਸਪਾਟਾ picnic
sair-sapaata *n.* ਸੈਰ-ਸਪਾਟਾ jaunt
sajaati *n.* ਸਜਾਤੀ congener
sajaati *adj.* ਸਜਾਤੀ homogeneous
sajaati viaktee *n.* ਸਜਾਤੀ ਵਿਅਕਤੀ clansman
sajaaunhaa *v.t.* ਸਜਾਉਣਾ embellish
sajaaunhaa *v.t.* ਸਜਾਉਣਾ emblazon
sajaavat *n.* ਸਜਾਵਟ decoration
sajaavat *n.* ਸਜਾਵਟ embellishment
sajaavat *n.* ਸਜਾਵਟ redaction
sajaavat *n.* ਸਜਾਵਟ se¶off
sajaunaa *n.* ਸਜਾਉਣਾ bedeck
sajaunaa *v.t.* ਸਜਾਉਣਾ decorate
sajaunha *v.t.* ਸਜਾਉਣਾ drape
sajaunhaa *v.t.* ਸਜਾਉਣਾ equip
sajaunhaa *v.t.* ਸਜਾਉਣਾ furnish
sajaunhaa *v.t.* ਸਜਾਉਣਾ garnish
sajaunhaa ਸਜਾਉਣਾ prank
sajeev *n.* ਸਜੀਵ organism
sajeevta *n.* ਸਜੀਵਤਾ vitality
sajeevta *n.* ਸਜੀਵਤਾ vivacity
saka *adj.* ਸਕਾ akin
sakaar banhaaunhaa *v.t.* ਸਾਕਾਰ ਬਣਾਉਣਾ embody
sakaar karnaa *v.t.* ਸਾਕਾਰ ਕਰਨਾ materialize
sakaaut *n.* ਸਕਾਊਟ scout
sakarmak kireyaa *adj.* ਸਕਰਮਕ ਕਿਰਿਆ transitive
sakattar *n.* ਸਕੱਤਰ secretary
sakdaa *v.* ਸਕਦਾ can
sake sambandhee *n.* ਸਕੇ ਸੰਬੰਧੀ kith
sakhat *adj.* ਸਖਤ callous
sakhat *adj.* ਸਖਤ hard
sakhat *adv.* ਸਖਤ stark
sakhat *adj.* ਸਖਤ stiff
sakhat *n.* ਸਖਤ strait
sakhat *adj.* ਸਖਤ tough
sakhat *adj.* ਸਖਤ grim
sakhat danhedaar pathar *n.* ਸਖਤ ਦਾਣੇਦਾਰ ਪੱਥਰ granite
sakhat karnaa *v.i.* ਸਖਤ ਕਰਨਾ harden
sakhat karnaa ਸਖਤ ਕਰਨਾ straiten
sakhat mehnat *n.* ਸਖਤ ਮਿਹਨਤ drudgery
sakhtaayee *n.* ਸਖਤਾਈ stiffness
sakhtee *n.* ਸਖਤੀ oppression
sakhtee *n.* ਸਖਤੀ rigour
sakhtee vala *adj.* ਸਖਤੀ ਵਾਲਾ oppressive
sakkattar *n.* ਸਕੱਤਰ secretary

sakkattaret *n.* ਸਕੱਤਰੇਤ secretariate
sakool *n.* ਸਕੂਲ school
salaad *n.* ਸਲਾਦ salad
salaah *n.* ਸਲਾਹ rede
salaam *n.* ਸਲਾਮ bye-bye
salaam *n.* ਸਲਾਮ salutation
salaam karnaa *v.t.* ਸਲਾਮ ਕਰਨਾ salute
salah karnaa *v.t.* ਸਲਾਹ ਕਰਨਾ confer
salana *adj.* ਸਲਾਨਾ yearly
salet banhaunh vala *n.* ਸਲੇਟ ਬਣਾਉਣ ਵਾਲਾ slater
saleti *adj.* ਸਲੇਟੀ gray
saleti karnaa *adj.* ਸਲੇਟੀ ਕਰਨਾ grey
salippar *n.* ਸਲਿਪਰ slipper
salok *n.* ਸਲੋਕ couplet
salok *n.* ਸਲੋਕ stave
sama *n.* ਸਮਾਂ period
samaa *n.* ਸਮਾਂ time
samaa saarni *n.* ਸਮਾਂ ਸਾਰਨੀ time-table
samaadh *n.* ਸਮਾਧ tomb
samaaj *n.* ਸਮਾਜ society
samaaj shaashtar *n.* ਸਮਾਜ ਸ਼ਾਸ਼ਤਰ sociology
samaaj tyaag *n.* ਸਮਾਜ ਤਿਆਗ secession
samaan *adj.* ਸਮਾਨ alike
samaan *n.* ਸਮਾਨ commensurate
samaan *n.* ਸਮਾਨ compeer
samaan *n.* ਸਮਾਨ gear
samaan *n.* ਸਮਾਨ humdrum
samaan *adj.* ਸਮਾਨ identical
samaan *n.* ਸਮਾਨ lading
samaan *n.* ਸਮਾਨ luggage
samaan *adj.* ਸਮਾਨ same
samaan *adj.* ਸਮਾਨ similar
samaan nashat karnaa *v.t.* ਸਮਾਂ ਨਸ਼ਟ ਕਰਨਾ fritter
samaan pad da *v.t.* ਸਮਾਨ ਪਦ ਦਾ co-ordinate
samaan parkirtee daa *adj.* ਸਮਾਨ ਪ੍ਰਕਿਰਤੀ ਦਾ congenial
samaanantar *adj.* ਸਮਾਨੰਤਰ collateral
samaanantar lakeeraan *n.* ਸਮਾਨੰਤਰ ਲਕੀਰਾਂ marquis
samaanarthak *adj.* ਸਮਾਨਅਰਥਕ synonymous
samaanarthee *n.* ਸਮਾਨਅਰਥੀ ਸ਼ਬਦ synonym
samaanattar rekhaa *n.* ਸਮਾਨੰਤਰ ਰੇਖਾ ordinate
Samaanta *n.* ਸਮਾਨਤਾ accordance
samaanta *n.* ਸਮਾਨਤਾ analogy
samaantaa *n.* ਸਮਾਨਤਾ par
samaantaa *n.* ਸਮਾਨਤਾ semblance
samaarak *adj.* ਸਮਾਰਕ monument
samaarak sambandhi *n.* ਸਮਾਰਕ ਸੰਬੰਧੀ monumental
samachaar *n.* ਸਮਾਚਾਰ bulletin
samachaar *n.* ਸਮਾਚਾਰ tabloid
samadhee *n.* ਸਮਾਧੀ trance
samaj virodhi *adj.* ਸਮਾਜ-ਵਿਰੋਧੀ anti-social
samajhdaar *adj.* ਸਮਝਦਾਰ sane
samajik sangh *n.* ਸਮਾਜਿਕ ਸੰਘ coterie
samajvaad *n.* ਸਮਾਜਵਾਦ socialism
samanh *v.t.* ਸੰਮਣ summon
samapat *n.* ਸਮਪਾਤ equinox
samapat honhaa *v.t.* ਸਮਾਪਤ ਹੋਣਾ expire
samapat karnaa *v.t.* ਸਮਾਪਤ ਕਰਨਾ conclude
samapat karnaa *v.t.* ਸਮਾਪਤ ਕਰਨਾ consummate
samapat karnaa *v.t.* ਸਮਾਪਤ ਕਰਨਾ overthrow
samaroh *v.i.* ਸਮਾਰੋਹ function
samaroh *n.* ਸਮਾਰੋਹ jamboree
samaroh *n.* ਸਮਾਰੋਹ pageant
samarpanh *n.* ਸਮਰਪਣ delivery
samarpanh *n.* ਸਮਰਪਣ ਕਰਨਾ demise
samarpanh *n.* ਸਮਰਪਣ dedication
samarpanh karnaa *v.t.* ਸਮਰਪਣ ਕਰਨਾ devote
samarpanh kartaa *n.* ਸਮਰਪਣ-ਕਰਤਾ dedicator
samarpitt karnaa *v.t.* ਸਮਰਪਿਤ ਕਰਨਾ dedicate
samarthak *n.* ਸਮਰਥਕ supporter
samarthan *n.* ਸਮਰਥਨ support

samarthanyog *adj.* ਸਮਰਥਨਯੋਗ supportable
samarthkosh *n.* ਸਮਅਰਥਕੋਸ਼ thesaurus
samasseyaa *n.* ਸਮੱਸਿਆ problem
samasseyaadayak *adj.* ਸਮੱਸਿਆਦਾਇਕ problematic
sambandh *v.t.* ਸੰਬੰਧ concern
sambandh *n.* ਸੰਬੰਧ relation
sambandh hona *v.* ਸੰਬੰਧ ਹੋਣਾ appertain
sambandh karak da chin *n.* ਸੰਬੰਧ ਕਾਰਕ ਦਾ ਚਿੰਨ੍ਹ apostrophe
sambandh rakhdaa *adj.* ਸੰਬੰਧ ਰੱਖਦਾ relating
sambandh vich *n.* ਸੰਬੰਧ ਵਿੱਚ relatively
sambandhaki *n.* ਸੰਬੰਧਕੀ genitive
sambandhatta *n.* ਸੰਬੰਧਤਾ relevance
sambandhee *n.pl.* ਸੰਬੰਧੀ belonging
sambandhi *n.* ਸੰਬੰਧੀ kinsman
sambandhi *prep.* ਸੰਬੰਧੀ regarding
sambandhitt *v.t.* ਸੰਬੰਧਿਤ belong
sambandhitt ਸੰਬੰਧਿਤ related
sambandhitt *adj.* ਸੰਬੰਧਿਤ relevant
sambandhitt karnaa *v.t.* ਸੰਬੰਧਿਤ ਕਰਨਾ relate
sambandhkaarak *adj.* ਸੰਬੰਧਕਾਰਕ possessive
sambar hiran *n.* ਸਾਂਬਰ ਹਿਰਨ chamois
sambhaal *n.* ਸੰਭਾਲ preservation
sambhaal *n.* ਸੰਭਾਲ upkeep
sambhaavi *adj.* ਸੰਭਾਵੀ potential
sambhaavi *adj.* ਸੰਭਾਵੀ prbable
sambhaavi *adj.* ਸੰਭਾਵੀ prospective
sambhaavnaa *n.* ਸੰਭਾਵਨਾ possibility
sambhaavnaa ਸੰਭਾਵਨਾ probability
sambhal karnaa *v.t.* ਸੰਭਾਲ ਕਰਨਾ care
sambhav *n.* ਸੰਭਵ feasible
sambhav *adj.* ਸੰਭਵ possible
sambhavna *n.* ਸੰਭਾਵਨਾ likelihood
sam-bhuji *adj.* ਸਮ-ਭੁਜੀ equilateral
sambodak *adj.* ਸੰਬੋਧਕ vocative
Sambodhan karna *v.* ਸੰਬੋਧਨ ਕਰਨਾ accost
sambodhan karna *v.t.* ਸੰਬੋਧਨ ਕਰਨਾ address
sambodhani shabad ਸੰਬੋਧਨੀ ਸ਼ਬਦ hallo
same anukool *adj.* ਸਮੇਂ ਅਨੁਕੂਲ tidy
same anusaar *adj.* ਸਮੇਂ ਅਨੁਸਾਰ timely
same ton pehlan *adv.* ਸਮੇਂ ਤੋਂ ਪਹਿਲਾਂ untimely
sameekarnh *n.* ਸਮੀਕਰਣ equation
sameekhiak *n.* ਸਮੀਖਿਅਕ reviewer
samitee *n.* ਸਮਿਤੀ committee
samjautaa karaunhaa *v.i.* ਸਮਝੌਤਾ ਕਰਾਉਣਾ mediate
samjhaaunhaa *v.t.* ਸਮਝਾਉਣਾ expound
samjhanaa *v.t.* ਸਮਝਣਾ comprehend
samjhanhyog *adj.* ਸਮਝਣਯੋਗ intelligible
samjhanyog *adj.* ਸਮਝਣਯੋਗ comprehensible
Samjhauta *v.t.* ਸਮਝੌਤਾ accord
samjhautaa *n.* ਸਮਝੌਤਾ negotiation
samjhautaa *n.* ਸਮਝੌਤਾ reconciliation
samjhautaa karnaa *v.t.* ਸਮਝੌਤਾ ਕਰਨਾ negotiate
samjhautaa karnaa *v.t.* ਸਮਝੌਤਾ ਕਰਨਾ reconcile
samjhautaa karnaa *v.t.* ਸਮਝੌਤਾ ਕਰਨਾ stipulate
samjhaute yog *adj.* ਸਮਝੌਤੇਯੋਗ negotiable
samjhna *v.t.* ਸਮਝਣਾ understand
samjhna *n.* ਸਮਝ understanding
samjhya *n.* ਸਮਝਿਆ understood
samjota karnaa *v.t.* ਸਮਝੌਤਾ ਕਰਨਾ compromise
samkaali *adj.* ਸਮਕਾਲੀ simultaneous
samkaalvartee *v.t.* ਸਮਕਾਲਵਰਤੀ synchronize
samkaleen *adj.* ਸਮਕਾਲੀਨ coeval
samkaleen *adj.* ਸਮਾਕਾਲੀਨ contemporary
samkonh *n.* ਸਮਕੋਣ right angle
samlinggi *adj.* ਸਮਲਿੰਗੀ gay
sammohan videyaa ਸੰਮੋਹਨ ਵਿੱਦਿਆ hypnotism
samooh *n.* ਸਮੂਹ group
samoohak *adj.* ਸਮੂਹਿਕ collective
samoohak roop vich *adv.* ਸਮੂਹਕ ਰੂਪ ਵਿੱਚ enblo
sampaadan *n.* ਸੰਪਾਦਨ editor

sampaadan karan vala *n.* ਸੰਪਾਦਨ ਕਰਨ ਵਾਲਾ executor
sampaadan karnaa *v.t.* ਸੰਪਾਦਨ ਕਰਨਾ edit
sampaaddan karan wala *n.* ਸੰਪਾਦਨ ਕਰਨ ਵਾਲਾ ਵਿਅਕਤੀ doer
sampaadki *adj.* ਸੰਪਾਦਕੀ editorial
samparak *n.* ਸੰਪਰਕ contact
samparak *n.* ਸੰਪਰਕ rapport
sampardaan kaarak *n.* ਸੰਪਰਦਾਨ ਕਾਰਕ dative
sampark todnaa *v.t.* ਸੰਪਰਕ ਤੋੜਨਾ disengage
sampatti *n.* ਸੰਪਤੀ property
sampatti di maalki *n.* ਸੰਪਤੀ ਦੀ ਮਾਲਕੀ appurtenance
sampooran roop wich *adj.* ਸੰਪੂਰਨ ਰੂਪ ਵਿੱਚ altogether
sampooranh *adj.* ਸੰਪੂਰਣ inegral
samrath *adj.* ਸਮਰੱਥ efficacious
samrathaa *n.* ਸਮਰੱਥਾ capacity
samrathaa *adj.* ਸਮਰੱਥਾ potentiality
samratth *adj.* ਸਮਰੱਥ competent
samridh *adj.* ਸਮਰਿੱਧ thriving
samroopi *adj.* ਸਮਰੂਪੀ symmetrical
samroopta *n.* ਸਮਰੂਪਤਾ symmetry
samroopta *n.* ਸਮਰੂਪਤਾ uniformity
samrooptaa *n.* ਸਮਰੂਪਤਾ resemblance
samrooptaa *n.* ਸਮਰੂਪਤਾ similarity
samtaa *n.* ਸਮਤਾ equilibrium
samuchaa *adj.* ਸਮੁੱਚਾ entire
samuchaa *adj.* ਸਮੁੱਚਾ plenary
samuchaa *n.* ਸਮੁੱਚਾ synopsis
samudaye *n.* ਸਮੁਦਾਇ batch
samundar *n.* ਸਮੁੰਦਰ sea
samundar tatt *n.* ਸਮੁੰਦਰ-ਤੱਟ beach
samundar tatt *n.* ਸਮੁੰਦਰ ਤੱਟ seaboard
samundar yatra *n.* ਸਮੁੰਦਰ ਯਾਤਰਾ cruise
samundari *adj.* ਸਮੁੰਦਰੀ maritime
samundari jahaaz *adj.* ਸਮੁੰਦਰੀ ਜ਼ਹਾਜ਼ marine
samundar-tatt *n.* ਸਮੁੰਦਰ-ਤੱਟ coast
samunddar *n.* ਸਮੁੰਦਰ ocean
samunddar yaatraa *n.* ਸਮੁੰਦਰ ਯਾਤਰਾ sailing
samunddri *adj.* ਸਮੁੰਦਰੀ nautical
samvaad daata *n.* ਸੰਵਾਦਦਾਤਾ reporter
samvaarna *v.t.* ਸੰਵਾਰਨਾ dub
samvaarnaa *v.t.* ਸੰਵਾਰਨਾ meliorate
samvad *n.* ਸੰਵਾਦ conference
samvad-daataa *n.* ਸੰਵਾਦਦਾਤਾ correspondent
samveddi *adj.* ਸੰਵੇਦੀ sensitive
samvednamayee *n.* ਸੰਵੇਦਨਾਮਈ sensual
samvednsheel *adj.* ਸੰਵੇਦਨਸ਼ੀਲ sensible
samvednsheelta *n.* ਸੰਵੇਦਨਸ਼ੀਲਤਾ sensibility
samvidhaan *n.* ਸੰਵਿਧਾਨ constitution
sanaatanee *adj.* ਸਨਾਤਨੀ conservative
sanad *n.* ਸਨਦ testamur
sanadyaafta *n.* ਸਨਦਯਾਫਤਾ graduate
sanak *n.* ਸਨਕ megrim
sanchaalit karnaa *v.t.* ਸੰਚਾਲਿਤ ਕਰਨਾ mobilize
sanchaar *n.* ਸੰਚਾਰ communication
sanchaar karnaa *v.* ਸੰਚਾਰ ਕਰਨਾ communicate
sanchaar karnaa *v.i.* ਸੰਚਾਰ ਕਰਨਾ transfuse
sanchaar kartaa *adj.* ਸੰਚਾਰ-ਕਰਤਾ communicative
sanchalak *n.* ਸੰਚਾਲਕ conduction
sandal *n.* ਸੰਦਲ sandal
sandarbh *n.* ਸੰਦਰਭ context
sandd *n.* ਸੰਦ tool
sandeh *n.* ਸੰਦੇਹ discredit
sandeh *v.t.* ਸੰਦੇਹ distrust
sandehvaad *n.* ਸੰਦੇਹਵਾਦ scepticism
sandesh bhejnhaa *v.t.* ਸੰਦੇਸ਼ ਤੇ ਭੇਜਣਾ despatch
sandesh te bhejnhaa *n.* ਸੰਦੇਸ਼ ਤੇ ਭੇਜਣਾ dispatch
sandeshvaahak *n.* ਸੰਦੇਸ਼ਵਾਹਕ messenger
sandhee *n.* ਸੰਧੀ compact
sandhee *n.* ਸੰਧੀ confederacy
sandhi *n.* ਸੰਧੀ alliance
sandhi *n.* ਸੰਧੀ seam
sandhi *n.* ਸੰਧੀ treaty
sandhi wala *adj.* ਸੰਧੀ ਵਾਲਾ allied

saneh *n.* ਸਨੇਹ affection
sangamm *n.* ਸੰਗਮ conjuction
sangat premi *adj.* ਸੰਗਤ ਪਰੇਮੀ gregarious
sangathhan *n.* ਸੰਗਠਨ organization
sangathhan *n.* ਸੰਗਠਨ solidarity
sangathhitt karnaa *v.t.* ਸੰਗਠਿਤ ਕਰਨਾ organize
sangeen *n.* ਸੰਗੀਨ bayonet
sangeet *n.* ਸੰਗੀਤ concert
sangeet *n.* ਸੰਗੀਤ music
sangeetkaar *n.* ਸੰਗੀਤਕਾਰ musician
sangeet-mandalli *n.* ਸੰਗੀਤ-ਮੰਡਲੀ chorus
sanggam *n.* ਸੰਗਮ junction
sangh *n.* ਸੰਘ federation
sangh *n.* ਸੰਘ guild
sangh *n.* ਸੰਘ throat
sangh *n.* ਸੰਘ union
sanghanee jharee *n.* ਸੰਘਣੀ ਝਾੜੀ brushwood
sanghanhaa *adj.* ਸੰਘਣਾ dense
sangraih sathaan مـــــل ਸੰਗ੍ਰਹਿ-ਸਥਾਨ depository
sangrakheyak *adj.* ਸੰਗਰੱਖਿਅਕ tutelar
sangreh *n.* ਸੰਗ੍ਰਹਿ collection
sanh *n.* ਸਣ flax
sanh *n.* ਸਣ hemp
sanh da *adj.* ਸਣ ਦਾ falxen
sanh da taat *n.* ਸਣ ਦਾ ਟਾਟ hessian
Sanjam *n.* ਸੰਜਮ abstemiousness
Sanjam *n.* ਸੰਜਮ abstinency
sanjam *n.* ਸੰਜਮ continence
sanjjam *n.* ਸੰਜਮ reservation
sanjjam *n.* ਸੰਜਮ temperance
sanjjami *adj.* ਸੰਜਮੀ frugal
sanjjami *adj.* ਸੰਜਮੀ temperate
Sanjmi *adj* ਸੰਜਮੀ abstemious
sanjog *n.* ਸੰਜੋਗ coherence
sanjog *n.* ਸੰਜੋਗ cohesion
sanjog *n.* ਸੰਯੋਗ combination
sanjog *n.* ਸੰਜੋਗ hap
sanjog *n.* ਸੰਜੋਗ quirk
sanjog naal *adv.* ਸੰਜੋਗ ਨਾਲ perchance
sanjogaatmak *adj.* ਸੰਜੋਗਾਤਮਕ synthetic
sanjogmaatar *adj.* ਸੰਜੋਗਮਾਤਰ haphazard
sankalan *n.* ਸੰਕਲਨ synthesis
sankalann *n.* ਸੰਕਲਨ compilation
sankalann kartaa *n.* ਸੰਕਲਨ ਕਰਤਾ compiler
sankalitt karnaa *v.t.* ਸੰਕਲਿਤ ਕਰਨਾ compile
sankallap *n.* ਸੰਕਲਪ determination
sankalp *n.* ਸੰਕਲਪ volition
sankarmanh door karna *v.t.* ਸੰਕਰਮਣ ਦੂਰ ਕਰਨਾ disinfect
sankarmanh rog *n.* ਸੰਕਰਮਣ ਰੋਗ infection
sankatt *n.* ਸੰਕਟ calamity
sankatt *n.* ਸੰਕਟ lurch
sankatt *n.* ਸੰਕਟ peril
sankatt *n.* ਸੰਕਟ quandary
sankatt ch apunhaa *n.* ਸੰਕਟ ਚ ਪਾਉਣਾ endanger
sankatt dee sathiti *n.* ਸੰਕਟ ਦੀ ਸਥਿਤੀ dilemma
sankatt kaal *n.* ਸੰਕਟ ਕਾਲ exigency
sankattpooran *adj.* ਸੰਕਟਪੂਰਨ perilous
sankattpooran *adj.* ਸੰਕਟਪੂਰਨ precarious
sankee *n.* ਸਨਕੀ bedlamite
sankee *adj.* ਸਨਕੀ maniac
sankee *adj.* ਸਨਕੀ phrenic
sankeeran *adj.* ਸੰਕੀਰਣ chaotic
Sankeph karna *v.t.* ਸੰਖੇਪ ਕਰਨਾ abridge
sanket *n.* ਸੰਕੇਤ allusion
sanket *n.* ਸੰਕੇਤ hint
sanket *n.* ਸੰਕੇਤ inkling
sanket *n.* ਸੰਕੇਤ signal
sanket daa shabad *n.* ਸੰਕੇਤ ਦਾ ਸ਼ਬਦ cue
sanket karan wala *adj.* ਸੰਕੇਤ ਕਰਨ ਵਾਲਾ allusive
sanket lippi *n.* ਸੰਕੇਤ ਲਿੱਪੀ shorthand
sanket lippi *n.* ਸੰਕੇਤ ਲਿੱਪੀ stenography
sanket lippi likhari *n.* ਸੰਕੇਤ ਲਿੱਪੀ ਲਿਖਾਰੀ stenographer
sanket shabad *n.* ਸੰਕੇਤ ਸ਼ਬਦ watchword
sanket vajon *adv.* ਸੰਕੇਤ ਵਜੋਂ vide
sanketak *adj.* ਸੰਕੇਤਕ symbolical
sanketak lekh *n.* ਸੰਕੇਤਕ ਲੇਖ cryptogram
Sankhep *n.* ਸੰਖੇਪ abbreviation
sankhep *adj.* ਸੰਖੇਪ brief

sankhep *n.* ਸੰਖੇਪ compendium
sankhep *adj.* ਸੰਖੇਪ curt
sankhep *n.* ਸੰਖੇਪ nutshell
sankhep karnaa *v.t.* ਸੰਖੇਪ ਕਰਨਾ curtail
sankhep karnaa *v.t.* ਸੰਖੇਪ ਕਰਨਾ summarize
sankhep saar *adj.* ਸੰਖੇਪ ਸਾਰ summary
sankhep vich *adv.* ਸੰਖੇਪ ਵਿੱਚ curtly
sankhipat *adj.* ਸੰਖਿਪਤ compendious
sankhipat *adj.* ਸੰਖਿਪਤ concise
sankhipat *adj.* ਸੰਖਿਪਤ succinct
Sankhipt karna *v.t.* ਸੰਖਿਪਤ ਕਰਨਾ abbreviate
sankkat *n.* ਸੰਕਟ crisis
sankkat *n.* ਸੰਕਟ emergency
sankkat *n.* ਸੰਕਟ hazard
sankkat *n.* ਸੰਕਟ jeopardy
sankochee *adj.* ਸੰਕੋਚੀ coy
sankochvaan bhaashanh ਸੰਕੋਚਵਾਂ ਭਾਸ਼ਣ reticence
sankraamak *adj.* ਸੰਕਰਾਮਕ infectious
sankraamak bukhaar *n.* ਸੰਕਰਾਮਕ ਬੁਖਾਰ influenza
sankuchan *n.* ਸੰਕੁਚਨ contraction
sanmaan *n.* ਸਨਮਾਨ homage
sanmaan *adj.* ਸਨਮਾਨ honour
sanmaankaari *adj.* ਸਨਮਾਨਕਾਰੀ reverent
sanmaansoochak *adj.* ਸਨਮਾਨਸੂਚਕ honorary
sanmaanyog *n.* ਸਨਮਾਨਯੋਗ honourable
sanmaanyog *adj.* ਸਨਮਾਨਯੋਗ reverend
sannhee *n.* ਸੰਨ੍ਹੀ pincers
sanpnaa *v.t.* ਸੌਂਪਣਾ cede
sansaarak *adj.* ਸੰਸਾਰਕ sublunary
sansaari *adj.* ਸੰਸਾਰੀ worldly
sansaarik *adj.* ਸੰਸਾਰਿਕ earthly
sansadi khetar *v.t.* ਸੰਸਦੀ ਖੇਤਰ borough
sanskaranh *n.* ਸੰਸਕਰਣ edition
sansthaa *n.* ਸੰਸਥਾ institute
sansthaa *n.* ਸੰਸਥਾ institution
sant *n.* ਸੰਤ saint
santaan *n.* ਸੰਤਾਨ descendant
santaan *n.* ਸੰਤਾਨ issue
santaan *n.* ਸੰਤਾਨ offspring
santaan *n.* ਸੰਤਾਨ progeny
santaap *n.* ਸੰਤਾਪ misery
santaap denhaa *v.t.* ਸੰਤਾਪ ਦੇਣਾ excruciate
santaap karnaa *v.t.* ਸੰਤਾਪ ਕਰਨਾ mourn
santokh *n.* ਸੰਤੋਖ indulgence
santosh *n.* ਸੰਤੋਸ਼ contentment
santree *n.* ਸੰਤਰੀ sentry
santtraa *n.* ਸੰਤਰਾ orange
santulan *n.* ਸੰਤੁਲਨ balance
santulan *n.* ਸੰਤੁਲਨ equipoise
santulit *n.* ਸੰਤੁਲਿਤ poised
santushat *adj.* ਸੰਤੁਸ਼ਟ complacent
santushat *n.* ਸੰਤੁਸ਼ਟ content
santushat karnaa *v.t.* ਸੰਤੁਸ਼ਟ ਕਰਨਾ please
santushat karnaa *v.t.* ਸੰਤੁਸ਼ਟ ਕਰਨਾ propitiate
santushat karnaa *v.t.* ਸੰਤੁਸ਼ਟ ਕਰਨਾ satisfy
santushati *n.* ਸੰਤੁਸ਼ਟੀ propitiation
santushatidayak *adj.* ਸੰਤੁਸ਼ਟੀਦਾਇਕ satisfactory
santushtataa *n.* ਸੰਤੁਸ਼ਟਤਾ satiety
santushtati *n.* ਸੰਤੁਸ਼ਟੀ satisfaction
sanyog *n.* ਸੰਯੋਗ concord
sanyukat *adj.* ਸੰਯੁਕਤ conjunct
sanyukat *adj.* ਸੰਯੁਕਤ corporate
sanyukat *adj.* ਸੰਯੁਕਤ federal
sanyukat *v.t.* ਸੰਯੁਕਤ incorporate
sanyukat hon wala *adj.* ਸੰਯੁਕਤ ਹੋਣ ਵਾਲਾ cohesive
sanyukat honaa *v.t.* ਸੰਯੁਕਤ ਹੋਣਾ cohere
sanyukat karna *v.t.* ਸੰਯੁਕਤ ਕਰਨਾ weld
sanyukat karnaa *n.* ਸੰਯੁਕਤ ਕਰਨਾ combine
sanyukat karnaa *v.t.* ਸੰਯੁਕਤ ਕਰਨਾ compound
sanyukat karnaa *v.t.* ਸੰਯੁਕਤ ਕਰਨਾ conjoin
saoo *n.* ਸਾਊ tractable
sapanjj *n.* ਸਪੰਜ sponge
saparsh rekhaa *n.* ਸਪਰਸ਼ ਰੇਖਾ tangent
saparshee *adj.* ਸਪਰਸ਼ੀ tactile
saparshee *adj.* ਸਪਰਸ਼ੀ tangible
sapashat *v.t.* ਸਪੱਸ਼ਟ articulate
sapashat *adj.* ਸਪੱਸ਼ਟ explicit

sapashat *adj.* ਸਪੱਸ਼ਟ legible
sapashat roop naal *adv.* ਸਪੱਸ਼ਟ ਰੂਪ ਨਾਲ plainly
sapashatt *adj.* ਸਪੱਸ਼ਟ downright
sapashatt *adj.* ਸਪੱਸ਼ਟ obvious
sapashatt *adj.* ਸਪੱਸ਼ਟ overt
sapasht karna *v.t.* ਸਪੱਸ਼ਟ ਕਰਨਾ clarify
sapashtataa *n.* ਸਪੱਸ਼ਟਤਾ perspicuity
sapashteekaran *n.* ਸਪੱਸ਼ਟੀਕਰਨ clarification
sapashtikaran *n.* ਸਪੱਸ਼ਟੀਕਰਨ exposition
saphutt *adj.* ਸਫੁੱਟ picuresque
sapp *n.* ਸੱਪ serpent
sapp *n.* ਸੱਪ snake
sapp dee funkaar *v.t.* ਸੱਪ ਦੀ ਫੁੰਕਾਰ hiss
sapp vargaa *adj.* ਸੱਪ ਵਰਗਾ serpentine
sapurdagee *n.* ਸਪੁਰਦਗੀ relegation
sapurdagi *v.t.* ਸਪੁਰਦਗੀ remand
saraan *n.* ਸਰਾਂ caravansera¢ry
saraan *n.* ਸਰਾਂ inn
saraan *n.* ਸਰਾਂ seral
saraan da rakhvaala *n.* ਸਰਾਂ ਦਾ ਰਖਵਾਲਾ innkeeper
saraap dena *v.t.* ਸਰਾਪ ਦੇਣਾ damn
saraap denhaa *v.t.* ਸਰਾਪ ਦੇਣਾ execrate
saraap denhaa *v.t.* ਸਰਾਪ ਦੇਣਾ imprecate
sarab eeshvarvaad *n.* ਸਰਬ-ਈਸ਼ਵਰਵਾਦ pantheism
saraj daa kapprhaa *n.* ਸਰਜ ਦਾ ਕੱਪੜਾ serge
saral *adj.* ਸਰਲ clement
saral *adj.* ਸਰਲ unpretending
saral vidhi *n.* ਸਰਲ ਵਿਧੀ short cut
saralataa *n.* ਸਰਲਤਾ clemency
saranggi *n.* ਸਾਰੰਗੀ twang
sarasar *adv.* ਸਰਾਸਰ utterly
sarav shaktimaan *adj.* ਸਰਵ-ਸ਼ਕਤੀਮਾਨ omnipotent
sarav viaapak ਸਰਵ-ਵਿਆਪਕ omnipresent
sarav viaapak *adj.* ਸਰਵ-ਵਿਆਪਕ ubiquitous
sarav viaapakta *n.* ਸਰਵ-ਵਿਆਪਕਤਾ ubiquity
saravlaukik *adj.* ਸਰਵਲੌਕਿਕ demoratic
sarav-zabat *n.* ਸਰਵ-ਜ਼ਬਤ confiscation
sarbagg *adj.* ਸਰਬੱਗ omniscient
sardaar *n.* ਸਰਦਾਰ foreman
sardaari *n.* ਸਰਦਾਰੀ supermacy
sardi *n.* ਸਰਦੀ winter
sare *adj.* ਸਾਰੇ all
sareek *n.* ਸਰੀਕ rivalry
sareer *n.* ਸਰੀਰ body
sareer da *adj.* ਸਰੀਰ ਦਾ bodily
sareerak *adj.* ਸਰੀਰਕ carnal
sareerak *adj.* ਸਰੀਰਕ corporal
sareerak *adj.* ਸਰੀਰਕ corporeal
sareerak *adj.* ਸਰੀਰਕ physical
sareerak banhtar *n.* ਸਰੀਰਕ ਬਣਤਰ physique
sareerak vigeyaan *n.* ਸਰੀਰਕ ਵਿਗਿਆਨ physiology
saresh *n.* ਸਰੇਸ਼ gelatine
sarfaa *n.* ਸਰਫਾ thrift
sargaram *adj.* ਸਰਗਰਮ hectic
sargarmi *n.* ਸਰਗਰਮੀ activity
sarghee-velaa *v.i.* ਸਰਘੀ-ਵੇਲਾ dawn
sarhaand *n.* ਸੜਾਂਦ putrefaction
sarhadd *n.* ਸਰਹੱਦ border
sarhadd *n.* ਸਰਹੱਦ boundary
sarhaddi chaunkki *n.* ਸਰਹੱਦੀ ਚੌਕੀ outpost
sarhak *n.* ਸੜਕ road
Sarhda hoya *adv.* ਸੜ੍ਹਦਾ ਹੋਇਆ ablaze
sarhdi haalat wich *adv.* ਸੜਦੀ ਹਾਲਤ ਵਿੱਚ afire
sarhnaa *v.i.* ਸੜਨਾ repine
sarinjj *n.* ਸਰਿੰਜ syringe
sarir di nali *n.* ਸਰੀਰ ਦੀ ਨਲੀ duct
sarir ton vakkh karnaa *v.* ਸਰੀਰ ਤੋਂ ਵੱਖ ਕਰਨਾ disembody
sarkaan da milaap *n.* ਸੜਕਾਂ ਦਾ ਮਿਲਾਪ cross-road
sarkaar *n.* ਸਰਕਾਰ government
sarkaari *n.* ਸਰਕਾਰੀ vestment
sarkaari aadesh *n.* ਸਰਕਾਰੀ ਆਦੇਸ਼ mandate
sarkaari madad *n.* ਸਰਕਾਰੀ ਮਦਦ subvention

sarkanhaa *v.i.* ਸਰਕਣਾ glide
sarkari beyaan *n.* ਸਰਕਾਰੀ ਬਿਆਨ communique
sarkass *n.* ਸਰਕਸ circus
sarltaa *n.* ਸਰਲਤਾ tractability
sarmayedaar *n.* ਸਰਮਾਇਦਾਰ financier
sarnaa *v.t.* ਸੜਨਾ burn
sarodi kaav *n.* ਸਰੋਦੀ ਕਾਵਿ lyric
sarodi kavita *n.* ਸਰੋਦੀ ਕਵਿਤਾ sonnet
sarohn *n.* ਸਰ੍ਹੋਂ mustard
sarot *n.* ਸਰੋਤ channel
sarot *n.* ਸਰੋਤ font
sarparast *n.* ਸਰਪਰਸਤ patron
sarparasti *n.* ਸਰਪਰਸਤੀ patronage
sarpat *v.i.* ਸਰਪਟ gallop
sarprasat *n.* ਸਰਪਰਸਤ guardian
sarprasti *n.* ਸਰਪਰਸਤੀ tutelage
sarv shaktimaan *adj.* ਸਰਵ-ਸ਼ਕਤੀਮਾਨ almighty
sarvjanik adhikaaari *n.* ਸਰਵਜਨਿਕ ਅਧਿਕਾਰੀ functionary
sarvotam *adj.* ਸਰਵੋਤਮ best
sarvotam *adj.* ਸਰਵੋਤਮ superlative
sass *n.* ਸੱਸ mother-in-law
sastaa *adj.* ਸਸਤਾ cheap
sastaa *adj.* ਸਸਤਾ economical
sastaa karnaa *v.* ਸਸਤਾ ਕਰਨਾ cheapen
sat *n.* ਸਤ essence
sat *n.* ਸਤ sap
sat konhaa *n.* ਸੱਤ ਕੋਣਾ septangular
sat saalaan baad honh vala *adj.* ਸੱਤ ਸਾਲਾਂ ਬਾਅਦ ਹੋਣ ਵਾਲਾ septennial
sataaraan *adj.* ਸਤਾਰਾਂ seventeen
satambar *n.* ਸਤੰਬਰ september
sataunhaa *v.t.* ਸਤਾਉਣਾ oppress
sataunhaa *v.t.* ਸਤਾਉਣਾ pester
sateshan *n.* ਸਟੇਸ਼ਨ station
sathaan *n.* ਸਥਾਨ place
sathaan *n.* ਸਥਾਨ situation
sathaan badlanhaa *v.t.* ਸਥਾਨ ਬਦਲਣਾ displace
sathaan dassnhaa *v.t.* ਸਥਾਨ ਦੱਸਣਾ locate
sathaan ton hataunhaa *n.* ਸਥਾਨ ਤੋਂ ਹਟਾਉਣ ਦਾ ਕਾਰਜ displacement

sathaanak *adj.* ਸਥਾਨਕ local
sathaanak varnhan *n.* ਸਥਾਨਕ ਵਰਣਨ topography
sathaapit karnaa *v.t.* ਸਥਾਪਿਤ ਕਰਨਾ establish
sathaapnaa *n.* ਸਥਾਪਨਾ establishment
Sathaayee *prep.* ਸਥਾਈ abiding
sathaayee *n.* ਸਥਾਈ permanent
sathaayee *n.* ਸਥਾਈ perpetual
sathaayee banhuanhaa ਸਥਾਈ ਬਣਾਉਣਾ perpetuate
sathaayee honhaa *n.* ਸਥਾਈ ਹੋਣਾ permanence
sathagan *n.* ਸਥਗਨ prorogation
sathagit karna *v.t.* ਸਥਗਿਤ ਕਰਨਾ adjourn
sathh *adj.* ਸੱਠ sixty
sathheaaunha *v.i.* ਸਠਿਆਉਣਾ dote
sathhvaan *adj.* ਸੱਠਵਾਂ sixtieth
sathir ਸਥਿਰ constant
sathir *adj.* ਸਥਿਰ immobile
sathir ਸਥਿਰ invariable
sathir *n.* ਸਥਿਰ standstill
sathir *adj.* ਸਥਿਰ stationary
sathir karnaa *v.t.* ਸਥਿਰ ਕਰਨਾ reckon
sathir vichaar *n.* ਸਥਿਰ ਵਿਚਾਰ deliberation
sathirtaa *n.* ਸਥਿਰਤਾ durability
sathirtaa ਸਥਿਰਤਾ serenity
sathirtaa naal *adv.* ਸਥਿਰਤਾ ਨਾਲ perpetually
sathit karnaa ਸਥਿਤ ਕਰਨਾ situate
sathitaki *n.* ਸਥਿਤਕੀ statics
sathitee *n.* ਸਥਿਤੀ degree
sathitee *adj.* ਸਥਿਤੀ standing
sathiti *n.* ਸਥਿਤੀ crib
sathitt *adj.* ਸਥਿਤ situated
sathool *adj.* ਸਥੂਲ unwieldy
satikaar karnaa *v.t.* ਸਤਿਕਾਰ ਕਰਨਾ dignify
satikaarat *n.* ਸਤਿਕਾਰਤ dignitary
satikaarsoochak *adj.* ਸਤਿਕਾਰ ਸੂਚਕ respectful
satsang *n.* ਸਤਸੰਗ synod
satt *adj.* ਸੱਤ seven

satt gunhaa *adj.* ਸੱਤ ਗੁਣਾ sevenfold
satt maarna *v.t.* ਸੱਟ ਮਾਰਨਾ whack
satt maarnaa *v.t.* ਸੱਟ ਮਾਰਨਾ hurt
satta *n.* ਸੱਤਾ entity
sattadhaari *n.* ਸੱਤਾਧਾਰੀ sovereign
sattar *adj.* ਸੱਤਰ seventy
sattarvaan *adj.* ਸੱਤਰਵਾਂ seventieth
sattvaan *adj.* ਸੱਤਵਾਂ seventh
sau *n.* ਸੈ cent
sau *n.* ਸੈ hundred
sau hisseyaan vich vibhajat *adj.* ਸੈ ਹਿੱਸਿਆਂ ਵਿੱਚ ਵਿਭਾਜਿਤ centigrade
saudaa *n.* ਸੈਦਾ covenant
saudaa *n.* ਸੈਦਾ transaction
saudaaa karnaa *v.t.* ਸੈਦਾ ਕਰਨਾ deal
saudebaaz *v.i.* ਸੈਦੇਬਾਜ਼ chaffer
saudebaaz *n.* ਸੌਦੇਬਾਜ਼ dealer
saumpanaa *v.t.* ਸੌਂਪਣਾ commend
saumpanaa *v.t.* ਸੌਂਪਣਾ consign
saumpanhaa *v.t.* ਸੌਂਪਣਾ entrust
saumpnaa *n.* ਸੌਂਪਣਾ commitment
saun dee jagah *n.* ਸੌਣ ਦੀ ਜਗ੍ਹਾ berth
saun dee patree *n.* ਸੌਣ ਦੀ ਪਟੜੀ bunk
saunpanhaa *v.t.* ਸੌਂਪਣਾ devolve
saunpnhaa *v.t.* ਸੌਂਪਣਾ deliver
savaari denhee *v.t.* ਸਵਾਰੀ ਦੇਣੀ testify
savachhta *n.* ਸਵੱਛਤਾ tidiness
savai-parshansa *v.t.* ਸਵੈ-ਪ੍ਰਸ਼ੰਸ਼ਾ brag
savdeshi *adj.* ਸਵਦੇਸ਼ੀ indigenuous
savdhaan *v.i.* ਸਾਵਧਾਨ beware
savdhaan *adj.* ਸਾਵਧਾਨ cautious
savdhaan *adj.* ਸਾਵਧਾਨ circumspect
savdhaanee *n.* ਸਾਵਧਾਨੀ caution
savdhaani *n.* ਸਾਵਧਾਨੀ circumspection
savikaar karnaa *n.* ਸਵੀਕਾਰ ਕਰਨਾ confession
savikaar karnaa ਸਵੀਕਾਰ ਕਰਨਾ subscriben
savikaarat tatt *n.* ਸਵੀਕਾਰਤ ਤੱਤ datum
savikar karnaa *v.t.* ਸਵੀਕਾਰ ਕਰਨਾ concede
sawaar *n.* ਸਵਾਰ rider
sawacchh *adj.* ਸਵੱਛ unsullied
sawadheenhata *n.* ਸਵਾਦਹੀਣਤਾ distaste
sawar *n.* ਸਵਰ cadence
sawarag *n.* ਸਵਰਗ paradise
sawer *n.* ਸਵੇਰ morning
sawer sambandhi *n.* ਸਵੇਰ ਸੰਬੰਧੀ eon
sawikar soochak ਸਵੀਕਾਰ ਸੂਚਕ affirmative
sawraj *n.* ਸਵਰਾਜ autonomy
sayunkt karna *v.* ਸੰਯੁਕਤ ਕਰਨਾ annex
sayunkt karna *n.* ਸੰਯੁਕਤ ਕਰਨਾ associate
sazaa *n.* ਸਜ਼ਾ punishment
sazaa denhaa *v.t.* ਸਜ਼ਾ ਦੇਣਾ punish
sazaa denhaa *v.t.* ਸਜ਼ਾ ਦੇਣਾ trounce
sazaayog *adj.* ਸਜ਼ਾਯੋਗ punishable
sdharan *adj.* ਸਧਾਰਨ banal
sdharan *adj.* ਸਧਾਰਨ usual
seb *n.* ਸੇਬ apple
seb de beej *n.* ਸੇਬ ਦੇ ਬੀਜ pip
seel machhi *n.* ਸੀਲ ਮੱਛੀ seal
seel machhi *n.* ਸੀਲ ਮੱਛੀ seal
seema *n.* ਸੀਮਾ barrier
seema *n.* ਸੀਮਾ limit
seema tapp janhaa ਸੀਮਾ ਟੱਪ ਜਾਣਾ transacend
seemaa *n.* ਸੀਮਾ bound
seemaa-rehat *n.* ਸੀਮਾ-ਰਹਿਤ boundless
seemaint *n.* ਸੀਮੇਂਟ cement
seemat *adj.* ਸੀਮਿਤ finite
seemat karnaa *v.t.* ਸੀਮਤ ਕਰਨਾ restrict
seemayog *n.* ਸੀਮਾਯੋਗ terminable
seera *n.* ਸੀਰਾ treacle
seetaa hoyeaa *adj.* ਸੀਤਾ ਹੋਇਆ sewn
seetafal *n.* ਸੀਤਾਫਲ custard-apple
seeti *n.* ਸੀਟੀ whistle
seevrej *n.* ਸੀਵਰੇਜ sewage
seh *n.* ਸੇਹ porcupine
seh utpann *adj.* ਸਹਿ ਉਤਪੰਨ resultant
sehaj *adj.* ਸਹਿਜ facile
sehaj *adj.* ਸਹਿਜ innate
sehaj *adj.* ਸਹਿਜ unaffected
sehaj marag *n.* ਸਹਿਜ ਮਾਰਗ stoicism
sehaj vich vishvaash *adj.* ਸਹਿਜ ਵਿਚ ਵਿਸ਼ਵਾਸ਼ ਕਰਨ ਵਾਲਾ credulous
seham *n.* ਸਹਿਮ scare
sehan karna *n.* ਸਹਿਣ ਕਰਨਾ undergo

sehanh karnaa *v.t.* ਸਹਿਣ ਕਰਨਾ endure
sehanh karnaa *v.t.* ਸਹਿਣ ਕਰਨਾ tolerate
sehanhsheel *n.* ਸਹਿਣਸ਼ੀਲ tolerable
sehanhsheel *adj.* ਸਹਿਣਸ਼ੀਲ tolerant
sehanhsheelta *n.* ਸਹਿਣਸ਼ੀਲਤਾ tolerance
sehanhsheelta ਸਹਿਣਸ਼ੀਲਤਾ toleration
sehanhsheeltaa *n.* ਸਹਿਣਸ਼ੀਲਤਾ endurance
sehanhsheeltaa *n.* ਸਹਿਣਸ਼ੀਲਤਾ patience
sehanwala *n.* ਸਹਿਣਵਾਲਾ bearer
sehanyog *adj.* ਸਹਿਣਯੋਗ bearable
sehat *n.* ਸਿਹਤ health
sehat *n.* ਸਿਹਤ sanity
sehat daa jaam *n.* ਸੇਹਤ ਦਾ ਜਾਮ toast
sehat videyaa *n.* ਸਿਹਤ ਵਿੱਦਿਆ hygiene
sehatmandd *adj.* ਸਿਹਤਮੰਦ healthy
sehatmandd *adj.* ਸਿਹਤਮੰਦ salubrious
sehatmandd *adj.* ਸਿਹਤਮੰਦ salutary
sehatyaab honaa *v.t.* ਸਿਹਤਯਾਬ ਹੋਣਾ convalesce
sehgaami *adj.* ਸਹਿਗਾਮੀ concomitant
sehjataa ਸਹਿਜਤਾ credulity
sehkaari *v.t.* ਸਹਿਕਾਰੀ co-operate
sehkaari amin *n.* ਸਹਿਕਾਰੀ ਅਮੀਨ bailiff
sehkarmee *n.* ਸਹਿਕਰਮੀ colleague
sehmat *v.* ਸਹਿਮਤ agree
sehmat *adj.* ਸਹਿਮਤ concurrent
Sehmat hona *v.i.* ਸਹਿਮਤ ਹੋਣਾ acquiesce
sehmat hona *v.i.* ਸਹਿਮਤ ਹੋਣਾ assent
sehmat hona *v.i.* ਸਹਿਮਤ ਹੋਣਾ consent
sehmati *n.* ਸਹਿਮਤੀ willingness
sehna *v.i.* ਸਹਿਣਾ bear
sehnaa *v.* ਸਹਿਣਾ bide
sehvaas *n.* ਸਹਿਵਾਸ coitus
sehvaas *n.* ਸਹਿਵਾਸ intercourse
sehyog *n.* ਸਹਿਯੋਗ contribution
sehyog dena *v.t.* ਸਹਿਯੋਗ ਦੇਣਾ contribute
sejah gyaan *n.* ਸਹਿਜ ਗਿਆਨ instinct
seknhaa *v.t.* ਸੇਕਣਾ foment
sem *v.i.* ਸੇਮ ooze
sena wich afsar *n.* ਸੇਨਾ ਵਿੱਚ ਅਫਸਰ adjutant
seva *n.* ਸੇਵਾ service
seva karnaa *v.t.* ਸੇਵਾ ਕਰਨਾ tend
sevafal *n.* ਸੇਵਾਫਲ remuneration
sevkaa *n.* ਸੇਵਕਾ stewardess
sewa mukat *adj.* ਸੇਵਾ ਮੁਕਤ emeritus
sewadaar *n.* ਸੇਵਾਦਾਰ valet
sfaid agg *n.* ਸਫੈਦ ਅੱਗ incandescence
sgotar *n.* ਸਗੋਤਰ cognate
shaabaash *int.* ਸ਼ਾਬਾਸ਼ bravo
shaabaash *n.* ਸ਼ਾਬਾਸ਼ plaudit
shaabdik varnan karnaa *v.t.* ਸ਼ਾਬਦਿਕ ਵਰਣਨ ਕਰਨਾ depict
shaabdikk *adj.* ਸ਼ਾਬਦਿਕ literal
shaahee *adj.* ਸ਼ਾਹੀ majestic
shaahee darbaar *n.* ਸ਼ਾਹੀ ਦਰਬਾਰ levee
shaahkaar *n.* ਸ਼ਾਹਕਾਰ masterpiece
shaakahaari *n.* ਸ਼ਾਕਾਹਾਰੀ vegetarian
shaakhaa vistaar *n.* ਸ਼ਾਖਾ ਵਿਸਤਾਰ ramification
shaal *n.* ਸ਼ਾਲ shawl
shaam *n.* ਸ਼ਾਮ dusk
shaam *n.* ਸ਼ਾਮ eve
shaam *n.* ਸ਼ਾਮ evening
shaam *n.* ਸ਼ਾਮ twilight
shaam vela *n.* ਸ਼ਾਮਵੇਲਾ eventide
shaamil karnaa *v.t.* ਸ਼ਾਮਿਲ ਕਰਨਾ include
shaan *n.* ਸ਼ਾਨ glory
shaan *n.* ਸ਼ਾਨ majesty
shaan *adj.* ਸ਼ਾਨ splendour
shaandaar *adj.* ਸ਼ਾਨਦਾਰ gallant
shaandaar *adj.* ਸ਼ਾਨਦਾਰ glorious
shaandaar *adj.* ਸ਼ਾਨਦਾਰ gorgeous
shaandaar *adj.* ਸ਼ਾਨਦਾਰ magnificent
shaandaar *adj.* ਸ਼ਾਨਦਾਰ palatial
shaandaar ਸ਼ਾਨਦਾਰ pompous
shaandaar *adj.* ਸ਼ਾਨਦਾਰ splendid
shaandaar *adj.* ਸ਼ਾਨਦਾਰ stately
shaandaar *adj.* ਸ਼ਾਨਦਾਰ stupendous
shaandaar *adj.* ਸ਼ਾਨਦਾਰ stylish
shaandaar *adj.* ਸ਼ਾਨਦਾਰ superb
shaant *adj.* ਸ਼ਾਂਤ calm
shaant *adj.* ਸ਼ਾਂਤ placid
shaant *adj.* ਸ਼ਾਂਤ sedate
shaant *adj.* ਸ਼ਾਂਤ silent
shaant *adj.* ਸ਼ਾਂਤ staid
shaant *adj.* ਸ਼ਾਂਤ still
shaant *adj.* ਸ਼ਾਂਤ tranquil

shaant ਸ਼ਾਂਤ mum
shaant kanraa *v.t.* ਸ਼ਾਂਤ ਕਰਨਾ mollify
shaant karna *v.t.* ਸ਼ਾਂਤ ਕਰਨਾ assuage
shaant karna *v.t.* ਸ਼ਾਂਤ ਕਰਨਾ becalm
shaant karnaa *v.t.* ਸ਼ਾਂਤ ਕਰਨਾ conciliate
shaant karnaa *v.t.* ਸ਼ਾਂਤ dispassionate
shaant karnaa *v.t.* ਸ਼ਾਂਤ ਕਰਨਾ hush
shaant karnaa *v.t.* ਸ਼ਾਂਤ ਕਰਨਾ mitigate
shaant karnaa *v.t.* ਸ਼ਾਂਤ ਕਰਨਾ pacify
shaant karnaa *v.t.* ਸ਼ਾਂਤ ਕਰਨਾ tranquillize
shaantbhaav naal *adj.* ਸ਼ਾਂਤਭਾਵ ਨਾਲ composedly
shaantee naal *adv.* ਸ਼ਾਂਤੀ ਨਾਲ calmly
shaantee naal *n.* ਸ਼ਾਤੀ calmness
shaanti *n.* ਸ਼ਾਂਤੀ composure
shaanti *n.* ਸ਼ਾਂਤੀ peace
shaanti *n.* ਸ਼ਾਤੀ placidity
shaanti *n.* ਸ਼ਾਂਤੀ tranquillity
shaanti bhangg karnaa *v.t.* ਸ਼ਾਂਤੀਭੰਗ ਕਰਨਾ disquiet
shaantibhareyaa *adj.* ਸ਼ਾਤੀਭਰਿਆ peaceful
shaarka machhi *n.* ਸ਼ਾਰਕ ਮੱਛੀ shark
shaashak *n.* ਸ਼ਾਸ਼ਕ rector
shaashak *n.* ਸ਼ਾਸਕ ruler
shaashan *n.* ਸ਼ਾਸਨ regime
shaashan karnaa *v.t.* ਸ਼ਾਸ਼ਨ ਕਰਨਾ dominate
shaashan karnaa *v.t.* ਸ਼ਾਸ਼ਨ ਕਰਨਾ enact
shabad *n.* ਸ਼ਬਦ word
shabad adambar *n.* ਸ਼ਬਦ ਅਡੰਬਰ verblage
shabad bhandaar *n.* ਸ਼ਬਦਭੰਡਾਰ vocabulary
shabad kalol *n.* ਸ਼ਬਦ ਕਲੋਲ pun
shabad uttpatti *n.* ਸ਼ਬਦ ਵਿਓਂਤਪੱਤੀ etymology
shabadaavli *n.* ਸ਼ਬਦਾਵਲੀ wording
shabadkosh *n.* ਸ਼ਬਦਕੋਸ਼ dictionary
shagan *n.* ਸ਼ਗਨ omen
shagan *n.* ਸ਼ਗਨ portent
shagan vichar *n.* ਸ਼ਗਨ ਵਿਚਾਰ auspice
shagird *n.* ਸ਼ਗਿਰਦ pupil
shah raah *n.* ਸ਼ਾਹ ਰਾਹ highway
shahee *adj.* ਸ਼ਾਹੀ regal
shahee pratinidh *n.* ਸ਼ਾਹੀ ਪ੍ਰਤੀਨਿੱਧ regent
shahee viaktee *n.* ਸ਼ਾਹੀ ਵਿਅਕਤੀ blueblood
shaheed *n.* ਸ਼ਹੀਦ martyr
shaheedi *n.* ਸ਼ਹੀਦੀ martyrdom
shahi hukam *n.* ਸ਼ਾਹੀ ਹੁਕਮ edict
shaitaan *n.* ਸ਼ੈਤਾਨ satan
shaitaani *adj.* ਸ਼ੈਤਾਨੀ satanic
shakhsheeyat *n.* ਸ਼ਖਸੀਅਤ personality
shakk ਸ਼ੱਕ misgiving
shakk karnaa *v.t.* ਸ਼ੱਕ ਕਰਨਾ misgive
shakk karnaa *v.t.* ਸ਼ੱਕ ਕਰਨਾ suspect
shakkar rog *n.* ਸ਼ੱਕਰ ਰੋਗ diabetes
shakki *adj.* ਸ਼ੱਕੀ apocryphal
shakki *adj.* ਸ਼ੱਕੀ fishy
shakki *adj.* ਸ਼ੱਕੀ questionable
shakki *n.* ਸ਼ੱਕੀ suspicious
shakki *adj.* ਸ਼ੱਕੀ vague
shakti *n.* ਸ਼ਕਤੀ armament
shakti *n.* ਸ਼ਕਤੀ energy
shakti *n.* ਸ਼ਕਤੀ force
shakti *n.* ਸ਼ਕਤੀ power
shakti denhaa *v.t.* ਸ਼ਕਤੀ ਦੇਣਾ energize
shakti ghatt karnaa *v.t.* ਸ਼ਕਤੀ ਘੱਟ ਕਰਨਾ deaden
shakti ghatt karnaa *v.t.* ਸ਼ਕਤੀ ਘੱਟ ਕਰਨਾ extenuate
shakti vardhak *n.* ਸ਼ਕਤੀਵਰਧਕ corroboration
shaktiheen *adj.* ਸ਼ਕਤੀਹੀਨ weakly
shaktiheenta *n.* ਸ਼ਕਤੀਹੀਣਤਾ debility
shaktimaan *adj.* ਸ਼ਕਤੀਮਾਨ dynamic
shaktimaan *adj.* ਸ਼ਕਤੀਮਾਨ powerful
shaktishaali *adj.* ਸ਼ਕਤੀਸ਼ਾਲੀ energetic
shaktivardhak *adj.* ਸ਼ਕਤੀਵਰਧਕ alimentary
shaktivardhak *adj.* ਸ਼ਕਤੀਵਰਧਕ tonic
shalaaghaa *v.t.* ਸ਼ਲਾਘਾ laud
shalaaghaayog *adj.* ਸ਼ਲਾਘਾਯੋਗ laudable
shalgam *n.* ਸ਼ਲਗਮ turnip
shamooliaat *n.* ਸ਼ਮੂਲੀਅਤ inclusion
shandaar *adj.* ਸ਼ਾਨਦਾਰ grandiose
shanigreh *n.* ਸ਼ਨੀ ਗ੍ਰਹਿ saturn
shanivaar *n.* ਸ਼ਨੀਵਾਰ saturday
shankaaheenh *adj.* ਸ਼ੰਕਾਹੀਣ implicit
shankayukat *adj.* ਸ਼ੰਕਾਯੁਕਤ dubious

shankh *n.* ਸ਼ੰਖ conch
shankka *n.* ਸ਼ੰਕਾ doubt
shankka karnaa *v.i.* ਸ਼ੰਕਾ ਕਰਨਾ demur
shankkasheel *adj.* ਸ਼ੰਕਾਸ਼ੀਲ distrustful
shankkayog *adj.* ਸੰਕਾਯੋਗ doubtful
shankoo *n.* ਸ਼ੰਕੂ cone
shankoo-akaar ਸ਼ੰਕੂ-ਆਕਾਰ conical
shanshodhan *n.* ਸ਼ੰਸ਼ੋਧਨ emendation
shanshodhan karnaa *v.t.* ਸ਼ੰਸ਼ੋਧਨ ਕਰਨਾ emend
shant karn da dhangg *n.* ਸ਼ਾਂਤ ਕਰਨ ਦਾ ਢੰਗ appeasement
shantidayak *adj.* ਸ਼ਾਂਤੀਦਾਇਕ sedative
sharaab *n.* ਸ਼ਰਾਬ alcohol
sharaab *n.* ਸ਼ਰਾਬ liquor
sharaab *n.* ਸ਼ਰਾਬ pint
sharaab *n.* ਸ਼ਰਾਬ whisky
sharaab *n.* ਸ਼ਰਾਬ wine
sharaab da peepaa *n.* ਸ਼ਰਾਬ ਦਾ ਪੀਪਾ tun
sharaab dee botal *n.* ਸ਼ਰਾਬ ਦੀ ਬੋਤਲ decanter
sharaab kadhhan wala *n.* ਸ਼ਰਾਬ ਕੱਢਣ ਵਾਲਾ distiller
sharaab wala *n.* ਸ਼ਰਾਬ ਵਾਲਾ alcoholic
sharaabi *n.* ਸ਼ਰਾਬੀ toper
sharaabkhaana *n.* ਸ਼ਰਾਬਖਾਨਾ tavern
sharaarat *n.* ਸ਼ਰਾਰਤ mischief
sharaarati *adj.* ਸ਼ਰਾਰਤੀ mischievous
sharaarti *adj.* ਸ਼ਰਾਰਤੀ impish
sharaarti *adj.* ਸ਼ਰਾਰਤੀ naughty
sharab *n.* ਸ਼ਰਾਬ beverage
sharab banaun dee jagah *n.* ਸ਼ਰਾਬ ਬਣਾਉਣ ਦੀ ਜਗ੍ਹਾ brewery
sharab banauna *v.t.* ਸ਼ਰਾਬ ਬਣਾਉਣਾ brew
sharabdar *adj.* ਸ਼ਰਾਬਦਾਰ spirituous
sharabee *n.* ਸ਼ਰਾਬ brandy
sharam *n.* ਸ਼ਰਮ bashfulness
sharam *v.t.* ਸ਼ਰਮ blush
sharam *n.* ਸ਼ਰਮ shame
Sharam kardeyaan *adv.* ਸ਼ਰਮ ਕਰਦਿਆਂ ablush
sharamnaak *adj.* ਸ਼ਰਮਨਾਕ ingiorious
sharamnaak *adj.* ਸ਼ਰਮਨਾਕ shameful
Sharamsar *adj.* ਸ਼ਰਮਸਾਰ abashed
Sharamsar karna *v.* ਸ਼ਰਮਸਾਰ ਕਰਨਾ abash
sharan *n.* ਸ਼ਰਣ asylum
sharan sthaan *n.* ਸ਼ਰਣਸਥਾਨ coverture
sharanh *n.* ਸ਼ਰਣ haven
sharat *n.* ਸ਼ਰਤ proviso
sharat *n.* ਸ਼ਰਤ salvo
sharat *n.* ਸ਼ਰਤ stipulation
sharat *adj.* ਸ਼ਰਤ subjunctive
sharat *n.* ਸ਼ਰਤ wager
sharat lagauna *v.t.* ਸ਼ਰਤ ਲਗਾਉਣੀ bet
sharbat *n.* ਸ਼ਰਬਤ sherbet
sharbat *n.* ਸ਼ਰਬਤ sirup
shardhaa *n.* ਸ਼ਰਧਾ devotion
shardhaalu *n.* ਸ਼ਰਧਾਲੂ devotee
shardhaanjli *n.* ਸ਼ਰਧਾਜਲੀ tribute
shareer- rachan mahir *n.* ਸਰੀਰ-ਰਚਨਾ ਮਾਹਿਰ anatomist
shareer- rachna sambandhi *adj.* ਸ਼ਰੀਰ-ਰਚਨਾ ਸੰਬੰਧੀ anatomical
shareer- rachna shastar *n.* ਸ਼ਰੀਰ-ਰਚਨਾ ਸ਼ਾਸ਼ਤਰ anatomy
sharenee *n.* ਸ਼੍ਰੇਣੀ class
shareni *n.* ਸ਼੍ਰੇਣੀ category
sharenibaddh *adj.* ਸ਼੍ਰੇਣੀਬੱਧ categorical
sharmaunhaa *v.t.* ਸ਼ਰਮਾਉਣਾ redden
sharmeela *adj.* ਸ਼ਰਮੀਲਾ bashful
sharmeela *adj.* ਸ਼ਰਮੀਲਾ diffident
sharmeelapanh *n.* ਸ਼ਰਮੀਲਾਪਣ modesty
sharmheen *adj.* ਸ਼ਰਮਹੀਣ unblushing
sharmsar *adj.* ਸ਼ਰਮਸਾਰ ashamed
sharnhaarthi *n.* ਸ਼ਰਣਾਰਥੀ refugee
shashtar bhandaar *n.* ਸ਼ਸ਼ਤਰ-ਭੰਡਾਰ arsenal
shataabadee *n.* ਸ਼ਤਾਬਦੀ ਸਮਾਰੋਹ centenary
shataabadee vich ikk vaar *adj.* ਸ਼ਤਾਬਦੀ ਵਿੱਚ ਇੱਕ ਵਾਰ centennial
shataabdee *n.* ਸ਼ਤਾਬਦੀ century
shateer *n.* ਸ਼ਤੀਰ girder
shatranjj *n.* ਸ਼ਤਰੰਜ chess
shatranjj da paansa *n.* ਸ਼ਤਰੰਜ ਦਾ ਪਾਂਸਾ dice
shauchaala *n.* ਸ਼ੌਚਾਲਾ latrine
shauchaala *n.* ਸ਼ੌਚਾਲਾ lavatory
shaukeen *adj.* ਸ਼ੌਕੀਨ fond

shaunk *n.* ਸ਼ੌਂਕ hobby
shayad *adv.* ਸ਼ਾਇਦ perhaps
shayad *adv.* ਸ਼ਾਇਦ possibly
shayad *adj.* ਸ਼ਾਇਦ probably
sheera *n.* ਸ਼ੀਰਾ molasses
sheeshaa *n.* ਸ਼ੀਸ਼ਾ mirror
sheeshee *n.* ਸ਼ੀਸ਼ੀ phial
sheetal *adj.* ਸ਼ੀਤਲ cool
shehad *n.* ਸ਼ਹਿਦ honey
shehad da chhatta *n.* ਸ਼ਹਿਦ ਦਾ ਛੱਤਾ honeycomb
shehar *n.* ਸ਼ਹਿਰ city
shehar *n.* ਸ਼ਹਿਰ town
shehri *adj.* ਸ਼ਹਿਰੀ urban
shehtoot *n.* ਸ਼ਹਿਤੂਤ mublerry
shekee maarnaa *n.* ਸ਼ੇਖੀ ਮਾਰਨਾ gasconade
shekhee *n.* ਸ਼ੇਖੀ bravado
shekhee marnee *n.* ਸ਼ੇਖੀ ਮਾਰਨੀ boast
shekheemaar *adj.* ਸ਼ੇਖੀਮਾਰ rodomontade
sher *n.* ਸ਼ੇਰ lion
sher da bachaa *n.* ਸ਼ੇਰ ਦਾ ਬੱਚਾ cub
sheraa *n.* ਸ਼ੋਰਾ saltpetre
sheshe jodna *v.t.* ਸ਼ੀਸ਼ੇ ਜੋੜਨਾ glaze
she-sikhyeyaa *n.* ਸਹਿ-ਸਿੱਖਿਆ co-education
sheyaahi *n.* ਸ਼ਿਆਹੀ ink
shikaar *n.* ਸ਼ਿਕਾਰ prey
shikaar *n.* ਸ਼ਿਕਾਰ quarry
shikaar banaona *v.t.* ਸ਼ਿਕਾਰ ਬਣਾਉਣਾ victimize
shikaar karnaa *v.t.* ਸ਼ਿਕਾਰ ਕਰਨਾ hunt
shikaari *n.* ਸ਼ਿਕਾਰੀ hunter
shikaari kutta *n.* ਸ਼ਿਕਾਰੀ ਕੁੱਤਾ hound
shikaarkhor *n.* ਸ਼ਿਕਾਰਖੋਰ predatory
shikaayat *n.* ਸ਼ਿਕਾਇਤ grievance
shikaayat *n.* ਸ਼ਿਕਾਇਤ plaint
shikanjjavi *n.* ਸ਼ਿਕੰਜਵੀ lemonade
shikayat *n.* ਸ਼ਿਕਾਇਤ complaint
shikayat *adj.* ਸ਼ਿਕਾਇਤ complaint
shikayat karnaa *v.t.* ਸ਼ਿਕਾਇਤ ਕਰਨਾ chide
shikayat karnaa *v.t.* ਸ਼ਿਕਾਇਤ ਕਰਨਾ complain
shikhar *n.* ਸਿਖਰ apex
shikraa *n.* ਸ਼ਿਕਰਾ hawk
shilaa lekh *n.* ਸ਼ਿਲਾਲੇਖ epigraph
shilap *n.* ਸ਼ਿਲਪ acquirement
shilap vigeyaan *n.* ਸ਼ਿਲਪ ਵਿਗਿਆਨ technic
shilap vigeyaan *n.* ਸ਼ਿਲਪ ਵਿਗਿਆਨ technology
shilp- vidya *n.* ਸ਼ਿਲਪ-ਵਿੱਦਿਆ architecture
shilpkaar *n.* ਸ਼ਿਲਪਕਾਰ artisan
Shilpkar *n.* ਸ਼ਿਲਪਕਾਰ architect
shingar karna *v.t.* ਸ਼ਿੰਗਾਰ ਕਰਨਾ adorn
shinkajja *n.* ਸ਼ਿਕੰਜਾ clamp
shishtaachaar *n.* ਸ਼ਿਸ਼ਟਾਚਾਰ comity
shishtaachaar rehat *adj.* ਸ਼ਿਸ਼ਟਾਚਾਰ ਰਹਿਤ unceremonious
shishtachaar *n.* ਸ਼ਿਸ਼ਟਾਚਾਰ complaisance
shishtachaar *n.* ਸ਼ਿਸ਼ਟਾਚਾਰ delicacy
shishtataa *n.* ਸ਼ਿਸ਼ਟਤਾ civility
shivaalaa *n.* ਸ਼ਿਵਾਲਾ pagoda
shiyaahee-choos *n.* ਸ਼ਿਆਹੀ-ਚੂਸ blotting-paper
shobha hona ਸ਼ੋਭਾ ਹੋਣਾ beseem
shobhaa *n.* ਸ਼ੋਭਾ grandeur
shobhaa *n.* ਸ਼ੋਭਾ prettiness
shodh *n.* ਸ਼ੋਧ amendment
shodhak *n.* ਸ਼ੋਧਕ purgatory
shodhna *v.* ਸ਼ੋਧਣਾ amend
shok da geet *n.* ਸ਼ੋਕ ਦਾ ਗੀਤ elegy
shok daa geet *n.* ਸ਼ੋਕ ਦਾ ਗੀਤ dirge
shokh *adj.* ਸ਼ੋਖ wanton
shor *n.* ਸ਼ੋਰ yawl
shor *n.* ਸ਼ੋਰ hue
shor shraabaa *n.* ਸ਼ੋਰ ਸ਼ਰਾਬਾ tumult
shor shraabe vala *n.* ਸ਼ੋਰ ਸ਼ਰਾਬੇ ਵਾਲਾ tumultuous
shoraa *n.* ਸ਼ੋਰਾ nitre
shorbaa *n.* ਸ਼ੋਰਬਾ broth
shorbaa *n.* ਸ਼ੋਰਬਾ soup
shoshanh karnaa *v.* ਸ਼ੋਸ਼ਣ ਕਰਨਾ exploit
shraabi *adj.* ਸ਼ਰਾਬੀ drunken
shreemaan *n.* ਸ਼੍ਰੀਮਾਨ signor
shreemaan *n.* ਸ਼੍ਰੀਮਾਨ sir
shreni-badh karna *v.t.* ਸ਼੍ਰੇਣੀਬੱਧ ਕਰਨਾ classify
shrimaan *n.* ਸ਼੍ਰੀਮਾਨ mister
shrimati *n.* ਸ਼੍ਰੀਮਤੀ madam

shrimati *n.* ਸ਼੍ਰੀਮਤੀ mistress
shromnhee *adj.* ਸ਼੍ਰੋਮਣੀ supreme
shubh vidayegi ਸ਼ੁਭ ਵਿਦਾਇਗੀ goo·bye
Shuddh *adj.* ਸ਼ੁੱਧ accurate
shuddhataa *n.* ਸ਼ੁੱਧਤਾ chastity
Shuddhta *n.* ਸ਼ੁੱਧਤਾ accuracy
shuddhtaa *n.* ਸ਼ੁਧਤਾ precision
shudh *adj.* ਸ਼ੁੱਧ pure
shudh karnaa *v.t.* ਸ਼ੁੱਧ ਕਰਨਾ sanctify
shudhee-pattar *n.* ਸ਼ੁਧੀਪੱਤਰ corrigendum
shudhtaa *n.* ਸ਼ੁੱਧਤਾ purity
shudhtaa *n.* ਸ਼ੁੱਧਤਾ refinement
shudhtaa *n.* ਸ਼ੁੱਧਤਾ sublimation
shukar greh *n.* ਸ਼ੁਕਰ ਗ੍ਰਹਿ vesper
shukeen *n.* ਸ਼ੁਕੀਨ fop
shukkar taaraa *n.* ਸ਼ੁੱਕਰ ਤਾਰਾ morning star
shukkarvaar *n.* ਸ਼ੁਕਰਵਾਰ friday
shuru hona *v.t.* ਸ਼ੁਰੂ ਹੋਣਾ begin
shuru hoyeaa *p.p.* ਸ਼ੁਰੂ ਹੋਇਆ begun
shuruaat *n.* ਸ਼ੁਰੂਆਤ beginning
shusheel *adj.* ਸੁਸ਼ੀਲ debonair
shutar murag *n.* ਸ਼ੁਤਰ-ਮੁਰਗ ostrich
si *p.p.* ਸੀ was
siaad *n.* ਸਿਆੜ furrow
siaanhaa *n.* ਸਿਆਣਾ politic
siaasatdaani *n.* ਸਿਆਸਤਦਾਨੀ statesmanship
siddhaa *adj.* ਸਿੱਧਾ canny
sidh karnaa *v.t.* ਸਿੱਧਕਰਨਾ manifest
sidh karnaa *v.t.* ਸਿੱਧ ਕਰਨਾ substantiate
sidha *n.* ਸਿੱਧਾ unbend
sidha *adj.* ਸਿੱਧਾ upright
sidhaa *v.t.* ਸਿੱਧਾ direct
sidhaa *adj.* ਸਿੱਧਾ innocuous
sidhaa *adj.* ਸਿੱਧਾ straight
sidhaa karnaa *v.t.* ਸਿੱਧਾ ਕਰਨਾ straighten
sidhaa paasaa *adj.* ਸਿੱਧਾ ਪਾਸਾ obverse
sidhaant *n.* ਸਿਧਾਂਤ criterion
sidhaant *n.* ਸਿਧਾਂਤ doctrine
sidhaant *n.* ਸਿਧਾਂਤ dogma
sidhaant *n.* ਸਿਧਾਂਤ principle
sidhaant *n.* ਸਿਧਾਂਤ tenet
sidhaant *n.* ਸਿਧਾਂਤ theory
sidhaant gharhne *v.t.* ਸਿਧਾਂਤ ਘੜਨੇ theorize
sidhaantakk *adj.* ਸਿਧਾਂਤਕ theoretical
sidhaanti *n.* ਸਿਧਾਂਤੀ theorist
sidhee kharhee *n.* ਸਿੱਧੀ ਖੜੀ talc
sidhi rekha *adj.* ਸਿੱਧੀ ਰੇਖਾ vertical
sifaarash *n.* ਸਿਫਾਰਸ਼ ਕਰਨਾ recommend
sifaarash karnaa *n.* ਸਿਫਾਰਸ਼ recommendation
sifar *n.* ਸਿਫਰ cipher
sifar *n.* ਸਿਫਰ naught
sifar *n.* ਸਿਫਰ nill
sifar *n.* ਸਿਫਰ zero
sigaar *n.* ਸਿਗਾਰ cigar
sigrat *n.* ਸਿਗਰਟ cigarette
sikall *n.* ਸਾਈਕਲ cycle
sikall-sawaar *n.* ਸਾਈਕਲ-ਸਵਾਰ cyclist
sikhaandroo *n.* ਸਿਖਾਂਦਰੂ tyre
sikhaandroo *n.* ਸਿਖਾਂਦਰੂ tyro
sikhanhyog *adj.* ਸਿੱਖਣਯੋਗ docile
Sikhar *n.* ਸਿਖਰ acme
sikhar *n.* ਸਿਖਰ climax
sikhar bindu *n.* ਸਿਖਰ ਬਿੰਦੂ zenith
sikhaunh vala *n.* ਸਿਖਾਉਣ ਵਾਲਾ trainer
sikheyaa denhaa *v.t.* ਸਿਖਿਆ ਦੇਣਾ instruct
sikheyaa lainhaa *v.t.* ਸਿਖਿਆ ਲੈਣਾ learn
sikheyaa samandhi *adj.* ਸਿਖਿਆ ਸੰਬੰਧੀ educative
sikheyaa shaashtri *n.* ਸਿਖਿਆ ਸ਼ਾਸ਼ਤਰੀ educationist
sikheyaarthi *n.* ਸਿਖਿਆਰਥੀ trainee
sikheyarthi *n.* ਸਿਖਿਆਰਥੀ apprentice
sikheyat *adj.* ਸਿਖਿਅਤ skilled
sikheyat karnaa *v.t.* ਸਿਖਿਅਤ ਕਰਨਾ educate
sikhlaayee *n.* ਸਿਖਲਾਈ training
sikhlaayee denhaa *v.t.* ਸਿਖਲਾਈ ਦੇਣਾ train
sikhlayee-kartaa *n.* ਸਿਖਲਾਈ-ਕਰਤਾ coach
sikka *n.* ਸਿੱਕਾ coin
sikka uchhalnhaa *v.t.* ਸਿੱਕਾ ਉਛਾਲਣਾ toss
sikleegar *n.* ਸਿਕਲੀਗਰ tinker
silaayee *n.* ਸਿਲਾਈ sewing
silk dee chaudi patti *n.* ਸਿਲਕ ਦੀ ਚੌੜੀ ਪੱਟੀ cravat

sill *n.* ਸਿੱਲ slab
sillapanh *n.* ਸਿੱਲਾਪਣ humidity
sillha *adj.* ਸਿੱਲ੍ਹਾ moist
silsilevaar ਸਿਲਸਿਲੇਵਾਰ gradual
silsilevaar *adj.* ਸਿਲਸਿਲੇਵਾਰ systematic
silsilevaar karnaa *v.t.* ਸਿਲਸਿਲੇਵਾਰ ਕਰਨਾ systematize
simartee *n.* ਸਿਮਰਤੀ rocollection
simmnhaa *n.* ਸਿੰਮਣਾ seepage
simran-maalaa *n.* ਸਿਮਰਣ-ਮਾਲਾ chaplet
sinemaa *n.* ਸਿਨੇਮਾ cinema
singg *n.* ਸਿੰਗ horn
sinjaayee *n.* ਸਿੰਜਾਈ irrigation
sinjanhaa *v.t.* ਸਿੰਜਣਾ irrigate
sionk *n.* ਸਿਉਂਕ termite
sioonhaa *v.t.* ਸਿਊਣਾ sew
sipher *n.* ਸਿਫਰ cypher
sir *n.* ਸਿਰ head
sir bhaar *adv.* ਸਿਰ ਭਾਰ headlong
sir darad *n.* ਸਿਰ-ਦਰਦ headache
sir de nakli vaal *n.* ਸਿਰ ਦੇ ਨਕਲੀ ਵਾਲ wig
sir hilaunhaa *v.t.* ਸਿਰ ਹਿਲਾਉਣਾ nod
sir vadhanha *v.t.* ਸਿਰ ਵੱਢਣਾ decapitate
sir vadhnaa *v.t.* ਸਿਰ ਵੱਢਣਾ behead
sira *n.* ਸਿਰਾ ream
siraa ਸਿਰਾ extremity
siraa *n.* ਸਿਰਾ tip
sirf *adj.* ਸਿਰਫ mere
sirf ਸਿਰਫ merely
sirhaanhaa *n.* ਸਿਰਹਾਣਾ pillow
sirka *n.* ਸਿਰਕਾ vinegar
sirke dee sheeshee *n.* ਸਿਰਕੇ ਦੀ ਸ਼ੀਸ਼ੀ cruet
sirlekh *n.* ਸਿਰਲੇਖ heading
sirlekh *n.* ਸਿਰਲੇਖ title
sirohee *n.* ਸਿਰੋਹੀ scimitar
siskee *v.i.* ਸਿਸਕੀ sob
sitaaraa *n.* ਸਿਤਾਰਾ spangle
sithh *n.* ਸਿੱਠ lampoon
sitt denhaa *v.t.* ਸਿੱਟ ਦੇਣਾ topole
sitta *n.* ਸਿੱਟਾ conclusion
sitta *n.* ਸਿੱਟਾ moral
sitta *n.* ਸਿੱਟਾ upshot
sitte chunhanha *v.t.* ਸਿੱਟੇ ਚੁਣਨਾ glean
sittnhaa *n.* ਸਿੱਟਣਾ dump
siyana *adj.* ਸਿਆਣਾ wise
siyanap wala *adj.* ਸਿਆਣਪ ਵਾਲਾ wisely
sjauna *v.t..* ਸਜਾਉਣਾ array
sjeev *adj.* ਸਜੀਵ alive
skaaf *n.* ਸਕਾਫ scarf
slaah dena *v.* ਸਲਾਹ ਦੇਣਾ advise
smaan *adj.* ਸਮਾਨ tantamount
smarpan *n.* ਸਮਰਪਣ assignment
smarthan karnaa *v.t.* ਸਮਰਥਨ ਕਰਨਾ indorse
smundar tatt te *adv.* ਸਮੁੰਦਰ ਤੱਟ ਤੇ ashore
smundri chiri *n.* ਸਮੁੰਦਰੀ ਚਿੜੀ albatross
sobhaa *n.* ਸੋਭਾ eclat
soch *n.* ਸੋਚ thinking
soch vichaar *n.* ਸੋਚ ਵਿਚਾਰ rumination
socheen painhaa *v.t.* ਸੋਚੀਂ ਪੈਣਾ ruminate
socheyaa samjheyaa *adj.* ਸੋਚਿਆ ਸਮਝਿਆ prepense
sochnhaa *v.t.* ਸੋਚਣਾ think
soda *n.* ਸੋਡਾ soda
sodh *n.* ਸੋਧ purification
sodhak *n.* ਸੋਧਕ refinery
sodhnhaa *v.t.* ਸੋਧਣਾ refine
sodiam *n.* ਸੋਡੀਅਮ sodium
sofa *n.* ਸੋਫਾ sofa
sog *n.* ਸੋਗ morning
sog vala *adj.* ਸੋਗ ਵਾਲਾ plaintive
soghanhaa *v.t.* ਸੋਧਣਾ purify
sohaagaa *n.* ਸੋਹਾਗਾ borax
sohn *on* ਸਹੁੰ oath
sohn khaanhi *v.t.* ਸਹੁੰ ਖਾਣੀ swear
sohn wala gawah *n.* ਸਹੁੰ ਵਾਲਾ ਗਵਾਹ depostion
sohna *adj.* ਸੋਹਣਾ winsome
sohnhaa *n.* ਸੋਹਣਾ googly
sohnhaa *adj.* ਸੋਹਣਾ handsome
soj *n.v.i.* ਸੋਜ bulge
soj *n.* ਸੋਜ swelling
soka *n.* ਸੋਕਾ tabes
soke daa rog *n.* ਸੋਕੇ ਦਾ ਰੋਗ rickets
soke daa rogi *adj.* ਸੋਕੇ ਦਾ ਰੋਗੀ rickety
Sokheya hoya ਸੋਖਿਆ ਹੋਇਆ absorbed
Sokhna ਸੋਖਣਾ absorb
sokhnhaa *v.t.* ਸੋਖਣਾ imbibe

sokhnhaa ਸੋਖਣਾ rectify
solhaan *n.* ਸੋਲਾਂ sixteen
solhvaan *adj.* ਸੋਲਵ੍ਹਾਂ sixteenth
somaa *n.* ਸੋਮਾ source
sona *n.* ਸੋਨਾ gold
sona *n.* ਸੋਨਾ specie
sone da maap *n.* ਸੋਨੇ ਦਾ ਮਾਪ carat
sone dee itt *n.* ਸੋਨੇ ਦੀ ਇੱਟ bullion
sooaa *n.* ਸੂਆ shoot
soobaa prastee *n.* ਸੂਬਾਪ੍ਰਸਤੀ provincialism
soochak *adj.* ਸੂਚਕ emblematic
soochee *n.* ਸੂਚੀ Catalogue
soochee taalika *n.* ਸੂਚੀ ਤਾਲਿਕਾ scroll
soochi *n.* ਸੂਚੀ inventory
soochi *n.* ਸੂਚੀ list
soochibaddh karnaa *v.t.* ਸੂਚੀਬੱਧ ਕਰਨਾ enlist
soochi-pattar *n.* ਸੂਚੀ-ਪੱਤਰ index
soochit *adj.* ਸੂਚਿਤ implied
soochit karnaa *v.t.* ਸੂਚਿਤ ਕਰਨਾ denote
soochit karnaa *v.t.* ਸੂਚਿਤ ਕਰਨਾ imply
soochit karnaa *v.t.* ਸੂਚਿਤ ਕਰਨਾ indicate
soochit karnaa *v.t.* ਸੂਚਿਤ ਕਰਨਾ inform
soochit karnaa *v.t.* ਸੂਚਿਤ ਕਰਨਾ notify
soochna dena *v.t.* ਸੂਚਨਾ ਦੇਣਾ apprise
soochna denhaa *v.t.* ਸੂਚਨਾ ਦੇਣਾ report
soochnaa *n.* ਸੂਚਨਾ bruit
soochnaa *n.* ਸੂਚਨਾ information
soochnaa *n.* ਸੂਚਨਾ note
soochnaa *n.* ਸੂਚਨਾ notice
soochnaa yantar *n.* ਸੂਚਨਾ ਯੰਤਰ semaphore
sood lagaona *v.t.* ਸੂਦ ਲਗਾਉਣਾ usure
soodkhori ਸੂਦਖੋਰੀ usury
sooee *n.* ਸੂਈ needle
sooee *n.* ਸੂਈ pin
sooh kadhni *v.t.* ਸੂਹ ਕੱਢਣੀ unearth
sooha garam *adj.* ਸੂਹਾ ਗਰਮ ardent
soojh *n.* ਸੂਝ prudence
soojh ਸੂਝ wit
soojhvaan *adj.* ਸੂਝਵਾਨ judicious
soojhvaan *adj.* ਸੂਝਵਾਨ shrewd
sookham *adj.* ਸੂਖਮ subtile
sookham darshi *adj.* ਸੂਖਮਦਰਸ਼ੀ eagle-eyed
sookham darshi *n.* ਸੂਖਮਦਰਸ਼ੀ microscop
sookhamtaa *n.* ਸੂਖਮਤਾ rarity
sooli *n.* ਸੂਲੀ crucification
sooli *n.* ਸੂਲੀ gallows
sooli *n.* ਸੂਲੀ gibbet
sooli *n.* ਸੂਲੀ scaffold
sooli te latkaunaa *v.t.* ਸੂਲੀ ਤੇ ਲਟਕਾਉਣਾ crucify
soom *adj.* ਸੂਮ sordid
soombaa *n.* ਸੂੰਬਾ ramrod
soona *n.* ਸੂਣਾ whelp
soona *v.t.* ਸੂਣਾ yean
soor *n.* ਸੂਰ boar
soor *n.* ਸੂਰ pig
soor *n.* ਸੂਰ swine
soor da mas *n.* ਸੂਰ ਦਾ ਮਾਸ bacon
soor daa maas *n.* ਸੂਰ ਦਾ ਮਾਸ pork
soor de sakhat waal *n.* ਸੂਰ ਦੇ ਸਖਤ ਵਾਲ bristle
sooraj *n.* ਸੂਰਜ sun
sooraj dee ridham *n.* ਸੂਰਜ ਦੀ ਰਿਸ਼ਮ sunbeam
sooraj devtaa *n.* ਸੂਰਜ ਦੇਵਤਾ titan
sooraji *adj.* ਸੂਰਜੀ solar
soorajmukhi *n.* ਸੂਰਜਮੁਖੀ sunflower
soori *n.* ਸੂਰੀ sow
soorma *n.* ਸੂਰਮਾ antimony
soorveer *adj.* ਸੂਰਵੀਰ doughty
soorveeraan vaang *adj.* ਸੂਰਵੀਰਾਂ ਵਾਂਗ chivalrous
soot *n.* ਸੂਤ yarn
soot dee atti *n.* ਸੂਤ ਦੀ ਅੱਟੀ skein
sorhnaa *v.t.* ਸੋੜਨਾ stew
sorji chamak *n.* ਸੂਰਜੀਚਮਕ sunlit
sosa *n.* ਸੋਸਾ sausage
Soshan *n.* ਸੋਸ਼ਣ absorption
sote naal maarnaa *n.* ਸੋਟੇ ਨਾਲ ਮਾਰਨਾ bludgeon
soti *n.* ਸੋਟੀ stick
soviat *n.* ਸੋਵੀਅਤ soviet
spashat *adj.* ਸਪੱਸ਼ਟ unequivoc
spashat *adj.* ਸਪੱਸ਼ਟ clear

spashat bolna *v.t.* ਸਪੱਸ਼ਟ ਬੋਲਣਾ avow
srote *n.* ਸਰੋਤੇ audience
ssaazish *n.* ਸਾਜ਼ਿਸ਼ conspiracy
stainograph *n.* ਸਟੈਨੋਗ੍ਰਾਫ stenograph
strabri da fall *n.* ਸਟਰਾਬਰੀ ਦਾ ਫਲ strawberry
suaad *n.* ਸੁਆਦ flavour
Suaad khatta karna *v.* ਸੁਆਦ ਖੱਟਾ ਕਰਨਾ acerbate
suaad lainhaa *v.t.* ਸੁਆਦ ਲੈਣਾ taste
suaadi *adj.* ਸੁਆਦੀ luscious
suaadi *adj.* ਸੁਆਦੀ sapid
suaadi *n.* ਸੁਆਦੀ savoury
suaadi *adj.* ਸੁਆਦੀ tasty
suaadlaa *n.* ਸੁਆਦਲਾ relish
suaadlaa *adj.* ਸੁਆਦਲਾ delicious
suaadlaa bhojan *n.* ਸੁਆਦਲਾ ਭੋਜਨ dainty
suaadlaa bhojan *n.* ਸੁਆਦਲਾ ਭੋਜਨ titbit
suaagat karnaa *v.i.* ਸੁਆਗਤ ਕਰਨਾ greet
suaah *n.* ਸੁਆਹ ash
suaami *n.* ਸੁਆਮੀ liege
suaanhi *n.* ਸੁਆਣੀ housewife
suaarath *n.* ਸੁਆਰਥ selfishness
suaarathee *n.* ਸੁਆਰਥੀ selfish
suaarthee *adj.* ਸੁਆਰਥੀ self-centred
suaarthi *adj.* ਸੁਆਰਥੀ mercenary
suagat karna *v.t.* ਸੁਆਗਤ ਕਰਨਾ welcome
subhaa *n.* ਸੁਭਾਅ temper
subhaa *n.* ਸੁਭਾਅ teperament
subhaa dee sathirtaa *n.* ਸੁਭਾਅ ਦੀ ਸਥਿਰਤਾ equanimity
subhaaga *adj.* ਸੁਭਾਗਾ fortunate
subhaashanh *n.* ਸੁਭਾਸ਼ਣ oration
subhaavak *adj.* ਸੁਭਾਵਕ habitual
subhaavak *adj.* ਸੁਭਾਵਕ spontaneous
subhaavik *adj.* ਸੁਭਾਵਿਕ connate
subhaavik *n.* ਸੁਭਾਵਿਕ inberent
subhaavik *adj.* ਸੁਭਾਵਿਕ instinctive
subhaaviktaa *v.t.* ਸੁਭਾਵਿਕਤਾ sophisticate
suchaalak *n.* ਸੁਚਾਲਕ convection
suchajj *adj.* ਸੁਚੱਜ mannerly
suchajja *adj.* ਸੁਚੱਜਾ tactful
suchet *adj.* ਸੁਚੇਤ attentive
suchet *adj.* ਸੁਚੇਤ careful
sudaulh *adj.* ਸੁਡੌਲ shapely
sudhaar *n.* ਸੁਧਾਰ amelioration
sudhaar *n.* ਸੁਧਾਰ correction
sudhaar ghar ਸੁਧਾਰ ਘਰ reformatory
sudhaarak *n.* ਸੁਧਾਰਕ reformer
sudhaarna *v.t.* ਸੁਧਾਰਨਾ ameliorate
sudhaarnaa *v.t.* ਸੁਧਰਨਾ mend
sudhaayee *n.* ਸੁਧਾਈ revise
sudharnyog *adj.* ਸੁਧਾਰਨਯੋਗ corrigible
sugaat *n.* ਸੁਗਾਤ present
sugandh *n.* ਸੁਗੰਧ aroma
sugandh *n.* ਸੁਗੰਧ fragrance
sugandhi *n.* ਸੁਗੰਧੀ scent
sugandhit *adj.* ਸੁਗੰਧਿਤ aromatic
sugandhitt samagri *n.* ਸੁਗੰਧਿਤ ਸਮੱਗਰੀ perfumery
suhaag samaan *n.* ਸੁਹਾਗ ਸਮਾਂ honeymoon
suhaavaa *adj.* ਸੁਹਾਵਾ suave
suhaavanhaa *adj.* ਸੁਹਾਵਣਾ delectable
suhavnapan *n.* ਸੁਹਾਵਣਾਪਨ amenity
sujhaa denhaa *v.t.* ਸੁਝਾਅ ਦੇਣਾ suggest
sujjeyaa *adj.* ਸੁੱਜਿਆ tumid
sujjnhaa *v.i.* ਸੁੱਜਣਾ swell
sukh *n.* ਸੁੱਖ ease
sukh *n.* ਸੁੱਖ easement
sukh *n.* ਸੁਖ fruition
sukh naal *adv.* ਸੁੱਖ ਨਾਲ smoothly
sukhaaee *n.* ਸੁਖਾਈ rectification
sukhaavaan *adj.* ਸੁਖਾਂਵਾਂ fine
sukhaayee *n.* ਸੁਖਾਈ recension
sukhdayak *adj.* ਸੁਖਦਾਇਕ cosy
sukhdayee *adj.* ਸੁਖਦਾਈ benign
sukhee *adj.* ਸੁਖੀ blessed
sukhna *n.* ਸੁੱਖਣਾ vow
sukhvaadi *n.* ਸੁੱਖਵਾਦੀ epicurean
sukka *adj.* ਸੁੱਕਾ dry
sukka *adj.* ਸੁੱਕਾ wizen
sukkapanh *n.* ਸੁੱਕਾਪਨ dryness
sukkeyaa hoeyaa ghaah *n.* ਸੁਕਿਆ ਹੋਇਆ ਘਾਹ hay
sukki khaaj *n.* ਸੁੱਕੀ ਖਾਜ scall
sukki laal mirach *adj.* ਸੁੱਕੀ ਲਾਲ ਮਿਰਚ chilli
sukknhaa *v.i.* ਸੁੱਕਣਾ dwindle

sulaahnaama *n.* ਸੁਲ੍ਹਾਨਾਮਾ pacification
sulemani patthar *n.* ਸੁਲੇਮਾਨੀ ਪੱਥਰ agate
suljhaunhaa *v.t.* ਸੁਲਝਾਉਣਾ settle
sun *p.p.* ਸਨ were
sunan shakti *n.* ਸੁਣਨ ਸ਼ਕਤੀ audition
sunan yog *adj.* ਸੁਣਨਯੋਗ audible
sundar *adj.* ਸੁੰਦਰ celestial
sundar *adj.* ਸੁੰਦਰ graceful
sundar gufaa *n.* ਸੁੰਦਰ ਗੁਫਾ grotto
sundarta *adj.* ਸੁੰਦਰਤਾ aesthetic
sundarta *n.* ਸੁੰਦਰਤਾ beauty
sundarta shashtar *n.* ਸੁੰਦਰਤਾ ਸ਼ਾਸ਼ਤਰ aesthetics
sundartta *n.* ਸੁੰਦਰਤਾ grace
sunddar *adj.* ਸੁੰਦਰ elegant
sunddi *n.* ਸੁੰਡੀ caterpillar
sunddrtaa *n.* ਸੁੰਦਰਤਾ elegance
sunder *adj.* ਸੁੰਦਰ beautiful
sunder *adj.* ਸੁੰਦਰ buxom
sunder *adj.* ਸੁੰਦਰ comely
sunder banaunaa *v.t.* ਸੁੰਦਰ ਬਣਾਉਣਾ beautify
sundree *n.* ਸੁੰਦਰੀ belle
suneha *n.* ਸੁਨੇਹਾ message
sunehaa *n.* ਸੁਨੇਹਾ errand
sunehaa *n.* ਸੁਨੇਹਾ intimation
sunehri *adj.* ਸੁਨਹਿਰੀ golden
sunehri bhoora rang *adj.* ਸੁਨਿਹਰੀ ਭੂਰਾ ਰੰਗ auburn
suneyaar *n.* ਸੁਨਿਆਰ goldsmith
sungaadnaa *v.t.* ਸੁੰਗਾੜਨਾ corrugate
sungarhnaa ਸੁੰਗੜਨਾ shrink
sungernaa *v.t.* ਸੁੰਗੇੜਨਾ retract
sunghanhvala *n.pl.* ਸੁੰਘਣਵਾਲਾ snuffers
sunhanha *v.t.* ਸੁਣਨਾ hear
sunhaunhaa *v.t.* ਸੁਣਾਉਣਾ pervade
sunho *v.i.* ਸੁਣੋ hark
sunhvaaee *n.* ਸੁਣਵਾਈ hearing
sunn *adj.* ਸੁੰਨ numb
sunn karnaa *v.t.* ਸੁੰਨ ਕਰਨਾ benumb
sunna *adj.* ਸੁੰਨਾ void
sunnant karna *n.* ਸੁੰਨਤ ਕਰਨਾ circumcise
sunnsaan karnaa *v.t.* ਸੁੰਨਸਾਨ ਕਰਨਾ desolate
supaari *n.* ਸੁਪਾਰੀ betel-nut
suphnaa *n.* ਸੁਫਨਾ dream
supnebaazi *adj.* ਸੁਪਨੇਬਾਜ਼ੀ quixotic
sur kambanhee *n.* ਸੁਰ ਕੰਬਣੀ quaver
suraag *n.* ਸੁਰਾਗ clue
suraahi *n.* ਸੁਰਾਹੀ flagon
suraakh *n.* ਸੁਰਾਖ aperture
suraakh *n.* ਸੁਰਾਖ breach
suraakh *n.* ਸੁਰਾਖ hole
suraakh *n.* ਸੁਰਾਖ leak
suraakh *n.* ਸੁਰਾਖ ventage
suraakh *n.* ਸੁਰਾਖ cavity
suraakh karnaa *v.t.* ਸੁਰਾਖ ਕਰਨਾ bore
surakh karnaa *v.t.* ਸੁਰਾਖ ਕਰਨਾ broach
surakheyaa *n.* ਸੁਰੱਖਿਆ security
surakheyaat rakhanaa *v.t.* ਸੁਰੱਖਿਅਤ ਰੱਖਣਾ conserve
surakheyat *adj.* ਸੁਰੱਖਿਅਤ safe
surakheyat karnaa *v.t.* ਸੁਰੱਖਿਅਤ ਕਰਨਾ ensure
surakheyat laash *n.* ਸੁਰੱਖਿਅਤ ਲਾਸ਼ mummy
surakheyat vervaa *n.* ਸੁਰੱਖਿਅਤ ਵੇਰਵਾ record
surakheyayog *adj.* ਸੁਰੱਖਿਆਯੋਗ tenable
surakkheyaa *n.* ਸੁਰੱਖਿਆ defence
surangg *n.* ਸੁਰੰਗ tunnel
sureela *adj.* ਸੁਰੀਲਾ melodious
surjeet karnaa *v.t.* ਸੁਰਜੀਤ ਕਰਨਾ regenerate
surmaa *n.* ਸੁਰਮਾ collyrium
surmail *n.* ਸੁਰਮੇਲ unison
surmel *n.* ਸੁਰਮੇਲ symphony
survaaja *n.* ਸੁਰਵਾਜਾ harmonium
susat *adj.* ਸੁਸਤ slack
susat *adj.* ਸੁਸਤ slothful
susat honhaa *v.t.* ਸੁਸਤ ਹੋਣਾ slacken
susati *n.* ਸੁਸਤੀ sloth
susheelta *n.* ਸੁਸ਼ੀਲਤਾਂ amiability
sustee *n.* ਸੁਸਤੀ lassitude
sustee *n.* ਸੁਸਤੀ slackness
susti *adj.* ਸੁਸਤੀ lazy
susti *n.* ਸੁਸਤੀ tardiness
sutantar *adj.* ਸੁਤੰਤਰ unreserved

sute sidh gall ਸੁਤੇ ਸਿੱਧ ਗੱਲ truism
sutt denhaa *v.t.* ਸੁੱਟ ਦੇਣਾ fling
sutt ditta *n.* ਸੁੱਟ ਦਿੱਤਾ flunk
sutta *adj.* ਸੁੱਤਾ torpid
sutta hoyeyaa *adj.* ਸੁੱਤਾ ਹੋਇਆ asleep
suttantar *adj.* ਸੁਤੰਤਰ discretionary
suttantar *n.* ਸੁਤੰਤਰ substantive
suttantar karnaa *v.t.* ਸੁਤੰਤਰ ਕਰਨਾ release
suttantar pragtaa *v.t.* ਸੁਤੰਤਰ ਪ੍ਰਗਟਾਅ loose
suttantarta *n.* ਸੁਤੰਤਰਤਾ independence
sutteyaa *v.t.* ਸੁਟਿਆ threw
suttnhaa *v.t.* ਸੁਟਣਾ throw
suvakhate *adv.* ਸੁਵਖਤੇ betimes
suzaak *n.* ਸੁਜ਼ਾਕ gonorrhoea
svai parshasee *n.* ਸਵੈ ਪ੍ਰਸ਼ੰਸੀ popinjay
svaimaanh *n.* ਸਵੈਮਾਣ self-esteem
swaal *n.* ਸਵਾਲ interpellation
swaal hall karnaa *v.t.* ਸਵਾਲ ਹੱਲ ਕਰਨਾ solve
swaal karnaa *v.t.* ਸਵਾਲ ਕਰਨਾ interrogate
swaang *n.* ਸਵਾਂਗ mummery
swaar honhaa *v.t.* ਸਵਾਰ ਹੋਣਾ mount
swai ਸਵੈ auto
swai chalit *adj.* ਸਵੈਚਾਲਿਤ automatic
swai hastakhar *n.* ਸਵੈ ਹਸਤਾਖਰ autograph
swaiicchhit *adj.* ਸਵੈਇੱਛਤ voluntary
swaijeewani *n.* ਸਵੈਜੀਵਨੀ autobiography
swaisewak *n.* ਸਵੈਸੇਵਕ volunteer
swar *n.* ਸਵਰ vowel
swar da lop *n.* ਸਵਰ ਦਾ ਲੋਪ elision
swarag *n.* ਸਵਰਗ elysium
swarg *n.* ਸਵਰਗ heaven
swechalit mashin *n.* ਸਵੈਚਾਲਿਤ ਮਸੀਨ automation

T

taabedaari *n.* ਤਾਬੇਦਾਰੀ sufferance
taad vich rehna *v.t.* ਤਾੜ ਵਿੱਚ ਰਹਿਣਾ waylay
taadnaa ਤਾੜਨਾ reprimand
taaeep karan vala *n.* ਟਾਈਪ ਕਰਨ ਵਾਲਾ typist
taafus bukhaar *adj.* ਟਾਈਫਸ ਬੁਖਾਰ spotted
taahnee *n.* ਟਾਹਣੀ branch
taahnhee *n.* ਟਾਹਣੀ spray
taahnhee *n.* ਟਾਹਣੀ twig
taakra karna *v.t.* ਟਾਕਰਾ ਕਰਨਾ withstand
taala *n.* ਤਾਲਾ lock
taalanhaa *v.t.* ਟਾਲਣਾ prorogue
taalna *v.t.* ਟਾਲਣਾ avoid
taalnhaa *v.t.* ਟਾਲਣਾ defer
taaloo *n.* ਤਾਲੂ palate
taalvi *adj.* ਤਾਲਵੀ palatal
taambaa *n.* ਤਾਂਬਾ copper
taan vee *adv.* ਤਾਂ ਵੀ nevertheless
taanaa ਤਾਅਨਾ jibe
taanga *n.* ਟਾਂਗਾ tonga
taangh hona *v.i.* ਤਾਂਘ ਹੋਣਾ yearn
taani bun na *v.t.* ਤਾਣੀ ਬੁਣਨਾ weave
taani da peta *n.* ਤਾਣੀ ਦਾ ਪੇਟਾ weft
taanka launhaa *v.t.* ਟਾਂਕਾ ਲਾਉਣਾ solder
taankaa *n.* ਟਾਂਕਾ stitch
taap *n.* ਤਾਪ heat
taap *n.* ਤਾਪ inflammation
taap *adj.* ਤਾਪ thermal
taap ikaaee *n.* ਤਾਪ ਇਕਾਈ therm
taapmaan *n.* ਤਾਪਮਾਨ temperature
taapmaan jantar *n.* ਤਾਪਮਾਨ ਜੰਤਰ thermometer
taapu *jn.* ਟਾਪੂ isle
taapu *n.* ਟਾਪੂ island
taar *n.* ਤਾਰ spoke
taar *n.* ਤਾਰ telegram
taar *n.* ਤਾਰ wire
taar parbandh *n.* ਤਾਰ ਪ੍ਰਬੰਧ telegraph
taar parnhaali *n.* ਤਾਰ ਪ੍ਰਣਾਲੀ telegraphy
taar sambandhee *adj.* ਤਾਰ ਸੰਬੰਧੀ telegraphic
taaraa *n.* ਤਾਰਾ star
taaran wala *adj.* ਤਾਰਾਂ ਵਾਲਾ wiry
taareyaa vala *adj.* ਤਾਰਿਆਂ ਵਾਲਾ starry
taareyaan da *adj.* ਤਾਰਿਆਂ ਦਾ stellar
taareyaan daa *n.* ਤਾਰਿਆਂ ਦੀ ਖਿੱਤੀ orion
taarhee *n.* ਤਾੜੀ toddy

taarkik *n.* ਤਾਰਕਿਕ disputant
taarkikk *adj.* ਤਾਰਕਿਕ rational
taarna *v.i.* ਤਾਰਨਾ float
taarpeen da tel *n.* ਤਾਰਪੀਨ ਦਾ ਤੇਲ turpentine
taash *n.* ਤਾਸ਼ card
Taash da yakka *n.* ਤਾਸ਼ ਦਾ ਯੱਕਾ ace
taash dee khed *n.* ਤਾਸ਼ ਦੀ ਖੇਡ rummy
taat *n.* ਟਾਟ sackcloth
taathh baathh *n.* ਠਾਠ ਬਾਠ pomp
taaza *adj.* ਤਾਜ਼ਾ fresh
taazaa *adj.* ਤਾਜ਼ਾ recent
tabaahee *n.* ਤਬਾਹੀ ruin
tabaahi *n.* ਤਬਾਹੀ havoc
tabaahi *n.* ਤਬਾਹੀ perdition
tabaahi *n.* ਤਬਾਹੀ wreck
tabb *n.* ਟੱਬ tub
tabdeel karnaa *v.t.* ਤਬਦੀਲ ਕਰਨਾ transfer
tadd ton *adv.* ਤਦ ਤੋਂ thence
tadon *adv.* ਤਦੋਂ then
taih *n.* ਤੈਹ strate
taihaan *n.* ਤੈਹਾਂ reef
taihdaar *adj.* ਤਹਿਦਾਰ reefy
tail yukt *adj.* ਤੇਲਯੁਕਤ unctuous
taileefon *n.* ਟੈਲੀਫੋਨ telephone
taileeprinter da *n.* ਟੈਲੀਪ੍ਰਿੰਟਰ ਦਾ teleprintery
taileeveezan *n.* ਟੈਲੀਵੀਜ਼ਨ television
tain tain karnaa *v.i.* ਟੈਂ ਟੈਂ ਕਰਨਾ quack
tainiss *n.* ਟੈਨਿਸ tennis
tainkee *n.* ਟੈਂਕੀ tank
tainoo *pro.* ਤੈਨੂੰ thee
tairda hoya *adv.* ਤੈਰਦਾ ਹੋਇਆ afloat
tairdaa rakhnaa *v.t.* ਤੈਰਦਾ ਰੱਖਣਾ buoy
tairnaa *v.i.* ਤੈਰਨਾ swim
taitnus *n.* ਟੈਟਨਸ tetanus
tak *prep.* ਤੱਕ unto
takat *n.* ਤਾਕਤ strength
takat denhaa *v.t.* ਤਾਕਤ ਦੇਣਾ strengthen
takatvar *adj.* ਤਾਕਤਵਰ strong
takdaa *adj.* ਤਕੜਾ lusty
takdeer *n.* ਤਕਦੀਰ lot
takeeyaan lagaunaa *v.t.* ਟਾਕੀਆਂ ਲਗਾਉਣਾ cobble
takhat *n.* ਤਖਤ throne
takhleef *n.* ਤਕਲੀਫ botheration
takhtaa *n.* ਤਖਤਾ board
takhtaa *n.* ਤਖਤਾ plank
takhtee *n.* ਤਖਤੀ plate
takk *n.* ਟੱਕ slash
takkar *n.* ਟੱਕਰ collision
takkla *n.* ਤੱਕਲਾ spindle
takkrhee *n.* ਤੱਕੜੀ scale
takleef deni *n.* ਤਕਲੀਫ ਦੇਣੀ discomfort
takneeki ਤਕਨੀਕੀ technical
takneeki *n.* ਤਕਨੀਕੀ technique
takneeki maahar *n.* ਤਕਨੀਕੀ ਮਾਹਰ technician
takneekipunhaa *n.* ਤਕਨੀਕੀਪੁਣਾ technicality
takor *n.* ਟਕੋਰ fomentation
takraa jaanaa *v.t.* ਟਕਰਾ ਜਾਣਾ collide
takraar *n.* ਤਕਰਾਰ fracas
takrhaa *adj.* ਤਕੜਾ robust
takrhaa *adj.* ਤਕੜਾ sinewy
takseem ਤਕਸੀਮ division
takteeh karnaa *v.t.* ਤਕਤੀਹ ਕਰਨਾ scan
tal- matol *n.* ਟਾਲ-ਮਟੋਲ avoidance
talaak *v.t.* ਤਲਾਕ divorce
talaak denhaa *v.t.* ਤਲਾਕ ਦੇਣਾ repudiate
talchhatt *n.* ਤਲਛੱਟ sediment
talchhatti *n.* ਤਲਛੱਟੀ dregs
tali *n.* ਤਲੀ palm
tali khichrhee *n.* ਤਲੀ ਖਿਚੜੀ pap
tall *n.* ਤਲ bottom
tall *n.* ਟੱਲ tomtom
talnhaa *v.t.* ਤਲਣਾ fry
talukadari *n.* ਤਾਲੁਕਾਦਾਰੀ barony
talwaar *n.* ਤਲਵਾਰ sword
talwaar da dastaa *n.* ਤਲਵਾਰ ਦਾ ਦਸਤਾ hilt
talwaarbaaz *n.* ਤਲਵਾਰਬਾਜ਼ swordsman
talwarbaaz *n.* ਤਲਵਾਰਬਾਜ਼ gladiator
tamaashaa *n.* ਤਮਾਸ਼ਾ spectacle
tamaashbeen *n.* ਤਮਾਸ਼ਬੀਨ spectator
tamashaa *n.* ਤਮਾਸ਼ਾ fun
tamashaa ghar *n.* ਤਮਾਸ਼ਾ ਘਰ playhouse
tamatar *n.* ਟਮਾਟਰ tomato
tambaakoo *n.* ਤੰਬਾਕੂ tobacco

tambaakoo da satt *n.* ਤੰਬਾਕੂ ਦਾ ਸਤ nicotine
tamboo *n.* ਤੰਬੂ awning
tamboo *n.* ਤੰਬੂ tent
tamboodaar *adv.* ਤੰਬੂਦਾਰ tented
tamgaa *n.* ਤਮਗਾ medal
tandoor *n.* ਤੰਦੂਰ oven
tandrusat *adj.* ਤੰਦਰੁਸਤ hale
tandrusat honhaa *v.t.* ਤੰਦਰੁਸਤ ਹੋਣਾ heal
tanduaa *n.* ਤੰਦੂਆ tendril
tang karn wala *n.* ਤੰਗ ਕਰਨ ਵਾਲਾ vexatious
tanganhaa *v.t.* ਟੰਗਣਾ hang
tangg *adj.* ਤੰਗ narrow
tangg *adj.* ਤੰਗ tight
tangg ghaati *n.* ਤੰਗ ਘਾਟੀ glen
tangg karan vala ਤੰਗ ਕਰਨ ਵਾਲਾ irksome
tangg karna *v.t.* ਤੰਗ ਕਰਨਾ annoy
tangg karnaa *n.* ਤੰਗ ਕਰਨਾ harass
tangg karnaa *v.t.* ਤੰਗ ਕਰਨਾ irk
tangg karnaa *v.t.* ਤੰਗ ਕਰਨਾ tighten
tangg pahadi *n.* ਤੰਗ ਪਹਾੜੀ gill
tangg rastaa *v.t.* ਤੰਗ ਰਸਤਾ defile
tanggdili *n.* ਤੰਗਦਿਲੀ intolerence
tanggdili *adj.* ਤੰਗਦਿਲੀ narrow-minded
tanggi ਤੰਗੀ hardship
tanhaa *n.* ਤਣਾ stem
tanheyaa *adj.* ਤਣਿਆ tense
tanhtanhahat *n.* ਟਣਟਣਾਹਟ ringing
tankaa lagauna *v.* ਟਾਂਕਾ ਲਗਾਉਣਾ baste
tankhaah *n.* ਤਨਖਾਹ emolument
tankhaah *n.* ਤਨਖਾਹ salary
tankhaah *n.* ਤਨਖਾਹ wages
tann *n.* ਟੰਨ ton
Tann shuddhi *n.* ਤਨ ਸ਼ੁੱਧੀ ablution
tantoo *n.* ਤੰਤੂ fibre
tanttoo sambandhee *adj.* ਤੰਤੂ ਸੰਬੰਧੀ neural
tanttoo vikaar *n.* ਤੰਤੂ ਵਿਕਾਰ neurosis
tanttooaan daa *n.* ਤੰਤੂਆਂ ਦੀ ਪੀੜ ਦਾ ਦੌਰਾ neuralgia
tapassvi *n.* ਤਪੱਸਵੀ ascetic
tapat khanddi *adj.* ਤਪਤ ਖੰਡੀ tropical
tapat rekhaa *n.* ਤਪਤ ਰੇਖਾ tropic
tapayee *n.* ਤਪਾਈ te¡poy
tapdikk *n.* ਤਪਦਿਕ tuberculosis
tapdiktaa *n.* ਤਪਦਿਕਤਾ phthisis
tappa *n.* ਟੱਪਾ rebound
tappnhaa *v.i.* ਟੱਪਣਾ skip
taraaee *n.* ਤਰਾਈ lowland
taraam gaddi *n.* ਟਰਾਮ ਗੱਡੀ tram
tarak *n.* ਤਰਕ conjecture
tarak *n.* ਤਰਕ disputation
tarak *n.* ਤਰਕ inference
tarak *n.* ਤਰਕ logic
tarak *n.* ਤਰਕ plea
tarak *n.* ਤਰਕ reason
tarak *n.* ਤਰਕ reasoning
tarak heenh *adj.* ਤਰਕ ਹੀਣ illogical
tarak karnaa *v.t.* ਤਰਕ ਕਰਨਾ infer
tarak krnaa *v.i.* ਤਰਕ ਕਰਨਾ plead
tarakk *n.* ਟਰੱਕ truck
tarakki *n.* ਤਰੱਕੀ promotion
tarakki denhaa *v.t.* ਤਰੱਕੀ ਦੇਣਾ prefer
tarakki denhaa *v.t.* ਤਰੱਕੀ ਦੇਣਾ promote
tarakvaadi *n.* ਤਰਕਵਾਦੀ rationalist
taral *n.* ਤਰਲ fluid
taral *n.* ਤਰਲ liquid
taralsheel *adj.* ਤਰਕਸ਼ੀਲ plausible
tarana *n.* ਤਰਾਨਾ melody
tarang *n.* ਤਰੰਗ vagary
tarangg *n.* ਤਰੰਗ billow
taras *n.* ਤਰਸ ruth
tarasheen *adj.* ਤਰਸਹੀਣਾ coldblooded
tarasvaan *adj.* ਤਰਸਵਾਨ pitiful
tarasyog *adj.* ਤਰਸਯੋਗ pitiable
taraz *n.* ਤਰਜ਼ tone
taraz *n.* ਤਰਜ਼ tune
tarbaaeen *n.* ਟਰਬਾਈਨ turbine
tarbooz *n.* ਤਰਬੂਜ਼ wate¤melon
taree marnaa *v,t,* ਤਾੜੀ ਮਾਰਨਾ clap
tareef karan yog *adj.* ਤਾਰੀਫਕਰਨ ਯੋਗ appreciative
tareeka *n.* ਤਰੀਕਾ manner
tareeka *n.* ਤਰੀਕਾ method
tareekh *n.* ਤਾਰੀਖ date
tarel *n.* ਤਰੇਲ dew
tarel naal tarr *adj.* ਤਰੇਲ ਨਾਲ ਤਰ dewy

tarerh ਤਰੇੜ interstice
tareyan bare *adj.* ਤਾਰਿਆਂ ਬਾਰੇ astral
tarfna *v.i.* ਤੜਫਣਾ writhe
tari *n.* ਤਰੀ slum
tarjeeh *n.* ਤਰਜੀਹ preference
tarjeehee *adj.* ਤਰਜੀਹੀ preferential
tark nal *adj.* ਤਰਕ ਨਾਲ argumentive
tark- vitrak *n.* ਤਰਕ-ਵਿਤਰਕ argument
tarkash ਤਰਕਸ਼ quiver
tarkee *n.* ਟਰਕੀ turkey
tarkhaan *n.* ਤਰਖਾਣ carpenter
tarkhaan *n.* ਤਰਖਾਣ copartner
tarkhaanpuna *n.* ਤਰਖਾਣਪੁਣਾ carpentry
tarpaal *n.* ਤਰਪਾਲ canvas
tarpaal *n.* ਤਰਪਾਲ tarpaulin
tarr *adj.* ਤਰ dank
tarr karan wala *n.* ਤਰ ਕਰਨ ਵਾਲਾ dabbler
tarr karnaa *v.t.* ਤਰ ਕਰਨਾ dabble
tarras *n.* ਤਰਾਸ trepidation
tarsaunhaa *v.t.* ਤਰਸਾਉਣਾ tantalize
tarteeb *n.* ਤਰਤੀਬ sequence
tarteeb bhannanhaa ਤਰਤੀਬ ਭੰਨਣਾ perturb
tarteebee *adj.* ਤਰਤੀਬੀ ordinal
tarthalli *n.* ਤਰਥੱਲੀ upheaval
tasdeek karna *v.t.* ਤਸਦੀਕ ਕਰਨਾ attest
tasdeek karnaa *v.t.* ਤਸਦੀਕ ਕਰਨਾ ratify
taseehaa *n.* ਤਸੀਹਾ torment
taseehaa *n.* ਤਸੀਹਾ torture
taskree *n.* ਤਸਕਰੀ smuggling
taskri karnaa *v.t.* ਤਸਕਰੀ ਕਰਨਾ smuggle
tasmaa *n.* ਤਸਮਾ tab
tasveer *n.* ਤਸਵੀਰ photograph
tasveer *n.* ਤਸਵੀਰ picture
tasveeraan vala *adj.* ਤਸਵੀਰਾਂ ਵਾਲਾ pictorial
tatkaal *adv.* ਤਤਕਾਲ immediately
tatt *n.* ਤੱਟ brink
tatt *n.* ਤੱਤ element
tatt mimaansaa *n.* ਤੱਤ ਮੀਮਾਂਸਾ ontology
tatta *adv.* ਤੱਤਾ torrid
tattaan sambaandhi *adj.* ਤੱਤਾਂ ਸੰਬੰਧੀ elemental
tatti *n.* ਟੱਟੀ toilet

tattoo *n.* ਟੱਟੂ hackney
tattoo *n.* ਟੱਟੂ nag
tattoo *n.* ਟੱਟੂ palfrey
tattoo *n.* ਟੱਟੂ pony
tattoo *n.* ਟੱਟੂ tit
tattpar *adj.* ਤਤਪਰ devoted
tattpartaa *n.* ਤਤਪਰਤਾ readiness
tauba karnaa ਤੌਬਾ ਕਰਨਾ forswear
taubraa *n.* ਤੋਬਰਾ nose-bag
tauliaa *n.* ਤੌਲੀਆ towel
taveeaan vala vaaja *v.t.* ਤਵੀਆਂ ਵਾਲਾ ਸੁਹਾਗਾ harrow
taveyaan vala vaaja *n.* ਤਵਿਆਂ ਵਾਲਾ ਵਾਜਾ gramophone
taweej *n.* ਤਵੀਜ਼ amulet
taxi *n.* ਟੈਕਸੀ taxi
tayeeaa bukhaar *n.* ਤਈਆ ਬੁਖਾਰ typhoid
tazarbaa *n.* ਤਜ਼ਰਬਾ cognition
tazarbaa *n.* ਤਜ਼ਰਬਾ experience
tedha karnaa *v.t.* ਟੇਢਾ ਕਰਨਾ confort
tedhe medhe *v.t.* ਟੇਢੇ ਮੇਢੇ scrawl
tedhha *adj.* ਟੇਢਾ crooked
tedhha *v.t.* ਟੇਢਾ crump
teebar *adj.* ਤੀਬਰ acute
teebar *adj.* ਤੀਬਰ austere
teebar *adj.* ਤੀਬਰ eager
teebar ਤੀਬਰ poignant
teebar *adj.* ਤੀਬਰ quick
teebar *adj.* ਤੀਬਰ rabid
teebar *adj.* ਤੀਬਰ swift
teebar *adj.* ਤੀਬਰ zealous
teebar dukh *n.* ਤੀਬਰ ਦੁੱਖ anguish
teebar hona *v.t.* ਤੀਬਰ ਹੋਣਾ brisk
teebar parkaash *n.* ਤੀਬਰ ਪ੍ਰਕਾਸ਼ effulgence
teebarta *n.* ਤੀਬਰਤਾ acuteness
teebartaa *n.* ਤੀਬਰਤਾ fervour
teebartaa *n.* ਤੀਬਰਤਾ intensity
teebartaa *n.* ਤੀਬਰਤਾ severity
teebartaa *n.* ਤੀਬਰਤਾ swiftness
teecha *n.* ਟੀਚਾ aim
teecha *n.* ਟੀਚਾ goal
teeh *n.* ਤੀਹ thirty
teehraa *adj.* ਤੀਹਰਾ treble

teehraa *adj.* ਤੀਹਰਾ triple
teehraa karnaa *adj.* ਤੀਹਰਾ ਕਰਨਾ triplicate
teehvaan ਤੀਹਵਾਂ thirtieth
teeja *adj.* ਤੀਜਾ third
teeje din daa *adj.* ਤੀਜੇ ਦਿਨ ਦਾ tertian
teeka *n.* ਟੀਕਾ annotation
teeka lagaona *v.t.* ਟੀਕਾ ਲਾਉਣਾ vaccinate
teekaa kaar *n.* ਟੀਕਾਕਾਰ interpreter
teekakarn *n.* ਟੀਕਾਕਰਨ vaccination
teem *n.* ਟੀਮ team
teen da *adj.* ਟੀਨ ਦਾ stannic
teen da bartan *n.* ਟੀਨ ਦਾ ਬਰਤਨ stannary
teer *n.* ਤੀਰ arrow
teer *n.* ਤੀਰ shaft
teer di nok *n.* ਤੀਰ ਦੀ ਨੋਕ arrow-head
teer di nok *n.* ਤੀਰ ਦੀ ਨੋਕ barb
teer kamaan *n.* ਤੀਰ ਕਮਾਨ cross-bow
teerandaz *n.* ਤੀਰਅੰਦਾਜ਼ archer
teerandazi *n.* ਤੀਰ-ਅੰਦਾਜ਼ੀ archery
teerath yaatraa *n.* ਤੀਰਥ ਯਾਤਰਾ pilgrimage
teerath yaatri *n.* ਤੀਰਥ ਯਾਤਰੀ pilgrim
teesee *n.* ਟੀਸੀ top
teesi *n.* ਟੀਸੀ vertex
teesnhaa *v.i.* ਟੀਸਣਾ throb
teh dilon *adv.* ਤਹਿ ਦਿਲੋਂ sincerely
tehkhaanaa *n.* ਤਹਿਖਾਨਾ cellar
tehlanhaa *v.i.* ਟਹਿਲਣਾ lounge
tehlnhaa *v.i.* ਟਹਿਲਣਾ stroll
tehlua *n.* ਟਹਿਲੂਆ underling
tehnee *n.* ਟਹਿਣੀ bough
tel *n.* ਤੇਲ oil
tel chitar *n.* ਤੇਲ-ਚਿਤਰ oil-painting
tel da jahaaz *n.* ਤੇਲ ਦਾ ਜਹਾਜ਼ tanker
tel denhaa *v.t.* ਤੇਲ ਦੇਣਾ lubricate
tel lagauna *v.t.* ਤੇਲ ਲਗਾਉਣਾ anoint
teliphon *n.* ਟੈਲੀਫੋਨ phone
teohaar *n.* ਤਿਓਹਾਰ fete
tera *pro.* ਤੇਰਾ thine
tera *pro.* ਤੇਰਾ thy
teran *n.* ਤੇਰਾਂ thirteen
terh *n.* ਤੇੜ rift
tervaan *adj.* ਤੇਰਵਾਂ thirteenth
tez *adj.* ਤੇਜ਼ fast
tez *adj.* ਤੇਜ਼ rapid
tez *n.* ਤੇਜ਼ refulgence
tez *adj.* ਤੇਜ਼ sharp
tez *adj.* ਤੇਜ਼ spry
tez challanhaa *n.* ਤੇਜ਼ ਚੱਲਣਾ hike
tez ghorha *n.* ਤੇਜ਼ ਘੋੜਾ courser
tez karna *v.* ਤੇਜ਼ ਕਰਨਾ aggravate
tez karnaa *v.t.* ਤੇਜ਼ ਕਰਨਾ sharpen
tez sharaab *v.t.* ਤੇਜ਼ ਸ਼ਰਾਬ tipple
Tezab *adj.* ਤੇਜ਼ਾਬ acid
tezee *n.* ਤੇਜ਼ੀ sharpness
Tezi *n.* ਤੇਜ਼ੀ acceleration
tezi *n.* ਤੇਜ਼ੀ fastness
tezi naal *adv.* ਤੇਜ਼ੀ ਨਾਲ quickly
tezi naal *adv.* ਤੇਜ਼ੀ ਨਾਲ suddenly
thaah dee avaaz *v.i.* ਠਾਹ ਦੀ ਅਵਾਜ਼ pop
thaali *n.* ਥਾਲੀ dish
thaali *n.* ਥਾਲੀ tray
thaan *n.* ਥਾਂ site
thaan *n.* ਥਾਂ space
thaan badlnhaa *v.t.* ਥਾਂ ਬਦਲਣਾ transpose
thaapi *n.* ਥਾਪੀ pat
thaapi *n.* ਥਾਪੀ rammer
thaaprhee *n.* ਥਾਪੜੀ stroke
thagna ਠੱਗਣਾ wheedle
thaila *n.* ਥੈਲਾ bag
thailaa *n.* ਥੈਲਾ scrip
thailee *n.* ਥੈਲੀ pouch
thakaa denh vala *adj.* ਥਕਾ ਦੇਣ ਵਾਲਾ tedious
thakaaoo *adj.* ਥਕਾਊ tiresome
thakaaunh vala *adj.* ਥਕਾਉਣ ਵਾਲਾ exhustive
thakaaunhaa *v.t.* ਥਕਾਉਣਾ exhaust
thakaavat *adj.* ਥਕਾਵਟ ennul
thakaavat *n.* ਥਕਾਵਟ exhaustion
thakaavat *n.* ਥਕਾਵਟ fatigue
thakaavat vala *adj.* ਥਕਾਵਟ ਵਾਲਾ tiring
thakaawat *n.* ਥਕਾਵਟ weariness
thakaawat wala *adj.* ਥਕਾਉਣ ਵਾਲਾ wearisome
thakiya akiya *adj.* ਥੱਕਿਆ ਅੱਕਿਆ weary
thakka *v.t.* ਥੱਕਾ clot

thakkeyaa *adj.* ਥੱਕਿਆ tired
thakknhaa *v.t.* ਥੱਕਣਾ fag
thakknhaa *v.t.* ਥੱਕਣਾ tire
thalle *prep.* ਥੱਲੇ under
thamlaa *n.* ਥਮਲਾ column
thamlaa *n.* ਥਮਲਾ pole
thamm *n.* ਥੰਮ੍ਹ pillar
thamm *n.* ਥੰਮ੍ਹ post
thappar *n.* ਥੱਪੜ buffet
thappar *n.* ਥੱਪੜ claps
thapthapaaunaa *v.t.* ਥਪਥਪਾਉਣਾ dab
tharmos botal *n.* ਥਰਮੋਸ ਬੋਤਲ thermos
that *n.* ਤੱਥ factor
thathlaunhaa *v.i.* ਥਥਲਾਉਣਾ stammer
thathlaunhaa *v.i.* ਥਥਲਾਉਣਾ stutter
the da nishaan *n.* ਤਹਿ ਦਾ ਨਿਸ਼ਾਨ crease
the maarnaa *v.t.* ਤਹਿ ਮਾਰਨਾ enlace
theek karna *v.t.* ਠੀਕ ਕਰਨਾ adapt
theek karna *v.t.* ਠੀਕ ਕਰਨਾ correct
thehraao *n.* ਠਹਿਰਾਓ stoppage
thella *n.* ਠੇਲ੍ਹਾ lorry
theran da kamra *n.* ਠਹਿਰਨ ਦਾ ਕਮਰਾ waiting-room
thhaatht baathh *n.* ਠਾਠ-ਬਾਠ finery
thhagg *v.i.* ਠੱਗ reive
thhagganaa *v.t.* ਠੱਗਣਾ collude
thhaggi *n.* ਠੱਗੀ trickery
thhaggnaa *v.t.* ਠਗਣਾ cozen
thhandak *n.* ਠੰਢਕ damp
thhandakk *n.* ਠੰਢਕ frigidity
thhandda *adj.* ਠੰਢਾ chilly
thhandda *adj.* ਠੰਢਾ frigid
thhanddi sadak *n.* ਠੰਢੀ ਸੜ੍ਹਕ mall
thhandha *adj.* ਠੰਢਾ cold
thhandha karnaa *v.t.* ਠੰਢਾ ਕਰਨਾ refrigerate
thhandhak *adj.* ਠੰਢਕ chill
thhathh baathh *n.* ਠਾਠ-ਬਾਠ gentility
thhathhaa *n.* ਠੱਠਾ derision
thheek *adj.* ਠੀਕ just
thheek *adj.* ਠੀਕ right
thheek karnaa *v.t.* ਠੀਕ ਕਰਨਾ disabuse
thheek siddh karnaa *v.t.* ਠੀਕ ਸਿੱਧ ਕਰਨਾ justify
thheek tarahn *adv.* ਠੀਕ ਤਰ੍ਹਾਂ properly
thheek thhaak *adj.* ਠੀਕ ਠਾਕ so-so
thheekaree *n.* ਠੀਕਰੀ pebble
thheek-theek *adj.* ਠੀਕ-ਠੀਕ exact
thheek-theek *adv.* ਠੀਕ-ਠੀਕ exactly
thhehar *n.* ਠਹਿਰ stillness
thhekedaar *n.* ਠੇਕੇਦਾਰ steward
thhelaa *n.* ਠੇਲਾ barrow
thhella *n.* ਠੇਲ੍ਹਾ trolley
thhella *n.* ਠੇਲ੍ਹਾ trolly
thhodi *n.* ਠੋਡੀ chin
thhokar khaanhaa *v.i.* ਠੋਕਰ ਖਾਣਾ stumble
thhokraan khaanhaa *v.t.* ਠੋਕਰਾਂ ਖਾਣਾ flounder
thhootheedaar *adj.* ਠੂਠੀਦਾਰ stubby
thhos *adj.* ਠੋਸ massy
thhos *adj.* ਠੋਸ solid
thhos honhaa *v.t.* ਠੋਸ ਹੋਣਾ solidify
thhospanh *n.* ਠੋਸਪਣ solidity
thhudda maarnaa *v.i.* ਠੁੱਡਾ ਮਾਰਨਾ kick
thhuss ho jaanhaa *v.i.* ਠੁੱਸ ਹੋ ਜਾਣਾ fizzle
thiggnha *adj.* ਠਿੱਗਣਾ dwarfish
thode bukhaar vala *adj.* ਥੋੜੇ ਬੁਖਾਰ ਵਾਲਾ feverish
thohar *n.* ਥੋਹਰ cactus
thok vikri *n.* ਥੋਕ ਵਿੱਕਰੀ wholesale
thopnhaa *v.t.* ਥੋਪਣਾ impose
thorhaa *adj.* ਥੋੜ੍ਹਾ little
thorhaa *adj.* ਥੋੜ੍ਹਾ meagre
thorhaa *n.* ਥੋੜ੍ਹਾ modicum
thorhaa jehaa *adj.* ਥੋੜ੍ਹਾ ਜਿਹਾ slight
thorhaa sama *n.* ਥੋੜ੍ਹਾ ਸਮਾਂ trice
thorhaa samaa *adj.* ਥੋੜ੍ਹਾ ਸਮਾਂ second
thos hona *v.t.* ਠੋਸ ਹੋਣਾ consolidate
thotha giyaani *n.* ਥੋਥਾ ਗਿਆਨੀ wiseacre
thukk *n.* ਥੁੱਕ sputum
thukraunaa *n.* ਠੁਕਰਾਉਣਾ bump
thurh *n.* ਥੁੜ੍ਹ paucity
thurh *n.* ਥੁੜ੍ਹ privation
thuthni *n.* ਥੁਥਨੀ muzzle
thuthni *n.* ਥੁਥਨੀ snout
tichar *n.* ਟਿੱਚਰ quip
tiddi *n.* ਟਿੱਡੀ locust
tiggnhaa *adv.* ਤਿਗੁਣਾ thrice

tiggnhaa *adj.* ਤਿਗਣਾ trine
tiggrhee *n.* ਤਿਗੜੀ trio
tijauri *n.* ਤਿਜੌਰੀ ark
tikaaoo *adj.* ਟਿਕਾਊ durable
tikat *n.* ਟਿਕਟ ticket
tiket-ghar *n.* ਟਿਕਟ-ਘਰ booking-office
Tikha suaad *n.* ਤਿੱਖਾ ਸੁਆਦ acerbity
tikhaa *adj.* ਤਿੱਖਾ trenchant
tikhee *adj.* ਤਿੱਖੀ shrill
tikhee *n.* ਤਿਖੀ spike
tikkdaa *n.* ਟੁਕੜਾ piece
tikkrhee *adj.* ਤਿੱਕੜੀ tern
tikkrhee *n.* ਤਿੱਕੜੀ triad
tikonh *n.* ਤਿਕੋਣ triangle
tikonhaa *adj.* ਤਿਕੋਣਾ triagular
tikonhmitee *n.* ਤਿਕੋਣਮਿਤੀ trigonometry
tiktiki la ke vekhanhaa *v.t.* ਟਿਕਟਿਕੀ ਲਾ ਕੇ ਵੇਖਣਾ gaze
til *n.* ਤਿਲ mole
til *n.* ਤਿਲ sesame
tilchatta *n.* ਤਿਲਚੱਟਾ cockroach
tilkanhaa *v.t.* ਤਿਲਕਣਾ slide
tilkanhaa *v.t.* ਤਿਲਕਣਾ slip
tilkvaan *n.* ਤਿਲਕਵਾਂ slippery
tilla *n.* ਟਿੱਲਾ mound
tilli *n.* ਤਿੱਲੀ spleen
timaahee ਤਿਮਾਹੀ quarterly
timtimaahat *adj.* ਟਿਮਟਿਮਾਹਟ flickering
timtimaun wala *v.t.* ਟਿਮਟਿਮਾਉਣ ਵਾਲਾ blinker
timtimaunha *v.i.* ਟਿਮਟਮਾਉਣਾ twinkle
timtimaunhaa *v.t.* ਟਿਮਟਿਮਾਉਣਾ flicker
tinn *adj.* ਤਿੰਨ three
tinn da agetar *pre.* ਤਿੰਨ ਦਾ ਅਗੇਤਰ tri
tinn saalaa *adj.* ਤਿੰਨ ਸਾਲਾ triennial
tinpattiaa *adj.* ਤਿੰਨਪੱਤੀਆ ternate
tioodi *v.t.* ਤਿਊੜੀ frown
tioorhee paunhaa *v.t.* ਤਿਊੜੀ ਪਾਉਣਾ scowl
tiooshan *n.* ਟਿਊਸ਼ਨ tuition
tipakhee *adj.* ਤਿਪੱਖੀ tripartite
tippahi *n.* ਟਿੱਪਣੀ gloss
tirangga *n.* ਤਿਰੰਗਾ tricolour
tiraskaar karnaa *v.t.* ਤਿਰਸਕਾਰ ਕਰਨਾ despise
tiraskaar karnaa *v.t.* ਤਿਰਸਕਾਰ ਕਰਨਾ disdain
tirche paase *adv.* ਤਿਰਛੇ ਪਾਸੇ sidewise
tirchha *adj.* ਤਿਰਛਾ transverse
tirchhaa ਤਿਰਛਾ sidelong
tirchhaa *adj.* ਤਿਰਛਾ slant
tirchhaa katt *n.* ਤਿਰਛਾ ਕੱਟ cant
tirchhi nigaah ton *adv.* ਤਿਰਛੀ ਨਿਗਾਹ ਤੋਂ askance
tirchhi nigaah ton *adv.* ਤਿਰਛੀ ਨਿਗਾਹ ਤੋਂ askew
tirshool *n.* ਤ੍ਰਿਸ਼ੂਲ trident
tirskaar karnaa *v.t.* ਤਿਰਸਕਾਰ ਕਰਨਾ detest
titlee *n.* ਤਿਤਲੀ butterfly
tittar bittar karnaa *n.* ਤਿਤਰ ਬਿਤਰ ਕਰਲਾ flurry
tittar-bittar karnaa *v.t.* ਤਿਤਰ-ਬਿਤਰ ਕਰਨਾ disrupt
toaa *n.* ਟੋਆ dell
toaa *v.* ਟੋਆ delve
toaa *n.* ਟੋਆ pit
todedaar *n.* ਤੋੜੇਦਾਰ matcÅlock
todnaa *v.i.* ਤੋੜਨਾ crumble
todnaa *v.t.* ਤੋੜਨਾ derogate
todnaa *v.t.* ਤੋੜਨਾ pluck
tohar vala *v.t.* ਟੌਹਰ ਵਾਲਾ tiptop
tohfaa *n.* ਤੋਹਫਾ gift
tohmat launhaa *v.t.* ਤੋਹਮਤ ਲਾਉਣਾ traduce
tokree *n.* ਟੋਕਰੀ bucket
tokri *n.* ਟੋਕਰੀ basket
tol *n.* ਤੋਲ rhythm
tolna *v.t.* ਤੋਲਣਾ weigh
tolnhaa *v.i.* ਟੋਲਣਾ grope
ton *prep.* ਤੋਂ from
ton *adv.* ਤੋਂ since
toofaan *n.* ਤੂਫਾਨ storm
toofaani *adj.* ਤੂਫਾਨੀ stormy
toombaa *n.* ਤੂੰਬਾ calabash
toon *pro.* ਤੂੰ thou
toonehaar *n.* ਟੂਣੇਹਾਰ vamp
toorhi *n.* ਤੂੜੀ straw
tooti *n.* ਟੂਟੀ nozzle
tooti launhaa *v.t.* ਟੂਟੀ ਲਾਉਣਾ tap

top *n.* ਟੋਪ hat
top *n.* ਤੋਪ cannon
topee *n.* ਟੋਪੀ cap
topi di kalgee *n.* ਟੋਪੀ ਦੀ ਕਲਗੀ cockade
tor *n.* ਤੋਰ gait
torhforh *n.* ਤੋੜਫੋੜ sabotage
torhnaa *v.t.* ਤੋੜਨਾ rupture
tornaa *v.t.* ਤੋੜਨਾ break
tote tote karnaa *v.t.* ਟੋਟੇ ਟੋਟੇ ਕਰਨਾ hack
totlaapanh *v.i.* ਤੋਤਲਾਪਣ lisp
totte totte karnaa *v.t.* ਟੋਟੇ ਟੋਟੇ ਕਰਨਾ mangle
traiktar *n.* ਟਰੈਕਟਰ tractor
train train *v.t.* ਟਰੈਂ-ਟਰੈਂ croak
tred *n.* ਤਰੇੜ fissure
trel vala *n.* ਤ੍ਰੇਲ ਵਾਲਾ rimer
triflaa *n.* ਤ੍ਰਿਫਲਾ myrobaian
ttahnhi *n.* ਟਾਹਣੀ offshoot
tuchh *n.* ਤੁੱਛ commonplace
tuchh *asj.* ਤੁੱਛ shallow
tuchh ਤੁੱਛ trifling
tuchh *adj.* ਤੁੱਛ trivial
tuchh cheez *n.* ਤੁੱਛ ਚੀਜ਼ trash
tuchh cheez *n.* ਤੁੱਛ ਚੀਜ਼ trifle
tuchh cheez *n.* ਤੁੱਛ ਚੀਜ਼ triviality
tuchhtaa *n.* ਤੁੱਛਤਾ pettiness
tuhaada *pro.* ਤੁਹਾਡਾ your
tuhaada *pro.* ਤੁਹਾਡਾ yours
tukaant *n.* ਤੁਕਾਂਤ rhyme
tukaant *n.* ਤੁਕਾਂਤ rime
tukk bandd *n.* ਤੁੱਕ-ਬੰਦ poetaster
tukka *n.* ਤੁੱਕਾ fluke
tukkanhaa *v.t.* ਟੁੱਕਣਾ gnaw
tukkar *n.* ਟੁੱਕਰ morsel

U

tukrhaa *n.* ਟੁਕੜਾ segment
tull *n.* ਤੁੱਲ lever
tulnaa *n.* ਤੁਲਨਾ comparison
tulnaa karnaa *v.t.* ਤੁਲਨਾ ਕਰਨਾ compare
tulnaatmak *n.* ਤੁਲਨਾਤਮਕ comparative
tulsi *n.* ਤੁਲਸੀ basil
tunhkaa maarnaa *v.t.* ਤੁਣਕਾ ਮਾਰਨਾ flip
tupkaa *n.* ਤੁਪਕਾ minim
turantt *adj.* ਤੁਰੰਤ immediate
turantt *adj.* ਤੁਰੰਤ instantaneous
turantt *adj.* ਤੁਰੰਤ prompt
turantt keeta hoyeaa *n.* ਤੁਰੰਤ ਕੀਤਾ ਹੋਇਆ extemporaneous
turn firn vala *n.* ਤੁਰਨ ਫਿਰਨ ਵਾਲਾ rover
turna *v.i.* ਤੁਰਨਾ walk
turnaa *v.i.* ਤੁਰਨਾ roam
turnaa *v.t.* ਤੁਰਨਾ tread
turnaa firnaa *v.i.* ਤੁਰਨਾ ਫਿਰਨਾ ramble
turrantt *adv.* ਤੁਰੰਤ forthwith
tuseen aap *pro.* ਤੁਸੀਂ ਆਪ thyself
tusin *pro.* ਤੁਸੀਂ ye
tusin *pro.* ਤੁਸੀਂ you
tusin aap *pro.* ਤੁਸੀਂ ਆਪ yourself
tutt-bhajj *n.* ਟੁੱਟ-ਭੱਜ breakage
tuttda taaraa *n.* ਟੁੱਟਦਾ ਤਾਰਾ meteor
tyaag *n.* ਤਿਆਗ dereliction
tyaag *n.* ਤਿਆਗ rejection
tyaag *n.* ਤਿਆਗ renouncement
tyaag ਤਿਆਗ renunciation
tyaagnha *v.t.* ਤਿਆਗਣਾ doff
tyaagnhaa *v.t.* ਤਿਆਗਣਾ eschew
tyaagnhaa *n.* ਤਿਆਗਣਾ pretermit
tyaagnhaa ਤਿਆਗਣਾ relinquish
tyaagnhaa ਤਿਆਗਣਾ renounce
tyaar *adj.* ਤਿਆਰ ready
tyaar bar tyaar *adj.* ਤਿਆਰ ਬਰ ਤਿਆਰ readymade
tyaar karnaa *v.t.* ਤਿਆਰ ਕਰਨਾ set
tyaari *n.* ਤਿਆਰੀ preparation
tyaari karnaa *v.t.* ਤਿਆਰ ਕਰਨਾ prepare
tyaari sambandhee *adj.* ਤਿਆਰੀ ਸੰਬੰਧੀ preparative
Tyagna *v.* ਤਿਆਗਣਾ abandon
tyagnhaa ਤਿਆਗਣਾ forsake

ubaal *n.* ਉਬਾਲ ebullition
ubaal *n.* ਉਬਾ·ਲ fermentation
ubaal *n.* ਉਬਾਲ outburst

ubaalaa aaunhaa *v.i.* ਉਬਾਲਾ ਆਉਣਾ effervesce
ubaalan wala yantar *n.* ਉਬਾਲਣ ਵਾਲਾ ਯੰਤਰ boiler
ubaalnaa *v.* ਉਬਾਲਣਾ boil
ubaasi lainhaa ਉਬਾਸੀ ਲੈਣਾ gape
ubaldaa *adj.* ਉਬਲਦਾ ebullient
ubhaar *n.* ਉਭਾਰ protuberance
ubhaar *n.* ਉਭਾਰ uprising
ubhaarna *v.t.* ਉਭਾਰਨਾ upheave
ubhari rekhaa *n.* ਉਭਰੀ ਰੇਖਾ ridge
ubharrnaa *v.t.* ਉਭਰਨਾ jut
uccha pahad *n.* ਉੱਚਾ ਪਹਾੜ alp
ucchi bol ke *adv.* ਉੱਚੀ ਬੋਲ ਕੇ aloud
uch *adj.* ਉੱਚ senior
uch *adj.* ਉੱਚ superior
ucha karna *v.t.* ਉੱਚਾ ਕਰਨਾ uplift
ucha neevan *adj.* ਉੱਚਾ-ਨੀਂਵਾਂ uneven
uchaa *adj.* ਉੱਚਾ high
uchaa *adj.* ਉੱਚਾ lofty
uchaa karnaa *v.t.* ਉੱਚਾ ਕਰਨਾ erect
uchaa karnaa *v.* ਉੱਚਾ ਕਰਨਾ heighten
uchaa uddanhaa *v.i.* ਉੱਚਾ ਉੱਡਣਾ soar
uchaa uthheyaa *adj.* ਉਚਾ ਉਠਿਆ stilted
uchaar khandd *n.* ਉਚਾਰਖੰਡ syllable
Uchaaran *n.* ਉਚਾਰਣ accent
uchaaran *n.* ਉਚਾਰਨ pronunciation
Uchaaran karna *v.* ਉਚਾਰਣ ਕਰਨਾ accentuate
uchaarnaa *v.t.* ਉਚਾਰਨਾ pronounce
uchaayee *n.* ਉਚਾਈ elevation
uchaayee *n.* ਉਚਾਈ height
ucharan *v.t.* ਉਚਾਰਨ utter
ucharan ਉਚਾਰਨ utterance
uchayi *n.* ਉਚਾਈ altitude
uchayi te *adv.* ਉਚਾਈ ਤੇ atop
uchch-koti da *adj.* ਉੱਚ-ਕੋਟੀ ਦਾ classical
uchee avaaz *adj.* ਉੱਚੀ ਅਵਾਜ਼ loud
uchhaalanhaa *v.t.* ਉਛਾਲਣਾ hurl
uchhall jaanaa *v.t.* ਉੱਛਲ ਜਾਣਾ bounce
uchit *adj.* ਉਚਿਤ applicable
uchit *adj.* ਉਚਿਤ apt
uchit *adv.* ਉਚਿਤ duly
uchit *adj.* ਉਚਿਤ fit
uchit *adj.* ਉਚਿਤ permissible
uchit dand nal *adv.* ਉਚਿਤ ਢੰਗ ਨਾਲ aright
uchitataa *n.* ਉਚਿਤਤਾ fitness
uchitt *adj.* ਉਚਿਤ becoming
uchitt *adj.* ਉਚਿਤ condign
uchta *n.* ਉੱਚਤਾ superiority
uchtaa *n.* ਉੱਚਤਾ seniority
udaahranh *n.* ਉਦਾਹਰਣ example
udaahranh *n.* ਉਦਾਹਰਣ illustration
udaahranh *n.* ਉਦਾਹਰਣ instance
udaanh *n.* ਉਡਾਣ flight
udaar *adj.* ਉਦਾਰ bountiful
udaar *adj.* ਉਦਾਰ generous
udaar *adj.* ਉਦਾਰ liberal
udaar *adj.* ਉਦਾਰ profuse
udaar chitt *adj.* ਉਦਾਰ ਚਿੱਤ magnanimous
udaarchitt *n.* ਉਦਾਰਚਿੱਤ catholic
udaartaa *n.* ਉਦਾਰਤਾ bounty
udaartaa *n.* ਉਦਾਰਤਾ generosity
udaartaa *n.* ਉਦਾਰਤਾ magnanimity
udaas *adj.* ਉਦਾਸ dejected
udaas *n.* ਉਦਾਸ despondent
udaas *adj.* ਉਦਾਸ doleful
udaas *adj.* ਉਦਾਸ dreary
udaas *adj.* ਉਦਾਸ morose
udaas *adj.* ਉਦਾਸ sad
udaas *adj.* ਉਦਾਸ wistful
udaas honh dee sathiti *n.* ਉਦਾਸ ਹੋਣ ਦੀ ਸਥਿਤੀ doldrums
udaas karnaa *v.t.* ਉਦਾਸ ਕਰਨਾ deject
udaas karnaa *v.t.* ਉਦਾਸ ਕਰਨਾ dispirit
udaasee *adj.* ਉਦਾਸੀ cres¶fallen
udaaseen *adj.* ਉਦਾਸੀਨ indifferent
udaaseen ਉਦਾਸੀਨ passive
udaaseentaa naal *adv.* ਉਦਾਸੀਨਤਾ ਨਾਲ coldly
udaasi *n.* ਉਦਾਸੀ dejection
udanhaar *adj.* ਉਡਣਹਾਰ volatile
udaseen *adj.* ਉਦਾਸੀਨ apathetic
udaseen *adj.* ਉਦਾਸੀਨ unconcerned
udaseenta *n.* ਉਦਾਸੀਨਤਾ apathy
udaunhaa ਉਡਾਉਣਾ squander
udd jaanhaa *v.i.* ਉੱਡ ਜਾਣਾ fleet
uddam *n.* ਉੱਦਮ diligence

uddam *n.* ਉੱਦਮ perseverance
uddam karnaa *v.t.* ਉਦਮ ਕਰਨਾ bestir
uddami *n.* ਉਦਮੀ diligent
uddami *adj.* ਉੱਦਮੀ painstaking
uddami *adj.* ਉੱਦਮੀ sedulous
uddamm *n.* ਉੱਦਮ enterprise
uddhkaal *n.* ਯੁੱਧਕਾਲ campaign
udeek karan vala *adj.* ਉਡੀਕ ਕਰਨ ਵਾਲਾ expectant
udeek karni *v.t.* ਉਡੀਕ ਕਰਨੀ wait
udeeknhaa *adj.* ਉਡੀਕਣਾ tarry
udesh *n.* ਉਦੇਸ਼ motive
udesh *adj.* ਉਦੇਸ਼ objective
udesh rakhnhaa *v.t.* ਉਦੇਸ਼ ਰੱਖਣਾ mean
udgaman *n.* ਉਦਗਮਨ exudation
udghaatan *n.* ਉਦਘਾਟਨ inauguration
udhaar denhaa *v.t.* ਉਧਾਰ ਦੇਣਾ lend
udham *n.* ਉੱਦਮ avocation
udhar *adv.* ਉੱਧਰ thither
udhernaa *v.t.* ਉਧੇੜਨਾ uncase
udyog *n.* ਉਦਯੋਗ factory
udyog *n.* ਉਦਯੋਗ industry
udyog sambandhi *adj.* ਉਦਯੋਗ ਸੰਬੰਧੀ industrial
udyoggi *adj.* ਉਦਯੋਗੀ industrious
ugalnhaa *v.t.* ਉਗਲਣਾ disgorge
ugar *adj.* ਉਗਰ fierce
ugar *adj.* ਉਗਰ fiery
ugar *adj.* ਉਗਰ redoubtable
ugar *adj.* ਉਗਰ severe
ugaunhaa *v.t.* ਉਗਾਉਣਾ grow
ujaad *adj.* ਉਜਾੜ lorn
ujaadoo *adj.* ਉਜਾੜੂ prodigal
ujaagar karnaa *v.t.* ਉਜਾਗਰ ਕਰਨਾ illuminate
ujaarh *n.* ਉਜਾੜ desolation
ujara *n.* ਉਜਾੜਾ vandalism
ujjal *adj.* ਉੱਜਲ lucid
ukhaadnaa *v.t.* ਉਖਾੜਨਾ dislocate
ukrenveen patti *n.* ਉਕਰੇਂਵੀਂ ਪੱਟੀ stencil
uksaaunhaa *v.t.* ਉਕਸਾਉਣਾ incite
uksaunhaa *v.t.* ਉਕਸਾਉਣਾ provoke
uktee *n.* ਉਕਤੀ proposition
ulaangh bharnee *v.t.* ਉਲਾਂਘ ਭਰਨੀ stride
ulat aadesh dena *n.* ਉਲਟ ਆਦੇਸ਼ ਦੇਣਾ countermand
ulat praarthanaa karnee *v.* ਉਲਟ ਪ੍ਰਾਰਥਨਾ ਕਰਨੀ deprecate
ulat pulat *adj.* ਉਲਟ-ਪੁਲਟ topsyturvy
ulatfer *n.* ਉਲਟਫੇਰ overturn
ulatfer *n.* ਉਲਟਫੇਰ perversion
ulat-pulat *n.* ਉਲਟ-ਪੁਲਟ disarry
ulat-pulat *n.* ਉਲਟ-ਪੁਲਟ reversal
ulat-pulat ਉਲਟ-ਪੁਲਟ subversion
ulekh karnaa *v.t.* ਉਲੇਖ ਕਰਨਾ mention
uljhaaunhaa *v.t.* ਉਲਝਾਉਣਾ embroll
uljhaunaa *v.t.* ਉਲਝਾਉਣਾ complicate
uljhaunhaa ਉਲਝਾਉਣਾ entangle
uljhna *v.t.* ਉਲਝਣਾ warp
ulladnhaa *v.* ਉਲੱਦਣਾ pour
ullanghanh *n.* ਉਲੰਘਣ disobedience
ullanghanh karan wala *adj.* ਉਲੰਘਣ ਕਰਨ ਵਾਲਾ disobedient
ullanghann *n.* ਉਲੰਘਣ contravention
ullanghnhaa *v.t.* ਉਲੰਘਣਾ ਕਰਨਾ infringe
ullanghnhaa *n.* ਉਲੰਘਣਾ transgression
ullanghnhaa karan vala *n.* ਉਲੰਘਣਾ ਕਰਨ ਵਾਲਾ transgressor
ullanghnhaa karnaa *v.t.* ਉਲੰਘਣਾ ਕਰਨਾ transgress
ullarnaa *v.t.* ਉੱਲਰਨਾ sway
ulli *n.* ਉੱਲੀ fungus
ulli *n.* ਉੱਲੀ mildew
ullu *n.* ਉੱਲੂ owl
ullubaata *adj.* ਉੱਲੂਬਾਟਾ stolid
ulta *adj.* ਉਲਟਾ adverse
ultaa *adj.* ਉਲਟਾ inverse
ultaa chalnhaa *v.t.* ਉਲਟਾ ਚੱਲਣਾ retrograde
ultaa denaa *v.t.* ਉਲਟਾ ਦੇਣਾ capsize
ultaa parvaah *n.* ਉਲਟਾ ਪ੍ਰਵਾਹ reflux
ultanhaa *v.t.* ਉਲਟਣਾ invert
ultee chaal *n.* ਉਲਟੀ ਚਾਲ regression
ulti di dawayee *adj.* ਉਲਟੀ ਦੀ ਦਵਾਈ emetic
ulti karna *v.i.* ਉਲਟੀ ਕਰਨਾ vomit
ulti karnaa *v.t.* ਉਲਟੀ ਕਰਨਾ puke
ulti karnaa *v.t.* ਉਲਟੀ ਕਰਨਾ retch

ulti karnee *v.t.* ਉਲਟੀ ਕਰਨੀ spew
umar *n.* ਉਮਰ age
umeedwaar *n.* ਉਮੀਦਵਾਰ candidate
unaabi rangg *n.* ਉਨਾਬੀ ਰੰਗ maroon
unaani ganit shaashtri *n.* ਯੁਨਾਨੀ ਗਣਿਤ ਸ਼ਾਸ਼ਤਰੀ euclid
unddiraaj *n.* ਜੁੰਡੀਰਾਜ oligarchy
uneendaa *adj.* ਉਨੀਂਦਾ sleepless
uneendaa *adj.* ਉਨੀਂਦਾ sleepy
unggal ਉਂਗਲ knuckle
unggali *n.* ਉਂਗਲੀ finger
unhnaa *v.t.* ਉਣਨਾ knit
unmaad *n.* ਉਨਮਾਦ passion
unn *n.* ਉੱਨ wool
unn da *adj.* ਉੱਨ ਦਾ woollen
unnat *adj.* ਉੱਨਤ sublime
unnat *adj.* ਉੱਨਤ towering
unnati *n.* ਉੱਨਤੀ improvement
unnati *n.* ਉੱਨਤੀ progress
unnati *n.* ਉੱਨਤੀ progression
unnati karna *v.t.* ਉੱਨਤੀ ਕਰਨਾ advance
unnati karna *n.* ਉੱਨਤੀ advancement
unnati karnaa *v.* ਉੱਨਤੀ ਕਰਨਾ improve
unni *n.* ਉੱਨੀ nineteen
unti na karn yog *adj.* ਉਨੱਤੀ ਨਾ ਕਰਨ ਯੋਗ unimproved
unuchit *adj.* ਅਣਉਚਿਤ unreasonable
up naam *adv.* ਉਪ-ਨਾਮ alias
upaa *n.* ਉਪਾਅ appliance
upaa karnaa *v.t.* ਉਪਾਅ ਕਰਨਾ contrive
upaa vala *adj.* ਉਪਾਅ ਵਾਲਾ remedial
upaadhi *n.* ਉਪਾਧੀ epithet
upaddar *n.* ਉਪੱਦਰ chaos
upaddar karnaa *v.t.* ਉਪੱਦਰ ਕਰਨਾ desorganize
upar *adv.* ਉਪਰ up
upar val *adj.* ਉੱਪਰ ਵੱਲ upward
upar val *n.* ਉੱਪਰ ਵੱਲ upwards
upbhogee *n.* ਉਪਭੋਗੀ consumer
updesh *n.* ਉਪਦੇਸ਼ instruction
updesh *n.* ਉਪਦੇਸ਼ sermon
updesh ਉਪਦੇਸ਼ precept
updesh denhaa *v.t.* ਉਪਦੇਸ਼ ਦੇਣਾ inculcate
updesh denhaa *v.t.* ਉਪਦੇਸ਼ ਦੇਣਾ preach
updeshak *adj.* ਉਪਦੇਸ਼ਕ advisory
updeshak *n.* ਉਪਦੇਸ਼ਕ counsellor
updeshak *adj.* ਉਪਦੇਸ਼ਕ didactic
upekheyaa *n.* ਉਪੇਖਿਆ connivance
upekheyaa karnaa *v.t.* ਉਪੇਖਿਆ ਕਰਨਾ disparage
upekheyaa karni *v.t.* ਉਪੇਖਿਆ ਕਰਨਾ disregard
upekheyaa naal *adj.* ਉਪੇਖਿਆ ਨਾਲ slightingly
upekhiat *adj.* ਉਪੇਖਿਅਤ unheeded
upgreh *n.* ਉਪਗ੍ਰਹਿ satellite
uphaar *n.* ਉਪਹਾਰ boon
upjaaoo *adj.* ਉਪਜਾਊ fertile
upjaaoo *adj.* ਉਪਜਾਊ prolific
upjaaoopanh *n.* ਉਪਜਾਊਪਣ fecundity
upjaaopanh *n.* ਉਪਜਾਊਪਣ fertility
upjaau banaunaa *v.t.* ਉਪਜਾਊ ਬਣਾਉਣਾ fertilize
upjao banauna *v.t.* ਉਪਜਾਊ ਬਣਾਉਣਾ fecundate
upkaar *n.* ਉਪਕਾਰ benefaction
upkaar karnaa *v.t.* ਉਪਕਾਰ ਕਰਨਾ oblige
upkaaree *n.* ਉਪਕਾਰੀ benefactor
upkaranh *n.* ਉਪਕਰਣ implement
uplabadh *adj.* ਉਪਲੱਬਧ available
uplabdhatta *n.* ਉਪਲੱਬਧਤਾ availability
upmaa *n.* ਉਪਮਾ simile
upnaam *n.* ਉਪਨਾਮ sobriquet
upp chhayeaa *n.* ਉੱਪ ਛਾਇਆ penumbra
upp kameti *n.* ਉਪ ਕਮੇਟੀ sub-committee
upp kirayedaar *n.* ਉਪ-ਕਿਰਾਏਦਾਰ subtenant
upp manddal *n.* ਉਪਮੰਡਲ sub-division
upp naam *n.* ਉਪ-ਨਾਮ nickname
upp naam *n.* ਉੱਪ ਨਾਮ surname
Uppar *adv.* ਉੱਪਰ above
uppar *adv.* ਉੱਪਰ aloft
uppar *prep.* ਉੱਪਰ over
uppar chadnaa *v.t.* ਉੱਪਰ ਚੜ੍ਹਨਾ climb
uppar chukkanhaa *n.* ਉੱਪਰ ਚੁੱਕਣ ਦਾ ਯੰਤਰ elevator
uppar likhnhaa *v.t.* ਉਪਰ ਲਿਖਣਾ superscribe

uppar uthh jaanh wala pulh *n.* ਉੱਪਰ ਉੱਠ ਜਾਣ ਵਾਲਾ ਪੁੱਲ drabridge
upparla dhaanchaa *n.* ਉੱਪਰਲਾ ਢਾਂਚਾ superstructure
upparle dhar walee moorat *n.* ਉਪਰਲੇ ਧੜ ਵਾਲੀ ਮੂਰਤੀ bust
upparli aamdan *n.* ਉਪਰਲੀ ਆਮਦਨ perquisite
uppbhog *n.* ਉਪਭੋਗ consumption
uppdevtaa *n.* ਉਪਦੇਵਤਾ demigod
uppjeevkaa *n.* ਉਪਜੀਵਕਾ subsistence
upp-kathaa *n.* ਉੱਪ-ਕਥਾ episode
upp-niyam *n.* ਉਪ-ਨਿਯਮ by-law
upp-vaak *n.* ਉੱਪ-ਵਾਕ clause
uprantt likhat *n.* ਉਪਰੰਤ ਲਿਖਤ postscript
upri pehrawa *n.* ਉਪਰੀ ਪਹਿਰਾਵਾ apron
uprli manzil te *adv.* ਉਪਰਲੀ ਮੰਜ਼ਿਲ ਤੇ upstairs
upsarag *n.* ਉਪਸਰਗ prefix
upyog *n.* ਉਪਯੋਗ expediency
upyogee vastoo *n.* ਉਪਯੋਗੀ ਵਸਤੂ commodity
upyogi *adj.* ਉਪਯੋਗੀ serviceable
upyukat *adj.* ਉਪਯੁਕਤ commodious
usaaree *n.* ਉਸਾਰੀ construction
usaarnaa *v.t.* ਉਸਾਰਨਾ build
usaarnaa *v.t.* ਉਸਾਰਨਾ construct
usaaroo *adj.* ਉਸਾਰੂ constructive
usdaa *pro* ਉਸਦਾ her
usdaa *pro.* ਉਸਦਾ his
use tarahn *adv.* ਉਸੇ ਤਰ੍ਹਾਂ likewise
use tarahn *adv.* ਉਸੇ ਤਰ੍ਹਾਂ similarly
uss vich *adv.* ਉਸ ਵਿੱਚ therein
ustaad *n.* ਉਸਤਾਦ mentor
ustatt karnaa *v.t.* ਉਸਤਤ ਕਰਨਾ panegyrize
Ustatt karni *v.* ਉਸਤਤ ਕਰਨੀ acclaim
ustraa *n.* ਉਸਤਰਾ razor
utaar *n.* ਉਤਾਰ declivity
utaavlapanh *n.* ਉਤਾਵਲਾਪਣ precipitation
utaavlapanh *n.* ਉਤਾਵਲਾਪਣ temerity
utall *adj.* ਉੱਤਲ concave
utejanaa *n.* ਉਤੇਜਨਾ excitement
utejit karan wala *adj.* ਉਤੇਜਿਤ ਕਰਨ ਵਾਲਾ burning
utejit karna *v.t.* ਉਤੇਜਿਤ ਕਰਨਾ arouse
utejit karnaa *v.t.* ਉਤੇਜਿਤ ਕਰਨਾ electrify
utejitt karnaa *v.t.* ਉਤੇਜਿਤ ਕਰਨਾ elate
utejitt karnaa *v.t.* ਉਤੇਜਿਤ ਕਰਨਾ excite
utejitt karnaa *n.* ਉਤੇਜਿਤ ਕਰਨਾ ferment
utejitt karnaa *v.t.* ਉਤੇਜਿਤ ਕਰਨਾ impel
utejitt karnaa *v.t.* ਉਤੇਜਿਤ ਕਰਨਾ instigate
utejjit ਉਤੇਜਤ stimulant
utejjit karnaa *v.t.* ਉਤੇਜਿਤ ਕਰਨਾ stimulate
utejna *n.* ਉਤੇਜਨਾ aggravation
uthauna *v.t.* ਉਠਾਉਣਾ ascend
uthhanhaa *v.t.* ਉੱਠਣਾ rise
uthhaunhaa *v.t.* ਉਠਾਉਣਾ elevate
uthna *v.i.* ਉੱਠਣਾ arise
utlaa utlaa *adj.* ਉਤਲਾ ਉਤਲਾ skindeep
utpaad *n.* ਉਤਪਾਦ product
utpaadan *n.* ਉਤਪਾਦਨ output
utpaadan *adj.* ਉਤਪਾਦਨ production
utpaadan sambandhi *adj.* ਉਤਪਾਦਨ ਸੰਬੰਧੀ productive
utpadan karnaa *v.t.* ਉਤਪਾਦਨ ਕਰਨਾ conduce
utpann honhaa *v.t.* ਉਤਪੰਨ ਹੋਣਾ emanate
utpann honhaa *v.t.* ਉਤਪੰਨ ਹੋਣਾ originate
utpann hons *v.t.* ਉਤਪੰਨ ਹੋਣਾ derive
utpann karna *v.t.* ਉਤਪੰਨ ਕਰਨਾ beget
utpati *n.* ਉਤਪਤੀ emanation
utpati *n.* ਉਤਪਤੀ geniture
utprerak *adj.* ਉਤਪ੍ਰੇਰਕ incentive
utraa *n.* ਉਤਰਾਅ descent
utsaah *n.* ਉਤਸਾਹ alacrity
utsah heen karan vala *adj.* ਉਤਸ਼ਾਹਹੀਣ ਕਰਨ ਵਾਲਾ deterrent
utsav *n.* ਉਤਸਵ festival
utsav kaal *n.* ਉਤਸਵ-ਕਾਲ festivity
utsav sambandhi *adj.* ਉਤਸਵ ਸੰਬੰਧੀ festive
utshaah *v.t.* ਉਤਸ਼ਾਹ ਦੇਣਾ buck up
utshaah *n.* ਉਤਸ਼ਾਹ earnestness
utshaah *n.* ਉਤਸ਼ਾਹ enthusiasm
utshaah *n.* ਉਤਸਾਹ promptitute
utshaah *n.* ਉਤਸ਼ਾਹ stimulus

utshaah *n.* ਉਤਸ਼ਾਹ zeal
utshaah heen karnaa *v.t.* ਉਤਸ਼ਾਹਹੀਣ ਕਰਨਾ discountenance
utshaah naal *adv.* ਉਤਸ਼ਾਹ ਨਾਲ earnestly
utshaah naal *adv.* ਉਤਸਾਹ ਨਾਲ zealously
utshaahee *adj.* ਉਤਸ਼ਾਹੀ enthusiast
utshaahit karnaa *v.t.* ਉਤਸ਼ਾਹਿਤ ਕਰਨਾ hearten
utsuk *adj.* ਉਤਸੁਕ earnest
utsuk *adj.* ਉਤਸੁਕ fervent
utsuk *adj.* ਉਤਸੁਕ intense
utsukta *n.* ਉਤਸੁਕਤਾ ardour
utsukta *n.* ਉਤਸੁਕਤਾ yearning
utsuktaa *n.* ਉਤਸੁਕਤਾ fervency
utsuktaa *n.* ਉਤਸੁਕਤਾ longing
utsuktaa *n.* ਉਤਸੁਕਤਾ solicitude
uttam *adj.* ਉੱਤਮ excellent
uttam *adj.* ਉੱਤਮ preferable
uttam *adj.* ਉੱਤਮ seemly
uttam honhaa *v.t.* ਉੱਤਮ ਹੋਣਾ excel
uttamta *n.* ਉੱਤਮਤਾ excellence
uttar *n.* ਉੱਤਰ answer
uttar *n.* ਉੱਤਰ north
uttar *n.* ਉੱਤਰ replication
uttar *n.* ਉੱਤਰ reply
uttar *n.* ਉੱਤਰ response
uttar adhikaar *n.* ਉਤਰ ਅਧਿਕਾਰ succession
uttar denhaa *v.t.* ਉੱਤਰ ਦੇਣਾ respond
uttar jaanhaa *v.i.* ਉਤਰ ਜਾਣਾ subside
uttari *adj.* ਉਤਰੀ racy
uttari dishaa da *adj.* ਉੱਤਰੀ ਦਿਸ਼ਾ ਦਾ northern
uttarjeevtaa *n.* ਉੱਤਰਜੀਵਤਾ survival
uttarvartee *adj.* ਉਤਰਵਰਤੀ subsequent
uttat dishaa vall *adj.* ਉੱਤਰ ਦਿਸ਼ਾ ਵੱਲ northward
utte *prep.* ਉੱਤੇ upon
uttejnaa *n.* ਉਤੇਜਨਾ instigation
uttejnaa ਉਤੇਜਨਾ stimulation
uttejnpooran *adj.* ਉਤੇਜਨਾਪੂਰਨ frantic
uttla *adj.* ਉਤਲਾ upper
uttpaadan karnaa *v.t.* ਉਤਪਾਦਨ ਕਰਨਾ engender
uttri dhruv sambandhi *adj.* ਉੱਤਰੀ-ਧਰੁੱਵ ਸੰਬੰਧੀ arctic

V

vaachad *n.* ਵਾਛੜ volley
vaachharh karnaa *v.t.* ਵਾਛੜ ਕਰਨਾ shower
vaachharh vala *adj.* ਵਾਛੜ ਵਾਲਾ showery
vaad *n.* ਵਾੜ hedge
vaada *n.* ਵਾੜਾ fold
vaadaa *n.* ਵਾੜਾ inclosure
vaadaa *n.* ਵਾਅਦਾ promise
vaadak dal *n.* ਵਾਦਕ ਦਲ orchestra
vaadha *n.* ਵਾਧਾ augmentation
vaadha krna *v.t.* ਵਾਧਾ ਕਰਨਾ augment
vaadhaa *n.* ਵਾਧਾ bonus
vaadhaa *n.* ਵਾਧਾ turtherance
vaadhaa *n.* ਵਾਧਾ increment
vaadhe naal *adv.* ਵਾਧੇ ਨਾਲ increasingly
vaadhoo *adj.* ਵਾਧੂ extra
vaadhoo kiraayeaa *v.t.* ਵਾਧੂ ਕਿਰਾਇਆ surcharge
vaadhu *adj.* ਵਾਧੂ additional
vaadhu *n.* ਵਾਧੂ surplus
vaadhu kar *n.* ਵਾਧੂ ਕਰ surtax
vaadi *n.* ਵਾਦੀ vale
vaadi *n.* ਵਾਦੀ wont
vaad-vivaad *n.* ਵਾਦ-ਵਿਵਾਦ discussion
vaad-vivaad karnaa *v.t.* ਵਾਦ-ਵਿਵਾਦ ਕਰਨਾ discuss
vaagdor *n.* ਵਾਗਡੋਰ rein
vaah launhaa *v.t.* ਵਾਹ ਲਾਉਣਾ struggle
vaah painhaa *v.i.* ਵਾਹ ਪੈਣਾ pertain
vaahak *n.* ਵਾਹਕ steersman
vaahan *n.* ਵਾਹਨ vehicle
vaah-vaah *int.* ਵਾਹ-ਵਾਹ hurrah
vaajab *adj.* ਵਾਜਬ reasonable
vaak *n.* ਵਾਕ sentence
vaak rachnaa *n.* ਵਾਕ ਰਚਨਾ syntax
vaakansh *n.* ਵਾਕਾਂਸ਼ phrase

vaakansh rachnaa *n.* ਵਾਕਅੰਸ਼ ਰਚਨਾ phraseology
vaal *n.* ਵਾਲ hair
vaal sanwaran wala *n.* ਵਾਲ ਸੰਵਾਰਨ ਵਾਲਾ comber
vaalaan dee gatth *n.* ਵਾਲਾਂ ਦੀ ਗੱਠ bob
vaalaan dee litt *n.* ਵਾਲਾਂ ਦੀ ਲਿਟ tress
vaalaan nu munnanhaa *n.* ਵਾਲਾਂ ਨੂੰ ਮੁੰਨਣਾ depilation
vaaldaar *adj.* ਵਾਲਦਾਰ hairy
vaaparnaa *v.i.* ਵਾਪਰਨਾ occur
vaapas honhaa *v.ti.* ਵਾਪਸ ਹੋਣਾ recede
vaapas lainhaa *v.t.* ਵਾਪਸ ਲੈਣਾ redeem
vaapas lainhyog *adj.* ਵਾਪਸ ਲੈਣ ਯੋਗ redeembale
vaapis aaunhaa *v.i.* ਵਾਪਸ ਆਉਣਾ return
vaapis karnaa *v.t.* ਵਾਪਿਸ ਕਰਨਾ repay
vaapsee *v.i.* ਵਾਪਸੀ regress
vaapsi *n.* ਵਾਪਸੀ restitution
vaapsi *n.* ਵਾਪਸੀ restoration
vaar *n.* ਵਾਰ rhapsody
vaaras *n.* ਵਾਰਸ heir
vaari daa *adj.* ਵਾਰੀ ਦਾ intermittent
vaari lena *v.i.* ਵਾਰੀ ਲੈਣਾ vie
vaaris *n.* ਵਾਰਸ successor
vaarshik *n.* ਵਾਰਸ਼ਿਕ annals
vaarshik *adj.* ਵਾਰਸ਼ਿਕ annual
vaarshik utsav *n.* ਵਾਰਸ਼ਿਕ ਉਤਸਵ anniversary
vaarta *n.* ਵਾਰਤਾ tidings
vaartak *n.* ਵਾਰਤਕ prose
vaartakaar *n.* ਵਾਰਤਾਕਾਰ talker
vaartalaap *n.* ਵਾਰਤਾਲਾਪ conversation
vaartalaap *n.* ਵਾਰਤਲਾਪ dialogue
vaartalaap *n.* ਵਾਰਤਾਲਾਪ discourse
vaartalaap *n.* ਵਾਰਤਾਲਾਪ dissertation
vaar-vaar ਵਾਰ-ਵਾਰ repeatedly
vaashap *n.* ਵਾਸ਼ਪ fume
vaashp *n.* ਵਾਸ਼ਪ vapour
vaashpi *adj.* ਵਾਸ਼ਪੀ vaporous
vaashpikaran *v.t.* ਵਾਸ਼ਪੀਕਰਨ evaporate
vaasi *n.* ਵਾਸੀ resident
vaasta paunhaa *v.t.* ਵਾਸਤਾ ਪਾਉਣਾ invoke
vaaste ਵਾਸਤੇ for

vaastu *n.* ਵਸਤੂ article
vaataavaranh *n.* ਵਾਤਾਵਰਣ environment
vaavraula *n.* ਵਾਵਰੋਲਾ whirlwind
vachhaa *n.* ਵੱਛਾ calf
vachhaa ਵੱਛਾ colt
vachheri *n.* ਵਛੇਰੀ filly
vachhi *n.* ਵੱਛੀ heifer
vachittar *adj.* ਵਚਿੱਤਰ remarkable
vadda *adj.* ਵੱਡਾ big
vadda *adj.* ਵੱਡਾ bulky
vadda *adj.* ਵੱਡਾ grand
vadda *adj.* ਵੱਡਾ huge
vadda *adj.* ਵੱਡਾ large
vadda *adj.* ਵੱਡਾ massive
vadda baandar *n.* ਵੱਡਾ ਬਾਂਦਰ baboon
vadda barahsingga *n.* ਵੱਡਾ ਬਾਰਾਹਸਿੰਗਾ elk
vadda dinn *n.* ਵੱਡਾ ਦਿਨ yule
vadda girjaghar *n.* ਵੱਡਾ ਗਿਰਜਾਘਰ cathedral
vadda kamraa *n.* ਵੱਡਾ ਕਮਰਾ hall
vadda karnaa *v.t.* ਵੱਡਾ ਕਰਨਾ enhance
vadda karnaa *v.t.* ਵੱਡਾ ਕਰਨਾ enlarge
vadda karnaa *v.t.* ਵੱਡਾ ਕਰਨਾ magnify
vadda kutta *n.* ਵੱਡਾ ਕੁੱਤਾ bloodhound
vadda padree *n.* ਵੱਡਾ ਪਾਦਰੀ bishop
vadda piaalaa *n.* ਵੱਡਾ ਪਿਆਲਾ tankard
vaddaa *adj.* ਵੱਡਾ colossal
vaddarshi sheeshaa *n.* ਵਡਦਰਸ਼ੀ ਸ਼ੀਸ਼ਾ magnifier
vadde shabdaan wala *adj.* ਵੱਡੇ ਸ਼ਬਦਾਂ ਵਾਲਾ bombastic
vaddee agg *n.* ਵੱਡੀ ਅੱਗ conflagration
vaddee antree *n.* ਵੱਡੀ ਅੰਤੜੀ colon
vaddee moortee *n.* ਵੱਡੀ ਮੂਰਤੀ colossus
vaddh matraa ch sanchit karnaa *v.t.* ਵੱਧ ਮਾਤਰਾ ਵਿੱਚ ਸੰਚਿਤ ਕਰਨਾ congest
vaddh roop vich *adv.* ਵੱਧ ਰੂਪ ਵਿੱਚ mostly
vaddh vehainh vala *adj.* ਵੱਧ ਵਹਿਣ ਵਾਲਾ effusive
vaddi juraab *n.* ਵੱਡੀ ਜੁਰਾਬ stocking
vaddi matraa *n.* ਵੱਡੀ ਮਾਤਰਾ bulk
vaddi museebat *n.* ਵੱਡੀ ਮੁਸੀਬਤ catastrophe
vaddi sarangi *n.* ਵੱਡੀ ਸਾਰੰਗੀ viola

vaddi umar da *adj.* ਵੱਡੀ ਉਮਰ ਦਾ elder
vadee bhull karnaa *v.t.* ਵੱਡੀ ਭੁੱਲ ਕਰਨਾ blunder
vadere *n.* ਵਡੇਰੇ forefather
vadeyaaee karnaa *v.t.* ਵਡਿਆਈ ਕਰਨਾ extol
vadeyaaee karnaa *v.t.* ਵਡਿਆਈ ਕਰਨਾ praise
vadh *adj.* ਵੱਧ excessive
vadh honhaa *v.t.* ਵੱਧ ਹੋਣਾ exceed
vadh jorhnaa *v.t.* ਵੱਧ ਜੋੜਨਾ superadd
vadh kharach ਵੱਧ ਖਰਚ extravagance
vadhaa ke kehnhaa *v.t.* ਵਧਾ ਕੇ ਕਹਿਣਾ exaggerate
vadhaaunhaa *v.t.* ਵਧਾਉਣਾ increase
vadhanhaa *n.* ਵੱਢਣਾ slaughter
vadhaun wala *adj.* ਵਧਾਉਣਵਾਲਾ conducive
vadhayee ਵਧਾਈ congratulation
vadhayee dena *v.t.* ਵਧਾਈ ਦੇਣਾ congratulate
vadheeaa *adj.* ਵਧੀਆ super
vadhere *n.* ਵਧੇਰੇ excess
vadhere bhaag *v.t.* ਵਧੇਰੇ ਭਾਗ overcharge
vadhiyaa *adj.* ਵਧੀਆ better
Vadhna *v.t.* ਵਧਣਾ accrue
vadhna ਵਧਣਾ vegetate
vadhnaa *v.t.* ਵਧਣਾ blow
vadhnhaa ਵਧਣਾ flourish
vafadaar *adj.* ਵਫਾਦਾਰ loyal
vafadaari *n.* ਵਫਾਦਾਰੀ loyalty
vahee-khaata *n.* ਵਹੀ-ਖਾਤਾ ledger
vahel machhi *n.* ਵਹੇਲ ਮੱਛੀ whale
vahi *n.* ਵਹੀ register
vai sarai *n.* ਵਾਇਸਰਾਏ viceroy
vaid *n.* ਵੈਦ doctor
vaidhta *n.* ਵੈਧਤਾ validity
vaidik *adj.* ਵੈਦਿਕ therapeutic
vaig *n.* ਵੇਗ velocity
vaihnhaa *v.i.* ਵਹਿਣਾ flow
vair kadhan vala *adj.* ਵੈਰ ਕੱਢਣ ਵਾਲਾ revengeful
vair kadhanhaa *v.t.* ਵੈਰ ਕੱਢਣਾ revenge
vairaagi *n.* ਵੈਰਾਗੀ recluse
vairaagi *n.* ਵੈਰਾਗੀ stoic
vairas *n.* ਵਾਇਰਸ virus
vairee *adj.* ਵੈਰੀ malicious
vairy *n.* ਵੈਰੀ foe
vaisheyaa *n.* ਵੈਸ਼ਿਆ courtesan
vaisleen *n.* ਵੈਸਲੀਨ vaseline
vaisleen dee batti *n.* ਵੈਸਲੀਨ ਦੀ ਬੱਤੀ suppository
vajaa *n.* ਵਾਜਾ banjo
vajaunha *v.t.* ਵਜਾਉਣਾ ding
vakeel *v.* ਵਕੀਲ advocate
vakeel *n.* ਵਕੀਲ lawyer
vakeel *n.* ਵਕੀਲ pleader
vakeel *n.* ਵਕੀਲ prosecutor
vakfaa *n.* ਵਕਫਾ interval
vakhraa *adj.* ਵੱਖਰਾ extraneous
vakhraa honhaa *v.t.* ਵੱਖਰਾ ਹੋਣਾ split
vakhraa karnaa *v.t.* ਵੱਖਰਾ ਕਰਨਾ isolate
vakhreyaauna *v.t.* ਵੱਖਰਿਆਉਣਾ decompose
vakhreyaaunhaa *v.t.* ਵਖਰਿਆਉਣਾ insulate
vakkh karnaa *v.t.* ਵੱਖ ਕਰਨਾ disjoin
vakkhartaa *n.* ਵੱਖਰਤਾ difference
vakkhraa *adj.* ਵੱਖਰਾ different
vakkhraa hona *v.i.* ਵੱਖਰਾ ਹੋਣਾ differ
vakkhraa karnaa *v.t.* ਵੱਖਰਾ ਕਰਨਾ dissociate
vakkhraa karnaa *v.t.* ਵੱਖਰਾ ਕਰਨਾ disunite
vakkhre matt da *n.* ਵੱਖਰੇ ਮੱਤ ਦਾ dissentient
vakrokati *n.* ਵਕਰੋਕਤੀ quiblle
vaktaa *n.* ਵਕਤਾ orator
vaktee *adj.* ਵਕਤੀ transient
val *n.* ਵਲ loop
valaiti mehndi *n.* ਵਲੈਤੀ ਮਹਿੰਦੀ myrtle
valdaar *adj.* ਵਲਦਾਰ tortuous
valdaar naali *n.* ਵਲਦਾਰ ਨਾਲੀ siphon
valehtan wala *n.* ਵਲ੍ਹੇਟਣ ਵਾਲਾ wrapper
valehtna *v.t.* ਵਲ੍ਹੇਟਣਾ wrap
valenvedaar *adj.* ਵਲੇਂਵਾਦਾਰ zigzag
valet ke banhanhaa *v.t.* ਵਲ੍ਹੇਟ ਕੇ ਬੰਨ੍ਹਣਾ furl
vallalla *adj.* ਵਲੱਲਾ sloppy
valve *n.* ਵਾਲਵ valve
vanchitt karnaa *v.t.* ਵੰਚਿਤ ਕਰਨਾ disbar

vandana *v.* ਵੰਡਣਾ allocate
vandana *v.* ਵੰਡਣਾ allot
vandd *n.* ਵੰਡ allotment
vandd *n.* ਵੰਡ distribution
vanddanhaa *v.t.* ਵੰਡਣਾ dispense
vanddanhaa *v.* ਵੰਡਣਾ distribute
vanddanhyog *adj.* ਵੰਡਣਯੋਗ divisible
vanddna *n.* ਵੰਡਣਾ allocation
vanddna *v.t.* ਵੰਡਣਾ bisect
vanh *n.* ਵਣ jungle
vanhdaar *adj.* ਵਣਦਾਰ silvan
vanij *n.* ਵਣਿਜ commerce
vanij sambandhee *adj.* ਵਣਿਜ ਸੰਬੰਧੀ commercial
vanjali *n.* ਵੰਝਲੀ flute
vansh *n.* ਵੰਸ਼ posterity
vanshaavali *n.* ਵੰਸ਼ਾਵਲੀ pedigree
vapaar *n.* ਵਪਾਰ business
vapaar *n.* ਵਪਾਰ trade
vapaar sangh *n.* ਵਪਾਰ ਸੰਘ trade union
vapaarak *adj.* ਵਪਾਰਕ mercantile
vapaarak *n.* ਵਪਾਰਕ merchandize
vapaari *n.* ਵਪਾਰੀ merchant
vapaari *n.* ਵਪਾਰੀ merchantman
vapaari *n.* ਵਪਾਰੀ trader
vapaari *n.* ਵਪਾਰੀ tradesman
var laina *v.i.* ਵਰ ਲੈਣਾ wed
varag *n.* ਵਰਗ genus
varanda *n.* ਵਰਾਂਡਾ verand
varanhannkaari *adj.* ਵਰਣਨਕਾਰੀ narrative
varanmala *n.* ਵਰਣਮਾਲਾ alphabet
varanmala sambandhi *adj.* ਵਰਣਮਾਲਾ ਸੰਬੰਧੀ alphabetical
vargaakaar *n.* ਵਰਗਾਕਾਰ square
vargaatmak *adj.* ਵਰਗਾਤਮਕ quadratic
varg-bhaashaa *n.* ਵਰਗ-ਭਾਸ਼ਾ slang
vargikaran karna *v.t.* ਵਰਗੀਕਰਣ ਕਰਨਾ assort
varglaunh vaala ਵਰਗਲਾਉਣ ਵਾਲਾ tempter
varglaunhaa *v.t.* ਵਰਗਲਾਉਣਾ tempt
varjit karnaa ਵਰਜਿਤ ਕਰਨਾ prohibit
varkhaa daa *adj.* ਵਰਖਾ ਦਾ pluvial
varmaa *n.* ਵਰਮਾ gimiet
varnhakk *n.* ਵਰਣਕ pigment
varnhan *adj.* ਵਰਣਨ description
varnhan karnaa *v.t.* ਵਰਣਨ ਕਰਨਾ delineate
varnhan karnaa *v.t.* ਵਰਣਨ ਕਰਨਾ describe
varnhann *n.* ਵਰਣਨ narration
varnhann karnaa *v.t.* ਵਰਣਨ ਕਰਨਾ narrate
varshik bhatta *n.* ਵਾਰਸ਼ਿਕ ਭੱਤਾ annuity
vartaa karnaa *v.* ਵਰਤਾਅ ਕਰਨਾ treat
vartaalaap karnaa *v.i.* ਵਾਰਤਾਲਾਪ ਕਰਨਾ converse
varton *n.* ਵਰਤੋਂ usage
varton karna *v.t.* ਵਰਤੋਂ ਕਰਨਾ use
varton kiti *v.t.* ਵਰਤੋਂ ਕੀਤੀ used
vaseba *v.t.* ਵਸੇਬਾ inhabit
vasebaa *n.* ਵਸੇਬਾ habitation
vaseelaa *n.* ਵਸੀਲਾ resource
vaseeyat karan vala *n.* ਵਸੀਅਤ ਕਰਨ ਵਾਲਾ testator
vaseeyat sambandhee *adj.* ਵਸੀਅਤ ਸੰਬੰਧੀ testamentary
vasheekaran *n.* ਵਸ਼ੀਕਰਣ bewitchment
vaskat *n.* ਵਾਸਕਟ waistcoat
vason *n.* ਵਸੋਂ population
vasooliaa *n.* ਵਸੂਲੀਆ receiver
vass karnaa ਵੱਸ ਕਰਨਾ subdue
vass vich karnaa *v.t.* ਵੱਸ ਵਿੱਚ ਕਰਨਾ subjugate
vassanhaa *v.i.* ਵੱਸਣਾ reside
vastar *n.* ਵਸਤਰ apparel
vastoo *n.* ਵਸਤੂ object
vastoo *n.* ਵਸਤੂ thing
vatan murhnaa *v.t.* ਵਤਨ ਮੁੜਨਾ repatriate
vatt lainhaa *v.t.* ਵੱਟ ਪੈਣਾ ruck
vatt maar *n.* ਵੱਟ ਮਾਰ freebooter
vatt vala *adj.* ਵੱਟ ਵਾਲਾ stuffy
vatta *v.t.* ਵੱਟਾ tarnish
vayu mapak yantar *n.* ਵਾਯੂ ਮਾਪਕ ਯੰਤਰ barometer
vayu vigeyaan *n.* ਵਾਯੂ ਵਿਗਿਆਨ pneumatics
vayumandal *n.* ਵਾਯੂਮੰਡਲ atmosphere

vayumandal sambandhi *adj.* ਵਾਯੂਮੰਡਲ ਸੰਬੰਧੀ atmospheric
vazeefaa *n.* ਵਜ਼ੀਫ਼ਾ scholarship
vazeefaa *n.* ਵਜ਼ੀਫ਼ਾ stipend
vazeefaakhor *adj.* ਵਜ਼ੀਫ਼ਾਖੋਰ stipendiary
vaznee *adj.* ਵਜ਼ਨੀ ponderous
vchipkaunhaa *v.t.* ਚਿਪਕਾਉਣਾ paste
vechan wala *n.* ਵੇਚਣ ਵਾਲਾ vender
vechanhaa *v.t.* ਵੇਚਣਾ sell
vechanhvaala *n.* ਵੇਚਣ ਵਾਲਾ salesman
vechna ਵੇਚਣਾ vend
vedi *n.* ਵੇਦੀ altar
veeh *n.* ਵੀਹ twenty
veenas devi *n.* ਵੀਨਸ ਦੇਵੀ venus
veenhaa *n.* ਵੀਣਾ lute
veer *n.* ਵੀਰ champion
veer *adj.* ਵੀਰ undaunted
veeraj *n.* ਵੀਰਜ semen
veeraj *n.* ਵੀਰਜ sperm
veeraj *n.* ਵੀਰਜ virility
veertaa *n.* ਵੀਰਤਾ chivalry
veervaar *n.* ਵੀਰਵਾਰ thursday
veesa *n.* ਵੀਜ਼ਾ visa
veevaan *adj.* ਵੀਹਵਾਂ twentieth
veg *n.* ਵੇਗ celerity
veg *n.* ਵੇਗ race
veg *n.* ਵੇਗ rapidity
veg *n.* ਵੇਗ speed
veg naalh *adv.* ਵੇਗ ਨਾਲ spedily
veg sahit *adv.* ਵੇਗ ਸਹਿਤ amain
vegpooran *adj.* ਵੇਗਪੂਰਨ speedy
vehal *n.* ਵਿਹਲ leisure
veham *n.* ਵਹਿਮ freak
veham *n.* ਵਹਿਮ superstition
vehamee *adj.* ਵਹਿਮੀ superstitious
vehla *n.* ਵਿਹੁਲਾ virulent
vehlaa *n.* ਵਿਹਲਾ idler
vehlaapanh *n.* ਵਿਹਲਾਪਣ idleness
vehlapan *n.* ਵਿਹੁਲਾਪਣ virulence
vehndaa hoyeaa himmkhandd *n.* ਵਹਿੰਦਾ ਹੋਇਆ ਹਿੰਮਖੰਡ iceberg
vehrhaa *n.* ਵਿਹੜਾ courtyard
vekh ke pachhananhaa *v.t.* ਵੇਖ ਕੇ ਪਛਾਨਣਾ ken
vekhanhaa ਵੇਖਣਾ see
vekhnhaa *v.t.* ਵੇਖਣਾ look
vel *n.* ਵੇਲ creeper
vel *n.* ਵੇਲ trailer
velanaakaar *adj.* ਵੇਲਣਾਕਾਰ cylindrical
velanaakaar yantar *n.* ਵੇਲਣਾਕਾਰ ਯੰਤਰ cylinder
velanh *n.* ਵੇਲਣ reel
velanh vala *adj.* ਵੇਲਣ ਵਾਲਾ rolling
velanhaa *n.* ਵੇਲਣਾ roller
verva *v.t.* ਵੇਰਵਾ detail
vesh *n.* ਵੇਸ਼ attire
vesh *n.* ਵੇਸ਼ costume
vesh badalanhaa *v.t.* ਵੇਸ਼-ਬਦਲਣਾ disguise
veshiaalaa *n.* ਵੇਸ਼ਿਆਲਾ brothel
veshva *n.* ਵੇਸ਼ਵਾ whore
veshvaa ਵੇਸ਼ਵਾ prostitute
veshvaa *n.* ਵੇਸ਼ਵਾ slut
veshvaa *n.* ਵੇਸ਼ਵਾ streetwalker
veshvaa *n.* ਵੇਸ਼ਵਾ strumpet
veshvaa *n.* ਵੇਸ਼ਵਾ truil
veshvaa gaman *n.* ਵੇਸ਼ਵਾ ਗਮਨ prostitution
veyakulta *n.* ਵਿਆਕੁਲਤਾ agitation
vhaaunhaa *v.t.* ਵਹਾਉਣਾ drain
viaah *n.* ਵਿਆਹ matrimony
viaah *n.* ਵਿਆਹ wedding
viaah bandhan *n.* ਵਿਆਹ ਬੰਧਨ wedlock
viaah karna *v.t.* ਵਿਆਹ ਕਰਨਾ wive
viaah karnaa *v.t.* ਵਿਆਹ ਕਰਨਾ conjugate
viaah karnaa *v.t.* ਵਿਆਹ ਕਰਨਾ marry
viaah layi prann *n.* ਵਿਆਹ ਲਈ ਪ੍ਰਣ affiance
viaah sambandhee *adj.* ਵਿਆਹ ਸੰਬੰਧੀ conjugal
viaah sambandhee *adj.* ਵਿਆਹ ਸੰਬੰਧੀ connubial
viaah sambandhee *adj.* ਵਿਆਹਸੰਬੰਧੀ nuptial
viaah ton nafrat *n.* ਵਿਆਹ ਤੋਂ ਨਫਰਤ misogamy
viaahak *adj.* ਵਿਆਹਕ marital
viaahutaa naari *n.* ਵਿਆਹੁਤਾ ਨਾਰੀ matron
viaakaranh *n.* ਵਿਆਕਰਣ grammar

viaakaranhik *adj.* ਵਿਆਕਰਣਿਕ grammatical
viaakheyaa *n.* ਵਿਆਖਿਆ elucidation
viaakheyaa *n.* ਵਿਆਖਿਆ explanation
viaakheyaa karan vala *n.* ਵਿਆਖਿਆ ਕਰਨ ਵਾਲਾ exponent
viaakheyaa karnaa *v.* ਵਿਆਖਿਆ ਕਰਨਾ construe
viaakheyaa karnaa *v.t.* ਵਿਆਖਿਆ ਕਰਨਾ explain
viaakheyaa karnee *v.t.* ਵਿਆਖਿਆ ਕਰਨੀ illustrate
viaakheyaa karni *v.t.* ਵਿਆਖਿਆ ਕਰਨੀ elucidate
viaakheyaayog *adj.* ਵਿਆਖਿਆਯੋਗ explicable
viaaktt karnaa *v.t.* ਵਿਅਕਤ ਕਰਨਾ express
viaakul karnaa *v.t.* ਵਿਆਕੁਲ ਕਰਨਾ bewilder
viaakul karnaa *v.t.* ਵਿਆਕੁਲ ਕਰਨਾ discompose
viaakul karnaa *v.t.* ਵਿਆਕੁਲ ਕਰਨਾ disturb
viaakul karnaa *v.t.* ਵਿਆਕੁਲ ਕਰਨਾ embarrass
viaakul karnaa *v.t.* ਵਿਆਕੁਲ ਕਰਨਾ perplex
viaakultaa *n.* ਵਿਆਕੁਲਤਾ distraction
viaakultaa *n.* ਵਿਆਕੁਲਤਾ ebmarrassment
viaakultaa *n.* ਵਿਆਕੁਲਤਾ perturbation
viaapak ਵਿਆਪਕ rampant
viaapak rog *n.* ਵਿਆਪਕ ਰੋਗ epidemic
viaapat karnaa ਵਿਆਪਤ ਕਰਨਾ suffuse
viaarth *adj.* ਵਿਅਰਥ ineffective
viaas *n.* ਵਿਆਸ diameter
viaas naapak *n.* ਵਿਆਸ ਨਾਪਕ calliper
viaasi *adj.* ਵਿਆਸੀ diametric
viakat karnaa *v.t.* ਵਿਅਕਤ ਕਰਨਾ reveal
viaktigat *n.* ਵਿਅਕਤੀਗਤ individual
viaktigatt *adj.* ਵਿਅਕਤੀਗਤ personal
viaktitav *n.* ਵਿਅਕਤੀਤਵ individuality
viakultaa *n.* ਵਿਆਕੁਲਤਾ bewilderment
vialin *n.* ਵਾਇਲਿਨ violin
vialin vaadik *n.* ਵਾਇਲਿਨ ਵਾਦਕ violinist
viangg *n.* ਵਿਅੰਗ irony
viangg ਵਿਅੰਗ pleasantry
viangg *n.* ਵਿਅੰਗ sarcasm
viangg *n.* ਵਿਅੰਗ satire
viangg *n.* ਵਿਅੰਗ skit
viangg karnaa *v.* ਵਿਅੰਗ ਕਰਨਾ comedy
viangg karnaa *v.t.* ਵਿਅੰਗ ਕਰਨਾ satirize
vianggaatmak *adj.* ਵਿਅੰਗਾਤਮਕ quizzical
viangg-chitar *n.* ਵਿਅੰਗ-ਚਿਤਰ cartoon
vianggkaar *n.* ਵਿਅੰਗਕਾਰ comedian
vianggkaar *n.* ਵਿਅੰਗਕਾਰ satirist
vianggmayee ਵਿਅੰਗਮਈ ironic
vianggmayee *adj.* ਵਿਅੰਗਮਈ sardonic
vianggmayee *adj.* ਵਿਅੰਗਮਈ satrical
vianggpooran *adj.* ਵਿਅੰਗਪੂਰਨ sarcastic
vianjjan *adj.* ਵਿਅੰਜਨ consonant
viapak *adj.* ਵਿਆਪਕ universal
viapakta *adv.* ਵਿਆਪਕਤਾ universallity
viarath *conj.* ਵਿਅਰਥ unless
viarath *adj.* ਵਿਅਰਥ unprofitable
viarath *adj.* ਵਿਅਰਥ useless
viarath *adj.* ਵਿਅਰਥ ville
viarathataa *n.* ਵਿਅਰਥਤਾ futility
vibhaag *n.* ਵਿਭਾਗ department
vibhaag *n.* ਵਿਭਾਗ sunderance
vibhaajak *n.* ਵਿਭਾਜਕ secant
vibhaajan *n.* ਵਿਭਾਜਨ section
vibhchaar *n.* ਵਿਭਚਾਰ profilgacy
vibhchaari *n.* ਵਿਭਚਾਰੀ adulterer
vibhchaari aurat *n.* ਵਿਭਚਾਰੀ ਔਰਤ drab
vibhchar *n.* ਵਿਭਚਾਰ adultery
vibhinn *adj.* ਵਿਭਿੰਨ several
vibhinn vastooaan *n.* ਵਿਭਿੰਨ ਵਸਤੂਆਂ sundries
vich *prep.* ਵਿੱਚ in
vichaar *n.* ਵਿਚਾਰ concept
vichaar *n.* ਵਿਚਾਰ idea
vichaar *n.* ਵਿਚਾਰ opinion
vichaar *n.* ਵਿਚਾਰ standpoint
vichaar *n.* ਵਿਚਾਰ thought
vichaar adheen *n.* ਵਿਚਾਰ ਅਧੀਨ subjudice
vichaar chor *n.* ਵਿਚਾਰਚੋਰੀ plagiarism
vichaar goshtee *n.* ਵਿਚਾਰ ਗੋਸ਼ਟੀ seminar
vichaar karan yog *adj.* ਵਿਚਾਰ ਕਰਨ ਯੋਗ imaginable

vichaar karn wala *n.* ਵਿਚਾਰ ਕਰਨ ਵਾਲਾ devisor
vichaar karnaa *adj.* ਵਿਚਾਰ ਕਰਨਾ consider
vichaar karnaa *v.t.* ਵਿਚਾਰ ਕਰਨਾ devise
vichaar karnaa *v.t.* ਵਿਚਾਰ ਕਰਨਾ discern
vichaar-charcha *n.* ਵਿਚਾਰ-ਚਰਚਾ consultation
vichaar-charchaa *n.* ਵਿਚਾਰ-ਚਰਚਾ consideration
vichaarheen *adj.* ਵਿਚਾਰਹੀਣ unguarded
vichaarheenh *adj.* ਵਿਚਾਰਹੀਣ thoughtless
vichaarnaa *v.t.* ਵਿਚਾਰਨਾ ponder
vichaarnaa *n.* ਵਿਚਾਰਨਾ repute
vichaarsheel *adj.* ਵਿਚਾਰਸ਼ੀਲ discreet
vichaarsheel *adj.* ਵਿਚਾਰਸ਼ੀਲ thoughtful
vichaarvaan *n.* ਵਿਚਾਰਵਾਨ thinker
vichaaryog *adj.* ਵਿਚਾਰਯੋਗ considerable
vichar karnaa *v.t.* ਵਿਚਾਰ ਕਰਨਾ consult
vicharanyog *adj.* ਵਿਚਾਰਣਯੋਗ conceivable
vicharna *v.t.* ਵਿਚਾਰਨਾ apprehend
vicharnaa *v.t.* ਵਿਚਾਰਨਾ conceive
vicharpoorvak *v.t.* ਵਿਚਾਰਪੂਰਵਕ deliberate
vicharvaan *adj.* ਵਿਚਾਰਵਾਨ considerate
vicharwaan *adj.* ਵਿਚਾਰਵਾਨ apprehensive
vichharh jaanhaa *v.i.* ਵਿੱਛੜ ਜਾਣਾ straggle
vichharhan vala *n.* ਵਿਛੜਨ ਵਾਲਾ straggler
vichhone *n.* ਵਿਛੌਣੇ bedding
vichittar *adj.* ਵਿਚਿੱਤਰ extraordinary
vichkaar *prep.* ਵਿਚਕਾਰ between
vichkaar sittanhaa *v.t.* ਵਿਚਕਾਰ ਸਿੱਟਣਾ interject
vichkaarlaa *adj.* ਵਿਚਕਾਰਲਾ intermediate
vichkaarlaa *adj.* ਵਿਚਕਾਰਲਾ mediocre
vichkar *prep.* ਵਿਚਕਾਰ among
vichola *n.* ਵਿਚੋਲਾ arbiter
vicholaa *n.* ਵਿਚੋਲਾ go-between
vicholaa *n.* ਵਿਚੋਲਾ middleman
vidaayee *n.* ਵਿਦਾਈ exodus
vidaayee *n.* ਵਿਦਾਈ farewell
vidaayegi *n.* ਵਿਦਾਇਗੀ send off
vidaee *n.* ਵਿਦਾਈ dismissal
vidayagi *n.* ਵਿਦਾਇਗੀ valediction
viddmaan *adj.* ਵਿਦਮਾਨ extant
videaarthee *n.* ਵਿਦਿਆਰਥੀ student
videsh *adj.* ਵਿਦੇਸ਼ foreign
videsh vich vasanh vala *n.* ਵਿਦੇਸ਼ ਵਿਚ ਵਸਣ ਵਾਲਾ immigrant
videsh vich vassanhaa *v.t.* ਵਿਦੇਸ਼ ਵਿਚ ਵਸਣਾ immigrate
videsh vivhlaa ghar *n,.* ਵਿਦੇਸ਼ ਵਿਚਲਾ ਘਰ chateau
videshmoh *n.* ਵਿਦੇਸ਼ਮੋਹ xenomenia
videyak *adj.* ਵਿੱਦਿਅਕ educational
videyak *adj.* ਵਿੱਦਿਅਕ scholastic
vidhaan banhaunhaa *v.t.* ਵਿਧਾਨ ਬਣਾਉਣਾ regulate
vidhaan sabhaa *n.* ਵਿਧਾਨ ਸਭਾ legislator
vidhataa *n.* ਵਿਧਾਤਾ creator
vidhee nirmaanh ਵਿਧੀ ਨਿਰਮਾਣ legislation
vidheshi vastu *adj.* ਵਿਦੇਸ਼ੀ ਵਸਤੂ exotic
vidhi *n.* ਵਿਧੀ canon
vidhi *n.* ਵਿਧੀ procedure
vidhibadh *n.* ਵਿਧੀਬੱਧ methodical
vidhva *n.* ਵਿਧਵਾ widow
vidhvaa *n.* ਵਿਧਵਾ relict
vidroh *n.* ਵਿਦਰੋਹ rebellion
vidroh *n.* ਵਿਦਰੋਹ rising
vidroh *n.* ਵਿਦਰੋਹ treason
vidvaan *adj.* ਵਿਦਵਾਨ learned
vidvaan *n.* ਵਿਦਵਾਨ scholar
vidvaan varga *adj.* ਵਿਦਵਾਨ ਵਰਗਾ scholarly
vidvata *n.* ਵਿਦਵਤਾ pedant
vidvata *n.* علم ਵਿਦਵਤਾ pedantry
vidyaa *n.* ਵਿੱਦਿਆ schooling
vigaadnaa *v.t.* ਵਿਗਾੜਨਾ mar
vigaadnaa *v.* ਵਿਗਾੜਨਾ pervert
vigaadnaa *v.t.* ਵਿਗਾੜਨਾ pollute
vigeyaan *n.* ਵਿਗਿਆਨ science
vigeyaanak *adj.* ਵਿਗਿਆਨਕ scientific
vigeyaani *n.* ਵਿਗਿਆਨੀ scientist
vighan *n.* ਵਿਘਨ clog
vighan paunaa *v.t.* ਵਿਘਨ ਪਾਉਣਾ cumber
vighan paunhaa *v.i.* ਵਿਘਨ ਪਾਉਣਾ encumber
vigreya hoya *adj.* ਵਿਗੜਿਆ unserviceable
vihaar *n.* ਵਿਹਾਰ bearing

vihaar *n.* ਵਿਹਾਰ behaviour
vihaar karnaa *v.i.* ਵਿਹਾਰ ਕਰਨਾ comport
vihaar karnaa *v.t.* ਵਿਹਾਰ ਕਰਨਾ conduct
vihaar karnaa *v.t.* ਵਿਹਾਰ ਕਰਨਾ demean
vihaar sangh *n.* ਵਿਹਾਰ ਸੰਘ syndicate
vihaarak *adj.* ਵਿਹਾਰਕ customary
vihaarak *n.* ਵਿਹਾਰਕ practicable
vihaarik *adj.* ਵਿਹਾਰਕ viable
vijaati ਵਿਜਾਤੀ heterogeneous
vije samaarak *n.* ਵਿਜੇ ਸਮਾਰਕ trophy
vijeta *n.* ਵਿਜੇਤਾ victorious
vijog *n.* ਵਿਜੋਗ segregation
vikaar *n.* ਵਿਕਾਰ malady
vikaas *n.* ਵਿਕਾਸ development
vikaas *n.* ਵਿਕਾਸ evolution
vikaas *n.* ਵਿਕਾਸ growth
vikalp *n.* ਵਿਕਲਪ alternative
vikanhyog *adj.* ਵਿਕਣਯੋਗ salable
vikarshanh *n.* ਵਿਕਰਸ਼ਣ repulsion
vikhaaunhaa *v.t.* ਵਿਖਾਉਣਾ exhibit
vikhaava karnaa *v.i.* ਵਿਖਾਵਾ ਕਰਨਾ flaunt
vikhaavaa *n.* ਵਿਖਾਵਾ show
vikhaave vala *adj.* ਵਿਖਾਵੇ ਵਾਲਾ showy
vikkari *n.* ਵਿਕਰੀ sale
vikkari *n.* ਵਿੱਕਰੀ turnover
vilaap karnaa *v.t.* ਵਿਲਾਪ ਕਰਨਾ deplore
vilaapyukat *n.* ਵਿਲਾਪਯੁਕਤ deplorable
vilaas *n.* ਵਿਲਾਸ luxury
vilaasi *adj.* ਵਿਲਾਸੀ luxurious
vilaasi *n.* ਵਿਲਾਸੀ rake
vilakkhanh *adj.* ਵਿਲੱਖਣ eccentric
vilayat desh da hissa ਵਿਲਾਇਤ ਦੇਸ਼ ਦਾ ਹਿੱਸਾ county
vileen honhaa *v.t.* ਵਿਲੀਨ ਹੋਣਾ merge
vileentaa *n.* ਵਿਲੀਨਤਾ merger
villakhanhtaa *n.* ਵਿਲੱਖਣਤਾ oddity
vimukat *adj.* ਵਿਮੁਕਤ loath
vimukat karanyog *adj.* ਵਿਮੁਕਤ ਕਰਨ ਯੋਗ extricable
vimukat karnaa *v.t.* ਵਿਮੁਕਤ ਕਰਨਾ extricate
vimukh *adj.* ਵਿਮੁੱਖ untoward
vimukh *adj.* ਵਿਮੁੱਖ unwilling
vimukhbhuji tikonh *adj.* ਵਿਖਮਭੁਜੀ ਤਿਕੋਣ scalene
vinaash *n.* ਵਿਨਾਸ਼ destruction
vinaash *n.* ਵਿਨਾਸ਼ devastation
vinaash *n.* ਵਿਨਾਸ਼ disaster
vinaash *n.* ਵਿਨਾਸ਼ ruins
vinaashi *adj.* ਵਿਨਾਸ਼ੀ mortal
vinaashkaari *adj.* ਵਿਨਾਸ਼ਕਾਰੀ destructive
vinaashkaari *adj.* ਵਿਨਾਸ਼ਕਾਰੀ disastrous
vinaashkaari *adj.* ਵਿਨਾਸ਼ਕਾਰੀ subversive
vinaashkaree *adj.* ਵਿਨਾਸ਼ਕਾਰੀ calamitous
vinash *n.* ਵਿਨਾਸ਼ wrack
vinga *adj.* ਵਿੰਗਾ wry
vingg *n.* ਵਿੰਗ flexure
vinh denhaa *v.t.* ਵਿੰਨ੍ਹ ਦੇਣਾ spit
vinh denhaa *v.t.* ਵਿੰਨ੍ਹ ਦੇਣਾ transfix
vinhanhaa *v.t.* ਵਿੰਨ੍ਹਣਾ perforate
vinodi *adj.* ਵਿਨੋਦੀ sportive
viont *n.* ਵਿਓਂਤ scheme
viooh rachnhaa *v.t.* ਵਿਊਹ ਰਚਣਾ embattle
vipreet *adj.* ਵਿਪਰੀਤ opposite
viraag *n.* ਵਿਰਾਗ alienation
viraagi *n.* ਵਿਰਾਗੀ misanthrope
viraasat *n.* ਵਿਰਾਸਤ heritage
viral *n.* ਵਿਰਲ vent
virlaa *adj.* ਵਿਰਲਾ scanty
virlaap *v.i.* ਵਿਰਲਾਪ moan
virlaap *v.t.* ਵਿਰਲਾਪ wail
virlaap *n.* ਵਿਰਲਾਪ wailing
virlaap *n.* ਵਿਰਲਾਪ lamentation
virlaap karna *v.t.* ਵਿਰਲਾਪ ਕਰਨਾ bemoan
virlaap karnaa *v.t.* ਵਿਰਲਾਪ ਕਰਨਾ bewail
virlaap karnaa *v.t.* ਵਿਰਲਾਪ ਕਰਨਾ lament
virle *adj.* ਵਿਰਲੇ sparse
virodh *n.* ਵਿਰੋਧ antagonism
virodh *n.* ਵਿਰੋਧ contradiction
virodh *n.* ਵਿਰੋਧ despite
virodh *n.* ਵਿਰੋਧ discrepancy
virodh *n.* ਵਿਰੋਧ dissension
virodh *n.* ਵਿਰੋਧ hostility
virodh *n.* ਵਿਰੋਧ repugnance
virodh karna *v.t.* ਵਿਰੋਧ ਕਰਨਾ antagonise
virodh karnaa ਵਿਰੋਧ ਕਰਨਾ contradict
virodh karnaa *n.* ਵਿਰੋਧ ਕਰਨਾ discord

virodh karnaa *v.t.* ਵਿਰੋਧ ਕਰਨਾ impugn
virodh karnaa *v.t.* ਵਿਰੋਧ ਕਰਨਾ oppose
virodh karnaa *v.t.* ਵਿਰੋਧ ਕਰਨਾ protest
virodh karnaa *v.t.* ਵਿਰੋਧ ਕਰਨਾ resist
virodhaabhaas *n.* ਵਿਰੋਧਾਭਾਸ paradox
virodhee *prep.* ਵਿਰੋਧੀ contra
virodhee *n.* ਵਿਰੋਧੀ opponent
virodhee dal *n.* ਵਿਰੋਧੀ ਦਲ opposition
virodhi *n.* ਵਿਰੋਧੀ adversary
virodhi *n.* ਵਿਰੋਧੀ antagonist
virodhi *adj.* ਵਿਰੋਧੀ antagonistic
virodhi *adj.* ਵਿਰੋਧੀ hostile
virodhi *adj.* ਵਿਰੋਧੀ inimical
virodhi *n.* ਵਿਰੋਧੀ rival
virodhi shabad *n.* ਵਿਰੋਧੀ ਸ਼ਬਦ antonym
virrsat *n.* ਵਿਰਾਸਤ patrimony
virsa *n.* ਵਿਰਸਾ legacy
viruddh *v.t.* ਵਿਰੁੱਧ contrary
viruddh *adj.* ਵਿਰੁੱਧ discordant
viruddh salaah karnaa *v.t.* ਵਿਰੁੱਧ ਸਲਾਹ ਕਰਨਾ dissuade
virudh *prep.* ਵਿਰੁੱਧ against
virudh *adj.* ਵਿਰੁੱਧ apposite
virudh *adj.* ਵਿਰੁੱਧ repugnant
visfot *n.* ਵਿਸਫੋਟ explosion
vishaa *adj.* ਵਿਸ਼ਾ subject
vishaa *n.* ਵਿਸ਼ਾ topic
vishaa vastoo *n.* ਵਿਸ਼ਾ ਵਸਤੂ theme
vishaad *v.i.* ਵਿਸ਼ਾਦ quarrel
vishaal *n.* ਵਿਸ਼ਾਲ mammoth
vishaal *adj.* ਵਿਸ਼ਾਲ vast
vishaila *adj.* ਵਿਸ਼ੈਲਾ virose
vishailaa sapp *n.* ਵਿਸ਼ੈਲਾ ਸੱਪ cobra
vishal *adj.* ਵਿਸ਼ਾਲ ample
vishav vidyala *n.* ਵਿਸ਼ਵਵਿਦਿਆਲਾ university
vishavkosh *n.* ਵਿਸ਼ਵਕੋਸ਼ encyclopedia
vishav-kosh *n.* ਵਿਸ਼ਵਕੋਸ਼ cyclopaedia
vishav-vidyaliaa *n.* ਵਿਸ਼ਵ-ਵਿਦਿਆਲਾ college
vishesh *adj.* ਵਿਸ਼ੇਸ਼ distinctive
vishesh *adj.* ਵਿਸ਼ੇਸ਼ especial
vishesh *adj.* ਵਿਸ਼ੇਸ਼ specific
vishesh adhikaar *n.* ਵਿਸ਼ੇਸ਼ ਅਧਿਕਾਰ prerogative
vishesh bhoj ਵਿਸ਼ੇਸ਼-ਭੋਜ banquet
vishesh karnaa *adv.* ਵਿਸ਼ੇਸ਼ ਕਰਕੇ chiefly
vishesh lachhanh vala *adj.* ਵਿਸ਼ੇਸ਼ ਲੱਛਣ ਵਾਲਾ typical
vishesh nivaas *n.* ਵਿਸ਼ੇਸ਼ ਨਿਵਾਸ enclave
vishesh vivranh *n.* ਵਿਸ਼ੇਸ਼ ਵਿਵਰਣ specification
visheshak ਵਿਸ਼ੇਸ਼ਕ differential
visheshan *n.* ਵਿਸ਼ੇਸ਼ਣ adjective
visheshan vargaa *adj.* ਵਿਸ਼ੇਸ਼ਣ ਵਰਗਾ adjectival
visheshtaa *adj.* ਵਿਸ਼ੇਸ਼ਤਾ characteristic
visheshtaa naal *adj.* ਵਿਸ਼ੇਸ਼ਤਾ ਨਾਲ significantly
vishleshak *n.* ਵਿਸ਼ਲੇਸ਼ਕ analyst
vishleshan karna *v.t.* ਵਿਸ਼ਲੇਸ਼ਣ ਕਰਨਾ analyse
vishleshan karna *v.t.* ਵਿਸ਼ਲੇਸ਼ਣ ਕਰਨਾ analysis
vishleshan sambandhi *adj.* ਵਿਸ਼ਲੇਸ਼ਣ ਸੰਬੰਧੀ analystical
vishleshanh karnaa *v.t.* ਵਿਸ਼ਲੇਸ਼ਣ ਕਰਨਾ disintegrate
vishraam chinh *n.* ਵਿਸ਼ਰਾਮ ਚਿੰਨ੍ਹ punctuation
vishraam karnaa *v.t.* ਵਿਸ਼ਰਾਮ ਕਰਨਾ repose
vishvaas *n.* ਵਿਸ਼ਵਾਸ਼ belief
vishvaas *n.* ਵਿਸ਼ਵਾਸ਼ confidence
vishvaas *n.* ਵਿਸ਼ਵਾਸ਼ faith
vishvaas bharpoor *adj.* ਵਿਸ਼ਵਾਸ਼-ਭਰਪੂਰ confident
vishvaas karnaa *v.t.* ਵਿਸ਼ਾਸ਼ ਕਰਨਾ believe
vishvaas karnaa *v.t.* ਵਿਸ਼ਵਾਸ ਕਰਨਾ confide
vishvaas paatar *adj.* ਵਿਸ਼ਵਾਸਪਾਤਰ faithful
vishvaasghaat *n.* ਵਿਸ਼ਵਾਸ਼ਘਾਤ betrayal
vishvaash *n.* ਵਿਸ਼ਵਾਸ਼ credence
vishvaash ਵਿਸ਼ਵਾਸ਼ credit
vishvaash *n.* ਵਿਸ਼ਵਾਸ਼ trust
vishvaash karnaa *v.t.* ਵਿਸ਼ਵਾਸ਼ ਕਰਨਾ deem

vishvaashghaati *adj.* ਵਿਸ਼ਵਾਸ਼ਘਾਤੀ traitorous
vishvaashyog *adj.* ਵਿਸ਼ਵਾਸ਼ਯੋਗ reliable
vishvaashyog *adj.* ਵਿਸ਼ਵਾਸ਼ਯੋਗ trustful
vishvaashyog *adj.* ਵਿਸ਼ਵਾਸ਼ਯੋਗ trustworthy
vishvaashyog *n.* ਵਿਸ਼ਵਾਸ਼ਯੋਗ trusty
vishvaashyogtaa *n.* ਵਿਸ਼ਵਾਸ਼ਯੋਗਤਾ reliability
vishvaasi *n.* ਵਿਸ਼ਵਾਸ਼ੀ believer
vishvaasi viakatee *n.* ਵਿਸ਼ਵਾਸੀ ਵਿਅਕਤੀ confidant
vishvash krauna *v.t.* ਵਿਸ਼ਵਾਸ਼ ਕਰਾਉਣਾ assure
visphot *n.* ਵਿਸਫੋਟ blast
visphot *n.* ਵਿਸਫੋਟ eruption
vistaar *n.* ਵਿਸਤਾਰ diffusion
vistaar ਵਿਸਤਾਰ expanse
vistaar *adj.* ਵਿਸਤਾਰ expansion
vistaar *n.* ਵਿਸਤਾਰ extension
vistaar karnaa *adj.* ਵਿਸਤਾਰ ਕਰਨਾ elaborate
vistar *n.* ਵਿਸਤਾਰ amplification
vistar karna *v.* ਵਿਸਤਾਰ ਕਰਨਾ amplify
vistarit *adj.* ਵਿਸਤ੍ਰਿਤ comprehensive
vistarpoorvak tulnaa *v.t.* ਵਿਸਤਾਰਪੂਰਵਕ ਤੁਲਨਾ collate
vistrit *adj.* ਵਿਸਤ੍ਰਿਤ expansive
vistrit *adj.* ਵਿਸਤ੍ਰਿਤ extensive
vitamin *n.* ਵਿਟਾਮਿਨ vitamin
vithkaar *n.* ਵਿੱਥਕਾਰ latitude
vitt *n.* ਵਿੱਤ finance
vitti *adj.* ਵਿੱਤੀ financial
vittreyaa *adj.* ਵਿੱਟਰਿਆ sullen
vivaad *n.* ਵਿਵਾਦ contest
vivaadi *adj.* ਵਿਵਾਦੀ discursive
vivaadi *adj.* ਵਿਵਾਦੀ polemic
vivad *n.* ਵਿਵਾਦ controversy
vivad karna *v.i.* ਵਿਵਾਦ ਕਰਨਾ argue
vivasthit karna *v.t.* ਵਿਵਸਥਿਤ ਕਰਨਾ adjust
vivek *n.* ਵਿਵੇਕ discretion
vivek *n.* ਵਿਵੇਕ sense
vivekheen *adj.* ਵਿਵੇਕਹੀਣ unthought
viveki *adj.* ਵਿਵੇਕੀ provident
vivhittar *adj.* ਵਿਚਿਤਰ egregious
viyakheya karna *v.t.* ਵਿਆਖਿਆ ਕਰਨਾ annotate
viyog *n.* ਵਿਯੋਗ bereavement
viyog *n.* ਵਿਯੋਗ disunion
viyog *n.* ਵਿਯੋਗ severance
vkaalat *n.* ਵਕਾਲਤ advocacy
volt *n.* ਵੋਲਟ volt
vot *n.* ਵੋਟ vote
vot da hakk *n.* ਵੋਟ ਦਾ ਹੱਕ franchise

W

waal chamkaun da masala *n.* ਵਾਲ ਚਮਕਾਉਣ ਦਾ ਮਸਾਲਾ brilliantine
waang *adv.* ਵਾਂਗ as
wadda yaatri jahaaz *n.* ਵੱਡਾ ਯਾਤਰੀ ਜਹਾਜ਼ ai□liner
walaan daa jooda *n.* ਵਾਲਾਂ ਦਾ ਜੂੜਾ braid
watt *n.* ਵਾਟ watt
wichkar *prep.* ਵਿਚਕਾਰ amid

Y

yaad *n.* ਯਾਦ memory
yaad *n.* ਯਾਦ remembrance
yaad *n.* ਯਾਦ reminiscence
yaad aa jaanhaa *v.i.* ਯਾਦ ਆ ਜਾਣਾ recur
yaad divaaunh vala *n.* ਯਾਦ ਦਿਵਾਉਣ ਵਾਲਾ reminder
yaad divaaunhaa *v.t.* ਯਾਦ ਦਿਵਾਉਣਾ remind
yaad kar lainhaa *v.t.* ਯਾਦ ਕਰ ਲੈਣਾ recollect
yaad karaunh vala *adj.* ਯਾਦ ਕਰਾਉਣ ਵਾਲਾ reminiscent
yaad karnaa *n.* ਯਾਦਕਰਨਾ bethink
yaad karnaa *v.t.* ਯਾਦ ਕਰਨਾ memorize
yaad pattar *n.* ਯਾਦ-ਪੱਤਰ memorandum
yaad rakhnhaa *v.t.* ਯਾਦ ਰੱਖਣਾ remember

yaad vich utsav *v.t.* ਯਾਦ ਵਿੱਚ ਉਤਸਵ commemoration
yaadgaar *n.* ਯਾਦਗਾਰ memento
yaadgaar *v.i.* ਯਾਦਗਾਰ memorial
yaadgaar *n.* ਯਾਦਗਾਰ souvenir
yaadgaari ਯਾਦਗਾਰੀ memorable
yaad-pattar *n.* ਯਾਦ-ਪੱਤਰ jotting
yaak *n.* ਯਾਕ yak
yaatraa *n.* ਯਾਤਰਾ course
yaatri *n.* ਯਾਤਰੀ passenger
yaatri *n.* ਯਾਤਰੀ tourist
yaatri *n.* ਯਾਤਰੀ traveller
yaatri da samaan *n.* ਯਾਤਰੀ ਦਾ ਸਮਾਨ baggage
yagg karan vala *n.* ਯੱਗ ਕਰਨ ਵਾਲਾ sacrificer
yahoodi *n.* ਯਹੂਦੀ jew
yahoodi *n.* ਯਹੂਦੀ zionist
yahoodi mandar ਯਹੂਦੀ ਮੰਦਿਰ synagoguen
yantar *n.* ਯੰਤਰ instrument
yantar vidhi *n.* ਯੰਤਰ ਵਿਧੀ mechanism
yatan *n.* ਯਤਨ dint
yatan *n.* ਯਤਨ effort
yatan *v.t.* ਯਤਨ endeavour
yatan *n.* ਯਤਨ trial
yateem *n.* ਯਤੀਮ foundling
yateem *n.* ਯਤੀਮ orphan
yateemkhaanaa *n.* ਯਤੀਮਖਾਨਾ orphanage
yathaarathvaad *n.* ਯਥਾਰਥਵਾਦ realism
yathaashabad *adv.* ਯਥਾਸ਼ਬਦ literally
yathaayog *adv.* ਯਥਾਯੋਗ deservedly
yathayog *adv.* ਯਥਾਯੋਗ suitably
yatraa *n.* ਯਾਤਰਾ eyrie
yatraa *n.* ਯਾਤਰਾ journey
yatraa *n.* ਯਾਤਰਾ trip
yodha *n.* ਯੋਧਾ warrior
yodhaa *adj.* ਯੋਧਾ belligerent
yodhaa *n.* ਯੋਧਾ combatant
Yog *adj.* ਯੋਗ able
yog *adj.* ਯੋਗ adequate
yog *adj.* ਯੋਗ capable
yog *adj.* ਯੋਗ compatible
yog *adj.* ਯੋਗ consistent
yog *adj.* ਯੋਗ decorous
yog *adj.* ਯੋਗ due
yog *adj.* ਯੋਗ eligible
yog *adj.* ਯੋਗ expedient
yog *adj.* ਯੋਗ qualified
yog *adj.* ਯੋਗ talented
yog *adj.* ਯੋਗ valid
yog *adj.* ਯੋਗ worthy
yog banauna *v.t.* ਯੋਗ ਬਣਾਉਣਾ accommodate
yog banhaunhaa *v.t.* ਯੋਗ ਬਣਾਉਣਾ enable
yog hona *v.t.* ਯੋਗ ਹੋਣਾ befit
yog hona *v.t.* ਯੋਗ ਹੋਣਾ behove
yog honhaa *v.* ਯੋਗ ਹੋਣਾ deserve
yog roop wich *adv.* ਯੋਗ ਰੂਪ ਵਿਚ aptly
yog samjhanhaa *v.t.* ਯੋਗ ਸਮਝਣਾ deign
Yogta *n.* ਯੋਗਤਾ ability
yogta *n.* ਯੋਗਤਾ aptitude
yogtaa *n.* ਯੋਗਤਾ competence
yogtaa *adj.* ਯੋਗਤਾ desert
yogtaa *n.* ਯੋਗਤਾ eligibility
yogtaa *n.* ਯੋਗਤਾ merit
yogtaa *n.* ਯੋਗਤਾ qualification
yogtaa *n.* ਯੋਗਤਾ talent
yojnaa *n.* ਯੋਜਨਾ plan
yojnaa *n.* ਯੋਜਨਾ setting
yoorap da *n.* ਯੂਰਪ ਦਾ european
yuddh karnaa *v.t.* ਯੁੱਧ ਕਰਨਾ militate
yudh kalaa *n.* ਯੁੱਧ ਕਲਾ tactics
yudh viram *n.* ਯੁੱਧ-ਵਿਰਾਮ armistice
yugg *n.* ਯੁੱਗ era

Z

zaalam *adj.* ਜ਼ਾਲਮ brutal
zaalim *adj.* ਜ਼ਾਲਿਮ cruel
zaalimpunaa *n.* ਜ਼ਾਲਿਮਪੁਣਾ cruelty
zabardasti *adj.* ਜ਼ਬਰਦਸਤੀ forcible
zabat karnaa *v.t.* ਜ਼ਬਤ ਕਰਨਾ confiscate
zabat karnaa *v.t.* ਜ਼ਬਤ ਕਰਨਾ seize
zahrila dandd *n.* ਜ਼ਹਿਰੀਲਾ ਦੰਦ fang
zakham *n.* ਜ਼ਖਮ bruise
zakham *n.* ਜਖਮ incision

zakham *n.* ਜ਼ਖਮ wound
zakham dee peek *n.* ਜ਼ਖਮ ਦੀ ਪੀਕ gleet
zakham karnaa *v.t.* ਜ਼ਖਮ ਕਰਨਾ stab
zakham paknaa *v.t.* ਜ਼ਖਮ ਪੱਕਣਾ fester
zakham rehat *adj.* ਜ਼ਖਮ ਰਹਿਤ uninjured
zakheeraa *n.* ਜਖੀਰਾ stock
zakheeraa *n.* ਜਖੀਰਾ store
zakhman vali patti *n.* ਜ਼ਖਮਾਂ ਵਾਲੀ ਪੱਟੀ bandage
zalampuna *n.* ਜ਼ਾਲਮਪੁਣਾ barbarity
zamanat *n.* ਜ਼ਮਾਨਤ bail
zameen *n.* ਜ਼ਮੀਨ feud
zameen *n.* ਜ਼ਮੀਨ ground
zanjeer *n.* ਜ਼ੰਜੀਰ chain
zanjeer naal banhanhaa *v.t.* ਜ਼ੰਜੀਰ ਨਾਲ ਬੰਨ੍ਹਣਾ enchain
zanzeet htaona *v.t.* ਜ਼ੰਜੀਰ ਹਟਾਉਣਾ unchain
zar khareed *adj.* ਜਰ ਖਰੀਦ venal
zara baktar *n.* ਜ਼ਰਾ ਬਕਤਰ panoply
zaroorat *n.* ਜ਼ਰੂਰਤ necessity
zaroorat *n.* ਜ਼ਰੂਰਤ need
zaroori *adj.* ਜ਼ਰੂਰੀ essential
zaroori *adj.* ਜ਼ਰੂਰੀ inevitable
zaroori *adj.* ਜ਼ਰੂਰੀ necessary
zaroori *adj.* ਜ਼ਰੂਰੀ obligatory
zaroori *adj.* ਜ਼ਰੂਰੀ requisite
zaroori *adj.* ਜ਼ਰੂਰੀ unavoidable
zaroori *adj.* ਜ਼ਰੂਰੀ urgent
zaroori benti *n.* ਜ਼ਰੂਰੀ-ਬੇਨਤੀ importunity
zeeraa *n.* ਜ਼ੀਰਾ cumin
zehar *n.* ਜ਼ਹਿਰ bane
zehar *n.* ਜ਼ਹਿਰ poison
zehar *n.* ਜ਼ਹਿਰ venom
zehar da ghutt *n.* ਜ਼ਹਿਰ ਦਾ ਘੁੱਟ potion
zehar di gandal ਜ਼ਹਿਰ ਦੀ ਗੰਧਲ viper
zehar gholanhaa *v.t.* ਜ਼ਹਿਰ ਘੋਲਣਾ embitter
zehari *adj.* ਜ਼ਹਿਰੀ venomous
zeharila *adj.* ਜ਼ਹਿਰਲਾ baneful
zehar-rehat sapp *n.* ਜ਼ਹਿਰ-ਰਹਿਤ ਸੱਪ boa
zehreela *adj.* ਜ਼ਹਿਰੀਲਾ poisonous
Zehrila boota *n.* ਜ਼ਹਿਰੀਲਾ ਬੂਟਾ aconite
Zehrila sapp *n.* ਜ਼ਹਿਰੀਲਾ ਸੱਪ adder
zidd *n.* ਜ਼ਿੱਦ insistence
zidd *n.* ਜ਼ਿੱਦ stubbornness
zidd karnaa *v.t.* ਜ਼ਿੱਦ ਕਰਨਾ contend
zidd karnaa *v.t.* ਜ਼ਿੱਦ ਕਰਨਾ dogmatize
zidd karnaa *v.i.* ਜ਼ਿੱਦ ਕਰਨਾ insist
ziddee *adj.* ਜ਼ਿੱਦੀ stout
ziddi *adj.* ਜ਼ਿੱਦੀ dogged
ziddi *adj.* ਜ਼ਿੱਦੀ fanatic
ziddi *adj.* ਜ਼ਿੱਦੀ indomitable
ziddi *adj.* ਜ਼ਿੱਦੀ stubborn
zilha *n.* ਜ਼ਿਲ੍ਹਾ district
zimevaari *n.* ਜ਼ਿੰਮੇਵਾਰੀ obligation
zimmevaari *n.* ਜ਼ਿੰਮੇਵਾਰੀ onus
zimmevaari *n.* ਜ਼ਿੰਮੇਵਾਰੀ undertaking
zimmevar *adj.* ਜ਼ਿੰਮੇਵਾਰ responsible
zimmevari *n.* ਜ਼ਿੰਮੇਵਾਰੀ responsibility
zindagi *n.* ਜ਼ਿੰਦਗੀ life
zindra kholhna *v.t.* ਜਿੰਦਰਾ ਖੋਲ੍ਹਣਾ unlock
zkhmi karnaa *v.t.* ਜ਼ਖਮੀ ਕਰਨਾ rase
zor *n.* ਜ਼ੋਰ predominance
zor paona *v.t.* ਜੋਰ ਪਾਉਣਾ urge
zor paunaa *v.* ਜ਼ੋਰ ਪਾਉਣਾ compel
zor paunhaa *v.i.* ਜ਼ੋਰ ਪਾਉਣਾ rush
zoraavar *adj.* ਜ਼ੋਰਾਵਰ puissant
zordaar *adj.* ਜੋਰਦਾਰ vigorous
zordaar haneri *n.* ਜ਼ੋਰਦਾਰ ਹਨੇਰੀ typhoon
zukaam *n.* ਜ਼ੁਕਾਮ catarrh
zulam *n.* ਜ਼ੁਲਮ brutality
zulam *n.* ਜ਼ੁਲਮ crime
zyaada karke *adv.* ਜ਼ਿਆਦਾ ਕਰਕੇ often
zyaada nahin *adj.* ਜ਼ਿਆਦਾ ਨਹੀਂ few
zyaada sharab peenaa *v.i.* ਜ਼ਿਆਦਾ ਸ਼ਰਾਬ ਪੀਣਾ carouse
zyaada vaadhaa *n.* ਜ਼ਿਆਦਾ ਵਾਧਾ exuberance